मती गुंग करणाऱ्या, खिळवून ठेवणाऱ्या रहस्य कथांचा लेखक पुन्हा तुमच्या भेटीला !

फोरसाइथ यांच्या क्विन या नायकाची व्यक्तिरेखा फारच मनोवेधक आहे. कथानकातील गुंतागुंत वाचकाला शेवटपर्यंत गुंगवणारी आहे.

- द वॉल स्ट्रीट जर्नल

फोरसाइथ हे अव्वल दर्जाचे कथाकथनकार आहेत. 'द निगोशिएटर' (मध्यस्थ) हे एक अजोड चित्रीकरण आहे. ही कादंबरी फोरसाइथ यांच्या चाहत्यांना नक्कीच निराश करणार नाही.

- टोरोंटो स्टार

कथानकाच्या प्रत्येक वळणार फोरसाइथ यांनी एक जळजळीत रहस्य उभं केलं आहे. कादंबरीचा नायक क्विन जेव्हा अपहरणकर्त्यांशी एक प्रकारचा तणावयुक्त संबंध प्रस्थापित करू पाहतो, तेव्हा कथानकामधला ताणही वाढत जातो. परंतु अमेरिकन सरकारमध्येच असलेले घरभेदी आणि एफ.बी.आय.च्या नाकर्तेपणामुळे त्याचा तो प्रयत्न अयशस्वी होतो. उत्तर व्हरमाँटमधील हिमाच्छादित वातावरण असो, नाहीतर अँटवर्पमधील बदनाम वस्ती असो, फोरसाइथ यांच्या कुशल लेखणीनं सर्वच जिवंत होऊन उठतं.

फ्रेडरीक फोरसाइथ यांची ही नवी कादंबरी त्यांच्याच 'द डे ऑफ जॅकॉल' इतकीच किंबहुना त्याहूनही अधिक प्रभावशाली आणि परिणामकारक आहे.

- द ओटावा सन

हे अत्यंत उच्च प्रतीचं रहस्यकथालेखन आहे. हे उत्सुकता आणि तणाव यांचं एक अद्भुत मिश्रण आहे. रहस्यकथा या वाङ्मय प्रकाराला या कादंबरीनं एका वेगळ्या उंचीवर नेऊन ठेवलं आहे, या कादंबरीनं भविष्यातील रहस्यमय कादंबऱ्या कशा असतील, याचा एक नवीन मापदंड निर्माण केला आहे.

- द संडे टेलेग्राफ

'क्विन' या कथानायकाच्या साहसी कृत्यांपुढे जेम्स बाँडसुद्धा फिका पडावा, अशीच ही व्यक्तिरेखा आहे. कोणत्याही समस्येवर अचूक तोडगा काढणारा हा नायक सर्वार्थानं परिपूर्ण आहे.

- 'द न्यूयॉर्क टाईम्स'मधील पुस्तक परीक्षण

फोरसाइथ यांनी वाचकांची उत्कंठा या कादंबरीच्या पानांमधून इतकी वाढवून ठेवलेली आहे, की जणू काही शेवटी ते वाचकांना एका कड्याच्या टोकावर आणून उभं करतात. त्यांचं लेखन नेहमीच अनेक धक्कादायक गोष्टींनी भरलेलं असतं आणि साहसी दृश्यांचं चित्रीकरण ते फार समर्थपणे करतात. रॉबर्ट लुडलम यांच्यापेक्षा त्यांचं लेखन जरा सौम्य आहे. ते अंगावर येणारं किंवा भडक नाही.

- पब्लिशर्स वीकली

फोरसाइथ हे शब्दप्रभू आणि लेखनकलेचे किमयागार आहेत.

-विनिपेग फ्री प्रेस

फ्रेडरिक फोरसाइथ

मध्यस्थ

अनुवाद
लीना सोहोनी

मेहता पब्लिशिंग हाऊस

Please contact us at **Mehta Publishing House,** Pune 411030.
✆ +91 020-24476924 / 24460313 / Mob. No. 9545000513
Email : production@mehtapublishinghouse.com
Website : www.mehtapublishinghouse.com

◆ *या पुस्तकातील लेखकाची मते, घटना, वर्णने ही त्या लेखकाची असून त्याच्याशी प्रकाशक सहमत असतीलच असे नाही.*

THE NEGOTIATOR by FREDERICK FORSYTH

Translated into Marathi Language by Leena Sohoni

मध्यस्थ / अनुवादित कादंबरी

TBC

अनुवाद : लीना सोहोनी
Email : author@mehtapublishinghouse.com
मराठी अनुवादाचे व प्रकाशनाचे हक्क : मेहता पब्लिशिंग हाऊस, पुणे.
प्रकाशक : सुनील अनिल मेहता, मेहता पब्लिशिंग हाऊस,
१९४१, सदाशिव पेठ, माडीवाले कॉलनी, पुणे - ४११०३०.
मुद्रक : ट्रिनिटी अ‍ॅकॅडमी फॉर कॉर्पोरेट ट्रेनिंग लिमिटेड
मुखपृष्ठ : चंद्रमोहन कुलकर्णी
प्रकाशनकाल : मार्च, १९९४ / पुनर्मुद्रण : ऑगस्ट, २०१६
किंमत : ₹ ४५०
P Book ISBN 9788171612079
E Book ISBN 9789353173500
E Books available on : amazonkindle Apple Books Google Play Books

---

पात्रपरिचय

अमेरिकन

जॉन कॉरमॅक : अमेरिकेचे राष्ट्राध्यक्ष
मायकेल ओडेल : अमेरिकेचे उपराष्ट्राध्यक्ष
जेम्स डोनाल्डसन : सेक्रेटरी ऑफ स्टेट
बिल वॉल्टर्स : अॅटर्नी जनरल
ह्यूबर्ट रीड : ट्रेझरी सेक्रेटरी
ब्रॅड जॉन्सन : राष्ट्रीय संरक्षणविषयक सल्लागार
डॉन एडमोंड्स : एफ.बी.आय.(फेडरल ब्यूरो ऑफ इन्व्हेस्टिगेशन)चा डायरेक्टर
फिलीप केली : एफ.बी.आय.च्या गुन्हा अन्वेषण विभागाचा असिस्टंट डायरेक्टर
केव्हिन ब्राऊन :एफ.बी.आय.च्या गुन्हा अन्वेषण विभागाचा डेप्युटी असिस्टंट डायरेक्टर
ली अलेक्झांडर : सी.आय.ए. (सेंट्रल इंटेलिजन्स एजन्सी)चा डायरेक्टर
डेव्हिड वाइनट्राऊब : सी.आय.ए.च्या ऑपरेशन्स विभागाचा डेप्युटी डायरेक्टर
क्विन : मध्यस्थ
डंकन मॅकक्रिआ : सी.आय.ए.चा ज्युनियर फील्ड एजंट
आयर्विंग मॉस : पूर्वाश्रमीचा सी.आय.ए. एजंट; पण आता बडतर्फ झालेला
सॅम सोमरव्हिले : एफ.बी.आय.ची फील्ड एजंट
चार्लस फेअरवेदर : अमेरिकेचे लंडनमधील राजदूत
पॅट्रिक सेमॉर : लंडनमधील अमेरिकन दूतावासाचा कायदेविषयक सल्लागार
लू कॉलिन्स : रिलेशन्स ऑफिसर, लंडन
सायरस मिलर : पेट्रोलियम उद्योगातील बडे प्रस्थ
मेलव्हिले स्कॅनलॉन : शिपिंगमधील बडे प्रस्थ
पीटर कॉब : शस्त्रास्त्रांचा निर्माता, बडा उद्योगपती
बेन सॅलकिंड : शस्त्रास्त्रांचा निर्माता, बडा उद्योगपती
लायोनेल मॉयर : शस्त्रास्त्रांचा निर्माता, बडा उद्योगपती
क्रायटन बरबॅंक : सीक्रेट सर्व्हिसचा डायरेक्टर
रॉबर्ट ईस्टरहाउस : संरक्षणविषयक फ्री लान्स सल्लागार व सौदी संबंधीचा एक्सपर्ट

स्टीव्ह पाईल : सौदी अरेबियन इन्व्हेस्टमेंट बँकेचा जनरल मॅनेजर
अँडी लाईंग : सौदी अरेबियन इन्व्हेस्टमेंट बँकेचा एक ऑफिसर
सायमन कॉरमॅक : ऑक्सफर्डच्या बॅलिलॉल कॉलेजचा एक विद्यार्थी

ब्रिटिश

श्रीमती मार्गरिट थॅचर : पंतप्रधान
सर हॅरी मॅरियट : होम सेक्रेटरी
सर पीटर इंबर्ट : मेट्रोपॉलिटन पोलीस कमिशनर
निगेल क्रॅमर : मेट्रोपॉलिटन पोलीस खात्याच्या स्पेशॅलिस्ट ऑपरेशन्स विभागाच्या डेप्युटी असिस्टंट डायरेक्टर
कमांडर पीटर विल्यम्स : इन्व्हेस्टिगेशन ऑफिसर
ज्युलियन हेमन : फ्री लान्स सिक्युरिटी कंपनीचा चेअरमन

रशियन

मिखाईल गोर्बाचेव्ह : सोव्हिएत युनियनच्या कम्युनिस्ट पार्टीचे जनरल सेक्रेटरी
ब्लादिमिर क्रुश्चेव्ह : के.जी.बी.चे अध्यक्ष
मेजर केरकोरियन : बेलग्रेड येथील के.जी.बी. प्रमुख
वादिम किर्पिचेन्को : के.जी.बी.च्या फर्स्ट चीफ डायरेक्टोरेटचा फर्स्ट डेप्युटी हेड
ईव्हान कोस्लोव्ह : सोव्हिएत युनियनचे मार्शल, सोव्हिएत चीफ ऑफ स्टाफ
मेजर जनरल झेमस्कोव्ह : सोव्हिएत जनरल स्टाफचे चीफ प्लॅनर
आंद्रे : के.जी.बी.चा फील्ड एजंट

युरोपियन

डे क्युपर : बेल्जियन
व्हॅन आईक : बेल्जियममधील वालिबी येथील जत्रेचा डायरेक्टर
डीटर लुत्झ : हॅम्बुर्ग येथील पत्रकार
हान्स मोरित्झ : डोर्टमुंडमधील मद्याचा उत्पादक
होर्स्ट लोन्झलिंगर : ओल्डनबुर्ग येथील शस्त्रास्त्रांचा व्यापारी
वेर्नर बेनहार्ट : पूर्वाश्रमीचा काँगो मर्सिनरी
पापा द ग्रूट : डच प्रॉव्हिन्शियल पोलीस मुख्यायुक्त
चीफ इन्स्पेक्टर डीकास्ट्रा : डच प्रॉव्हिन्शियल डिटेक्टिव्ह

उपोद्घात

आभाळ भरून आलं होतं. आता पाऊस पडणारच होता, एवढ्यात त्याला परत एकदा ते स्वप्न पडलं. टपटप पडू लागलेल्या पावसाचा आवाज त्याला ऐकू येईनासा झाला. त्या स्वप्नानं झोपेतसुद्धा त्याला झपाटलं.

...सिसिलीच्या टाऊरमिना प्रदेशातलं घनदाट जंगल. दाट झाडीतून तो बाहेर पडला. समोरच मोकळं मैदान होतं. ठरलेल्या ठिकाणाच्या रोखानं तो चालू लागला. ब्रीफकेस त्याच्या उजव्या हातात होती. पैशांनी भरलेली. तो अचानक मध्यभागी थांबला. त्यानं ब्रीफकेस खाली ठेवली. सहा पावलं मागे सरकून तो गुडघ्यांवर बसला. सारंकाही ठरल्याप्रमाणं शिस्तीत!!

त्या पोरीच्या सुटकेसंबंधी नुसत्या वाटाघाटी करायलाच सहा आठवडे लागले होते. अर्थात या पूर्वीच्या अनुभवावरून ते काम लवकरच आटोपलं म्हणायचं, कारण कधी-कधी एखादी केस तर महिनोन्‌महिने खायची. तो स्वत: गेले सहा आठवडे कॅराबिनियरीच्या रोममधल्या ऑफिसात रात्रंदिवस सल्ला-मसलतीसाठी बसून होता. प्रत्यक्ष बोलणी त्या कॅराबिनियरी ऑफिसरनंच केली आणि अखेर मिलानमधल्या जवाहिऱ्याच्या या पोरीच्या सुटकेचा सौदा पक्का झाला. पोरीला त्यांनी तिच्या बापाच्या सेफालू बीचवरच्या घरातून पळवून नेली होती.

...मोकळ्या मैदानाच्या पलीकडल्या बाजूनं एक माणूस उगवला. वाढलेली दाढी, घाणेरडा, कुरूप चेहरा – बुरख्याआडून जो काय दिसत होता तो; आणि खांद्यावर लटकती बंदूक. एका हातानं त्यानं त्या दहा वर्षांच्या पोरीचं बखोट पकडलं होतं. ती अनवाणी होती. भीतीनं तिचा चेहरा पांढराफटक पडला होता, पण हरामखोरांनी तिला निदान काही शारीरिक इजा वगैरे तरी केलेली दिसत नव्हती. ते दोघं त्याच्याकडे चालत आले. बुरख्यातूनही त्या दरोडेखोराचे डोळे आपल्यावर रोखले आहेत, हे त्याला जाणवलं.

तो त्या ब्रीफकेसपाशी थांबला. त्यानं मुलीला शांत उभं राहण्याची खूण केली.

ती बिचारी थरथरत थांबली. ती आपल्या सुटकेसाठी आलेल्या या देवदूताकडे भोकरासारख्या मोठ्या-मोठ्या करुण डोळ्यांनी बघत होती.

बाळा, आणखी फक्त थोडा वेळ थांब.

त्या दरोडेखोरानं खूप वेळ लावून, काळजीपूर्वक सर्व नोटांची तपासणी केली. तेवढा वेळ हा व ती पोरगी दोघं एकमेकांकडे नुसते बघत उभे होते. त्यानं डोळे मिचकावले. ती कळत-नकळतशी हसली. दरोडेखोरानं बॅग बंद केली आणि समोर नजर ठेवून तो सावधगिरीनं मागे-मागे सरकू लागला. तो कसाबसा त्या झाडीपर्यंत पोहोचला, इतक्यातच ते घडलं.

झाडीतून गोळी झाडल्याचा आवाज आला आणि क्षणार्धात तो दरोडेखार खाली कोसळला. लगेच झाडीच्या दुसऱ्या बाजूनं लपून बसलेले त्याचे साथीदार पुढे आले आणि त्यांनी उलट गोळीबार केला. चौफेर गोळ्यांचा नुसता वर्षाव सुरू झाला. तो इटालियन भाषेत ओरडला : 'खाली बस!' पण त्या पोरीला ते ऐकूच गेलं नाही. ती बिचारी घाबरून त्याच्या रोखानं पळत सुटली. तो घाईनं उठून तिच्या दिशेनं झेपावला.

अखेर तो तिच्यापर्यंत पोहोचलासुद्धा. पण फार उशीर झाला होता. तिच्या मोठ्या-मोठ्या डोळ्यांत भीतीचं काहूर उठलेलं त्यानं पाहिलं; आणि मग किंचाळण्यासाठी वासलेलं ते चिमुकलं तोंड तसंच उघडं राहिलं. तिच्या पांढऱ्याशुभ्र फ्रॉकवर, तिच्या छातीवर लाल रक्ताचं फूल उमलत असलेलं त्यानं पाहिलं. तिचं प्राणहीन कलेवर खाली कोसळताना त्यानं पाहिलं. तिचे प्राण वाचवण्याचा व्यर्थ प्रयत्न करत तिच्या चिमुकल्या देहाला आपल्या देहानं आपण झाकलेलं त्याला आठवलं. माफिया टोळी घनदाट झाडीत नाहीशी झाली. तो तिच्या निर्जीव देहाला जपून, अगदी जपून, छातीशी धरून कितीतरी वेळ नुसता बसून राहिला.

नको, नको, देवा! पुन्हा माझ्यावर ही वेळ आणू नको.

तो दरदरून घाम सुटून जागा झाला.

एक

नोव्हेंबर, १९८९

त्या वर्षी हिवाळा जरा लवकरच सुरू झाला होता...

सोव्हिएत जनरल स्टाफचं मुख्य कार्यालय १९, उलित्सा फ्रुंझ चौकात आहे. ही इमारत १९३० साली करड्या दगडांनी बांधण्यात आली. नंतर समोरच्या बाजूला काही वर्षांनी त्याचाच आठ मजली उपविभाग बांधला गेला. तर या जुन्या मुख्य कार्यालयातल्या आपल्या खोलीच्या खिडकीपाशी सोव्हिएत चीफ ऑफ स्टाफ उभा होता. दूरवरच्या हिमाच्छादित पर्वतशिखरांवर त्याची नजर खिळलेली होती. त्याची मन:स्थिती येणाऱ्या हिवाळ्याइतकीच वाईट होती.

सदुसष्ट वर्षांचा मार्शल इव्हान के. कोसलोव्ह अजूनही नोकरीतच होता. या वर्षाच्या सुरुवातीलाच त्यानं तेथील दुढ्ढाचार्य ॲक्रोमेयेव्ह यांना मागे सारून बढती मिळवलेली होती. त्या दोघांमध्ये जमीन-अस्मानाचा फरक होता. ॲक्रोमेयेव्ह बारकुडा; पण अत्यंत बुद्धिमान होता, तर कोसलोव्ह प्रचंड देहयष्टीचा अस्सल शिपाईगडी होता. बढती मिळण्याआधी तो फक्त एक तृतीय श्रेणीचा अधिकारी होता, पण मग पुढच्या दोन लोकांना मागे सारून त्याला ही जागा देण्यात आली होती. अर्थात त्याला ही मानाची जागा मिळण्याबद्दल कोणाचं काही दुमत असण्याचं कारणच नव्हतं. १९८७ पासून १९८९पर्यंतच्या काळात त्याच्याच मुत्सद्दी नेतृत्वाखाली रशियानं अफगाणिस्तानातून हळूहळू काढता पाय घेतला होता; आणि ते करत असताना त्याच्या देशाला कुठंही पराभव पत्करावा लागला नव्हता, कुठलीही मानहानी पत्करावी लागली नव्हती, ती केवळ त्याच्याचमुळे; आणि त्याच जोरावर आज त्याला हे पद मिळालं होतं.

पण तरीही मनोमन त्याला कुठंतरी फार वाईट वाटत होतं; आणि त्यानं शपथ घेतली होती की, परत माझ्या मातृभूमीला रणांगणातून अशी माघार घेण्यासाठी मी कधीच मदत करणार नाही. कारण शेवटी अफगाणिस्तानातून माघार हा एक प्रकारे

पराभवच होता. हे असे विचार तर त्याच्या मनात घोळत होतेच; पण त्याबरोबरच दुसऱ्याही एका आगामी संकटाची छाया त्याच्या मनावर पसरलेली होती व तो शून्य मनानं खिडकीतून बाहेर बघत होता.

आपल्या हाताखालच्या कामिन्स्की या एका अतिशय बुद्धिमान अधिकाऱ्याच्या मदतीनं त्यानं हा रिपोर्ट बनवला होता. तोच रिपोर्ट त्याच्या समोरच्या टेबलावर आत्ता पडला होता व त्या रिपोर्टमधील मजकूरच त्याच्या या आत्ताच्या उद्विग्न मन:स्थितीला कारणीभूत ठरला होता.

१९३८च्या जर्मन ब्लिट्क्रीज (Blitzkrieg) युद्धात अत्याधुनिक शस्त्रास्त्रं घेऊन आलेल्या जर्मन फौजेपुढे रशियन सेना कशी फिकी पडली होती, हा सल त्यानं अजूनही मनात बाळगलेला होताच. तो स्वत: आता पाचही रशियन दलांचा सरसेनापती होता – सैन्यदल, नौदल, वायुदल, क्षेपणास्त्र दल, नागरी सुरक्षेसाठी हवाई संरक्षण. पण आत्ताचा हा रिपोर्ट... या रिपोर्टमध्ये भविष्यकाळातील त्याच्या दारुण पराभवाचं चित्र स्पष्ट उमटलेलं होतं.

तीनशे पानांचा तो रिपोर्ट त्यानं एकदा नव्हे, चांगला दोनदा वाचून काढला होता. आता त्यानं तो परत एकदा हातात घेऊन त्याचं अखेरचं प्रकरण उघडलं.

...सारांश :

म्हणूनच यातला महत्त्वाचा मुद्दा आपल्या दृष्टीनं पृथ्वीवरच्या तेलसाठ्यांचा नसून, सोव्हिएत युनियनमधल्या तेलसाठ्यांचा आहे. पृथ्वीवरील तेलसाठे जरी येत्या तीस वर्षांत संपुष्टात येणार असले, तरी सोव्हिएत युनियनमधील तेलसाठे मात्र येत्या सात-आठ वर्षांतच संपणार आहेत. यासंबंधीचं विवेचन यापूर्वी कोष्टकांच्या साहाय्यानं केलेलं आहेच.

१९८५ सालातील आकडेवारी लक्षात घेता, मला नाइलाजानं असं म्हणावं लागतंय की, त्या वर्षी आपण एकूण ४४ लाख बॅरल्स खनिज तेलाचं उत्पादन केलं व त्यानुसार असा अंदाज व्यक्त केला होता की, आणखी १४ वर्षे तरी हे तेलसाठे आपल्याला पुरावे, परंतु प्रत्यक्षात मात्र तेव्हापासून पुरवठ्याबरोबरीनं मागणीही वाढत गेली व त्यामुळे आता फक्त सात ते आठ वर्षंच आपल्याला हे तेलसाठे पुरणार आहेत.

ही देशांतर्गत तेलाची मागणी वाढायचं कारण तरी काय? मला तरी एकच कारण दिसतं, ते म्हणजे रशियन बनावटीची कुठलीही गाडी तिच्या प्रतिस्पर्धी अमेरिकन गाडीच्या तिप्पट इंधन खाते. आपल्या देशातील कडाक्याच्या थंडीला तोंड देण्याकरता आपल्याला अशा मजबूत गाड्या बनवणं भाग पडतं, वगैरे गोष्टी प्रचार करण्यापुरत्या ठीक आहेत, पण वस्तुस्थिती अशी आहे की, अमेरिकन

गाडीइतके नाजूक स्पेअरपार्ट्स बनवण्याची आपली कुवतच नाही. त्याचमुळे हा इंधनाचा प्रश्न बिकट होऊन बसला आहे.

पर्याय :

आपल्या देशात नैसर्गिक वायूचा साठा जगात सगळ्यात जास्त आहे, पण तो सर्वच्या सर्व वायू सैबेरियाच्या अंतर्भागात आहे. तो जमिनीच्या पोटातून बाहेर काढून देशभरातल्या शहरांकडे पोहोचण्यासाठी पाइप-लाइन्सचं जे जाळं हवं, ते अजूनही आपल्याकडे नाही. सध्या जगाच्या तेलबाजारात तेलाची किंमत अगदीच कमी असल्यामुळे पाश्चिमात्य राष्ट्रांना आपली गरज नाही.

म्हणजेच नैसर्गिक वायू काय किंवा अणुशक्ती काय, दोन्हीही आपल्या मदतीला येणार नाही; आणि त्याचमुळे तेलउद्योगावरच आता जगातल्या साऱ्या राष्ट्रांची मदार आहे.

मित्रराष्ट्रं : आपली मित्रराष्ट्रं – ज्यांचा उल्लेख प्रचारकी पाश्चिमात्य लोक आपले उपग्रह असा करतात – मिळून दरवर्षी १६ लाख, ८० हजार बॅरल्स एवढं एकत्रित उत्पादन काढतात. उरलेलं आपण त्यांना पुरवतो; आणि त्याचमुळे ते आज आपल्या गटात टिकून आहेत. आपल्यावरचा भार कमी करण्यासाठी आपणच त्यांना मध्यपूर्वेतील काही देशांशी तेलपुरवठ्याबाबत करार करायची मोकळीक दिली आहे, ही वस्तुस्थिती आहे, पण कधीकाळी जर त्यांची तेलाबाबत आपली गरज संपली, तर ती सगळी राष्ट्रं पूर्णपणे पाश्चिमात्यांच्या आहारी जातील.

मार्शल कोसलोव्हनं घड्याळात किती वाजले ते पाहिलं. अकरा. विमानतळापाशी होणारा समारंभ आता अगदी सुरू होत असेल. त्यानं समारंभाला न जाण्याचंच ठरवलं होतं. त्याला त्या लालतोंड्या अमेरिकनांच्या पुढे-पुढे करायची काडीचीही इच्छा नव्हती. त्यानं ती 'क्लासिफाइड टॉप सीक्रेट' असं लिहिलेली रिपोर्टची फाइल परत एकदा हातात घेतली व तो पुढे वाचू लागला.

तात्पर्य : आपल्या पुढे आता फक्त चारच पर्याय उरले आहेत व ते सर्व तितकेच वाईट आहेत.

१. सध्याची परिस्थिती लक्षात घेता जास्तीतजास्त आठ वर्षं आपल्याला आपल्याजवळचे तेलसाठे पुरतील व त्यानंतर मात्र खुल्या जागतिक बाजारपेठेतून आपल्याला तेल विकत घ्यावं लागेल; पण नेमकी त्याच वेळी जगाच्या बाजारपेठेतील तेलाची किंमत प्रचंड वेगाने वाढत असेल व तिला तोंड देता-देता देशातली अर्थव्यवस्था धोक्यात येईल. आपल्याकडे जीवनावश्यक अन्नधान्य, अत्याधुनिक यंत्रसामग्री, इत्यादीची आयात करायला पैसाच शिल्लक उरणार नाही. इतकंच काय; पण संरक्षण व आधुनिक अस्त्रनिर्मिती यासाठी सुद्धा पैसा उरणार नाही.

२. आपल्या देशात खनिजतेल जमिनीतून वर काढण्यासाठी जी काही यंत्रसामग्री व ज्या काही पद्धती वापरल्या जातात, त्या अत्यंत जुनाट आहेत, वेळखाऊ व पैसेखाऊ आहेत व त्याचमुळे प्रत्यक्षात आपल्याला तेवढ्याच तेलासाठी अमेरिकन लोकांच्या तिप्पट खर्च येतो. या पद्धतीत आमूलाग्र बदल जर करायचा ठरवला, तर त्याचा खर्च गगनाला जाऊन भिडेल.

३. आर्क्टिक भागात अजून पुष्कळच तेलसाठे दडलेले आहेत; पण पुन्हा त्या भागातले ते साठे उपयोगात आणण्यासाठी जो काही खर्च करावा लागेल, तो आपल्या आटोक्याबाहेरचा आहे.

४. तेलाचा विचार सोडून नैसर्गिक वायूकडे वळणं, हाही एक उपाय होऊ शकेल. कारण जगात सर्वाधिक नैसर्गिक वायूचे साठे आपल्याच देशात आहेत. पण परत ते सगळे साठे उपयोगात आणण्यासाठी लागणारा खर्च प्रचंड आहे.

शेवटी महत्त्वाचा प्रश्न हाच आहे की, २, ३, अथवा ४मध्ये चर्चिलेले पर्याय वापरायचे ठरवले, तर त्यासाठी लागणाऱ्या खर्चाची सोय कशी करायची? काही परकीय चलन जीवनावश्यक अन्नधान्याच्या आयातीसाठी व उरलेलं पॉलिट ब्यूरोच्या तत्त्वाप्रमाणे अत्याधुनिक यंत्रसामग्री विकत घेण्यासाठी खर्च केलं, म्हणजे स्वाभाविकच आपल्यापुढे एकच पर्याय राहतो, तो म्हणजे देशाच्या संरक्षणव्यवस्थेच्या अंदाजपत्रकाला कात्री लावणं. हे मला अतिशय खेदानं म्हणावं लागत आहे.

—आपला,

कॉम्रेड मार्शल पित्तोर व्ही. कामिन्स्की (मेजर जनरल)

मेजर कोसलोव्हनं एक दीर्घ निःश्वास सोडला. आपल्या देखत आपल्या अत्यंत प्रिय आर्मीच्या पोटावर कोणी पाय आणेल, ही कल्पनाच त्याला सहन होणं शक्य नव्हतं. त्याची पार्टीशी इमानदारी संशयातीत होती, पण तरी त्याच पार्टीतल्या काही लोकांनी त्याच्या मिलिटरीच्या बजेटमध्ये काटछाट सुरू केली असती, तर त्याला आपली ही इमानदारी राखणं कसं जमलं असतं, कुणास ठाऊक.

जेवढा म्हणून त्या रिपोर्टबद्दल जास्त विचार करावा, तेवढं त्याच्या डोक्यात विचारांचं काहूर माजलं. जर का सोव्हिएत युनियनच्या हद्दीच्या जरासा बाहेर असलेला तो प्रचंड मोठा तेलसाठा आपल्या आयता ताब्यात आला, तर... स्वतःचे तेलसाठे संपुष्टात येण्याच्या आतच पाहिजे तेवढं तेल अत्यल्प किमतीत सोव्हिएत युनियनला मिळू शकलं, तर –

त्यानं भिंतीवरच्या नकाशाचं बारकाईनं निरीक्षण करायला सुरुवात केली आणि दरवेळेसारखंच याही वेळी एका विशिष्ट जागेवर त्याचं लक्ष खिळून राहिलं. शेवटी

त्यानं इंटरकॉमवरून मेजर जनरल झेमस्कोव्ह याला बोलावून घेतलं आणि बसल्या-बसल्या टीव्हीचा रीमोट कंट्रोल दाबला. त्याबरोबर चॅनेल १ पडद्यावर झळकला.

'नुकोव्हो व्ही.आय.पी. विमानतळाच्या बाहेर होत असणाऱ्या सभेचं प्रत्यक्ष चित्रण पाहा –'

अमेरिकेच्या हवाईदलाचं विमान उड्डाणाच्या तयारीत उभं होतं. भोवती लष्करी जवानांचा खडा पहारा होता. कुण्या अतिउत्साही रशियन नागरिकानं विमानाजवळ जाण्याचा प्रयत्न केलाच, तर सावधगिरी म्हणून. पण सर्व रशियन नागरिक अगदी दृष्ट लागावी, इतक्या सभ्यपणे वागत होते. आजच नव्हे, तर गेले तीनही दिवस. अमेरिकेच्या प्रेसिडेंटची ही जी तीन दिवसांची रशियाभेट होती, त्या भेटीत सर्वच वेळ.

थोड्या अंतरावर एक मंच उभारला होता. ध्वनिक्षेपकांजवळ सोव्हिएत युनियनच्या कम्युनिस्ट पार्टीचे जनरल सेक्रेटरी मिखाईल सर्गीव्हिच गोर्बाचेव्ह प्रास्ताविक करताना दिसत होते. त्यांच्या शेजारच्या खुर्चीवर त्यांचे खास पाहुणे अमेरिकन प्रेसिडेंट जॉन जे. कॉरमॅक बसले होते. त्यांच्या दोन्ही बाजूंना पॉलिट ब्यूरोचे सदस्य विराजमान झाले होते.

गेल्या वर्षीच्या अमेरिकेच्या सार्वत्रिक निवडणुकीत अनपेक्षित विजय मिळवल्यानंतर जॉन कॉरमॅक यांनी लगेचच आपल्याला रशियाच्या भेटीला जायचं आहे, अशी इच्छा जाहीरपणे व्यक्त केली होती. गोर्बाचेव्ह यांनीही आपल्याकडून तितक्याच आस्थेनं बोलावणं केलं होतं व गेल्या तीन दिवसांच्या या भेटीनंतर त्यांना हा उंच, करारी व विद्वान अमेरिकन चांगलाच आवडला होता.

त्यामुळेच आपल्या नजीकच्या सर्व सल्लागारांचं म्हणणं डावलून त्यांनी जॉन कॉरमॅकना इथं बोलावून घेतलं होतं व बऱ्याच लोकांचा विरोध पत्करून कॉरमॅक यांच्या एका जगावेगळ्या मागणीलाही संमती दिली होती. कॉरमॅक यांची मागणी अशी होती की, त्यांना रशियन जनतेपुढे टीव्हीवर प्रत्यक्ष (live) भाषण देण्याची इच्छा होती. या भाषणाचं अगोदर चित्रीकरण व संकलन केलं जाऊ नये, अशी त्यांची इच्छा होती. खरं पाहता, रशियन टीव्हीवर असा कुठलाच लाइव्ह-शो दाखवला जात नाही. जनसामान्यांना काय बघू द्यायचं, हे आधीच ठरवलं जातं.

त्यामुळेच या मुलखावेगळ्या मागणीला मान्यता देण्याआधी गोर्बाचेव्ह यांनी नॅशनल टेलिव्हिजन एक्सपर्ट्सशी सल्लामसलत केली होती. प्रथम त्यांनाही खूप आश्चर्य वाटलंच होतं, पण मग विचार करून त्यांनी गोर्बाचेव्ह यांना समजावून सांगितलं होतं. अमेरिकन इंग्रजी भाषा व शब्दोच्चार फारच थोड्या लोकांना समजतात, त्यामुळे बहुतेकांना त्याबरोबरीनं रशियन भाषांतर ऐकण्याची गरज पडेल. हे भाषांतर सबटायटल्सद्वारे देण्यात येईल. या भाषणात कॉरमॅक साहेबांनी फारच गडबड करायला सुरुवात केली, तर भाषांतरात योग्य ते फेरबदल आपली मंडळी करतीलच. आणखी तशीच आणीबाणीची वेळ आली, तर

प्रक्षेपणात 'व्यत्यय' तर आणता येईलच की! मग शेवटी असं ठरलं की, गोर्बाचेव्ह यांनी समोर बसल्या-बसल्या आपली हनुवटी फक्त खाजवली की, झालं. लगेचच विद्युत्प्रवाह खंडित करून 'व्यत्यय' आणण्याचं काम आपले तंत्रज्ञ करतीलच. शिवाय हा व्यत्यय फक्त रशियन टीव्हीवरच दाखवण्यात येईल व बाकीच्या तीन अमेरिकन टीव्हीवर आणि बी.बी.सी.वर सर्वकाही जसंच्या तसं चालू राहील; म्हणजे नको ते ज्ञान रशियन जनतेच्या डोक्यापर्यंत पोहोचलंच नाही, म्हणजे झालं ना!

तर अशा रीतीनं प्रास्ताविकाचा शेवट करून गोर्बाचेव्ह खाली बसले व त्यांनी जॉन कॉरमॅक यांना बोलण्याची खूण केली. प्रेसिडेंट कॉरमॅक उठून माइकपाशी आले. त्यांच्या हातात टाचणं वगैरे काहीच नव्हती. त्यांनी मान ताठ करून, कॅमेऱ्याच्या डोळ्यात रोखून बघत, सरळ बोलायला सुरुवात केली.

"माझ्या रशियन बांधवांनो –"

मार्शल कोसलोव्ह आपल्या ऑफिसमध्ये खुर्चीत सरसावून बसला. स्टेजवर बसलेल्या मिखाईल गोर्बाचेव्ह यांचा चेहरा क्षणभर गोंधळल्यासारखा झाला व पुन्हा पूर्ववत गंभीर झाला. कारण प्रेसिडेंट जॉन कॉरमॅक अस्खलित रशियनमध्ये बोलत होते.

प्रेसिडेंट कॉरमॅक रशियन भाषा जाणत नव्हते, पण सोव्हिएत युनियनला भेट देण्यापूर्वी त्यांनी तज्ज्ञांच्या मदतीनं पाचशे शब्दांचं एक भाषण तयार करून ते मुखोद्गत केलं होतं.

"...पन्नास वर्षांपूर्वी तुमची ही प्रिय मातृभूमी युद्धभूमी झाली होती. तुमचे प्रियजन युद्धात लढता-लढता कामी आले. तुमच्या स्त्रिया व मुलांनी तळघरात राहून अक्षरश: नरकयातना भोगत दिवस काढले. लाखांची हानी झाली; आणि या सगळ्यांमुळे तुम्हा सर्वांच्या मनात युद्ध या शब्दाविषयी किती भय व तिरस्कार असेल, हे मी समजू शकतो."

"गेल्या पंचेचाळीस वर्षांत आपण दोघांनी – आम्ही अमेरिकनांनी आणि तुम्ही रशियनांनी – स्वत:भोवती भिंती उभ्या केल्या आहेत. प्रत्येकाच्याच मनात दुसरा आपल्यावर आक्रमण करील, अशी भीती असल्यामुळे आपण लोह, शस्त्रास्त्रं, रणगाडे, विमानं, बॉंब यांचे पर्वत निर्माण केले आहेत. एक दिवस हीच शस्त्रास्त्रं वापरून आपण एकमेकांच्या विनाशाला सुरुवात करणार आहोत; पण मी म्हणतो – हे थांबवता येणार नाही का?"

हे ऐकताना प्रेक्षकांमधून जोराचा हुंकार उमटला.

"मी म्हणतो, हे सर्व टाळण्याचाही एक मार्ग आहे. तो आहे शांततेचा, अहिंसेचा, सामंजस्याचा! एवढं एकुलतं एकच तर सुंदरसं जग आहे आपल्याजवळ. एकतर सर्वांनी त्यावर एकत्र जगायचं तरी, नाहीतर एकत्र मरायचं तरी, मग मी म्हणतो जगायचं का नाही?"

मार्शल कोसलोव्हच्या खोलीचा दरवाजा उघडून त्याचा सहकारी आत आला व खिळल्यासारखा टेलिव्हिजनकडे बघत उभा राहिला.

जॉन कॉरमॅक आता आपल्या भाषणाचा समारोप करत होते :

"हा मार्ग चांगलाच खडतर आहे. वाटेत संकटांचे महापर्वत आहेत, खाचखळगे आहेत, पण या रस्त्याच्या शेवटी दोघांचं सुख, शांती उभी आहे. कारण जर आपणा दोघांजवळ एकमेकांचं फक्त संरक्षण करण्याएवढीच शस्त्रास्त्रं असतील, पण एकमेकांवर आक्रमण करण्याएवढी नसतील; आणि जर आपल्याला एकमेकांच्या हालचालींची माहिती असेल, परस्परांमध्ये कुठल्याही प्रकारची गुप्तता नसेल, तर आपण आपल्या नातवंडांना एक खरोखरीचंच मुक्त जग भेट देऊ शकू. या मार्गावर माझ्या बरोबरीनं तुम्ही यायला तयार असाल, तर सर्व अमेरिकन जनतेच्या वतीनं मी तुमच्याबरोबर आहे!... आणि एवढं बोलून मी आपली रजा घेतो."

असं म्हणून प्रेसिडेंट कॉरमॅक यांनी गोर्बाचेव्ह यांच्याशी हस्तांदोलन केलं.

त्याबरोबर जमलेल्या जनसमुदायानं टाळ्यांचा प्रचंड कडकडाट केला. नेहमी शिस्तबद्ध असलेला जनसमुदाय विस्कळीत झाला. 'कमिटी फॉर स्टेट सिक्युरिटी' (के.जी.बी.)च्या लोकांनी आदेशासाठी आपल्या नेत्याकडे – ब्लादिमिर क्रुश्चेव्हकडे पाहिलं... पण त्यानंही पॉलिट ब्यूरोबरोबर उठून टाळ्यांच्या कडकडाटात भाग घेतला होता.

मार्शल झेमस्कोव्हनं चिडून टीव्ही बंद केला.

"आपले परमपूज्य नेते..." मेजर जनरल झेमस्कोव्ह हळूच कुजबुजला.

मार्शलनं संतापानं मान हलवली.

आधी कामिन्स्की रिपोर्टमधून उजेडात आलेलं सत्य आणि त्यावर हा कडू डोस. त्यानं तो रिपोर्ट हातात घेतला आणि झेमस्कोव्हकडे देत म्हणाला, "हे वाचा. हे 'क्लासिफाइड टॉप सीक्रेट' आहे. ते तसंच राहील, अशी काळजी घ्या. याच्या फक्त दोनच प्रती आहेत. दुसरी माझ्याकडे आहे. कामिन्स्की आपल्या रिपोर्टच्या शेवटी काय म्हणतात, हे जरा लक्षपूर्वक वाचा."

झेमस्कोव्हनं मान डोलावली. मार्शलच्या गंभीर मुद्रेवरूनच आज काही खरं नाही, हे त्यानं ओळखलंच होतं. नंतर मार्शलनं त्याला भिंतीवरच्या नकाशापाशी नेलं.

"तुमचं वाचून झालं की, तुम्ही आपत्कालीन योजना बनवाच, पण मी तर म्हणेन की, प्रत्यक्षात या प्लॅनमध्ये एका विशिष्ट राष्ट्रावर आपल्याला आक्रमण करायचंय, या दृष्टीनं अगदी प्रत्येक बंदूक, प्रत्येक शिपायाची जागा इतक्या बारीक तपशिलांसहित सगळ्या गोष्टींचा विचार व्हायला हवा. यासाठी एखादं वर्ष लागलं, तरी हरकत नाही."

"एवढा वेळ कशाला?" झेमस्कोव्ह घाईनं म्हणाला. "कॉम्रेड मार्शल, माझ्या हाताखाली इतके...."

''तुमच्या हाताखाली कुणीही नसेल. फक्त तुमचे डोळे, हात, पाय व मेंदू. तुम्हाला या कामाकरता लागणारी प्रत्येक माहिती दुसऱ्याकरवी, गुप्ततेनं मिळवावी लागेल. काम तुम्ही एकट्यानंच करायचं आहे. तेव्हा त्यासाठी तसे बरेच दिवस लागतील; आणि शेवटी त्या प्लॅनची फक्त एकच प्रत असेल.''

''ओ.के. आणि ते राष्ट्र कुठलं?''

मार्शलनं नकाशावर त्या जागी बोट ठेवलं.

''इथं! एक दिवस ही भूमी आपल्या मालकीची होईल.''

❖

ह्यूस्टन ही अमेरिकेच्या तेल-उद्योगाची राजधानीच.

हे फार विचित्र शहर आहे आणि इथं एक नव्हे, तर दोन महत्त्वाची केंद्रं आहेत. पूर्वेकडचं औद्योगिक केंद्र, म्हणजे मोठ्यामोठ्या गगनचुंबी इमारतींचा एक मोठा समूहच आहे आणि पश्चिमेकडचं बाजारहाट, अन्नधान्य आणि करमणुकीचं केंद्र. इथंही पुन्हा एक मोठ्या-मोठ्या गगनचुंबी इमारतींचा समूह आहे. या दोघांना विभागणाऱ्या चार मैल लांबीच्या अरुंद पट्ट्यात छोटी-छोटी एकमजली घरं आहेत. जणूकाही हे दोघं राक्षस द्वंद्वासाठीच समोरासमोर उभे ठाकले आहेत.

पूर्वभागात फार मोठ्या उंच अशा तीन इमारती दिसतात. एक सगळ्यांत उंच टेक्सास कॉमर्स. दुसऱ्या क्रमांकाची म्हणजे अलाईड बँक टॉवर आणि तिसरी जराशी कमी उंचीची पॅनग्लोबल बिल्डिंग. ही पॅनग्लोबल ऑइल कॉर्पोरेशनच्या मालकीची आहे. ही कंपनी अमेरिकेतील अठ्ठाविसाव्या क्रमांकाची व ह्यूस्टनमधील नवव्या क्रमांकाची तेलोत्पादक कंपनी आहे. ही प्रायव्हेट लिमिटेड कंपनी आहे, हा सर्वांत महत्त्वाचा मुद्दा आहे. हे याच्या मालकाचं अनभिषिक्त साम्राज्यच आहे म्हणा ना!

मार्शल कोसलोव्ह आणि झेमस्कोव्ह यांच्यात झालेल्या संभाषणानंतर बरोबर बारा तासांनी इथं ह्यूस्टनमध्ये सायरस व्ही. मिलर आपल्या पॅनग्लोबल बिल्डिंगच्या सर्वांत वरच्या मजल्यावर असलेल्या खोलीत खिडकीपाशी उभा राहून अशाच प्रकारचा विचार करत होता. तो परत फिरून टेबलापाशी बसला व टेबलावरचा रिपोर्ट वाचण्यात गढून गेला.

चाळीस वर्षांपूर्वी मिलरच्या कंपनीची जेव्हा भरभराट व्हायला सुरुवात झाली, तेव्हाच त्यानं अत्यंत दूरदृष्टीनं एक रिसर्च अँड डेव्हलपमेंट डिव्हिजनही काढली होती. देशातल्या नामवंत विद्यापीठांमधून बुद्धिमान सिस्टिम्स ॲनेलिस्ट गोळा करून त्यांची त्यानं या विभागात भरती केली होती. अशाच एका बुद्धिवंतानं – डिक्सननं – तयार केलेला रिपोर्ट आत्ता तो वाचत होता. वाचता-वाचता तो शेवटच्या पानापर्यंत येऊन ठेपला.

‘...तात्पर्य काय, तर जगातील तेलसाठे हळूहळू संपुष्टात येत आहेत, पण आत्ता, या क्षणी तरी अमेरिकन लोकांना याची अजिबातच जाणीव नाहीये, आणि ही सध्याची तेल स्वस्तात उपलब्ध असण्याची परिस्थिती कायमच राहणार आहे, अशी सरकानं जनतेची जाणूनबुजून समजूत करून दिली आहे. ही एक प्रकारची दिशाभूलच आहे. वस्तुस्थिती बघितली, तर जगातील ४१ तेलोत्पादक राष्ट्रांपैकी फक्त दहाच राष्ट्रांमध्ये किमान ३० वर्षे पुरतील, एवढे तेलसाठे उपलब्ध आहेत. अर्थात हे चित्रही जरा जास्तीच आशावादी रंगवलं आहे. एकंदर जगाचा विचार करता अजून २० वर्षांनंतर सगळेच तेलसाठे संपुष्टात येतील.’

‘आणि तेलाला पर्यायी इंधन अजून तरी सापडलेलं नाही, त्यामुळे अजून ३० वर्षांनी साऱ्या जगाच्याच अर्थव्यवस्थेवर मृत्युकळा पसरणार आहे.’

‘अमेरिकेला तर याचा फटका फारच लवकर बसेल. आपण सतत मध्यपूर्वेकडून मिळणाऱ्या तेलावर अवलंबून राहिल्यानं आपल्या देशांतर्गत तेल-उद्योगाचा पाहिजे तेवढा विकास झालेला नाही. याचा भविष्यकाळात आपल्याला चांगलाच फटका बसणार आहे; आणि आता इतका उशीर झाला आहे की, आपण हालचाल सुरू करून आपलं गाडं रुळांवर यायला कमीतकमी दहा वर्षं तरी लागतील. शिवाय वॉशिंग्टनचं सध्याचं धोरण लक्षात घेता तीही शक्यता फारशी दिसत नाहीच.’

‘आणि सरकारच्या या धोरणापाठीमागे तीन कारणं दिली जातात; पण ती सर्वच कशी चुकीची आहेत, ते पाहू.

सौदी अरेबिया व कुवेत आपल्याला जगाच्या अंतापर्यंत अत्यल्प दरानं तेल पुरवत राहतीलच व त्यामुळे आपल्याला या गंभीर तेलसमस्येचा विचार करायची गरजच नाही, असं मानणं चुकीचं आहे. तसंच –

मध्यपूर्वेतील सर्वच देशांना कायमच शस्त्रास्त्रांच्या पुरवठ्याच्या बाबतीत अमेरिकेवर अवलंबून राहावं लागेल व त्यामुळे त्यांच्याकडून त्या मोबदल्यात पेट्रोडॉलर्सची सतत आवक होत राहील, ही कल्पनाही खरी नव्हे.

मध्यपूर्वेतील सर्वच राज्यं व साम्राज्यं, जी आज आपली मित्रराष्ट्रं आहेत; ती कायमच तशीच राहतील व आपला कधीच विश्वासघात करणार नाहीत, असा विश्वास आपण मनाशी बाळगणं चूक आहे.’

सायरस मिलरनं त्या कागदांकडे डोळे फाडफाडून पाहिलं. त्यानं जे काही वाचलं होतं, त्यानं तो अस्वस्थ झाला होता. त्यात लिहिलेला शब्दन्‌शब्द खरा होता. तो स्वत: एक तेल-उत्पादक होता. आजवर अनेकदा अलास्का रेंजमध्ये तेलाच्या खाणी खोदण्याची सरकारकडून परवानगी मागण्यासाठी त्यानं किती प्रयत्न केले, याला तर गणतीच नाही; पण सगळं व्यर्थ! त्याचीच त्याला आज चीड आली.

त्यानं घड्याळात पाहिलं. साडेचार. त्यानं बटण दाबून टीव्ही सुरू केला.

हवाईदलाचं विमान विमानतळावर उतरत होतं. त्याच पार्श्वभूमीवर निवेदकाचा चेहरा प्रकट झाला व त्यानं बारा तासांपूर्वी प्रेसिडेंट कॉरमॅक यांनी मॉस्कोमध्ये दिलेल्या भाषणाचा वृत्तान्त द्यायला सुरुवात केली. नंतर प्रेसिडेंटच्या त्या भाषणाची व्ही.डी.ओ-टेपही दाखवण्यात आली. मूळ भाषण रशियनमध्ये असलं, तरी सोबत इंग्रजी सबटायटल्स सुद्धा होती. भाषण जसजसं पुढे सरकत होतं, तसतसा सायरस मिलरच्या मनातला संताप धुमसत जाऊन अखेर त्याचा उद्रेक व्हायची वेळ आली. 'कम्युनिस्ट बास्टर्ड!' अशी शिवी हासडून त्यानं डिक्सनचा रिपोर्ट परत हातात घेतला.

'...वास्तविक तेलोत्पादनाची मर्यादा वीस वर्षं आहे, असं आपण म्हणतो, त्यालाही फारसा अर्थ नाही. कारण येत्या दहा वर्षांतच तेलाच्या किमती अस्मानाला जाऊन भिडतील आणि मग सामान्य अमेरिकन नागरिकाची काय स्थिती होईल? जेव्हा शेतकऱ्यांना तुम्ही सांगाल की, गुरांना खायला चारा नाही, पेरणी करायला धान्य नाही आणि कडाक्याच्या थंडीत घराला ऊब घ्यायला शेकोटीसुद्धा मिळणार नाही, तेव्हा त्यांची प्रतिक्रिया काय होईल? सामाजिक क्रांतीची बीजंच आज आपण पेरत नाही आहोत का?'

'आणि आज मध्यपूर्वेतील तेलोत्पादक सहा राष्ट्रं वगळता जगातील उरलेल्या सर्वच राष्ट्रांची ही स्थिती आहे.'

'इराण, इराक, अबू धाबी आणि न्यूट्रल झोन या सर्वांकडे तेल आहेच, पण त्याहूनही सर्वाधिक तेल आहे, ते फक्त दोनच देशांकडे आणि ते म्हणजे सौदी अरेबिया व त्याचा शेजारी कुवेत. सद्य:परिस्थितीत असंच दिसून येतं की, येत्या काही वर्षांतच सौदी अरेबिया तेलाच्या बाबतीत सर्व जगावर राज्य करेल; आणि अमेरिका त्याच्या पूर्ण अमलाखाली येईल. अमेरिकेची तांत्रिक, वैज्ञानिक आणि औद्योगिक प्रगती कितीही जास्त असली, तरी केवळ याचमुळे ती आर्थिक व राजकीय धोरणाच्या बाबतीत या अत्यंत लहान, मागास व भटक्या लोकांच्या देशावर अवलंबून राहील.'

सायरस मिलरनं तो रिपोर्ट मिटला व तो मागे टेकून आढ्याकडे नजर लावून बसून राहिला. त्याला या देशाच्या राजकारणात वगैरे काडीइतकाही रस नव्हता. तो देशप्रेमी जरूर होता व त्याचमुळे आपल्या मातृभूमीसाठी काहीही करण्याची त्याची तयारी होती. त्यानं देवाची आणखी एकदा प्रार्थना केली :

'हे देवा! मला माझ्या कार्यात यश दे!'

मग त्यानं परत आढ्याकडे नजर लावून एक नाव डोळ्यांसमोर आणण्याचा प्रयत्न केला. दोन वर्षांपूर्वी डॅलास इथं झालेल्या एका परिषदेत हा माणूस त्याला भेटला होता. तो सौदी अरेबियाचा रहिवासी होता. याच तेलोत्पादन क्षेत्रातला. त्या छोट्याशाच भेटीत या माणसानं सायरस मिलरवर चांगली छाप पाडली होती.

जवळ-जवळ सहा फूट उंच, कणखर बांधा, शांत, पण धूर्त, विचारी. मध्यपूर्वेला आतून-बाहेरून नीट ओळखणारा, अनुभवसंपन्न माणूस होता तो. तो चांदीच्या मुठीची काठी घेऊन किंचित लंगडत चालत असे. त्या काळी कॉम्प्युटरच्या क्षेत्रात त्याचं नाव फार आदरानं घेतलं जाई. या बाबतीतच त्याची आणि मिलरची चर्चा झाली होती. आय.बी.एम. सिस्टिम त्या माणसाची अत्यंत आवडती होती. मिलरनं आपल्या रिसर्च स्टाफमधील एका माणसाला बोलावून त्या माणसाबद्दल त्याला आठवत असलेली सगळी माहिती सांगितली.

"तो माणूस कोण आहे, कुठं असतो, काय करतो, सगळं शोधून काढा. ताबडतोब!"

❖

स्पेनचा दक्षिण किनारा – कोस्टा डेल सोल – अंधरात बुडून गेला होता. हा मोसम खरं तर प्रवाशांचा नव्हता, पण तरीही संपूर्ण समुद्रकिनारा दिव्यांच्या लखलखाटात नुसता उजळून निघाला होता.

किनाऱ्याच्या पाठीशीच असलेल्या, डोंगरांनी वेढलेल्या छोट्या मनिल्वा शहराच्या बरोबरीनं आणखी कितीतरी लहान-लहान खेडी वसलेली होती; त्यांपैकीच एक म्हणजे अलकांटारा डेल रिओ.

सायंकाळची वेळ होती. लोक कामावरून घरी परतत होते. मधूनच त्यातले द्राक्षांच्या मळ्यात दिवसभर कष्ट करून थकलेले काही वाटेत गावातल्या एकुलत्या एक 'अँतोनिओ बार'मध्ये एखादा ग्लास वाइन घ्यायला थांबत.

गाव तसं शांत. तिथं चर्चही एकच होतं, शाळा तर नव्हतीच. मुलं शाळेसाठी मनिल्वाला जायची. आता या वेळी 'अँतोनिओ बार' माणसांनी गजबजून गेला होता.

एवढ्यात एक उंचापुरा माणूस आत आला. इकडे-तिकडे बघत, ओळखीदाखल हास्य करत तो रोजच्या ठरावीक टेबलापाशी जाऊन बसला. तो साधारण पंचेचाळिशीचा असावा. जरासा राकट, देखणा चेहरा आणि चमकणारे मिश्कील डोळे.

बारमधल्या टीव्हीवर बातम्या सुरू झाल्या, तसा तो उत्सुकतेनं वळला. सर्वच लोकांची नजर टीव्हीच्या पडद्यावर खिळलेली होती. सर्वांनाच ठळक बातम्या बघण्याची उत्सुकता होती. सुरुवातीला बातमीदारानं अमेरिकेचे प्रेसिडेंट जॉन कॉरमॅक यांच्या रशिया-भेटीबद्दल थोडक्यात माहिती सांगितली, नंतर टीव्हीवर जॉन कॉरमॅक यांचा प्रसन्न चेहरा झळकला. इथल्या टीव्हीवर सबटायटल्स ऐवजी प्रेसिडेंटच्या रशियन भाषणाचं स्पॅनिश भाषांतर सांगितलं जात होतं.

❖

सायरस मिलर काही जन्मत: श्रीमंत नव्हता. तो मूळचा कोलोरॅडोचा. तेथील गरीब शेतकऱ्याचा मुलगा. त्यांच्या मालकीची जमीन एका मायनिंग कंपनीनं त्यांना फसवून अत्यल्प किमतीला विकत घेतली आणि हे कुटुंब पार रसातळाला गेलं. हे उदाहरण मिलरच्या लहानपणापासून डोळ्यांसमोर होतंच, त्यामुळेच त्यानं अत्यंत जिद्दीनं देनव्हर येथील कोलोरॅडो स्कूल ऑफ मायनिंग मधून १९३३मध्ये डिग्री घेतली, पण शिकत असताना, कसं, कोण जाणे, या तेलउद्योगाबद्दल त्याच्या मनात एक आकर्षण निर्माण झालं. नंतर तो त्याकडे ओढला गेला. १९३६मध्ये त्यानं एक तोट्यात चाललेला तेलउद्योग विकत घेतला व त्यासाठी एका बँकेकडून कर्जही मिळवलं. पूर्वी तोट्यात चाललेल्या या उद्योगाचा चेहरामोहराच त्यानं पालटून टाकला. त्यात तर नफा मिळवलाच; पण मग अधिकाधिक यंत्रसामग्री विकत घेतली. नव्या-नव्या जमिनींवर लीज मिळवून तेलविहिरी खोदायला सुरुवात केली. १९४१च्या महायुद्धात तो अतिशय श्रीमंत झाला. त्यातच त्याची गाठ बोईंग-लॉकहीड या कंपनीशी पडली. या कंपनीनं केरोसीनवर चालणारं विमान बनवायला घेतलं होतं. त्यांच्याशी करार करून त्यानं लगेच एक नवीन 'एव्हिएशन टर्बाइन फ्युएल' – AVTUR – निर्माण करणारी कंपनी सुरू केली. यातूनच पुढे सध्याची पॅनग्लोबल उदयाला आली.

मात्र वैयक्तिक जीवनात तो फार एकाकी होता. आपली पत्नी मेबेल हिच्या अकाली मृत्यूनंतर त्यानं परत विवाह केला नाही, पण तो ईश्वराकडे वळला. त्याचा देव त्याच्याशी बोलायचा (निदान अशी त्याची स्वत:ची कल्पना होती.). धंद्यातील पावलापावलांवर देव त्याला कॉल देत असे.

इतक्यात त्याच्या इंटरकॉमचा बझर वाजला.

"तुम्हाला त्या माणसाचं नाव हवं होतं ना, मि. मिलर? त्याचं नाव आहे ईस्टरहाउस. कर्नल रॉबर्ट ईस्टरहाउस. आता तो फ्री लान्स कॉम्प्युटर कन्सल्टंट आहे."

"असं? मग त्याला माझ्यापुढे आणून हजर करा. पैशांची तमा बाळगू नका. पण तो माणूस मला हवा!"

❖

दोन

नोव्हेंबर, १९९०

मार्शल कोसलोव्ह आपल्या टेबलामागे बसला होता. त्याच्यासमोर चार माणसं बसली होती. प्रत्येक जण आपल्या हातातील 'टॉप सीक्रेट' फाइल वाचत होता. हा होता; कामिन्स्की रिपोर्ट. हे सर्व मार्शलच्या खास विश्वासातले लोक होते. पहिला होता, डेप्युटी चीफ ऑफ स्टाफ (साउथ झोन). दुसरा, बाकूमधील चीफ ऑफ सदर्न हाय कमांड. तिसरं होतं, डेप्युटी हेड ऑफ द जी.आर यू. सोव्हिएत आर्म्ड फोर्सेसचं गुप्तहेर खातं – के.जी.बी.चं प्रतिस्पर्धी असलेलं हे खातं म्हणजेच जी.आर.यू. – देशांतर्गत व देशाबाहेरील सैन्याची गुप्तचर यंत्रणा व सैन्याची सुरक्षितता या दोन्हीबाबी सांभाळत असे आणि चौथा माणूस होता; प्राणघातक हवाई हल्लाचा उपसेनापती (डेप्युटी कमांडर ऑफ एअर ॲसॉल्ट फोर्स).

सुरुवातीला कामिन्स्कीच्या ऑइल रिपोर्टवर थोडी चर्चा झाली, मग मार्शलनं टेबलाच्या खणातून आणखी एक फाइल काढली. मेजर जनरल झेमस्कोव्ह यानं नऊ महिन्यांच्या अविश्रांत मेहनतीनंतर बनवलेला 'प्लॅन सुव्हरोव्ह.' मग हा 'प्लॅन सुव्हरोव्ह' सर्वांनी बारकाईनं वाचून काढला.

"मग आता यावर कुणाची काही सूचना वगैरे?" मार्शल कोसलोव्हनं विचारलं.

डेप्युटी चीफ ऑफ स्टाफ म्हणाला, "येत्या अर्धशतकाला पुरेल, एवढं तेल या प्लॅनमध्ये दाखवलेल्या मार्गानं आपल्याला सहज मिळू शकेल."

"ते सगळं नंतरचं. पण मुळात हा प्लॅन पूर्णतया यशस्वी होण्याची शक्यता कितपत आहे?" कोसलोव्ह म्हणाला.

"अतिक्रमण आणि पाडाव – यामध्ये तर काहीच अडचण नाही." बाकूचा जनरल म्हणाला, "प्लॅन अत्यंत हुशारीनं बनवलेला आहे. सुरुवातीला जो काही थोडाफार विरोध होईल, तो तर कसाही मोडून काढता येईल. नंतर मात्र जिंकल्यावर

त्या गाढवांना वठणीवर कसं आणायचं, हाच खरा प्रश्न आहे. आपल्याला फारच कडक कारवाई करावी लागेल.''

''ती तर करूच या.'' कोसलोव्ह म्हणाला.

''मात्र आपल्याला या कामी आपलं जातिवंत रशियन सैन्यच वापरावं लागेल. आपल्या मुस्लीम फौजेची आपल्याला काहीच मदत मिळणार नाही.''

''म्हणजेच...'' जनरल कोसलोव्ह म्हणाला, ''आपल्या दृष्टीनं हा प्लॅन प्रत्यक्षात यायला काहीच अडचण नाही.''

''पण मग पाश्चिमात्य राष्ट्रांच्या प्रतिक्रियेचं काय? या भानगडीनं अमेरिका तर तिसरं महायुद्धच सुरू करेल.''

''मला नाही असं वाटत!'' जी.आर.यू.चा उप-प्रमुख म्हणाला, ''इराणच्या पाठीशी अमेरिकनांची सहानुभूती असणं तर दूरच राहो, पण त्यांचं जितकं म्हणून वाटोळं होईल, तेवढं अमेरिकेला हवंच आहे.''

नवा इराणी नेता खालखाली यानं आपल्या सत्तेला बाधा येऊ नये, यासाठी व स्वत:च्या प्रचारासाठी एक नवीन भयप्रद सैन्य – गश्त ए सरल्लाह – नेमलं होतं. इराणी जनता व अमेरिकन या सर्वांच्याच तिरस्काराला हे सैन्य प्राप्त झालेलं होतं.

''मला वाटतं, आपण या खालखालीला फाशी द्यायचं ठरवलं, तर अमेरिकन लोक आनंदानं दोर पुरवायला तयार होतील. शिवाय हल्ली आपण त्या लालतोंड्यांचे मित्र आहोत ना?''

''मग तुमच्या मते विरोध कुठून होईल?'' कोसलोव्ह म्हणाला.

जी.आर.यू.चा जनरल म्हणाला, ''माझ्या मते खरा विरोध न्यू स्क्वेअर मॉस्को अर्थात जनरल सेक्रेटरी मिखाईल गोर्बाचेव्ह यांच्याकडूनच होईल. आपल्याला सगळ्यांनाच ठाऊक आहे की, गेल्या वर्षापासूनच त्या अमेरिकन प्रेसिडेंट जॉन कॉरमॅकला आपले रशियन लोक एखाद्या सिनेमाच्या हीरोसारखे पुजू लागले आहेत आणि तेव्हापासूनच आर्मीच्या बजेटला फार मोठ्या प्रमाणावर कात्री लागायलाही सुरुवात झालेली आहे. अजून दोन आठवड्यांनी गोर्बाचेव्ह या अस्त्रबंदी करारावर सह्या करायला जातील व त्यानंतर देशात तेलाच्या उत्पादनासाठी जास्त पैसा उपलब्ध होईल; मग असं असताना इराणवर आक्रमण करायला ते आपल्याला परवानगी देणं शक्यच नाही.''

असा नाराजीचा सूर काढतच ही बैठक समाप्त झाली.

'प्लॅन सुव्हरोव्ह'च्या फाइल्स परत घेऊन मार्शल कोसलोव्हच्या लॉकरमध्ये बंदोबस्तात ठेवण्यात आल्या.

❖

दोन आठवड्यांनंतर सायरस मिलरची व त्याच्या जीवश्चकंठश्च मित्राची भेट झाली. या मित्राचं नाव स्कॅनलॉन मेलव्हिले. याची स्वत:ची शिपिंग कंपनी होती. मिलरची AVTUR व मेलव्हिले शिपिंग यांचा धंद्याचाही संबंध होता. पुढे स्कॅनलॉननं या तेलधंद्यातल्या दलालीचाही व्यवसाय सुरू केला. ते विकत घेऊन ते सबंध जगभर निर्यात करण्याच्या या व्यवसायात त्यानं खूप पैसा कमावला, पण त्याला स्वत:ला सौदी अरेबियाबद्दल यत्किंचितही प्रेम नव्हतं. कारण त्या हरामखोरांनी आत्तापर्यंत स्कॅनलॉनची खूप पिळवणूक केली होती.

मिलर खिडकीशी उभा होता. खाली चहूबाजूंनी पसरलेल्या ह्यूस्टन शहराकडे तो टक लावून बघत होता. खालून चाललेल्या सामान्य माणसांपेक्षा खूप उंचावर असल्यामुळे त्याला एक प्रकारचं देवत्व प्राप्त झाल्यासारखं वाटत होतं. त्याच्यासमोर स्कॅनलॉन आपल्या खुर्चीत रेलून बसला होता. त्यानं डिक्सनचा रिपोर्ट नुकताच वाचून संपवला होता. गल्फमधील तेलाची किंमत एका बॅरलमागे वीस डॉलर्सनं वाढली होती, हे मिलरप्रमाणेच त्याच्याही कानावर आलेलं होतं.

"मी तुझ्याशी सहमत आहे. अमेरिकेची सगळी सूत्रं या नालायक लोकांच्या हाती कधीच जाता कामा नयेत. आपण काय करतोय, हे वॉशिंग्टनमध्ये बसलेल्या आपल्या राज्यकर्त्यांना कळतंय की नाही? की आंधळे झाले आहेत, सगळेच्या सगळे?"

"मेल, हे बघ, वॉशिंग्टनकडून आपल्याला काहीही मदत मिळणार नाही, हे तर निश्चितच." मिलर शांतपणे म्हणाला, "आपल्याला चालणाऱ्या प्रवाहाची दिशा जर बदलायची असेल, तर ते काम आपलं आपणच केलेलं बरं असतं, हे आता मला अनुभवांती कळून चुकलंय."

मेल स्कॅनलॉननं रुमालानं घाम टिपला. त्याचा चेहरा भोळाभाबडा व गुटगुटीत होता; पण त्या बुरख्याआड एक अत्यंत धूर्त धंदेवाईक दडलेला होता.

"मला एकच म्हणायचंय की, या विस्तीर्ण आणि प्रचंड तेलसाठ्यांची जागा तर कुणी बदलू शकत नाही ना! हे तेलसाठे सौदी अरेबियाकडे आहेत, ही तर वस्तुस्थिती आहे."

"अर्थात! पण एक विसरतोस तू. त्यांची भौगोलिक जागा जरी आपण बदलू नाही ना शकलो, तरी राजकीय दृष्ट्या त्या प्रदेशावर व त्यातल्या सर्वच तेलसाठ्यांवर आपण ताबा जरूर मिळवू शकतो!" मिलर म्हणाला, "आणि एकदा का ते साठे आपल्या ताब्यात आले की, सगळ्या जगातील तेलाच्या किमतींचं नियंत्रण आपल्या हातात राहील."

"पण... राजकीय ताबा? माझ्या... नीटसं लक्षात आलं नाही, तू काय म्हणतोयस, ते ."

"सोपं आहे. अमेरिकन सेनेनं चक्क त्या प्रदेशावर आक्रमण करून ताबा

मिळवायचा. आपल्याला परवडणाऱ्या किमतीला तेल हवं असेल, तर रियाध सरकारवर सरळ हुकमत गाजवावी लागेल, पण हे वॉशिंग्टनला जमणारं काम नाही. तेव्हा हे आपल्यालाच करायला हवं.''

असं म्हणून त्यानं टेबलाच्या खणातून अजून एक फाइल काढून कॅनलॉनच्या हातात ठेवली. त्यानं फाइल उघडली.

'सौदी अरेबियावर अतिक्रमण'

'इस्लाम : इस्लाम याचा अर्थ अल्लाला शरण जाणं. हा धर्म ख्रि.पू. ६२२च्या सुमाराला मोहम्मद पैगंबरानं स्थापन केला. जगात सुमारे ८० लाख ते एक कोटी लोक या धर्माचे आहेत. या धर्मात ख्रिश्चन धर्मासारखे दीक्षा वगैरे घेतलेले धर्मगुरू नसतात. समाजातली काही सामान्य माणसंच आपल्या अंगच्या बुद्धिमत्ता, मानवता, इत्यादी गुणांच्या जोरावर धर्मप्रचारक बनतात. पैगंबरांची शिकवण त्यांच्या कुराण या धर्मग्रंथात लिहिलेली आहे.

विभाग : नव्वद टक्के मुसलमान सुन्नी पंथाचे आहेत, तर उरलेले दहा टक्के शिया पंथाचे आहेत. इराणमधले सर्वच्या सर्व लोक शियापंथीय आहेत, तर इराकमध्ये पंचावन्न टक्के शियापंथीय आहेत. याउलट, सौदी अरेबियामध्ये केवळ सहाच टक्के शियापंथीय लोक असून, त्यांच्याबद्दल जनमानसात हेवादावा व तिटकाराच दिसून येतो. हे सर्व शियापंथीय लोक हासा तेलक्षेत्राच्या परिसरात काम करतात. त्यांचा नेता सध्या भूमिगत आहे.

हेजबालिल्लाह : इराणमधल्या काही फंडामेंटॅलिस्ट लोकांनी देवाचा पक्ष – हेजबालिल्लाह – स्थापन केला आहे.

ध्येयधोरणे : या मागचे मूलतत्त्व असे की, शेवटी सर्वच जगाला अल्लाच्या शरण आणायचं आहे. अल्लाच्या इच्छेचा अन्वयार्थ दिवंगत खोमेनी यांनी लावलेलाच आहे; यामध्ये आपला फायदाच फायदा आहे. कारण जगात कुठलंही असं सरकार नाही की, जे अल्लाला पूर्णपणे शरण आलं आहे, त्यामुळे हेजबालिल्लाह त्याचा प्रतिकारच करणार.

मार्ग : हेजबालिल्लाह पंथानं फार पूर्वीच हे स्पष्ट केलंय की, आपलं अंतिम ध्येय साध्य करताना जराही दयामाया दाखवली जाणार नाही. हत्येचा मार्ग जरी त्यासाठी स्वीकारावा लागला, तरी चालेल. यालाच ते 'पवित्र दरारा' (होली टेरर) असे म्हणतात.

मागणी : हाउस ऑफ सौदीच्या सुमारे सहाशे लोकांचा संहार करण्यात आपल्याला या चळवळीतील लोकांचा फार उपयोग होईल. यांच्याच मदतीनं आपण

रियाध सरकार उलथून टाकू व त्याजागी एक कळसूत्री बाहुलं आणून बसवू. यानंतर आपल्याला हासा तेलक्षेत्रात आपलं अमेरिकन सैन्य कायमचं बसवता येईल आणि तेलाच्या किमतीचं नियंत्रणही आपल्याच हातात राहील.'

"हे कुण्या गाढवानं लिहिलं?" स्कॅनलॉन आपल्या हातातला रिपोर्ट टेबलावर ठेवत म्हणाला. तो रिपोर्ट त्यानं आत्ताशी अर्धाच वाचला होता.

"मी गेलं वर्षभर सल्लागार म्हणून नेमलेल्या माणसानं!" मिलर म्हणाला, "तुला त्याला भेटायचंय?"

"तो इथं आहे?"

"बाहेर बसलाय. दहा मिनिटांपूर्वीच आलाय."

"जरूर!" स्कॅनलॉन म्हणाला, "जरा बघू तरी, हा माथेफिरू कसा दिसतो, ते!"

"एक मिनिट." मिलर म्हणाला.

❖

जॉन कॉरमॅक राजकारणात शिरण्यापूर्वी साधे युनिव्हर्सिटीचे प्रोफेसर असल्यापासूनचा आपली उन्हाळ्याची सुट्टी नानटूकेट बेटावर घालवण्याचा कॉरमॅक कुटुंबीयांचा शिरस्ता होता. तरुणपणी पहिल्यांदा आपल्या नववधूला घेऊन जॉन कॉरमॅक तीस वर्षांपूर्वी या बेटावर आले. या स्वच्छ, निसर्गरम्य आणि चिमुकल्या बेटाच्या प्रेमात पडले. तेव्हा या बेटावरचा खेडेगावी साधेपणा टिकून होता. प्रवाशांनी त्याची ही आतासारखी बजबजपुरी करून टाकलेली नव्हती. त्या वेळी आपल्या तुटपुंज्या मिळकतीतून कॉरमॅक दांपत्यानं चार एकराचा जमिनीचा छोटासा तुकडा विकत घेतला. नंतर हाती पैसा आल्यावर आपलं प्रशस्त फार्महाउस तिथं बांधलं.

वीस महिन्यांपूर्वी व्हाइट हाउसमध्ये प्रेसिडेंट म्हणून राहायला आल्यानंतर जेव्हा येणारा उन्हाळा आपल्या नानटूकेट बेटावरच्या घरात व्यतीत करायची इच्छा त्यांनी व्यक्त केली, तेव्हा सगळीकडे एकच खळबळ माजली. सल्लागारांना सल्लामसलतीसाठी पाचारण करण्यात आलं, नंतर तज्ज्ञांचं एक पथक पाहणी करण्यासाठी खास वॉशिंग्टनहून तिथं गेलं. तिथल्या गैरसोयी, जागेची कमतरता, असुरक्षितता, दळणवळणाच्या गैरसोयी...

... ते परत येऊन म्हणाले, "चालेल, मि. प्रेसिडेंट, आपण जाऊ शकता. फक्त गुप्तहेर खात्याच्या सुमारे शंभर लोकांच्या राहण्याच्या सोयीसाठी आपल्याला खोल्या बांधून घ्याव्या लागतील. तसंच, एक हेलिपॅड व बाहेरून येणाऱ्या पाहुण्यांसाठी काही बंगले बांधावे लागतील. स्टेनोग्राफर, सेक्रेटरी तसंच, घरकामाला वेगळी माणसं नेमावी लागतील. कारण आता बाईसाहेबांनी स्वतः गाद्या वगैरे घालणं बरं

दिसणार नाही, आणि बाहेरच्या जगाशी संपर्क साधायला एखादा सॅटेलाइट डिश अँटेना तेवढा बसवला की, झालं!''

हे एवढं सगळं ऐकल्यानंतर जॉन कॉरमॅक यांनी आपलं जाणंच रहित केलं.

पण आता या नोव्हेंबरमधल्या रशिया-भेटीत मात्र त्यांनी गोर्बाचेव्ह यांना नानट्केट येथे चार दिवस राहायला येण्याचं निमंत्रण केलं; आणि गोर्बाचेव्ह यांनीही ते अगदी आनंदानं मान्य केलं.

तिकडे रशियामध्ये के.जी.बी. मधले अतिरथी महारथी सुद्धा या कल्पनेनं तितकेच अस्वस्थ झाले होते, पण दोन्हीही देशांच्या नेत्यांनी त्यांना नानट्केटची ही भेट होणारच, असं सांगून गप्प बसवलं.

नानट्केटच्या समुद्र-किनाऱ्यावर दोघे नेते गप्पा मारत लांबवर फेरफटका मारायला निघाले होते. मग त्यांच्या मागोमाग आडोशानं के.जी.बी. आणि सी.आय.ए.चे ऑफिसर्स चालले आहेत... कुणी गवतात लपून ट्रान्समीटरवरून संदेश पाठवतंय, तर कुणी हेलिकॉप्टरमधून टेहळणी करतंय, असं दृश्य दिसत होतं.

– आणि मग अचानक, कुणाच्या काही लक्षात येण्याच्या आतच दोन्ही नेते हळूच नानट्केट गावात शिरले. त्यांनी समुद्रकिनाऱ्यावर कोळ्यांशी गप्पा मारल्या, नाना तऱ्हेचे मासे पाहिले आणि मग तिथंच एका खोपटवजा बारमधल्या बाकड्यावर बसून बिअरचे घुटके घेतले.

रात्रीच्या वेळी फार्महाउसमध्ये जेवण झाल्यावर दुभाष्याच्या साहाय्यानं दोघांनी पुढे होणाऱ्या करारावर साधकबाधक चर्चा करून या मित्रभेटीची सांगता केली. नंतर तज्ज्ञांच्या मदतीनं त्यातील तांत्रिक त्रुटी दूर करणं, सल्लागारांच्या साहाय्यानं त्याचा अधिकृत मसुदा तयार करून तो काँग्रेसपुढे मान्यतेसाठी ठेवणं, एवढंच काम बाकी राहिलं.

❖

तेथून दोन हजार मैलांवर असलेल्या ह्यूस्टन शहरात सायरस मिलरनं टीव्ही रागानं बंद करून आपला मित्र स्कॅनलॉन याच्याकडे पाहिलं.

''हा... हा कॉरमॅक आपले जगापुढे धिंडवडे काढणार आहे!'' तो संतापून म्हणाला, ''हा तर चक्क विश्वासघात आहे!''

शेवटी कसाबसा स्वत:च्या भावनांवर ताबा ठेवत, त्यानं बटण दाबून सेक्रेटरीला बोलावून घेतलं.

''त्या बाहेर बसलेल्या कर्नलसाहेबांना आत पाठवा!''

कुणीतरी म्हटलं आहे, 'झोपेत स्वप्नं तर सर्वच जण बघतात, पण जागेपणी जो स्वप्न बघतो, तो माणूस फार धोकादायक असतो.' कर्नल रॉबर्ट ईस्टरहाउस

बाहेर वेटिंगरूममध्ये बसलेला होता, पण त्याची नजर खिडकीबाहेर दिसणाऱ्या आकाशावर रोखलेली होती. त्याच्या निळ्याशार डोळ्यांत वेगळीच स्वप्नं तरळत होती. आता लवकरच हासा तेलक्षेत्रावर कब्जा आणि नंतर फायदाच फायदा. त्याच्याच देशाचा, असं नव्हे, साऱ्या मानवजातीचा!

कर्नल ईस्टरहाउस याचा जन्म १९४५ सालचा. वयाच्या तिसऱ्या वर्षी वडिलांबरोबर तो बैरूतला गेला. तिथं अरबी शाळेत त्याचं शिक्षण झालं. तेराव्या वर्षी त्याचं कुटुंब जेव्हा इडाहोला परतलं, तेव्हा इंग्रजी, फ्रेंच व अरबी या तीनही भाषांत तो पारंगत झाला होता.

आपले अमेरिकन सहाध्यायी पाहून त्याची अगदी घोर निराशा झाली. कारण एकजात सगळे उथळ, थिल्लर, रॉक अँड रोल आणि पॉप संगीताच्या आहारी गेलेले. त्यांच्या घोळक्यात त्याला फार एकटं वाटायचं. सगळे मिळून त्याची, त्याच्या तत्त्वांची, त्याच्या आदर्शांची खिल्ली उडवत, मग तो सैन्यात भरती झाला. व्हिएटनामच्या युद्धात त्यानं मोठीच कामगिरी बजावली, पण पुढे एका अपघातात पाय जखमी झाल्यानंतर त्यानं आपला मोहरा कॉम्प्युटरच्या क्षेत्रात वळवला. त्यात तो थोड्याच दिवसांत निष्णात झाला. जगाच्या उद्धाराचा कॉम्प्युटर हा एवढा एकच मार्ग आहे, हे त्याला एव्हाना कळून चुकलं होतं.

मग सैन्यातून निवृत्त झाल्यावर त्यानं कॉम्प्युटर्सचं पद्धतशीर शिक्षणच घेतलं व पदवी मिळाल्यावर लगेच तो आय.बी.एम.मध्ये नोकरीला लागला. ही १९८१ सालची गोष्ट. तेव्हा सौदी अरेबियाजवळ पेट्रोडॉलर्सची प्रचंड ताकद होती आणि आरॅमकोनं आय.बी.एम.ला एक फार मोठी कॉम्प्युटर सिस्टिम उभारण्याचं कंत्राट दिलेलं होतं. या कामात ईस्टरहाउसचा सिंहाचा वाटा होता. त्यानं आरॅमकोकडे पाच वर्षं काम केलं. कॉम्प्युटरची यंत्रणा पूर्णपणे सुरक्षित व्हावी, कुणालाही कुठल्याही प्रकारची अफरातफर, लांडीलबाडी त्यात करता येऊ नये, यासाठी त्यानं बऱ्याच सोयी त्यात केल्या होत्या, मग अखेर आय.बी.एम. सोडून त्यानं आरॅमकोमध्येच नोकरीही पत्करली.

आता सौदी अरेबिया त्याचा स्वतःचाच देश झाला होता. कॉम्प्युटरची यंत्रणा पूर्णपणे सुरक्षित बनवणं, तेलोत्पादनाची आकडेवारी कॉम्प्युटरमध्ये संगृहीत करणं आणि अखेर बँकेतील शिलकीचा ताळेबंद जुळवणं, या सगळ्यांत तो निष्णात झालेला होता आणि हळूहळू त्याच्या मनात सातत्यानं एकच विचार घोळू लागला होता. तो म्हणजे, तेलासारखी नैसर्गिक संपत्ती ही तर खरी देवाची देणगी; मग तिच्यावर फक्त हे मध्यपूर्वेतील मूठभर लोकच हक्क का म्हणून बजावणार? अमेरिका आणि राहिलेलं जग त्यापासून वंचित का राहावं? ही तेलाची संपत्ती आपल्या अमेरिकेला आणि सगळ्या जगालाच खुली करण्याचं काम आपल्याला जमेल का? आपल्या कॉम्प्युटरच्या ज्ञानाचा या कामी कसा उपयोग करता येईल?

या व अशा विचारात तो गढून जात असे, मात्र यापाठीमागे स्वत:ची पोळी पिकवावी, पैसा कमवावा, असा विचार त्याच्या मनाला कधी शिवलासुद्धा नव्हता. पण देशाचं भलं करायला नुसतीच काही बुद्धिमत्ता पुरेशी नसते. त्यामागे लागते मोठी शक्ती, पैसा; आणि ही लक्ष्मी सायरस मिलरच्या रूपानं त्याच्याकडे आपल्या पायांनी चालत आली होती. फक्त मध्यपूर्वेच्या लोकांपुढे आपण त्यांच्यातलेच एक आहोत, अशी प्रतिमा ठेवणंच मोठं अवघड काम होतं.

"कर्नल ईस्टरहाउस!" मिलरच्या सेक्रेटरीनं त्याची विचारशृंखला तोडत म्हटलं, "मि. मिलर तुमची वाट बघत आहेत."

काठीच्या आधारानं लंगडत-लंगडत तो सेक्रेटरीबरोबर निघाला.

मिलरनं त्याला बघताक्षणीच जरासाही वेळ न घालवता सरळ मुद्द्यालाच हात घातला.

"कर्नल, तुम्ही तयार केलेला हा प्लॅन यशस्वी होईल, याबद्दल मला स्वत:ला जरासुद्धा शंका नाही. पण काय आहे की, माझा हा मित्र स्कॅनलॉन याला जर तुम्ही ते पटवून देऊ शकलात, तर फार बरं होईल. कारण त्याची या कामी आपल्याला फारच मोठी मदत होण्यासारखी आहे."

हे ऐकून स्कॅनलॉन खूश झाला; पण मिलरचा धूर्तपणा ईस्टरहाउसच्या लक्षात आल्यावाचून राहिला नाही. मिलरला स्कॅनलॉनबद्दल मुळीच प्रेम नव्हतं; पण ईस्टरहाउसच्या प्लॅनमध्ये ज्या शस्त्रास्त्रांची गरज भासणार होती, त्यांची वाहतूक करण्यासाठी स्कॅनलॉनच्या जहाजांची गरज होती, म्हणूनच त्याला एवढं लोणी लावणं चाललं होतं. मग ईस्टरहाउसनंही स्कॅनलॉनला खोट्या आदबीनं विचारलं,

"सर, आपण माझा रिपोर्ट वाचलात?"

"अं... हं... ते हेजबल्ला का काहीतरी ना? हो, भयंकरच आहे ते. काय मजेशीर नावं आहेत. पण त्यांचा उपयोग करून सौदीचं सरकार उलथून हासा तेलक्षेत्रावर अमेरिकेला कसा काय ताबा मिळवता येईल?"

"मि. स्कॅनलॉन, या सरकारला एक कळसूत्री बाहुलं बनवून त्याला अमेरिकेनं आपल्या बोटाच्या इशाऱ्यावर नाचवणं एवढा एकच मार्ग आपल्यापुढे शिल्लक आहे. कारण अमेरिका राजरोसपणे जर ते सरकार उलथू पाहील, तर मोठाच अनर्थ ओढवेल. त्यापेक्षा त्यांच्याच देशातल्या 'पवित्र दरारा' या दहशतवादी चळवळीचा आपण फायदा करून घ्यायचा. शिया पंथाची ही चळवळ सौदी भूखंडावर चाल करून येते आहे, म्हटल्यावर स्वाभाविकच ओमानपासून ते पार कुवेत, सीरिया, इराक, जॉर्डन, लेबॅनॉन, इजिप्त आणि इस्त्रायलपर्यंत सर्व देश आपण होऊनच अमेरिकेला मध्ये पडण्याचं आवाहन करतील. त्यांना मदत करणं, वॉशिंग्टनला भागच पडेल. शिवाय अशी परिस्थिती परत निर्माण होऊ नये, अशीही तजवीज करावी लागेल."

“आणि हा इमाम, या माणसाचं काय?” स्कॅनलॉन म्हणाला.

“तो अर्थातच मरेल!” ईस्टरहाउस शांतपणे म्हणाला, “मग सध्याच्या राजघराण्यातल्याच एका राजपुत्राचं प्यादं आपण तिथं नेऊन बसवू. अर्थात राज्यक्रांतीच्या वेळी जो रक्तपात घडेल, त्यात तो मरू नये, म्हणून मी त्याला आधीच पळवून नेऊन माझ्या घरी सुरक्षित ठेवण्याची व्यवस्था करीनच. मी त्याला चांगला ओळखतो. तो चांगला सुशिक्षित, अमेरिकेतच वाढलेला, त्या संस्कृतीची ओळख असलेला; परंतु कमजोर व मदिरेच्या आहारी गेलेला आहे. तो नंतर आपल्या तिथल्या दूतावासातून (एम्बसी) रेडिओद्वारे एक संदेश पाठवून असं जाहीर करेल की, आपण राज्यक्रांतीतून वाचलेला राजघराण्याचा एकुलता एक वारस असून, आपल्याला गादीवर बसवण्यात यावं, असं आवाहन अमेरिकेला करत आहोत. अमेरिकेनं तसं केल्यानंतर तो कायमचा आपल्या ऋणात राहील.”

स्कॅनलॉन थोडा विचार करून म्हणाला, “हे तुम्ही म्हणता ना, हे सगळं खरं असेलही; पण त्यात आपला फायदा काय? अमेरिकेचा नव्हे, आपला व्यक्तिगत!”

मिलरला स्कॅनलॉनच्या मनात काय चाललंय, याची पुरेपूर कल्पना होती.

तो म्हणाला, “मेल, हा नवा राजा एकदा रियाधच्या गादीवर आला की, तिथली आरॅमकोची तेलक्षेत्रातली अनिर्बंध सत्ता संपुष्टात येईल. त्यातून आपल्याला नवे फायदेशीर करार, आयात-निर्यात, शुद्धीकरण... प्रत्येक बाबतीत फायदाच फायदा!”

स्कॅनलॉननं समाधानानं मान डोलावली.

“आणि तुम्ही... ही राज्यक्रांती कधी घडवून आणणार?”

“तुम्हाला ठाऊक असेलच की, येत्या १९९२च्या उन्हाळ्यात मुसमॅक किल्ल्यावर सध्याच्या राजवटीचा हीरक महोत्सव साजरा व्हायचा आहे, त्यासाठी कोट्यवधी रुपये खर्च करून एक नृत्यनाट्याचा कार्यक्रम तिथं सादर केला जाणार आहे. केवळ तेवढ्यासाठी एक खास बंदिस्त स्टेडियम बांधण्याचं काम जोरात सुरू आहे. या स्टेडियमचा सुरक्षिततेचा कॉम्प्युटर प्रोग्रॅम करणं आणि त्यावर देखरेख करणं, हे काम माझ्यावर सोपवण्यात आलेलं आहे. कार्यक्रमाच्या एक आठवडा आधीच जगाच्या कोनाकोपऱ्यांतून राजघराण्याशी संबंधित सुमारे सहाशे लोक गोळा होऊन, या कार्यक्रमाची रंगीत तालीम होणार आहे. याच वेळी पवित्र दरारा चळवळीच्या सैनिकांना मी फूस लावून त्यांच्यावर आक्रमण करायला स्टेडियममध्ये सोडणार. ते आत शिरले की, स्टेडियमचे दरवाजे कॉम्प्युटरच्या साहाय्यानं बंद होतील. राजघराण्याचे स्टेडियमच्या आत असलेले पाचशे सैनिक प्राणपणानं प्रतिकार करतीलच, पण त्यांच्याजवळ असलेला सर्वच्यासर्व दारूगोळा नकली व भेसळयुक्त असेल. हा माल तुमच्याच जहाजांमधून पुरवण्यात येईल. या भेसळयुक्त दारूगोळ्यामुळे त्यांचा प्रतिकार असफल होईल.”

“आणि ते शिरकाण संपलं की?” स्कॅनलॉननं विचारलं.

"ते संपलं की, राजघराणंही शिल्लक नसेल आणि पवित्र दराऱ्याची सेनाही नाही. कारण अचानक स्टेडियमला आग लागेल व त्या आगीत आतले सगळेच्या सगळे नामशेष होतील. रंगीत तालमीचं चित्रीकरण करण्यासाठी बसवलेले टीव्ही कॅमेरे या हिंसक दंगलीचं अगदी शेवटचा निखारा विझेपर्यंत चित्रण करून नंतर सगळ्या जगाला दाखवतील. त्यानंतर जगाची तोंडं आपोआपच अमेरिकेकडे वळतील."

"कर्नल..." सायरस मिलर म्हणाला, "आता फक्त मुद्द्याचं बोला. या सगळ्याला साधारण खर्च किती लागेल?"

"साधारण अंदाज केला, तरी दहा लाख डॉलर्स. नंतर आणखी वीस लाख डॉलर्स परकीय खरेदी, हात ओले करणं वगैरे भानगडींसाठी हवेत. शिवाय मी आधीपासूनच सौदीतून काही फंड्स जमा करून ठेवीनच."

मिलरनं मान डोलावली. हा मूर्ख माणूस या इतक्या बुद्धिमान प्लॅनच्या मोबदल्यात अक्षरशः चणेफुटाणे मागत होता.

"मला वाटतं, एवढे पैसे आम्ही तुम्हाला नक्कीच पुरवू शकू. आता जरा बाहेर थांबता का? नंतर मी तुम्हाला माझ्या घरी जेवायला घेऊन जाईन."

कर्नल ईस्टरहाउस दाराकडे निघाला, पण मग अचानक थांबून मागे वळला.

"यात फक्त एकच मेख आहे. हा जो नवीन प्रेसिडेंट कॉरमॅक आहे ना, तो भलताच शांतताप्रिय माणूस दिसतोय; आणि तो अमेरिकेचा जो काही एक नवीनच करार क्रेमलिनशी व्हायचा आहे, म्हणे; तो जर झाला, तर मग सगळंच संपलं. त्या करारानुसार अमेरिका सौदीवर कब्जा करू शकणारच नाही. हा प्रेसिडेंट अमेरिकन सैन्य तिथं पाठवणारच नाही." एवढं बोलून तो बाहेर पडला.

तो गेल्यानंतर स्कॅनलॉननं जोरात एक शिवी हासडली.

मिलर कपाळाला आठी घालून म्हणाला, "तो म्हणतोय ना, ते खरंच आहे. आज खरोखर जर या माणसाऐवजी आपला ओडेल प्रेसिडेंट असता ना तर –"

जॉन कॉरमॅक यांनी व्हाइस प्रेसिडेंट ओडेल यांना आपल्या मनानंच नियुक्त केलं होतं. ओडेल मूळचे टेक्सासचे. स्वतःच्या हिमतीवर ते पुढे आले. आधी एक छोटा उद्योजक असलेला माणूस आता कोट्यधीश होता आणि अत्यंत उजव्या विचारसरणीचा होता.

मिलरनं भावनावेग असह्य होऊन स्कॅनलॉनचे खांदे पकडले.

"मेल, मी देवाला या जॉन कॉरमॅकबद्दल अनेकदा कौल लावला होता. या ईस्टरहाउसच्या रूपानं देवानं आपल्याला कौलच दिलाय. कॉरमॅक पदच्युत होणं, हा ईश्वरी संकेतच आहे."

❖

लास व्हेगासच्या उत्तरेला नेवाडामध्ये नेलीज हा हवाईदलाचा अड्डा आहे. येथील ११,२७४ एकर भागात अमेरिकेच्या अत्याधुनिक अण्वस्त्रांची अत्यंत गुप्ततेनं चाचणी केली जाते.

याच हवाई अड्ड्यावर डिसेंबर महिन्यात एक दिवस भल्या पहाटे माणसांच्या दोन तुकड्या उतरल्या. एका नवीन भयानक, क्रांतिकारी अशा अण्वस्त्रांची तिथं आज चाचणी होणार होती. पहिली तुकडी मल्टिलाँच रॉकेटच्या उत्पादकांची होती. दुसरी तुकडी त्यांच्या असोसिएट्सची होती. दुसऱ्या तुकडीच्या लोकांनी त्या रॉकेटचे सर्व इलेक्ट्रॉनिक कंट्रोल्स पुरवले होते. या नवीन अण्वस्त्राचं नाव होतं, डेस्पॉट. हा समजायला जरा गुंतागुंतीचा; पण अतिशय महाभयंकर क्रांतिकारी शोध होता. या सर्व यंत्रणेच्या निर्मितीत तीन वेगवेगळ्या कंपन्यांचा सहभाग होता.

कॉब हा झोडिॲक इनकॉरपोरेटेड कंपनीचा मुख्य कार्यकारी अधिकारी होता.

त्याचे सहकारी होते, पासादेना एव्हिऑनिक्सचा मॉयर आणि इ.सी.के. इंडस्ट्रीजचा सॅलकिंड. या सगळ्या लोकांचे फार मोठे हितसंबंध या अण्वस्त्राच्या निर्मितीत गुंतलेले होते.

दोन तासांनंतर या अण्वस्त्रांचा चाचणी-प्रयोग बघण्यासाठी पेन्टागॉनची म्हणजे अमेरिकन संरक्षणमंत्रालयाची टीम आली. एव्हाना सर्व प्राथमिक तयारी झालेली होती. या टीममधील लोकांच्या निर्णयावर या अण्वस्त्राचं भवितव्य अवलंबून होतं. चाचणी-प्रयोग बघण्यासाठी सर्वांना एका खोलीत एका टीव्ही पडद्यांच्या मालिकेपुढे बसवण्यात आलं.

मॉयरनं आश्चर्यकारक रीतीनं प्रयोगाला सुरुवात केली. त्यानं सर्व प्रेक्षकांना आधी मागे वळून खिडकीतून बाहेर दिसणाऱ्या वाळवंटाकडे बघायची विनंती केली. ते सपाट व रिकामं होतं. प्रेक्षक जरा बुचकळ्यातच पडले. तेवढ्यात मॉयरनं कंट्रोल-पॅनेलवरचं एक बटण दाबलं. अचानक दूरवर ते वाळवंट मधोमध दुभंगू लागलं. त्यातून एक मोठा धातूचा राक्षसी पंजा बाहेर आला. त्यापाठोपाठ एका अशा जागेतून डेस्पॉट बाहेर आलं की, फायटर विमानांच्या शोधपथकाला आणि शत्रूच्या रडार यंत्रणेला आधी त्याचा सुगावा लागणंच शक्य नाही. ते करड्या रंगाच्या धातूच्या राक्षसी चाकांवर धावू लागलं. खिडक्या-दारं नसलेलं, स्वतंत्र, स्वयंचलित, जल, वायू व अग्निरोधक असं ते धूड स्वतःच खोदलेल्या खड्ड्यातून बाहेर पडून आता कामाला लागलं होतं.

आतल्या चार माणसांनी इंजिन्स चालू केली. लोखंडी पडदे आपोआप बाजूला होऊन अभेद्य काचेच्या खिडक्या दिसू लागल्या. रडारच्या तबकड्या बाहेर डोकावल्या व जवळपासच्या शत्रूच्या हालचालींचा वेध घेण्याचं काम करू लागल्या. अँटेना त्या अवाढव्य अस्त्राला योग्य दिशा दाखवण्याचं काम करू लागल्या.

कॉब मायक्रोफोनमध्ये म्हणाला, ''आता आपण असं समजू की, रशियन रणगाड्यांची पहिली तुकडी एल्ब नदी पार करून पश्चिम जर्मनीत पोहोचली आहे. त्यांनी येता-येता मिलिटरीचे सर्व पूल उद्ध्वस्त करून टाकले आहेत. नाटोची (NATO) एक तुकडी त्यांना तोंड देण्यात गढली आहे... इतक्यात रशियन रणगाड्यांचं एक पथक पूर्व जर्मनीच्या जंगलांमधून एल्बच्या दिशेनं चाल करून आलं आणि फ्रान्सच्या सरहद्दीच्या दिशेनं सरसावलं. आता आपलं डेस्पॉट जर्मनीच्या मध्यातून जाणाऱ्या उत्तर-दक्षिण रेषेत कुठंतरी दडलेलं आहे. त्याला आपण आज्ञा देऊ : 'शोधा, ओळखा व संहार करा!' ''

असं म्हणून त्यानं एक बटण दाबल्याबरोबर त्या अण्वस्त्राचं छत उघडून त्यातून एक पेन्सिलीसारखं दिसणारं रॉकेट उंच उडालं. ते फक्त वीस इंच व्यासाचं व आठ फूट उंचीचं होतं. त्यानं आपली स्वयंचलित रॉकेट मोटर सुरू केली व ते क्षणार्धात अवकाशात दिसेनासं झालं. लोकांनी आपली नजर टीव्ही पडद्यांकडे वळवली. एक महाशक्तीचा टेलिव्हिजन कॅमेरा रॉकेटच्या मार्गाचा वेध घेत होता. दीडशे फूट उंच गेल्यावर रॉकेटमधील मोठं टर्बोफॅन जेट इंजीन आपोआप सुरू झालं. रॉकेट त्यापासून गळून पडलं व आतून बाहेर आलेलं आणखी छोटं रॉकेट एखाद्या विमानासारखं उड्डाण करू लागलं. फक्त ते विमानापेक्षा खूपच कमी उंचीवरून उडत असल्यानं रडारच्या पल्ल्यात येऊ शकत नव्हतं, त्यामुळे खोलीत ठेवलेल्या रडारच्या पडद्यावर ते दिसू शकत नव्हतं. या गोष्टीकडे मॉयारनं प्रेक्षकांचं लक्ष वेधलं.

''हे मिनीरॉकेट – कॅस्ट्रेल – फायबर ग्लासपासून बनवलं असल्याकारणानं, तसंच त्याचं इंजीन एका विशिष्ट प्रकारच्या सिरॅमिकपासून बनवलं असल्याकारणानं हे दोन्हीही अग्निनिरोधक आहेत, तसंच ते रडारवरही दिसू शकत नाही. त्यातच आणखी सुधारणा केल्यावर तर ते रडारच्या डोळ्यांप्रमाणेच साध्या डोळ्यालाही दिसू शकणार नाही. एखादा पक्षी पंखांची फडफड करत जात असेल, तर रडार तो अचूक दाखवतं; पण हे केस्ट्रेल अशी हालचालही करत नाही; आणि खरं बोलायचं, तर त्या रशियनांजवळ आपल्याएवढी अत्याधुनिक रडारयंत्रणा आहे, तरी कुठं?''

''युद्धामध्ये हे केस्ट्रेल प्रथम १५,००० फुटांवरून उडेल. नंतर १०० मैल खाली येऊन घिरट्या घालू लागेल. त्या वेळी ते आपल्या इलेक्ट्रॉनिक डोळ्यांनी आपल्या भक्ष्याचा शोध घेईल. एका वेळी सत्तर मैलांच्या परिघातील लक्ष्य ते टिपू शकतं. त्यामध्ये जो प्रोग्रॅम बनवला आहे, त्यानुसार एखादं लक्ष्य पुरेशी उष्णता उत्सर्जित करत असेल, ते लोखंडी घडणीचं व हालचाल करणारं असेल, तरच ते त्याचा वेध घेईल, म्हणजेच त्याचं लक्ष्य एखादा रणगाडाच असेल, जो पुरेशी उष्णता उत्सर्जित करतो. एखादी आगगाडी, मोटार किंवा ट्रक यावर ते हल्ला करणार नाहीत. तसंच पेटलेला वणवा, तापलेलं घर किंवा थांबलेलं लोखंडी वाहन

त्याच्यापासून सुरक्षित राहील. कारण त्या गोष्टी हलत नाहीत. आता आपण कृपया पडद्याकडे बघा.''

मग ते सगळे परत पडद्याकडे बघू लागले. तिथं हॉलीवुडच्या सिनेमासारखा एक सेट उभारलेला दिसत होता. खोटी झाडं, लाकडी झोपड्या, पार्क करून ठेवलेल्या व्हॅन्स, ट्रक्स आणि मोटारी, रबरी रणगाडे, गाड्या. आता रबरी रणगाडे साखळीनं हळूहळू ओढण्यात येऊ लागले. ठिकठिकाणी जाळ पेटवण्यात आले आणि मग एक खराखुरा रणगाडा रीमोट कंट्रोलच्या साहाय्यानं चालू करण्यात आला. तशी पंधरा हजार फुटांवरून केस्ट्रेलनं त्याला ओळखून हालचाल सुरू केली.

''लोकहो! खरा क्रांतिकारक शोध तर पुढेच आहे. आत्तापर्यंतची सर्व अस्त्रं स्वत:लाच शत्रूवर झोकून देऊन शत्रूबरोबर आपणही नष्ट होत असत, पण इथं मात्र तसं नाही, त्यामुळे यात आर्थिक बचत पुष्कळच होते. डेस्पॉटकडे लक्ष ठेवा.''

प्रेक्षक पुन्हा वळले. केस्ट्रेलच्या पोटातून एक यार्डभर लांबीचं क्षेपणास्त्र बाहेर पडलं आणि आपल्या लक्ष्याच्या दिशेनं जाऊ लागलं.

सॅलकिंडनं पुन्हा धावता वृत्तान्त सुरू केला.

''केस्ट्रेलमधील कॉम्प्युटर या नव्या क्षेपणास्त्राला मार्गदर्शन करीत आहे. नवं क्षेपणास्त्र त्या अनुरोधानं खाली झेपावताना आपल्याला दिसेल.'' खालच्या सेटवरील घरं, झोपड्या, ट्रक्स, व्हॅन्स, गाड्या, शेकोट्या आणि खोट्या रबरी रणगाड्यांमधून चालणाऱ्या खऱ्याखुऱ्या रणगाड्याला त्यानं अचूक टिपलं आणि क्षणार्धात तो रणगाडा भुईसपाट झाला.

''पण या नव्या अस्त्राच्या नाकाडात तुम्ही किती दारूगोळा भरलाय?'' एका जनरलनं विचारलं.

''तीच तर खरी गंमत आहे, जनरल. एक कणसुद्धा नाही,'' सॅलकिंड म्हणाला, ''हे अस्त्र म्हणजे एक बुद्धिमान खडकच म्हणा ना. तो भयंकर वजनदार आहे व त्यात एक छोटा रिसीव्हर बसवला आहे. तो फक्त केस्ट्रेलकडून आलेल्या संदेशाचं ग्रहण करतो; आणि मग हे अस्त्र इतक्या प्रचंड उंचीवरून व इतक्या प्रचंड वेगानं खाली येतं की, तेवढं त्या रणगाड्याला नामशेष करायला पुरेसं होतं. म्हणूनच हे अस्त्र स्वस्तही पडतं.''

अशा तऱ्हेनं सुमारे दोन तास या नवीन अस्त्राच्या निरनिराळ्या पैलूंवर प्रकाश टाकीत, ही चाचणी चालू होती. सर्व मुद्द्यांची सांगोपांग चर्चाही त्याबरोबर करण्यात येत होती.''उत्पादकांनी यात आणखीही काही सोयी केलेल्या आहेत. केस्ट्रेलनं हवेत उड्डाण केल्यानंतरसुद्धा, जरूर पडल्यास, त्यामधील कॉम्प्युटर प्रोग्रॅममध्ये इथं बसून बदल करता येतो. अशा रीतीनं शत्रूची मोठाली सेनादळं, आगगाड्या, दारूगोळा नेणाऱ्या ट्रक्सचा जथा – असं काहीही उद्ध्वस्त करता येतं. फक्त या

गोष्टी हलणाऱ्या हव्या. त्या एका जागी थांबलेल्या असल्या, तर त्यांना ओळखून काढायची क्षमता केस्ट्रेलमध्ये नाही. मात्र पाऊस, हिमवृष्टी, गारांचा वर्षाव, धुकं किंवा अंधार हे काहीही केस्ट्रेलच्या आड येत नाही. यांपैकी कुठल्याही परिस्थितीत ते आपल्या लक्ष्याचा वेध अचूक घेतं.''

जमलेल्यांपैकी एका जनरलनं उत्पादकांच्या तुकडीच्या रोखानं हस्तांदोलनासाठी हात पुढे केला.

''मी इतकी वर्षं सैन्यात काढूनही आजतागायत इतकी भयंकर चीज कधी बघितली नव्हती. माझा याला पूर्ण पाठिंबा आहे.''

प्रेक्षकांतील आणखी एक माणूस म्हणाला, ''अरे देवा, हा शोध फारच बुद्धिमान आहे. जगात याच्याशी मुकाबला करणारं काहीच नसेल. फक्त नानट्केट करार झाला, तर याची निर्मिती करता येणार नाही.''

कॉब, मॉयर आणि सॅलकिंड – तिघेही एकाच गाडीतून लासव्हेगासला परतत असताना त्यांच्या लक्षात आलं की, या उद्योगातील बऱ्याच लोकांप्रमाणे आपल्याही पुढे हा नानट्केट कराराचा प्रश्न आ वासून उभा आहे.

❖

जानेवारी महिन्याचा पहिला पंधरवडा लोटला होता. एक नवयुवक ग्रेट ब्रिटनमधल्या जुन्यापुराण्या ऑक्सफर्ड शहराच्या सेंट गिलेस रस्त्यावरून सायकल मारत येत होता. आज त्याचा बॅलिलॉल कॉलेजातला पहिलाच दिवस होता. आपल्या नव्या प्रोफेसरांना भेटायला तो उत्सुकतेनं निघाला होता. बिचाऱ्याला कॉलेजच्या वातावरणाची अजून नीटशी ओळख झाली नव्हती. खरं तर, त्याच्या मनातून कॉलेजच्या होस्टेलवरच राहायचं होतं, पण त्याच्या घरच्या लोकांनी या गोष्टीला साफ विरोध करून त्याच्यासाठी कॉलेजच्या जवळच एक मोठा सात बेडरूम्सचा प्रशस्त बंगला भाड्यानं घेतला होता. तो हुतात्मा चौकातून मॅग्दालेन रस्त्याकडे वळला.

त्याच्या मागोमाग सावकाश चाललेली एक गाडी अचानक थांबली. आत तीन माणसं होती. दोन पुढे आणि एक मागे. मागचा माणूस पुढे झुकला.

''या रस्त्यावर जड वाहनांना बंदी आहे. इथून तुम्हाला पायी पायीच जावं लागेल.''

पुढे ड्रायव्हरशेजारी बसलेला माणूस एक जोरात शिवी हासडून खाली उतरला. तो पुढे जाणाऱ्या सायकलस्वारावर नजर ठेवून झपाझप चालू लागला. गाडीसह बाकीची दोन माणसं दुसऱ्या रस्त्यानं पुढे जाऊन मॅग्दालेन रस्त्याच्या दुसऱ्या टोकापाशी वाट पाहात थांबली. थोड्याच वेळात सायकलस्वार उगवला आणि

खाली उतरून हातात सायकल घेऊन चालू लागला. त्याच्या मागोमाग झपाझप चालत आलेल्या माणसानं थांबलेली गाडी लांबून पाहिली व तो लगेच जवळ आला. तो चिडून म्हणाला, ''बिनडोक लोकांचं गाव, सालं! सगळे वन वे, नो-एंट्र्या. एक रस्ता धड नाही!''

मागच्या सीटवरचा माणूस गालातल्या गालांत हसला.

''म्हणून तर सगळे विद्यार्थी सायकली वापरतात. आपणही वापरायला हवी आता.''

''समोर लक्ष ठेवा हं!'' तेवढ्यात ड्रायव्हर म्हणाला. सगळे गप्प झाले. ड्रायव्हरशेजारी बसलेल्या माणसानं खांद्याची बंदूक चाचपली.

सायकलस्वार आता इकडे-तिकडे बघत उभा होता.

''हॅलो...'' त्याच्या बाजूनं एक आवाज आला आणि त्यानं चमकून पाहिलं.

तो उंचापुरा, धिप्पाड आणि देखणा होता, तर ती ठेंगणी, मोठाले काळेभोर डोळे आणि जरा गोलसर बांधा.

''मी जेनी. मला वाटतं, तुम्ही पण सरांनाच भेटायला चालला असाल ना?''

''हाय! आय ॲम सायमन!''

मग ते दोघं पायीपायीच कमानीच्या प्रवेशद्वारातून कॉलेजकडे आले. त्यांची गाठ टिम वॉर्ड-बार्बरशी पडली. तो तिथला शिपाई होता.

''काय, कॉलेजात नवीन वाटतं?''

''अं... हो ना... पहिलाच दिवस...'' सायमन म्हणाला.

''साहेब, एक लक्षात ठेवायचं, बघा. काय वाटेल ते होवो. सायकल कंपाउंडच्या आत आणायचीच नाही. तिथं भिंतीला लावून ठेवायची.''

ते दोघं आपापल्या सायकली ठेवून आल्यावर तो म्हणाला, ''तुम्ही डॉ. कीनकडे आलायत ना? मग पहिल्या मजल्यावर कोपऱ्याकडे जा.''

मग ते जिना चढून डॉ. कीन यांच्या खोलीत पोहोचले. त्यांनी दोघांनी स्वत:ची ओळख करून दिली. जेनी त्यांना 'प्रोफेसर' म्हणत होती, तर सायमन 'सर' म्हणत होता.

डॉ. कीन यांनी चश्म्यातून एकदा हसून दोघांकडे पाहिलं आणि ते म्हणाले, ''हे बघा, इथं दोन गोष्टी नीट ध्यानात ठेवायच्या. आपला वेळ फुकट दवडायचा नाही, हे एक; आणि दुसरं – मला सर-बीर अजिबात म्हणायचं नाही. नुसतं डॉ. कीन म्हणालात, तरी पुरे. मग हळूहळू ओळख वाढत जाईल, तसं नुसतं मॉरिस म्हणायलाही हरकत नाही. आणि जेनी, हे बघ, मी काही प्रोफेसर वगैरे नाही. प्रोफेसरांना खुर्ची असते आणि मला आहे का इथं खुर्ची? जी आहे, ती मोडकी आहे.''

असं बोलून त्यांनी हसत हसत त्यांना खाली घातलेल्या बैठकीवर बसायची

खूण केली. ते स्वत: एका तीनच इंच उंचीच्या ठेंगण्या दिवाणावर बसले होते. मग तिघांनी लगेच मध्ययुगीन बोहेमियन राज्यक्रांतीची चर्चा करायला सुरुवात केली. सायमन प्रथमदर्शनीच या ऑक्सफर्डच्या प्रेमात पडला.

❖

ऑस्टिन – टेक्सास इथं एका चॅरिटी डिनरच्या वेळी सायरस मिलर आणि लायोनेल कॉब यांची अगदी योगायोगानं गाठ पडली. ते दोघंही जेवायला शेजारी शेजारीच बसले होते. सायरसला असल्या गोष्टीचा, खरं तर, फार कंटाळा होता. पण हे डिनर एका स्थानिक बड्या राजकीय नेत्यातर्फे असल्यामुळे नाइलाजानं त्यानं हजेरी लावली होती. तो अत्यंत कंटाळून आढ्याकडे बघत बसला होता, तेवढ्यातच शेजारी बसलेल्या कॉबनं नानट्केट कराराबद्दल आपला तीव्र निषेध त्याच्यापाशी नोंदवला.

"तो मूर्ख करार कसंही करून थांबवला पाहिजे." कॉब म्हणाला. "कसंही करून काँग्रेसला हा पास करण्यापासून परावृत्त करायलाच हवं, नाहीतर काही खरं नाही."

त्या दिवशीचीच बातमी अशी होती की, कराराचा मसुदा अगदी सह्या वगैरे होऊन पक्का झाला होता व फक्त काँग्रेसपुढे संमतीसाठी ठेवायचाच काय तो बाकी होता.

"तुम्हाला काय वाटतं, काँग्रेस तो फेटाळून लावेल?" मिलरनं जरा सावधगिरीनं विचारलं. कॉबनं खिन्नपणे आपली नजर हातातल्या ग्लासकडे लावली होती.

"शक्यच नाही!" तो म्हणाला, "हे असले शस्त्रकपातीच्या संदर्भातले सगळेच करार जगात कुठंही फार लोकप्रिय होतात. शिवाय काहीही झालं, तरी या कॉरमॅकची जनमानसातील प्रतिमा चांगली उजळ आहे. मला जरी त्या माणसाचं तोंडही बघायची इच्छा नसली, तरी आहे ही वस्तुस्थिती अशी आहे."

मिलरला त्याच्या बोलण्यात तथ्य वाटलं.

"तुम्हाला करारातील बारकावे नक्की माहिती झाले आहेत?" त्यानं विचारलं.

"पुरेसे..." कॉब म्हणाला, "दोघाही देशांनी आपापल्या संरक्षणाच्या अंदाजपत्रकात कोट्यवधी डॉलर्सची काटछाट केलेली आहे. लोक तर म्हणतात, प्रत्येक बाजूनं जवळ-जवळ चाळीस टक्के कपात आहे."

"तुमच्यासारखीच विचारधारणा असलेली अशी आणखी किती माणसं आहेत?" मिलरनं हळूच विचारलं, पण कॉबला फारच चढली होती, त्यामुळे त्याला असं विचारण्यापाठीमागचा हेतू नीटसा कळला नाही.

"मला वाटतं, आख्खं संरक्षणखातंच!" तो बरळला, "आमच्यासारख्या शस्त्रोत्पादकांचं तर साफ दिवाळंच वाजायची वेळ आली आहे."

“हो ना. आज जर मायकेल ओडेल प्रेसिडेंट असता, तर?” मिलर म्हणाला.

कॉब जोराजोरात हसला.

“काय राव, स्वप्नरंजन करताय! ओडेल तर अगदी पहिल्यापासून शस्त्रबंदीच्या विरोधात आहे, पण हा कॉरमॅक सत्तेवर असेपर्यंत त्याला विचारतो कोण?”

“पण... जर समजा... ही परिस्थिती बदलली... तर?” मिलर हळूच म्हणाला.

याच महिन्याच्या शेवटच्या आठवड्यात कॉब मॉयर आणि सॅलकिंड हे मिलरचं जेवणाचं आमंत्रण स्वीकारून स्कॅनलॉन आणि मिलरला भेटले. जेवता-जेवताच मिलरनं जॉन कॉरमॅकचे प्रेसिडेंटच्या ओव्हल ऑफिसात बसण्याचे अजून किती दिवस राहिले आहेत, या विषयाला हात घातला.

“ह्या माणसाला खुर्चीवरून खाली खेचलाच पाहिजे!” मिलर म्हणाला. सर्वांनी जोरजोरात माना डोलावल्या.

“पण हे बघा... ते प्रेसिडेंटचा खूनबीन करायचं काही तुमच्या मनात असलं, तर माझा साफ विरोध आहे, बरं का!” सॅलकिंड म्हणाला, “केनेडीच्या बाबतीत काय झालं, आठवतंय ना?”

“ते तर मलाही नकोय!” मिलर म्हणाला, “पण असा काहीतरी मार्ग शोधलाच पाहिजे, जेणेकरून जॉन कॉरमॅकला आपल्या पदाचा राजीनामा देणं भाग पडेल.”

“काहीतरीच काय?” मॉयर म्हणाला, “तो माणूस धुतल्या तांदळासारखा स्वच्छ आहे. त्याला राजीनामा द्यायला लावणं अशक्य आहे.”

“काहीतरी लफडं निघेलच!” मिलर म्हणाला, “हे पाहा, आपल्याजवळ दृढनिश्चय आहे, राजकीय वर्तुळात आपले हात चांगले वरपर्यंत पोहोचलेले आहेत, पैशांचीही काही चिंता नाही. फक्त आपल्याला नीट आखणी करून देणारा माणूस हवा.”

“तुमच्या त्या कर्नलचं काय?” स्कॅनलॉन म्हणाला.

मिलरनं नकारार्थी मान हलवली.

“छे! शेवटी तो कर्नल आहे. तेव्हा अमेरिकेचा प्रेसिडेंट म्हणजे त्याचा सर्वोच्च बॉस – कमांडर इन चीफ नाही का? त्यापेक्षा... आणखी दुसरा कुणी माणूस –”

त्याला एका अशा माणसाची गरज होती की, जो कमालीचा बुद्धिमान, पण तितकाच उलट्या काळजाचा, निष्ठुर, धूर्त आणि चतुर, पैशालाच सर्वस्व मानणारा असेल...

❖

तीन

मार्च, १९९१

ओक्लाहोमा शहराच्या वायव्येला अमेरिकेतील सर्वांत महाभयंकर असा तुरुंग आहे. एक दिवस पहाटे त्या तुरुंगाचं दार उघडलं. शिक्षा भोगून सुटलेला एक माणूस बाहेर पडला.

मध्यम उंची, जाडजूड. तुरुंगवास भोगून फिकट पडलेला चेहरा. चेहऱ्यावरून कटुता ओसंडून चालली होती. त्याच्याजवळ एक छदामही नव्हता. त्यानं सभोवार एक नजर टाकली... मग तो झपाझप शहराच्या दिशेनं चालू लागला. पलीकडे थांबलेली एक गाडी त्याच्यामागे योग्य अंतर ठेवून निघाली.

गाडीच्या खिडकीतून वाकून एक माणूस म्हणाला, "तो त्या दिशेनं निघालाय."

थोड्याच वेळात गाडी त्याच्या अगदी जवळून पुढे निघून गेली. तो माणूस निर्विकारपणे चालत राहिला, पण यात कुठंतरी पाणी मुरतंय, एवढं त्याच्या सहाव्या इंद्रियानं नक्कीच ओळखलं होतं. इतक्यातच ती गाडी थांबली आणि एक उमदा तरुण खाली उतरून सरळ त्याच्याचकडे आला.

"मि. मॉस?"

"का? कुणाला हवंय?"

"माझ्या मालकाला. त्यांना तुमची भेट घ्यायची आहे."

"नाव सांगणार नाही!" जाड माणूस म्हणाला.

तो तरुण हसला.

"ठीक आहे. नका सांगू. पण आमच्याकडे गाडी आहे, एक खाजगी विमान तुमची वाट बघतंय. आणि खरं सांगा, मि. मॉस, जगात तुम्हाला आता जायला कुठं जागा तरी उरली आहे का?"

मॉसनं जरा वेळ विचार केला. ती गाडी आणि त्या माणसाचा चेहरामोहरा यांकडे बघून तो कंपनीच्या केंद्रीय अन्वेषण विभाग (सेंट्रल इंटेलिजन्स एजन्सी –

सी.आय.ए.) किंवा 'फेडरल ब्युरो ऑफ इन्वेस्टिगेशन' (एफ.बी.आय.) यांमधील वाटत नव्हता. म्हणजेच तो त्याच्या दोन कट्टर शत्रूंपैकी नव्हता आणि जगात त्याला खरोखरच कुठं तोंड काढायला जागाही नव्हती. तो मुकाट्यानं गाडीत मागे बसला होता. त्याच्या शेजारी तो तरुण बसला आणि गाडी ओक्लाहोमाकडे न जाता वायव्येकडील विलेच्या विमानतळाकडे धावू लागली.

१९६६मध्ये आपल्या वयाच्या पंचविसाव्या वर्षी आयर्विंग मॉस सी.आय.ए.मध्ये कनिष्ठ प्रांतीय अधिकारी म्हणून लागला. ते दिवस व्हिएटनामच्या युद्धाचे होते. याच काळात मॉसला हळूहळू स्वत:च्या अंगभूत गुणांचा शोध लागला. तो माणसाचं शरीर धारण केलेला हैवान होता. युद्धात त्याच्या विकृत मनाला मानवी रक्ताची चटक लागली होती. माणसांनी यातनांनी तळमळून किंकाळ्या मारल्या की, त्याच्या अंगावर आनंदाने रोमांच उभे राहत. या अशा माणसाला व्हिएटनामच्या जंगलात पाठवणं म्हणजे अलीबाबाच्या गुहेतच पाठवण्यासारखं! त्यात त्याला आता गुन्हेगारांची चौकशी करणाऱ्या मुख्य चौकशी अधिकाऱ्या (चीफ इंटरॉगेटर)चा हुद्दा मिळाला होता. म्हणजे झालंच!

त्याच्या आयुष्यातला हा काळ फारच रोमहर्षक चालला होता, तेवढ्यात १९६९ साली एक दिवस असा उजाडला की, त्याच्या आयुष्याला वेगळंच वळण लागलं. एक दिवस त्याच्यापुढे गुन्हेगार म्हणून तेरा वर्षांचा एक कोवळा मुलगा आणण्यात आला. मॉस त्याची उलटतपासणी छावणीपासून थोड्या अंतरावर असणाऱ्या झाडीत घेत होता. त्या पोराच्या गगनभेदी किंकाळ्या आसमंतात विरत होत्या. ऐकणाऱ्या लोकांच्या अंगांवर नुसत्या कल्पनेनंच काटा उभा राहात होता. अखेर पहाट झाली आणि किंकाळ्या बंद होत गेल्या. मॉस थकून भागून मंत्रानं भारल्यासारखा पाय ओढत आपल्या तंबूत शिरला आणि क्षणार्धात झोपी गेला. नंतर काय प्रकार आहे, हे बघायला दोन सेक्शन कमांडर्स हळूच छावणीबाहेर येऊन त्या झाडीच्या दिशेनं गेले, बरोबर वीस मिनिटांनी ते परत आले. नंतर त्यांनी आपला कमांडर कर्नल रिवास याची तातडीनं भेट मागितली. त्या सर्वांच्यात हळू आवाजात बराच वेळ चर्चा चालू होती.

"आम्ही या माणसाबरोबर काम करू शकत नाही." पहिला म्हणाला, "आमचं या बाबतीत बाकीच्याही सगळ्या लोकांशी बोलणं झालंय. सगळ्यांचं हेच मत आहे, साहेब."

"तो माणूस नाही, हैवान आहे, हैवान!" दुसरा म्हणाला.

कर्नल रिवासनं एक सुस्कारा सोडला. त्यानं स्वत: अनेक हत्याकांडांमध्ये भाग घेतला होता. गुन्हेगारांची उलटतपासणी त्यानंही घेतली होती. पण कोवळी मुलं –

त्यानं रेडिओ ट्रान्समीटरचा स्विच दाबला. उजाडता-उजाडताच अमेरिकन

मिलिटरीचं एक हेलिकॉप्टर छावणीपाशी येऊन उतरलं. लॅटिन अमेरिकन सी.आय.ए.चा उप-प्रमुख खाली उतरला. रिवास त्याला झाडीपाशी पुरावा दाखवायला घेऊन गेला. काही मिनिटांतच दोघं परत आले.

मग कुणीतरी लाथा घालून आयर्विंग मॉसला झोपेतून उठवलं. त्याच्या झोपाळलेल्या डोळ्यांना लष्करी गणवेशातला एक अधिकारी दिसला.

"मॉस, तुला बडतर्फ करण्यात येत आहे."

"पण तू कोण? तुझा संबंध काय?" असे शब्द तोंडातून बाहेर पडता-पडताच मॉसला कळून चुकलं की, तो त्यांचा माणूस होता, सी.आय.ए.चा. त्यानं मॉसला एक कागद दाखवला.

"पण हा कागद लँगलेकडून आलेला नाही."

"कागद नव्हे, मी स्वतःच लँगलेकडून आलोय. आता आपलं चंबूगबाळं उचला आणि त्या हेलिकॉप्टरमध्ये जाऊन बसा."

बरोबर तीस मिनिटांनी सी.आय.ए. उप-प्रमुख डेव्हिड वाइनट्राऊब यांना हेलिकॉप्टर आकाशात उडताना दिसलं. नंतर मॉसला मायामी व तिथून वॉशिंग्टनला पाठवण्यात आलं. वॉशिंग्टनच्या विमानतळावरच त्याची कागदपत्रं त्याच्या हवाली करून, त्याची हकालपट्टी करण्यात आली. नंतरची पाच वर्षं त्यानं मध्यपूर्वेत काम केलं व नंतर तो अमली पदार्थांच्या धंद्यात शिरला. हीच त्याची सगळ्यात मोठी चूक ठरली. युनायटेड स्टेट्स ड्रग एनफोर्समेंट एजन्सीनं त्याचं नाव काळ्या यादीत टाकलं आणि अखेर १९८८मध्ये तो लंडनच्या हीथ्रो विमानतळावरून चालला असताना कस्टमच्या लोकांनी त्याला गिरफ्तार केलं. तीन आठवड्यांनी त्याला परत अमेरिकेत आणून सोडण्यात आलं. कोर्टात खटला होऊन त्याला तीन वर्षांची सक्तमजुरी झाली. खरं तर हा त्याचा पहिलाच गुन्हा होता, त्यामुळे त्याला जरा सौम्य शिक्षा होऊ शकली असती, पण दरम्यानच्या काळात सी.आय.ए. उप-प्रमुख डेव्हिड वाइनट्राऊब आणि एफ.बी.आय. मुख्य तपासविभागाचा कार्यकारी साहाय्यक प्रमुख ऑलिव्हर रिव्हेल या दोन जुन्या मित्रांची भेट झाली व त्यांची आपापसात या मॉसबद्दल चर्चा झाली. वाइनट्राऊबनं रिव्हेलला काही जुने फोटो व एक फाइल दाखवली. त्याचाच परिणाम म्हणून मॉसला या अतिभयानक तुरुंगात पाठवण्यात आलं. तुरुंगातील तीन वर्षं त्यानं महाभयंकर खुनी आणि दरोडेखोरांच्या सान्निध्यात काढली. तो जेव्हा सुटला, तेव्हा सी.आय.ए, एफ.बी.आय. आणि ब्रिटिश या सर्वांबद्दलच्या तिरस्कारानं त्याचं मन भरून आलं होतं.

विले विमानतळावर एक खाजगी विमान त्यांची वाटच पाहात होतं. ते आत चढले आणि बरोबर पाचच मिनिटांत विमान हवेत उडालं. खिडकीतून बाहेर बघताक्षणीच आपण टेक्सासकडे निघालो आहोत, हे मॉसच्या लक्षात आलं. साधारण दुपारी बाराच्या

सुमाराला ते विमान जमिनीवर उतरलं. तेथून मॉसला पॅनग्लोबलच्या अतिभव्य इमारतीत नेण्यात आलं. दाढी व अंघोळ करून झाल्यावर त्याला चांगले कपडे देण्यात आले. त्यानंतर त्याला एका प्रशस्त केबिनमध्ये नेण्यात आलं.

"मि. मॉस? मि. आयर्विंग मॉस?"

"होय, सर..." मॉस म्हणाला. त्याला तिथं पैशांचा वास लगेचच आला.

"माझं नाव मिलर..." तो माणूस म्हणाला, "सायरस व्ही. मिलर."

❖

एप्रिल

कॅबिनेट रूममध्ये मीटिंग चालू होती. आज सकाळी जॉन कॉरमॅक यांनी आपल्या खाजगी वर्तुळातल्या लोकांना, खास विश्वासातल्या मित्रांना आणि सल्लागारांना मुद्दाम पाचारण केलं होतं. आज नानट्केट कराराचा अंतिम मसुदा तयार होणार होता. सर्व तपशील अगोदरच लिहून झाला होता. आता आज कॉरमॅक यांनी आपल्या या खास मंडळींना त्यांचं मत विचारण्यासाठी बोलावलं होतं.

स्वतः जॉन कॉरमॅक साठीचे होते. आता आपल्या कादकिर्दीतल्या अत्यंत महत्त्वाच्या टप्प्यापाशी ते येऊन ठेपले होते. आपली लोकप्रियता, सत्ता आणि अधिकार यांचा ते सर्वार्थानं आनंद उपभोगत होते. १९८८च्या उन्हाळ्यात रिपब्लिकन पार्टीला आलेल्या अवकळेनंतर पार्टीनं सर्व सूत्रं ज्याच्या हातात देता येतील, अशा एखाद्या समर्थ नेत्याची शोधाशोध सुरू केली आणि हा हिरा अचानक गवसला. कनेक्टिकट प्रांताच्या काँग्रेसचा हा उमेदवार. मूळचं घराणं गर्भश्रीमंत; पण आपली सर्व संपत्ती विश्वस्तांच्या हातात सोपवून हा ध्येयवादी माणूस प्रोफेसर झाला, त्यानंतर हळूहळू राजकारणात शिरला. त्याचं राजकीय, तसंच वैयक्तिक जीवन धुतल्या तांदळासारखं स्वच्छ होतं. खोड काढायला म्हणून कुठं जागाच नव्हती, मग पार्टीनं त्यांची निवड केली आणि जॉन कॉरमॅक केवळ चार महिन्यांच्या निवडणूकपूर्व प्रचारानंतर ओव्हल ऑफिसमध्ये आले. आपले व्हाइस प्रेसिडेंट त्यांनी स्वतःच निवडले – मायकेल ओडेल. जॉन कॉरमॅक स्वतः प्रॉटेस्टंट असले, तरी त्यांचा जिवलग मित्र व्हाइस प्रेसिडेंट मायकेल ओडेल कट्टर कॅथॉलिक होता.

या दोघांच्या विचारसरणीत जमीन-अस्मानाचा फरक होता, पण राजकारणात ही युती चांगली जमली. आत्ता ते दोघं एकमेकांच्या समोर बसले होते. तसेच, या मीटिंगला आणखी चौघे विश्वासातील लोक उपस्थित होते; ते म्हणजे, जेम्स डोनाल्डसन – सेक्रेटरी ऑफ स्टेट, बिल वॉल्टर्स – ॲटर्नी जनरल, ट्रेझरीचा ह्यूबर्ट रीड आणि संरक्षण खात्याचा मॉर्टन स्टॅनार्ड.

तसंच ओडेल यांच्या दोन्ही बाजूंना ब्रॅड जॉन्सन – नॅशनल सेक्युरिटी ॲडव्हायझर आणि सी.आय.ए.चा डायरेक्टर ली अलेक्झांडर हेही बसले होते.

सर्व आठही माणसांनी एकदा हा कराराचा मसुदा नजरेखालून घातला आणि त्यांची खात्रीच पटली की, ऐतिहासिकदृष्ट्या जगातील एका अत्यंत महत्त्वपूर्ण आणि वादग्रस्त अशा करारावर अमेरिका सही करणार आहे. आधीपासूनच संरक्षण खात्याशी ज्यांचे हितसंबंध गुंतलेले आहेत, असे सर्व उद्योगपती व इतर काही उजव्या विचारसरणीचे लोक या सर्वांचाच या नानट्केट कराराला कडाडून विरोध होता.

फक्त या नानट्केट करारामागची खरी गोम अशी होती की, अमेरिका आणि रशिया या दोन्ही मोठ्या सत्तांना अण्वस्त्रबंदी आणि शस्त्रास्त्रकपात केल्याशिवाय सद्य:परिस्थितीत काही पर्यायच नव्हता. जी स्थिती अमेरिकेची, तीच स्थिती रशियाची होती; आणि त्यामुळेच जॉन कॉरमॅक व गोर्बाचेव्ह यांचं एकमत झालेलं होतं.

"पण हे हरामखोर रशियन आपल्या नकळत, चोरून अंतर्भागात काही हालचाली करत राहिले, तर ते आपल्याला कसं काय कळणार?" ओडेल यांनी शंका उपस्थित केली.

"ट्यूपोलेव्ह फॅक्टरीत आपले इन्स्पेक्टर्स बसवून ठेवले आहेत ना!" कॉरमॅक म्हणाले, "आणि आता आणखी एक नवी ट्यूपोलेव्ह फॅक्टरी दुसरीकडे कुठं सुरू करण्याची त्यांच्यात ताकद नाही, होय ना, ली?"

"होय, मि. प्रेसिडेंट," सी.आय.ए.चा डायरेक्टर जनरल म्हणाला, "शिवाय ट्यूपोलेव्हमध्ये महत्त्वाच्या जागी आपले हेर दडलेले आहेतच ना!"

"असं?" जेम्स डोनाल्डसन म्हणाले, "अर्थात एक राजकारणी या नात्यानं मला त्याच्याशी काहीच कर्तव्य नाही."

यावर हशा पिकला.

प्रेसिडेंट कॉरमॅक जरा जुन्या मताचे होते. थोड्याशा ओळखीवर एकमेकांना अरे-तुरे करण्याची नवी पद्धत त्यांना मुळीच पसंत नव्हती. ते स्वत: सगळ्यांना आडनावानं हाक मारत असत आणि सर्व जण ऑफिसमध्ये त्यांना 'मि. प्रेसिडेंट' म्हणत. खाजगीत देखील ओडेल, रीड, डोनाल्डसन आणि वॉल्टर्स एवढेच चौघं जण त्यांना 'जॉन' म्हणायचे.

या नानट्केट करारामुळे आणखी एक गोष्ट घडणार होती, ती म्हणजे अमेरिकेला आपला नवा शोध, B-2 बॉंबर याची निर्मिती करता आली नसती. हा एक अत्यंत क्रांतिकारी शोध होता. हे विमान कुठल्याही रडारच्या पडद्यावर दिसू शकत नसे व ते गुपचूप शत्रूच्या पाहिजे, त्या प्रदेशात जाऊन बॉंबचा वर्षाव करून परत येऊ शकत असे. रशियन लोकांना यापासून खरी भीती होती. या करारावर सही करण्यामागे मिखाईल गोबाचेव्ह यांचा हा अत्यंत महत्त्वाचा हेतू होता. या करारानंतर

हे बॉंबर अमेरिका बनवूच शकत नव्हती; म्हणजेच त्याला तोंड देणारी नवीन काही यंत्रणा उभारण्याचा प्रश्नच येत नव्हता, मग हा वाचलेला सगळा पैसा तेल, औद्योगिकीकरण व अत्याधुनिक तंत्रज्ञानासाठी वापरणं शक्य होत होतं.

– आणि अमेरिकेला या बॉंबरची निर्मिती करायची, म्हणजेही काही कमी खड्डा नव्हताच, पण आता ते प्रॉजेक्ट अर्ध्यातच सोडून द्यायचं, म्हणजे त्या कामावर लागलेल्या ५०,००० लोकांच्या बेकारीचा प्रश्न कसा सोडवायचा, ही अडचणही होतीच!

''माझं तर म्हणणं आहे, त्या रशियन बदमाशांच्या डोळ्यांत धूळफेक करून आपण आहे हे सगळं चालूच ठेवावं!'' मायकेल ओडेल म्हणाले.

''मायकेल, याची परिणती फक्त युद्धात होऊ शकते!'' प्रेसिडेंट कॉरमॅक म्हणाले.

बारा तासांच्या अथक चर्चेनंतर कॅबिनेटनं अखेर या कराराला मान्यता दिली. आता ही गोष्ट काँग्रेससमोर पटवून द्यायची, एवढं एकच किचकट काम राहिलं. इतकंच काय, पण प्रसारण-साधनांद्वारा देशातील बडे उद्योगपती आणि सामान्य नागरिक या दोन्ही वर्गांना या करारापाठीमागची भूमिका त्यांना रुचेल, पचेल, अशा शब्दांत पटवून देणं, हेही महत्त्वाचं काम होतंच. कारण अखेर ही लोकशाही पडली. देशाच्या संरक्षणाच्या बजेटमधून दहा कोटी डॉलर्सची कपात करण्याचं कटूसत्य लोकांच्या पचनी पाडायचं, हेही काही सोपं काम नव्हतं.

❖

मे

गेल्या जानेवारीत जे पाच जण जेवणासाठी एकत्र जमले होते, त्यांनी आता सायरस मिलरच्या सूचनेनुसार एक अलामो ग्रुप स्थापन केला होता. सौदीची राजवट उलथून पाडण्याच्या प्लॅनचं नाव ठेवण्यात आलं होतं : प्लॅन बोवी. प्रेसिडेंट कॉरमॅक यांचं स्थान डळमळीत करण्यासाठी जी यंत्रणा राबवण्यात येणार होती, तिचं नाव होतं : प्लॅन क्रोकेट. आज ते सर्व जण याच संदर्भात चर्चा करण्यासाठी आयर्विंग मॉसबरोबर बसले होते. चर्चेचा विषय होता : प्रेसिडेंट जॉन कॉरमॅक यांना अशाकाही कात्रीत पकडायचं की, जेणेकरून त्यांना राजीनामा देणं भागच पडावं.

या प्लॅनचं नाव होतं : प्लॅन ट्रॅव्हिस.

प्रत्येकाच्या हातात मॉसनं बनवलेल्या छोट्याशा रिपोर्टची एकेक प्रत होती.

''यातील काही-काही गोष्टी वाचल्यावर तर माझ्या अंगावर काटाच आला आहे!'' मॉयर म्हणाला.

''माझ्यासुद्धा! विशेषतः शेवटची चार पानं तर वाचवत नाहीत!'' सॅलकिंड म्हणाला, ''पण मी म्हणतो, आपल्याला इतक्या टोकापर्यंत जायलाच हवं का?''

"मित्रहो!" मिलर सर्वांना गप्प करत म्हणाला, "मला तुमच्या सगळ्यांच्या भावना समजतात. फक्त हे असं केलं नाहीतर काय होईल, याचा नीट विचार करा. फक्त आपल्यावरच नाही, तर पुऱ्या अमेरिकेवर कोणता प्रसंग ओढवू पाहतोय, ते बघा. व्हाइट हाउसमध्ये बसलेल्या त्या घरभेद्यानं अमेरिकेची सगळी संरक्षण-व्यवस्थाच धुळीला मिळवण्याचा विचार चालवलाय. हा सरळ-सरळ मॉस्कोचा पाठीराखा आहे. या माणसानं आपल्या देशाचा सर्वनाश करण्यापूर्वीच आपण याला सत्तेवरून घालवला पाहिजे; आणि माझं मघाशी मि. मॉस यांच्याशी जे बोलणं झालं, त्यात त्यांनी मला अगदी पूर्ण हमी दिली आहे की, इतक्या टोकापर्यंत जायची वेळच येणार नाही. कारण इतक्या सगळ्या गोष्टी घडण्याआधीच जॉन कॉरमॅक राजीनामा देईल."

आयर्विंग मॉस पांढऱ्याशुभ्र सुटात टेबलाच्या दुसऱ्या टोकाशी बसला होता. खरंतर त्याच्या या प्लॅन ट्रॅव्हिसमधल्या सगळ्याच गोष्टींचा काही या रिपोर्टमध्ये समावेश केलेला नव्हता. खऱ्याखुऱ्या महाभयंकर गोष्टी, तर त्यानं मिलरपाशी खाजगीतच सांगितल्या होत्या.

एवढ्यात मिलरनं शांततेचा भंग केला आणि अचानक तो म्हणाला, "चला, आता आपण आपल्यापुढच्या या पवित्र कामगिरीसाठी त्या जगन्नियंत्याचे आशीर्वाद घेऊ या." असं म्हणून त्यानं दोन्ही हातांचे तळवे टेबलावर पालथे टेकले, डोळे बंद करून डोकं आकाशाच्या दिशेनं उंच उचललं. अगदी परमेश्वराकडे सुद्धा मान तुकवणं त्याच्या आचारसंहितेत बसत नसे. शेवटी किती झालं, तरी परमेश्वर आणि तो जिवलग मित्रांसारखेच होते.

"देवा," तो म्हणाला, "आमची ही प्रार्थना ऐक, नीट लक्षपूर्वक ऐक. आम्हाला योग्य दिशा दाखव. आमचं रक्षण कर. आमच्यावर जी मोठी कामगिरी तू टाकली आहेस, ती निभावून नेण्यासाठी आमचे हात बळकट कर. तुझ्या या पामरांना तूच तार."

अशा प्रकारची बडबड त्याची आणखीही बराच वेळ चालली होती. सॅलकिंड, कॉब आणि इतरांची नजरानजर झाली. शेवटी एकदाची मिलरची ती प्रार्थना संपली आणि त्यानं डोळे उघडून समोर पाहिलं. त्याचे डोळे एका अनामिक तेजानं चमकत होते.

"मित्रहो, त्यानं आपल्याला कौल दिलाय. या कामात तो स्वत: आपल्याबरोबर आहे. आता मात्र आपल्याला अजिबात माघार घेता येणार नाही. आपल्या देशासाठी आणि आपल्या परमेश्वरासाठी!"

बिचाऱ्या राहिलेल्या चौघांना नुसत्या माना हलवण्यावाचून काही पर्यायच नव्हता. एका तासानंतर मिलर आणि आयर्विंग मॉस हे दोघे मिलरच्या अभ्यासिकेत एकांतात भेटले. मॉसनं मिलरला स्पष्टच सांगितलं की, या प्लॅनच्या दृष्टीनं आपल्याला दोन महत्त्वपूर्ण गोष्टींची गरज भासणार आहे, पण त्याची सोय

मिलरनंच करायला हवी. त्यातील पहिली गोष्ट, म्हणजे रशियन तंत्रविज्ञानाचा अप्रतिम नमुना होता. आणि दुसरी गोष्ट, म्हणजे व्हाइट हाउसच्या कौन्सिलच्या अगदी आतल्या वर्तुळातील एक अत्यंत विश्वासार्ह माणूस. या दोन गोष्टी प्लॅन यशस्वी करण्यासाठी किती आवश्यक आहेत, हे मॉसनं मिलरला समजावून सांगितलं. मिलरला ते पटलेलं दिसलं.

''या दोन्हींचीही मी व्यवस्था करतो. तुम्ही फक्त मला या प्लॅनसाठी लागणाऱ्या खर्चाचा अंदाज आणि तुमची फी हे दोन्ही लेखी द्या आणि हा प्लॅन राबवायला अगदी आत्तापासूनच हालचाली सुरू करा.''

❖

जून

कर्नल ईस्टरहाउस आणि मिलर यांची जूनच्या पहिल्या आठवड्यात भेट झाली. खरं तर, कर्नल सध्या सौदी अरेबियात महत्त्वाच्या कामात गुंतलेला होता, पण खुद्द मिलरनंच बोलावलंय म्हटल्यावर त्याला जाणं भागच पडलं, मग तो आधी डॅलासला आला. एका गाडीनं व त्यानंतर एका खाजगी विमानानं त्याला रँचपाशी आणून सोडण्याची व्यवस्था मिलरनं केलीच होती. ईस्टरहाउसनं आणलेली बातमी खूपच आशादायक होती. त्यानं एका मध्यस्थाकरिता तेथील पोलिसांची चाचपणी केलेली होती. रियाध सरकारमध्ये जर बदल घडून आला असता, तर त्या गोष्टीला त्यांचा पूर्ण पाठिंबा होता. त्यांनी तर आपण होऊन शिया मुलतत्त्ववाद्यांच्या भूमिगत इमामाशी सुद्धा संपर्क प्रस्थापित केला होता. (ईस्टरहाउसनंच त्यांना इमामचा पत्ता सांगितला होता.)

इमामापुढे अर्थात ईस्टरहाउसचा हा प्रस्ताव एका मध्यस्थामार्फत मोठ्या खबरदारीनं ठेवण्यात आला होता. यात मुद्दामच ईस्टरहाउसनं आपलं नाव उघड केलं नव्हतं. कारण इमामानं ख्रिश्चनधर्मीय माणसाचं म्हणणं मान्यच केलं नसतं – तर अशा रीतीनं इमामालाही आपल्या बाजूला ओढण्यात ईस्टरहाउसनं यश मिळवलं होतं.

''यातला मुख्य मुद्दा असा की, मि. मिलर की या हेजबालिल्लाह चळवळीचे जहालमतवादी आजपर्यंत तरी कधी सौदी अरेबियाच्या वाटेला गेले नव्हते. त्यांच्या कल्पनेप्रमाणे इराणच आधी काबीज करणं महत्त्वाचं होतं; आणि त्यात त्यांना अजूनपर्यंत तरी यश आलेलं नाहीये आणि सौदीच्या वाटेला ते न जाण्याचं कारण तरी काय? अमेरिकेच्या हस्तक्षेपाची त्यांना भीती वाटते आहे, हेच खरं! इमामच्या मतेसुद्धा हा जांबोरीचा हीरक महोत्सव ही या कामासाठी सुवर्णसंधी आहे.''

''या महोत्सवाच्या प्रसंगी जगभर अस्तित्वात असलेल्या एकंदर सदतीस टोळ्यांमधून

लोक येऊन शाही सलामी देण्यासाठी रियाधला उपस्थित राहतील. त्यांच्यामध्येच हासा तेलक्षेत्रातील कामगारांचासुद्धा समावेश असेल. यात शियापंथीयांचा मोठाच भरणा असेल. या गर्दीतच इमामाचे निवडक १०० हल्लेखोर दडलेले असतील. स्कॅनलॉनच्या जहाजातून चोरट्या मार्गानं आणलेली शस्त्रास्त्रं त्यांना वाटण्यात येतील.''

''आता राहिली शाही फौजेला भेसळयुक्त नकली दारूगोळा पुरवण्याची बाब. याबद्दलही मी अगोदरच एका वरिष्ठ इजिप्शियन अधिकाऱ्याशी बोललो आहेच. जर सौदीमधल्या राज्यक्रांतीनंतर आर्थिक टंचाईनं ग्रासलेल्या त्यांच्या देशाला सौदीमधील तेल स्वस्त दरानं मिळणार असेल, तर तो आपल्याला या बाबतीत सहकार्य करायला तयार आहे. शाही फौजेला भेसळयुक्त दारूगोळा पुरवण्याचा प्रश्न अशा रीतीनं सुटला.''

मिलरनं मान डोलावली.

''तुम्ही काम तर झकासच केलंय, कर्नल!'' तो म्हणाला. मग विषय बदलून त्यानं विचारलं, ''कर्नल, आपल्या देशानं सौदी अरेबियाला असं आपल्या ताटाखालचं मांजर बनवून ठेवलं, तर रशियाची काय प्रतिक्रिया होईल, हो?''

''माझ्या मते अतिशय तीव्र प्रतिक्रिया होईल!'' कर्नल म्हणाला.

''नानट्केट करारावर सही करण्यास नकार देण्याइतकी तीव्र प्रतिक्रिया होईल?'' मिलरनं विचारलं.

''मला तरी असंच वाटतं.''

''आणि आपल्याप्रमाणेच रशियातला एक विशिष्ट गट या कराराच्या विरोधात असेल ना? तो गट कुठला?''

''जनरल स्टाफ!'' कर्नलनं जराही न कचरता सांगितलं. ''कारण त्यांचा जनरल स्टाफ, म्हणजेच आपल्या चीफ ऑफ स्टाफ आणि संरक्षणव्यवस्था या दोन्हींचं कडबोळं आहे. या करारानं त्यांची सत्ता जाईल. त्यांचं महत्त्व, त्यांचा मान संपुष्टात येईल. त्यांचं अंदाजपत्रक आणि त्यांची संख्या या दोन्हींत चाळीस टक्क्यांची कपात केली जाईल, त्यामुळेच त्यांना हा करार पसंत पडणं शक्यच नाही.''

''गंमतच आहे!'' मिलर म्हणाला, ''पण काय, हो, त्यांच्याशी छुप्या रीतीनं संपर्क साधण्याचा काही मार्ग आहे का?''

''माझ्या ओळखीचे काही लोक आहेत...'' ईस्टरहाउस काळजीपूर्वक विचार करून म्हणाला.

''तुम्ही त्या लोकांशी संपर्क साधू शकलात, तर किती बरं होईल. त्यांना फक्त एवढंच पटवून द्या की, त्यांच्याप्रमाणेच नानट्केट कराराच्या विरोधात असलेल्या काही बड्या शक्ती अमेरिकेत आहेत आणि त्यांचा हा नानट्केट करार हाणून पाडण्याचा विचार आहे, तसंच त्या संदर्भात तुमच्याशी वाटाघाटी करायची त्यांची इच्छा आहे.''

रशियाच्या संरक्षणखात्यातल्या कर्नल कुटुझोव्हची आणि कर्नल ईस्टरहाउसची

अत्यंत गुप्ततेनं भेट झाली. कर्नल कुटुझोव्हनं ईस्टरहाउसला ज्या उत्साहानं प्रतिसाद दिला, त्यावर ईस्टरहाउसचा स्वत:चाच विश्वास बसेना.

बरोबर दोन आठवड्यांनंतर त्यांनी ईस्टरहाउसशी रियाधमध्ये संपर्क साधला आणि त्याला सांगण्यात आलं की, काही रशियन अधिकारी या अमेरिकन मित्रांची अत्यंत गुप्ततेनं भेट घ्यायला तयार आहेत. त्या भेटीचे तपशील असलेलं एक पाकीटही त्याच्या हवाली करण्यात आलं, कर्नल ईस्टरहाउसनं ते उघडून न बघता ह्यूस्टनला पोहोचवलं.

❖

जुलै

इतर कुठल्याही कम्युनिस्ट देशाच्या मानानं युगोस्लाव्हियात प्रवाशांपुरतं तरी जास्त मोकळं वातावरण आहे. इतकं की, बेलग्रेड विमानतळावर येऊन पोहोचल्यावर सुद्धा अगदी थोड्या प्रयत्नांनंतर देशात प्रवेशाला आवश्यक असणारा परवाना – व्हिसा मिळवता येतो. जुलै महिन्याच्या १५ तारखेला याच बेलग्रेड विमानतळावर पाच माणसं एकाच वेळी, पण वेगवेगळ्या मार्गांनी येऊन पोहोचली. सर्वांनी एक आठवड्याच्या मुक्कामासाठी व्हिसा मिळावा, म्हणून अर्ज केला. व्हिसा देण्यापूर्वी प्रत्येक प्रवाशाची मुलाखत घेतली जाते व देशात येण्याचं कारण विचारलं जातं; तर या पाचही जणांनी आपण डॅन्यूब नदीच्या काठी असलेल्या एका हंटिंग लॉजमध्ये शिकारीसाठी चाललो आहोत, असं सांगितलं. तसंच, प्रत्येकानं आपापल्या मुलाखतीत असंही सांगितलं की, लॉजकडे पोहोचण्याआधी आपण वाटेतच असलेल्या पेट्रोव्हारादिन या सुपरलक्झरी हॉटेलात एका रात्रीपुरता मुक्काम ठोकणार आहोत.

प्रत्येक जण व्हिसा पदरात पडल्यानंतर स्वतंत्र टॅक्सी घेऊन त्या हॉटेलकडे गेला.

व्हिसा देणाऱ्या अधिकाऱ्याची ड्युटी दुपारी बारा वाजता बदलत असे. ही गोष्ट ध्यानात घेऊन या पाचही जणांनी व्हिसासाठी मुलाखतीला जाण्याच्या आपापल्या वेळांमध्ये योग्य ते अंतर ठेवलं होतं. या व्हिसा देणाऱ्या अधिकाऱ्यांमध्येच एक पाव्हलिक नामक अधिकारी होता. हा के.जी.बी.चा अत्यंत महत्त्वाचा हस्तक होता. युगोस्लाव्हियात प्रवेश करणाऱ्या सर्व माणसांवर कडी नजर ठेवण्याचं काम त्याच्याकडे सोपवलेलं होतं, पण या पाच माणसांनी मुलाखतीला जाण्याच्या वेळांमध्ये अशा काही चतुराईनं योग्य अंतर ठेवलेलं होतं की, त्यांच्यातील फक्त एकालाच मुलाखतीसाठी या पाव्हलिकच्या पुढे जाण्याची वेळ यावी.

दोन तासांनंतर नेहमीसारखा पाव्हलिकनं एक गुप्त रिपोर्ट तयार करून बेलग्रेडमधल्या रशियन दूतावासाकडे पाठवला.

दूतावासामधला सोव्हिएत संघाचा निवासी अधिकारी पाव्हेल केरकोरियन हा फारशा चांगल्या मन:स्थितीत नव्हता. घरी बायकोशी भांडणं, कटकटी हे तर नेहमीचंच झालं होतं, त्यात जेवणही अंगावर आलं होतं, त्यामुळे तो झोपेला आला होता. शिवाय रोज हजारो प्रवासी येणार, जाणार. त्यातल्या कुणा कुणावर म्हणून लक्ष ठेवणार? त्यानं पाव्हलिककडून आलेला रिपोर्ट नुसता एकवार नजरेखालून घातला आणि बाजूला भिरकावला. पण मग त्याला काय वाटलं, कुणास ठाऊक, त्यानं तो परत उचलून वाचला. कुठंतरी, काहीतरी खटकत होतं. मिलर हे आडनाव तसं नेहमी ऐकण्यातलं होतं. पण सायरस नाव जरा चमत्कारिक वाटत होतं. हे नाव आपण आधी कुठं बरं ऐकलं असावं? तो विचारात पडला.

सुमारे तासभराच्या खटाटोपानंतर ऑफिसातल्या मासिकांच्या रद्दीतून त्यानं एक 'फोर्बेस' नामक मासिक शोधून काढलं. त्यात या सायरस व्ही. मिलरवर एक लेख आला होता. हा योगायोग म्हणावा की, का? पण योगायोगांवर विश्वास ठेवून कधीही स्वस्थ बसू नये, अशी के.जी.बी.ची शिकवण असते. एक, सुमारे ऐंशीच्या घरात पोचलेला माणूस, ज्याचा कम्युनिस्ट विचारसरणीशी कधी दुरन्वयानंसुद्धा संबंध आलेला नाही, असा माणूस सगळी अमेरिका सोडून युगोस्लाव्हियात कशाला येईल शिकारीला? आणि तेसुद्धा स्वत:च्या मालकीचं जेट विमान सोडून साध्या विमानसेवेच्या विमानानं कशाला येईल? मग त्यानं आपल्या हाताखालच्या दोन तरुण अधिकाऱ्यांना बोलावून या सायरस मिलरच्या संदर्भात जरा चौकशी करायला सांगितली.

केरकोरियनच्या या दोन्ही मदतनिसांना युगोस्लाव्ह भाषा तितकीशी येत नसे, त्यामुळे त्यांनी आपल्या स्थानिक ड्रायव्हरला मदतीला घेतलं. आधी त्यांनी एका पब्लिक टेलिफोन बूथवरून पेट्रोव्हारादिन हॉटेलात चौकशी केली व मिळालेली माहिती मेजर पाव्हेल याला कळवली. त्यांना असं सांगण्यात आलं होतं की, एक नव्हे, तर चांगले पाच अमेरिकन्स त्या हॉटेलात उतरले होते. ते जरी वेगवेगळ्या वेळी तिथं आले असले, तरी ते एकमेकांना चांगले ओळखत होते, हे निश्चित. नंतर मेजर पाव्हेलचे हस्तक सरळ त्या हॉटेलात गेले. तिथल्या बुकिंग क्लार्कला थोडे पैसे चारल्यानंतर त्यानं पाचही जणांच्या अमेरिकन पासपोर्टच्या पहिल्या तीन पानांच्या फोटोकॉपीज त्यांना काढून आणून दिल्या. ते सर्व जण दुसऱ्याच दिवशी सकाळी निघून एका मिनीबसनं शिकारीसाठी कुठल्यातरी हंटिंग लॉजकडे जायचे होते. त्या तरुण अधिकाऱ्यांनी मेजर पाव्हेलला फोन करून, 'पुढे काय करायचं,' असं विचारलं. मेजरनं त्यांना रात्रभर तिथंच थांबून, त्या अमेरिकनांवर पाळत ठेवण्याची आज्ञा दिली. ते कुठं-कुठं जातात, कुणाकुणाला भेटतात, या सगळ्याची नीट माहिती काढून ठेवा, असं त्यानं त्यांना बजावलं.

नंतर मेजर स्वत: घरी गेला. जाताना त्याच्या मनात येत होतं, एखादेवेळी नुसतं साप साप म्हणून भुई धोपटण्याचा हा प्रकार व्हायचा; पण निदान त्या

निमित्तानं त्या रिकामटेकड्या पोरांना काहीतरी उद्योग मिळेल. थोडंतरी ट्रेनिंग होईल.

दुसऱ्या दिवशी मेजर ऑफिसात गेला, तर ते दोघं तरुण अधिकारी दमून भागून त्याचीच वाट बघत बसले होते, पण विजयाचा आनंद त्यांच्या चेहऱ्यांवरून नुसता ओसंडून चालला होता. त्यांचा तो रिपोर्ट ऐकून मेजरलाही आश्चर्याचा धक्का बसला.

त्या दिवशी सकाळी ठरल्याप्रमाणे मिनीव्हॅन वेळेत आली, मग ते पाचही जण तीत चढले. त्यांचा गाइड जरी साध्या वेशात असला, तरी चेहऱ्यामोहऱ्यावरून मात्र तो रशियन लष्करी अधिकारी वाटत होता; आणि गंमत अशी की, ती व्हॅन हंटिंग लॉजच्या दिशेनं जाण्याऐवजी त्या पाचही जणांना घेऊन सरळ बेलग्रेडच्या दिशेनं गेली आणि नंतर त्या सर्वांना सरळ बटाज्निका लष्करी विमानतळापाशी सोडण्यात आलं. तिथल्या मेनगेटवर त्यांचे पासपोर्ट्ससुद्धा तपासले गेले नाहीत. त्या गाइडनं स्वत:च्या खिशातून पाच प्रवेशपत्रिका काढून तिथं दाखवल्या व सगळ्यांना आत सोडण्यात आलं.

केलकोरियनला बटाज्निका ठाऊक होता. तो एक युगोस्लाव्हियन लष्करी हवाईअड्डा असून तो बेलग्रेडच्या वायव्येला वीस कि.मी. अंतरावर होता. अमेरिकन प्रवाशांना तिथं कुणीही, कधीही सोडणं शक्य नाही, म्हणजेच यात काहीतरी पाणी मुरतंय, हे त्याच्या लक्षात आलं. इतर अनेक गोष्टींबरोबर सध्या या विमानतळावरून सोव्हिएत लष्करी सामानसुमानाची मोठ्या प्रमाणात ने-आण सुरू होती. याचा अर्थच असा की, विमानतळाच्या अंतर्भागात नक्कीच एक रशियन इंजिनिअरांची तुकडी काम करत असणार. त्यांच्यापैकी एकाचा या अमेरिकनांशी काहीतरी संबंध असणार. काहीतरी गडबड होती, हे नक्की.

मग केरकोरियननं आणखीही इतर मार्गांनी थोडीफार चौकशी केली आणि दहा तासांच्या आतच एक रिपोर्ट बनवून, तो के.जी.बी.कडे पाठवला. त्या रिपोर्टमधला मजकूर साधारण असा होता : पाच अमेरिकन प्रवाशांना एका मिनीबसमधून उतरवून एका अंतोनोव्ह जेट ट्रान्सपोर्टमध्ये बसवण्यात आलं. ते ओडेसाहून आले होते व लगेच परत तिकडेच रवाना झाले. बेलग्रेड रेसिडेंटकडून नंतर हाती आलेल्या रिपोर्टनुसार ते सर्व अमेरिकन चोवीस तासांनंतर गेल्या वाटेनं परत पेट्रोव्हारादिन हॉटेलकडे आले. तिथं परत एक रात्र घालवून नंतर युगोस्लाव्हिया सोडून गेले. त्यांनी आपल्या मुक्कामात एखाद्या माशीची सुद्धा शिकार केली नाही.

❖

ऑगस्ट

कोस्टा डेल सोलला उकाड्यानं एखाद्या घोंगडीसारखं गुरफटून टाकलं होतं. खाली समुद्रकिनाऱ्यावर रेतीत कितीतरी प्रवासी वाळूत उलथे-पालथे होत पहुडले

होते. आकाश पांढरंशुभ्र दिसत होतं आणि समुद्रकिनाऱ्यावर तर वाऱ्याची साधी झुळूकसुद्धा नव्हती.

पश्चिमेकडे जिब्राल्टरच्या डोंगररांगा उन्हात चमकत होत्या. अलकांटारा डेल रिओमध्ये राहणारे, द्राक्षमळ्यांमध्ये काम करणारे मजूर भल्या पहाटे चार वाजताच उठून कामावर जायचे आणि सहा तास काम करून ऊन डोक्यावर जास्त तापायला लागलं की, घरी परत जायचे. दुपारचं जेवणखाण झाल्यावर गारव्याला ताणून द्यायची छानपैकी, ती संध्याकाळी पाचपर्यंत. आणि मग उठून परत मळ्यात कामाला जायचं, ते रात्री आठ वाजेपर्यंत घाम गळेस्तोवर काम करायचं.

सूर्याच्या उन्हात द्राक्षं चांगली टरटरून फुगली होती. या वर्षीचा हंगाम चांगला जाणार, अशी चिन्हं होती. अंतोनिओनं आपल्या बारमध्ये त्या नेहमीच्या उंच, गोऱ्यापान परदेशी माणसासमोर वाइनचा ग्लास ठेवला आणि तो म्हणाला, "या वर्षी द्राक्षाचं पीक चांगलं आलं, नाही?"

"हो, ना!" तो माणूस हसून म्हणाला, "आता आम्हाला तुमचं बिल चुकतं करायला वांधे यायचे नाहीत."

आसपासची सगळी माणसं हे ऐकून मोठ्यांदा हसली. त्या माणसाची स्वत:ची कित्येक एकर जमीन होती व तो चांगलाच गबर होता, हे गावातल्या शेंबड्या पोरालासुद्धा ठाऊक होतं.

❖

ऑगस्ट
दोन आठवड्यांनंतर...

मिखाईल गोर्बाचेव्ह आज फारशा चांगल्या मन:स्थितीत नव्हते. खरं तर मनमोकळा स्वभाव आणि प्रसन्न व्यक्तिमत्त्व यांबद्दल त्यांची ख्याती होती, पण आज मात्र आपल्या न्यू स्क्वेअरमधल्या सेंट्रल कमिटी बिल्डिंगच्या सातव्या मजल्यावरच्या ऑफिसात बसून ते टेबलावर पसरलेल्या सगळ्या रिपोर्ट्सकडे रागानं बघत होते.

खोलीच्या मध्यभागी असलेल्या लांबलचक टेबलावर हे सगळे रिपोर्ट्स ओळीनं व्यवस्थित लावून ठेवण्यात आले होते. हे सर्व रिपोर्ट्स त्यांचा जवळचा मित्र व सहकारी असलेला परराष्ट्रमंत्री एडवर्ड शेव्हर्दनात्झे याच्याकडून आलेले होते. ते रिपोर्ट्स डोळ्यांखालून घालण्यासाठी त्यांना मुद्दाम रजेवरून पाचारण करण्यात आलं होतं; आणि आता ते सगळे वाचल्यानंतर आपण चांगली मजेत चाललेली सुट्टी सोडून कुठून झक मारायला इथं आलो, असं झालं होतं.

चेर्नेन्कोंच्यानंतर सत्तेवर येऊन त्यांना आज सहा वर्षं झाली होती. या सहा वर्षांत आपल्या मातृभूमीची मान जगात उंच व्हावी, यासाठी त्यांनी आटोकाट प्रयत्न केले होते; आणि आता भांडवलशाही पाश्चिमात्य राष्ट्रांच्या खांद्याला खांदा लावून त्यांचा देश आज ताठ मानेनं उभा होता.

प्रत्येक देशभक्त रशियन नागरिकाप्रमाणे मिखाईल गोर्बाचेव्ह यांनासुद्धा कुठंतरी मनोमन पाश्चिमात्य राष्ट्रांचं, तिथल्या वैभवाचं, समृद्धीचं आणि त्या अनुषंगानं येणाऱ्या मगरुरीचं वैषम्य वाटल्यावाचून राहात नसे, पण इतर लोकांप्रमाणे त्यांचं मत मुळीच असं नव्हतं की, ही रशियातली परिस्थिती कधीच बदलू शकणार नाही किंवा रशिया पाश्चिमात्यांच्या पायरीला पाय लावू शकणार नाही. लाचलुचपत, आळशीपणा, लाल फितीचा कारभार, अनागोंदी हे सर्वकाही बदलता येतं. फक्त त्यासाठी कसून प्रयत्न करायला हवेत, असं त्यांचं मत होतं आणि गेल्या सहा वर्षांत त्यांनी आपल्याकडून प्रयत्नांत कुठंही कसूर केलेली नव्हती. हे एक प्रकारचं आव्हान म्हणूनच त्यांनी स्वीकारलं होतं; पण ही एक तारेवरची कसरतच होती.

पहिल्यांदा पार्टीची अंतर्बाह्य स्वच्छता, लाचलुचपतीचं मुळापासून उच्चाटन. कुठल्याही कट्टर कम्युनिस्टप्रमाणेच गोर्बाचेव्हसुद्धा अशाच मताचे होते की, निदान नीतिमत्तेच्या बाबतीत तरी आपला देश या भांडवलशाही देशांपेक्षा कितीतरी वरचढ आहे; पण तरीही या पाश्चिमात्य राष्ट्रांच्या हातातील प्रचंड आर्थिक सत्तेबद्दल त्यांना वैषम्य वाटल्यावाचून राहायचं नाही; आणि तशात ही तेलाबाबतची आणीबाणी येऊन ठेपली होती. सैबेरिया आणि आर्क्टिक भागात प्रचंड भांडवल ओतायला हवं होतं. ते उभं करायचं, तर कुठं ना कुठंतरी काटछाट तर करायला हवीच ना. या विचारातूनच त्यांनी नानट्केट कराराला आपला पाठिंबा दिला; पण त्यामुळेच आज स्वतःच्याच लष्कराशी वैर पत्करायची वेळ त्यांच्यावर आली होती.

कुठल्याही सोव्हिएत नेत्याप्रमाणे त्यांनाही या गोष्टीची जाणीव होती की, सत्तेचे तीन आधारस्तंभ म्हणजे पार्टी, लष्कर आणि के.जी.बी; आणि त्यातल्या कुणाही दोघांशी एकाच वेळी वैर पत्करणं, म्हणजे मरणच ओढवून घेण्यासारखं की! आधीच स्वतःच्या जनरल्सशी त्यांनी उघड-उघड वाकडं घेतलेलंच होतं आणि आता के.जी.बी.नं सुद्धा पाठीत सुरा खुपसायचा ठरवला, तर कठीणच. त्यांच्या पश्चिम विभागाच्या माहिती खात्याच्या मंत्र्याकडून आलेल्या रिपोर्टमध्ये म्हटलं होतं की, अमेरिकन जनमताचा सर्वसाधारण कल बघता तेथील काँग्रेस या नानट्केट कराराविषयीच्या विधेयकाला संमती न देण्याची दाट शक्यता आहे, त्यामुळे रशियाला ज्याची भीती वाटत आहे, ते महाविनाशकारी बॉंबर अमेरिकेला बनवता येईल.

स्वतः गोर्बाचेव्ह यांना व्यक्तिशः आपली मातृभूमी सोडून पळून चाललेल्या

ज्यूंविषयी तिळमात्र प्रेम नव्हतं. मातृभूमीनं तर, त्यांना सर्वकाही दिलं होतं. मिखाईल गोर्बाचेव्ह पूर्णपणे, शतप्रतिशत रशियन मनाचे होते. फक्त त्यांना संताप या गोष्टीचा आला होता की, जे काही घडलं होतं, ज्याची आज सगळ्या जगात चर्चा चालली होती, ज्यामुळे त्यांची मान आज खाली झाली होती, ते कृत्य त्या नीचांनी मुद्दाम, जाणीवपूर्वक घडवून आणलेलं होतं; आणि हे लोक कोण होते, हेही त्यांना पुरेपूर ठाऊक होतं. त्यांच्या पत्नीनं लंडनच्या दौऱ्यावर असताना केलेल्या भरमसाठ खरेदीची चोरून व्हिडीओटेप काढून ती मॉस्कोच्या राजकीय वर्तुळात दाखवण्याचं काम ज्या दुष्टांनी केलं होतं, त्यांचाच हात आजच्याही कृत्यामागे होता.

त्यांच्या दरवाज्यावर एक थाप पडली.

गोर्बाचेव्ह यांच्या सेक्रेटरीनं मान वर करून पाहिलं. त्यांनी त्याच्याकडे बघून 'एक मिनिट' अशी खूण केली व ते घाईनं आपल्या टेबलामागे जाऊन बसले व मग त्यांनी सेक्रेटरीला दार उघडायला सांगितलं.

"कॉम्रेड, अध्यक्ष आपल्या भेटीसाठी आले आहेत."

जनरल ब्लादिमिर क्रुश्चेव्ह – के.जी.बी.चे अध्यक्ष लष्करी गणवेशात आत आले.

गोर्बाचेव्ह उठले व त्यांनी अध्यक्षांना टेबलावर पसरलेल्या 'कागदांकडे बघा,' अशी खूण केली.

ब्लादिमिर क्रुश्चेव्ह हेही त्यांच्या आधीचे के.जी.बी. अध्यक्ष चेब्रिकोव्ह यांच्याच विचारधारणेचे व त्यांचे अत्यंत जवळचे स्नेही होते. पुरातन विचारसरणीचे चेब्रिकोव्ह हा जनरल सेक्रेटरी गोर्बाचेव्ह यांच्या वाटेतला फार मोठा अडसर होता. पण अखेर १९८८ साली त्यांना आपल्या मार्गातून दूर करण्यात गोर्बाचेव्ह यांना यश आलं. पण त्यानंतर नियमानुसार, परंपरेनुसार त्यापदी विराजमान झालेले व्हाइस प्रेसिडेंट ब्लादिमिर क्रुश्चेव्ह हेही काही चेब्रिकोव्हपेक्षा वेगळे नव्हते; पण आता लगेच त्यांचाही काटा काढणं कसं शक्य होतं? मॉस्को झालं, तरी काय, तिथंही काही मर्यादा पाळाव्याच लागतात.

क्रुश्चेव्हनं कागदपत्रांकडे एक नजर टाकली व भुवई उंचावली.

"नालायक!" गोर्बाचेव्ह यांच्या मनात आलं.

"त्या ज्यू निदर्शकांवर मुद्दाम टीव्ही कॅमेरे चालू असताना एवढे अत्याचार करायची काहीही गरज नव्हती." गोर्बाचेव्ह यांनी नेहमीप्रमाणेच काहीच प्रस्तावना न करता एकदम मुद्द्यालाच हात घातला. "पंधरा पाश्चिमात्य टीव्ही कर्मचारी, आठ रेडिओचे बातमीदार, वीस वर्तमानपत्रं आणि मासिकांचे वार्ताहर, त्यातसुद्धा अर्धेअधिक अमेरिकन! १९८०च्या ऑलिंपिक्समध्ये सुद्धा आपल्याला एवढी प्रचंड प्रसिद्धी मिळाली नसेल."

क्रुश्चेव्हनं प्रश्नार्थक मुद्रा केली. शेवटी न राहवून तो म्हणाला,

"कॉम्रेड गोर्बाचेव्ह, हे ज्यू लोक अनधिकृत मोर्चा घेऊन आले होते. मी स्वत: त्या वेळी रजेवरच होतो, पण अर्थात त्या वेळी इनचार्ज असलेले माझे लोक त्या परिस्थितीत योग्य असेच वागले, तसंच माझं मत आहे. त्या जमावाला खरं म्हणजे पांगण्याची सूचना आमच्या अधिकारी लोकांनी पुरेशी आधी दिलेली होती, पण त्यांनी तिचं पालन न केल्यामुळे अधिकाऱ्यांना पुढील उपाय-योजना करावी लागली."

"पण तो भररस्ता होता. तिथं मिलिटरीचा कायदा लागू असतो."

"अहो, पण ते उघड-उघड रशियाविरोधी प्रचार करत होते. त्यांच्या घोषणा-पत्रांकडे एकदा पाहा. ही बाब के.जी.बी.च्याच अखत्यारीतली आहे, हे आपल्या लक्षात येईल."

"आणि नेमकं त्याच वेळी आख्खं परदेशी प्रेस कसं बरं जमा झालं होतं?"

"प्रेसवाले तर काय, जगाच्या पाठीवर कुठंही उपटतातच."

"अर्थातच; आणि मुळात जर त्यांना फोन करून ती बातमी आधीच कळवलेली असेल, तर नक्कीच उपटतात!" – गोर्बाचेव्ह मनात म्हणाले. पण ते उघड तसं म्हणू शकत नव्हते. क्षणभर त्यांच्या मनात एक कल्पना चमकून गेली की, याच घटनेचा मोठा बाऊ करून आपल्याला क्रुश्चेव्हची हकालपट्टी करण्याची संधी मिळेल. अर्थात के.जी.बी.च्या अध्यक्षाला घालवायचं, म्हणजे या गोष्टीला आख्ख्या पॉलिट ब्यूरोची संमती हवी. आणि मूठभर ज्यूंना पिटून काढलं, एवढं साधं कारण पॉलिट ब्यूरोला पटणंच शक्य नाही, तरीही त्यांचा राग अजून नीटसा शमला नव्हता; आणि त्यांनी ही संधी साधून क्रुश्चेव्हला चांगलं फैलावर घेतलं. तब्बल पाच मिनिटं ते बोलत होते.

क्रुश्चेव्ह ओठ घट्ट मिटून उभा होता. आपल्यापेक्षा अधिकारानं मोठ्या; पण वयानं लहान असलेल्या माणसानं आपली ही अशी कानउघाडणी करावी, हे त्याला कधीच रुचणं शक्य नव्हतं.

गोर्बाचेव्ह आता त्याच्या डोळ्यांत डोळे घालून बघत होते; आणि नेमकी याच वेळी क्रुश्चेव्हनं एक घोडचूक केली.

आत्ता या क्षणी त्याच्या खिशात बेलग्रेडच्या अधिकाऱ्याकडून आलेला तो रिपोर्ट होता, हा रिपोर्ट इतका महत्त्वाचा होता की, तो आपण स्वत: जाऊन जनरल सेक्रेटरीच्या कानांवर घालायला हवा, म्हणून क्रुश्चेव्ह तो बरोबर घेऊन आला होता, पण त्यांचं हे वाक्ताडन ऐकून अपमानित झालेला के.जी.बी प्रमुख मनात म्हणाला, 'तुम्ही खड्ड्यात जा, जनरल सेक्रेटरी!' आणि त्यानं तो रिपोर्ट दडपला. पुढे घडणाऱ्या भयानक नाट्याची ती नांदीच ठरली.

❖

सप्टेंबर

आयर्विंग मॉसनं लंडनमध्ये आता आपले हातपाय चांगले पसरले होते. पण ह्यूस्टन सोडण्याअगोदर मिलरनं व त्यानं एकत्र बसून, फक्त त्या दोघांनाच कळेल, अशी एक सांकेतिक भाषा बनवली होती. नॅशनल सेक्युरिटी एजन्सीद्वारा देशात येणारे असंख्य फोनकॉल्स टॅप करून ते कॉम्प्युटरमध्ये रेकॉर्ड केले जातात, पण ही माहिती इतक्या प्रचंड प्रमाणावर रोज साठवली जात असते की, तिची छाननी करून, जर काही वेगळं वाटलं, तरच ते संभाषण विचारात घेतलं जातं, अन्यथा नाही. या गोष्टीचा विचार करूनच मॉसनं आपली सांकेतिक भाषा भाजीपाल्याच्या बाजारभावांवर आधारित बनवली होती. त्या सांकेतिक भाषेची गुरुकिल्ली मॉसनं लिहून काढली होती व त्याची एकेक प्रत मॉस व मिलर या दोघांकडे होती.

तेव्हा मॉसला सप्टेंबरमध्ये या सांकेतिक भाषेत मिलरनं ह्यूस्टनहून फोन करून अशी ताजी बातमी कळवली की, त्यांच्या प्लॅनकरता लागणारी रशियन बनावटीची वस्तू बनवून पूर्ण होत आली आहे, ती सुमारे पंधरा दिवसांच्या आतच त्याच्या हातात पडेल. तसंच, व्हाइट हाउसमधल्या अगदी आतल्या राजकीय वर्तुळात त्याला हवा असलेला एक घरभेद्या बसलेला आहे. त्याला लाच देऊन विकत घेण्यात आलं आहे, त्यामुळे आता 'प्लॅन ट्रॅव्हिस' अमलात आणण्यात काहीच अडचण नाही.

❖

ऑक्टोबर

ऑक्सफर्ड युनिव्हर्सिटीचं हिवाळी सत्र आठ आठवडे चालू असतं. सत्राच्या शेवटी नवव्या आठवड्यात विविध कार्यक्रम होतात, त्यामध्ये ॲथलेटिक्स, वादविवाद स्पर्धा, नाटकं अशा अनेक गोष्टींचा समावेश असतो. दोन ऑक्टोबरला मैदानामध्ये ॲथलेटिक्समध्ये भाग घेतलेले बरेच विद्यार्थी सराव करताना दिसत होते. त्यांच्यातच एक उंच, सडसडीत तरुणही होता. त्याला मागून एक हाक आली.

"हॅलो सायमन, एवढ्यात परत?" ते ॲथलेटिक्स क्लबचे खजिनदार होते.

"होय, सर...."

"असू दे! असू दे! भरपूर सराव करा. तुमच्यावर आमच्या आशा केंद्रित आहेत..." असं म्हणून त्याच्या पोटात एक हलकासा गुद्दा मारून सर निघून गेले.

...सायमन नित्याप्रमाणे पळण्याचा सराव करायला धावपट्टीवरून धावू

लागला. रोज पाच मैल पळण्यानं सुरुवात करून आता त्यानं रोजी बारा मैलांची मजल गाठली होती.

बुधवार, तारीख ९ ऑक्टोबर. सायमन रोजच्याप्रमाणे सायकलवरून ऑक्सफर्ड शहराच्या मध्याकडे चालला होता. हुतात्मा चौक आणि सेंट मेरी मॅग्दालेन चर्च ओलांडून तो डावीकडच्या ब्रॉड स्ट्रीटला वळला आणि स्वत:च्या बॅलिलॉल कॉलेजवरून पुढे हाय स्ट्रीटला जाऊ लागला. शेवटचं वळण पार केल्यावर मॅग्दालेन कॉलेजचं कंपाउंड लागलं. इथं तो नेहमीसारखा सायकलवरून खाली उतरला. त्यानं आपली सायकल कुंपणाला बांधून ठेवली आणि पळण्याच्या सरावाला सुरुवात केली. मॅग्दालेन ब्रिज पार करून तो आता पूर्वेकडे वळला होता. आता साडेसहाला सूर्योदयाची वेळ होत आली होती आणि त्याच्यासमोर सरळसोट चार मैलांचा पट्टा पसरला होता.

आज दुसरं कुणीच धावताना दिसत नव्हतं. तो बराच वेळ एकटाच धावत होता. सरळ रस्ता संपून आता चढण सुरू झाली होती. समोर एक लहानशी टेकडी होती. रात्री पडलेल्या पावसामुळे वाट ओलसर – निसरडी झाली होती. निसरडं टाळण्यासाठी तो बाजूच्या गवतावरून धावू लागला. ओलसर गवतानं पायाला गुदगुल्या होत होत्या. वातावरण हिरवंगार आणि प्रसन्न होतं. त्याच्या चित्तवृत्ती प्रफुल्लित होत्या.

त्याच्यामागून एक गाडी सावधपणे पाठलाग करत येत होती. आतल्या माणसांना रोज-रोज त्याच रस्त्यानं त्याच प्रकारे गाडी हाकत येण्याचा अगदी उबग आलेला होता. तो तरुण आता पळण्याच्या शेवटच्या शंभर यार्डांच्या टप्प्यात पोहोचला होता. या छोट्या रस्त्यावर दुतर्फा दाट झाडी होती. इथंच बाजूच्या झाडीत एक व्हॅन पार्क केलेली दिसत होती. ती एक जुनाट फोर्ड जातीची ट्रॅन्झिट व्हॅन होती. तिच्या दोन्ही बाजूंवरती 'बार्लोज ऑर्चर्ड प्रोड्यूस' अशी अक्षरं रंगवलेली होती. या दिवसांत बार्लो कंपनीच्या असल्या कितीतरी गाड्या रस्त्यावरून धावताना दिसायच्या. तो सफरचंदांचा मोसमच होता, त्यामुळे बघणाऱ्याला या गाडीबद्दल काही नवल वाटायचं कारणच नव्हतं. बाहेरून पाहिलं की, गाडीत लादलेल्या सफरचंदांच्या पेट्या दिसत होत्या. वास्तविक त्या खऱ्या पेट्या नव्हत्याच. खिडकीच्या काचांना आतल्या बाजूनं लावलेली चित्रं होती, पण ती इतकी बेमालूम होती की, कुणाचीही अगदी सहज फसगत व्हावी.

त्या व्हॅनचं चाक बहुधा पंक्चर झालं असावं. कारण एक माणूस हातात स्पॅनर घेऊन पुढच्या चाकापाशी वाकला होता. सायमन मागून पळत आला आणि त्या व्हॅनकडे फारसं लक्ष न देता आपल्या नेहमीच्या रस्त्यानं सरळ धावत राहिला, पण तो व्हॅनसमोरून जात असताना क्षणार्धात एकदम दोन गोष्टी घडल्या. व्हॅनचे मागचे

दोन दरवाजे उघडून काळे ट्रॅकसूट घातलेल्या दोन माणसांनी खाली उड्या मारल्या. त्यांनी पळणाऱ्या सायमनवर झेप घेऊन त्याला भुईसपाट केलं. लगेच पुढच्या चाकापाशी वाकलेला माणूस उभा राहिला. त्याच्या हॅटमागे इतका वेळ दडलेल्या चेहऱ्यावर इतर दोघांप्रमाणेच बुरखा होता, आणि त्याच्या हातातला स्पॅनर वास्तविक स्पॅनर नव्हताच. ती एक झेक बनावटीची स्कॉर्पियन सबमशिनगन होती. त्याचक्षणी त्यानं गोळीबार सुरू केला. मागून येणाऱ्या गाडीच्या समोरच्या काचांचा चक्काचूर झाला. त्या गाडीचा ड्रायव्हर तर जागच्या जागीच ठार झाला. मागच्या सीटवर बसलेल्या माणसानं एखाद्या मांजराच्या चपळाईनं खाली उतरून जमिनीवर लोळण घेतली आणि चालती गाडी हेलकावे खाऊन उलटली. जमिनीवर लोळण घेतलेल्या माणसानं गोळीबाराच्या दिशेनं आपलं पिस्तूल झाडलं; पण त्याला आणखी प्रतिकार करायची संधीच मिळाली नाही. स्कॉर्पियन सबमशिनगनमधून होणाऱ्या गोळ्यांच्या वर्षावानं त्याचा बळी घेतला. एव्हाना पुढच्या बाजूला ड्रायव्हरजवळ बसलेल्या माणसाला गाडीच्या खिडकीची काच फोडून बाहेर पडण्यात यश मिळालं होतं; आणि तो या हल्लेखोरांचा प्रतिकार करण्याचा प्रयत्न करणार, इतक्यात एक गोळी सुसाटत येऊन त्याच्या हृदयात शिरली व तो तत्क्षणीच गतप्राण झाला. हे सर्व घडल्यानंतर बरोबर पाचव्या सेकंदाला तो बंदूकधारी व्हॅनमध्ये चढून ड्रायव्हरच्या शेजारी बसला. तोपर्यंत उरलेल्या दोघांनी सायमनला व्हॅनच्या मागच्या बाजूला कोंबलं होतं. व्हॅन गर्रकन रिव्हर्स घेऊन व्हीटले खेड्याच्या दिशेनं वेगानं धावू लागली.

गाडीतला एक गुप्तचर संस्थेचा एजंट मरणाच्या दारात होता; पण त्यानं तशाही स्थितीत आटोकाट प्रयत्न करून इंचाइंचानं पुढे सरकत गाडीच्या दारापर्यंत सरपटत येण्यात यश मिळवलं. यातनांवर मात करून त्यानं डॅशबोर्डच्या खाली ठेवलेला मायक्रोफोन काढला आणि मरण्यापूर्वी आपला शेवटचा संदेश पाठवला. संदेश मिळाल्यानंतर बरोबर पाचव्या मिनिटाला मदतगार तुकडी तिथं पोहोचली; पण तोपर्यंत फार उशीर झाला होता. तो मरण पावला होता. मायक्रोफोनवर त्यानं पाठवलेला संदेश असा होता :

'वाचवा, वाचवा! कुणीतरी सायमन कॉरमॅकला पळवून नेलं आहे.'

❖

चार

मरण्यापूर्वी गुप्तचर विभागाच्या माणसानं जो रेडिओ-संदेश पाठवला, त्यानंतर प्रचंड वेगानं गोष्टी घडू लागल्या. बरोबर सात वाजून पाच मिनिटांनी प्रेसिडेंट जॉन कॉरमॅक यांच्या मुलाला पळवण्यात आलं. सात वाजून सात मिनिटांनी एजंटनं संदेश पाठवला. तो संदेश तीन ठिकाणी ग्रहण करण्यात आला.

वूडस्टॉक रोडच्या टोकाला एक घर होतं. या घरात गुप्तचर विभागाच्या आणखी दहा माणसांची तुकडी प्रेसिडेंट कॉरमॅक यांच्या मुलावर नजर ठेवण्याच्या कामासाठी तळ ठोकून होती. आठ लोक अजून झोपेतच होते; पण जे दोघे पहारा देत जागे होते, त्यांनी हा ट्रान्समीटरवरचा संदेश ऐकला.

सायमन कॉरमॅकला अमेरिकेतील सगळ्या उत्तमोत्तम युनिव्हर्सिटीज सोडून इथं परदेशात शिकायला ठेवण्याची ही कल्पना मुळात गुप्तचर विभागाचे अध्यक्ष क्रायटन बरबँक याला पसंतच नव्हती. त्यानं आपला विरोध खुद्द प्रेसिडेंटजवळ सुद्धा सुरुवातीलाच नोंदवला होता. पण प्रेसिडेंट कॉरमॅक यांनी त्याचं म्हणणं धुडकावून लावलं. केवळ आपल्या राजकारणातील स्थानापायी आपल्या एकुलत्या एक मुलाची ऑक्सफर्डमध्ये शिक्षण घेण्याची तीव्र इच्छा पुरवता येऊ नये, याचा त्यांना खेद वाटला, त्यामुळे त्यांनी जिद्दीनं त्याला ऑक्सफर्डमध्ये शिकण्यासाठी ठेवण्याचा निर्णय घेतला. स्वत:चा विरोध गिळून बरबँक यानं अखेर ही गोष्ट मान्य केली. सायमनच्या संरक्षणासाठी सी.आय.ए.च्या पन्नास गुप्तचर पोलिसांची तुकडी कायम त्याच्या बरोबर ठेवावी, असा आग्रह धरला.

पण इथंही परत एकदा प्रेसिडेंट कॉरमॅक आपल्या लाडक्या मुलाच्या विनवण्यांना बळी पडले.

''डॅडी, प्लीज मला एवढी एक तरी संधी द्या की. आजूबाजूला पन्नास पोलिसांचा पहारा ठेवून माझी एक प्रेक्षणीय वस्तू का करणार आहात तुम्ही?'' तो म्हणाला.

– आणि अखेर पन्नासच्या ठिकाणी बारावर सौदा पटला. लंडनमधील अमेरिकन

दूतावासानं ऑक्सफर्ड शहराच्या जरा बाहेरचं हे प्रचंड घर भाड्यानं घेतलं होतं. ब्रिटिश अधिकाऱ्यांशी सल्लामसलत करून तीन अत्यंत विश्वासू नोकर कामाला ठेवले होते. एक माळी, एक स्वयंपाकी व धुणी-भांड्यासाठी एक बाई. अशा रीतीनं इतर साध्या मुलांसारखं आयुष्य सायमनला जगता यावं, यासाठी जास्तीतजास्त प्रयत्न करण्यात आला होता.

तुकडीतील कमीतकमी आठ जण नेहमीच पहाऱ्यावर असायचे आणि वीकएंडसाठी खास चौघे राखीव. ड्युटीवरच्या माणसांनी चार जोड्या बनविल्या होत्या. घरातील चोवीस तासांमध्ये मिळून त्यातल्या तीन जोड्या आळीपाळीनं पहारा द्यायच्या. चौथ्या जोडीनं सायमन जिथं-जिथं म्हणून जाईल, तिथं-तिथं त्याच्या बरोबर जायचं. ब्रिटिशांचा असा कायदा होता की, परकीय नागरिकानं कुठल्याही प्रकारचं शस्त्र धारण करता कामा नये, पण अमेरिकन सी.आय.ए.च्या लोकांनी सायमन कॉरमॅकचं संरक्षण शस्त्रास्त्रांशिवाय करण्याच्या कल्पनेला कडाडून विरोध केला होता. इतकंच काय, पण शस्त्रं बाळगण्यास जर परवानगी मिळणार नसेल, तर आम्ही राजीनामा देऊ, अशी धमकीही दिली होती. अखेर दोघांत समझोता घडून आला व असं ठरलं की, घराबाहेर गाडीतून सायमन कॉरमॅकच्या संरक्षणासाठी जाताना ब्रिटिश गुप्तहेर खात्याचा एक सशस्त्र-पोलीस बरोबर राहील व त्याच्या देखरेखीखाली गाडीतील इतर अमेकिरन लोकांना हत्यार धारण करण्याची मुभा राहील. अर्थातच हा सगळा शब्दांचा खेळ होता. कारण हे ब्रिटिश गुप्तहेर खात्याचे लोक अतिशय मनमिळाऊ व मोकळे होते आणि त्या दोन्ही गटांचे आपापसांत मैत्रीचे संबंध प्रस्थापित झाले होते; आणि सर्वात प्रथम हल्लेखोरांचा आपल्या पिस्तुलानं प्रतिकार करणारा जवानही ब्रिटिश गुप्तहेर खात्याचाच होता.

मरणासन्न एजंटनं पाठवलेल्या संदेशाच्या ग्रहणानंतर काही क्षणांतच वूडस्टॉक रोडवरच्या त्या घरात मोठीच खळबळ माजली. घरातील सर्व लोक दोन गाड्या घेऊन ताबडतोब घटनास्थळी – म्हणजे शॉट ओव्हर मैदानाजवळ जाऊन पोहोचले. रस्ता रोजचाच असल्यानं तोही प्रश्न नव्हता. फक्त रात्रीची गस्त घालणारा जवान मागे थांबला. त्यानं दोन फोन्स केले. पहिला वॉशिंग्टनमध्ये क्रायटन बरबँक याच्या घरी. तेव्हा वॉशिंग्टनमध्ये मध्यरात्र होती, त्यामुळे बिचाऱ्याला झोपेतून उठवावं लागलं. दुसरा फोन लंडनमधील अमेरिकन दूतावासाच्या कायदेशीर सल्लागाराला करण्यात आला. तो तेव्हा आपल्या राहत्या घरी दाढी करत होता.

लंडनमधील अमेरिकन दूतावासाचा कायदेशीर सल्लागार हा नेहमीच एफ.बी.आय.चा माणूस असतो. या पदावर चांगल्या वरिष्ठ अधिकाऱ्याचीच नेमणूक करण्यात येते. पॅट्रिक सेमॉर याची दोनच वर्षांपूर्वी या जागी नेमणूक झाली होती. तोही आपल्या कामाच्या स्वरूपावर खूश होता. ब्रिटिशांशी त्याचे चांगले संबंध

होते, पण हा फोनवरचा संदेश ऐकताच तो भीतीनं पांढराफटकच पडला. मग जरा सावरल्यावर त्यानं तातडीनं एफ.बी.आय.चे डायरेक्टर डोनाल्ड एडमोंड्स यांच्याशी संपर्क साधला.

मरणासन्न एजंटनं पाठवलेला हा संदेश घटनास्थळापासून एक मैलावर गस्त घालणाऱ्या पोलिसव्हॅनच्या ट्रान्समीटरनंही ग्रहण केला होता. ही व्हॅनही लगेचच शॉटओव्हर मैदानाकडे रवाना झाली. ती काही मिनिटांतच तिथं येऊन पोहोचली. तिथं अस्ताव्यत पडलेल्या तीन प्रेतांकडे बघून व्हॅनमधले ऑफिसर इतके दिङ्मूढ झाले की, त्यांना हल्लेखोरांच्या मार्गावर जावं, त्यांना वाटेत गाठण्याची कोशिश करावी, हे सुचलंसुद्धा नाही. शिवाय इतक्या उशिरा जाऊन काही फायदा नव्हताच म्हणा.

हा रेडिओसंदेश किडलिंग्टन गावातल्या थेम्स व्हॅली पोलिस-हेडक्वार्टरमध्येही ऐकला गेला. लेडी कॉन्स्टेबल जेनेट रेन कंटाळून जांभया देत बसली होती. तेवढ्यात ट्रान्समीटरवर क्षीण आवाजात हा संदेश तिला ऐकू आला. पहिल्यांदा तिला वाटलं, गावातल्याच काही रिकामटेकड्या लोकांचा हा उपद्व्याप असावा, पण मग तिनं प्रसंगावधान राखून एक चेकलिस्ट बघितली आणि जवळच असलेल्या कॉम्प्युटर टर्मिनलवरची काही बटणं दाबली. कॉम्प्युटरच्या पडद्यावर एकामागोमाग एक सूचना झळकू लागल्या. त्या सूचनांचं क्रमवार पालन करायला तिनं सुरुवात केली.

थेम्स व्हॅली पोलीस, स्कॉटलंड यार्ड, अमेरिकन दूतावास (एम्बसी), गुप्तचर विभाग आणि गृहखातं या सर्वांनी पूर्वीच एकत्र येऊन चर्चा केली होती – जर कधी या स्वरूपाची घटना घडलीच, तर काय करायचं, याचा तपशील प्लॅन 'यांकी डूडल' या नावानं कॉम्प्युटरमध्ये भरून ठेवला होता. प्रेसिडेंटचा मुलगा सायमन हा विविध प्रकारच्या संकटात सापडलाय. अशी कल्पना करून त्या-त्या प्रसंगी काय-काय करायचं, याची साक्षेपानं माहिती दिली होती. जेनेटनं 'अपहरण' हे कोड असेलेलं बटण दाबल्याबरोबरच कॉम्प्युटरनं उत्तर द्यायला सुरुवात केली.

काही मिनिटांतच ड्युटी ऑफिसर तिथं हजर झाला. झाला प्रकार ऐकून त्याची तर भीतीनं गाळणच उडाली, पण तसाच धीर करून त्यानं एकामागोमाग एक फोन फिरवायला सुरुवात केली.

किडलिंग्टनचा साहाय्यक मुख्य कॉन्स्टेबल आपल्या घरी नाश्ता करत होता. फोनवरची बातमी ऐकताच त्यानं प्रश्नांची एकच फैर झाडली.

''नक्की कुठं?''

''शॉटओव्हर येथील मोकळ्या मैदानापाशी. डेल्टा ब्राव्हो – पोलिसांची गस्त घालणारी व्हॅन तिथं पोहोचली आहे, साहेब! त्यांनी आत्ताच व्हीटलेकडून येणारी एक खाजगी गाडी, पळण्याचा सराव करणारे दोन खेळाडू आणि कुत्र्याला घेऊन

फिरायला निघालेली बाई एवढ्यांना अडकवून ठेवलंय. गाडीतले दोघे अमेरिकन्स आणि आपला सार्जंट डन असे तिघंही मृत्युमुखी पडले.''

''जीझस!'' साहाय्यक मुख्य कॉन्स्टेबल म्हणाला. त्यानं फोनवर आज्ञा द्यायला सुरुवात केली. ''तिथं ताबडतोब कमीतकमी पन्नास तरी गणवेशातले पोलीस मागवून घ्या... रस्ता चहूबाजूंनी बंद ठेवा. बाहेरचा एकही माणूस आत शिरता कामा नये... रस्त्याच्या दोन्ही बाजूंना अडसर घालून रस्ते बंद करा. आणि हो, मारेकरी ऑक्सफर्डच्या दिशेनं पळाले का?''

''डेल्टा ब्राव्होच्या म्हणण्याप्रमाणे तरी नाही. अर्थात हल्ला झाल्यानंतर नक्की किती वेळानं त्या एजंटनं संदेश पाठवला, हे कळायला मार्ग नाही, पण जर या दोन घटनांच्या दरम्यान फार वेळ गेला नसेल, तर डेल्टा ब्राव्होची व्हॅन हेडिंग्टनपाशीच होती... आणि त्यांच्या म्हणण्यानुसार त्यांच्या समोर तरी शॉटओव्हर मैदानाकडून हेडिंग्टनकडे कुणीही आलेलं नाही. शिवाय टायरच्या खुणांवरून लवकरच काय ते कळेल. सध्या त्या भागी खूप चिखल साठलेला आहे.''

''पूर्वभागातील सर्वच्या सर्व दक्षिणोत्तर पसरलेल्या गल्ल्या अडवून ठेवा. मुख्य कॉन्स्टेबलना काय सांगायचं, ते मी सांगतोच. माझ्यासाठी गाडी पाठवली आहे ना?''

''आत्ता पोहोचेलच.''

''बाकी सगळ्या केसेस बघणारे सगळेच्या सगळे डिटेक्टिव्हज काढून घ्या आणि त्यांना या कामाला लावा!'' साहाय्यक मुख्य कॉन्स्टेबल म्हणाला, ''आता मी शॉटओव्हर मैदानाकडे निघतोच.''

रिसीव्हर एकदा खाली ठेवून त्यानं परत उचलला व डायल फिरवली. त्यानं आपल्या वरिष्ठांचा आवाज ऐकला, तेव्हा सात वाजून एकवीस मिनिटं झाली होती.

थेम्स व्हॅलीचा मुख्य कॉन्स्टेबल ब्लेचिंग्डन गावात राहात असे. तोही सकाळचा नाश्ता करता करताच फोन घ्यायला उठला. फोनवरची ती दुष्ट बातमी ऐकून, तो नाश्ता संपवायचंच विसरला.

''आय सी...'' तो फोनमध्ये म्हणाला, ''हो, तुमचं काम चालू ठेवा. मी लंडनला फोन करतो.''

त्याच्या अभ्यासिकेतल्या टेबलावर बरेच फोन्स होते. एक फोन सरळ गृहखात्याला जोडलेला होता; पण तिथला ड्युटी ऑफिसर जागेवर नव्हता. मग त्यानं दुसरा फोन फिरवला अंडर-सेक्रेटरीला. त्यानं एक-दोघांशी सल्ला-मसलत केली आणि ही गोष्ट सरळ थॅचरबाईंच्याच कानांवर घालायचं ठरवलं.

फोन श्रीमती थॅचर यांच्या प्रायव्हेट सेक्रेटरीनं घेतला. स्वतः थॅचर शेजारीच असलेल्या अभ्यासिकेत काम करत होत्या. फोन हातात घेताक्षणीच काहीतरी फार वाईट बातमी आहे, असं त्यांना मनोमन वाटलं.

"माननीय पंतप्रधान, मला आपली तातडीनं गाठ हवी आहे."

पंतप्रधान विचारात पडल्या, कारण फोनवरचा सर हॅरी मॅरियट यांचा आवाज आणि स्वर काही वेगळाच होता.

"लगेच या." त्या म्हणाल्या.

"तीनच मिनिटांत!" सर हॅरी म्हणाले. त्यांनी फोन खाली ठेवला आणि ते गाडीत बसून निघाले, तेव्हा आठ वाजून अकरा मिनिटं झालेली होती.

❖

हल्लेखोर एकूण चौघे जण होते. त्यातला बंदूकधारी आता ड्रायव्हरच्या शेजारी बसलेला होता. त्यानं आपली स्कॉर्पियन पायांशी आडवी ठेवलेली होती. काळ्या रंगाचा बुरखा काढून ठेवलेला होता. बुरख्याच्या आत मात्र खोट्या केसांचा टोप आणि मिशा तशाच ठेवल्या होत्या. त्यानं जाड फ्रेमचा चश्मा चढवला होता, पण त्याला काचच नव्हती. ड्रायव्हरसुद्धा असाच केसांचा टोप आणि खोटी दाढी लावून बसला होता. तोच या सगळ्यांचा मुख्य होता.

सगळ्यांनी आज तात्पुरतं वेषांतर केलं होतं, कारण मुक्कामाच्या नियोजित ठिकाणी पोहोचायला अजून बराच वेळ लागणार होता. तेवढ्यात वाटेत कुणाला संशय येऊन चालणार नव्हता.

गाडीच्या मागच्या भागात सायमन कॉरमॅक निकरानं प्रतिकार करत होता, पण उरलेल्या दोघांनी त्याला घट्ट पकडून ठेवलं होतं. ते दोघं आकारानं अतिशय प्रचंड होते. त्यातल्या एकानं सायमनला गळामिठी घातली. दुसऱ्यानं इथर लावलेला रुमाल त्याच्या नाकावर घट्ट दाबून धरला. क्षणार्धातच त्याची शुद्ध हरपली. आता ती व्हॅन व्हीटले गावाच्या दिशेनं टार रोडवरून चालली होती.

लिट्लवर्थ गावावरून ते आता पुढे निघाले. वाटेत त्यांना एक दुधाची गाडी लागली. जरा पुढे गेल्यावर सायकलवरून वर्तमानपत्रांचा गठ्ठा घेऊन निघालेला एक पोऱ्या जरा जास्तच कुतुहलानं त्यांच्याकडे पाहताना दिसला. व्हीटले गाव ओलांडून ते आता ऑक्सफर्डकडे जाणाऱ्या हायवेला लागले, मग गाडी उलटी मागे वळून काही अंतर परत मागे गेले, मग उजवीकडे वळून सरळ रस्त्यानं पुढे गेले.

वाटेत फॉरेस्ट हिल आणि सेंट जॉन ही दोन गावं लागली. त्या दोन्ही गावांतून गाडी नेहमीच्याच वेगानं धावत होती. गावं पार करून मैलभर पुढे गेल्यानंतर एक शेत लागलं. त्याच्या मेनगेटपाशी गाडी थांबली. ड्रायव्हरच्या शेजारचा माणूस उडी मारून खाली उतरला. मेनगेटला असलेलं कुलूप त्यानं जवळच्या किल्लीनं उघडलं – त्यांनी दहा तासांपूर्वीच जुनं कुलूप तोडून त्या जागी आपलं हे नवीन कुलूप

बसवलं होतं – आणि गेट उघडल्यावर व्हॅन आत शिरली, तेव्हा सात वाजून सोळा मिनिटं झाली होती.

हळूहळू चांगलंच उजाडत चाललं होतं, त्यामुळे ते चौघंही अतिशय वेगानं कामाला लागले. बंदूकधाऱ्यानं आतील शेडची दारं उघडली आणि आतमध्ये असलेली मोठी व्होल्व्हो गाडी बाहेर काढली. ती आदल्या रात्रीच तिथं आणून ठेवलेली होती. नंतर ड्रायव्हरनं व्हॅन आत आणली आणि तो खाली उतरला. त्यानं एकवार वाकून गाडीच्या पुढच्या भागात काही विसरलं तर नाही ना, याची खात्री केली आणि मग दार धाडकन बंद केलं. बाकी दोघं मागच्या दारानं बाहेर पडले. त्यांनी आत अस्ताव्यस्त पसरलेल्या बेशुद्धावस्थेतील सायमन कॉरमॅकला फरफटत बाहेर ओढून काढलं आणि त्या व्होल्व्होच्या मागच्या प्रशस्त मोकळ्या डिकीत त्याला कोंबलं. त्याला श्वासोच्छ्वास करण्यास अडचण येऊ नये, म्हणून डिकीच्या तळाला भरपूर भोकं पाडण्यात आली होती. चौघांनी आता आपले ट्रॅकसूट्स उतरवले. आतमध्ये त्यांनी अगोदरपासूनच चांगले उंची सूट्स घातलेले होते. त्यांनी नकली मिशा, चश्मा व केसांचे टोप मात्र तसेच ठेवले. काढलेल्या कपड्यांचं एक गाठोडं करून गाडीच्या मागच्या भागात भिरकावण्यात आलं. त्या शेजारीच मशिनगनही ठेवण्यात आली.

व्हॅनचा ड्रायव्हर आता व्होल्व्हो चालवण्यास बसला. बाकीचे सगळे पत्र्याच्या शेडचं दार बंद करून गाडीत चढले. गाडी बाहेर पडून मुख्य रस्त्याला लागली. त्याआधी त्यांनी मेन गेट व्यवस्थित बंद करण्याची खबरदारी घेतली. गेटला चोवीस तासांपूर्वी स्वत: घातलेलं कुलूप त्यांनी परत घेतलं व मूळची जुनी गंजकी साखळी होती तशी ठेवण्यात आली. आता वरवर बघणाऱ्याच्या तरी तिची कोणी हाताळणी केल्याचं निश्चितच लक्षात येणार नव्हतं. काल त्यांनी ती सरळ कापून काढली होती; पण आता ती अतिशय काळजीपूर्वक परत ठेवण्यात आली होती. एकच गोष्ट घडायला नको होती, ती मात्र घडली. व्होल्व्हो गाडीचे ठसे गच्च झालेल्या चिखलात अगदी स्पष्ट उमटले होते, पण त्याला काही इलाज नव्हता, पण मुळात त्या व्होल्व्होचे टायर्स सर्वमान्य ब्रँडचेच होते. त्यामुळे ते नुसते बदलून टाकले, तरी काम झालं असतं. आता ती व्होल्व्हो उत्तरेकडे निघाली होती. तेव्हा सात वाजून बत्तीस मिनिटं झाली होती.

यानंतर हल्लेखोर सरळ इसलिप गावातून निघून वायव्येकडे गेले. बायसेस्टर शहरावरून पुढे जात असतानाच त्यांना वाटेत एक मोठी पोलिसव्हॅन लागली. मागे बसलेल्यांपैकी एकानं कुजबुजत्या आवाजात सगळ्यांना त्याबद्दल सूचना दिली आणि एका हातात हळूच मशिनगन उचलून घेतली, पण ड्रायव्हरनं त्याला डोळ्यानंच गप्प बसण्याची खूण केली आणि वेगमर्यादा किंचितही न ओलांडता तो अत्यंत शांतपणे गाडी चालवत राहिला. साधारण शंभर यार्ड पुढे गेल्यावर एक

पाटी लागली : 'बकिंगहॅमशायर आपले सहर्ष स्वागत करीत आहे.' – त्या पाटीपाशी पोलिसव्हॅन थांबली. त्यामधून रस्ते अडवण्याचे लोखंडी अडसर बाहेर काढण्यात येऊ लागले. व्होल्व्हो मात्र तशीच पुढे निघून गेली व दिसेनाशी झाली, तेव्हा आठ वाजून पाच मिनिटं झाली होती आणि सर हॅरी मॅरियट थॅचर बाईचा फोन फिरवत होते.

❖

ब्रिटनच्या पंतप्रधान मार्गारेट थॅचर आपल्या आधी होऊन गेलेल्या पंतप्रधानांपेक्षा जास्त मानवतावादी आणि संवेदनशील म्हणून प्रसिद्ध आहेत. प्रचंड मानसिक तणावाच्या परिस्थितीतही कधीच खचून न जाणाऱ्या थॅचरबाईंच्या डोळ्याला पाणी मात्र लगेचच येतं. सर हॅरी यांनी त्यांना ही दुष्ट बातमी सांगितली, त्या प्रसंगाचं वर्णन त्यांनी नंतर आपल्या बायकोपाशी फार मार्मिक शब्दांत केलंय. ते म्हणतात,

"ही बातमी माझ्या तोंडून ऐकताच बाईंच्या डोळ्यांत टचकन पाणी आलं. आपला चेहरा हातांच्या तळव्यांत झाकून त्या उद्गारल्या,"

'अरे देवा, त्या बिचाऱ्या बापाचं हृदय...'

"इथं आम्ही जगातल्या सगळ्यांत महाभयंकर संकटाशी सामना देत होतो आणि या बाईंच्या मनात पहिला विचार आला, तो बापाचा! मुलाचा नव्हे, बापाचा!"

थॅचरबाईंनी आपली मान उचलून वर पाहिलं, त्या एव्हाना सावरल्या होत्या. त्यांनी तातडीनं इंटरकॉमचं बटण दाबलं,

"चार्ली, मला अमेरिकेचे प्रेसिडेंट जॉन कॉरमॅक यांच्याशी ताबडतोब फोन लावून दे. मला त्यांच्याशी बोलायचंय. व्हाइट हाउसला सांगा, ही गोष्ट अत्यंत महत्त्वाची असून, फोन देताना त्यांनी क्षणाचाही विलंब करता कामा नये. वॉशिंग्टनमध्ये आत्ता मध्यरात्र आहे, ही गोष्ट मला पुरती ठाऊक आहे, तरीही..."

"पण मी म्हणतो, आपण जर अमेरिकन राजदूतांशी आधी बोललो, तर कदाचित तो..." सर हॅरींनी मध्ये बोलण्याचा प्रयत्न केला.

"अजिबात नाही. ही बातमी मला स्वतःलाच त्यांना कळवायला हवी!" थॅचरबाई ठामपणे म्हणाल्या, "आणि हॅरी, या क्षणापासून या गोष्टीच्या तपासा– संदर्भातला अगदी बारीकसारीक तपशील सुद्धा दर तासातासानं मला कळला पाहिजे."

– आणि मग थॅचरबाईंनी टेबलावर पसरलेले कागद दूर सारले आणि समोरच्या अभेद्य काचेतून दिसणाऱ्या अंतराळात त्या नजर लावून बसल्या. फोन कधी लागतो, याची वाट पाहात....

❖

इथं घटनास्थळी – शॉटओव्हर मैदानावर – अतिशय गजबज चालू होती. पोलिसव्हॅन 'डेल्टा ब्राव्हो'च्या लोकांनी कुणालाही या स्थळाच्या जवळपासही फिरकण्यास मज्जाव केला होता. तपास करता-करता पोलिसांकडून नकळत कुठला पुरावा चुकून नष्ट होऊ नये, यासाठी अत्यंत सावधगिरी बाळगली जात होती. जमिनीवर पडलेल्या देहांमध्ये काही धुगधुगी आहे का, ही गोष्टही अत्यंत काळजीपूर्वक तपासण्यात आली. कारण जरा चुकून इकडचं पाऊल तिकडे पडायचं आणि शवविच्छेदन शास्त्रातला (Forensic Medicine) एखादा महत्त्वाचा पुरावाच नष्ट होऊन जायचा. कुठं पावलांच्या खुणा, नाहीतर हाताचा ठसा पुसला जायचा.

गणवेशधारी पोलिसांनी तो सबंध प्रदेश नुसता विंचरून काढला होता. लिट्लवर्थपासून टेकडीच्या उतारावरून खाली पूर्वेकडे स्टीलब्रिज क्रॉसिंगवरून शॉटओव्हर मैदान ते ऑक्सफर्ड सिटी असा संपूर्ण वर्तुळाकार रस्ता त्यांनी इंचाइंचानं पिंजून काढला होता. गुन्हा अन्वेषण अधिकाऱ्यांनी एकही गोष्ट तपासायची सोडली नव्हती. ब्रिटिश सार्जंटच्या बंदुकीतून दोन गोळ्या सुटल्या होत्या, असं त्यांच्याकडच्या मेटल डिटेक्टरद्वारा त्यांना समजलं. तो ब्रिटिश सार्जंट आपल्या गुडघ्यांवर बसला असतानाच एक गोळी त्याच्या वर्मी लागली असावी आणि तो खाली कोसळला असावा, असा त्यांनी अंदाज केला. कोसळण्यापूर्वी त्यानं या दोन गोळ्या झाडल्या असणार. त्यांतली एक गोळी त्यांना लगेच सापडली; पण दुसरी मात्र सापडली नाही. ती बहुधा एका हल्लेखोराला लागली, अशी त्यांनी आपल्या रिपोर्टमध्ये नोंद केली (ती प्रत्यक्षात कुणालाही लागलेली नव्हती; पण ते त्यांना कळायला काही मार्ग नव्हता.)

नंतर अधिक तपासाअंती त्या परिसरात स्कॉर्पियन मशिनगनमधून उडालेली अठ्ठावीस काडतुसं सापडली. ती सगळी रक्ताच्या थारोळ्यात पडलेली होती. प्रत्येक काडतुसाचा आहे, त्या स्थितीत फोटो घेण्यात आला. मग ती सगळी चिमट्यांनी अलगद उचलून प्रयोगशाळेत पुढच्या तपासणीसाठी पाठवण्याच्या दृष्टीनं कागदी पिशव्यांमध्ये भरण्यात आली. मृतांपैकी एक अमेरिकन अजूनही गाडीच्या स्टीअरिंग व्हीलमागे वेडावाकडा घसरून पडला होता. दुसरा खाली दारापाशी कोसळला होता. त्याच्या पोटावर तीन ठिकाणी गोळ्या लागल्याच्या खुणा होत्या. आपल्या रक्तबंबाळ हातांनी त्यानं आपलं पोट घट्ट पकडून ठेवलं होतं. त्याच्या हातातला माइक लोंबकळत राहिला होता. प्रत्येक गोष्ट हलवण्यापूर्वी तिचे मूळ स्थितीतले वेगवेगळ्या बाजूंनी अनेक फोटो घेण्यात आले. नंतर सगळे मृतदेह रेडक्लिफकडे रवाना झाले; आणि लंडनमधील मुख्य ऑफिसकडून एक तज्ज्ञ पॅथॉलॉजिस्ट घटनास्थळी यायला ताबडतोब निघाला.

चिखलात उमटलेल्या टायरच्या खुणा फारच महत्त्वाच्या होत्या. दोन हल्लेखोरांनी सायमन कॉरमॅकवर ज्या जागी झेप घेऊन हल्ला केला होता, तिथंही झटापटीच्या

पुष्कळ खुणा होत्या. हल्लेखोरांच्या बुटांचे ठसेसुद्धा अगदी स्पष्ट उमटले होते – नंतरच्या चाचणीत असं आढळलं की, ते बूट इतके कॉमन आहेत की, त्यांचा शोध घेणंही अशक्य आहे. टायरच्या खुणांवरून ती एक व्हॅन असावी, हे लगेचच समजलं. नंतर जवळच पडलेला कारजॅक सापडला. तो अगदी नवा कोरा होता. तो नक्कीच जवळपासच्या कुठल्यातरी दुकानातून आणला असणार. त्यावर बोटांचे ठसे अर्थातच नव्हते. मशिनगनच्या काडतुसांवरही ठसे नव्हते. हे सर्व नंतरच्या तपासणीत समजलं.

या कामी एकंदर तीस गुप्तहेर परिश्रम करत होते. त्यांच्या कामाला थोडं-फार यशही आलं होतं. या ठिकाणापासून सुमारे दोनशे यार्डांवर दोन झोपडीवजा घरं होती. त्यांपैकी एका घरात एक स्त्री सकाळी सातच्या सुमाराला चहा गाळत असताना तिला थोड्या अंतरावर काही विचित्र आवाज ऐकू आले होते; पण खिडकीतून पाहिल्यावर मात्र काही दृष्टीस पडलं नव्हतं. तसंच लिट्‌लवर्थ या गावच्या एका माणसानं सात वाजून काही मिनिटं झाल्यावर एक हिरव्या रंगाची व्हॅन व्हीटले गावाच्या दिशेनं जाताना पाहिली होती. नंतर नऊच्या सुमाराला आणखी दोन साक्षीदारांचा शोध लागला. एक वर्तमानपत्रं टाकणारा पोऱ्या. पण तो आत्ता शाळेत गेला होता. दुसरा होता दुधाच्या गाडीचा ड्रायव्हर. तो आत्ता नाश्ता करत होता.

हा ड्रायव्हरच त्यातल्या त्यात सगळ्यात चांगला साक्षीदार होता. त्याच्या म्हणण्याप्रमाणे हल्लेखोरांची गाडी एक जुनाट, हिरव्या रंगाची, मोडकळीला आलेली फोर्ड ट्रॅन्झिट व्हॅन असून, तिच्या दोन्ही बाजूंवर बार्लोची जाहिरात रंगवलेली होती. त्याबद्दल विचारणा केल्यावर बार्लो कंपनीच्या मार्केटिंग मॅनेजरनं सांगितलं की, या विशिष्ट वेळी त्या भागात त्यांच्या कंपनीची एकही गाडी नव्हती. त्यांच्या सर्व व्हॅन्सचं वेळापत्रक ठरलेलं होतं... मग लगेच सर्व पोलिसठाण्यांवर या फोर्ड व्हॅनचं, तपशीलवार वर्णन पाठवण्यात आलं. तशी गाडी दिसताच ती लगेच आडवा, असा संदेश देण्यात आला, पण त्यापाठीमागचं कारण मात्र सांगण्यात आलं नाही.

उरलेल्या गुप्तहेरांच्या तुकडीनं समरटाउनमध्ये जाऊन घरोघरी तपास केला. कुणी रस्त्यात पार्क करण्यात आलेल्या अनोळखी व्हॅन्स, गाड्या वगैरे पाहिल्या आहेत का? कुणी संशयास्पद स्थितीत वावरताना अथवा टेहळणी करताना दिसलं का? नंतर सायमन रोज ज्या ठरावीक मार्गावरून सरावासाठी पळायचा, तो सर्व मार्ग त्यांनी पिंजून काढला. साधारण वीस लोकांनी आपण एका तरुणाला पळताना पाहिलं, तसंच त्याच्यामागे ठरावीक अंतरावरून एक गाडी पाठलाग करत चालली होती, असं शपथेवर सांगितलं, पण ती गाडी गुप्तचर विभागाच्या लोकांची होती, हे पोलिसांना ठाऊक होतं.

साधारण नऊच्या सुमाराला साहाय्यक मुख्य कॉन्स्टेबलनं हात टेकले. योगायोगानं

किंवा नशिबानं कुठलाही धागादोरा हाती लागणं शक्य नाही, हे एव्हाना स्पष्ट झालं होतं. जे कोण होते, ते हातावर तुरी देऊन, सहीसलामत निसटून गेले होते. पूर्ण गणवेशातला मुख्य कॉन्स्टेबल शॉटओव्हर मैदानाकडे आला.

"लंडननं ही केस हाती घ्यायचं ठरवलं आहे." मुख्य कॉन्स्टेबल म्हणाला, यावर साहाय्यक मुख्य कॉन्स्टेबलनं एक दीर्घ नि:श्वास सोडला. ही तर फारच नामुश्कीची गोष्ट होती, पण त्याचबरोबर हेही खरं होतं की, त्यांच्या शिरावरून एक मोठीच जबाबदारी दूर झाली होती.

"प्रेसवाल्यांना काही सुगावा वगैरे तर लागलेला नाही ना?"

"अजूनपर्यंत तरी नाही, पण ही स्थिती काही फार काळ टिकायची नाही. आत्ता येतील हुंगत!" साहाय्यक मुख्य कॉन्स्टेबल म्हणाला.

बिचाऱ्याला खरा प्रकार तर ठाऊकच नव्हता. कुत्र्याला फिरायला घेऊन निघालेल्या एका बाईला डेल्टा ब्राव्होच्या लोकांनी त्या भागातून हुसकून लावलं खरं. पण तेवढ्यातल्या तेवढ्यात तिथले ते तीनही मृतदेह तिच्या नजरेला पडले होते. तिनं लगेच घरी येऊन आपल्या नवऱ्याला ही हकिकत तिखट-मीठ लावून सांगितली होती. योगायोगानं तिचा नवरा 'ऑक्सफर्ड मेल'नामक स्थानिक वृत्तपत्रामध्ये छपाई-कामगार म्हणून नोकरीला होता. तो जरी अशिक्षित असला, तरीही इतकी सनसनाटी बातमी ड्युटी-एडिटरच्या कानांवर न घालण्याइतका अडाणी तो खचितच नव्हता.

❖

लंडनच्या पंतप्रधान निवासातून आलेला फोन सगळ्यात प्रथम व्हाइट हाउसमधल्या कम्युनिकेशन्स सेंटरमधल्या ड्युटी ऑफिसरनं घेतला. हे सेंटर वेस्ट विंगच्या तळघरात आहे. फोन आला, तेव्हा रात्रीचे तीन वाजून चौतीस मिनिटं झाली होती. कुणाचा फोन आहे, ते कळताच सीनियर ड्युटी ऑफिसरनं त्या शिफ्टच्या गुप्तचर संस्थेच्या एजंटला झोपेतून उठवलं.

"त्यांना काय हवंय?" एजंट त्रासिकपणे खेकसला. "या ब्रिटिशांना इथं आत्ता किती वाजले आहेत, याची काही कल्पना तरी आहे का?" त्यानं फोन कानाला लावला. त्याच्या आजपर्यंतच्या नोकरीत कुणी कधी अमेरिकेच्या प्रेसिडेंटना भलत्या वेळी मध्यरात्री फोन करून झोपेतून उठवल्याचं त्याला तरी आठवेना. अगदी युद्धच ओढवलं असलं, तरच हे योग्य आहे. प्रेसिडेंट कॉरमॅकना उठवावं की नाही, अशा संभ्रमात तो पडला. समजा, नाही उठवलं आणि खरंचच युद्धाचा प्रसंग असला, तर आपण गोत्यातच येऊ की. नोकरीच काय, पण जीवच जायचा! शिवाय इथं तर प्रत्यक्ष ब्रिटिश पंतप्रधानच –

"हे पाहा, तुम्ही फोन जरा खाली ठेवा, मी प्रेसिडेंटना उठवतो व परत तुम्हाला फोन करतो." त्यानं कम्युनिकेशन्स रूमला सांगितलं.

इकडे लंडनला, 'लाइन चालूच ठेवा, प्रेसिडेंटना उठवायला माणूस पाठवलाय,' असा निरोप गेला.

गुप्तचर विभागाचा संरक्षक लेपिन्स्की वेस्ट विंगच्या दुहेरी दारातून बैठकीच्या खोलीत गेला. तिथून प्रेसिडेंटच्या झोपण्याच्या खोलीजवळ जाऊन त्यानं हलक्या हातानं दरवाज्यावर टकटक केलं. काही उत्तर नाही. त्यानं हलक्या हातानं दरवाज्याची मूठ फिरवली. दार उघडंच होतं. तो हळूच आत शिरला. अंधारात पलंगावर दोन आकृत्या दिसत होत्या. खिडकीच्या बाजूला प्रेसिडेंट झोपतात, हे त्याला ठाऊक होतं. त्यानं हळूच प्रेसिडेंट साहेबांच्या खांद्याला स्पर्श केला.

"सर, आपण कृपया उठाल काय?"

जॉन कॉरमॅक खडबडून उठले. शेजारीच उभ्या असलेल्या लेपिन्स्कीला त्यांनी लगेचच ओळखलं. पलीकडे झोपलेल्या आपल्या पत्नीकडे एक दृष्टिक्षेप टाकून, त्यांनी नाइटलँपच्या बटणावरचा हात मागे घतला.

"मि. लेपिन्स्की, ही काय येण्याची वेळ आहे?"

"आत्ता पहाटेचे साडेतीन वाजतायत, सर! आय ॲम सॉरी, सर... पण... सर ब्रिटनच्या पंतप्रधानांचा फोन आहे. त्यांना आपल्याशी फार महत्त्वाचं बोलायचंय. त्या म्हणताय, एक क्षणाचाही विलंब नकोय. आय ॲम सॉरी, सर!...."

हे शब्द ऐकताच कॉरमॅक पलंगावरून अलगद उतरले. लेपिन्स्कीनं हातात दिलेला गाउन त्यांनी चढवला आणि आपल्या पत्नीला झोपेतून न उठवता लेपिन्स्कीच्या पाठोपाठ बाहेर पडले. आपल्या जवळ-जवळ तीन वर्षांच्या कारकिर्दीत ब्रिटनच्या पंतप्रधानांची व त्यांची चांगलीच दोस्ती झाली होती. त्यांच्याबद्दल कॉरमॅकना खूप आदरही होता. त्याच जर फोनवर असतील, तर तसंच महत्त्वाचं कारण असणार. झोपमोड झाली, तरी त्याचं काही विशेष नाही.

"मि. लेपिन्स्की, तुम्ही सेंट्रल हॉलमध्ये परत जा," त्यांनी सांगितलं, "आणि घाबरू नका. तुम्ही मला उठवलं, ते योग्यच केलं. मी फोन माझ्या अभ्यासिकेत घेतो."

त्यांनी आत शिरून अभ्यासिकेचं दार लोटून घेतलं. टेबलापाशी बसून फोन उचलला. दहाच सेकंदांत थॅचरबाई फोनवर आल्या.

"माझ्याआधी कुणी फोन करून तुम्हाला काही कळवलंय का?"

"नाही. कुणीच नाही, पण का?"

"पण मला तर असं सांगण्यातं आलं की, एव्हाना मि. एडमोंड्स आणि मि. बरबॅक यांनाही हे कळलंय. मलाच ही बातमी सर्वांत प्रथम आपल्या कानांवर घालावी लागणार, याचा मला खेद वाटतो."

– आणि मग त्यांनी कॉरमॅकना सगळं सांगितलं. कॉरमॅक यांचा रिसीव्हरवरचा हात घट्ट आवळला गेला. त्यांनी शून्य नजरेनं समोर हलणाऱ्या पडद्याकडे पाहिलं. त्यांच्या तोंडाला तर कोरडच पडली. आवंढा गिळलाही जाईना. त्यांनी रिकाम्या मनानं पुढचा संवाद ऐकला. 'प्रयत्नांची शिकस्त चालू आहे... स्कॉटलंड यार्डमधील सर्वोत्तम तुकडी... गुन्हेगार सुटूच शकणार नाहीत...' वगैरे, वगैरे.

ते म्हणाले, 'हो, धन्यवाद!' आणि त्यांनी फोन खाली ठेवला. आपल्या छातीत कुणीतरी जोरदार बुक्का मारला, असं त्यांना वाटलं. त्यांच्या मनात पहिला विचार आला, तो आपल्या पत्नीचा –मायराचा. ती बिचारी गाढ झोपली होती, पण लगेच तिला उठवून हे सांगावंच लागेल.

"अरे सायमन," ते हलकेच म्हणाले, "सायमन, माझ्या बाळा...."

दुःखाचं हे ओझं त्यांच्या खांद्यांना पेलवणारं नव्हतं. त्यांना एका समर्थ खांद्याची, बळकट हातांची गरज होती. कुणाच्या तरी शिरावर ही अवघड जबाबदारी सोपवून, मग त्यांना मायराची देखभाल करायची होती. थोडा वेळ ते सुन्न बसून राहिले. मग त्यांनी ऑपरेटरचा नंबर फिरवला. आवाजावर, भावनांवर ताबा ठेवून त्यांनी सांगितलं, "व्हाइस प्रेसिडेंट ओडेल यांच्याशी मला बोलायचंय, होय, लगेच!"

नेव्हल ऑब्झर्वेटरीमधील आपल्या निवासस्थानी व्हाइस प्रेसिडेंट मायकेल ओडेल यांनाही अशाच प्रकारे गुप्तचर संस्थेच्या एजंटनं उठवलं. प्रेसिडेंटनी एवढ्या रात्री आपल्याला तातडीनं कशासाठी बोलावलंय, याची त्यांना कल्पनाच करता येईना. "मायकेल, ताबडतोब मला भेटायला ये, मी माझ्या अभ्यासिकेत वाट बघतोय," एवढंच बोलून प्रेसिडेंटनी फोन ठेवला होता. बाकी काहीच नाही.

ओडेल यांनी फोन खाली ठेवला आणि टेबलावरचं एक च्युईंगम उचलून तोंडात टाकलं. फार विचारात पडलं की, त्यांना याचा फार उपयोग होई. त्यांनी गाडी मागवली आणि बरोबर दहाच मिनिटांत ते आपल्या आलिशान गाडीतून निघाले.

त्यांनी व्हाइट हाउसपाशी पोहोचल्यावर वेस्टर्न एंडच्या छोट्या दारातून प्रवेश केला. ड्रायव्हरला त्यांनी थांबून ठेवलं होतं.

"मी लवकरच येतो..." ते म्हणाले होते.

पण त्यांचा हा अंदाज मात्र चुकीचा ठरला. वॉशिंग्टनमध्ये तेव्हा चार वाजून सात मिनिटं झाली होती.

❖

ब्रिटनमध्ये कधीही आणीबाणीचा प्रसंग ओढवला की, त्याला तोंड देण्यासाठी तातडीनं एक कमिटी नेमली जाते; अर्थातच या कमिटीचे सदस्य त्या-त्या प्रसंगानुरूप

बदलते असतात; पण या कमिटीच्या बैठका मात्र नेहमी एकाच ठिकाणी भरतात आणि ते ठिकाण म्हणजे जमिनीच्या दोन मजले खाली असलेली कॅबिनेट ऑफिसची तळघरातली कॉन्फरन्सरूम. या कमिटीचं नाव आहे – कोब्रा कमिटी.

सर हॅरी मॅरियट आणि त्यांच्या इतर कर्मचाऱ्यांनी ताबडतोब या प्रसंगी कुणाकुणाला या कमिटीत घ्यायचं, याची यादी तयार करून एक तासाच्या आत त्या यादीतील सर्व सदस्यांना तातडीनं बोलावूनही घेतलं होतं, सर हॅरींच्या अध्यक्षतेखाली नऊ वाजून छपन्न मिनिटांनी बैठकीला आरंभ झाला.

एखाद्याला पळवून नेणं हा फौजदारी स्वरूपाचा गुन्हा असल्यानं, खरं तर ही बाब गृहखात्याच्याच अखत्यारीतली होती, पण ही केस जरा गुंतागुंतीची होती. गृहखात्याव्यतिरिक्त यामध्ये परराष्ट्रविभागाच्या 'मिनिस्टर ऑफ स्टेट'चाही संबंध पोहोचत होता. परराष्ट्रविभाग हे वॉशिंग्टनच्या स्टेट डिपार्टमेंटशी आणि पर्यायानं व्हाइट हाउसशी सलोख्याचे संबंध प्रस्थापित करण्याचा प्रयत्न करणार, हे उघडच होतं; आणि जर सायमन कॉरमॅकला पळवणाऱ्या लोकांनी त्याला युरोपमध्ये नेलं असलं, तर मग ही फारच मोठी राजकीय गुंतागुंत ठरली असती. तसंच, परराष्ट्रविभागाच्या अख्यत्यारीतच ब्रिटनची गुप्तचर संस्था – M16 – होती. तेव्हा जर या अपहरणात, समजा, परकीय गुन्हेगारांचा हात असेल, तर त्याची कारवाई गुप्तचर संस्थेच्या हातात होती, त्यामुळे त्यांच्या सेंच्युरी हाउसमधील हेड ऑफिसकडून त्यांचाही माणूस आलेलाच होता. तो आपल्या वरिष्ठांकडे याचा रिपोर्ट सादर करणार होता.

पोलिसांखेरीज गृहखात्याकडे आणखीही एक विभाग होता – तो म्हणजे संरक्षण विभाग किंवा M15. त्यांचाही माणूस मे फेअर, कर्झन स्ट्रीट या ऑफिसातून आलेला होता.

संरक्षणविभागाकडून एक वरिष्ठ अधिकारी आला होता. जर का सायमन कॉरमॅक व त्याला पळवणाऱ्या टोळीचा पत्ता लागला आणि त्या ठिकाणाला वेढा द्यायची वेळ आलीच; तर स्पेशल एअर सर्व्हिसची मदत लागणार होती. त्यांची एक खास तुकडी होती. ती केवळ तीस मिनिटांच्या पूर्वसूचनेनं कुठंही हजर होण्याच्या तयारीत ठेवलेली होती.

दळणवळण मंत्रालयानंही आपला एक माणूस पाठवला होता. सर्व बंदरांतील आणि विमानतळांवरील चेकनाक्यांवर सर्वत्र त्यांची माणसं बसवण्यात आली होती. ही टोळी देशाबाहेर निसटून जाऊ नये, म्हणून सर्व ती काळजी घेतली जात होती. त्यांनी अगोदरच व्यापार विभागाशी संपर्क साधून देशाबाहेर जाणाऱ्या प्रत्येक मालवाहू जहाजावरील प्रत्येक माणसाची कसून तपासणी करण्याचा आदेश दिला होता. अर्थात प्रत्यक्षात हे जवळ-जवळ अशक्यच होतं, हे त्यांना मान्य करावंच लागलं, पण तरीही खाजगी विमानं, गलबतं, मासेमारी जहाजं, काफिले, मोटरबोटी,

एखादा स्ट्रेचरवर झाकून नेला जाणारा रोगी अशा सर्व गोष्टींची कसून तपासणी करण्याचे आदेश सर्व कस्टम अधिकाऱ्यांना देण्यात आले.

या सर्वांतील एक महत्त्वाचा दुवा – निगेल क्रॅमर, हा सर हॅरींच्या उजवीकडे बसला होता.

लंडनच्या पोलिसदलाचे मुख्य आयुक्त सर पीटर इंबर्ट यांच्या हाताखाली एकूण चार खाती होती. या प्रत्येक खात्याचा मुख्य म्हणजे एक-एक साहाय्यक आयुक्त होता. या खात्यांपैकीच एक खातं म्हणजे 'विशेषज्ञ विभाग'(specialist operations- S.O.). निगेल क्रॅमर हा या एस.ओ. शाखेचा उप साहाय्यक आयुक्त होता. सर पीटर इंबर्ट यांनी यालाच आजच्या या कोब्रा कमिटीच्या मीटिंगला प्रतिनिधी म्हणून पाठवलं होतं. निगेल क्रॅमर या गुन्ह्याच्या तपासाचं काम तर करणारच होता, पण केलेल्या कामाचे दोन अहवाल बनवून, त्यातला एक अहवाल आयुक्त साहेबांपुढे व दुसरा कोब्रा कमिटीच्या सदस्यांपुढे रोजच्या रोज ठेवला जाणार होता. या तपासकामी जी काही मदत त्याला लागेल, ती तपास-अधिकाऱ्याकडून मिळणार होती. निगेल क्रॅमरचं शोधपथक एव्हाना ऑक्सफर्डच्या बाहेर पोहोचलंसुद्धा होतं.

कोब्रा कमिटीमध्ये आणखीही दोन सदस्य होते, मात्र हे दोघं ब्रिटिश नव्हते, तर अमेरिकन होते. एक होता, पॅट्रिक सेमॉर. हा दूतावासातला एफ.बी.आय.चा माणूस होता. दुसरा होता लू कॉलिन्स. हा सी.आय.ए.चा लंडनमधला ऑफिसर होता. अर्थात त्यांना केवळ एक प्रथा म्हणूनच या कमिटीवर घेतलं होतं, एवढंच!

सर हॅरी यांनी एका अहवालाच्या वाचनानं बैठकीला प्रारंभ केला. त्यात आत्तापर्यंत गोळा झालेला तपासाच्या संदर्भातला तपशील नमूद केलेला होता. त्यानुसार सायमनचं अपहरण होऊन आता तीन तास झाले होते. या क्षणी दोन गोष्टी गृहीत धरणं आवश्यक वाटत होतं. एक म्हणजे, सायमन कॉरमॅक याला शॉटओव्हर मैदानावरून पळवून नेऊन कुठंतरी गुप्त ठिकाणी कैदेत ठेवण्यात आलं होतं. दुसरं म्हणजे, हे हल्लेखोर एका दहशतवादी गटाचे प्रतिनिधी असून त्यांनी अद्याप तरी सायमनच्या मोबदल्यात काही खंडणीची मागणी केलेली नव्हती.

गुप्तचर विभागाच्या माणसानं या ठिकाणी आपणहोऊन एक माहिती पुरवली, ती म्हणजे त्याच्या खात्याच्या लोकांनी एव्हाना युरोपमध्ये असलेल्या निरनिराळ्या सोनेरी टोळ्यांमध्ये आपले खबरे पाठवले होते व अपहरणाच्या या घटनेमागे नक्की कुणाचा हात आहे, हे शोधून काढण्याचे प्रयत्न चालू होते.

"हे गुप्तहेर अतिशय धोक्याचं आयुष्य जगत असतात, त्यामुळेच आमच्या खबऱ्याला – जिमला – नुसता फोन करून काय कळलं, असं विचारणं शक्य होत नाही. त्यामुळे पुढच्या आठवड्यात वेगवेगळ्या मध्यस्थांद्वारेच आपल्या हाती काही माहिती येऊ शकेल. त्याआधी नाही."

हे ऐकून सेक्युरिटी सर्व्हिसच्या माणसानं अशी पुस्ती जोडली की, आपलं खातंसुद्धा अशाच प्रकारच्या हस्तकांद्वारे स्थानिक माफिया टोळ्यांमधून अशी माहिती काढत आहे. त्याच्या म्हणण्याप्रमाणे हे हल्लेखोर परकीय असण्यापेक्षा स्थानिक असण्याची शक्यता जास्त होती. ब्रिटनमध्येही माथेफिरू काय कमी आहेत का? फक्त ज्या अमानुषपणे शॉटओव्हर मैदानावरची ही घटना घडली, त्यावरून हे प्रकरण वाटतं तितकं साधं, सरळ नाही, हेही खरंच होतं. बघू या, काय होतंय, ते!

निगेल क्रॅमरच्या अहवालात लिहिलं होतं की, आणखी काही तासांतच शवविच्छेदन चिकित्सकांचा रिपोर्ट येईल. तसंच आणखी काही नव्या साक्षीदारांच्या जबान्याही घेऊन होतील. मग चित्र आणखी स्पष्ट होईल.

तो कमिटीपुढे म्हणाला, "त्या हल्लेखोरांनी अपहरण करताना कुठली व्हॅन वापरली, हे एव्हाना आम्हाला ठाऊक झालंय. एक जुनी-पुराणी हिरव्या रंगाची फोर्ड ट्रान्झिट व्हॅन त्यांनी आणली होती. व्हॅनच्या दोन्ही बाजूंना बार्लो फ्रूट कंपनीची जाहिरात रंगवलेली होती. ही गाडी पूर्व दिशेला व्हीटले गावातून जाताना काही लोकांनी बघितली. ही गोष्ट साधारणत: गुन्हा घडल्यानंतर पाचच मिनिटांनंतरची असेल. तसंच, ही गाडी खरोखरची बार्लो फ्रूट कंपनीची नव्हती, हेही आम्हाला कळून चुकलंय. कुठल्याच साक्षीदारानं गाडीचा नंबर लिहून घेतलेला नाही. आमच्याकडून या व्हॅनचा, त्याच्या आत बसलेल्या माणसांचा आणि व्हॅनला बघणाऱ्या आणखी कुणा साक्षीदारांचा शोध घेणे चालू आहे. सकृतदर्शनी तरी आत दोघे जण बसलेले असावे, असं वाटतं. गाडीच्या काचांच्या आडून त्यांच्या नुसत्या धूसर आकृत्याच दिसत होत्या, पण त्या दूधवाल्याच्या साक्षीनुसार त्यांपैकी एकाला मोठी दाढी असावी."

"पंचनाम्यात आमच्या हाती आलेला पुरावा म्हणजे एक कारजॅक, व्हॅनच्या टायर्सचे अगदी स्पष्ट ठसे, बरीच रिकामी काडतुसं, ही बहुधा सबमशिनगनमधली असावीत. हा सर्वच पुरावा फोर्ट हॉलस्टेड इथं तज्ज्ञांच्या तपासणीकरता पाठवला आहे. दोन गुप्तहेर आणि ऑक्सफर्ड विशेष शाखेचा सार्जंट डून या तिघांच्या मृतदेहांतून निघालेल्या गोळ्याही तिथं तपासणीसाठी पाठवल्या आहेत. या गोळ्या कुठल्या बनावटीच्या आहेत, हे तज्ज्ञांकडून लवकर आपल्याला कळेलच, पण त्या वरकरणी तरी वॉर्सा येथील शस्त्रास्त्र कारखान्यात तयार झाल्या असाव्यात, असं वाटतं. युरोपमधील जवळ-जवळ प्रत्येक दहशतवाद्याची टोळी ईस्टर्न ब्लॉकमध्ये बनलेली शस्त्रास्त्रं वापरते."

"ऑक्सफर्डमधले शवविच्छेदन-तज्ज्ञ तर उत्तम आहेतच; पण तरीही मी पुराव्यातील प्रत्येक गोष्ट आमच्या फुलहॅमकडे तपासणीदाखल पाठवत आहे. थेम्स व्हॅली पोलीस घटनास्थळाच्या जवळपास आणखी कुणी साक्षीदार मिळताहेत का, याचा तपास घेतच आहेत."

"तेव्हा, मंडळी, तपासाच्या दृष्टीनं आता आमच्या हाती एकूण चार मुद्दे गवसले आहेत. ज्यातून अपहरण झालं ती गाडी, घटनास्थळाच्या जवळपास मिळालेले साक्षीदार, अपहरणकर्त्यांनी मागे सोडलेला पुरावा आणि वूडस्टॉक रोडवरील घरावर कुणी संशयास्पद स्थितीत पाळत ठेवताना कुणाच्या नजरेला आलं होतं का, याचा शोध. या शोधाचं कामही थेम्स व्हॅलीकडे सोपवण्यात आलं आहे. वरकरणी तरी..." असं बोलत असताना त्यानं मुद्दामच उपस्थित दोघां अमेरिकनांकडे पाहिलं, "असं म्हणावं लागेल की, गेले कित्येक दिवस एकाच ठिकाणी, एकाच प्रकारे सराव करण्याचा सायमन कॉरमॅकचा रिवाज होता; व ही गोष्ट हल्लेखोरांना चांगलीच ठाऊक होती; आणि त्याचाच त्यांनी फायदा उठवलेला आहे."

तो हे बोलत असतानाच फोन वाजला. तो त्याच्यासाठीच होता. क्रॅमरनं रिसीव्हर उचलला, क्षणभर त्या माणसाचं म्हणणं ऐकून घेतलं. नंतर परत टेबलापाशी आला.

"मी अँटी टेररिस्ट ब्रँचचा मुख्य पीटर विल्यम याची या तपासाच्या कामी अन्वेषण अधिकारी म्हणून नेमणूक केली आहे. आत्ता त्याचाच फोन होता. व्हॅन हाती आली आहे."

त्याचं असं झालं की, इस्लिप रोडवरच्या व्हाइट हॉल फार्मच्या मालकाच्या असं लक्षात आलं की, त्याच्या फार्ममधल्या जुन्या पत्र्याच्या शेडमधून धूर येतोय, मग त्यानं ताबडतोब फायर ब्रिगेडला कळवलं. ही शेड त्याच्या फार्महाउसपासून सुमारे पाचशे यार्डांवर रस्त्यालगत असलेल्या जमिनीच्या तुकड्यावर असून, तो सहसा कधीच तिच्याकडे जात नसे. ऑक्सफर्ड फायर ब्रिगेडचे लोक तात्काळ तिथं पोहोचले, पण तोपर्यंत ती शेड जळून खाक झाली होती. नंतर ब्रिगेडच्या लोकांना त्या राखेच्या ढिगात एका जुन्या व्हॅनचे अवशेष मिळाले. ही गोष्ट आठ वाजून एकेचाळीस मिनिटांनी घडली. तो शेतकरी पुन्हा-पुन्हा हेच ठासून सांगत होता की, त्या शेडमध्ये त्यानं व्हॅन वगैरे काहीही ठेवलेली नव्हती. त्याच्या माहितीप्रमाणे ती शेड पूर्णपणे रिकामी होती. कदाचित त्या व्हॅनमध्ये कुणी जिप्सी, बंजारा वगैरे लोक लपले तर नव्हते ना, अशा शंकेनं ब्रिगेडच्या लोकांनी राखेचे ढिगारे बाजूला केले व ते व्हॅनच्या जवळ पोहोचले. आत डोकावून पाहिलं, तर मृतदेह वगैरे काहीच नव्हते, पण ते अवशेष एका ट्रॅन्झिट व्हॅनचेच होते, हे मात्र निःसंशय!

"यानंतर फायरब्रिगेडचे लोक बंबखान्यात परत आले. नेमकं तिथं त्यांच्या ऑफिसरनं तेवढ्यात रेडिओवरचं एक निवेदन ऐकलं की, थेम्स व्हॅली पोलीस एका विशिष्ट ट्रॅन्झिट व्हॅनचा तपास करत आहेत. लगेच त्या ऑफिसरनं केडलिंग्टनला फोन केला."

"अर्थात," क्रॅमर म्हणाला, "ती व्हॅन जवळजवळ नामशेष झालेली आहे. टायर्स जळून खाक झाले आहेत. हातांचे ठसे पुसून गेले आहेत, पण तरीही इंजीन व चासिस-नंबर नक्कीच शाबूत असतील. माझे वाहन विभागाचे लोक लवकरच

तिथं पोहोचतील. तिथं आता एक कणभर जरी पुरावा शिल्लक असेल ना, अगदी तसूभर जरी, तरी तो आम्ही मिळवूच.''

कोब्राची मीटिंग चालूच राहिली. फक्त काही महत्त्वाच्या कामगिरीवर नेमलेले लोक उठून गेले व त्यांची जागा त्यांच्या कनिष्ठ अधिकाऱ्यांनी घेतली. गृहखात्याच्या एका दुय्यम दर्जाच्या मंत्र्यानं आता अध्यक्षस्थान स्वीकारलं.

❖

वास्तविक या सगळ्या घटनांमधून प्रेसला बाजूला ठेवण्याची निग्रेल क्रॅमरची तीव्र इच्छा होती, पण ते कसं शक्य होतं? अकराच्याच सुमाराला 'ऑक्सफर्ड मेल' या वृत्तपत्राचा क्लाईव्ह एम्प्सन किडलिंग्टनपाशी पोहोचला होता. त्यानं हजारो प्रश्न विचारून सगळ्यांना नुसतं भंडावून सोडलं होतं. नंतर त्याला तीन गोष्टींचा भयंकर धक्का बसला. एक म्हणजे, त्यानं प्रश्न विचारायला नुसती सुरुवात करताक्षणीच त्याला मुख्य गुप्तचर अधीक्षकापाशी नेण्यात आलं. त्याला ही गोळीबाराची बातमी कुठून व कशी कळली, याची तपशीलवार चौकशी सुरू झाली. त्यानं अर्थातच ते सांगायला नकार दिला. दुसरी गोष्ट त्याच्या नजरेला आली. ती म्हणजे, थेम्स व्हॅली ऑफिसमधल्या कनिष्ठ कर्मचारी-वर्गात एक प्रकारचं भीतीचं वातावरण पसरलेलं होतं; आणि तिसरं म्हणजे त्याच्या एकाही प्रश्नाचं उत्तर दिलं गेलं नाही. वास्तविक त्याच्या छपाई-कामगाराच्या बायकोनं सरळ-सरळ दोन खून झालेले पाहिले होते आणि खून-खटल्यात वार्ताहरांची मदत घ्यायला पोलीस नेहमीच उत्सुक असतात. बातमी छापून आणायला, निवेदन प्रसिद्ध करायला किंवा प्रेस कॉन्फरन्स घ्यायला नेहमीच तयार असतात.

आपल्या गाडीतून परत ऑक्सफर्डकडे जात असताना त्याच्या मनात नाना तऱ्हेचे विचार घोळत होते. त्यानं परत एकदा सर्व गोष्टींचा सांगोपांग विचार केला. साधा नैसर्गिक मृत्यू घडला असेल, तर मृतदेह शहराच्या शवागारात धाडण्यात येतो, पण गोळीबार वगैरे झालेला असेल, तर मात्र मृतदेह नक्कीच अत्याधुनिक सोयींनी सुसज्ज असलेल्या रेडक्लिफ हॉस्पिटलकडे पाठवले असतील. त्याची योगायोगानं या हॉस्पिटलमध्येच नोकरीला असणाऱ्या एका नर्सशी जरा जास्तच घसट होती. ती जरी शवागार विभागात खुद्द कामाला नसली, तरी तिच्या ओळखीनं नक्की कोण मेलं, हे तर कळू शकेल.

हॉस्पिटलमध्ये बराच वेळ रेंगाळल्यावर साधारण दुपारी जेवणाच्या वेळेपर्यंत त्याच्या हाती अशी बातमी आली की, रेडक्लिफकडे काहीतरी लफड्याची केस आली आहे. हॉस्पिटलच्या शवागारात एकूण तीन मृतदेह भरती झाले आहेत, त्यातले दोन अमेरिकन व एक ब्रिटिश असावा, असं वाटतंय. बहुतेक तो ब्रिटिश

पोलिसखात्यातला असावा. शवविच्छेदनासाठी लंडनहून एका खास तज्ज्ञाला बोलावण्यात आलं आहे. अमेरिकन दूतावासाचा माणूसही आलेला आहे.

पण ही सगळी माहिती त्यांनी आपल्यापासून लपवून का ठेवावी? त्याच्या मनात पहिला विचार आला, तो सायमन कॉरमॅकचा. गेले नऊ महिने सायमन कॉरमॅक इथल्या बॅलिलॉल कॉलेजचा विद्यार्थी म्हणून राहात होता, हे तर सर्वांनाच माहीत होतं.

तो तसाच कॉलेजच्या आवारात काही माहिती मिळते का, ते तरी बघू म्हणून गेला. तिथं त्याला एक सुंदर तरुणी भेटली. जेनी. तीही याच कॉलेजची विद्यार्थिनी होती. योगायोगाची गोष्ट म्हणजे ती सायमनच्याच वर्गात होती.

सायमन कॉरमॅक त्या दिवशी सकाळच्या तासाला हजर नव्हता, ही गोष्ट त्यानं तिच्या तोंडून काढून घेतली. अर्थात तिला सायमनच्या अनुपस्थित राहण्याचं काही विशेष वाटलेलं नव्हतं. क्रॉसकंट्री पळण्याचा सराव केल्यानंतर दमून-भागून ताणून दिली असेल. पळण्याचा सराव? हो! डिसेंबरमध्ये होणाऱ्या मॅचेसमध्ये केंब्रिजचा पाडाव करायला सायमनखेरीज दुसरं आहेच कोण? रोजच पहाटे उठून तो घाम गळेस्तोवर पळण्याचा सराव करायला जातो, बहुतेक रोजच शॉटओव्हर मैदानावर जातो.

हे ऐकताच क्लाईव्ह एम्प्सनला वाटलं, कुणीतरी आपल्या पोटात लाथच ठेवून दिली आहे. 'ऑक्सफर्ड मेल'चा वार्ताहर म्हणून काम करता-करता घडलेल्या घटनांवरून काही आडाखे बांधायची त्याच्या मनाला सवयच जडून गेली होती. त्यानुसार त्यानं अंदाज बांधला की, सायमन कॉरमॅकचाच खून झाला. त्यानं तातडीनं लंडनच्या एका मोठ्या वृत्तपत्राला ही बातमी कळवली. त्याचा परिणाम म्हणून सरकारला एक तातडीचं निवेदन प्रसिद्ध करणं भागच पडलं.

❖

ब्रिटिश सरकारी यंत्रणा अतिशय साधीसुधी आहे. राणी ही देशाची प्रमुख असते आणि ती आपल्या ठिकाणी राहते. पंतप्रधान हा सरकारचा प्रमुख असतो. सार्वत्रिक निवडणुकांमध्ये जो पक्ष सत्तेवर येईल, त्या पक्षाचा तो नेता असतो. याचे दोन फायदे आहेत. देशाचा कार्यभार वाहणाऱ्या माणसाला विरोधी पक्षाशी मिळतंजुळतं घेऊनच राहावं लागतं. मनमानी करता येत नाही. दुसरं म्हणजे, निवडणुकीतून निवडून आलेला नेता हा चांगला मुत्सद्दी आणि खंदा राजकारणीच असतो आणि बऱ्याचदा याआधी त्यानं काही इतर मंत्रिपदंही भूषवलेली असतात. फार मोठा अनुभव त्याच्या पाठीशी असतो. जगात घडणाऱ्या गोष्टींचं ज्ञान असतं.

– आणि लंडनला एक तिसराही फायदा मिळतो. राजकारण्यांच्या मागे समाजकारण्यांचा एक ताफाच मदतीसाठी तयार असतो. तोही तितकाच अनुभवी,

पिढ्यान्‌पिढ्या हे समाजकार्य करत आलेला असतो. नव्यानंच राजकारणात शिरून निवडून आलेल्या लोकांना या समाजकारण्यांचा खूप मोठा आधार असतो. एखादी घटना, आणीबाणी घडलीच, तर लगेच यापूर्वी अशी घटना कधी घडली होती का, त्या वेळी काय उपाययोजना करण्यात आली, वगैरे माहिती त्यांच्याकडे तयार असते.

वॉशिंग्टनमध्ये मात्र ही परिस्थिती नसते. पराभूत झालेला पदाधिकारी पद खाली करताना स्वत:बरोबर ही फायलींच्या रूपात साठवलेली सगळी माहितीही घेऊन बाहेर पडतो. नवीन माणसाला आपल्या राजकीय कारकिर्दीची सुरुवात अक्षरश: कोऱ्या पाटीवर करावी लागते.

त्यामुळेच व्हाइस प्रेसिडेंट ओडेल यांनी व्हाइट हाउसमधून बाहेर पडून घरची वाट धरली, ती अतिशय हतबुद्ध मन:स्थितीतच! अचानक उद्‌भवलेल्या या संकटात, या आणीबाणीच्या परिस्थितीत आपण नक्की काय हालचाल करायची, पुढची पावलं कोणती उचलायची, याविषयी मार्गदर्शन करायला कुणीच नव्हतं. आत्ता वॉशिंग्टनमध्ये पहाटेचे पाच वाजून पाच मिनिटं झाली होती.

''मला हे दु:खाचं ओझं एकट्यानं पेलवत नाहीये, मायकेल!'' प्रेसिडेंट कॉरमक म्हणाले होते, ''मी ओव्हल ऑफिसमध्ये बसून नेहमीची रोजची कामं सांभाळू शकेन रे! पण आणीबाणीच्या प्रसंगीच्या कमिटीचा अध्यक्ष म्हणून मी काम नाही करू शकणार. इथं माझ्या स्वत:च्या पोटचा गोळाच हरवलाय. मला तो परत हवाय रे, मायकेल. मला तो परत मिळवून दे!''

व्हाइस प्रेसिडेंट ओडेल हे तर खुद्द जॉन कॉरमॅकपेक्षाही अधिक भावनाप्रधान, हळवे होते. आपल्या या व्यासंगी, विद्वान आणि काहीशा रूक्ष मित्राला इतकं भावनाविवश झालेलं त्यांनी कधीच पाहिलं नव्हतं. त्यांनी आपल्या मित्राला छातीशी धरून त्याचं सांत्वन केलं; आणि 'सगळं काही ठीक होईल,' म्हणून सांगितलं. नंतर कॉरमॅक आपल्या झोपण्याच्या खोलीत परत गेले. तिथं डॉक्टरांनी त्यांच्या शोकमग्न पत्नीला झोपेचं इंजेक्शन देऊन नुकतंच झोपवलं होतं.

ओडेल आता कॅबिनेटरूमच्या मध्यभागी असलेल्या खुर्चीत बसले. त्यांनी स्वत:साठी कॉफी मागवली; मग भराभर फोन फिरवायला सुरुवात केली. सायमनच्या अपहरणाची घटना ब्रिटनमध्ये म्हणजेच परदेशात घडली होती, त्यामुळे आपल्याला राज्य सचिवा (सेक्रेटरी ऑफ स्टेट)ची गरज भासेल. त्यांनी जेम्स डोनाल्डसनला फोन करून उठवलं आणि काहीही कारण न सांगता ताबडतोब कॅबिनेटरूममध्ये हजर होण्यास सांगितलं. डोनाल्डसननं खूप आढेवेढे घ्यायला सुरुवात केली. अखेर लवकरात लवकर आपल्याला नऊपर्यंत तिथं पोहोचता येईल, त्याआधी अगदी शक्यच नाही, वगैरे म्हणू लागला.

''जेम्स, नऊ वगैरे काहीनाही. आत्ता, या क्षणी, ताबडतोब! अरे, ही आणीबाणी

आहे. आणि आत्ता प्रेसिडेंटसाहेबांना फोन वगैरे करायच्या भानगडीत पडू नको. ते तुझ्या फोनचं उत्तर देऊ शकणार नाहीत. त्यांनी ही भानगड माझ्याचकडे सोपवली आहे. तू ये तर खरा, मग सगळं सांगतो.''

अखेर मायकेल ओडेल अमेरिकेचे व्हाइस प्रेसिडेंट होते, ते काही उगीच नाही. एवढ्या वर्षांचा अनुभव गाठीशी होता. जॉन कॉरमॅकसारख्यांचा विश्वास त्यांनी उगीच संपादन केला नव्हता. तो माणूसच तसा धीराचा आणि खंबीर होता.

मग त्यांनी ॲटर्नी जनरल बिल वॉल्टर्सला फोन केला. हा एफ.बी.आय.चा राजकीय प्रमुख होता. त्याला एफ.बी.आय. डायरेक्टर डॉन एडमोंड्सकडून ही वार्ता कळलेली असल्यामुळे तो कपडे घालून तयारच होता.

''मायकेल, मी निघालोच आहे. मी बरोबर डॉन एडमोंड्सलाही आणतोय. आपल्याला त्याच्या एफ.बी.आय.मधल्या अनुभवाचा खूप उपयोग होईल. डॉनचा लंडनमधला एजंट त्याला तपासाच्या संदर्भात दर तासाला रिपोर्ट देतोच आहे. त्याचीही आपल्याला मदत होईल.''

''मग तर फारच छान!'' ओडेल सुटकेचा निःश्वास टाकून म्हणाले.

अखेर सहा वाजता जेव्हा सगळे जमा झाले, तेव्हा त्यात ट्रेझरीचे ह्यूबर्ट रीड, संरक्षण सचिव मॉर्टन स्टॅनार्ड, राष्ट्रीय संरक्षण सल्लागार ब्रॅड जॉन्सन आणि केंद्रीय अन्वेषण विभागाचे ली अलेक्झांडर या सर्वांचाच समावेश होता. आणखी शिवाय एफ.बी.आय.चा डॉन एडमोंड्स आणि गुप्तचर विभागाचा क्रायटन बरबँक हेही होतेच. इतरांबरोबर डेव्हिड वाइनट्राऊब वाट बघत थांबला होता. डॉन एडमोंड्सनं येताना आपल्याबरोबर एफ.बी.आय.चा साहाय्यक संचालक फिलिप केली याला आणलं होतं.

मीटिंगची सुरुवात क्रायटन बरबँकच्या भाषणानं झाली. तो चिडून बोलत होता. त्यानं या सगळ्याचं खापर ब्रिटिशांच्या डोक्यावर फोडलं. त्यानं आपल्या लोकांकडून आलेला एक रिपोर्टच कमिटीच्या पुढे ठेवला.

''माझ्यापुढे दोन मृत माणसं आहेत, दोन विधवा आणि तीन पोरकी झालेली मुलं. आणि हे सगळं केवळ त्या गाढवांची सुरक्षा-व्यवस्था धड नव्हती, म्हणून झालं. मी हे पुन्हा पुन्हा सांगू इच्छितो; आणि माझं हे म्हणणं या मीटिंगच्या अहवालात लेखी मांडण्यात यावं की, सायमन कॉरमॅकला परदेशात शिक्षणासाठी पाठवण्यात येऊ नये; आणि, समजा, तसं केलंच, तर डझनभर नव्हे, कमीतकमी पन्नास माणसं तरी त्याच्या संरक्षणासाठी ठेवावीत, हे माझं अगदी पहिल्यापासून ठाम मत होतं. पण कुणी ऐकेल तर ना!''

''हो. तुझं म्हणणं अगदी खरं आहे!'' त्याला शांत करत ओडेल म्हणाले.

डॉन एडमोंड्सला तेवढ्यात लंडनहून पॅट्रिक सेमॉर नामक माणसाचा फोन

आला. त्यानं फोनवर आत्तापर्यंत घडलेल्या सर्व हकिकतीचा तपशील दिला. एवढंच नव्हे, तर कोब्रा कमिटीच्या मीटिंगचा अहवालही दिला.

"अशा अपहरणाच्या केसमध्ये नक्की काय घडतं, हो?" ट्रेझरी सेक्रेटरी ह्यूबर्ट रीडनं विचारलं.

प्रेसिडेंट कॉरमॅकच्या सगळ्या सल्लागारांमध्ये व खास माणसांमध्ये हा ह्यूबर्ट रीड सर्वांत भावनाप्रधान माणूस होता. अशा प्रकारच्या भयंकर राजकीय परिस्थितीला तोंड देण्याइतका खंबीरपणा त्याच्या अंगातच नव्हता.

बुटका, डोळ्यांना चश्मा, शांत मुद्रा आणि सौजन्यशील स्वभाव. त्याला बरीच वडिलार्जित संपत्ती मिळालेली होती. राजकारणात शिरण्याआधी त्याचा वॉल स्ट्रीटवर शेअरबाजारातील दलालीचा मोठाच धंदा होता. या धंद्यानं त्याला वयाच्या पन्नाशीलाच अतिशय धनाढ्य बनवलं होतं. गेली काही वर्षं कॉरमॅक घराण्याच्या सर्व विश्वस्त निधींचा कारभार तोच बघत असे. यातूनच जॉन कॉरमॅक यांच्याशी त्याचा परिचय झाला. परिचयाचं पुढे गाढ मैत्रीत रूपांतर झालं.

अर्थशास्त्र या विषयातील त्याची तल्लख बुद्धी लक्षात घेऊन, जॉन कॉरमॅक यांनी त्याला सरकारी खजिन्याचं काम बघण्यासाठी मुद्दाम वॉशिंग्टनला बोलावून घेतलं होतं. त्यानं अमेरिकेचं ढासळत चाललेलं तुटीचं अंदाजपत्रक सावरायला खूपच मदत केली होती. अर्थशास्त्राशी संबंधित अगदी कुठलीही अडचण येवो, तिचा मुकाबला करणं ह्यूबर्ट रीडच्या दृष्टीनं डाव्या हातचा मळ होता, पण आपला अर्थशास्त्र हा विषय सोडून बाकी कुठला मुद्दा उपस्थित झाला की, तो एकदम अस्वस्थ होई.

डॉन एडमोंड्सने केलीकडे पाहिलं. हा केली मात्र खरोखर गुन्हेगारांचा कर्दनकाळ होता.

"साधारणपणे जर थोड्याच अवधीत हे अपहरण कुणी केलं असावं, का केलं असावं, त्यांचा मूळ अड्डा कुठं असावा, या संदर्भात जर एकही धागादोरा तपासून हाती आला नाही, तर मग, खरं म्हणजे, आपल्या हातांत काहीच राहात नाही अपहरणकर्ते स्वतःच कुठल्यातरी मार्गानं संपर्क साधतात आणि खंडणीची मागणी करतात. त्यानंतर ओलीस ठेवलेल्या माणसाच्या सुटकेसाठी काय मोबदला द्यावा लागेल, यासंबंधात दोन्ही पक्ष बोलणी करतात. शिवाय, एकीकडे या लोकांचा ठावठिकाणा शोधून काढण्याच्या दृष्टीनं पोलिस-तपास चालूच असतो. अखेर त्यांचा पत्ता लागला नाही, तर मग मात्र त्यांच्याशी बोलणी करून निर्णय घ्यावाच लागतो."

"पण या केसमध्ये ही बोलणी करणार कोण?" स्टॅनार्डनं विचारलं.

यावर खोलीत एकदम शांतता पसरली.

"आपणही काहीतरी हालचाल करतोय, असं दिसलं तर पाहिजे ना?" वॉल्टर्स म्हणाला, "सगळी जबाबदारी काही ब्रिटिशांवर ढकलून मोकळं होता येणार नाही. त्या

मुलाच्या सुटकेच्या दृष्टीनं आपणही काहीतरी हातपाय हलवायला नकोत का?''

''हो. तेही खरंच!'' ओडेल जोरात म्हणाले, ''आपण त्यांना असं म्हणू शकतो की, त्यांच्या हातात आपला मुलगा सुरक्षित राहिला नाही, त्यामुळे आता त्याला परत मिळवण्याच्या कामगिरीत तरी त्यांनी आपला सहभाग मान्य करायलाच हवा.''

''पण हे बघा. आपण आपलं वॉशिंग्टनचं पोलिसखातंच आख्खं त्यांच्या देशात पाठवून त्यांच्या स्कॉटलंड यार्डवर वरचश्मा गाजवू शकत नाही ना!'' वॉल्टर्स म्हणाला.

''ठीक आहे, मग बोलणी करायचं काय?'' ब्रॅड जॉन्सननं विचारलं.

परत एकदा शांतता पसरली. ओडेल म्हणाले,

''बोलणी करायची जर वेळ आलीच, तर जगातला सर्वोत्तम मध्यस्थ कोण?''

''क्वांटिकोमध्ये एफ.बी.आय.चा बिहेवियरल सायन्स ग्रुप आहे.'' केली म्हणाला, ''अमेरिकेतल्या अपहरणाच्या सगळ्या केसेस तेच हाताळतात. आपल्या इथं तरी सगळ्यांत उत्तम तेच आहेत.''

''मी विचारलं, जगात सर्वोत्तम कोण?'' ओडेल परत म्हणाले.

''अपहरणाच्या अनेक केसेसमध्ये ओलीस ठेवण्यात आलेल्या व्यक्तींना यशस्वीरीत्या परत मिळवून देणारा असा जगात सध्या एकच मध्यस्थ आहे...'' वाइनट्राऊब शांतपणे म्हणाला, ''क्विन! या क्विनला मी चांगला ओळखतो.''

दहा दुणे वीस डोळे एकदम सी.आय.ए.च्या डेव्हिड वाइनट्राऊबवर रोखले गेले.

''हा जो कोण क्विन माणूस आहे, त्याच्याबद्दल जरा आणखी माहिती सांगा...'' ओडेल म्हणाले.

''क्विन जन्मानं अमेरिकन आहे. आर्मीतून निवृत्त झाल्यावर त्यानं हार्टफोर्ड विमा कंपनीत नोकरी धरली. दोन वर्षांनी तो त्यांच्या पॅरिसच्या शाखेचा मुख्य झाला. त्याचं लग्न झालं. एक मुलगीही झाली, पण त्याची फ्रेंच पत्नी व मुलगी – दोघीही दुर्दैवानं एका अपघातात ठार झाल्या. त्या दुःखामुळे तो दारूच्या आहारी गेला व त्याची नोकरी गेली, त्यामुळे तो ताळ्यावर आला आणि त्यानं लंडनमधील लॉईड या फर्ममध्ये नोकरी धरली. लोकांच्या वैयक्तिक संरक्षणाची जबाबदारी घेणं आणि अपहरणाच्या गुन्ह्यात गुन्हेगारांशी वाटाघाटी करण्याचं – मध्यस्थ – काम करणं, हे त्याच्या या कंपनीतल्या कामाचं स्वरूप होतं.''

''मला आठवतंय, त्याप्रमाणे त्यानं १९७८ ते १९८८ अशी दहा वर्षं हे काम केलं. फार चांगल्या रीतीनं केलं. मध्यस्थ म्हणून त्याचा फार बोलबाला झाला. त्याला इंग्रजीखेरीज आणखी तीन परकीय भाषा अगदी मातृभाषेइतक्याच अस्खलितपणे बोलता येतात. ब्रिटन आणि युरोप त्याच्या अगदी आतून-बाहेरून

परिचयाचा आहे.''

''मग हा माणूस अमेरिकेच्या वतीनं ही केस घेईल का?'' ओडेल म्हणाले.

वाइनट्राऊबनं खांदे उडवले, ''तुम्ही विचारलं होतं, जगातला सर्वोत्तम मध्यस्थ कोण? मी सांगितलं.''

टेबलाभोवती बसलेल्या सर्वांनी माना डोलावल्या.

''हा माणूस क्विन, आत्ता कुठं असतो?'' ओडेल यांनी विचारले.

''माझ्या माहितीप्रमाणे निवृत्तीनंतर तो आता स्पेनमध्ये स्थायिक झालाय, सर! लँगलेमध्ये त्याच्या संदर्भात एक फाइलसुद्धा आहे.''

''जा आणि या क्विनला घेऊन या; मि.वाइनट्राऊब!'' ओडेल म्हणाले.

''क्विनला ताबडतोब घेऊन या. आकाशपाताळ एक करा, पण त्याला घेऊन या.''

❖

त्याच सायंकाळी रेडिओ आणि टीव्हीवरून सातच्या बातम्यांमधून सायमन कॉरमॅकच्या अपहरणाचं वृत्त जगभर प्रसिद्ध करण्यात आलं. जणूकाही एक महाभयंकर बाँबस्फोट व्हावा, तसं सारं जग हादरलं. स्पेनमध्येही टीव्हीवर ही बातमी प्रसिद्ध झाली. अंतोनिओच्या बारमधल्या सगळ्याच लोकांनी ती ऐकली. तो उंचापुरा, देखणा माणूसही ऐकत होताच. 'अरे देवा!' तो स्वत:शीच पुटपुटला, 'अर्थात माझा याच्याशी काही संबंध नाही...' तो म्हणाला.

❖

डेव्हिड वाइनट्राऊबनं वॉशिंग्टनच्या अँड्र्यूज विमानतळावरून सकाळी दहाची फ्लाइट घेतली. स्पेन आणि वॉशिंग्टनमधील सहा तासांच्या वेळेतील फरकामुळे तो माद्रिदला पोहोचला, तेव्हा मध्यरात्र होती. तिथून दोन तासांच्या मोटारप्रवासानंतर अखेर तो व त्याचा साहाय्यक असे दोघं विचारपूस करत अलकांटारा डेल रिओला पोहोचले. गावातल्या एका माणसानं त्यांना हवा तो पत्ता सांगितला. अंधारातच गाडी उभी करून ते घरापाशी पोहोचले. पुढच्या दाराचं लॅच उघडून आत शिरणं काही फारसं कठीण काम नव्हतं. दार उघडून आत शिरले, ती बैठकीची खोली होती. खोलीतला दिवा न लावता वाइनट्राऊब अंधारातच चंद्रप्रकाशात खोलीची पाहणी करत होता, इतक्यात त्याच्या कानाला सुऱ्याच्या पात्याचा थंडगार स्पर्श झाला.

''क्विन, मी आहे, डेव्हिड वाइनट्राऊब.'' सुऱ्याचं पातं बाजूला झालं.

''काय झालं, सर?'' साहाय्यक स्नीड वाइनट्राऊबच्या कानात कुजबुजला. इतक्यात खर्रकन काडी ओढल्याचा आवाज झाला व कुणीतरी तेलाचा दिवा पेटवला. स्नीडची भीतीनं गाळण उडली.

“मी प्रवासानं थकलोय. बसलो, तर चालेल का?” वाइनट्राऊबनं विचारलं.

क्विननं कमरेला एक लुंगी गुंडाळली होती. तो बाकी उघडाच होता. सडपातळ आणि दणकट. ते शरीर पाहून स्नीड अवाक् झाला.

“डेव्हिड, मी आता निवृत्त झालोय.” क्विन म्हणाला, “मी आता हे काम करत नाही.”

त्यानं हातानं एक वाइनचं मडकं वाइनट्राऊबकडे सरकवलं. वाइनट्राऊबनं एका ग्लासात वाइन ओतून तोंडाला लावली आणि खूश होऊन हसला. शेतकऱ्यांची घरगुती कडक दारू.

“प्लीज, क्विन.”

स्नीडला आश्चर्याचा धक्काच बसला. साहेबांच्या तोंडी प्लीज वगैरे म्हणजे कठीणच.

“मी येणार नाही.” क्विन म्हणाला.

आता मात्र स्नीड जरा पुढे सरकला. उजेडात उभा राहिला. त्यानं क्विनकडे सहेतुकपणे बघत बघत कमरेचं पिस्तूल चाचपलं, पण क्विननं त्याच्याकडे ढुंकूनही पाहिलं नाही. त्यानं वाइनट्राऊबकडे रोखून बघत विचारलं, “हे अतिशहाणे महाशय कोण?”

“स्नीड.” वाइनट्राऊब जरा जोरातच म्हणाला, “तू बाहेर जाऊन जरा गाडीचे टायर्स तपासून बघ बरं.”

स्नीड घराबाहेर पडला. वाइनट्राऊबनं एक नि:श्वास सोडला.

“क्विन, टाऊरमिनाच्या जंगलात घडलेला प्रसंग... ती छोटी मुलगी वारली... पण त्यात तुझा काहीही दोष नाहीये, हे आम्हाला माहिती आहे.”

“तुम्हाला समजत कसं नाही? मी ते सगळं आता सोडलंय. आता सगळं संपलंय. तुम्ही फुकट इथं यायचे कष्ट घेतले. दुसरा कुणीतरी शोधा.”

“दुसरा कुणीही नाही. या क्षेत्रात तुझ्याइतकं अनुभवी जगात दुसरं कुणी नाही, हे तर तुलाही ठाऊक आहे.”

“वॉशिंग्टनला स्वत:ची मान वाचवायची आहे, बाकी काहीनाही. यदाकदाचित जर काही विपरीत घडलंच, तर बळीचा बकरा म्हणून पुढे करायला कुणी हवा ना!” क्विन म्हणाला.

“तुझं म्हणणं थोडं-फार खरंच आहे...” अखेर वाइनट्राऊबला कबूल करावंच लागलं, “पण एवढं एकदाच, शेवटचंच, क्विन! वॉशिंग्टनकरता नको, सरकारकरता नको, मुलाकरता नको, पण त्याच्या आई-वडिलांकरता, क्विन. त्यांच्या मनाला दिलासा म्हणून तरी जगातला सगळ्यांत उत्तम माणूस या कामासाठी त्यांना मिळायलाच हवा. तू हे काम करशील, असा मी कमिटीला शब्द देऊन बसलोय.

क्विन!''

क्विननं खोलीत सर्वत्र बघून घेतलं. जणूकाही अखेरचं बघून घ्यावं, तसं.

''ठीक आहे. पण माझी किंमत मोजावी लागेल!'' त्यानं स्पष्टपणे सांगितलं.

''काय ती फक्त बोल!'' वाइनट्राऊब म्हणाला.

''आता लवकरच द्राक्षांचा मोसम सुरू होईल. माझ्या अनुपस्थितीत माझ्या द्राक्षमळ्यांची नीट देखभाल व्हायला हवी, इतकंच. मंजूर?''

''मंजूर!''

बरोबर दहाव्या मिनिटाला ते बाहेर पडले. क्विननं घाईनं काळी पँट, पांढरा शर्ट आणि जॅकेट चढवलं होतं. स्नीडनं पुढचा दरवाजा दोघांसाठी उघडून धरला. वाइनट्राऊब गाडी चालवायला बसला. शेजारी क्विन.

''तू इथंच थांब.'' वाइनट्राऊब स्नीडला म्हणाला.

''आणि काय करू?'' स्नीडनं विचारलं

''ह्या साहेबांच्या द्राक्षांच्या बागा आहेत. त्यांची नीट देखभाल करायची जबाबदारी तुझी. गावात जा. मजूर लाव. काय वाटेल ते कर. मी तुझ्या बॉसला सांगतो. ओ.के.?''

'आ' वासून उभ्या राहिलेल्या स्नीडला तिथंच सोडून ते वॉशिंग्टनला परत निघाले.

❖

पाच

अमेरिकेहून लंडनकडे चाललेल्या सगळ्याच्या सगळ्या फ्लाइट्स अगदी खच्चून भरल्या होत्या. प्रत्येकच वृत्तपत्रानं आपापला प्रतिनिधी तातडीनं लंडनकडे रवाना केला होता, पण लंडनला पोहोचल्यावर ते सगळे वार्ताहर अगदी हवालदिल झाले. तिकडे अमेरिकेतून संपादकांचा खास आतल्या बातमीसाठी तगादा, तर इकडे लंडनमध्ये सगळं चिडीचूप. कुणी तोंड उघडायला म्हणून तयार नाही. सगळ्या बातमीदारांनी वूडस्टॉक रोडवरच्या घरासमोर ठाण मांडलं होतं. जणूकाही त्याचे बंद दरवाजे उघडतील आणि सायमनची काही बातमी सांगतील, पण ते दरवाजे काही उघडले नाहीत. गुप्तचर संस्थेची माणसं दरवाज्याला कुलूप ठोकून सामानासह निघून गेली.

दोन मृतदेहांचं शवविच्छेदन झालं आणि ऑक्सफर्ड सिटी कॉरोनरनं ते अमेरिकन राजदूत (ॲम्बेसेडर) चार्लस फेअरवेदरच्या ताब्यात दिले. तिथून ते शाही इतमामानं वॉशिंग्टनला पाठवण्यात आले.

ऑक्सफर्डमधलं घर तर अशा रीतीनं कायमचं बंद झालं, तरीपण काही सुगावा मिळतोय का, बघू! या आशेनं अजूनही काही थोडे वार्ताहर तिथंच घुटमळत राहिले. काही वार्ताहर मात्र युनिव्हर्सिटीच्या परिसरात हिंडून तिथं सायमनला ओळखणारं कुणी भेटतंय का, याचा मार्ग काढू लागले. प्राध्यापक, वर्गमित्र अगदी शिपाई आणि वॉचमनसुद्धा.

सार्जंट डून याचा मृतदेह त्याच्या कुटुंबीयांच्या हवाली करण्यात आला. थेम्स व्हॅली पोलिसखात्यातर्फे शाही इतमामानं त्याच्या अंत्यसंस्काराची तयारी करण्यात आली.

शवविच्छेदनाचा सर्व तपशीलवार रिपोर्ट ताबडतोब लंडनला पाठवण्यात आला. लष्कराशी संबंधित पुरावा फोर्ट हॉलस्टेडला तपासणीसाठी पाठवण्यात आला. स्कॉर्पियन मशिनगनसाठी जो दारूगोळा वापरला गेला होता, त्याचा लगेचच पत्ता लागला. त्यावरून या कारस्थानामागे युरोपियन अतिरेक्यांचा हात असावा,

असा अंदाज वर्तवला जाऊ लागला. अर्थातच हे जाहीर केलं गेलं नाही.

बाकीचा पुरावा फुलहॅमच्या मेट्रोपॉलिटन पोलिस-लॅबोरेटरीकडे पाठवण्यात आला. त्यात तुडवलेली गवताची पाती, त्यांवरच्या रक्ताच्या डागांच्या तपासणीसाठी पाठवण्यात आली. या शिवाय चिखल, टायरच्या खुणांचे साचे, कारजॅक, पावलांच्या खुणांचे साचे, मृतदेहातून मिळालेली काडतुसं, गुप्तचर संस्थेचा एजंटच्या गाडीच्या पुढच्या फुटलेल्या काचांचे तुकडे, इत्यादी सुद्धा पाठवण्यात आलं. रात्र पडायच्या आतच शॉटओव्हर मैदान अगदी झाडून-पुसून साफ झालं.

गाडी एका ट्रकमध्ये घालून गुन्हा अन्वेषण खात्याच्या वाहनविभागाकडे पाठवण्यात आली, पण सगळ्यांत महत्त्वाची गोष्ट, म्हणजे त्या शेडमध्ये मिळालेली ट्रॅन्झिट व्हॅन. तज्ज्ञ मंडळी आगीनं भस्मसात झालेल्या त्या शेडमध्ये सगळीकडून घुसली. काजळीचे थर तोंडावर घेऊन ती सगळी परतली. शेतकऱ्याच्या फार्मच्या मुख्य फाटकाची साखळी नीट काळजीपूर्वक तपासण्यात आली, पण बऱ्याच तपासणीअंती एवढंच निष्पन्न झालं की, ती साखळी एक साधारण प्रतीच्या बोल्टकटरनं अत्यंत शिताफीनं कापण्यात आली होती. एकच महत्त्वपूर्ण शोध लागला. तो म्हणजे, गुन्हेगारांनी जेव्हा गाड्यांची अदलाबदल करून, नवी शेडमध्ये लपवलेली गाडी बाहेर काढली, तेव्हा त्या गाडीच्या चाकांचे खोल ठसे शेडच्या बाहेर रस्त्यावर उमटले होते.

जळलेली ट्रॅन्झिट व्हॅन फार काळजीपूर्वक ट्रकमधून लंडनला पाठवण्यात आली. इथं तिची अत्यंत काळजीपूर्वक, इंचाइंचांनी तपासणी करण्यात आली. गाडीच्या नंबर-प्लेट्स अर्थातच खोट्या होत्या, पण हल्लेखोरांनी खोटा नंबर लिहिताना गाडीचं मॉडेल ज्या वर्षाचं होतं, त्याच वर्षीचा नंबर लिहिण्याची खबरदारी घेतली होती. गुन्हेगार चांगलेच सराईत होते.

एक नक्की की, त्या व्हॅनची बरीच डागडुजी करण्यात आली होती. तिचं व्यवस्थित ट्यूनिंग केलेलं होतं – आणि तेही एका हुशार व अनुभवी मेकॅनिकनं – कुणीतरी चासिस-नंबर आणि इंजीन-नंबर कानशीनं घासून-घासून पुसण्याचा प्रयत्नही केलेला दिसत होता, पण त्यात मात्र त्यांना यश आलं नव्हतं, त्यामुळे तपासणीत ते नंबर्स समजले.

स्वान-सी येथील सेंट्रल कॉम्प्युटरनं त्या गाडीचा मूळ रजिस्ट्रेशन नंबर लगेच शोधून काढला. ती गाडी सगळ्यात शेवटी कुणाच्या मालकीची होती, हेही लगेचच समजलं. तो पत्ता नॉटिंगहॅममधला होता. पोलीस त्या पत्त्यावर तपासणीसाठी ताबडतोब गेले, पण तो माणूस आता तिथं राहात नव्हता. त्यानं आपला नवा पत्ताही मागे सोडला नव्हता. तो कुठं गेला, हे शेजारपाजारच्या कुणालाच ठाऊक नव्हतं. या माणसाला शोधून काढण्याचे आदेश ताबडतोब गेले.

निगेल क्रॅमर हा दर तासानं कोब्रा कमिटीला आपला अहवाल सादर करत होता. त्यानुसार कमिटीचे सदस्य आपापल्या खात्यांकडे रिपोर्ट्स पाठवत होते. तपास सर्व पातळ्यांवर अत्यंत जारीनं चालू होता; आणि तरीही अजूनपर्यंत कुठंही, काहीही धागादोरा गवसलेला नव्हता.

शिवाय अजूनही अपहरणकर्त्यांनी काहीही संपर्क साधलेला नव्हता. बातमी बाहेर प्रसिद्ध झाल्याच्या क्षणापासून सर्वच्या सर्व टेलिफोन लाइन्स व्यग्र होत्या. कित्येक जादा कर्मचारी अहोरात्र कामाला लावले होते. एवढं म्हणता येईल की, ब्रिटिश जनतेने मात्र मदतीचा हात पुढे केला होता. येणाऱ्या प्रत्येक फोनची अगदी बारकाईनं चौकशी करण्यात येत होती. बाकी इतर गुन्ह्यांच्या तपासाच्या संदर्भातील काम तात्पुरतं तरी स्थगित करण्यात आलं होतं. रोज हजारो फोन्स येत होते – खोटारड्या, माथेफिरू लोकांचे बनावट फोन्स, तर काही आशावादी, मदतीची इच्छा व्यक्त करणारे फोन.

पहिली चाळणी स्विचबोर्डाच्या ऑपरेटर्सची होती. त्यानंतर सर्व फोन्स हजारो पोलिस-कॉन्स्टेबल्सपर्यंत पाठवले जात. तिथं प्रत्येक फोन काळजीपूर्वक ऐकला जाई. त्यांपैकी काही जे खरोखरच गंभीर स्वरूपाचे, खरे वाटत असतील, तेवढेच कॉल्स सीनियर ऑफिसरांकडे पाठवले जात व बाकीच्यांना आधीच कटवलं जाई, पण तपासाची गाडी त्या जळलेल्या शेडच्या पुढे काही केल्या सरकत नव्हती. त्यानंतर हल्लेखोर कुठं गेले असावेत, याचा काही थांगपत्ताच लागायला तयार नव्हता.

निगेल क्रॅमरनं आयुष्यात बराच मोठा अनुभव गाठीशी बांधला होता. प्रत्येकच गुन्हेगार, मग तो कितीही धूर्त वा चाणाक्ष असला, तरी काही ना काही पुरावा मागे ठेवून जातो, असा त्याचा आजवरचा अनुभव होता. कुठंतरी नशीब साथ देतं, कुठंतरी एखादा धागादोरा गवसतो. अगदी कधीच नाही, असं होत नाही. आपल्या शोधपथकांना क्रॅमरनं अशी सक्त ताकीद दिली होती की, एकही गोष्ट नजरेआड करायची नाही, मग ती कितीही क्षुल्लक असेना का. पण अखेर स्वत: त्या शोधपथकांबरोबर चोवीस तास अखंड परिश्रम केल्यानंतर थेम्स व्हॅलीच्या पोलिसांप्रमाणेच निगेल क्रॅमरच्या मनातही असाच विचार डोकवायला लागला की, हे चाललंय, हे काही खरं नाही. हल्लेखोर सगळ्यांच्या हातांवर तुरी देऊन अक्षरश: सहीसलामत निसटले होते, आणि त्यांना शोधून काढणं हे महाकर्मकठीण काम होऊन बसलं होतं.

शिवाय, आणखी एक महत्त्वाची गोष्ट होती. सायमन कॉरमॅक त्यांच्या ताब्यात होता. ओलीस म्हणून. बरं, हा ओलीस खुद्द प्रेसिडेंटचाच मुलगा होता. त्यामुळे ही नुसती पोलिस-केस राहिली नव्हती. ही एक फार मोठी, राजकीय गुंतागुंतीची केस झाली होती. साध्या खून-खटल्यात गुन्हा अगोदरच घडून गेला असल्यामुळे तुम्ही गुन्हेगाराच्या मागावर जाऊ शकता. पण अशा अपहरणाच्या केसमध्ये प्रत्येक

पाऊल फार जपून उचलावं लागतं. नाहीतर एखादेवेळी पळवून नेलेल्या माणसाचं प्रेतच हाती येण्याची शक्यता असते. तर हा सगळा सविस्तर रिपोर्ट क्रॅमरनं कोब्रा कमिटीला दिला, तेव्हा मध्यरात्र झाली होती. ही लंडनमधली गोष्ट. त्याच वेळी इकडे स्पेनमध्ये वाइनट्राऊब क्विनचं मन वळवण्याचा प्रयत्न करत होता. अर्थात या गोष्टीची निगेल क्रॅमरला काहीच कल्पना नव्हती.

स्कॉटलंड यार्डला एक गोष्ट मान्य करावीच लागते की, वृत्तपत्रसंस्थेशी त्यांचे संबंध, लोकांना वाटतात, त्याहून खूपच सलोख्याचे आहेत. आता क्षुल्लक, लहानसहान बाबतीत दोघांचं एकमेकांशी वाकडं आहे, हे मान्य, पण जर तितकीच गंभीर घटना असेल, तर स्कॉटलंड यार्डच्या विनंतीला मान देऊन वृत्तपत्राचे संपादक त्या घटनेचं वृत्त छापताना खूप संयम बाळगतात. परस्पर विचारविनिमय केल्याखेरीज कोणताच मजकूर छापत नाहीत. गंभीर घटना या शब्दाची व्याख्या, साधारणपणे जिथं देशाचं भवितव्य किंवा मानवी जीवन धोक्यात असेल, अशी केली जाते, त्यामुळेच कित्येक अपहरणाच्या केसेसमध्ये वृत्तपत्राच्या संपादकांना सर्वकाही बित्तंबातमी असूनसुद्धा वृत्तपत्रात त्या घटनेचा उल्लेखसुद्धा आढळत नाही.

पण या केसमध्ये एका तरुण आणि अतिउत्साही वार्ताहराच्या उपद्व्यापांमुळे बातमी अगोदरच फुटली होती व अफवांचं पीकच आलं होतं. त्यामुळे आता याबाबत काही करणं संपादकांच्याही हातात राहिलेलं नव्हतं, पण सर पीटर इंबर्ट यांनी परिस्थितीची गंभीरता लक्षात घेऊन स्वत: आठ प्रमुख वृत्तपत्रांचे संचालक, वीस संपादक, दोन टीव्ही नेटवर्कचे प्रमुख आणि बारा रेडिओ स्टेशनचे प्रतिनिधी यांची भेट घेतली. त्यांनी आपली बाजू मांडताना सांगितलं की, परकीय लोकांचं काहीही म्हणणं असलं, तरी अपहरणकर्ते ब्रिटनमध्येच लपून बसलेले असण्याची दाट शक्यता आहे. ते नक्कीच रोज टीव्ही बघणार, वर्तमानपत्रं वाचणार आणि रेडिओ ऐकणार; त्यामुळे कृपा करून वर्तमानपत्रं, रेडिओ व टीव्ही या माध्यमांतून त्या हल्लेखोरांना बिथरवून टाकणारी निखालस खोटी बातमी तरी प्रसारित केली जाऊ नये – जसे, पोलिसांना गुन्हेगारांचा सुगावा लागलाय व ते लवकरच त्यांच्या अड्ड्यावर छापा घालणार आहेत, इत्यादी. कारण जर गुन्हेगार अशा प्रकारे बिथरले, तर ते सायमन कॉरमॅकला ठार मारून टाकायलाही कमी करणार नाहीत. त्यांचं हे म्हणणं जमलेल्या सर्वांना पटलं.

वस्तुस्थिती पण अशीच होती की, हल्लेखोर हे खरोखरीच्याच कोंडीत सापडले होते. त्यांची व्होल्व्हो गाडी शिताफीनं सगळ्यांच्या नजरा चुकवून लंडनच्या गर्दीत बेमालूम मिसळून गेली आणि सकाळचे दहा वाजायच्या आतच एका एकाकी घराच्या जरा दूरवरच बांधलेल्या गॅरेजमध्ये घुसली. दुतर्फा झाडांच्या रांगा असलेल्या

रस्त्यावर जरा आडबाजूलाच हे गॅरेज होतं. लंडनपासून जवळच असलेल्या एका लहानशा खेड्याबाहेर बरोबर एक मैलाच्या अंतरावर हे गॅरेज होतं. स्कॉटलंड यार्डच्या इमारतीपासून सरळ रेषा काढून ती त्याला जोडली, तर हे अंतर फक्त चाळीस-एक मैल भरलं असतं. घराची निवड अगदी योग्य होती. ते फार एकाकीही नव्हतं की, जेणेकरून त्याच्याकडे पोलिसांचं वा आणखी कुणाचं लक्ष वेधलं जाईल. पण जवळपास कुणी नाक खुपसणारे शेजारीही नव्हते. व्होल्व्हो गाडी घरापासून दोन मैलांवर येऊन ठेपली असतानाच त्यांच्या प्रमुखानं उरलेल्या तिघां साथीदारांना खूप खाली वाकून, खिडक्यांच्याही खाली झुकून बसायला सांगितलं. मागच्या बाजूच्या दोघांनी तर सरळ खाली झोपून, आपल्या अंगावरून काळी कांबळी पांघरली. त्यामुळे आता दुरून बघणाऱ्या कुणालाही एक चांगल्या झकपक पोशाखातला दाढीवाला माणूस एकटाच गाडी चालवत स्वतःच्या घराच्या गॅरेजमध्ये शिरतोय, असं दृश्य दिसलं असतं.

गाडी समोर येऊन थांबल्यावर गॅरेज आपोआप उघडलं, गाडी आत शिरली, तसं ते आपोआप बंदही झालं. दार पुरतं बंद झाल्यावर ड्रायव्हरनं आपल्या साथीदारांना खाली उतरण्याची सूचना दिली. ते गॅरेज आतून घराला जोडलेलंच होतं.

सर्व चारही माणसांनी काळे ट्रॅकसूटस परत एकदा अंगावर चढवले आणि चेहऱ्यावर बुरखे पांघरले. त्यानंतर त्यांनी झोपलेल्या सायमन कॉरमॅकला उठवलं. तो बिचारा हेलपाटत, झोकांड्या देत उठला. त्याच्या नजरेला काही स्पष्ट दिसत नव्हतं. सर्व संवेदना बधिर झाल्या होत्या. त्यांनी त्याच्या डोळ्यांवर प्रखर फ्लॅशलाइट टाकताच तो जोरानं डोळे चोळू लागला, पण त्याला काही पुरेसा बोध व्हायच्या आतच कुणीतरी त्याच्या डोक्यावर आणि डोळ्यांवर काळं कापड टाकलं, त्याचमुळे आपल्या अपहरणकर्त्यांचं नखसुद्धा त्याच्या दृष्टीस पडू शकलं नाही.

तसंच हेलपाटत त्याला घराकडे नेण्यात आलं. दारातून आत शिरताच पायऱ्या लागल्या. त्या पायऱ्या उतरून ही सगळी वरात खाली तळघराकडे आली. ते झाडून-पुसून आधीच स्वच्छ करण्यात आलं होतं. सर्वत्र पांढरा रंग दिलेला होता. झडपांमधून थोडा सूर्यप्रकाशही आत येत होता. समोरच एक पलंग होता. तो स्क्रूंच्या साहाय्यानं जमिनीवर ठोकून पक्का केलेला होता. शेजारीच एक कमोड होता. त्याला झाकण होतं. तळघराला जे दार होतं, त्यावर एक छोटं छिद्र होतं व त्यातून आत पाहण्याची सोय होती, पण त्या छिद्रावर बाहेरच्या बाजूनं झाकण होतं. दाराला बाहेरच्या बाजूनं कडी-कोयंडा होता.

तसे ते हल्लेखोर काही पाशवी वगैरे वृत्तीचे नसावेत. कारण त्यांनी सायमनला उचलून अलगद पलंगावर ठेवलं. त्यांच्यातला जो भलादांडगा माणूस होता, त्यानं त्याला दोन्ही हातांनी घट्ट दाबून धरलं व एकानं त्याच्या एका पायात बेडी

अडकवली. फक्त ती फार काचत नव्हती. तशी सैलच होती. अर्थात त्यातून आपला पाय सोडवून घेणं, मात्र सायमनला शक्य नव्हतं. त्या बेडीला लावलेली एक साखळी पलंगाच्या पायाला बांधलेली होती. नंतर त्यांनी सायमनला तिथं तसाच सोडला आणि ते निघून गेले.

सायमन भीतीनं अर्धा, पाऊण तास तरी तसाच निपचित पडून राहिला, मग त्यानं आपल्या चेहऱ्यावरचं कापड जरा घाबरतच दूर केलं. हल्लेखोर जवळपास आहेत की नाहीत, याची त्याला काहीच कल्पना नव्हती. फक्त मघाशी कडी लावल्याचा आणि दाराचा आवाज ऐकू आला होता, तेवढाच. त्यानं आता निमूटपणे इकडेतिकडे पाहिलं. त्याचे हात मोकळेच होते. सभोवती उजेड तसा बेताचाच होता; पण जरा दोन-चार वेळा डोळे चोळल्यानंतर त्याला थोडं-थोडं दिसायला लागलं. नजर त्या अपुऱ्या उजेडालाही सरावली. फक्त त्याच्या मनात गोंधळ उडाला होता. सगळं काही नीटसं आठवतच नव्हतं. मधूनच थोडंसं काहीतरी आठवायचं. आपण ओल्या गवतावर पळत होतो... हिरवी व्हॅन... टायर बदलणारा एक माणूस... अचानक काळ्या कपड्यांतल्या बुरखेधाऱ्यांनी आपल्यावर झडप घातली... नंतर नुसता गोळीबार... आपल्या अंगावरचं ओझं वाढत गेलं... नंतर कुणीतरी तोंडात गवताचा तोबरा दिला....

नंतर कुणीतरी व्हॅनची दारं उघडली... आपण ओरडायचा प्रयत्न केला, पण हातापाय अगदी जड झाले होते... तोंडातून आवाज फुटत नव्हता... एका राक्षसासारख्या माणसानं आपल्याला खाली लोटलं... काहीतरी हुंगवलं... आणि मग काय झालं, कुणास ठाऊक. आणि आता जाग आली, तर हे असे इथं येऊन पडलोय. आणि मग अचानकच त्याच्या डोक्यात प्रकाश पडला. तो भीतीनं थरथर कापायलाच लागला. तो एकटेपणा. ती असाहाय्यता. त्यानं खूप धीरानं घेण्याचा प्रयत्न केला. पण त्याच्या डोळ्यांतून घळाघळा पाणी वाहू लागलं.

'डॅड, ओ डॅड! मी चुकलो. मला इथून सोडवा.'

❖

लंडनच्या व्हाइट हॉलमध्ये जसा फोनमागून फोनचा रतीब लागला होता, त्याच्या तिप्पट जोरानं अमेरिकेत वॉशिंग्टनच्या व्हाइट हाउसकडे फोनचा ओघ होता. लंडन हे वृत्त आपल्या प्रमाणवेळेनुसार बरोबर सायंकाळी सात वाजता प्रसारित करणार होतं. त्यांनी त्या वेळेच्या तासभर आधीच वॉशिंग्टनला सावध करून या गोष्टीची कल्पना देऊन ठेवली होती, पण वॉशिंग्टनमध्ये आत्ता दुपारचे दोन वाजले होते. हे वृत्त ऐकताच तिथल्या लोकांमध्ये प्रचंड खळबळ माजली.

व्हाइट हाउसचा प्रेस-सेक्रेटरी क्रेग लिप्टन यानं आधी तासभर कॅबिनेटरूममध्ये

कमिटीबरोबर चर्चा केली आणि लोकांना साधारण काय उत्तरं द्यायची, याची रूपरेषा ठरवली. प्रश्न इतकाच होता की, त्यांना स्वत:लाच इतकी थोडी माहिती होती की, लोकांना तरी काय उत्तर देणार? प्रेसिडेंट जॉन कॉरमॅक यांच्या मुलाचं अपहरण करण्यात आलं आहे. त्याच्या संरक्षणासाठी नेमलेल्या दोन गुप्तचरांची हत्या करण्यात आली आहे. प्रेसिडेंटचा मुलगा हा एक उत्तम दर्जाचा अॅथलीट असून अपहरण घडलं, त्या वेळी तो नित्याप्रमाणे पळण्याच्या सरावासाठी गेला होता.

अर्थात हे तरी सांगणार कसं? कमिटीशी झालेल्या चर्चेत क्रायटन बरबँक या गुप्तचर संस्थेच्या अध्यक्षानं एक गोष्ट अतिशय ठासून सांगितली होती. ती म्हणजे क्रेग लिप्टनच्या वक्तव्यानंतर कुठल्याही परिस्थितीत लोकांनी गुप्तचर संस्थेला घडलेल्या घटनेबद्दल जबाबदार धरता कामा नये. सायमनच्या संरक्षणासाठी कमीतकमी पन्नास लोक ठेवण्यात यावे, असं आपण वारंवार खुद्द प्रेसिडेंटसाहेबांना सांगितलं असूनही, त्या गोष्टीकडे लक्ष दिलं गेलं नाही, हे त्यानं परत एकदा कमिटीला सांगितलं. त्यामुळे क्रेग लिप्टनचे हात दगडाखाली अडकले होते. लोकांना काय सांगायचं? आणि ते कसं सांगायचं? कुठले शब्द वापरायचे? कुठले नाही? फार अवघड, फार नाजूक काम होतं.

आणखी एक भानगड होतीच. जेम्स डोनाल्डसन म्हणाला होता की, सेक्रेटरी ऑफ स्टेट या नात्यानं आपल्याला लंडनशी चांगले संबंध टिकवायचे आहेत. त्यामुळे झालेल्या घटनेचं खापर कुणीही लंडनवर फोडता कामा नये; म्हणूनच क्रेग लिप्टननं लोकांपुढे निवेदन करताना ही गोष्ट वारंवार उद्धृत करायला हवी की, सायमनला वाचवण्यासाठी झालेल्या लढ्यात एक ब्रिटिश सार्जंटही मृत्युमुखी पडला. शेवटी हेही मान्य करण्यात आलं.

अखेर दुपारी चार वाजता क्रेग लिप्टननं बाहेर येऊन ताटकळत बसलेल्या वार्ताहरांची एक प्रेस कॉन्फरन्स घेतली. त्यांच्यापुढे आपलं निवेदन सादर केलं. ते निवेदन रेडिओ व टीव्हीवर लाइव्ह दाखवण्यात आलं. ज्या क्षणी त्यानं आपलं निवेदन संपवलं, त्या क्षणी एकच गोंधळ निर्माण झाला. त्यानं वारंवार ओरडून सांगितलं की, आता यापुढे आपण एकाही प्रश्नाचं उत्तर देणार नाही; पण गोंधळ वाढतच चालला. शेवटी बरेच प्रश्न टाळले, तरीकाही प्रश्नांची उत्तरं त्याला द्यावीच लागली. व्हाइट हाउसच्या मते यात ब्रिटिशांचा दोष आहे का? अं... वेल... नाही... का नाही? संरक्षण-व्यवस्थेची जबाबदारी त्यांची नव्हती काय? वेल... हो... पण... व्हाइट हाउसच्या मते यात गुप्तचर संस्था दोषी आहे का?... तसंच काही नाही. मग प्रेसिडेंटच्या मुलाचं संरक्षण करायला त्या वेळी फक्त दोनच गार्ड मौजूद का होते? इतक्या निर्मनुष्य स्थळी तो जवळजवळ एकटाच कसा काय पळत होता? क्रायटन बरबँकनं राजीनामा द्यायचा ठरवलाय का? अपहरणकर्त्यांनी काही संपर्क साधलाय की, नाही? या एका शेवटच्या

प्रश्नाला तेवढं त्यानं 'नाही' असं ठामपणे उत्तर दिलं.

अखेर क्रेग लिप्टन पडद्याआड गेला, तो घामानं निथळतच. टीव्ही आणि वर्तमानपत्रवाल्यांना काय म्हणायचं, ते म्हणू दे, छापायचं, ते छापू दे.

शेवटी रात्र झाली, तोपर्यंत प्रेसवाल्यांनी ब्रिटिशांवर टीकेची झोड उठवून सर्व दोषाचं खापर त्यांच्याच डोक्यावर फोडलं होतं.

इकडे ब्रिटिश दूतावासात त्यांचा जो प्रेस सेक्रेटरी होता, त्यानं हे निवेदन ऐकताक्षणीच ताबडतोब स्वत:ही एक जाहीर निवेदन केलं. त्यात सर्वप्रथम त्यानं घडलेल्या घटनेबद्दल आपल्या देशातर्फे तीव्र दु:ख व्यक्त केलं आणि घडलेल्या घटनेचा आपल्याला प्रचंड धक्का बसलाय, असं सांगितलं, पण त्याचबरोबर दोन गोष्टी त्यानं स्पष्ट केल्या : एक म्हणजे, सायमन कॉरमॅकच्या सुरक्षा-व्यवस्थेच्या संदर्भात थेम्स व्हॅली पोलिसांनी फार लक्ष घातलं नव्हतं. ते केवळ खुद्द गुप्तचर संस्थेच्याच विनंतीवरून आणि दुसरं महत्त्वाचं असं की, सायमनला वाचवण्याची धडपड करताना हल्लेखोरांवर गोळ्या झाडून त्यांचा प्रतिकार करणारा व अखेर त्यांच्या गोळीला बळी पडलेला एकमेव माणूस हा ब्रिटिश सार्जंट होता. एकट्या फक्त त्यानं हल्लेखोरांवर दोन गोळ्या झाडल्या होत्या व नंतरच आपले प्राण गमावले होते. त्याचं हे निवेदन फारच खळबळजनक ठरलं. इकडे क्रायटन बरबँक नुसता दात-ओठ खात बसला. ब्रिटिश पोलिसांनी सायमन कॉरमॅकच्या संरक्षणाच्या संदर्भात जास्त लक्ष घालू नये, ही आज्ञा खुद्द सायमनच्या वडिलांकडून – प्रेसिडेंट जॉन कॉरमॅक यांच्याकडूनच आली होती. हे दोघांनाही माहिती होतं; पण कुणीच त्या संदर्भात तोंडातून ब्रही काढू शकत नव्हतं.

आणीबाणीची परिस्थिती हाताळणाऱ्या कमिटीची एक बैठक होऊन, तीत त्यांनी लंडनच्या कोब्रा कमिटीकडून आलेल्या अहवालाचा आढावा घेतला. त्यापूर्वीच एफ.बी.आय.च्या बिहेवियरल सायन्स ग्रुपनं अपहरणकर्त्यांच्या अपहरणपद्धतीवरून काही आडाखे बांधून, तसंच यापूर्वी अशा प्रकारच्या ज्या घटना घडल्या होत्या, त्यांचा या घटनेशी तुलनात्मक संबंध लावून काही मानसचित्रं पाठवली होती. त्याचप्रमाणे हे अपहरणकर्ते यानंतर आणखी काय-काय करू शकतील, काय-काय करणार नाहीत, तसंच या संदर्भात अँग्लो अमेरिकन ॲथॉरिटीजनी काय-काय करायला हवं व काय-काय करणं टाळावं, याची एक भलीमोठी यादी सोबत जोडली होती. शिवाय, आपल्या अनुभवी मानसशास्त्रज्ञांच्या तुकडीला या गोष्टीत लक्ष घालण्याबद्दल ताबडतोब लंडनला पाठवण्यात यावं, अशीही त्यांनी जोरदार मागणी केली होती.

त्या वेळी इकडे क्विन आणि वाइनट्राऊब यांचा विमानप्रवास चालूच होता. त्यांना पोहोचायला अजून थोडा अवधी होता. ते दोघंही डुलक्या घेत होते.

त्याच वेळी कॅबिनेट रूममधले सदस्य वॉशिंग्टनमध्ये विनसंबंधीची फाइल घेऊन तीवर चर्चा करत बसले होते. हा क्विन डेलावेअर इथं एका शेतकऱ्याच्या पोटी जन्माला आला व तो सहा वर्षांचा असतानाच त्याची आई मरण पावली, असं त्या फायलीत नमूद केलं होतं. तो सध्या सेहेचाळीस वर्षांचा आहे. वयाच्या अठराव्या वर्षी तो सैन्यात भरती झाला. दोन वर्षांनी त्यातल्या स्पेशल फोर्सेस विभागात बदलून गेला. नंतर चारच महिन्यांत त्याला व्हिएटनामच्या युद्धावर पाठवण्यात आलं. तिथं तो पाच वर्षं होता.

"त्यानं कुठंही आपलं संपूर्ण नाव वापरलेलं दिसत नाही." ट्रेझरी सेक्रेटरी ह्यूबर्ट रीड जरा वैतागून म्हणाले, "यात तर असं लिहिलंय की, त्याचे अगदी निकटवर्तीय सुद्धा त्याला क्विनच म्हणतात, नुसतं क्विन, बाकी काही नाही."

"तो माणूसच विचित्र आहे!" बिल वॉल्टर्स म्हणाले, "इथं असंही म्हटलंय की, त्याला हिंसेचा तिटकारा आहे."

"पण त्यात काय विचित्रपणा झाला?" जेम्स डोनाल्डसन म्हणाला, "हिंसेचा तर मलाही तिटकारा आहे!" हा जेम्स डोनाल्डसन जरा नको इतका पोशाखी माणूस होता. त्याच्या तोंडून अगदी कधीच एकसुद्धा अपशब्द बाहेर पडायचा नाही. त्यावरून मायकेल ओडेल अनेकदा सर्वांसमोर त्याची टिंगलही करायचे.

"हो, पण तुम्ही पुढे वाचलं नाही..." वॉल्टर्स म्हणाला. ओडेल व डोनाल्डसन – दोघांनीही मग पुढचं पान वाचलं.

"त्यानं एकट्यानं हे केलं? त्या पठ्ठ्याला सरकारनं शौर्यपदकच द्यायला हवं होतं त्याबद्दल."

"पण सरकारकडून पदक मिळवण्यासाठी चारचौघांच्या साक्षीनं असं शौर्य गाजवावं लागतं!" वॉल्टर्स म्हणाला, "असं पाहा, मेकाँगच्या लढाईत एकूण दोघंच वाचले. क्विन आणि दुसरा एक. आणि क्विननं त्या दुसऱ्याला चाळीस मैल आपल्या पाठीवर वाहून आणलं; पण तो दुसरा बिचारा लष्करी इस्पितळात मरण पावला."

"तरी पण काय?" ह्यूबर्ट रीड म्हणाले, "बेट्यानं दोन रौप्यपदकं, दोन ब्राँझ-पदकं आणि पाच बिल्ले मिळवलेच."

ओडेल म्हणाले,

"हा माणूस थोरच दिसतोय, पण वाइनट्राऊबची आणि याची गाठ नक्की कुठं आणि कधी पडली, ते काही यामध्ये लिहिलेलं दिसत नाहीये."

ते त्यात लिहिलेलं नव्हतं. वाइनट्राऊब स्वतः आता चौपन्न वर्षांचा होता. क्विनहून आठ वर्षांनी मोठा. त्यानं वयाच्या चोविसाव्या वर्षी सी.आय.ए.मध्ये नोकरी पत्करली; आणि पुढे १९६५मध्ये तो व्हिएटनामच्या युद्धात गेला. तिथं त्याची आणि तरुण क्विनची गाठ पडली. त्यांची मैत्री झाली. या तरुण आणि निधड्या

छातीच्या क्विनची वाइनट्राऊबवर चांगलीच छाप पडली. त्यांनी नंतरही आपल्या मैत्रीत कधी खंड पडू दिला नाही.

दरवाज्यावर थाप पडली. कम्युनिकेशन्स सेंटरकडून निरोप घेऊन आलेल्या माणसानं सांगितलं,

''क्विन आणि वाइनट्राऊब विमानतळावर उतरले असून, थोड्याच वेळात इथं हजर होतील.''

''त्या दोघांनाही एका क्षणाचाही विलंब न लावता इथं घेऊन या!'' ओडेल यांनी फर्मावलं, ''आणि एफ.बी.आय.चे डायरेक्टर व मि. केली या दोघांनाही इथं हजर राहायला सांगा.''

क्विनच्या अंगात अजूनही घरातून निघताना घातलेलेच कपडे होते. त्यावर थंडीसाठी त्यानं एक स्वेटर चढवला होता. प्रवासानं त्याचे कपडे मळलेले व चुरगळलेले होते आणि त्याच्या चेहऱ्यावर दाढीचे खुंट वाढले होते.

कमिटीचे सगळे सदस्य पोशाखात बसले होते. वाइनट्राऊबनं क्विनला विमानतळावरून सरळ कमिटीकडेच आणल्याकारणानं तो या सगळ्या अतिरथी महारथींपुढे अगदीच गबाळा दिसत होता.

वाइनट्राऊबनं प्रथम मीटिंग-रूममध्ये प्रवेश केला आणि क्विनसाठी दार उघडून धरलं. वॉशिंग्टनमधले धुरंधर राजकारणी या अवताराकडे तोंडात बोट घालून बघत राहिले. तो उंचापुरा माणूस पुढे होऊन कुणाच्या परवानगीची वाट न बघता एक खुर्ची पुढे ओढून त्यावर आरामात बसला आणि म्हणाला, ''मी क्विन!''

त्यावर व्हाइस प्रेसिडेंट ओडेल घसा खाकरून म्हणाले, ''मि. क्विन, आम्ही तुम्हाला इथं अशासाठी बोलावून घेतलंय की, प्रेसिडेंट जॉन कॉरमॅक यांच्या मुलाच्या सुटकेच्या संदर्भात त्याच्या अपहरणकर्त्यांशी बोलणी करायला आम्हाला तुमची मदत हवी आहे.''

क्विननं मान हलवली. तो काही फूटबॉलची चर्चा करायला, तर एवढ्या लांबून इथं आलेला नव्हता, हे निश्चित.

''लंडनमधल्या परिस्थितीची ताजी बातमी तुमच्याकडे आहे?'' त्यानं विचारलं.

त्यानं सरळ-सरळ मुद्द्यालाच हात घातल्यामुळे कमिटीच्या सदस्यांच्या जिवात जीव आला. ब्रॅड जॉन्सननं उत्तरादाखल एक टेलीप्रिंटआउट क्विनच्या हातात ठेवला. क्विननं तो वाचला.

''कॉफी, मि. क्विन?'' ह्यूबर्ट रीडनं विचारलं. खरं तर, ट्रेझरी सेक्रेटरीच्या नेहमीच्या वागण्यात हे बसणारं नव्हतं.

''बिनदुधाची.'' क्विन वाचत-वाचतच म्हणाला, ''त्यांनी अजूनपर्यंत काहीच संपर्क साधलेला नाही, तर?''

''नाही.'' ओडेल म्हणाला, ''एका शब्दानंही नाही. अर्थात बनावट फोन हजारो आले. आमच्याकडेही आणि ब्रिटनमध्येही. माथेफिरूंची सध्या चांगली चंगळ आहे.''

क्विन पुढे वाचत होता. तशी वाइनट्राऊबनं त्याला अगोदर विमानातच सगळी पार्श्वभूमी समजावून सांगितलीच होती, त्यानंतर काय-काय घडलं, याचा ताजा अहवाल तो वाचत होता. काही महत्त्वाच्या घटना घडल्या होत्या.

''मि. क्विन, हे नक्की कुठल्या प्रकारच्या गुंडांचं काम असावं, याबद्दल काही सांगता येईल का? तुमचा स्वत:चा काही अंदाज वगैरे?'' डोनाल्डसननं विचारलं.

क्विननं मान उचलून वर पाहिलं.

''मंडळी, त्याचं काय आहे, अपहरण करणारे लोक एकंदर चार प्रकारचे असतात – फक्त चारच... आणि आपल्या दृष्टीनं बघायचं, तर अपहरणकर्ते नवशिके असतील, अननुभवी असतील, तर ते आपल्याला बरंच आहे. कारण त्यांचं काम तितकंसं योजनाबद्ध नसतं. भले, एखाद्या व्यक्तीला नुसतं पळवणं त्यांना जमतंही; पण ते तसं करताना घाईगडबडीत पुष्कळच दुवे मागे सोडून जातात, त्यामुळे ते चटकन हाती लागू शकतात. फक्त एकच अडचण म्हणजे नवशिक्या लोकांमध्ये उतावीळ होण्याची प्रवृत्ती जास्त असते. त्यांना धीर नसतो, त्यामुळे ते ओलीस ठेवलेल्या व्यक्तीला मारहाण वा दुखापत करू शकतात. जर निष्णात मध्यस्थांच्या तुकडीनं अशा लोकांना व्यवस्थित हाताळलं, तर ओलीस व्यक्ती जिवंत हाती लागू शकते; पण हे या केसमधले लोक नवशिके नव्हते, हे मात्र नक्की.''

यावर कुणीच काही बोललं नाही. सगळे त्याचं म्हणणं लक्षपूर्वक ऐकत होते.

''सर्वांत वाईट आणि धोकादायक कोण असतील, तर ते पिसाट माथेफिरू. बऱ्याचदा हे मानसिक रुग्णच असतात. उदाहरणार्थ, मॅसनची टोळी. या अशा लोकांपुढे काही तर्कशास्त्र वगैरे चालतच नाही. त्यांच्याशी कुणीच वाद घालू शकत नाही. ते केवळ खून करायचा, म्हणून करतात. या केसमध्ये एवढा एकच आशेचा किरण मला दिसतोय, तो म्हणजे, हे लोक माथेफिरू किंवा वेडे नसावेत, असं आतापर्यंतचा अहवाल वाचून वाटतंय. त्यांनी हे जे अपहरण केलं, ते कमालीच्या शिस्तबद्ध, योजनाबद्ध रीतीनं केलं.''

''आणि उरलेले दोन प्रकार?'' वॉल्टर्सनं विचारलं.

''हं, उरलेल्या दोघांमधला त्यातल्यात्यात वाईट प्रकार म्हणजे धर्मवेडानं किंवा राजकीय वेडानं पछाडलेले दहशतवादी. कारण त्यांच्या मागण्या पुऱ्या करणं कधीकधी, किंबहुना बऱ्याचदा अशक्य कोटीतलं असतं. त्या लोकांना अपहरणासारखं काहीतरी सनसनाटी, खळबळजनक कृत्य करून त्याद्वारे प्रसिद्धी, कीर्ती हवी असते, पण ते तर सोडाच; त्यांच्या डोळ्यांसमोर एक विशिष्ट ध्येय असतं आणि

ते साध्य करण्यासाठी हत्या, रक्तपात करायलाही ते कचरत नाहीत. त्यांचं हे ध्येय, म्हणजे आपल्याला मूर्खपणा वाटू शकेल, पण त्यांना ते तसं वाटत नाही आणि मुख्य म्हणजे, ते मूर्ख अजिबात नसतात. फक्त त्यांना प्रस्थापितांविरुद्ध बंड करायचं असतं. त्यांनी जो बळी पकडलेला असतो, तो त्यांच्या मते या प्रस्थापितांचाच प्रतिनिधी असतो, त्यामुळे ते त्याचा प्रचंड द्वेष करतात. त्यांना स्वतःच्या जिवाची तर पर्वाच नसते. ते हत्याकांड करतात, ते केवळ सूडाचं प्रतीक, म्हणून.''

''आणि चौथा प्रकार कुठला?'' स्टॅनार्डनं विचारलं

''चौथा प्रकार म्हणजे धंदेवाईक मारेकरी!'' क्विन जराही न कचरता म्हणाला, ''त्यांना फक्त पैसा हवा असतो आणि हे प्रकरण तसं हाताळायला सोपं असतं. ओलीस व्यक्ती हेच या लोकांचं भांडवल असतं. त्या व्यक्तीच्या जिवावर तर त्यांना बराच माल मिळणार असतो. तेव्हा त्या व्यक्तीला काही शारीरिक इजा करणं त्यांना परवडत नाही.''

''मग आता या केसमधले अपहरणकर्ते नक्की कुठल्या प्रकारचे आहेत?'' ओडेल अधीरपणे म्हणाले.

''ते आताच सांगता यायचं नाही; पण ते कुणीही जरी असले, तरी ते आत्ता चांगलेच कात्रीत सापडले आहेत. अर्थात या गोष्टीचा चांगलाही परिणाम होऊ शकतो किंवा वाईटही. सिसिली, साउथ अमेरिका, बैरूत इथले दहशतवादी साधारणतः आपल्या घातपात वा अपहरणाच्या सर्व कारवाया स्वतःच्या भूमीवरच करणं पसंत करतात, त्यामुळे त्यांना पैसा, माल मिळवण्याची घाई नसते. ते ओलीस व्यक्तीला कितीही काळ डांबून, सौदा त्यांच्या मनासारखा होईपर्यंत स्वस्थ बसून राहतात. त्यांना स्वतःच्या भागात पकडले जाण्याचा धोकाच नसतो, पण या उलट या केसमधले गुन्हेगार सगळा युरोप सोडून नेमके ब्रिटनमध्येच अडकून पडले आहेत. त्यांच्या दृष्टीनं वैऱ्याचीच भूमी ती, त्यामुळेच ते सध्या चांगल्याच मानसिक तणावाखाली असतील. त्यांची इच्छा अशीच असेल की, काय त्या वाटाघाटी चटकन उरकाव्या, काय हाती पडेल, ते घेऊन मोकळं व्हावं. तसं झालं, तर आपल्या दृष्टीनं ते चांगलंच आहे, पण आपण पकडले जाऊ, अशी त्यांना फारच भीती वाटू लागली, तर मात्र कठीण आहे. कारण मग हे सगळेच दोर तोडून पळण्याची शक्यता असते. अर्थात ओलीस व्यक्तीचा मृतदेह मागे सोडून; आणि तसं झालं, तर फारच वाईट.''

''मग या प्रकरणात मध्यस्थ म्हणून तुम्ही आमच्या वतीनं त्यांच्याशी बोलणी कराल?'' रीडनं विचारलं.

''जर शक्य झालं, तर. कारण जर त्यांनी संपर्क साधलाच, तर कुणाला तरी हे काम करावंच लागेल.''

"या असल्या चांडाळांना फुकटचा पैसा द्यायचा! मला तर हे सहनच होत नाही!" एफ.बी.आय.चा फिलिप केली म्हणाला.

"काय, हो? धंदेवाईक मारेकरी हे धर्मांध लोकांपेक्षा जास्त कनवाळू वगैरे असतील ना?" ब्रँड जॉन्सननं विचारलं.

"हे पाहा, अपहरण करणारे कुठलेच लोक दया-माया वगैरे दाखवत नाहीत. हे शब्द त्यांच्या कोशातच नसतात!" क्विन पटकन म्हणाला. "हा जगातला सगळ्यात नीच प्रतीचा गुन्हा आहे. केवळ स्वतःच्या स्वार्थापायी दुसऱ्याच्या प्राणाचा सौदा करायचा."

मायकेल ओडेल यांनी सभोवार एक नजर टाकली. सर्वांनी माना डोलावल्या.

"मि. क्विन, तुम्ही या मुलाच्या सुटकेसाठी बोलणी करायला तयार आहत?"

"अपहरणकर्ते लवकरच संपर्क साधतील, असं धरून, होय... अर्थात काही अटींवरच."

"अर्थातच... फक्त जरा त्या अटी स्पष्ट करून सांगा ना!"

"मी अमेरिकन सरकारसाठी हे काम करणार नाही. अर्थात तरीही मला या कामात सरकारकडून पूर्ण सहकार्य अपेक्षित आहेच, पण मी हे काम फक्त मुलाच्या आईवडिलांसाठी स्वीकारतो आहे आणि फक्त त्यांच्याचसाठी."

"कबूल."

"दुसरं, म्हणजे मी माझा मुक्काम लंडनमध्ये ठेवीन व सर्व सूत्रं तिथून हलवीन. ते माझ्या दृष्टीनं सोयीचं आहे. मला अजिबात प्रसिद्धी नको. मी जिथं राहीन, तो फ्लॅट स्वतः निवडीन. त्यासाठी लागणारी फोनची कनेक्शन्ससुद्धा. आणि सगळ्यांत महत्त्वाचं, बोलणी करण्याचा हक्क मला आणि फक्त मलाच राहील. त्या कामात कुणाचीही ढवळाढवळ चालणार नाही. ही गोष्ट आधी लंडनच्या लोकांपुढे स्पष्ट करा. मला स्कॉटलंड यार्डनं नाक खुपसलेलं अजिबात सहन होणार नाही."

ओडेलनं सेक्रेटरी ऑफ स्टेटकडे एक नजर टाकली.

"मला वाटतं, हे आपण ब्रिटिशांच्या गळी उतरवू..." डोनाल्डसन म्हणाला, "गुन्ह्याच्या तपासाचं पोलिसांचं काम एकीकडे चालूच राहील. आणखी काही?"

"माझी स्वतःची एक कार्यपद्धती आहे – लोकांना कसं हाताळायचं, कोणते निर्णय कधी घ्यायचे, याची! आता या केसमध्ये गुन्हेगार काही खंडणीची मागणी करतील, तर ही खंडणीची रक्कम माझ्या स्वाधीन करावी लागेल. ती रक्कम अपहरणकर्त्यांच्यापर्यंत पोहोचवून त्या मुलाला सुखरूप परत आणणं हे माझं काम राहील. एकदा मी त्याला आणून पोहोचवलं की, तुम्ही आकाशपाताळ एक करून त्या गुन्हेगारांना शोधून काढू शकता. त्याच्याशी माझा संबंध नाही."

"ते तर आम्ही करूच," फिलिप केली काहीशा वैषम्यानं म्हणाला.

“पैशाचा काहीही प्रश्न नाही!” ह्यूबर्ट रीड म्हणाला, “एवढं तुम्ही फक्त लक्षात ठेवा की, त्या मुलाच्या सुटकेसाठी आम्ही कितीही पैसा मोजायला तयार आहोत.”

क्विन गप्प राहिला. त्याच्या मनात एकच विचार आला की, ही गोष्ट या अपहरणकर्त्यांना जर कळली, तर केवढा अनर्थ ओढवेल!

“आणि हो, माझ्याभोवती कुणीही गर्दी करता कामा नये. माझ्यावर पाळत ठेवलेली अजिबात चालणार नाही. आणि निघण्यापूर्वी एकदा मला प्रेसिडेंट जॉन कॉरमॅक यांची भेट घ्यायची आहे, तीही एकांतात...”

“मला वाटतं, तुम्ही अमेरिकेच्या प्रेसिडेंटच्या संदर्भात बोलताय, हे लक्षात असू दे.” सी.आय.ए.चा ली अलेक्झांडर म्हणाला.

“पण त्याचबरोबर ते अपहरण झालेल्या व्यक्तीचे वडीलही आहेत,” क्विन म्हणाला, “मला सायमन कॉरमॅकच्या संदर्भात अशा काही गोष्टींची माहिती हवी आहे की, जी फक्त त्याचे वडीलच सांगू शकतील.”

“पण ते आधीच इतके खचून गेले आहेत...” ओडेल म्हणाले, “एवढी एक गोष्ट नाही केली, तर नाही का चालणार?”

“माझा अनुभव तर असा आहे की, अशा परिस्थितीत वडिलांना नेहमीच कुणापाशी तरी मन मोकळं करावंसं वाटतं. अगदी परक्यापाशी सुद्धा. विशेषतः परक्यापाशीच. माझ्यावर विश्वास ठेवा.”

ओडेल यांनी एक निःश्वास टाकला.

“बघतो, काय करता येतंय, ते. जेम्स, लंडनची बाजू तू सांभाळ. त्यांना एक गोष्ट नीट स्पष्ट करून सांग की, हे असं-असं सगळं आमच्या म्हणण्याप्रमाणे व्हायला हवं. आणि अरे, कुणीतरी मि. क्विनसाठी नवे कपडे आणण्याची व्यवस्था करा. मि. क्विन, खाली हॉलमध्ये बाथरूम आहे. तिथं जाऊन तुम्हाला ताजंतवानं व्हायचं असेल, तर व्हा. तोपर्यंत मी प्रसिडेंटना कळवतो आणि हो, कुणीतरी यांच्या लंडनच्या फ्लाइटचं बुकिंग करा.”

ओडेलबरोबर बाकीचेही उठले.

❖

बरोबर दहा वाजता निगेल क्रॅमरनं लंडनच्या कोब्रा कमिटीकरता एक बातमी आणली. ड्रायव्हर आणि वान-सीच्या वाहक परवाना केंद्राकडून काही महत्त्वाचा दुवा मिळाला होता. त्या ट्रॅन्झिट व्हॅनचा बेपत्ता झालेला जो मालक होता, त्याचंच नाव वापरून एका माणसानं सुमारे एक महिन्यापूर्वी एक नवी व्हॅन – शेर्फ – नोंदवली होती. त्यानं आपला एक नवाच पत्ता दिला होता. अन्वेषण अधिकारी

कमांडर विल्यम्स हा आत्ता हेलिकॉप्टरनं तिकडेच निघाला होता. आता जर ती व्हॅन त्या माणसाच्या मालकीची नसली, तर ती नक्कीच त्यानं कुणालातरी विकली असणार. कारण ती चोरीला गेली असल्याची नोंद कुठंही झालेली नव्हती.

कॉन्फरन्स संपल्यावर सर हॅरी मॅरियट यांनी क्रॅमरला एका बाजूला बोलावलं.

''जर काही बोलणी किंवा वाटाघाटी करायची वेळ आलीच, तर ती आमची आम्ही करू, असं वॉशिंग्टनचं म्हणणं आहे. त्यासाठी ते त्यांचा खास माणूस पाठवणार आहेत.''

''पण, मि. होम सेक्रेटरी, खरंतर ही आपल्या अखत्यारीतली बाब आहे. जर बोलणी करायची वेळ आलीच, तर आपल्या गुन्हा अन्वेषण विभागातले तज्ज्ञ त्यासाठी आहेतच की! ही काही अमेरिकन भूमी नव्हे.''

''आय ॲम सॉरी!'' सर हॅरी म्हणाले, ''पण या मुद्द्याबाबत मात्र मला तुझं ऐकता येणार नाही. मी डाऊनिंग स्ट्रीटशी या संदर्भात आधीच बोलणं केलेलं आहे. जर वॉशिंग्टनचीच ही इच्छा असेल, तर ती आपल्याला डावलता येणार नाही.''

हे ऐकून क्रॅमर अर्थातच वैतागला; पण त्याचा नाइलाजच होता. अपहरणकर्त्यांशी महत्त्वाच्या वाटाघाटी करायची वेळ आली, तर आपल्याला डावलण्यात येईल, या गोष्टीची त्याला इतकी चीड आली की, काहीही करून या अपहरणकर्त्यांना शोधून काढायचंच, वाटाघाटीपर्यंत प्रकरण जाऊच द्यायचं नाही, असं त्यानं ठरवलं.

''मग या कामी त्यांनी असा कोणता खास माणूस नियुक्त केलाय, हे जरा मला कळू शकेल का?''

''मला वाटतं, त्याचं नाव आहे क्विन...'' गृहसचिव म्हणाले.

''क्विन?''

''हो. तू त्याच्याविषयी पूर्वी कधी ऐकलयस?''

''अर्थात, मि. होम सेक्रेटरी, तो लॉईड्स एका फर्ममध्ये काम करत असे, पण माझी कल्पना होती, तो आता निवृत्त झालाय, म्हणून!''

''आता वॉशिंग्टनवाले तरी म्हणतायेत, त्याला खास एवढ्या कामाकरता परत बोलावण्यात आलंय, म्हणून! पण काय, रे, तो आता बरा आहे का?''

''खरं सांगू? तो सर्वोत्तम आहे. अगदी आयर्लंडसकट पाच देशांत त्याच्या कामाची वाहवा केली जाते. या कामी त्याचा हात धरणारा दुसरा कुणीनाही म्हणतात. तरी एकदा एका केसमध्ये आमची ओझरती गाठही झाली होती.''

खरं तर, मनातल्यामनात क्रॅमरनं सुटकेचा निःश्वासच टाकला. निदान ब्रिटिशांना बाजूला सारून, या वॉशिंग्टनवाल्यांनी कुणी जास्त शहाणा मानसशास्त्रज्ञ तरी डोक्यावर आणून ठेवला नव्हता, हे काय कमी होतं!

"मग तर फारच छान!" सर हॅरी म्हणाले, "मला वाटतं, आता आपण मनाचा मोठेपणा दाखवून या मुद्द्याला मान्यता द्यायला काही हरकत नाही. आणि आपलं संपूर्ण सहकार्य सुद्धा. आहे मंजूर?"

अर्थात खुद्द गृहसचिवांना तर वॉशिंग्टनची ही मागणी ऐकून मनात हायसंच वाटलं होतं. कारण जर दुर्दैवानं यदाकदाचित काही बरं-वाईट घडलं असतंच, तर निदान –

❖

क्विनला दुसऱ्या मजल्यावर असलेल्या प्रेसिडेंटच्या खाजगी अभ्यासिकेत नेण्यात आलं. खुद्द व्हाइस प्रेसिडेंट ओडेलच त्याला तिथं घेऊन गेले.

प्रेसिडेंट कॉरमॅक संपूर्ण सुटात बसले होते; पण त्या झकपक कपड्यांतूनही त्यांचा ओढलेला चेहरा लपत नव्हता. ते थकलेले आणि निस्तेज दिसत होते. डोळे झोपेअभावी खोल गेले होते. ओडेल यांनी त्यांच्याशी हस्तांदोलन केलं आणि त्यांची रजा घेतली. प्रेसिडेंटनी क्विनला खुर्चीत बसण्याची खूण करून ते स्वत: टेबलामागे आपल्या नेहमीच्या जागी बसले, जणूकाही या दु:खानं आपण खचून जाऊ नये, म्हणून एक संरक्षक ढालच त्यांनी स्वत:भोवती उभी केली होती. ते काही बोलणार, एवढ्यातच क्विन म्हणाला,

"कॉरमॅक बाई कशा आहेत आता?"

फर्स्ट लेडी वगैरे काहीनाही, फक्त कॉरमॅक बाई, त्यांची पत्नी. प्रेसिडेंट जरासे चमकले.

"ओह! ती झोपली आहे तिला प्रचंड धक्का बसलाय. तिला झोपेचं इंजेक्शन दिलंय." मग ते क्षणभर थांबून अचानक म्हणाले, "तुम्ही याआधी कधी या सगळ्यांतून गेलाय. मि. क्विन?"

"अनेकदा, सर!"

"वेल, तुम्ही बघताच आहात, ही माझी खुर्ची, हा सगळा चकचकाट, हा मुखवटा – या सगळ्यांमागे मी अगदी साधा, एक सामान्य माणूस आहे फक्त. आणि एखाद्या साध्या, सामान्य माणसासारखाच चिंताग्रस्त आहे."

"होय, सर, मला ठाऊक आहे ते. मला जरा सायमनविषयी सांगता का?"

"सायमनविषयी? मी काय सांगणार?"

"हेच की, तो कसा आहे. या... या सगळ्या प्रकाराबद्दल त्याची काय प्रतिक्रिया झाली असेल? आणि लग्नानंतर इतक्या वर्षांनी, इतक्या उशिरा तो आपल्याला कसा झाला?"

व्हाइट हाउसमधल्या एकाही माणसाला खुद्द प्रेसिडेंटसाहेबांना हा प्रश्न विचारण्याची छाती झाली नसती. जॉन कॉरमॅक यांनी एकवार समोर खुर्चीत शांतपणे बसलेल्या

माणसावर नजर फिरवली. ते स्वत:ही काही कमी उंच नव्हते. पण हा माणूस तर कमीतकमी सहा फूट दोन इंच तरी असणारच. व्यवस्थित, करड्या रंगाचा सूट, टाय, पांढरा शर्ट, गुळगुळीत दाढी केलेली आणि मूळचा गौर, पण आता रापलेला तांबूस वर्ण. खडबडीत चेहरा, शांत, करडे डोळे पण त्यातून शक्ती आणि सहनशीलता प्रकट होत होती.

"इतक्या उशिरा? खरं तर, मी काय सांगणार? मी तीस वर्षांचा असताना लग्न केलं, तेव्हा मायरा एकवीस वर्षांची होती. मी तेव्हा तरुण प्राध्यापक होतो. आम्ही विचार केला, इतक्यात घाई कशाला, दोन-तीन वर्षांनी संसार वाढवावा; पण तसं घडलं नाही. आम्ही वाट पाहिली. डॉक्टरही असंच म्हणाले की, मूल न होण्याचं खरं तर काही कारणच नाही आणि अखेर लग्नाला दहा वर्षं लोटल्यावर सायमन झाला. मीच तेव्हा चाळिशीला पोहोचलो होतो आणि मायरा एकतीस. आम्हाला एवढं एकच अपत्य झालं, सायमन म्हणाले."

"तुमचं त्याच्यावर जिवापाड प्रेम आहे ना?"

प्रेसिडेंट कॉरमॅक यांनी आश्चर्यानं क्विनकडे पाहिलं. प्रश्नच इतका अनपेक्षित होता. आपला मित्र मायकेल ओडेल याचं स्वत:च्या दोन्ही मुलांशी भांडण झालं असून, ते दोघे आता वडिलांपासून कायमचे विभक्त झाले आहेत, हे ते ऐकून होते, पण आपण आपल्या एकुलत्या एक मुलावर किती जिवापाड प्रेम करतो, याची मात्र आत्ताच्या घटकेपर्यंत खरोखरच त्यांना जाणीव नव्हती. ते उठले आणि टेबलामागून पुढे येऊन क्विनच्या शेजारी बसले.

"मि. क्विन, सायमन हाच माझा चंद्र आहे, सूर्य आहे, आमच्या दोघांच्या जीवनातला प्रकाश आहे. त्याला आमच्याकडे परत आणा."

"आता मला त्याच्या बालपणाबद्दल थोडं सांगा. त्यानं तारुण्यात पदार्पण केलं, त्याबद्दल सांगा. त्याच्याविषयीच्या काही आठवणी सांगा."

प्रेसिडेंट ताडकन उठले.

"माझ्याकडे फोटो आहे ना त्याचा." ते अभिमानानं म्हणाले. जवळच्या एका कॅबिनेटमधून त्यांनी फ्रेममध्ये बसवलेला एक फोटो आणला – त्यात चार-पाच वर्षांचा एक दणकट मुलगा स्विमिंग सूट घालून समुद्रकिनाऱ्यावर हातात बादली आणि फावडं घेऊन उभा दिसत होता.

त्याच्या मागे त्याचे वडील हसत वाकून उभे होते.

"हा फोटो पंच्याहत्तर साली नानट्केटला घेतला. तेव्हा मी नुकताच न्यू हेवनमधून काँग्रेसमन म्हणून निवडून आलो होतो."

"मला नानट्केटबद्दल जरा सांगा..." क्विन हलकेच म्हणाला.

प्रेसिडेंट कॉरमॅक सुमारे तासभर बोलत होते. त्यामुळे त्यांना जरा बरं वाटलेलं

दिसलं. क्विन जेव्हा जाण्यासाठी उठला, तेव्हा त्यांनी एका कागदावर एक फोन-नंबर खरडला आणि क्विनच्या हातात ठेवला.

"हा माझा खाजगी फोन-नंबर आहे, हा फारच थोड्या लोकांना मी देतो. या नंबरवर दिवसा, रात्री-केव्हाही फोन केला, तरी चालेल. देव तुमच्या पाठीशी आहेच."

ते स्वतःच्या भावनांवर ताबा मिळवण्याचा आटोकाट प्रयत्न करत होते. क्विननं मान डोलावली. तो निघाला. या सगळ्या प्रसंगाला तो याआधीही अनेकदा सामोरा गेलेला होता.

❖

मघाशी क्विन जेव्हा प्रेसिडेंटना भेटण्यापूर्वी बाथरूममध्ये तोंड-हात-पाय धुवत होता, तेव्हाच इकडे फिलिप केली आपला उप साहाय्यक संचालक केव्हिन ब्राऊन याला भेटायला गेला होता.

तो ऑफिसमध्ये शिरला, तेव्हा ब्राऊन क्विनची फाइल वाचत वाचत केलीची वाटच बघत होता.

"तुमचं काय मत पडलं?"

"युद्धात तर त्यानं चांगलीच कामगिरी बजावलेली दिसते आहे!" ब्राऊन म्हणाला, "एकूण चांगला पक्का दिसतोय. या माणसाची फक्त एकमेव गोष्ट आवडली, ती म्हणजे त्याचं नाव."

"वेल," केली म्हणाला, "या असल्या माणसाला त्यांनी तिथं एफ.बी.आय.च्या डोक्यावर आणून बसवलाय. डॉन एडमोंड्सनं सुद्धा काही हरकत घेतली नाही. मला वाटतं, त्यानंही असाच विचार केला असेल की, समजा... जर का काही बरंवाईट झालंच... पण काही म्हणा, मला तरी या भलत्या सलत्या माणसानं, स्वतःच्या स्वतः, कुणालाही काही न जुमानता, कुणाही तज्ज्ञाच्या सल्ला-मसलतीशिवाय या केसमध्ये ढवळाढवळ केलेली मुळीच खपणार नाही. मग कुणीही, काहीही म्हणो."

"तेही खरंच आहे," ब्राऊन म्हणाला, "एफ.बी.आय.चा लंडनमधला माणूस – आपला पॅट्रिक सेमॉर – तुझ्या ओळखीचा आहे ना तो?"

"ओळखीचा नाही, पण त्याच्याबद्दल ऐकलं आहे खरं."

"असं ऐकतो की, त्याची ब्रिटिशांशी चांगलीच जान-पहचान आहे. जरा नको इतकी सलगी आहे, म्हणे!" ब्राऊन म्हणाला.

केव्हिन ब्राऊनचा ब्रिटिश पोलिसांबद्दलचा तिटकारा केलीइतकाच, किंबहुना थोडा जास्तच तीव्र होता.

केली म्हणाला, "सेमॉरची आणि बक् रिव्हेलची चांगली मैत्री आहे, पण बक्

तिकडे आजारी पडून रजेवर गेलाय आणि डायरेक्टरनं माझ्यावर इथं सगळी ब्यूरोची जबाबदारी टाकलीय आणि हा उपटसुंभ क्विन डोईजड झालेला मला मुळीच खपणार नाही. माझ्या मते, तू एक चांगली टीम घेऊन ताबडतोब तिथं जा. दूतावासातच सरळ मुक्काम ठोक. मी सेमॉरला कळवून ठेवतो की, आणबाणीचा प्रसंग ओढवलाच, तर तुझ्या हातात सगळी सूत्रं द्यायची.''

ब्राऊन खूश होऊन उठला.

''आणखी एकच गोष्ट, केव्हिन. या क्विनवर अगदी जवळून नजर ठेवण्यासाठी मला एक स्पेशल एजंट हवा. अगदी रात्रंदिवस. त्या क्विननं साधी ढेकर दिली, तरी इकडे ते आपल्याला समजलं पाहिजे.''

''माझ्या डोळ्यांसमोर, तू म्हणतोय, तसा एक एजंट आहे.'' ब्राऊन म्हणाला, ''अत्यंत सावध, हुशार, चिवट आणि चाणाक्ष. आणि व्यतिमत्त्वही छान रुबाबदार आहे. एजंट सॅम सोमरव्हिले. मी या एजंटशी आत्ता स्वत:च फोनवर बोलतो.''

❖

तिकडे डेव्हिड वाइनट्राऊब लँगलेमध्ये हाच विचार करत होता की, आपल्याला कधी बरं झोपायला मिळेल? त्याच्या अनुपस्थितीत टेबलावर फायलींचे नुसते ढिगारे साठले होते. बहुतेक सगळ्याच फायलींमध्ये युरोपात अस्तित्वात असलेल्या निरनिराळ्या दहशतवादी गटांची माहिती होती. त्या प्रत्येक गटात असलेल्या गुन्हेगारांची क्रमवार यादी, त्या गटांच्या नेत्यांचं वास्तव्य, गेल्या चाळीस दिवसांत त्यांपैकी कुणाकुणाच्या ब्रिटनमध्ये हालचाली झाल्या होत्या किंवा नाही, यासंबंधीचे आडाखे... अशी प्रचंड माहिती त्यांत सामावलेली होती. नंतर युरोपियन सेक्शनच्या प्रमुखानं मॅकक्रिआ याला ही सगळी माहिती थोडक्यात सांगितली.

''तुला तिथं आमच्या दूतावासाचा लू कॉलिन्स भेटेलच, पण त्याचं काम बाहेरून पाळत ठेवण्याचं राहील. या क्विन प्राण्यावर अगदी जवळून, बारकाईनं नजर ठेवण्याचं काम करायलाही कुणीतरी हवंच आहे. अपहरणकर्ते कोण आहेत, हेही आपल्याला कळायला हवंच आणि ते शोधून काढण्याचं काम आपण ब्रिटिशांच्याही आधी फत्ते केलं, तर मला नक्कीच जास्त आनंद होईल. अगदी ब्रिटिश आपले मित्र असले, तरीही. खरं तर आपहरणकर्ते परकीय असले, तर आपल्या दृष्टीनं ते बरंच आहे. कारण परकीय अतिरेक्यांबद्दल आपल्याजवळ प्रचंड माहिती आहे, जर क्विनला गुन्हेगार कोण, याबद्दल थोडा जरी संशय आला, काही सुगावा लागला व त्यानं त्याबद्दल तोंडातून ब्र जरी काढला, तरी तू लगेचच त्याची खबर आम्हाला द्यायची.''

एजंट मॅकक्रिआ एकदम अचंबित झाला. केवढी मोठी जबाबदारी एकदम सुरुवातीलाच येऊन पडली होती. त्याच्या दृष्टीनं ही मोठी सुवर्णसंधी होती.

''तुम्ही माझ्यावर पूर्ण भिस्त टाका, सर!''

क्विननं असा आग्रह नव्हे, हट्टच धरला होता की, कुठल्याही बड्या अधिकाऱ्यानं किंवा प्रथितयश माणसानं आपल्याला विमानतळावर सोडायला येता कामा नये. कारण त्याला कुठल्याही निमित्तानं वार्ताहरांचं लक्ष वेधून घ्यायची इच्छा नव्हती. व्हाइट हाउसच्या बाहेर पडल्यावर त्यानं अतिशय जुनाट व साधारण प्रतीच्या गाडीतून विमानतळ गाठला. गाडी चालवायला एक गुप्त पोलीस देण्यात आला होता. क्विन मागच्या सीटवर मुंडी खाली घालून, अतिशय वाकून बसला होता, त्यामुळेच व्हाइट हाउसच्या बाहेरच्या बाजूला तळ ठोकून बसलेल्या बातमीदारांना या गोष्टीचा सुगावा लागला नाही.

विमानतळाच्या मुख्य दारापाशी पोहोचल्यावर क्विनला पोहोचवायला आलेल्या गुप्त पोलिसानं आपलं ओळखपत्र दाखवल्यानं क्विनची सुरक्षा अधिकाऱ्यांच्या काचातून सुटका झाली. मग तो विमानात शिरण्याआधी विमानतळाच्या आतल्या भागात असलेल्या ड्युटी फ्री शॉपमध्ये गेला. तिथं त्यानं बरीच खरेदी केली – दाढीचं सामान, शर्ट, टाय, अंतर्वस्त्रं, मोजे, बूट, एक रेनकोट आणि एक डझन बॅटऱ्या असलेला एक छोटा टेपरेकॉर्डर व काही कॅसेट्स. पैसे देण्याची वेळ आल्यावर त्यानं गुप्तचर संस्थेकडे बोट दाखवलं. नंतर तो घाईनं विमानात चढला. एअरहोस्टेसनं इतर प्रवाशांप्रमाणेच त्यालाही त्याच्या सीटवर नेऊन बसवलं. ती निघून गेली. क्विन खिडकीपाशी बसला.

थोड्याच वेळात त्याच्या शेजारच्या सीटवर साधारण तिशीच्या घरातली, सोनेरी केसांची बांधेसूद व सुंदर तरुणी येऊन बसली.

विमान घरघर आवाज करत सुरू झालं आणि काही क्षणांतच त्यानं आकाशात उड्डाण केलं.

शेजारच्या तरुणीकडे एक ओझरता दृष्टिक्षेप टाकताच क्विनच्या एक गोष्ट लक्षात आली. तिच्या अंगातल्या ब्लाउजवर खिशापाशी दोन बारीक छिद्रं होती. ती नक्की सेफ्टी पिनचीच होती. ओळखपत्र अडकवल्यामुळे झाल्यासारखी छिद्रं. क्विन तिच्या कानापाशी हलक्या स्वरात म्हणाला, ''तुम्ही कुठल्या विभागातल्या आहात?''

तिनं चमकून अविश्वासानं पाहिलं.

''मी... मी समजले नाही.''

''मी विचारलं, तुम्ही एफ.बी.आय.च्या कुठल्या विभागात काम करता?''

ती जरा गोरीमोरी झाली. तिनं ओठ हलकेच दातांनी चावला. बिंग कधी ना कधी तरी फुटायचं होतंच, पण ते फक्त सुरुवातही होण्याआधी फुटलं होतं, एवढंच!

"आय ॲम व्हेरी सॉरी, मि. क्विन. मला असं सांगण्यात आलं की, –"

"ओ.के.! ओ.के.! तुम्हाला काय सांगण्यात आलंय, ते मला चांगलंच ठाऊक आहे, मिस –"

"सोमरव्हिले. सॅम सोमरव्हिले...."

तेवढ्यात समोर पडद्यावर चमकणारी 'धूम्रपान निषेध' अशी सूचना मावळली. विमानाच्या मागच्या भागात बसलेल्या लोकांनी लगेच धूम्रकांडं चालू केली. एअरहोस्टेस हातात शँपेनच्या ग्लासांनी भरलेला ट्रे घेऊन फिरू लागली. फिरता-फिरता ती क्विनजवळ आली. तिच्या ट्रेमध्ये एक शेवटचा ग्लास उरला होता. तो पुढच्या माणसानं उचलला. ती परत फिरू लागली, एवढ्यात तिच्या हातातला ट्रे क्विननं पटकन उचलला. तो चकचकीत ट्रे आरसा पुढे धरावा, तसा क्विननं चेहऱ्यासमोर धरला आणि थोडा कलता करून, त्यात मागच्या रांगांचं प्रतिबिंब त्यानं नीट न्याहाळलं. काही संशयास्पद हालचाल दिसते का ते बारकाईनं बघून त्यानं तो ट्रे तिला हसून परत दिला. ती गोंधळून उभी होती. मग हसून परत गेली.

"सीटचे पट्टे सोडायची सूचना आली की, तुम्ही उठा आणि एकविसाव्या रांगेत बसलेल्या त्या लँगलेच्या प्याद्याला उठवून इकडे घेऊन या!" क्विन एजंट सोमरव्हिलेला म्हणाला.

ती त्याप्रमाणे उठली आणि पाचच मिनिटांत एका पोरगेल्याशा तरुणाला घेऊन परतली. तो गोंधळलेला आणि बावरलेला होता. त्यानं खूप अदबीनं म्हटलं,

"मि. क्विन, मला तुमच्या कामात जराही लुडबुड करायची नाहीये. मला त्यांनी एवढंच सांगितलं की –"

"हो, मला ठाऊक आहे सगळं. बसा." त्यानं शेजारच्या रांगेतल्या एका रिकाम्या सीटकडे बोट केलं.

"धूम्रपान विभागात बसलेला, धूम्रपान न करणारा माणूस लगेच ओळखू येतो, म्हटलं..."

"ओह!" तो तरुण गोंधळून म्हणाला व बसला.

क्विननं खिडकीबाहेर पाहिलं. विमान आकाशात उडून दहा मिनिटंही झाली नसतील आणि एवढ्यातच दिलेला शब्द मोडायला सुरुवातही झाली होती.

❖

सहा

सायमन कॉरमॅकला कैदेतले पहिले चोवीस तास अगदी एकट्यानं काढावे लागले. मानसशास्त्रज्ञांच्या म्हणण्याप्रमाणे असं एकटं टाकल्यानंतर कैदेतल्या, पळवल्या गेलेल्या त्या व्यक्तीला थोड्याच वेळात अगदी निराधार वाटायला लागतं. त्याचा सगळा धीरच मुळी खचून जातो. भूक, तहान, थकवा या सगळ्यांनी माणूस मोडकळीला येतो. अपहरणकर्त्यांशी वादविवाद करणं, त्यांच्याशी दोन हात करणं किंवा त्यांच्या नकळत निसटण्याचा प्रयत्न करणं वगैरे गोष्टींचा विचारसुद्धा त्याच्या मनात येऊ शकत नाही.

दुसऱ्या दिवशी सकाळी दहा वाजता म्हणजे क्विन जेव्हा वॉशिंग्टनच्या कॅबिनेटरूममध्ये पोहोचला, त्या वेळी सायमन इकडे अगदी कासावीस झालेला होता. इतक्यात त्याला दाराचा आवाज आला. दाराकडे पाहताक्षणीच दाराच्या छिद्रातून, पलीकडून कुणीतरी आपल्याकडे बघतंय, याची त्याला जाणीव झाली! त्याचा पलंग दाराच्या बरोबर विरुद्ध बाजूला होता; आणि पलंगाला जखडलेल्या साखळीच्या दहा फुटांच्या परिघात तो कितीही इकडे-तिकडे फिरला असता, तरी त्या दाराच्या छिद्रातून बघणाऱ्याच्या नजरेआड तो जाऊच शकला नसता.

बऱ्याच वेळानं त्याला दोन बोल्ट खटकन उघडल्याचा आवाज आला. दार फक्त तीन इंच उघडलं आणि काळा हातमोजा घातलेला एक हात आत आला. त्या हातात एक पांढरं कार्ड होतं. त्यावर ठळक अक्षरांत खालील मजकूर लिहिलेला होता :

'दारावर तीन थापा पडताच तोंडावर काळं फडकं घ्यायचं, कळलं? समजलं की, नाही, तेवढं फक्त सांग!'

ते वाचून तो काही क्षण नुसताच थांबला. काय करावं, हे त्याला काही कळेना. त्याच्या समोरचं कार्ड तसंच फडफडत राहिलं.

"होय," तो शेवटी म्हणाला, "दरवाज्यावर तीन थापा पडल्या की, तोंडावर काळं फडकं ओढून घ्यायचं."

आता ते कार्ड परत घेतलं गेलं व त्या जागी दुसरं कार्ड त्याच्या समोर धरण्यात आलं. त्यावर लिहिलं होतं :

'दोन थापा आणि तू काळं फडकं काढून घेऊ शकतोस. काही चलाखी केल्यास मरशील!'

"मला नीट समजलं!" तो दाराकडे बघून ओरडला. कार्ड परत घेतलं गेलं व दार बंद झालं. काही क्षणांनंतर दरवाज्यावर जोरात तीन ठोके पडले.

सायमननं आज्ञाधारकपणे जाड कांबळ्याचं कापड आपल्या तोंडावर, डोक्यावर ओढून घेतलं. अगदी खांद्यांपर्यंत. हात गुडघ्यांवर ठेवले आणि तो भीतीनं थरथर कापत बसून राहिला. त्या जाड कापडामुळे त्याला काही दिसलं नाही, काही ऐकू आलं नाही; पण तरी कुणीतरी रबराचे बूट घालून खोलीत शिरलंय, एवढी मात्र जाणीव झाली.

अपहरणकर्त्यांपैकी एक जण नखशिखांत काळे कपडे आणि बुरखा घालून खरोखरच आत शिरला होता. जरी जाड कापडामुळे सायमन कॉरमॅकला कुणीही दिसणं शक्य नसलं, तरीही ही काळजी प्रत्येकानं घ्यायला हवी, असं त्यांच्या प्रमुखानं त्यांना बजावलं होतं. त्या माणसानं त्याच्या पलंगापाशी काहीतरी ठेवलं आणि तो निघून गेला. डोक्यावर कापड पांघरूण बसलेल्या सायमन कॉरमॅकला दोन ठोके ऐकू आल्यावर त्यानं हळूच ते कापड काढलं आणि पाहिलं. त्यांच्या पायांशी एक जेवणाची थाळी आणि एक पाण्याचं लोटाभांडं ठेवलेलं होतं.

एव्हाना त्याला चांगली कडाडून भूक लागलेली होती. कारण सरावाच्या आदल्या रात्रीपासून त्यानं काहीच खाल्लंप्यायलं नव्हतं, त्यामुळे ते सुग्रास जेवणाचं भरगच्च ताट बघताच नकळतच तो दाराकडे बघून ओरडला, "थँक्यू!" बिचारा. त्याला मग स्वत:चाच इतका राग आला की, बस. या नालायकांना आपण चक्क 'थँक्यू' म्हणालो! अर्थात त्या बिचाऱ्याला ही काय कल्पना की, झालेल्या घटनांचा परिणाम म्हणून या परिस्थितीत ही मानसिक प्रतिक्रिया अटळ होती, ते! नेहमीच असाहाय्य झालेल्या, कैदेत पडलेल्या अशा माणसाला काही तासांनंतर आपल्या अपहरणकर्त्यांचा इतका राग येईनासा होतो, जितका आपल्याला अशा परिस्थितीत सोडून नुसत्या बसून राहिलेल्या समाजव्यवस्थेचा, असल्या अपहरणकर्त्यांविरुद्ध पाऊलही न उचलणाऱ्या सरकारचा येतो.

मग त्यानं ताट अगदी चाटून पुसून साफ केलं. पाणी पिऊन ढेकर दिली आणि तो नंतर गाढ झोपून गेला.

एक तासानंतर परत पहिल्याप्रमाणेच दारावर थापा, तोंडावर फडकं घालणं,

इत्यादी. समारंभ होऊन ताट परत नेण्यात आलं. सायमनला यानंतर झोपही लागेना, मग तो पडल्यापडल्याच आपल्या घरच्यांचा विचार करू लागला. ते आपल्यासाठी काय करत असतील, काळजी करत असतील का....

तिकडे तो तसा विचार करत पडला होता आणि इकडे कमांडर विल्यम्स लायसेस्टरहून लंडनला परतला होता व तो क्रॅमरला आपल्या कामाचा रिपोर्ट देण्यासाठी स्कॉटलंड यार्डमधल्या ऑफिसात गेला होता.

ट्रॅन्झिट व्हॅनच्या पूर्वीच्या मालकाला लायसेस्टर येथील पोलिस-चौकीत पोलिसांच्या पहाऱ्यात बसवूनच ठेवलेलं होतं. चौकशीअंती तो निरपराधच निघाला. त्यानं वारंवार एकच गोष्ट सांगितली, अगदी शपथेवर सांगितली की, आपण आपली जुनी ट्रॅन्झिट व्हॅन कधी विकलेलीही नाही वा ती चोरीलाही गेलेली नाही. ती दोनच महिन्यांपूर्वी त्यानं मोडीत काढून, चक्क फेकून दिली होती. तो त्या वेळी घर बदलण्याच्या गडबडीत होता, त्यामुळे स्वान-सी-च्या नोंदणी कार्यालयात या गोष्टीची नोंद करायला विसरून गेला होता.

तो सांगतोय, त्यात कितपत तथ्य आहे, हे कमांडर विल्यम्सनं अगदी काळजीपूर्वक, टप्प्याटप्प्यानं पडताळून पाहिलं होतं. तो माणूस खरोखरच निरपराध होता.

''कुणीतरी नक्कीच ती परत दुरुस्त करून रस्त्यावर आणली असली पाहिजे!'' कमांडर विल्यम्स म्हणाला.

''छान!'' क्रॅमर म्हणाला, ''आमच्या लॅबोरटरीच्या लोकांचं म्हणणं पडलं की, कुणीतरी मेकॅनिकनं नुकतंच त्याच्या दुरुस्तीचं काम केलंय. चासिसशीही कुणीतरी खेळलं आहे. शिवाय गाडीचा मूळ रंग निळा होता. त्यावर हिरव्या रंगाचा एक हात घाईघाईनं देण्यात आला आहे. तेव्हा हे सगळं कुणाचं काम आहे आणि गाडी कुणी कुणाला व कधी विकली हे आता शोधून काढायचंय.''

''मी लगेच बेलहॅमला जातो आणि काही पत्ता लागतोय का, ते बघतो.'' विल्यम्स म्हणाला.

क्रॅमर परत आपल्या कामाकडे वळला. ठिकठिकाणच्या तुकड्यांकडून येणारे रिपोर्ट्स तपासणं आणि अशा इतर प्रचंड कामाचा डोंगर पुढे उभा होता. शवविच्छेदन-तज्ज्ञांचे सर्व रिपोर्ट्स एव्हाना आलेले होते. त्या सर्व तज्ज्ञांचं कौशल्य वादातीत होतं. प्रश्न इतकाच होता की, एवढ्यानं काम भागणारं नव्हतं. मृत शरीरातून निघालेली काडतुसं सापडलेल्या स्कॉर्पियन्स मशिनगनमध्ये बेमालूम बसत होती, पण त्यात नवल काहीच नव्हतं. प्रत्यक्ष ती घटना बघितलेले मात्र कुणीही साक्षीदार त्या भागातून पुढे आले नाहीत. अपहरणकर्त्यांनी हाताचा एकही ठसा मागे सोडला नव्हता. गाडीच्या चाकांचे ठसे तेवढे मिळाले होते; पण त्यांचा काही उपयोग नव्हता. कारण खुद्द ती व्हॅनच ताब्यात येऊनही नंतर पुढे काहीच प्रगती झाली

नव्हती. पत्र्याच्या शेडपाशी कुणीही कुणाला पाहिलं नव्हतं. शेडपासून बाहेर निघालेल्या दुसऱ्या गाडीच्या टायरच्या अगदी स्पष्ट खुणा उमटल्या होत्या. त्या आधारे गाडीचं मॉडेल कुठलं, हे समजलं होतं, पण तसल्या गाड्या लाखाच्या संख्येनं रस्त्यांवरून रोज फिरताना दिसतात. कुणाकुणाचा संशय घेणार? आपल्याला हवी ती गाडी शोधून तरी कशी काढणार?

साधारण दहा-बारा ठिकाणांहून चौकशी पथकं निघाली होती. त्यांचं काम त्या त्या विभागातल्या जमिनीची खरेदी-विक्री करणाऱ्या दलालांकडे जाऊन चौकशी करणं हे होतं – गेल्या सहा महिन्यांत एखाद्या एकाकी शेतजमिनीची व घराची खरेदी-विक्री कुठं झाली आहे का, याची केवळ लंडन शहरातच नव्हे, तर आजूबाजूच्या परिसरात सुद्धा चौकशी चालू होती. न जाणो, हल्लेखोर कदाचित शहरातच कुठंतरी दडी मारून बसले असले, तर! पण याचा अर्थ असा-अशा प्रकारच्या अक्षरश: हजारो व्यवहारांची तपासणी करणं प्राप्त होतं. यामध्ये रोखीनं झालेल्या व्यवहारांना अर्थातच अग्रक्रम होता, पण तरीही अजूनही काहीच निष्पन्न होत नव्हतं (या चौकशीत दोन प्रसिद्ध सिनेनटांची लफडी मात्र उगीचच प्रकाशाच्या झोतात आली.).

गुन्हेगार जगतात खोट्या नावानं बेमालूम वावरणाऱ्या गुप्तचरांनी शक्य तेवढ्या मार्गानं तपास केला. नजीकच्या काळात एखादी टोळी अचानक भूमिगत झाली आहे की काय, यासंबंधी काही सुगावा लागतोय का, ते पाहिलं. पण सगळीकडून नन्नाचा पाढा.

त्याच्या टेबलावर आणखी एक कागदांचा ढिगारा होता. लोकांनी पत्रांचा अक्षरश: पाऊस पाडला होता. सायमन कॉरमॅकला हल्लेखोरांनी कुठं दडवून ठेवलं असावं, यासंबंधी लोकांनी आपली विविध मतं व्यक्त केली होती. आणखी एक ढिगारा होता, आलेल्या फोन्सच्या नोंदींचा. आत्तापर्यंत कमीतकमी हजारो लोकांनी फोन करून आपण प्रेसिडेंट कॉरमॅक यांच्या मुलाचं अपहरण केलं असल्याचं शपथेवर सांगितलं होतं. काही फोनकर्त्यांची भाषाच इतकी भडक होती की, ते माथेफिरू आहेत, हे सांगायलाच नको होतं, पण काही लोकांनी खरं वाटण्याइतपत गंभीरपणे फोनवर हे सांगितलं होतं. या असल्या फोन करणाऱ्यांशी मात्र जबाबदार अधिकारी बोलले होते. त्या अधिकाऱ्यांनी यातल्या प्रत्येकाला अगदी कळकळीची विनंती करून परत संपर्क साधण्यास सांगितलं होतं; पण तरीही क्रॅमरचा आतला आवाज मात्र त्याला हेच सांगत होता की, खऱ्या अपहरणकर्त्यांनी अजून मौनच पाळलेलं आहे. अधिकाऱ्यांचा जीव मुद्दाम टांगणीला लावण्याचाच हेतू त्या पाठीमागे आहे व त्यात ते नक्कीच यशस्वी झाले आहेत.

तळघरातली एक खोली मुद्दाम वेगळी ठेवून, तिथं स्पेशल ब्रँचचे निष्णात लोक आणि ब्रिटनमधले तज्ज्ञ मध्यस्थ या सगळ्या फोन्सना शांतपणे उत्तरं देत बसले होते व ते मनोमन अपहरणकर्त्यांच्या फोनची वाट बघत होते.

निगेल क्रॅमर खिडकीपाशी गेला आणि त्यानं खाली एक नजर टाकली. व्हिक्टोरिया स्ट्रीटचा फूटपाथ वार्ताहरांनी नुसता गच्च भरून गेला होता. दरवेळी आपल्या ऑफिसमधून बाहेर पडून गाडीनं व्हाइट हॉलकडे जाताना या मंडळींना टाळून जायचं, म्हणजे एक महाभयंकर संकटच होतं. गाडीच्या सगळ्या खिडक्या बंद केल्या, तरीही काचेला नाकं लावून काही बातमी मिळते का, यासाठी ते एकच गिल्ला करीत. त्याला तर आता वेडच लागायची पाळी आली होती.

त्यानं मनगटी घड्याळात पाहिलं आणि एक सुस्कारा टाकला. अपहरणकर्त्यांनी संपर्क साधायला अजून थोडा वेळ लावला, तर तो अमेरिकन क्विन येईल आणि सगळ्या परिस्थितीचा ताबा घेईलच. या अशा प्रकारच्या विचारांनी त्याचं मन एकदम कटू झालं. या एका महत्त्वाच्या बाबतीत मात्र त्याचा विचार घ्यावासा कुणालाही वाटलं नव्हतं. त्यानं क्विनसंबंधीची फाइल मुद्दाम सी.आय.ए.कडून मागवून घेऊन वाचली होती. क्विन पूर्वी ज्या लॉईड्स नामक फर्ममध्ये नोकरीला होता, त्या कंपनीच्या वरिष्ठ अधिकाऱ्यांना तो मुद्दाम जाऊन भेटला होता, त्यांच्याशी क्विनसंबंधानं दोन तास चर्चा केली होती. त्या अधिकाऱ्यानं मात्र क्विनची खूपच तारीफ केली होती, त्याचमुळे या क्विनविषयी निगेल क्रॅमरच्या मनात संमिश्र भावना होत्या. तो माणूस चांगला होता, यात वादच नाही, पण तो पेशानं काही पोलीस नव्हे. तसा हौशी आणि नवखाच म्हणायला पाहिजे आणि अशा माणसाबरोबर काम करणं हाडाच्या पोलिस-अधिकाऱ्याला कसं पटणार? ते काही नाही, या क्विनच्या स्वागतासाठी हीथ्रो विमानतळावर वगैरे अजिबात जायचं नाही, असं त्यानं ठरवलं. आपण नंतर सावकाश त्याच्या भेटीला जावं आणि त्याला सल्ला-मसलतीसाठी दोन मुख्य इन्स्पेक्टर्स द्यावे, हे बरं! आत्ता व्हाइट हॉलमध्ये कोब्रा कमिटीपुढे अहवाल सादर करायची वेळ झाली होती. अर्थात सादर करण्यासारखं फारच थोडं होतं. ही केस लवकर संपणारी नव्हती, एवढं निश्चित.

❖

क्विनचं विमान ठरलेल्या वेळेच्या पंधरा मिनिटं आधीच लंडनला येऊन पोहोचलं. बरोबर सहा वाजता क्विन खाली उतरून सॅम सोमरव्हिले आणि डंकन मॅकक्रिआ यांच्याबरोबर चालू लागला. बाहेरच करड्या रंगाचे सूट घातलेली दोन माणसं त्याची वाटच पाहात होती. त्यातला एक जण क्विनला बघताच पुढे झाला.

"मि. क्विन?" त्यानं हलकेच विचारलं.

क्विननं होकारार्थी मान फक्त हलवली. त्या माणसानं आपलं ओळखपत्र वगैरे दाखवण्याची अजिबात तसदी घेतली नाही. त्याची बोलण्याची पद्धत आणि चेहऱ्यावरचे छापील भाव यावरून तो कोण आहे, ते सांगायची गरजच नव्हती, म्हणा!

"आम्ही तुमची वाटच पाहात होतो, सर! तुम्ही माझ्याबरोबर पुढे व्हा, माझा हा सहकारी तुमचं सामान घेऊन मागोमाग येईलच!"

क्विननं काही विरोध वगैरे दर्शवायच्या आतच तो झपाझप पुढे चालू लागला. तो गेटपाशी असलेल्या छोट्या केबिनमध्ये शिरला. तिथल्या माणसानं थोडाही वेळ न दवडता क्विन आणि त्याच्या बरोबर असलेल्या सोमरव्हिले आणि मॅकक्रिआ यांच्या पासपोर्टवर शिक्के मारले, इतर कागदपत्रांवरही शिक्कामोर्तब केलं.

आणि म्हणाला, "लंडनमध्ये आपलं स्वागत असो!"

नंतर ते सगळे दुसऱ्या दरवाज्यानं ऑफिसच्या बाहेर पडून, चार पायऱ्या खाली उतरून एका गाडीत बसले, पण क्विनची जी कल्पना होती की, आपल्याला विमानतळावरून सरळ लंडनकडे नेतील, तसं मात्र झालं नाही. त्यांनी त्याला आधी व्ही.आय.पी. सूटमध्ये आणलं. क्विन आत शिरला आणि त्यानं वैतागून इकडेतिकडे पाहिलं. गाजावाजा, बोलबाला, प्रसिद्धी अजिबात नकोय, असं त्यानं अगदी निक्षून सांगितलं होतं आणि इथं – अमेरिकन दूतावास, गृहखातं, स्कॉटलंड यार्ड, परराष्ट्रविभाग, सी.आय.ए., एफ.बी.आय. या सगळ्यांचे प्रतिनिधी होते. आता आणखी कोकाकोला आणि वूलवर्थ याही कंपन्यांचे नसले, म्हणजे मिळवली! त्या ठिकाणी क्विनला वीस मिनिटं थांबवण्यात आलं.

ते नंतर लंडनकडे मोटारीनं जायला निघाले. हा तर प्रवास आणखी तापदायक होता. क्विन सगळ्यांत अग्रभागी असलेल्या, अमेरिकन दूतावासाच्या काळ्या लांबलचक गाडीत होता. मागच्या गाडीतून डंकन मॅकक्रिआ आणि लू कॉलिन्स असे येत होते. त्या पाठीमागच्या गाडीतून पॅट्रिक सेमॉर हा सॅम सोमरव्हिलेसह येत होता. ब्रिटिशांचा ताफा आपापल्या रोव्हर, जॅग्वार आणि ग्रॅनाडा या गाड्यांमधून येत होता. ती प्रवासाची वीस मिनिटं क्विननं एक अक्षरही न बोलता मूकपणे लंडन शहराची शोभा, सायंकाळचा चकचकाट बघत घालवली. लंडन शहर त्याला आतून-बाहेरून, कोनाकोपऱ्यांतून तोंडपाठ होतं.

वीस मिनिटांनी जेव्हा का एक राजवाड्यासारखी भव्य दिसणारी इमारत जवळ येऊन ठेपली, तेव्हा क्विन जोरात ओरडला, "आधी गाडी थांबवा!"

गाडीचा ड्रायव्हर अमेरिकन होता. क्विनच्या या अनपेक्षित ओरडण्यानं तो इतका घाबरला की, त्यानं कचकन ब्रेक्स दाबले. त्यामुळे पाठीमागून येणारी गाडी तीवर येऊन धडकली. त्याही पाठीमागची गाडी ही टक्कर टाळण्यासाठी बाजूच्या झुडपात शिरली. क्विननं खाली उतरून समोरच्या इमारतीकडे एक दृष्टिक्षेप टाकला. पायऱ्या संपल्यावर वरच्या प्रवेशद्वारापाशी एक माणूस उभा होता.

"आपण कुठं आहोत?" क्विननं विचारलं. पण विचारायची सुद्धा गरज नव्हती. त्याला ते पुरतं कळून चुकलं होतं. एव्हाना गाडीत मागच्या बाजूला

बसलेला माणूस उतरला होता. खरं तर, त्याला आधीच क्विन या प्राण्याबद्दल पूर्ण कल्पना देण्यात आली होती, पण तेव्हा काही त्याचा त्या गोष्टीवर विश्वास बसला नव्हता. मागे ओळीनं उभ्या असलेल्या सगळ्या गाड्यांमधून लोक पटापट बाहेर पडले आणि या दोघांपाशी आले.

''हे विनफील्ड हाउस आहे. मि. क्विन आणि हे समोर स्वत: राजदूत फेअरवेदर तुमच्या स्वागतासाठी उभे आहेत. सगळी तयारी झालेली आहे. तुम्हाला एक खास सूट देण्यात आलाय. सगळी उत्तम व्यवस्था आहे.''

''ती सगळी तुमची व्यवस्था गेली खड्ड्यात!'' असं म्हणून क्विन उलटा मागे वळून चालू लागला.

''तुम्ही कुठं निघालाय, मि. क्विन?''

''परत स्पेनला!'' क्विन म्हणाला.

एवढ्यात लू कॉलिन्स घाईघाईनं क्विनच्या समोर येऊन थांबला. त्याचं आणि डेव्हिड वाइनट्राऊबचं अगोदरच बोलणं झालेलं होतं. 'क्विन हा अतिशय चक्रम आणि विक्षिप्त माणूस आहे' – डेव्हिड वाइनट्राऊबनं अगोदरच इशारा दिला होता. 'तो नेहमी फक्त स्वत:च्या मनासारखंच करतो.'

''आमच्याकडे एक फ्लॅट रिकामा आहे, मि. क्विन!'' लू कॉलिन्स त्याला शांत करत म्हणाला, ''अगदी खाजगी आहे. पूर्णपणे सुरक्षित आहे. आमच्या हातात कधी एखादा रशियन हेर गवसलाच, तर त्याची जबानी घेण्यासाठी आम्ही ती जागा वापरतो. उरलेल्या वेळी लँगलेतून येणारे ऑफिसर्स तिथं उतरतात.''

''पत्ता?'' क्विन म्हणाला. कॉलिन्सनं पत्ता लिहिलेला एक कागद क्विनच्या हाती ठेवला. क्विननं तो वाचला. केन्सिंग्टनमधला एक आडरस्ता. क्विन तसाच पुढे चालत राहिला. कॉलिन्सला त्यानं मानेनंच 'थँक्यू' अशी खूण केली आणि तो तसाच पुढे चालत राहिला. समोरून एक टॅक्सी येत होती, ती त्यानं थांबवली, ड्रायव्हरला पत्ता सांगितला आणि ती भरधाव निघाली.

मागच्या लोकांच्या सगळा प्रकार नीट लक्षात येऊन झालेल्या प्रकारावर काही कृती करायला पंधरा मिनिटं लागली.

इकडे टॅक्सी दिलेल्या पत्त्यावर पोहोचताच टॅक्सीचं भाडं चुकतं करून क्विन उतरला. त्यानं तो अपार्टमेंट ब्लॉक अगदी पुढून व मागून एक वळसा घालून बारकाईनं न्याहाळला. अर्थात ते चोर नंतर त्या अपार्टमेंटमध्ये छुपे मायक्रोफोन्स बसवणार, हे क्विनलाही ठाऊक होतंच. क्विनला देण्यात आलेला फ्लॅट तिसऱ्या मजल्यावर होता. क्विननं बेल वाजवल्यावर कंपनीच्याच एका माणसानं दार उघडलं. तो त्या फ्लॅटचा केअरटेकर होता.

''तुम्ही कोण आहात?'' त्यानं विचारलं...

"कुणी का असेना. मी आता इथं राहायला आलो आहे. तेव्हा तुम्ही बाहेरचा रस्ता धरावा, हे बरं!" क्विन म्हणाला. त्यानं ते संपूर्ण अपार्टमेंट एकदा नीट फिरून नजरेखालून घातलं. बैठकीची खोली, झोपण्याची एक मोठी खोली, आणखी छोट्या दोन खोल्या व स्वयंपाकघर. इकडे घराचा केअरटेकर घाबऱ्या-घाबऱ्या फोन फिरवत होता. लू कॉलिन्सच्या गाडीत एक फोन होता. त्या फोनशी त्याची लाइन जोडण्यात आली. कॉलिन्सनंही त्याला बाहेर पडण्याचाच सल्ला दिला. त्याबरोबर आपलं चंबूगबाळं उचलून त्यानं बाहेरचा रस्ता धरला. बरोबर तीन मिनिटांनी लू कॉलिन्स व त्याचे दोन एजंट्स उगवले. एव्हाना क्विननं त्यातील सगळ्यांत मोठी व चांगली हवेशीर खोली आपलीशी केली होती. कॉलिन्सच्या पाठोपाठ लगेच पॅट्रिक सेमॉर हाही येऊन हजर झाला. क्विननं त्या सगळ्यांचं एकदा निरीक्षण केलं.

"हे दोघं माझ्याबरोबर या इथंच राहणार की, काय?" स्पेशल एजंट सॅम सोमरव्हिले आणि जी.एस. १२-मॅकक्रिआ यांच्याकडे बघून कपाळाला आठ्या पाडत क्विननं विचारलं.

"हे बघा, मि. क्विन, तुम्ही जरा आमच्या बाजूनं विचार करा ना!" कॉलिन्स म्हणाला, "इथं प्रेसिडेंटच्या मुलाला परत मिळवायची आपल्या सगळ्यांना बरोबरीनंच खटपट करायची आहे. तेव्हा आपलं काय चाललंय, याची खबरबात तर सगळ्यांनाच हवी असणार, नाही का? आणि आपण त्यांना जर काहीच करू दिलं नाही, तर ते तरी असे स्वस्थ बसतील का?"

क्विननं एकवार विचार केला.

"ठीक आहे. पण काय हो, तुम्ही दुसऱ्याच्या भानगडीत नाक खुपसण्याव्यतिरिक्त आणखी काय करू शकता?"

"आम्ही तुमच्या नक्कीच उपयोगी पडू, मि. क्विन!" मॅकक्रिआ अजिजीनं म्हणाला.

"ठीक आहे. जा, सामान घेऊन या. जरा मदतीला लागा."

भुरूभुरू उडते केस, लाजरंबुजरं हास्य आणि थोडा घाबरट चेहरा यांमुळे मॅकक्रिआ चौतीस वर्षांचा असेल, असं कुणाला सांगूनही खरं वाटलं नसतं. तो अगदीच मुलगेलासा दिसायचा. जणूकाही कॉलेजच्या पहिल्या, दुसऱ्या वर्षालाच आहे. तो सी.आय.ए.चा एजंट आहे, यावर तर कुणाचाच विश्वास बसणं शक्य नव्हतं.

सॅम सोमरव्हिले म्हणाली,

"मी पाकशास्त्रात एकदम तरबेज आहे, बरं का! नाहीतरी इथं कुणी नोकर-चाकर नाहीच आहे. तेव्हा स्वयंपाक आणि इतर घरकाम करायला तुम्हाला कुणीतरी माणूस लागेलच की, आणि... आणि ही जागाच अशी आहे की, तुम्ही आम्हा दोघांना हाकलून, कुणी दुसरा कामाला आणून ठेवला, तरी तो हेरच असणार!"

ते दोघं भेटल्यापासून पहिल्यांदाच क्विनच्या चेहऱ्यावर हास्यरेषा चमकून गेली. जरा हसला... की किती देखणा दिसतो हा – सॅमच्या मनात आलं.

"बरं, ठीक आहे," तो कॉलिन्स आणि सेमॉरला म्हणाला, "नाहीतरी तुम्ही जागोजागी छुपे मायक्रोफोन्स बसवणारच. आणि तुम्ही दोघं एजंट सोमरव्हिले आणि मॅकक्रिआ – राहिलेल्या खोल्या ताब्यात घ्या."

यावर ते दोघं उठले आणि आज्ञाधारकपणे आपापलं सामान घेऊन आत गेले. मग क्विन परत सेमॉर आणि कॉलिन्सकडे वळून म्हणाला,

"बरं, पण आता हे एवढंच पुरे. निदान आणखी कोणी माझ्या डोक्यावर बसवू नका, म्हणजे झालं. आणि हो, मला ब्रिटिश पोलिसखात्याशी संपर्क साधायचाय, त्यांचा प्रमुख कोण आहे?"

"उप साहाय्यक आयुक्त निगेल क्रॅमर – क्रॅमर एस.ओ. खात्याचा नंबर दोनचा माणूस तुमच्या माहितीचा आहे?"

"नाव कुठंतरी ऐकल्यासारखं वाटतंय खरं..." क्विन म्हणाला. इतक्यात फोनची घंटी वाजली. कॉलिन्सनं फोन उचलला, मग माउथपीसवर हात ठेवून म्हणाला, "क्रॅमरचाच फोन आहे. विनफील्ड हाउसमधून. तो तुम्हालाच भेटायला तिथं गेला होता. तिथं त्याला कळलं. तो इथं आला, तर चालेल?"

क्विननं होकारार्थी मान हलवली. मग कॉलिन्सनं फोनवरून क्रॅमरला तसं सांगितलं.

क्रॅमर बरोबर वीस मिनिटांत तिथं येऊन हजर झाला.

"मि. क्विन? मी निगेल क्रॅमर. तसं आपण पूर्वी एकदा ओझरते भेटलो आहोत," असं म्हणतच तो अपार्टमेंटमध्ये शिरला. इतकी वर्षं पोलिसखात्यात घालवून सुद्धा त्याला या अपार्टमेंटबद्दल काहीच ठाऊक नव्हतं. अर्थात ही केस संपली की, कंपनी (सी.आय.ए.) लगेचच हे अपार्टमेंट सोडून दुसरं एखादं घेईल, याविषयी त्याला सुतराम शंका नव्हती.

निगेल क्रॅमरचा चेहरा नीट निरखून बघताच, आपण याला कुठं भेटलो होतो, ते क्विनला लगेचच आठवलं.

"ओह येस! आयर्लंडमध्ये. कितीतरी वर्षं झाली त्या गोष्टीला. त्या डॉन टायडी केसमध्ये. मला वाटतं, तुम्ही तेव्हा अँटी – टेररिस्ट ब्रँचचे प्रमुख होतात ना?"

"होय. अगदी बरोबर. तुमची स्मरणशक्ती चांगली तीव्र आहे, मि. क्विन. मला तुमच्याशी थोडं बोलायचं होतं."

क्विननं क्रॅमरला बैठकीच्या खोलीत नेऊन बसवलं. आपण एक खुर्ची घेऊन त्याच्या समोरच बसला आणि त्याला हातांनीच – सगळीकडे छुपे मायक्रोफोन्स बसवले आहेत – अशी खूण केली. लू कॉलिन्स हा चांगला माणूस असेलही; पण

शेवटी तो एक गुप्त हेरच. निगेल क्रॅमरनं गंभीरपणे मान हलवली. आपण जरी आत्ता स्वत:च्या देशात, स्वत:च्या ब्रिटनमध्ये असलो, तरीही या खोलीच्या चार भिंतींमध्ये अमेरिकनांचं राज्य आहे, याची त्यालाही कल्पना होतीच, पण नाहीतरी त्याला काही चोरून ठेवायचंच नव्हतं. आत्ता क्विनशी तो जे-जे काही बोलणार होता, त्याचा साद्यंत अहवाल कोब्रा कमिटीपुढे तो सादर करणारच होता.

"मि. क्विन, मला तुमच्यापुढे एक गोष्ट स्पष्ट केलीच पाहिजे. मेट्रोपॉलिटन पोलिसखात्यानं या गुन्ह्याच्या तपासाला इतर सगळ्या केसेस बाजूला सारून अग्रक्रम दिलेला आहे. आमच्या आणि तुमच्या सरकारचा एकमेकांशी समझोता झालेला आहे. आत्तापर्यंत आमच्या हाती काहीच गवसलेलं नाही, हे जरी खरं असलं, तरी अजून झाल्या घटनेला फार काळ लोटलेला नाहीये व आम्ही आमच्याकडून प्रयत्नांची शिकस्त करतच आहोत."

क्विननं मान डोलावली. या लांबलचक भाषणाचं त्याला काही आश्चर्य वाटलं नाही. त्याच्यावर आजपर्यंत अशा छुपे मायक्रोफोन्स बसवलेल्या खोल्यांमधून संभाषण करण्याचा प्रसंग काही कमी वेळा आलेला नव्हता, त्यामुळे हे काही त्याला नवीन नव्हतं. आपलं दोघांचं संभाषण अगदी सुरळीतपणे चालू आहे, असं क्रॅमरला दाखवायचं होतं. त्याचं आत्तापर्यंतचं सगळं बोलणं ऐकणाऱ्यांच्या सोयीसाठी होतं, म्हणून ही सगळी प्रस्तावना चालू होती.

"खरं तर, गुन्हेगारांशी वाटाघाटी करण्याची जेव्हा वेळ येईल, तेव्हा आम्हाला त्या बाबतीत अग्रक्रम देण्यात यावा, अशी आम्ही मागणी केलेली होती, पण वॉशिंग्टनच्या म्हणण्यावरून ती फेटाळण्यात आली. ही गोष्ट मला अतिशय नाइलाजानं मान्य करावी लागली आहे, पण तरी ते मला पटलंय, असा मात्र त्याचा अर्थ नाही, परंतु मला त्याचबरोबर असंही सांगण्यात आलं की, तुम्हाला जे-जे म्हणून लागेल, ते सगळं सहकार्य आम्ही द्यावं, त्यामुळे ते तुम्हाला मिळेल, तसा मी तुम्हाला शब्द द्यायला तयार आहे."

"मी याबद्दल तुमचा अत्यंत आभारी आहे." क्विन म्हणाला. आपलं हे सगळं संभाषण अतिशय पुस्तकी होत चाललंय, हे त्यालाही कळत होतं, पण करणार काय? हे सगळं बोलणं कुठंतरी टेप होत होतं ना?

"तेव्हा मला असं सांगा, तुम्हाला नक्की कशा प्रकारचं सहकार्य पाहिजे?"

"आधी पार्श्वभूमी..." क्विन म्हणाला, "मी सर्वांत ताजी बातमी वाचली, ती वॉशिंग्टनमध्ये, सुमारे आठ तासांपूर्वी. त्यानंतर अपहरणकर्त्यांनी काही संपर्क वगैरे साधलाय का?"

"आमच्या माहितीप्रमाणे तरी नाही." क्रॅमर म्हणाला, "अर्थात तसे फोन कितीतरी आले. काही तर उघड-उघड बनावटच होते, पण काही वरवर खरे

वाटणारे, आणि काही तर खरोखरच आपल्याला विचारात पाडणारे. मग आम्ही काय केलं, या तिसऱ्या प्रकारच्या सर्व फोनकर्त्यांना आम्ही एक प्रश्न विचारला. या प्रश्नाचं उत्तर त्यांना नीट देता आलं, तर सायमन त्यांच्या ताब्यात आहे, हे निश्चित. कारण हा प्रश्न सायमननं ऑक्सफर्डमध्ये घालवलेल्या नऊ महिन्यांमध्ये पडलेल्या एका गोष्टीसंबंधी आहे व ही गोष्ट सायमनखेरीज कुणालाच ठाऊक असणं शक्य नाही.''

''मग काय निष्पन्न झालं?''

''हेच की, आत्तापर्यंत एकालाही त्या प्रश्नाचं अचूक उत्तर देता आलेलं नाही.''

''पण अपहरणकर्त्यांनी पहिल्या अठ्ठेचाळीस तासांत काहीच संपर्क न साधला असण्याची ही काही पहिलीच वेळ नव्हे!'' क्विन म्हणाला.

''ते मान्य आहे,'' क्रॅमर म्हणाला, ''ते कदाचित पोस्टानं पत्र पाठवतील, नाहीतर पार्सलमध्ये चक्क रेकॉर्ड केलेली कॅसेटसुद्धा! काय सांगावं? पण तसं काही असेल, तरीही एव्हाना ते आपल्यापर्यंत पोहोचायला हे हवंच. जर, समजा, पोस्टानं त्यांचं आमच्याकडे काही पत्र वगैरे आलंच, तर ते मी लगेचच तुमच्याकडे पाठवायची व्यवस्था करतो. अर्थात त्याआधी ते उघडण्याची जबाबदारी मी आमच्या लॅबमधल्या तज्ज्ञ मंडळींवर टाकीन, कारण त्या पत्रावर काही हाताचे ठसे वा इतर पुरावा मिळण्याची शक्यता असते. मला वाटतं, तुमची या गोष्टीला काही हरकत नसावी. कारण अशा प्रकारची काही तपासणी तुम्ही इथं तर करू शकत नाही.''

''अगदी बरोबर. मला मान्य आहे.'' क्विन म्हणाला.

''पण जर का त्यांनी एकदम फोनच केला, तर त्याची हाताळणी तुम्ही कशा प्रकारे करायचं ठरवलंय, मि. क्विन?''

त्यावर क्विननं एक भलीमोठी यादीच क्रॅमरला सांगितली. सगळ्यात प्रथम टीव्ही आणि रेडिओवर दहाच्या बातम्यांमध्ये एक निवेदन करण्यात यावं. यात सायमन कॉरमॅकच्या अपहरणकर्त्यांना अमेरिकन दूतावासाशी त्वरित संपर्क साधण्याचं आवाहन करण्यात यावं. यासाठी त्यांना दूतावासाचे चार-पाच फोन नंबर्स दिले जावे. दूतावासाच्या तळघरात एक नवा टेलिफोन स्विचबोर्ड व भरपूर ऑपरेटर्स बसवावे. यांद्वारे आलेल्या टेलिफोन्सची छाननी करणं सोपं जाईल. त्यांतून जे उघड-उघड बनावट फोन्स असतील, त्यांना तिथल्या तिथूनच कटवलं जाईल. फक्त ज्या फोन्समध्ये काही तथ्य असण्याची शक्यता वाटेल, तेवढेच क्विनच्या अपार्टमेंटकडे पाठवले जातील.

क्रॅमरनं कॉलिन्स व सेमॉर यांच्याकडे एक दृष्टिक्षेप टाकला. त्या दोघांनी होकारार्थी माना हलवल्या. अशा प्रकारचा स्विचबोर्ड येत्या दीड तासाच्या आतच म्हणजे दहाच्या बातम्यांपूर्वी बसवून टाकू, अशी त्यांनी क्विनला ग्वाही दिली.

क्विन पुढे बोलतच होता.

''आता तुमच्या टेलिफोन खात्याच्या लोकांवर एक महत्त्वाची कामगिरी आहे. जे बनावट फोन्स येतील, त्यांच्यापैकी काही फोन्स तरी लगेच ट्रेस करून त्या-त्या बूथची पोलिसांना त्यांनी माहिती दिली की, लगेच पोलीस अशा बनावट फोन्स करणाऱ्यांना पकडतील. या घटनांना आपण रेडिओ, टीव्हीद्वारा भरपूर प्रसिद्धी दिली, म्हणजे अशा बनावट फोन करणाऱ्यांना खूपच आळा बसेल. एखाद्या आलेल्या फोनचा माग काढायचा असेल, तर त्यासाठी फोन करणाऱ्या माणसानं काही ठरावीक काळ सतत त्या फोनवर बोलायची गरज असते आणि इतका मूर्खपणा खरे अपहरणकर्ते निश्चितच करणार नाहीत.''

''हे मला पटलं,'' क्रॅमर म्हणाला, ''आत्तापर्यंत तरी ते बदमाश फारच अक्कलहुशारीनं वागलेले आहेत.''

''अपार्टमेंटकडे जे-जे फोन्स वळवले जातील, ते मध्ये खंडित न करता वळवले जातील आणि ते फक्त एका आणि एकाच नंबरवर पाठवण्यात येतील.'' क्विन म्हणाला, ''माझ्या माहितीप्रमाणे या अपार्टमेंटमध्ये वेगवेगळ्या क्रमांकांचे एकूण तीन फोन्स आहेत ना?''

कॉलिन्सनं होकार दिला.

क्विन म्हणाला,''जेव्हा मी अपहरणकर्त्यांशी प्रत्यक्ष बोलीन, तेव्हा त्यांना अपार्टमेंटमधला एक विशिष्ट नंबर पुढील संपर्काच्या दृष्टीनं देऊन ठेवणार आहे. म्हणजे नंतर पुढे प्रत्येक वेळी ते फक्त माझ्याशीच बोलतील.''

''तुम्हाला काही मिनिटांतच एक नवीन नंबर देण्यात येईल. असा नंबर की, जो मुळी यापूर्वी कधी अस्तित्वातच नसेल; म्हणजेच त्या फोनवरून फक्त अपहरणकर्तेच तुमच्याशी बोलतील. बाकी कुणीच नाही. तो फोन आम्ही टॅप केलेलाच असेल, पण प्रत्यक्ष बोलताना फोनमध्ये काही वेगळा आवाज वगैरे येणार नाही. काही नाही. आणि अखेरचं पण महत्त्वाचं. ही केस हॅंडल करण्यासाठी मी तुमच्या जोडीनं माझे दोन अत्यंत हुशार आणि अनुभवी गुप्तचर-प्रमुख इथं ठेवीन. त्यांची तुम्हाला निश्चित मदत होईल. मि. क्विन. नाहीतरी एकटा माणूस काही दिवसाचे चोवीस तास जागा राहू शकत नाही.''

''या गोष्टीला मात्र माझा स्वच्छ नकार आहे!'' क्विन ठासून म्हणाला.

''पण त्यांची तुम्हाला काय अडचण होणार आहे, मि. क्विन?'' क्रॅमर आग्रही स्वरात म्हणाला, ''हे पाहा, जर अपहरणकर्ते ब्रिटिश असतील, तर त्यांचे उच्चार, त्यांची बोली, त्यांच्या भाषेचं वळण, त्यांच्या आवाजातील चढ-उतारांवरून व्यक्त होणारी मन:स्थिती या अशा बारीक तपशिलांचं ज्ञान फक्त दुसऱ्या ब्रिटिश माणसालाच असू शकतं.''

''पण मग तसं असेल, तर त्यांना एक्सचेंजमध्ये बसून ऐकू दे ना खुशाल!'' क्विन म्हणाला, ''नाहीतरी तुम्ही सगळं संभाषण टेप करणारच आहात ना? मग

त्या टेप्स तुम्ही नंतर तुमच्या भाषाशास्त्रज्ञांना कितीही वेळा ऐकवा ना. माझं काही म्हणणं नाही. वाटलं, तर तुम्हाला माझ्या हाताळण्याच्या पद्धतीत ज्या काही चुका दिसतील, त्या सगळ्या लिहून आणा. पण इथं हे काम मी फक्त एकटाच करणार आहे. त्यात मला ढवळाढवळ नकोय. समजलं?''

क्रॅमर संतापानं नुसता आतल्याआत धुमसत होता, पण तो काही बोलला नाही. शेवटी वरिष्ठांची आज्ञा पाळायलाच हवी. त्यामुळे तो जायला उठला. क्विनही उठला.

''चला, मी तुम्हाला तुमच्या गाडीपर्यंत पोहोचवायला येतो.'' तो म्हणाला. त्याच्या म्हणण्यामागचा उद्देश सर्वांच्याच लक्षात आला. खोलीतल्यासारखे जिन्यात काही छुपे मायक्रोफोन्स बसवलेले नव्हते. दारापाशी येताच त्यानं सेमॉर व कॉलिन्स दोघांना हातानंच 'येऊ नका,' अशी खूण केल्यानं त्यांचा नाइलाजच झाला. जिन्यात पोहोचल्यावर क्विननं क्रॅमरच्या कानात हलक्या आवाजात म्हटलं,

''सॉरी हं. रागावू नका, प्लीज. हे जे काही चाललंय, ते तुम्हाला आवडलेलं नाहीय. हे मलाही कळतंय, पण मी स्वतःही अगदी फार खूश नाहीये, पण माझ्यावर विश्वास ठेवा. मला कुठल्याही परिस्थितीत तो मुलगा हातचा सोडायचा नाहीये. फोनवर बोललेलं अगदी अक्षरन्‌अक्षर तुम्ही ऐकू शकाल. खुद्द आमच्या सी.आय.ए.चे लोकही कान लावून बसले असतीलच की. नाहीतरी हे एक छोटं रेडिओ-स्टेशनच झालंय, म्हणा!''

''ठीक आहे, मि. क्विन. तुम्हाला लागेल ते सर्व सहकार्य मी करीन. मी तुम्हाला तसा शब्द देतो.''

''एक शेवटचंच सांगायचंय...'' ते एव्हाना फूटपाथवर येऊन पोहोचले होते. पोलिसांची गाडी क्रॅमरची वाटच पाहात होती. ''त्या लोकांचा कृपया पाठलाग करू नका. जर त्यांनी फोन केला आणि समजा, तुम्ही तो कॉल ट्रेसही करू शकलात, तरी लगेच त्याचा फायदा घेऊन तुमच्या पोलिसांच्या फौजा गाड्या घेऊन सुसाटत त्या फोनच्या बूथवर पाठवू नका.''

''आम्हाला तेवढं समजतं, मि. क्विन. पण काहीही झालं, तरी आमचे साध्या वेशातले लोक मात्र आम्हाला बूथच्या दिशेनं पाठवायलाच लागतील. ते अर्थातच नकळत, कुणालाही संशय वाटणार नाही, अशाच तऱ्हेनं जातील. अगदी अदृश्यपणे जातील, म्हणा ना. पण जर का समजा, आम्हाला अपहरणकर्त्यांच्या गाडीचा नंबर मिळाला किंवा त्यांची शारीरिक माहिती मिळाली, तर त्याचा आम्हाला पकडण्याच्या कामी उपयोग होईल ना!''

''पण आपला पाठलाग होतोय, हे मात्र कुठल्याही परिस्थितीत त्यांच्या लक्षात येताच कामा नये. शेवटी तो पोरगा त्यांच्या तावडीत आहे!'' क्विननं सावधगिरीची सूचना दिली.

''असं पाहा. फोन करणारा माणूस अत्यंत मानसिक ताणाखाली असेल. आणि त्यानं जर का एकदम संपर्कच तोडला, तर ते आपल्या कुणाच्याच फायद्याचं होणार नाही. कारण तसं झालंच, तर गुन्हेगार एकदम सगळे दोर तोडून पळून जातील. आणि मग त्या जागी आपल्याकरता एक प्रेतच सोडून जातील.''

क्रॅमरनं होकार दिला आणि तो गाडीत जाऊन बसला.

❖

बरोबर तीस मिनिटांनी तंत्रज्ञ आले. सगळे साध्या वेशातले होते, पण प्रत्येकाकडे टेलिफोन खात्याचं ओळखपत्र होतं, पण ते सगळे एकजात सरळ-सरळ सेक्युरिटी सर्व्हिसमधले तंत्रज्ञ होते, याची क्विनला पुरेपूर खात्री होती. ते येताक्षणीच कामाला लागले. त्यांचा कामाचा झपाटा खरोखरच वाखाणण्यासारखा होता. अर्थात जास्त महत्त्वाचं काम केन्सिंग्टन एक्सचेंजमध्ये चालू होतं.

बैठकीच्या खोलीत काम करणाऱ्या इंजिनिअरनं एक भुवई उंचावली. काय झालं असावं, हे क्विनच्या लगेच लक्षात येऊन त्याला हसू फुटलं, पण ते त्यानं दाबलं आणि आपलं लक्षच नाही, असं दाखवलं. झालं काय की, बैठकीच्या खोलीतला फोन टॅप करण्याच्या दृष्टीनं त्याच्यात एक 'बग' किंवा छुपा मायक्रोफोन बसवा, असं त्या इंजिनिअरला सांगण्यात आलं होतं. तेव्हा तसा बग बसवण्यासाठी त्यानं तो फोन खोलला, तेव्हा तिथं एक बग आधीच विराजमान झालेला होता, पण वरिष्ठांची आज्ञा, म्हणजे आज्ञा! मग त्यानं त्या अमेरिकन बग शेजारी आपला नवा ब्रिटिश बग बसवून ठेवला आणि एक नवाच छोटासा अँग्लो-अमेरिकन संबंध प्रस्थापित केला.

❖

रात्री साडेनऊच्या सुमाराला क्विनला त्याचा नवा फोन नंबर मिळाला. हा नंबर फक्त अपहरणकर्त्यांनाच देण्यात येणार होता, त्यामुळे त्यावर दुसऱ्या कुणाचे फोन्स येण्याचा धोकाच नव्हता. आणखी एक लाइन दूतावासाच्या स्विचबोर्डमधून अपार्टमेंटमध्ये टाकली होती. तिसरी एक लाइन बाहेर फोन करण्यासाठी मोकळी ठेवण्यात आली होती.

ग्रोसव्हेनॉर चौकातील अमेरिकन दूतावासाच्या तळघरात फार जोरात काम चाललं होतं. तिथं आधीच दहा टेलिफोनच्या लाइन्स होत्या. दहा तरुणी त्यांपैकी एकेका लाइनचं काम बघत होत्या.

केन्सिंग्टन एक्सचेंजमध्ये तर पोलीस ठाणच मांडून बसले होते. क्विनच्या नवीन नंबरवर जे कुणी (अर्थात अपहरणकर्ते) फोन करतील, त्यांचा लगेचच माग

काढायच्या कामगिरीवर ते बसून होते. कारण केन्सिंग्टन एक्सचेंज अत्याधुनिक व इलेक्ट्रॉनिक होतं, त्यामुळे आलेल्या फोनचा ठावठिकाणा शोधून काढणं नक्कीच सोपं गेलं असतं. साधारण आठ ते दहा सेकंदांतच फोन करणारा माणूस कुठल्या फोनवरून बोलतोय, हे शोधता आलं असतं.

मघाशी ब्रिटिश टेलिफोन इंजिनिअर्स क्विनच्या अपार्टमेंटमधलं आपलं 'काम' संपवून बाहेर पडल्यानंतर बरोबर तीस सेकंदांनी अमेरिकन इंजिनिअर आले आणि त्यांनी ब्रिटिश इंजिनिअरांनी बसवलेले बग्ज काढून नेले. आता क्विनचं व अपहरणकर्त्यांचं संभाषण फक्त अमेरिकनांनाच ऐकता आलं असतं आणि ब्रिटिश हात चोळत बसले असते.

❖

रात्री दहा वाजता बातम्यांपूर्वी टीव्हीवर सायमन कॉरमॅकच्या अपहरण-कर्त्यांसाठी एक खास निवेदन करण्यात आलं. निवेदक सायमनच्या अपहरणाची पार्श्वभूमी स्पष्ट करून सांगत असताना सर्व वेळ टेलिफोन नंबर्स पडद्यावर दिसत होते.

लंडनपासून चाळीस मैलांवर असलेल्या एका घरात बैठकीच्या खोलीत टीव्ही पुढे बसलेली चार माणसं अतिशय काळजीपूर्वक ते निवेदन ऐकत होती. त्यांच्यातला जो प्रमुख होता, त्यानं उरलेल्यांपैकी दोन जणांच्या सोयीसाठी घाईनं त्या निवेदनाचं फ्रेंचमध्ये भाषांतर केलं. त्या दोघांतला एक बेल्जियन, तर एक कॉर्सिकन होता. उरलेला चौथा होता साउथ आफ्रिकन. त्याला तसं तोडकं मोडकं इंग्रजी येत होतं. फक्त त्याचे उच्चार विचित्र होते.

दोघां युरोपियनांना मात्र इंग्रजीचा अक्षरशः गंधही नव्हता आणि हा सगळा प्रकार संपेपर्यंत घराबाहेर पाऊलही टाकायचं नाही, अशी त्यांच्या प्रमुखानं त्यांना ताकीद दिली होती. तो एकटा बाहेर पडायचा आणि काय लागेल, ते घेऊन यायचा. तो दरवेळी घरातून आतल्या दारानं आधी गॅरेजमध्ये जायचा, मग व्होल्व्हो गाडी काढून तीत बसूनच बाहेर पडायचा. आता त्या गाडीचे टायर्स, नंबरप्लेट – सगळं नवं होतं. तीवरचे नंबर्सही खरे होते, मात्र तो माणूस आपला केसांचा टोप, खोट्या दाढी-मिशा व काळा चष्मा या गोष्टी लावल्याखेरीज कधीच बाहेर पडत नसे. तो घरात नसताना उरलेल्या लोकांनी कुणाही बाहेरील व्यक्तीच्या नजरेला पडायचं नाही, एवढंच काय, पण साधं खिडकीजवळसुद्धा जायचं नाही अथवा कुणीही बेल वाजवली, तरी दार उघडायचं नाही, अशी त्यांना सक्त ताकीद होती.

टीव्हीवरचं सायमन कॉरमॅकसंबंधीचं निवेदन संपल्यावर दोघांपैकी एका युरोपियनानं त्याला एक प्रश्न विचारला.

"उद्या सकाळी..." त्यानं फ्रेंचमध्ये उत्तर दिलं.

त्या रात्री दूतावासाच्या तळघरात दोनशेच्यावर फोन्स आले. त्यातील फक्त सातच खरे वाटणारे फोन्स क्विनकडे वळवण्यात आले. क्विननं प्रत्येक फोन करणाऱ्याला अतिशय खेळकरपणे व उत्साहानं उत्तर दिलं. तो प्रत्येक फोनकर्त्याला 'दोस्ता' असं संबोधत असे. त्यानं सर्व सातही फोनकर्त्यांना एक गोष्ट स्पष्ट करून सांगितली की, त्याला 'त्याच्या लोकांच्या' हट्टापायी नाइलाजानं सायमन कॉरमॅकच्या संदर्भातच एक विशिष्ट प्रश्न त्यांच्यापुढे ठेवावा लागत आहे. सायमन कॉरमॅक खरोखरच त्यांच्या ताब्यात आहे, या गोष्टीची सत्यता पडताळून बघण्यासाठी हा सगळा प्रपंच. तेव्हा कृपा करून त्यांनी त्या प्रश्नाचं उत्तर सायमनकडून मिळवावं व मगच परत फोन करावा, म्हणजे बरं पडेल. या सातांपैकी कुणीही परत फोन केला नाही. पहाटे तीनच्या पुढे अखेर फोन येणं बंद झालं; मग क्विननं सूर्योदयापर्यंत एक झोप काढली.

रात्रभर डंकन मॅकक्रिआ आणि सॅम सोमरव्हिले क्विनजवळ बसून होते. सॅमनं त्याच्या फोनवर बोलण्याच्या पद्धतीबद्दल कौतुक करताच क्विन म्हणाला, ''अजून तर साधी सुरुवात सुद्धा झालेली नाहीये!'' पण मानसिक ताण आत्तापासूनच जाणवू लागला होता.

मध्यरात्र उलटून गेल्यानंतर केव्हिन ब्राऊन व त्याच्या बरोबर आठ एफ.बी.आय. एजंट्सची एक तुकडी वॉशिंग्टनहून लंडनला येऊन दाखल झाली. हीथ्रो विमानतळावर पॅट्रिक सेमॉर त्याला मुद्दामच भेटायला गेला होता. त्यानं केव्हिन ब्राऊनला आजवर घडलेल्या सगळ्या गोष्टींची तपशीलवार माहिती दिली. त्यात क्विननं सगळ्यांचं म्हणणं डावलून, विनफील्ड हाउसऐवजी दुसऱ्याच अपार्टमेंटमध्ये कसा तळ ठोकलाय, नवे टेलिफोन्स कसे बसवले आहेत, इत्यादी तिखटमीठ लावून सांगितलं.

''तो जास्ती शहाणा आहे, हे मला ठाऊकच होतं,'' केव्हिन ब्राऊन म्हणाला, ''त्या गाढवावर चांगली चोवीस तास कडी नजर ठेवायलाच हवी आहे, नाहीतर तो काय चालूगिरी करेल, सांगता येत नाही. चला, आपण सरळ दूतावासातच जाऊ या. तिथंच तळघरात खाटा टाकून झोपू. त्या अतिशहाण्याच्या बारीकसारीक हालचालींचा आवाजसुद्धा आपल्याला स्पष्ट ऐकू यायला हवा.''

आतल्या आत पॅट्रिक सेमॉर चांगलाच अस्वस्थ झाला होता. या भडक डोक्याच्या केव्हिन ब्राऊनबद्दल तो ऐकून होता. आता त्याला इथं येऊन थडकण्याचं काही कारण तरी होतं का?

ते दूतावासात पोहोचले, तेव्हा एकशेसहावा फोन येतच होता.

त्या रात्री क्विनप्रमाणेच इतरही अनेकांना रात्रभर झोप नव्हती. कमांडर विल्यम्स आणि साईक्स नामक एक माणूस, असे दोघंही रात्रभर जागे होते. वाँड्सवर्थ पोलिस-स्टेशनच्या कबुलीजबाब घेण्याच्या खोलीत दोघे रात्रभर समोरासमोर बसून होते. सीरियस क्राइम स्क्वाडच्या वाहन-विभागाचा एक ऑफिसरही तिथं उपस्थित होता. यानंच साईक्स याला पकडून आणलं होतं.

एक तासाच्या प्रश्नोत्तरांच्या फैरीनंतर साईक्ससारखा निर्ढावलेला गुंडसुद्धा पार थकून गेला होता. तो भीतीनं थरथर कापत होता.

साईक्सनं ती ट्रॅन्झिट व्हॅन खरं तर मोडीत विकत घेतली होती. त्याचा तोच धंदा होता. वाँड्सवर्थमध्ये त्याची एक शेड होती. एक दिवस अचानक वाहन खात्याचे लोक कसे, कोण जाणे, तिथं उपटले होते आणि त्यांनी त्याच्या शेडमध्ये नुसता धुडगूस घातला होता.

त्यांना एका काळ्या रंगाच्या तेलानं भरलेल्या बॅरलच्या तळाशी चोवीस नंबर-प्लेट्स बुडवलेल्या आढळल्या. एकूण बारा नंबरच्या त्या प्रत्येकी दोन-दोन प्रती होत्या. सर्वच्या सर्व साईक्सच्या शेडमध्येच तयार झालेल्या होत्या; पण दिसण्यात अतिशय बेमालूम होत्या. आणखी तपास केल्यानंतर बनावट वाहन-नोंदीची खूप कागदपत्रं सापडली.

साईक्सचा धंदा साधारण अशा प्रकारचा होता. तो मोडीत निघालेल्या गाड्या लोकांकडून अगदी कमी किमतीला विकत घेई. 'मी स्वत: स्वान-सी-च्या वाहन नोंदणी विभागाच्या कचेरीत जाईन आणि तुमची गाडी मोडीत निघाल्याची नोंद करीन, तुम्ही त्याची चिंता करू नका,' असं तो लोकांना सांगे. मात्र स्वान-सी ऑफिसमध्ये जाऊन आपण या गाड्या कायदेशीरपणे विकत घेतल्या असल्याची तो नोंद करी. मग तशी स्वान-सी-च्या कॉम्प्युटरकडे नोंद होई. आता घेतलेल्या गाड्यांपैकी एखादी गाडी अगदीच खटारा, चालवण्याच्याही लायकीची नसली, तर ती सरळ फेकून देण्यात येई; पण तिची कागदपत्रं मात्र फार मोलाची असत, मग त्याच बनावटीची, तशीच दुसरी चोरीची गाडी व या गाडीची कागदपत्रं अशी छान जोडी तयार होई. ही चोरीची गाडी अर्थातच साईक्सच्याच साथीदारांनी कुठल्या तरी सार्वजनिक कारपार्कमधून हाथ की सफाई दाखवून उडवलेली असे. सगळ्यांत शेवटचा टप्पा, म्हणजे या चांगल्या स्थितीतल्या गाडीवर जुन्या खटारा गाडीच्या इंजीनचा व चासिसचा नंबर खोदणं. आणि ती जुनी आहे, हे दाखवण्यासाठी त्या नंबरवर जरा धुळीचे लेप दिले की, झालं. मग तो या गाड्या बाजारात जबरदस्त किमतीला विकायचा. अर्थात अशी गाडी कधी पकडली गेलीच, तर पोलीस काही फसायचे नाहीत, पण साईक्सचा सगळा व्यवहार रोखीचा होता. त्यामुळेच कधी पोलिसांशी संबंध आलाच, तर तो आपला कानांवर हात ठेवून मोकळा व्हायचा.

आत्ताही पोलिसांनी त्याला या ट्रॅन्झिट व्हॅनच्या संदर्भात अडकवल्यावर आधी त्यानं तेच केलं, पण जरा पोलिसी बडग्याची चव चाखल्यावर कबूल केलं की, साधारण सहा आठवड्यांपूर्वी एक माणूस त्याच्या डेपोमध्ये इकडे तिकडे हिंडून गाड्यांची पाहणी करत होता. त्याला एक अगदी स्वस्तातली व्हॅन हवी होती. योगायोगानं साईक्सनं या ट्रॅन्झिट व्हॅनची नुकतीच चासिस बदलून रंगही निळ्याऐवजी हिरवा दिला होता. त्या माणसानं तात्काळच रोख तीनशे डॉलर्स मोजून ती विकत घेतली. हा माणूस नंतर त्या बाजूला कधी फिरकलाही नव्हता. त्यानं दिलेल्या वीस-वीस डॉलर्सच्या पंधरा नोटांना कधीच पाय फुटले होते.

"त्या माणसाचं वर्णन?" कमांडर विल्यम्सनं विचारलं.

"तेच तर मी आठवण्याचा प्रयत्न करतोय..." साईक्स म्हणाला.

"लवकर काय ते बोल," कमांडर म्हणाला, "जर का काही हातचं राखून ठेवलंस, तर याद राख, जन्मभर पस्तावशील!"

"मध्यम उंची, मध्यम बांधा, चाळिशीच्या घरात, खडबडीत चेहरा आणि आविर्भावही तसाच. जन्मानं लंडनचा तर निश्चित नव्हता. पिवळसर-करडे केस होते. पण एखादे वेळी टोपही असू शकेल. सांगता येणार नाही. काहीही असलं, तरी त्याच्या डोक्यावर हॅट होती. मिशा होत्या-त्याही कदाचित खोट्या असतील, पण दिसत मात्र अगदी खऱ्यासारख्या होत्या; आणि रंगीत निळसर काचांचा चश्मा होता. गॉगल नव्हे."

नंतर पोलिसांच्या चित्रकारानं खूप खपून या वर्णनाच्या आधारे एक चित्र तयार केलं. कमांडर विल्यम्सनं ते चित्र निगेल क्रॅमरकडे आणि त्यानं ते कोब्रा कमिटीकडे आणलं. भानगड अशी होती की, ते चित्र कुणाचंही असू शकेल. त्यात खास उल्लेखनीय अशी एकही बाब नव्हती; आणि इथं तपास खुंटला.

एवढं एक निश्चित की, साईक्सकडून विकत घेतल्यानंतर कुणातरी हुशार मेकॅनिकनं ती व्हॅन चांगली दुरुस्त केली होती आणि एका उत्तम रंगाऱ्यानं त्याच्या दोन्ही खिडक्यांच्या काचांवर बार्लो फ्रूट कंपनीची जाहिरात पेंट केलेली होती, पण हाती आलेली ही एवढी माहिती जर लगेच प्रसिद्ध केली असती, तर अपहरणकर्ते हकनाक बिथरून गेले असते आणि सायमनचा गळा घोटून चालते झाले असते.

मग असं ठरलं की, या माणसाचं वर्णन अगदी गुप्ततेनं देशाच्या प्रत्येक पोलिस-स्टेशनवर पाठवायचं; पण कुठल्याही माध्यमाद्वारे याला प्रसिद्धी मात्र द्यायची नाही.

❖

अँड्र्यू ऊर्फ अँडी लाईंग त्या रात्री जागून काम करत बसला होता. आपल्या बँकेतल्या कीर्द-खतावण्यांची उलथापालथ करून त्यांतील हिशेबाचा ताळेबंद जुळवण्याचं

त्याचं काम चालू होतं आणि जसजसा तो अधिकाधिक खोलात शिरत होता, तसंतसं कोडं अधिकाधिक गुंतागुंतीचं होत चाललं होतं. शेवटी एकदाची पहाट झाली आणि त्याची खात्री पटली की, आपला हिशेब बरोबर आहे आणि या खतावण्यांमध्ये दाखवलेला हिशेब म्हणजे नक्कीच काहीतरी चोरीचा मामला दिसतोय.

अँडी लाईंग हा तरुण 'सौदी अरेबियन इन्व्हेस्टमेंट' बँकेच्या जेद्दा शाखेचा क्रेडिट व मार्केटिंग खात्याचा प्रमुख होता. ह्या बँकेत बराचसा अधिकारी-वर्ग परकीयच होता. लाईंग ह्याची सुद्धा अमेरिकन रॉकमन-क्वीन्स बँक ऑफ न्यूयॉर्कमधून इथं सेकंडमेंटवर बदली झाली होती.

तो तरुण होता. सरळमार्गी होता आणि जरासा ध्येयवादी सुद्धा. बँकिंगची त्याला मुळातच आवड होती. इतकंच काय, त्यातच त्याला आपली करिअर करायची होती आणि सौदी अरेबियात त्याच्यावर सोपवण्यात आलेल्या कामावर तो पुरता खूश होता. न्यूयॉर्कपेक्षा इथं पगारही जास्त होता. त्याला छान फ्लॅट देण्यात आला होता. एकूण त्याचं आयुष्य मजेत चाललं होतं.

या बँकेचं सौदी अरेबियातलं हेड ऑफिस जरी रियाध येथे असलं, तरीही सर्वांत जास्त गर्दी या जेद्दा ब्रँचलाच व्हायची. काल संध्याकाळी बँकेची वेळ संपली, तरी त्याचं हातातलं काम संपलेलं नव्हतं. तेव्हा घरी जाण्याऐवजी जरा उशिरापर्यंत थांबावं आणि ते काम हातावेगळं करावं, असा त्यानं विचार केला व सगळे घरी गेले, तरी तो हातातली फाइल वाचत बसला. त्या वेळी बँकेचा शिपाई दुसऱ्या दिवशीची तयारी करत होता. आधीच्या दिवसाचे रद्दी कॉम्प्युटर प्रिंट-आउट्स फाडून टाकून, नवे महत्त्वाचे कागद ज्या त्या टेबलावर ओळीनं मांडण्याचं त्याचं काम सुरू होतं. तेव्हाच हातातली ट्रॉली ढकलत ढकलत जवळ आणून शिपायानं त्याच्याही टेबलावर तसे कागद ठेवले आणि तो पुढे गेला. त्या कागदांवर एक नजर टाकताच ते भलतेच कागद आहेत व चुकीनं ठेवले गेले आहेत, हे अँडीच्या लगेचच लक्षात आलं. तो जरासा वैतागला. ते कागद वस्तुतः ऑपरेशन्स मॅनेजर मि. अमीन यांच्या टेबलावरचे होते. आपणच उठून ते त्यांच्या टेबलावर नेऊन ठेवावे, म्हणून तो उठला. जाता-जाता सहज चाळा, म्हणून त्यानं हातातला सर्वांत वरचा कागद वाचला आणि एक गोष्ट त्याला खटकली. मग परत फिरून आपल्या टेबलापाशी बसून, त्यानं ते कागद नीट तपशीलवार वाचायला सुरुवात केली. प्रत्येक पानावर तोच तोच आकृतिबंध उमटत चालला होता. सगळा चोरीचा मामला होता, हे निश्चित. मग त्यानं आपला कॉम्प्युटर चालू करून काही जुन्या रेकॉर्ड्सची माहिती मिळवली. परत तोच घोळ. असं करता-करता रात्र संपून पहाट उजाडली. आता मात्र संशयाला जागाच नव्हती. बँकेच्या हिशेबात कुणीतरी जबरदस्त अफरातफर करत

होतं, ही गोष्ट सूर्यप्रकाशाइतकी स्वच्छ झाली होती. एकच चूक परत-परत होत असेल, तर त्याला योगायोग म्हणत नाहीत. त्यानं ते कागद मि. अमीन यांच्या टेबलावर परत ठेवले, पण आपण उद्याच्या उद्या, मिळेल ती फ्लाइट घेऊन रियाधला जनरल मॅनेजर स्टीव्ह पाईल यांच्या भेटीला जायचं आणि या प्रकरणाचा छडा लावायचा, असं त्यानं ठरवलं.

❖

पहाटेच्या प्रकाशात जेव्हा अँडी लाईंग जेद्दाच्या निर्मनुष्य, शांत रस्त्यानं घरी जात होता, तेव्हा इकडे व्हाइट हाउस कमिटीपुढे सुप्रसिद्ध मानसोपचारतज्ज्ञ डॉ. निकोलस आर्मिटेज यांचं भाषण चाललं होतं.

"सभ्य गृहस्थहो, मी आपल्याला एवढं निश्चित सांगू शकतो की, आपल्या प्रेसिडेंटसाहेबांच्या पत्नीला झाल्या घटनेचा फारच तीव्र धक्का बसला असून, त्यामानानं खुद्द प्रेसिडेंट बरेच सावरले आहेत. बाईसाहेब मात्र अजूनही औषधांवरच आहेत. अर्थात त्यांचे व्यक्तिगत डॉक्टर त्यांची चांगली देखभाल करताहेत. प्रेसिडेंटसाहेब खंबीर, बुद्धिमान आणि समतोल विचार करणारे असले, तरीही या प्रचंड मानसिक ताणाचा जरा जरा परिणाम त्यांच्यावरही दिसायला लागलाच आहे."

"कोणता परिणाम, डॉक्टर?" ओडेल यांनी विचारलं.

डॉक्टरांनी खाकरून घसा साफ केला आणि ते म्हणाले,

"एक गोष्ट तुम्ही सर्वांनी लक्षात घ्यायलाच हवी की, आपल्या मुलाचं अपहरण झाल्याचं दुःख मुलाच्या आईला अश्रूवाटे किंवा आक्रस्ताळेपणा करून व्यक्त करण्याची मुभा समाजानं दिलेली आहे, पण बिचाऱ्या वडिलांना मात्र हे असं शोकाचं प्रदर्शन करता येत नाही, त्यामुळे त्यांना फोर मोठ्या प्रसंगाशी सामना करावा लागतो. आपलं मूल पळवलं गेल्याचं दुःख, एक अपराधीपणाची भावना, आत्मवंचना आणि आपण आपल्या कर्तव्यात कुठंतरी चुकलो, कमी पडलो, आपण नीट काळजी घेतली नाही, अशा स्वरूपाच्या विचारांनी जबरदस्त मानसिक ताण येतो."

"पण असं वाटणं मुळीच तर्कसुसंगत नाही..." स्टॅनार्ड मॉर्टन म्हणाला.

"आपण इथं तर्कशास्त्राबद्दल बोलत नाही आहोत." डॉक्टर म्हणाले, "आपण अशा परिस्थितीत, अशा प्रकारच्या मानसिक ताणाखाली वावरणाऱ्या माणसावर त्याचा काय परिणाम होऊ शकतो, त्याविषयी बोलतोय आणि या केसमध्ये हा ताण आणखीनच वाढलाय. कारण हा मुलगा एकुलता एक आहे. आणि प्रेसिडेंटचं तर त्याच्यावर जिवापलीकडे प्रेम आहे. त्यात भरीला असाहय्यतेची, आपण काही करू शकत नसल्याची भावना आणि अपहरणकर्त्यांनी तर अजून एका शब्दानंही संपर्क साधलेला नाही, त्यामुळे आपला मुलगा जिवंत तरी आहे की, नाही, हे सुद्धा त्यांना

ठाऊक नाही. अजून नुसती सुरुवातच आहे, हे खरं, पण ही स्थिती तर काही सुधारत निश्चित जाणार नाही.''

''अहो, पण हे अपहरणाचं नाटक महिनोन्‌महिने चालू शकतं. आणि सबंध देशाच्या राजकारणाची धुरा वाहणाऱ्या प्रेसिडेंटची जर ही स्थिती असेल, तर आपण काय, करायचं तरी काय?''

''जर अपहरणकर्त्यांनी आपल्यावर एवढी एक मेहरबानी करून आता तरी लवकरात लवकर संपर्क साधला आणि सायमन जिवंत आहे, एवढा जरी दिलासा आपल्याला मिळाला, तरी खूपच बरं होईल...'' डॉक्टर आर्मिटेज म्हणाले, ''अर्थात हा दिलासाही फार काळ टिकेल, असं नाही, जसजसा काळ जाईल, तसतशी परिस्थिती चिघळत जाईल. हळूहळू त्यांच्या स्वभावात चिडचिडेपणा, संताप दिसून येईल. निद्रानाशाचा विकार जडेल. त्यावर अर्थात औषधयोजना करता येईल, पण याची परिणती म्हणून अखेर व्यावसायिक कामाकडे दुर्लक्ष, निष्काळजीपणा दिसून येईल...''

''या केसमध्ये हे व्यावसायिक काम... म्हणजे देशाचं राजकारण करणं...'' ओडेल म्हणाले.

''आणि कामातली एकतानता ढळेल, सरकारी कामकाजात वारंवार विस्मरण होईल. थोडक्यात सांगायचं, तर प्रेसिडेंटचं अर्धं लक्ष आपल्या मुलाभोवतीच गुरफटलेलं असेल; व उरलेलं आपल्या पत्नीभोवती! काही-काही अपहरणाच्या केसेसमध्ये तर आईवडिलांना याचा खुद्द मुलापेक्षाही जबरदस्त धक्का बसतो आणि ते मूल सुखरूप परत आल्यावरही कितीतरी वर्षं आईवडिलांनाच मानसोपचार घ्यावा लागतो.''

''म्हणजेच, थोडक्यात सांगायचं, तर आपल्यावर सध्या अर्धाच किंवा त्याहूनही कमी प्रेसिडेंट राज्य करतोय, असंच ना?'' ॲटर्नी जनरल बिल वॉल्टर्स म्हणाला.

''अरे... असं काय म्हणता?'' ट्रेझरी सेक्रेटरी ह्यूबर्ट रीड म्हणाला, ''या देशात अंथरुणाला खिळलेले, हॉस्पिटलात गलितगात्र होऊन पडलेले किंवा अगदी आसन्नमरण प्रेसिडेंट सुद्धा होऊन गेले. आता आपणच सगळ्यांनी पुढे होऊन कामकाजाची सगळी सूत्रं हाती घ्यायला हवी. आपल्या मित्राला कमीतकमी त्रास कसा होईल, हे आपणच तर बघायला हवं.''

अर्थात अशा आशावादी वक्तव्याचा जमलेल्या लोकांवर काही विशेष परिणाम झालेला दिसला नाही, म्हणा.

''पण मला एक कळत नाही. ते हरामखोर तरी काहीच संपर्क का नाही साधत आहेत?'' ब्रॅड जॉनसन म्हणाला, ''आता झाल्या गोष्टीला सुमारे अठ्ठेचाळीस तास होऊन गेले.''

“निदान आपण त्यांच्याशी वाटाघाटी करायला एका उत्तम मध्यस्थाची नेमणूक केली आहे आणि त्यांच्या पहिल्या फोनची वाट बघत सगळ्या पूर्ण तयारीनिशी थांबलोय, हे काय कमी आहे?” रीड म्हणाला.

“शिवाय लंडनमध्ये आपली कामाची माणसंसुद्धा पोहोचली आहेत,” वॉल्टर्स म्हणाला, “मि. ब्राऊन आणि ब्यूरोतली त्यांची खास माणसं दोन तासांपूर्वीच तिथं जाऊन पोहोचली आहेत.”

“पण ते ब्रिटिश पोलीस काय करताहेत?” स्टॅनार्ड म्हणाला, “ते त्या हरामखोरांचा अजून काही तपास कसा नाही लावू शकले?”

यावर डोनाल्डसन म्हणाले,

“हे पाहा, अट्ठेचाळीस तास होऊन गेले आहेत किंवा ब्रिटन अगदी छोटा देश आहे, हे कितीही खरं असलं, तरी चोपन्न दशलक्ष लोकांमध्ये गुन्हेगारांना लपून, दडी मारून बसणं सहज शक्य असतं.”

“मित्रहो, म्हणजे याचा अर्थ आपण या गोष्टीला सामोरं हे जायलाच हवं,” ओडेल म्हणाले, “प्रश्न फक्त एवढाच आहे की, आपण त्या व्यतिरिक्त आणखी काय करू शकतो?”

मुख्य अडचण हीच तर होती. कुणाच्याच हाती काही करण्यासारखं नव्हतं.

❖

ज्या मुलाबद्दल हा सगळा ऊहापोह चालला होता, त्याची कैदेतली ही दुसरी रात्र होती. त्याला एक गोष्ट ठाऊक नव्हती, ती म्हणजे त्याच्या खोलीच्या बंद दारावर रात्रीच्या वेळीही कडक पहारा होता. आपण किंचाळून, ओरडून शेजाऱ्यापाजाऱ्यांचा, रस्त्यावरून जाणाऱ्या लोकांचा मदतीसाठी धावा करावा, असं एकदा क्षणभर त्याच्या मनात चमकूनही गेलं होतं. पण न जाणो, हे हल्लेखोर आपल्या तोंडात बोळा कोंबायला, नाहीतर भूल द्यायलासुद्धा कमी करायचे नाहीत. त्यापेक्षा आपण आपलं गप्प राहावं, हे बरं, असाच त्यानं शेवटी विचार केला, मात्र एक गोष्ट त्यानं मनाशी अगदी पक्की ठरवली होती. काही झालं, तरी आपण बायकोबाईसारखं मुळूमुळू रडत नक्कीच बसायचं नाही. आल्या प्रसंगाला पुरुषासारखं धीटपणे तोंड द्यायचं आणि मुख्य म्हणजे, धीर सोडायचा नाही. स्वत:च्या अंगची शक्ती कमी होऊ द्यायची नाही, असं मनाशी म्हणत त्यानं पंचवीस जोर आणि पंचवीस बैठका काढल्या. तो असं करत असतानाच दाराच्या बारीक छिद्रातून एक डोळा त्याच्यावर सतत नजर ठेवून होता. सायमनजवळ घड्याळही नव्हतं. त्याच्या डोक्यातलं काळ-वेळेचं गणित हळूहळू चुकत चाललं होतं. खोलीतला दिवा अहोरात्र जळतच होता. त्यानं आता एव्हाना मध्यरात्र उलटून गेली असेल, असा मनाशी अंदाज केला आणि तोंडावर पातळ चादर ओढून तो झोपी गेला.

त्याच वेळी इकडे चाळीस मैलांवर असलेल्या ग्रॅासव्हेनॉर चौकात असलेल्या त्याच्या देशाच्या दूतावासात शेवटचे डझनभर बनावट फोन्स येतच होते.

❖

केव्हिन ब्राऊन आणि त्याच्या सहकाऱ्यांचा काही केल्या डोळाच मिटत नव्हता. त्यांच्या शरीराला अजूनही पाच तास पुढे असलेल्या वॉशिंग्टनच्याच प्रमाणवेळेची सवय होती.

ब्राऊननं सेमॉर व कॉलिन्सजवळ हट्टच धरला : तळघरात उभारलेलं तात्पुरतं टेलिफोन एक्सचेंज आपल्याला दाखवण्यात यावं आणि दूतावासात जिथं मोठाले स्पीकर्स लावून येणाऱ्या फोन्सवरील संभाषणांचं ध्वनिक्षेपण चालू आहे, त्या खोलीत आपल्याला नेण्यात यावं.

शेवटी त्याची ती इच्छा पुरी करण्यात आली.

खोलीत शिरल्यावर ठिकठिकाणच्या स्पीकर्समधून तऱ्हेतऱ्हेचे आवाज येत होते. क्विनच्या केन्सिंग्टन अपार्टमेंटमध्ये निरनिराळ्या ठिकाणी बसवण्यात आलेल्या छुप्या मायक्रोफोन्समधून ते येत होते.

''बैठकीच्या खोलीत दोन बग्ज आहेत,'' कॉलिन्स जराशा अनिच्छेनंच सगळं दाखवत म्हणाला, ''मोठ्या बेडरूममध्ये आणखी दोन आहेत. ही क्विननं स्वत:साठी निवडली आहे. आत्ता तो त्या खोलीत नाहीये, हे तुमच्या लक्षात आलंच असेल. याशिवाय उरलेल्या दोन खोल्या व स्वयंपाकघरातही बग्ज बसवले आहेत. आपलेच एजंट मिस सोमरव्हिले व मॅकक्रिआ यांचा मान राखण्यासाठी आम्ही त्यांच्या खोल्यांमधले बग्ज सध्या बंद ठेवले आहेत, पण काही कारणानं क्विन त्यांच्या खोलीत गेलाच, तर ते इथूनच आम्हाला लगेच चालू करता येतील.'' असं म्हणून त्यानं स्विच बोर्डावरची दोन बटणं दाखवली. ब्राऊननं मान हलवली.

''शिवाय आपल्याला काही संभाषण, समजा, नाहीच ऐकू आलं, तरी त्याचा रिपोर्ट ते दोघं आपल्यापाशी करतीलच की.''

कॉलिन्स आणि सेमॉर यांनी होकार दिला.

''यासाठी तर त्यांची नेमणूक केली आहे.'' सेमॉर म्हणाला.

''शिवाय तिथं तीन टेलिफोन्स आहेत. एक नवा खास क्विनसाठी बसवलेला आहे. क्विनची जेव्हा अशी खात्री पटेल की, खरेखुरे अपहरणकर्ते त्याच्याशी बोलत आहेत, तेव्हा तो फक्त त्यांनाच हा नंबर देईल. बाकी कुणीच तो फोन वापरू शकणार नाही. त्या फोनवर होणारं सर्वच्या सर्व संभाषण केन्सिंग्टन एक्सचेंजमध्ये रेकॉर्ड होईलच. तसंच, ते आपण इथं या स्पीकरमधून ऐकू शकू. दुसरं म्हणजे, या खोलीतूनच एक कनेक्शन त्याच्या बैठकीच्या खोलीत दिलं आहे. त्यावर तो आत्ता

एका बनावट फोनकर्त्यांशी बोलतोय. अर्थातच तो बनावट असेलच, असं नाही. कुणी सांगावं? खऱ्या अहपहरणकर्त्यांचाही असेल आणि तिसरा जो फोन आहे, तो आपला नेहमीचा.''

''तुमच्या म्हणण्याप्रमाणे ब्रिटिश लोकही आत्ता हे सगळं ऐकताहेत?'' ब्राऊननं जरा कडवटपणे विचारलं.

''फक्त फोनवरची संभाषणं!'' सेमॉर म्हणाला, ''त्याचं असं आहे, टेलिफोन-यंत्रणेच्या बाबतीत आपल्याला त्यांच्या सहकार्याची नितांत गरज आहे. एक्सचेंजेस तर त्यांच्याच मालकीची आहेत. शिवाय येणाऱ्या फोन्सबद्दल त्यांचे भाषाशास्त्रज्ञ खूपच मोलाची माहिती देऊ शकतील, त्यावरून फोनकर्त्यांच्या धर्म, जात, प्रांताबद्दल सुद्धा काही अंदाज बांधता येतील. शिवाय विशिष्ट फोन कुठल्या ठिकाणाहून केला गेला; त्याचा तपास लावण्यासाठी तर त्यांची मदत फारच जरुरीची आहे, त्याशिवाय ते काम शक्यच नाही.''

कॉलिन्स मोठ्यांदा खोकला.

''म्हणजे तुमच्या म्हणण्याप्रमाणे अपार्टमेंटमध्ये झालेलं सगळं संभाषण फक्त आपणच ऐकू शकू; पण फोनवर झालेलं संभाषण ऐकताना मात्र लेकाच्या त्या ब्रिटिशांना सहभागी करून घ्यावंच लागेल. त्याच इमारतीत खालच्या मजल्यावर आपण अजून एक फ्लॅट विकत घेतला आहे. इंटर्नल वायरींमार्फत हे बग्जद्वारा रेकॉर्ड झालेलं संभाषण आधी त्या खालच्या फ्लॅटमध्ये नेलं जातं. तिथं त्याची नीट छाननी होते. हे कुठं त्या बेट्या ब्रिटिशांना ठाऊक आहे?''

पण ब्रिटिशही काही कच्च्या गुरूचे चेले नव्हते. त्यांनी अगदी अल्पावधीतच हे सगळं रहस्य शोधून काढलं होतं आणि त्या अमेरिकन बग्जनी रेकॉर्ड केलेलं संभाषण अमेरिकनांच्या फ्लॅटमध्ये पोहोचण्याआधीच ब्रिटिशांनी आपल्या वायरी त्याला जोडून दिल्या होत्या. थोडक्यात, सूर्योदयापूर्वी प्रत्येक जण दुसऱ्याचं संभाषण ऐकत होता. कॉलिन्सच्या सहकाऱ्यानं आपले हेडफोन्स काढून ठेवले.

''क्विनचं आणि त्या बोगस फोन करणाऱ्याचं संभाषण संपलं. आता ते आपापसांत बोलताहेत, ऐकायचंय?''

''जरूर.'' ब्राऊन म्हणाला.

त्या इंजिनिअरनं स्पीकरला कनेक्शन जोडलं आणि क्विनचा आवाज मोठ्यांदा खोलीत घुमला.

''...हो, चालेल. थँक्स. सॅम, दूध आणि साखर.''

''...काय, हो, तो परत फोन करील, असं वाटतं तुम्हाला, मि. क्विन?'' (मॅकक्रिआ)

''अजिबात नाही. तो खरा वाटतच नव्हता.'' (क्विन)

दूतावासातले लोक आता जायला निघाले. जवळच्या बऱ्याच ऑफिसांतून झोपण्याची व्यवस्था केली होती. ब्राऊन मात्र सर्व वेळ तिथंच थांबणार होता. त्यानं आपल्या आठ सहकाऱ्यांपैकी दोघांना रात्रपाळी लावून दिली, तेव्हा अडीच वाजले होते.

ही सगळी खोल्यांमधली, फोनवरची वगैरे संभाषणं कम्युनिकेशन्स सेंटर (कॉर्क स्ट्रीट) इथंही लोकांनी ऐकली होती. केन्सिंग्टन एक्सचेंजमध्ये पोलिसांनी फोनवरचं संभाषण तेवढं ऐकलं आणि बरोबर आठव्या सेकंदाला फोन कुठून आला, ते शोधून काढलं. ताबडतोब साध्या वेशातला एक पोलीस त्या जागी रवाना झाला आणि एका म्हाताऱ्या मनोरुग्णाला अटक करण्यात आली.

तिसऱ्या दिवशी सकाळी नऊ वाजता ग्रॉसव्हेनॉर चौकातल्या एक्सचेंजमध्ये एका तरुण ऑपरेटरनं फोन घेतला. फोन करणाऱ्या माणसाचा आवाज नक्कीच इंग्लिश होता – खरखरीत आणि तुटक.

''मला म-ध्य-स्था-शी बोलायचंय.''

ती तरुणी भीतीनं पांढरी पडली. आजपर्यंत मध्यस्थ हा शब्द कुणीच वापरला नव्हता. तिनं जराही न डगमगता मधाळ आवाजात त्याला सांगितलं,

''होय, जोडून देते हं.''

क्विननं पहिल्याच घंटीला फोन उचलला. फोनवर मुलगी घाबरलेल्या कुजबुजत्या स्वरात म्हणाली,

''सर, एक माणूस फोनवर बोलतोय. मध्यस्थाशी बोलायचंय, म्हणतोय.''

अर्ध्या सेकंदाच्या आत लाइन जोडून देण्यात आली. क्विनचा धीरगंभीर, शांत आवाज स्पीकर्समधून घुमला.

''हॅलो मित्रा, तुला माझ्याशी बोलायचंय, म्हणतोस?''

''ए ऽऽ, जास्त बोलायचं नाही. तुला जर सायमन कॉरमॅक जिवंत परत हवा असेल, तर त्याची किंमत मोजावी लागेल. भरपूर! आता मी काय म्हणतो, ते लक्षपूर्वक ऐक.''

''नाही, मित्रा, तू आधी माझं बोलणं लक्षपूर्वक ऐक. मला आज सकाळपासून आत्तापर्यंत किती तरी बनावट फोन्स येऊन गेले. जगात माथेफिरू लोक किती मोठ्या संख्येनं मौजूद आहेत, याची तुला कल्पना आहेच. तेव्हा मला एवढी एक मदत कर. एक छोटासा प्रश्न...''

इकडे केन्सिंग्टन एक्सचेंजमध्ये अशी आधुनिक सोय उपलब्ध होती की, एखादा माणूस फोनवर फक्त आठ सेकंदांहून थोडं जास्त बोलला की, बस. एक्सचेंजची अत्याधुनिक यंत्रणा काही क्षणांतच तो माणूस कुठल्या फोनवरून

बोलला, ते शोधून काढायची. मात्र आठ सेकंदांच्या आधीच त्या व्यक्तीनं फोन खाली ठेवला, तर ते अशक्य होतं. तेव्हा या घोगऱ्या आवाजाच्या व्यक्तीचं फोनवर क्विनशी बोलणं चालू असतानाच या यंत्रणेनं तो माणूस कुठल्या फोन-बूथवरून बोलातोय, ते शोधण्यात यश मिळवलं होतं. साध्या वेशातील एक पोलीस त्याला अटक करायला तातडीनं रवानाही झाला होता, पण याची अर्थातच क्विनला पुरेपूर कल्पना होती, त्यामुळे त्यानं घाईनं तोंडचं वाक्य तेवढं पूर्ण करून फोन घाईनं खाली ठेवला. झालं काय की, साध्या वेशातला पोलीस पोहोचेपर्यंत तो बूथ रिकामा होता व फोन करणारा रस्त्यावरच्या गर्दीत बेमालून मिसळून गेला होता.

मॅकक्रिआ क्विनकडे अचंब्यानं बघतच राहिला.

''सर, हे काय? तुम्ही फोन ठेवायची इतकी घाई का केली?''

''ती करायलाच लागली...'' क्विन म्हणाला, ''बोलायचा वेळ संपूनही गेला होता.''

''पण, सर तुम्ही त्याला जर तसाच बोलता ठेवला असता, तर... पोलिसांनी त्याला एव्हाना पकडलंच असतं.'' सॅम सोमरव्हिले म्हणाली.

''पण हा माणूस खराच अपहरणकर्ता होता, असं मला माझी मनोदेवता सांगते आहे आणि तसं जर असेल, तर मला त्याला एवढ्यातच बिथरवून चालणार नाही...'' क्विन म्हणाला आणि शांत राहिला. तो आता अगदीच आरामात दिसत होता; तर याउलट त्याचे दोन सहकारी मात्र प्रचंड मानसिक ताणाखाली दिसत होते. ते दोघं मोठे डोळे करून फोनकडे टक लावून बघत बसले होते – जसं काही तो परत वाजणारच होता. क्विनला एक गोष्ट अगदी नक्कीच ठाऊक होती की, पुन्हा काही दुसऱ्या एखाद्या फोनच्या बूथमध्ये पोहोचून पुढचा फोन तो माणूस एवढ्यात करणार नाही. आणखी काही तास तरी. फार वर्षांपूर्वी युद्धात तो एक गोष्ट नक्की शिकला होता : तुम्हाला जर बाकी काहीच करणं शक्य नसेल, तर सरळ आराम करा.

ग्रॉसव्हेनॅर चौकातील दूतावासाच्या बिल्डिंगमध्ये केव्हिन ब्राऊनला एकानं घाईघाईनं येऊन उठवलं आणि क्विनचं फोनवरचं संभाषण ऐकायला स्पीकरपाशी नेलं. ते दोघं तिथं पोहोचेस्तोवर संभाषण जवळ जवळ संपतच आलं होतं. फक्त शेवटचं वाक्य तेवढं केव्हिन ब्राऊनला ऐकायला मिळालं.

''...त्या पुस्तकाचं नाव काय? या प्रश्नाचं उत्तर मिळव आणि लगेच मला फोन कर. मी तुझ्या फोनची वाट बघतोय. तर, मित्रा, अच्छा!''

कॉलिन्स व सेमॉरही तिथं होतेच. मग सगळ्यांनी मिळून त्या संभषणाचं रेकॉर्डिंग पुन्हा पुन्हा ऐकलं. नंतर त्यांनी क्विनच्या बैठकीच्या खोलीत बसवलेले

बग्ज सुरू करून तिथं चाललेलं संभाषण – सॅम सोमरव्हिलेनं उपस्थित केलेला मुद्दा व त्यावर क्विननं दिलेलं उत्तर – सर्वकाही ऐकलं.

"मूर्ख लेकाचा! अजून दोन मिनिटं त्याला जर त्या फोनवर लटकत ठेवला असता, तर... चांगला आयता आपल्या हाती आला असता!" ब्राऊन म्हणाला.

"हो, एकाला आपण पकडू. पण मग बाकीच्यांचं काय?" सेमॉर म्हणाला, "मुलगा तर त्यांच्या ताब्यात आहे ना?"

"मग काय झालं? एकदा हा हातात आला की, त्याच्याकडून बाकीच्यांचा ठावठिकाणा नाही मिळवता येणार?"

"कदाचित त्यानं आपल्या साथीदारांना सांगून ठेवलं असेल की, जर का मी अमुक इतके वाजायच्या आत परत आलो नाही, तर त्या पोराचा काटा काढा; आणि पळून जा. आम्ही युद्धात हीच पद्धत वापरतो. जर, समजा, तो त्यांच्या अड्ड्याच्या ठिकाणी रस्त्यावरची गर्दी, वाहतूक वगैरे लक्षात घेऊन सुद्धा नव्वद मिनिटांच्या आत पोहोचला नाही, तर तो पकडला गेलाय, हे बाकीच्यांच्या लक्षात येईल. मग ते पोराला ठार मारून अदृश्य होतील."

"हे बघा, सर, त्या लोकांचं यात काहीच नुकसान नाहीये."

सेमॉरच्या त्या समजावणीच्या सुरामुळे ब्राऊनचा संताप आणखीच वाढत चालला.

"जरी अगदी त्यांनी राजीखुशीनं इथं येऊन त्या पोराला आपल्या हवाली केला, तरीही आपण त्यांना जन्मठेप ही देणारच! कारण त्यांनी मुळात दोन गुप्तचर व एक पोलीस एवढ्यांचा खून तर केलेलाच आहे."

"माझं म्हणणं फक्त एवढंच आहे की, आपण काय करतोय, हे त्या क्विनला नीट समजत असलं, म्हणजे झालं." असं म्हणून ब्राऊन तिथून ताडताड निघून गेला.

❖

बरोबर सव्वादहा वाजता सायमन कॉरमॅकच्या दारावर तीन थापा पडल्या. त्यानं डोक्यावर काळं कापड ओढून घेतलं. थोड्या वेळानं ते काढल्यावर त्याला समोरच्या भिंतीवर एक कार्ड लटकताना दिसलं.

"तू लहान असताना सुट्टीला जेव्हा नानट्केट येथे जायचास, तेव्हा तुझी आत्या तुला तिच्या आवडत्या पुस्तकातून गोष्टी वाचून दाखवायची. त्या पुस्तकाचं नाव काय?"

त्यानं डोळे फाडफाडून त्या कार्डाकडे पाहिलं व सुटकेचा एक दीर्घ निःश्वास सोडला. कुणाशीतरी अखेर संपर्क साधला गेला होता. कुणीतरी वॉशिंग्टनमध्ये त्याच्या वडिलांशी बोललं होतं. बाहेर कुणीतरी त्याच्या सुटकेचा प्रयत्न करत होतं.

त्यानं डोळ्यांतले अश्रू परतवून लावायचा आटोकाट प्रयत्न केला, पण त्या प्रयत्नांना न जुमानता ते गालांवरून घळाघळा ओघळतच राहिले. कुणीतरी समोरच्या छिद्रातून त्याचं निरीक्षण करत होतं. त्यानं नाक एकदा वर ओढलं आणि येणारा हुंदका दाबला. जवळ रुमाल नव्हता. मग तो एमिली आत्याचा विचार करू लागला. ही त्याच्या वडिलांची मोठी बहीण. उंच, सडसडीत, साधी राहणी. त्याला घेऊन रोज समुद्रकिनाऱ्यावर फिरायला जायची. खडकावर बसून तिच्या आवडत्या पुस्तकातून प्राण्यांच्या गोष्टी सांगायची. माणसासारखं बोलणाऱ्या प्राण्यांच्या गोष्टी. त्यानं परत एकदा नाक वर ओढलं आणि छिद्राच्या दिशेनं बघत ओरडून प्रश्नाचं उत्तर दिलं. दाराला किंचित फट पडली. काळा हातमोजा घातलेला हात आत आला आणि त्यानं कार्ड उचलून घेतलं.

❖

त्या घोगऱ्या आवाजाच्या माणसाचा परत दीड वाजता फोन आला. दूतावासातील तातडी लक्षात घेऊन लगोलग तो फोन क्विनला जोडून दिला. या फोनचाही टेलिफोन एक्सचेंजने बरोबर अकराव्या सेकंदाला माग काढला. बकिंगहॅमशायरच्या एका बाजारपेठेतल्या बूथवरून तो फोन होता, अर्थात पोलीस तिथपर्यंत पोहोचले, तेव्हा तो बूथ रिकामा झालेला होता. या वेळी फोन करणाऱ्यानं जास्त वेळ दवडलेला नव्हता.

"त्या पुस्तकाचं नाव," तो खेकसला, "द विंड् इन द विलोज."

"थँक्यू, मित्रा, थँक्यू, आता मला तुझ्याशीच काम आहे, हे तर सिद्ध झालंच. आता मी सांगतो, तो नंबर लिहून घे आणि लगेच फोन बंद कर आणि लगेच दुसऱ्या बूथमध्ये जाऊन मला फोन कर. हा नव्या नंबरचा फोन फक्त मलाच मिळेल, दुसऱ्या कुणालाही नाही आणि फोन नक्की कर, बरं का. तीन-सात-शून्य-शून्य-शून्य-चार शून्य. बाय!"

असं म्हणून क्विननं आधी फोन बंद केला. नंतर वर मान करून समोरच्या भिंतीकडे बघत मोठ्यांदा म्हणाला, "कॉलिन्स, आता वॉशिंग्टनला लगेच फोन करून कळवून टाका की, आपल्याला हवा असलेला माणूस तो हाच. त्या लोकांची बोलणी करायची इच्छा आहे. आता दूतावासातलं तात्पुरतं टेलिफोन एक्सचेंज काढून टाकायला हरकत नाही."

त्या सर्वांनी ते ऐकलं. सर्वकाही ऐकलं.

कॉलिन्सनं तात्काळ लँगले येथील सी.आय.ए.च्या हेडऑफिसला फोन लावला आणि वाइनट्राऊबशी बोलणं केलं. त्यानं ओडेल यांना कळवलं आणि ओडेल यांनी लगेच प्रेसिडेंटना. काही क्षणांतच बातमी सर्वत्र पसरली. ग्रॉसव्हेनॉर चौकातल्या

तात्पुरत्या टेलिफोन एक्सचेंजचं काम संपलं. ऑपरेटर मुली काम हातावेगळं करून उठू लागल्या, तेवढ्यात एक शेवटचा बनावट फोन आला. एक धीरगंभीर आवाजाचा माणूस म्हणाला,

"आम्ही दलितांचे प्रतिनिधी आहोत. सायमन कॉरमॅक आमच्या ताब्यात आहे. जर अमेरिकेनं आपली सर्व अण्वस्त्रं नष्ट केली नाहीत, तर..."

ती टेलिफोन ऑपरेटर उपहासानं हसत म्हणाली,

"बाळा, जा खड्ड्यात पड आणि जीव दे!"

इकडे मॅकक्रिआ आणि सॅम सोमरव्हिले यांची क्विनशी चर्चा चालू होती.

"तुम्ही पुन्हा परत तेच केलं, सर. फोन फार घाईनं खाली ठेवला..." मॅकक्रिआ म्हणाला.

"त्याच्या म्हणण्यात तथ्य आहे, सर...," सॅम म्हणाली, "जर हे लोक माथेफिरू, मनाचा समतोल ढळलेले असे असले, तर पंचाईत होईल. तुम्ही जर असं वागून त्या माणसाला दुखवलं, तर तो चिडून एखादे वेळी बिचाऱ्या पोराला इजा वगैरे करेल ना."

"शक्यता आहे..." क्विन म्हणाला, "पण माझा आतला आवाज मला असं सांगतोय की, मी वागतोय, ते बरोबर आहे. माझी खात्री आहे की, हे लोक राजकीय दहशतवादी वगैरे काही नाहीयेत. मी तर देवाची अशी प्रार्थना करतोय की, हा फोनवर बोलणारा माणूस साधासुधा धंदेवाईक मारेकरीच असू दे."

ते दोघं ऐकून अवाक् झाले.

"पण ता धंदेवाईक मारेकरी असण्यात एवढं काय आपलं भलं आहे?"

"फारसं नाही..." क्विन म्हणाला. त्याचा चेहरा आता खूपच बेफिकीर दिसत होता. "फक्त एकच आहे की, धंदेवाईक माणूस हा फक्त पैशासाठी काम करतो. आणि अजूनपर्यंत तरी त्याच्या हातांत काही पैसा पडलेला नाही."

❖

सात

अपहरणकर्त्यानं त्या दिवशी संध्याकाळचे सहा वाजेपर्यंत तरी काहीही संपर्क साधलेला नव्हता. दरम्यानच्या काळात सॅम सोमरव्हिले आणि डंकन मॅकक्रिआ फोनपुढे ठाण मांडून देवाची सारखी एकच प्रार्थना करत बसले होते की, या बाबानं आता काहीही झालं, तरी ही बोलणी मध्येच सोडून गायब होऊ नये.

एकटा क्विनच तेवढा अगदी शांत दिसत होता. तो बैठकीच्या खोलीतल्या कोचावरच पाय ताणून पडला होता. बूट वगैरे काढून टाकून डोळ्यांपुढे पुस्तक धरून अगदी आरामात पहुडला होता.

इकडे दूतावासाच्या तळघरात केव्हिन ब्राऊन आणि त्याचे सहकारीही चांगलेच कंटाळून गेले होते. दरम्यान सॅमनं गुपचूप फोन करून क्विन कुठल्यातरी अगम्य विषयावरचं स्पॅनिश पुस्तक वाचतोय, एवढीच माहिती आपल्या 'बॉस'ला, म्हणजेच ब्राऊनला कळवली.

ब्रिटिश पोलिसांची मात्र चांगलीच धावपळ चालू होती. दोन्ही वेळचे फोन दोन वेगवेगळ्या बूथ्सवरून आले होते. तिथं साध्या वेशातल्या पोलिसांच्या चकरा चालूच होत्या. दोन्ही बूथ्समधून शेकडो हातांचे ठसे घेण्यात येत होते, पण पोलिसांना हे माहिती नव्हतं की, त्या गुन्हेगारानं फोन करताना रबरी मोजे घातले होते. त्यामुळे त्याच्या हातांचे ठसे तिथं उमटलेच नव्हते.

दोन्ही बूथ्सच्या आसपासच्या दुकानांमध्ये चौकशी करून अमुक इतके वाजता कुणी एखाद्या माणसाला त्या बूथमधून फोन करताना पाहिलं का, वगैरे तपास लावण्याचाच पुष्कळ प्रयत्न झाला; पण तसं कुणालाच काही आठवत नव्हतं. शिवाय त्या दोन्ही वेळाही प्रचंड गर्दीच्या होत्या. ते दोन्ही बूथही चांगल्या गजबजलेल्या ठिकाणी असल्यानं सारखे वापरात होते.

क्रॅमर वैतागला.

''तो लेकाचा गर्दीच्याच वेळा निवडतोय. सकाळी ऑफिसला जाण्याची घाई. दुपारची वेळ दुपारच्या जेवणाच्या सुट्टीची.''

त्या माणसाच्या आवाजाचं रेकॉर्डिंग उच्चारशास्त्राच्या प्राध्यापकांकडे नेण्यात आलं, पण बरंचसं संभाषण क्विननंच केलं होतं. प्राध्यापकांनी खेदानं मान हलवली.

''हा माणूस बोलण्यापूर्वी तोंडावर बऱ्याच टिश्यू पेपरांच्या घड्या ठेवत असावा. या साध्या युक्तीनं सुद्धा पुष्कळ फरक पडतो. अर्थात ऑसिलेटिंग मशीनसमोर ही टेप लावली, तर मशीन काही यानं फसू शकणार नाही, पण माझ्याप्रमाणेच मशीनलाही आणखी जास्त संभाषणाचं रेकॉर्डिंग लागेल. तरच काही अंदाज बांधता येतील.''

कमांडर विल्यम्सनं त्यांना तसं आश्वासन दिलं.

त्या दिवशी एकूण सहा संशयास्पद वाटणाऱ्या घरांवर गुप्त पहारा बसवण्यात आला.

त्यातील एक घर खुद्द लंडनमध्ये आणि बाकीची पाच आजूबाजूच्या छोट्या गावांमध्ये होती. सर्वच्या सर्व घरं भाड्यानं घेतलेली होती. सगळी सहाच महिन्यांपुरती घेतली होती. रात्र पडेपर्यंत त्यांपैकी दोन घरांवरचा संशय दूर झाला. एका घरात एक कुटुंबवत्सल फ्रेंच बँक अधिकारी राहात होता. त्याची सर्व पार्श्वभूमी सूर्यप्रकाशाइतकी स्वच्छ होती. दुसऱ्या एका घरात एक जर्मन प्राध्यापक राहायला आला होता. हा ब्रिटिश म्युझिअममध्ये संशोधनाचं काम करत होता.

या आठवड्याच्या शेवटी बाकीच्या चारांचीही पार्श्वभूमी नक्कीच तपासून होईल, यात शंका नव्हती, पण एकीकडे नवी नवी संशयास्पद घरं उजेडात येत होती, त्यामुळे हे तपासाचं काम फारच कठीण होत चाललं होतं.

''जर गुन्हेगारांनी घर भाड्यानं घेण्याऐवजी सरळ विकत घेतलं असेल, किंवा कागदपत्रं, पावती इत्यादी शिवाय नुसतं उधार घेतलं असेल, तर मग आपल्या या शोधालाही काही अर्थ राहात नाही. हे म्हणजे समुद्रात खसखशीचा कण शोधण्याएवढं अवघड काम आहे.'' असं क्रॅमरनं कोब्रा कमिटीपुढे सांगितलं.

व्यक्तिशः क्रॅमरला क्विनचं म्हणणं पटलेलं होतं. (त्यानं ते टेपवर ऐकलं होतं.) त्यालाही फोन करणारा माणूस राजकीय दहशतवादी नसून, धंदेवाईक मारेकरीच वाटत होता. कॉम्प्युटरच्या मदतीनं दोन्ही प्रकारच्या गुन्हेगारांचा शोध घेणं चालू होतं. जरी अपहरणकर्ते साध्या धंदेवाईक गुन्हेगारांच्या जगातले असले, तरीही त्यांनी ते झेक बनावटीचं पिस्तूल राजकीय अतिरेक्यांच्या गोटातून पैदा केलं असणं काहीच अशक्य नव्हतं. शेवटी या दोन्ही प्रकारच्या गुंडांचे आपापसांत देवघेवीचे व्यवहार चालायचे.

ब्रिटिशांपुढचा प्रश्न होता काम, काम आणि काम. तर दूतावासाच्या तळघरात हातावर हात ठेवून बसून राहिलेल्या अमेरिकनांपुढचा प्रश्न होता रिकामपणा. केव्हिन ब्राऊन तिथंच खोलीतल्या खोलीत एखाद्या सिंहासारखा येरझाऱ्या घालत होता. त्याच्या माणसांपैकी चार जण झोपले होते. उरलेले चौघं वरच्या दिव्याकडे नजर लावून बसले होते. क्विनच्या फोनची घंटी वाजली की, इकडे तांबडा फ्लॅश लाइट लागणार, अशी सोय केलेली होती, पण अजून तरी दिवा लागला नव्हता.

...आणि अचानक... तो दिवा लागला, तेव्हा सहा वाजून दोन मिनिटं झाली होती.

सगळ्यांना बुचकळ्यात टाकून क्विननं ती घंटा चांगली चारदा वाजू दिली. मग आरामात फोन उचलला. आधी बोलायला सुरुवात त्यानंच केली.

''हॅलो, दोस्ता. बरं झालं हं, तू फोन केलास, ते!''

''हे बघ, मी म्हटलं, त्याप्रमाणे जर सायमन कॉरमॅक जिवंत परत हवा असेल, तर त्याची किंमत मोजावी लागेल!'' परत तोच आवाज. घोगरा, घशातून गुरगुरल्यासारखा, खोल आणि तोंडावर टिश्यू पेपरच्या घड्या धरल्यामुळे घुमणारा.

''ठीक आहे. आपण बोलूया तर खरं. हे बघ, माझं नाव आहे क्विन. नुसतं क्विन. तू मला तुझं नाव सांगू शकशील?''

''जा खड्ड्यात!''

''अरे... असं काय? खरं नाव नाही विचारत मी तुझं. आपल्या दोघांनाही तेवढं कळतंच आहे, पण आपलं एखादं टोपणनाव. म्हणजे मग मला हाक मारता येईल... हाय स्मिथ, जोन्स किंवा असंच काहीतरी...''

''झॅक!'' तो आवाज म्हणाला

''झेड-ए-सी-के? छान. आता ऐक, झॅक, तू माझ्याशी या फोनवरून एकदाही वीस सेकंदांपेक्षा जास्त वेळ बोलता कामा नयेस, कळलं? मीही काही जादूगार वगैरे नाहीये. हे सगळे हेर इथं आपलं बोलणं गुपचूप ऐकतायत आणि तुझा हा फोन कुठून आलाय, त्याचा तपास करण्याचा प्रयत्न करतायत. तेव्हा आता पुन्हा काही तासांनी मला परत फोन कर. ओ.के.?''

''बरं...'' असं म्हणून झॅकनं फोन ठेवला. केन्सिंग्टन एक्सचेंजवाल्यांना बरोबर सातव्या सेकंदाला फोन कुठल्या बूथमधून आलाय, त्याचा पत्ता लागलाच होता. लंडन केंब्रिज हायवेपासून पश्चिमेकडे नऊ मैलांवर असलेल्या फोन बूथवरून हा फोन करण्यात आला होता. तिथल्या जवळच्या पोलिसचौकीला कळवल्यावर त्यांचे साध्या वेशातले पोलीस तिथं पोहोचेपर्यंत ऐंशी सेकंद लागले होते, पण तोपर्यंत फोन करणारा केव्हाच पसार झाला होता. ती वेळ संध्याकाळची होती. दुकानं बंद होऊ लागली होती. रस्त्यानं हजारो लोक घरी परतत होते, पण दिलेल्या वर्णनाचा

करड्या रंगाचा विग, मिशा व रंगीत काचांचा चश्मा घातलेला एकही माणूस पोलिसांना दिसला नाही. झॅकनं या वेळी मुद्दामच दिवसाचा तिसरा प्रहर निवडला होता. संधिप्रकाश पडला होता. अजून पुरता काळोख झालेला नव्हता. तेच बरं होतं, कारण रस्त्यावर जास्त अंधार झाला की, घराघरांतले दिवे लागतात. मग बूथच्या आतलेही दिवे लागतात.

इकडे दूतावासाच्या तळघरात फोन ऐकणाऱ्या केव्हिन ब्राऊनच्या अंगाचा नुसता तिळपापड झालेला होता.

"हा शहाणा क्विन स्वत:ला काय समजतो, तरी काय?" त्यानं विचारलं, "तो त्या हरामखोराची इतकी खुशामत का करतोय?"

त्यावर त्याच्या चारही एजंटांनी माना हलवल्या. केन्सिंग्टन अपार्टमेंटमध्ये सॅम आणि डंकन मॅकक्रिआ या दोघांनीही जवळजवळ अशाच स्वरूपाचा प्रश्न विचारला. क्विन तेव्हा आरामात कोचावर लोळत होता. त्यानं उत्तरादाखल नुसतेच खांदे उडवले. मग सरळ पुस्तकात डोकं खुपसलं. त्याच्यापुढे आता दोन कामं होती. एक : फोनवरून बोलणाऱ्या माणसाच्या मनात शिरून त्याच्या अंतरंगाचा ठाव घेणं; आणि दोन : त्या हरामखोराच्या मनात स्वत:बद्दल विश्वास निर्माण करणं.

एव्हाना एक गोष्ट क्विनच्या चांगली लक्षात आली होती की, झॅक कुणी अतिशहाणा, मूर्ख वा नवशिक्या वगैरे नव्हता. नाहीतर एव्हाना तो पकडलाच गेला असता, पण आत्तापर्यंत प्रत्येक वेळी तो पोलिसांच्या हातांवर तुरी देऊन निसटला होता. आपल्या फोनचा इलेक्ट्रॉनिक एक्सचेंजच्या साहाय्यानं काही क्षणांतच माग काढता येतो, ही गोष्ट त्याला काही नवीन नव्हती. थोडक्यात, क्विननं त्याच्यापाशी खरं तर कुठलंच गुपित फोडलं वगैरे नव्हतं, पण त्याच्या मनात स्वत:बद्दल विश्वास निर्माण करण्यासाठी आपण त्याला खास काहीतरी गुप्त गोष्ट सांगतोय, असा क्विननं नुसताच देखावा केला होता.

स्वत:मधली व झॅकमधली दरी सांधण्याचा हा क्विनचा प्रयत्न चालला होता. एका निर्ढावलेल्या, उलट्या काळजाच्या खुन्याच्या मनात स्वत:विषयीचा विश्वास उत्पन्न करणं हे काही सोपं काम नव्हतं. त्याला हे पटवून द्यायचं, की, बाबा, रे, तू आणि मी एका बाजूचे आहोत; आणि ते सरकार आहे ना, ते आपल्या दोघांचाही शत्रू आहे.

क्विननं आयुष्यातला बराच काळ इंग्लंडमध्ये घालवला होता. ब्रिटिश लोकांना अमेरिकनांचं बोलणं आणि त्यांचे उच्चार कानाला किती गोड, मधुर व आपुलकीचे वाटतात, याची त्याला कल्पना होती. त्यांचं ते काहीसं गुणगुणल्यासारखं, लाडंलाडं, बोबडं बोलणं हे ब्रिटिशांच्या स्वच्छ, स्पष्ट वाणीपेक्षा कितीतरी छान वाटतं. त्याचमुळे झॅकशी बोलताना क्विननं आपली ही उच्चारपद्धती आणखी थोडी कसून

पणाला लावली होती. मैत्रीपूर्ण संभाषण तर हवं, पण झॅकला असं बिलकूल वाटता कामा नये की, हा क्विन आपली चेष्टा करतोय. आपल्याला कमी लेखतोय. एका मातापित्यांना इतकं मरणसदृश दुःख भोगायला लावणाऱ्या या नीच माणसाबद्दल आपल्याला किती कमालीचा तिरस्कार वाटतोय, याची त्याला जाणीवही होता कामा नये. क्विन आपली ही मध्यस्थाची भूमिका इतक्या तन्मयतेनं पार पाडत होता की, केव्हिन ब्राऊनही फसला.

पण क्रॅमर फसला नाही.

"त्यानं त्या हरामखोराला बोलण्यात गुंतवून जरा जास्त वेळ फोनवर ठेवलं, तर किती बरं होईल!" कमांडर विल्यम्स म्हणाला, "गावातले आपले लोक निदान त्याचा ओझरता चेहरा, त्याच्या गाडीचा नंबर हे तरी बघू शकतील. त्याआधारे त्याचा पाठलाग करता येईल."

"इतक्यातच नाही," क्रॅमर म्हणाला, "आपली अडचण अशी आहे की, खेड्यापाड्यांतल्या आपल्या पोलिसांना गुन्हेगाराच्या नकळत त्याचा पाठलाग कसा करायचा, याचं काही पद्धतशीर शिक्षण दिलेलं नसतं. त्याउलट, क्विन सुरुवातीलाच घिसाडघाई न करता, अगदी हळूहळू, नकळत, झॅकच्या बोलण्याचा वेळ वाढवत जाईल."

झॅकनं त्या संध्याकाळी फोन न करता दुसऱ्या दिवशी सकाळी फोन केला.

❖

अँडी लाईंग एक दिवसाची रजा काढून विमानानं रियाधला गेला. तिथं गेल्याबरोबर लगेच त्यानं जनरल मॅनेजर स्टीव्ह पाईल याच्या भेटीची वेळ ठरवून घेतली.

तीस मिनिटं बाहेर ताटकळल्यावर अखेर त्याला जनरल मॅनेजर साहेबांच्या भेटीला आत सोडण्यात आलं.

स्टीव्ह पाईल हा एक महाकाय माणूस होता. आपल्या हाताखालच्या तरुण अधिकाऱ्यांशी तो लहान पोरासोरांशी बोलावं, तसं बोलायचा. दार उघडून आत शिरलेल्या तरुण अँडीला बघून त्याला जरा आश्चर्यच वाटलं. त्यानं त्याला बसण्याची खूण केली.

"अरेच्च्या! तू इथं? मि. अल हरूननं तू येणार असल्याचं काहीच कळवलं नाही, अँडी! नाहीतर विमानतळावर गाडी नसती का पाठवली?"

मि. अल हरून हा अँडीचा ज्येष्ठ अधिकारी होता.

"मी इथं येत असल्याचं त्यांना सांगितलं नाहीये, सर. मी आज रजा काढून खास तुम्हाला भेटायला आलोय. मला वाटतं – आमच्या बँकेत काहीतरी गडबडघोटाळा,

काहीतरी अफरातफर चालली आहे, ती तुमच्या निदर्शनाला आणून द्यायला मी मुद्दाम आलोय, सर.''

''अँडी, अँडी... माझं नाव स्टीव्ह आहे. मला तशीच हाक मारायची, कळलं? बरं, गडबड कसली आहे, म्हणतोस?''

अँडीनं स्वत:बरोबर कॉम्प्युटर प्रिंटआउट्स काही आणले नव्हते. समजा, त्याच्या सहकाऱ्यांपैकीच कुणाचा यात हात असला, आणि प्रिंटआउट्स घरी नेताना कुणाच्या लक्षात आलं, तर सगळंच ओंफस व्हायचं; पण त्यानं बरीच टिपणं काढली होती. त्यानं सुमारे तासभर वेळ घालवून स्टीव्ह पाईलला सगळी गडबड खुलासेवार समजावून दिली.

''स्टीव्ह, हा काही योगायोग असू शकत नाही,'' अँडी म्हणाला, ''याचं अफरातफर एवढं एकच स्पष्टीकरण असू शकतं.''

अँडीचं म्हणणं ऐकता ऐकता स्टीव्ह पाईलच्या चेहऱ्यावरचे भाव बदलत होते. अखेर तो उठून, अँडीकडे पाठ करून खिडकीपाशी उभा राहिला. अँडीचं सगळं बोलणं संपल्यावर त्यानं मान वळवली, तेव्हा मात्र त्याच्या चेहऱ्यावर परत तेच नेहमीचं हास्य चमकत होतं.

''अँडी, तू फार हुशार मुलगा आहेस. फार हुशार आणि विश्वासू! तू हे सगळं घेऊन सरळ माझ्याकडे आलास, ते फार बरं झालं. तू आता सगळं काही माझ्यावर सोड आणि सगळं विसरून जा. मी काय करायचं, ते बघतो आणि हो, तुला याबद्दल जरूर काहीतरी बक्षीस मिळेल.''

अँडी लाईंग समाधानानं बाहेर पडला. त्यानं त्याच्या कर्तव्यात काहीही कसूर केलेली नव्हती. आता जनरल मॅनेजर साहेब या अफरातफरीशी संबंधित सगळ्या माणसांना पकडून योग्य ते शासन करतीलच. तो असा विचार करत चालत होता, तेव्हाच स्टीव्ह पाईलनं आपल्या दोन्ही मुठी चिडून टेबलावर जोरजोरात आपटल्या आणि नंतर फोनचा रिसीव्हर उचलून डायल करायला सुरुवात केली.

❖

झॅकचा चौथा फोन सकाळी पावणेनऊला आला. तो कुठून आला, ते एक्सचेंजनं लगेचच शोधून काढलं. रॉयस्टन – हेर्टफोर्डशायर इथून. तिथल्या बूथपर्यंत पोहोचायला साध्या वेशातील पोलिसऑफिसरला फक्त नव्वद सेकंद उशीर झाला. बूथमध्ये अर्थातच हाताचे ठसे मिळाले नाहीत.

''क्विन, आता काय ते लवकर ऐक. मला पन्नास लाख डॉलर्स रोख हवेत. आणि तेही ताबडतोब. छोट्या छोट्या वापरलेल्या नोटांच्या गठ्ठ्यांच्या स्वरूपात.''

''अरे, देवा, झॅक! काय, बोलतोयस काय तू! हे फारच जास्त होताहेत.

एवढ्या पैशाचं वजन किती होईल, तुला ठाऊक आहे का?''

झॅक क्षणभर गडबडला, त्याला काय बोलावं, कळेना. पैशाच्या वजनाचा इथं काय संबंध, हेच त्याच्या लक्षात येईना. अर्थात तो लगेचच सावरला.

''पण ते तसंच... क्विन... जास्ती गडबड नकोय आणि काही गडबड केलीस ना, तर याद राख. तुम्हाला सरळ करायचे पुष्कळ मार्ग मला ठाऊक आहेत. हवं, तर त्या पोराच्या हाताची चार बोटं तोडून पाठवून देऊ का? बोल.''

केन्सिंग्टन अपार्टमेंटमध्ये हे संभाषण ऐकणाऱ्या मॅकक्रिआला एकदम उलटी झाली आणि तो घाईनं वॉशबेसिनकडे धावला. तेवढ्यात वाटेत असलेल्या छोट्या स्टूलला त्याची धडक बसली आणि जोराचा आवाज झाला.

''तुझ्याबरोबर आणखी कोण आहे तिथं?'' झॅकनं ओरडून विचारलं. तो चांगलाच संतापलेला दिसत होता.

''एक हेर आहे, दुसरं कोण?'' क्विन म्हणाला, ''तुला ठाऊक आहेच... इथला सगळा कारभार कसा आहे, ते! हे हरामखोर लोक मला एकटं राहू देतील, तर शपथ.''

''हे बघ, क्विन, मी जे बोटं तोडण्याचं म्हणालो ना, ती चेष्टा नव्हती, बरं का.''

''पण, झॅक..., हे असलं काहीतरी अघोरी करायची मुळी गरजच काय? आपण दोघेही धंदेवाईक आहोत. आपण आपले संबंध तसेच ठेवावे. आपल्याला जे जे करणं अगदी आवश्यकच आहे, तेवढंच करावं, कबूल? जास्त-कमी काही नाही. बरं, आता वेळ संपली आहे, तेव्हा फोन खाली ठेव आणि नीघ.''

''पण... क्विन, पैशाची व्यवस्था कर.''

''झॅक, याबाबत मला मुलाच्या वडिलांशी बोलायला हवं. त्यासाठी मला चोवीस तासांची मुदत पाहिजे. आणि हो, पोरगा कसा आहे?''

''अजूनपर्यंत तरी ठीक आहे...'' असं म्हणून फोन ठेवून झॅक निघाला.

क्विननं रिसीव्हर खाली ठेवला आणि मगच मॅकक्रिआ खोलीत आला.

''तू पुन्हा जर असं काही केलंस ना, तर मी तुम्हाला दोघांनाही इथून घालवून देईन, समजलं? – मग ती तुमची एजन्सी आणि तुमचा ब्यूरो खड्ड्यात का जाईना!'' क्विन म्हणाला.

हे ऐकून मॅकक्रिआ इतका ओशाळला की, जवळपास रडायच्याच बेताला आला.

इकडे दूतावासाच्या तळघरात ब्राऊननं कॉलिन्सकडे रोखून पाहिलं.

''तुमच्या माणसानं सगळा गोंधळ केला!'' तो म्हणाला, ''आणि तो फोनवर धाडकन आवाज कसला झाला?'' असं म्हणत म्हणतच त्यानं फोन उचलून अपार्टमेंटमध्ये रिंग केली. फोनवर सॅम सोमरव्हिलेनं त्याला बोटं तोडण्याची भाषा ऐकताच मॅकक्रिआला

कशी उलटी होऊ लागली व त्या गडबडीत स्टूलला धक्का कसा लागला, ते सांगितलं. तिनं फोन खाली ठेवताच क्विन म्हणाला, "आता कुणाचा फोन होता?"

"मि. ब्राऊन," ती म्हणाली, "मि. केव्हिन ब्राऊन."

"कोण आहे हा?" क्विननं विचारलं.

सॅमनं भिंतीकडे बघत चाचरत उत्तर दिलं,

"ब्यूरोच्या गुन्हा अन्वेषण विभागाचे उप साहाय्यक संचालक." केव्हिन ब्राऊन तिकडे बग्जच्या द्वारे सगळं ऐकतोय, याची तिला कल्पना होतीच. क्विननं वैतागून फक्त हात कपाळाला लावला. सॅमनं खांदे उडवले.

अपार्टमेंटमध्येच दुपारी बैठक भरली. झॅक उद्या सकाळपर्यंत काही फोन करणार नाही. त्याच्या मागणीवर विचारविनिमय करण्यासाठी अमेरिकन सरकारला तो पुरेसा वेळ देईल, असं सगळ्यांचं मत होतं.

बैठकीला केव्हिन ब्राऊन, सेमॉर व कॉलिन्स आले होते. निगेल क्रॅमर आणि कमांडर विल्यम्सही आले. क्विनची ब्राऊन आणि विल्यम्स सोडून सगळ्यांशी ओळख झालेलीच होती.

"तुम्ही आता त्या झॅकला सांगून टाका की, वॉशिंग्टनची तयारी आहे," ब्राऊन म्हणाला, "आत्ता वीसच मिनिटांपूर्वी मला तसा फोन आलाय. मला स्वत:ला तर या गोष्टीचा फारच संताप आलाय, पण त्यांनी ते मान्य केलंय. तेव्हा देऊन टाका पन्नास लाख डॉलर्स."

"पण मला स्वत:लाच ते मान्य नाहीये!" क्विन म्हणाला.

ब्राऊनचा स्वत:च्या कानांवर विश्वास बसेना.

"ओह, आयसी तुम्हाला ते मान्य नाही, मि. क्विन. अमेरिकन सरकारला ते मान्य आहे; पण मि. क्विन यांना ते मान्य नाही. का मान्य नाही, हे जरा कळू शकेल?"

"कारण इतकंच की, अपहरणकर्त्यांच्या पहिल्याच मागणीला इतक्या तडकाफडकी होकार देणं कधीकधी धोकादायक असू शकतं." क्विन अगदी शांतपणे म्हणाला, "तुम्ही एकदा तसं मान्य केलं की, अपहरणकर्त्यांना लगेचच वाटायला लागतं की, जरा आणखी खंडणी मागितली असती, तर बरं झालं असतं. मग त्याला सारखं, आपण फसलो, असंच वाटत राहतं. तो संतापतो आणि आपला सगळा राग कैदेत असलेल्या माणसावर तो काढतो."

"तुमच्या मते हा झॅक मानसिक रुग्ण असू शकेल?" सेमॉरनं विचारलं.

"तो स्वत: असेलच, असं नाही..." क्विन म्हणाला, "पण कुणी सांगावं, त्याच्या साथीदारांपैकी एखादा मनोरुग्ण असेलही आणि मग स्वत: झॅक जरी त्यांचा

नेता असला – आता तो नेता खरंच आहे की, नाही, हेही आपल्याला नक्की माहिती नाही – तरी या मनोरुग्णांना काही सारखं ताब्यात ठेवता येत नाही. एकदा ते चिडले, तर ते हाताबाहेर जाऊ शकतात.''

''तर मग तुमचा सल्ला काय?'' कॉलिन्सनं चिरलं.

''आत्ता एवढ्यात काहीच सांगता यायचं नाही,'' क्विन म्हणाला, ''पण सायमन कॉरमॅकला कुठलीही इजा, दुखापत न होणं अत्यंत महत्त्वाचं आहे व त्यासाठी त्याच्या अपहरणकर्त्यांची दोन गोष्टींची खात्री पटायला हवी. एक : त्यांनी कॉरमॅक कुटुंबीयांना जास्तीतजास्त पिळून, त्यांच्याकडून जितकं म्हणून वसूल करता येईल, तेवढं केलेलं आहे. आणि दुसरं : सायमन कॉरमॅकला त्यांनी जिवंत ठेवलं आणि काहीही इजा न करता सुखरूप आपल्या हवाली केलं, तरच त्यांना खंडणीची रक्कम मिळेल आणि त्यांची अशी खात्री पटायला काही वेळ तर जावाच लागेल की, नाही? शिवाय, कुणी सांगावं, दरम्याच्या काळात पोलिसांच्या हाती एखादा दुवा लागूनही जाईल आणि गुन्हेगार पकडले जातील.''

''मी मि. क्विन यांच्याशी सहमत आहे.'' क्रॅमर म्हणाला.

''या सगळ्याला कदाचित काही आठवडेही लागतील. हे ऐकायला कटू वाटतंय, पण घिसाडघाई करून केस संपवण्याची घाई केली, तर सगळीच चूक होऊन मुलाचा मृतदेहच हाती लागायचा.''

''तुम्ही जेवढा काळ द्याल, तेवढा मला हवाच आहे.'' कमांडर विल्यम्स म्हणाला.

''तर मग मी वॉशिंग्टनला काय उत्तर देऊ?'' ब्राऊन गुरकावत म्हणाला.

''तुम्ही त्यांना असं सांगा,'' क्विन शांतपणे म्हणाला, ''की त्यांनी माझी सायमनच्या सुखरूप सुटकेच्या कामासाठी नेमणूक केली आहे व तेच काम करण्याचा मी प्रयत्न करतोय. जर त्यांना या कामावरून मला काढून टाकायचं असेल, तर त्यांनी खुशाल तसं करावं. फक्त तसं त्यांनी अगोदर प्रेसिडेंटच्या कानांवर घालायला हवं.''

कॉलिन्सनं अस्वस्थ होऊन घसा खाकरला, सेमॉर जमिनीकडे बघत राहिला व ब्राऊन ताड्‌कन उठून निघून गेला. बैठक इथंच संपली.

❖

झॅकनं परत फोन केला, तेव्हा क्विन अतिशय अजिजीच्या सुरात म्हणाला, ''हे बघ, झॅक, मी स्वत: प्रेसिडेंटशी फोनवर बोलायचा खूप प्रयत्न केला, पण जमलंच नाही. त्यांना बिचाऱ्यांना जवळजवळ सारखंच झोपेचं औषध देऊन झोपवून ठेवावं लागतं. मी काय म्हणतो, झॅक, त्या बिचाऱ्यांनी आधीच इतकं सोसलंय...''

''तर मग लवकर आटपा आणि पैसे टाका. संपलं!'' झॅक फटकारून म्हणाला.

"मी खरंच प्रयत्न केला. देवाशपथ. हे बघ, झॅक, पन्नास लाख ही काही लहानसहान रक्कम नव्हे. त्यांच्याजवळ आत्ता एवढा पैसा नाहीये. त्यांचे सगळे पैसे विश्वस्त निधीत अडकून पडले आहेत आणि ते सुटे व्हायला कित्येक दिवस लागतील. मला असा निरोप मिळालाय की, ते जास्तीतजास्त नऊ लाख डॉलर्स उभे करू शकतील. आता ते अगदी तातडीनं, लवकरात लवकर मिळवून द्यायचा प्रयत्न मी निश्चितच करीन..."

"पुरे पुरे!" झॅक रागावून म्हणाला, "तुम्हा लालतोंड्यांना दुसरीकडून कुठून तरी पैसे पैदा करता येतीलच की. मी फार तर तेवढा वेळ थांबू शकेन."

"हो रे! ते खरंच आहे. ते मलाही माहिती आहे," क्विन आवाजात शक्य तितकी अजिजी आणून म्हणाला, "तू तर काय, अगदी आरामात आहेस. पोलिसांना अजून काही म्हटल्या काहीच पत्ता लागलेला नाहीये. फक्त तू जरा आपली किंमत कमी केलीस, तर... आणि पोरगा ठीक आहे ना?"

"होय."

क्विनला समजत होतं की, झॅकचा तिकडे विचार चालू आहे.

"झॅक, तुला एक गोष्ट विचारावीच लागते आहे. रागावू नकोस हं. हे माझ्यावर पहारा ठेवून बसलेले हरामखोर आहेत ना, त्यांची सारखी माझ्या मागे भुणभुण चालली आहे. ते म्हणतायत, त्या पोरग्यानं लहान असताना एक कुत्र्याचं पिल्लू पाळलं होतं, त्याचं नाव काय? तेवढ्यानं तो ठीक आहे, हे तरी आम्हाला कळेल. आणि एवढं त्या पोराकडून काढून घेणं तुलाही काही जड नाहीये. त्यानं मला मात्र खूपच मदत होईल."

"चाळीस लाख डॉलर्स!" झॅक ओरडला, "आणि हे शेवटचंच."

फोन बंद झाला. हा फोन सेंट नेओट्स या भागातून आला होता. अर्थातच तपासाअंती कुणीही हाती आलं नाही.

"हे काय चालवलंयस?" सॅमनं उत्सुकतेनं विचारलं.

"दडपण आणणं..." एवढंच बोलून क्विन गप्प बसला. त्यानं आणखी काहीही स्पष्टीकरण दिलं नाही.

बऱ्याच दिवसांपूर्वी एक गोष्ट त्याच्या लक्षात आली होती, ती अशी की, या केसमध्ये निदान एका बाबतीत अपहरणकर्त्यांवर त्याची कडी होती. नेहमी काय असतं की, सार्डीनिया नाहीतर सेंट्रल अमेरिकेतले लोक एखाद्या व्यक्तीचं अपहरण करून नंतर उंदरासारखे दऱ्याखोऱ्यांमध्ये लपून बसतात आणि महिनोन्महिने गेले, तरी त्यांना कुणी म्हटल्या कुणी शोधू शकत नाही, पण इथं हे अपहरणकर्ते इंग्लंडच्या दाट लोकवस्तीच्या आग्नेय भागात कुठंतरी लपून बसले होते. त्यांच्या दृष्टीनं ते शत्रूच्या गोटात होते. असं जितके जास्त दिवस लपून राहायची वेळ

त्यांच्यावर येईल, तितका पकडलं जाण्याचा धोका अधिक होता, त्यामुळे साहजिकच त्यांच्यावर, काय तो निकाल एकदा लागून पैसे हाती आले की, पळ काढायचं दडपण असणारच. आता युक्तीचा भाग एवढाच होता की, असा पळ काढताना आपणच जिंकलो, आपणच सरकारावर मात केली, असा विश्वास त्यांना वाटायला हवा. जितकं जास्तीतजास्त पदरात पडणं शक्य आहे, तेवढं पडलंच आहे, तेव्हा आता पळून जाताना ओलीस ठेवलेल्या मुलाला ठार मारायची गरज नाही, असा विचार त्यांनी करायला हवा.

क्विनची सगळी भिस्त झॅकच्या उरलेल्या साथीदारांवर होती. पोलिसांना पंचनाम्यात एवढं कळून चुकलं होतं की, सायमनला पळवण्यात एकूण चार लोकांचा हात होता, तेव्हा लपून बसलेले तेवढे तरी लोक होतेच. तेव्हा आता हळूहळू हे सगळे अधीर होत जातील. पकडलं जाण्याची त्यांना भीती वाटायला लागेल आणि काय ती बोलणी लवकर आटप, काय मिळतंय, ते पदरात पाडून घे आणि आपण एकदाचे पळून जाऊ, असा तगादा ते त्यांच्या नेत्याच्या मागे करायला सुरुवात करतील, आणि मग झॅकला सुद्धा त्यांचं हे म्हणणं मान्य करावंच लागेल. फक्त हे घडवून आणायचं, तर झॅक आणि त्याच्या साथीदारांवर आणखी खूपच दडपण आणणं भाग आहे.

त्यानं मुद्दामच दोन गोष्टींचं बीज झॅकच्या मनात पेरलं होतं. एक तर क्विन हा सभ्य आणि चांगला माणूस असून, तो आपल्या परीनं लवकरात लवकर समझोता घडवून आणण्याचा प्रयत्न करतोच आहे. आणि सरकारी लोक त्यात अडचणी निर्माण करताहेत. त्याला केव्हिन ब्राऊनचा चेहरा आठवला आणि वाटलं की, आपण झॅकला – अजून पोलिसांना तुझा काहीच थांगपत्ता लागला नाही, असं सांगितलं, हे चुकलं की काय? खरं तर, उलटंच सांगायला हवं होतं. जितकी पोलिसांच्या भयानं झॅकची झोप उडेल, तेवढं बरंच.

❖

भाषाशास्त्राच्या प्राध्यापकांनी काही स्वतःचे निष्कर्ष काढले होते, ते असे की, झॅक वयानं साधारणतः पंचेचाळीस ते पन्नासच्या दरम्यान असावा. तोच बहुधा टोळीचा प्रमुख असणार, कारण पैशाची घासाघीस करण्याआधी त्याला इतर कोणाशी सल्लामसलत करण्याची गरज भासली नाही. तो कामगार वर्गापैकी असणार. त्याचं शालेय शिक्षण फारसं झालेलं नसणार आणि तो अगदी खात्रीनं मूळचा बर्मिंगहॅमच्याच जवळपासचा होता, पण त्याच्या शब्द उच्चारण्याच्या पद्धतीवरून त्यानं आयुष्यातली बरीच वर्षं कदाचित परदेशात सुद्धा काढली असणं शक्य आहे.

एका मानसशास्त्रज्ञानं त्याचं शब्दचित्र काढलं होतं. झॅक नक्कीच प्रचंड

मानसिक ताणाखाली असणार आणि संभाषणं जसजशी लांबत होती, तसतसा हा ताण वाढत चालला होता. त्याच्या मनातली क्विनविषयीची शत्रुत्वाची भावना हळूहळू लोप पावत चालली होती (अर्थात याचं श्रेय क्विनलाच होतं.). हिंसेची झॅकला सवय होती. सायमन कॉरमॅकची बोटं तोडण्याचा उल्लेख त्यानं किती सहजतेनं केला. त्याच्या आवाजात साधा कंपसुद्धा आला नाही, पण त्याचबरोबर तो अतिशय धूर्त, तर्कशुद्ध विचार करणारा, धोकादायक, पण वेडा मात्र नाही. मनोरुग्णही नाही आणि राजकीय दहशतवादीसुद्धा नाही.

हे सगळे अहवाल निगेल क्रॅमरकडे पोहोचले. ते त्यानं जसेच्या तसे कोब्रा कमिटीपुढे मांडले. त्यांच्याच काही प्रती वॉशिंग्टनच्या व्हाइट हाउस कमिटीकडे पाठवण्यात आल्या. तर काही क्विनच्या केन्सिंग्टन अपार्टमेंटकडेही येऊन पोहोचल्या. आधी क्विननं व नंतर सॅमनं ते दोन्ही अहवाल वाचले. सॅम हातातला कागद खाली ठेवत म्हणाली,

''एक गोष्ट माझ्या अजूनही नीटशी लक्षात येत नाही; आणि ती म्हणजे त्यांनी अपहरण करायला नेमकं सायमन कॉरमॅकलाच का निवडावं? आता प्रेसिडेंट चांगल्या श्रीमंत घराण्यातले आहेत, हे खरं, पण त्यांच्याहीपेक्षा कितीतरी धनाढ्य लोकांच्या पोरांना खुद्द इंग्लंडमध्ये काय तोटा गेलाय का?''

या प्रश्नाचं उत्तर क्विनला फार पूर्वीच सापडलं होतं; पण ते त्याला इतक्यातच सांगायचं नव्हतं. त्यानं काहीच न बोलता नुसतं एकटक तिच्याकडे पाहिलं. ती उत्तराच्या अपेक्षेनं नुसती बघत होती आणि बराच वेळ क्विन काहीच बोलत नाहीये, असं बघून ती थोडी वैतागलीच. पण मग हा प्राणी असं विचित्रासारखं का वागतो, हे तिच्या सारखं मनात येत राहिलं, आणि अचानक गेले काही दिवस या वल्लीचा आपण जरा जास्तच विचार करतो आहोत, हे लक्षात येऊन ती जराशी ओशाळली.

❖

अपहरणाच्या बरोबर सातव्या दिवशी आणि झॅकचा पहिल्यांदा फोन आल्याच्या चौथ्या दिवशी मात्र अखेर सी.आय.ए. आणि ब्रिटिश पोलीस या दोघांनीही हात टेकले. आत्तापर्यंत कुठल्याही दिशेनं कुठलाच दुवा हाती आलेला नव्हता. युरोपियन अतिरेक्यांच्या टोळ्यांमध्ये जे खबरे होते, त्यांनीही हेच सांगितलं होतं की, त्यांच्यातल्या कुणीही या अपहरणकर्त्यांना स्कॉर्पियन सबमशिनगन पुरवलेली नव्हती, त्यामुळे या कारस्थानामागे राजकीय अतिरेक्यांचा हात असावा,असं मानायलाही काही सबळ पुरावा नव्हता.

दुसऱ्याच दिवशी सकाळी झॅकचा फोन आला. फोन साउथ केंब्रिजमधून आला. नेहमीप्रमाणेच साध्या वेशातल्या पोलिसांच्या हातून झॅक ह्याही खेपेला निसटला.

"त्या कुत्र्याचं नाव मि. स्पॉट होतं..." झॅक तुटकपणे म्हणाला.

"ओ हो, थँक्स, झॅक!" क्विन म्हणाला, "त्या मुलाची नीट काळजी घे आणि पैशाचं काम इकडे लवकरात लवकर कसं होईल, ते मी बघतो. आणि तुला एक बातमी द्यायचीय, ती म्हणजे, प्रेसिडेंटसाहेबांच्या अर्थविषयक सल्लागारानं अखेर बारा लाख डॉलर्स जमा केले आहेत. झॅक, सर्व रोख रक्कम, फटाफट आता ऐक, हे घेऊन मोकळा हो."

"खड्ड्यात जा!" फोनवर झॅक म्हणाला, पण तो घाईत होता. त्याच्याकडे जास्त वेळ दवडायला नव्हता. अखेर त्यानं तीस लाख डॉलर्सची मागणी केली आणि फोन आपटला.

"क्विन, पण तू तरी मान्य करून का नाही टाकत?" सॅमनं विचारलं.

क्विन फोन ठेवल्यावर अंघोळीला चालला होता. तो झॅकचा फोन येऊन गेला की, आरामात अंघोळ, जेवण, इत्यादी कामे उरकत असे. कारण नंतर दिवसभरात परत फोन येणार नाही, याची त्याला खात्रीच असे.

"हे बघ, हा काही फक्त पैशाचा प्रश्न नाहीये," क्विन खोलीबाहेर पडत म्हणाला, "झॅक अजूनही मनानं पूर्ण तयार नाहीये. आपण इतक्यात लगेचच हो म्हटलं, तर त्याला वाटेल, आपण फसलो. आणि तो परत लगेच जास्त मागणी करेल. त्याच्यावर आणखी थोडं दडपण येऊ दे."

"आणि सायमन कॉरमॅकवरच्या दडपणाचं काय?" क्विनच्या पाठोपाठ सॅम मोठ्यांदा ओरडून म्हणाली. क्विन चालता-चालता क्षणभर थांबला आणि चार पावलं मागे फिरून म्हणाला, "हो. त्याच्यावरचं आणि त्याच्या आई-वडिलांवरचं दडपण. ते मी कसा विसरेन? पण या अशा परिस्थितीत नेहमी आता आपला खेळ खलास झालाय, तेव्हा आता चटकन तडजोड करून टाकावी, नाहीतर गोत्यात येऊ, असं गुन्हेगारांना वाटायला लागावं, इतकं त्यांना ताणायचं असतं, नाहीतर ते चिडून ओलीस ठेवलेल्या व्यक्तीला दुखापत वगैरे करण्याची शक्यता असते, मी पूर्वी हा प्रकार पाहिलेला आहे. हे बघ, सॅम, हे काही युद्ध नाहीये, घाई करून वार करायला! शहाण्या माणसानं प्रत्येक खेळी सावधपणे, फार विचार करून खेळायची असते. जसं अपहरणकर्त्यांच्या लवकर काही हाती आलं नाही, तर तो वेडापिसा होतो. तसंच, जर फारच लवकर आपण समेट केला, तर त्याला वाटतं, आपण सौदा फारच स्वस्तात पटवला. जरा जास्त थांबलो असतो, तर जास्त फायदा झाला असता. शिवाय त्याच्या साथीदारांनीही अशीच ओरड केली व त्याला चिडायला भाग पाडलं, तर वड्याचं तेल वांग्यावर, या न्यायानं तो कैदेतल्या व्यक्तीला दुखापत करतो."

निगेल क्रॅमरनं काही मिनिटांनी क्विनचे हे शब्द टेपरेकॉर्डवर ऐकले आणि होकारार्थी मान हलवली. तो स्वत:ही पूर्वी या अनुभवातून गेलेला होता.

अमेरिकन दूतावासाच्या तळघरात देखील छुप्या बग्जद्वारा हे संभाषण केव्हिन ब्राऊन आणि त्याच्या सहकाऱ्यांनी ऐकलं.

''काय थापा मारतोय,'' ब्राऊन म्हणाला, ''सगळं काही छान जुळून आलंय. आता खरं तर त्यानं ताबडतोब रक्कम पोहोचती करून पोराला ताब्यात घ्यायला हवं. म्हणजे मग बघतो मी त्या कुत्र्यांकडे.''

''आणि जरी ते सुटलेच, तरी ब्रिटिश पोलीस त्यांच्याकडे बघून घेतीलच की,'' सेमॉर म्हणाला, ''ते त्यांना नक्कीच शोधून काढतील.''

''हो, आणि मग ब्रिटिश कोर्ट त्यांना जन्मठेप देईल. जन्मठेपेचा इथला अर्थ ठाऊक आहे? फक्त चौदा वर्षं सक्तमजुरी. एक ऐकून ठेवा नीट, मिस्टर, कुणीही माझ्या प्रेसिडेंटच्या मुलाच्या जिवाशी खेळून, त्यातून असं सुटू शकणार नाही. आणि मी ही केस माझ्याच पद्धतीनं हाताळणार आहे, समजलं?''

त्याच रात्री निगेल क्रॅमर क्विनला भेटायला जातीनं अपार्टमेंटमध्ये आला. त्यानं आणलेल्या बातमीनुसार चारशे लोकांच्या गुप्तपणे मुलाखती घेण्यात आल्या होत्या. सुमारे पाचशेंच्यावर संशयास्पद ठिकाणं चेक करण्यात आली होती. आणखी एकशेसाठ घरांवर पहारे बसवण्यात आले होते. आणि तरीही निष्पन्न काहीच झालेलं नव्हतं.

स्कॉटलंड यार्डमध्ये सर्वसामान्य माणसाला कल्पनाही नसेल, अशी एक गोष्ट आहे, ती म्हणजे व्हॉइस बँक. अत्याधुनिक तंत्रज्ञानाच्या साहाय्यानं कुठल्याही माणसाच्या आवाजाचा आलेख काढता येतो. हस्तरेषांच्या नमुन्याप्रमाणेच प्रत्येक माणसाच्या आवाजाचा आलेख हा सुद्धा संपूर्णपणे वेगळा असतो. हाताचे ठसे जसे ताडून बघता येतात, तसाच फाइलमधल्या नमुन्याशी कुठल्याही नव्या आवाजाच्या आलेखाचा नमुना ताडून बघितला, तर हा माणूस तोच आहे की, नाही, हे त्यावरून शोधता येतं. जगातल्या बऱ्याच कुविख्यात गुन्हेगारांच्या आवाजांचे नमुने या फायलींमध्ये समाविष्ट आहेत, पण झॅकच्या आवाजाशी तंतोतंत जुळणारा एक सुद्धा आलेख त्यामध्ये सापडू शकला नाही.

पोलिस-लॅबोरेटरीतल्या परीक्षांमधूनही फारसं काही निष्पन्न झालेलंच नव्हतं. रिकामी काडतुसं, बंदुकीच्या गोळ्या आणि ट्रकचे टायर्स कुठल्याही विशिष्ट माणसाकडे बोट दाखवत नव्हती.

''सॉरी, मि. क्विन. पण आमचा शोध चालूच आहे.''

आठव्या दिवशी क्विन राहात असलेल्या केन्सिंग्टन अपार्टमेंटमधला प्रत्येक

माणूस प्रचंड ताणाखाली दिसत होता. विशेषत:, त्यातले जे कुणी तरुण आणि अननुभवी होते, ते तर फारच ओढलेले दिसत होते. क्विनमध्ये मात्र वरकरणी तरीकाही बदल दिसत नव्हता. फक्त तो सारखा बिछान्यात पडून विचार करत राही. झॅकच्या अंतरंगात शिरण्याचा त्याचा सारखा प्रयत्न चालू होता. पुढची फोनवरची संभाषणं कशी हाताळायची, पुढचा पवित्रा कुठला घ्यायचा याची तो मनाशी जुळवाजुळव करत राही. आता शेवटी कितीवर सौदा तोडायचा? मग प्रत्यक्ष रकमेची देवाणघेवाण करायची वेळ आली की, ती कशी करायची? हे आणि असे अनेक विचार...

मॅकक्रिआ खूप सज्जन आणि सरळमार्गी होता, पण तोही आता खूप थकून गेला होता. एखाद्या पाळीव कुत्र्यानं आपल्या धन्यामागून शेपूट हलवत चालावं, तसा तो क्विनच्या मागे मागे असायचा. त्याच्या तोंडातून पडलेला प्रत्येक शब्द झेलायला सदैव तत्पर असायचा.

नवव्या दिवशी सॅम इतकी कंटाळली की, तिनं केव्हिन ब्राऊनजवळ बाहेर जाऊन येण्याची परवानगी मागितली. ब्राऊननं जरा कुरकुरतच ती दिली. इतक्या दिवसांनी बाहेरचं वारं लागल्यामुळे ती खूश झाली. तिनं चार तास नुसते इकडे तिकडे भटकण्यात घालवले. नंतर स्वत:साठी सुसरीच्या कातड्याची एक सुरेखशी हॅंडबॅग खरेदी केली, मग ती अपार्टमेंटकडे परतली. तिची हॅंडबॅग सगळ्यांना आवडली. तिनं क्विन आणि मॅकक्रिआ या दोघांसाठी आठवणीनं एकेक गिफ्ट आणली होती. मॅकक्रिआसाठी एक रोल्ड गोल्डचं पेन आणि क्विनसाठी एक काश्मिरी स्वेटर. ते पाहून मॅकक्रिआला तर भरूनच आलं. क्विननंही स्वेटर तत्क्षणीच अंगात चढवला आणि सॅमकडे बघून एकदा प्रसन्न हसला. गेल्या इतक्या दिवसांमध्ये त्या अपार्टमेंटमधला आनंदाचा असा तो पहिलाच प्रसंग होता.

❖

त्याच दिवशी परत एकदा व्हाइट हाउसच्या कमिटीपुढे डॉ. आर्मिटेजचं भाषण झालं.

"मला प्रेसिडेंटच्या प्रकृतीची दिवसेंदिवस जास्तच काळजी लागून राहिली आहे," ते म्हणाले, "आजवर अनेकदा सरकारला अतिशय तणावपूर्ण परिस्थितीतून जावं लागलेलं आहे. यापुढे जावं लागेल, पण ही घटना अधिक व्यक्तिगत स्वरूपाची, अधिक खोलवर परिणाम घडवून आणणारी आहे. मानवी शरीर आणि मन या अशा प्रकारच्या चिंतेच्या ओझ्याखाली जास्त काळ शाबूत राहू शकत नाही."

"प्रेसिडेंटसाहेबांची शरीरप्रकृती कशी आहे?" बिल वॉल्टर्सनं विचारलं.

“ते कमालीचे थकले आहेत. रात्री कदाचित झोप लागलीच, तर ती फक्त झोपेच्या गोळ्यांनीच लागू शकते, अन्यथा नाहीच, ते अगदी आपल्या डोळ्यांदेखत सुकत चालले आहेत. आत्ताच किती वृद्ध दिसू लागले आहेत.”

“आणि मनानं?” मॉर्टन स्टॅनार्डनं विचारलं.

“ते तर तुम्ही स्वत:च्या डोळ्यांनी बघताच आहात. त्यांची स्वत:वरची पकड निसटत चाललीय. मनाची पकड ढळत चाललीय. विस्मरणही त्यांना अनेकदा होतं.”

त्या सगळ्यांनी माना डोलावल्या.

मॉर्टन स्टॅनार्डनंही तशी मान डोलावली, पण त्याच्या डोळ्यांत क्षणभर काही वेगळेच भाव तरळून गेले. डोनाल्डसन किंवा रीडपेक्षा दहा वर्षांनी लहान असलेला हा संरक्षण सचिव राजकारणात शिरण्यापूर्वी न्यूयॉर्कमध्ये मोठा बँकर होता, आणि इतकंच नव्हे, तर तो अत्यंत निष्णात व हुशार बँकर म्हणून गाजलेला होता. नंतर पुढे तो राजकारणात शिरला. तिथं भराभरा वर चढला. आता नानट्केट कराराला मात्र त्याचा मनोमन विरोध होता. ओडेल यांच्याबरोबरच त्यानंही आपला हा विरोध कॅबिनेटमध्ये नोंदवला होता.

“बिचारे प्रेसिडेंट. ओ गॉड!” ट्रेझरीचे ह्यूबर्ट रीड उद्‌गारले.

“...त्याचं आणखी एक कारण, म्हणजे...” मानसोपचारतज्ज्ञ पुढे बोलतच होते, “ते वरकरणी अतिशय शांत वाटतात. ते काही आपल्या भावनांचा चारचौघांत उच्चार करणारे नव्हेत, त्याचमुळे या सगळ्या भावना फक्त आतल्याआत धुमसत राहतात. बाईसाहेबांचं काही तसं नाही. एकतर त्यांना ऑफिसचा ताण पण नाही, शिवाय त्या औषधपाणी सुद्धा बिनतक्रार घेतात. अर्थात म्हणून काही त्यांची परिस्थिती प्रेसिडेंटपेक्षा फारशी निराळी नाही. सायमन हे त्यांचं एकुलतं एक अपत्य आहे आणि बाईसाहेबांच्या काळजीनं प्रेसिडेंट आणखीनच खचत चालले आहेत.”

एवढं बोलून डॉक्टरांनी त्यांची रजा घेतली व ते निघून गेले. त्या वेळी राहिलेले आठ लोक अत्यंत काळजीत पडले होते.

बाकी कुठल्याही कारणापेक्षा, खरं तर, उत्सुकतेपोटी अँडी लाईंग त्या दिवशी बँकेत जास्त वेळ थांबला होता. सगळे लोक निघून गेल्यानंतर त्यानं कॉम्प्युटरकडे आपल्याला हवी असलेली काही विशिष्ट माहिती मागितली. त्याला जी माहिती मिळाली, ती बघून तर तो थक्कच झाला.

ती पूर्वीची अफरातफर अजूनही चालूच होती. जनरल मॅनेजर स्टीव्ह पाईल यांच्याशी त्याचं स्वत:चं या बाबतीत बोलणं झाल्यानंतर आणखी तशाच प्रकारचे चार व्यवहार झालेले दिसत होते. एका बनावट अकाउंटमध्ये सौदी अरेबियाच्या जनतेच्या निधीमधून पैशाची नुसती भर पडत होती आणि या रकमाही काही

लहानसहान नव्हत्या. ही सामान्य जनतेची निव्वळ लूटमार होती आणि यामागे नक्कीच कुणा ज्येष्ठ अधिकाऱ्याचाच हात असणार.

– आणि मग अचानक त्याच्या डोक्यात प्रकाश पडला. खुद्द जनरल मॅनेजर स्टीव्ह पाईलचाच यात हात असणार, हे नक्कीच. ही जाणीव होताच तो चांगलाच टरकला. त्याला बसलेला धक्काच इतका प्रचंड होता. आपण चक्क गुन्हेगारासमोर जाऊन त्याच्याच पापांचा त्याच्यापुढे पाढा वाचला! त्याचंच माप त्याच्या पदरात घातलं! उरलेली सगळी रात्र त्यानं घरी जाऊन टाईपरायटर बडवत काढली. पहाटे उजाडता त्याचं काम संपलं. आपण टाईप केलेलं लांबलचक पत्र त्यानं एका लखोट्यात घालून त्याच्यावर न्यू यॉर्कच्या चीफ इंटर्नल अकाउंटंट फॉर ओव्हरसीज ऑपरेशन्सचा पत्ता लिहिला. आत आपल्या म्हणण्याचा ठोस पुरावा, म्हणून कॉम्प्युटरचे चार प्रिंटआउटसुद्धा घातले.

त्यानं जरा जरी नीट विचार केला असता, तरी हे पत्र नेहमीच्या साध्या पोस्टानं पाटवलं असतं, पण साध्या पोस्टानं फार वेळ लागेल, म्हणून त्यानं ते पत्र बँकेच्याच टपालात टाकले. त्याची कल्पना अशी होती की, ते पत्र आता कुरियरच्या मार्फत सरळ जेद्दाहून लंडनला आजच्या आजच रवाना होईल, पण ही कल्पना चुकीची होती. वस्तुस्थिती अशी होती की, अँडी लाईंग व जनरल मॅनेजर स्टीव्ह पाईल यांच्या त्या भेटीनंतर बँकेत अचानकच एक नवीन फतवा काढण्यात आला होता. तो म्हणजे सर्व टपाल अगोदर जेद्दा येथून रियाधच्या हेड ऑफिसकडे पाठवलं जाईल व त्यानंतर ते तिथून लंडनला पाठवण्यात येईल. त्याप्रमाणे अँडी लाईंगचं हे पत्र दुसऱ्याच दिवशी रियाध शाखेकडे रवाना झालं. स्टीव्ह पाईलनं रियाधमध्ये एकवार जेद्दा शाखेकडून आलेलं टपाल नजरेखालून घातलं आणि अँडी लाईंगचं ते पत्र हस्तगत करून बाकीचं टपाल पुढे लंडनला पाठवून दिलं. नंतर अँडी लाईंगचं ते पत्र उघडून त्यानं अगदी काळजीपूर्वक वाचलं. वाचून झाल्यावर फोन उचलून एक जवळचाच नंबर फिरवला.

“हॅलो कर्नल ईस्टरहाउस इथं जरा एक नवीन समस्या निर्माण झाली आहे. मला वाटतं, आपण एकमेकांना जरा भेटावं, हे बरं...”

❖

अॅटलांटिकच्या दोन्ही बाजूंना टीव्ही, रेडिओ, वर्तमानपत्र यांतून काय नाही नाही ते प्रसिद्ध झालं होतं. सर्व प्रकारच्या तज्ज्ञांनी, भाषाशास्त्रज्ञांनी, मानसशास्त्रज्ञांनी वेगवेगळ्या प्रकारचे सल्ले देऊ केले होते. पत्रं पाठवून, टीव्हीवर भाषणं ठोकून. नाना मार्गांनी आणि त्यातल्या एकाचंही मत दुसऱ्याशी जुळणारं नव्हतं. कित्येक धनाढ्य लोकांनी आणि विश्वस्त संस्थांनी तर खंडणीची रक्कम भरण्याची देखील तयारी दर्शवली होती. कित्येक लोकांना आत्मबलिदानाची हुक्की आली होती. गुन्हेगारांनी सायमन कॉरमॅकला सोडून

त्या जागी आमचे प्राण घ्यावे, असं सुचवायलाही काहींनी कमी केलं नव्हतं. (अर्थातच असं या जन्मी होणार नाही, हे ठाऊक असल्यामुळेच.) तेवढ्यात कुणी अतिशहाण्या विचारवंतानं या कारस्थानापाठीमागे कम्युनिस्टांचा हात आहे, म्हणून कम्युनिस्टांनाही यात खेचलं. या गोष्टींचा मात्र सगळ्या जगात चांगलाच बोलबाला झाला. प्लॅन क्रोकेटचा जन्म व्हायचं ते एक मुख्य कारण.

❖

स्पेशल एजंट सॅम सोमरव्हिले ही एक अत्यंत देखणी तरुणी होती. आपल्या करिअरमध्ये दोन वेळा आपल्या सौंदर्याचा अस्त्रासारखा वापर करून फार मोठी कामगिरी तिनं करून दाखवली होती. एकदा तिनं एका राज्यमंत्र्याशी घसट वाढवून त्याच्या बेडरूममध्ये प्रवेश मिळवला होता व तिथं ड्रिंक्स जास्त झाल्यानं शुद्ध हरपल्याचं नाटक केलं होतं. ती खरीखुरीच बेशुद्ध झाली आहे, अशा कल्पनेनं त्यानं सरळ तिच्या उपस्थितीतच एक अतिशय महत्त्वाचा फोन तिथून केला होता; आणि बिचारा रंगे हाथ पकडला गेला होता.

दुसऱ्या खेपेला एका महाभयंकर सोनेरी टोळीच्या प्रमुखालाच तिनं आपल्या सौंदर्याच्या पाशात ओढलं होतं व पकडून दिलं होतं.

केव्हिन ब्राऊनला तिच्या अंगच्या या गुणांची चांगली खात्री होती, त्यामुळेच क्विनवर नजर ठेवण्याच्या कामी त्यानं तिची निवड केली होती. सॅमच्या सौंदर्यावर मोहित होऊन बाकीच्यांप्रमाणे क्विनसुद्धा पाघळून जाईल आणि अशी काही खास गुपितं आपल्यापाशी उघडी करेल, जी छुप्या मायक्रोफोनच्या द्वारे आपल्याजवळ पोहोचूच शकणार नाहीत. असा ब्राऊनचा अंदाज होता.

पण तिची नेमणूक करताना याच्या अगदी उलट घडू शकेल, याची त्याला सुतराम शंकासुद्धा आली नाही. अकराव्या दिवशी केन्सिंग्टन अपार्टमेंटमध्ये बाथरूमकडून बैठकीकडे जाणाऱ्या लहानशा पॅसेजमध्ये क्विन आणि सॅमची जवळजवळ टक्करच झाली आणि अचानक सॅमच्या मनात काय आलं, कुणास ठाऊक, पण पुढचा मागचा विचार न करता ती क्विनला घट्ट बिलगली आणि तिनं आपले ओठ त्याच्या ओठांवर टेकले... गेला आठवडाभर हे करावंसं तिला वाटत होतं आणि क्विननं ज्या आतुरतेनं तिला प्रतिसाद दिला, त्यावरून त्यालाही आपल्यासारखंच वाटत असणार, हे तिच्या लक्षात आलं.

तिकडे स्वयंपाकघरात बिचारा मॅकक्रिआ एका फ्राईंग पॅनमध्ये ऑम्लेट बनवण्याच्या खटपटीत होता. क्विनचे राकट हात सॅमच्या सोनेरी केसांवर फिरत असताना आपल्या मनातील सगळी भीती, सगळा ताण दूर पळालाय, असं तिला वाटत होतं.

''अजून हे असं किती दिवस चालायचं, क्विन?'' ती कुजबुजली.

"आता जास्त नाही," तो म्हणाला, "अगदी संपतच आलंय. सगळं सुरळीत झालं, तर जास्तीतजास्त एक आठवडा!"

नंतर ते दोघं जेव्हा बैठकीच्या खोलीत परतले, तेव्हाच जेवायची पानं मांडली आहेत, असं सांगायला मॅकक्रिआ तिथं आला. त्या दोघांमध्ये असं काही घडलं असावं, अशी पुसटशी शंका देखील त्याला आलेली दिसली नाही.

❖

कर्नल ईस्टरहाउस स्टीव्ह पाईलच्या ऑफिसातल्या कार्पेटवरून लंगडत लंगत खिडकीपाशी जाऊन उभा राहिला. त्याच्या हातात अँडी लाईंगचा रिपोर्ट होता आणि समोरच चेहऱ्यावर प्रश्नचिन्ह घेऊन स्टीव्ह पाईल बसला होता.

"मला वाटतं, या अतिउत्साही तरुणाच्या जास्त शहाणपणापायी आपल्या देशाचं फार मोठं नुकसान होणार आहे!" ईटस्टरहाउस हलक्या आवाजात म्हणाला, "अर्थात त्याला याची काही कल्पना नसेल. बिचारा चांगला सदसद्विवेक बुद्धी जागृत असलेला तरुण दिसतोय की, पण तरीही..."

मनातून, खरं म्हणजे, ईस्टरहाउस चांगलाच चिंतित होता, पण तो उघडपणे तसं दाखवूही शकत नव्हता. हाउस ऑफ सौदीमध्ये रक्तपात आणि अराजकता घडवून आणण्याचं त्याचं कारस्थान आता अर्धं मुर्धं शिजत आलेलं होतं. आता त्यात मध्येच ही काही गडबड होऊन चालण्यासारखी नव्हती.

शिया फंडामेंटॅलिस्ट इमाम भूमिगत होता. संरक्षण खात्याच्या कॉम्प्युटरवर इमामबद्दलची जी काही माहिती होती, ती सगळी पुसून टाकण्याची कर्नल ईस्टरहाउसनं व्यवस्था केली होती, त्यामुळे इमाम आता पूर्णपणे सुरक्षित होता. रक्तपात जेव्हा होणार होता, त्या रात्री जास्तीतजास्त सौदी सैन्य या ना त्या निमित्तानं राजधानीच्या बाहेर पाठवण्यासाठी नाना युक्त्या-प्रयुक्त्या लढवल्या जात होत्या. रॉयल गार्ड्सना त्या रात्री नकली व बनावट रसद पुरवण्याचीही व्यवस्था करून झाली होती.

ईस्टरहाउसच्या स्वतःच्या बंडखोरांना लागणारी अत्याधुनिक शस्त्रास्त्रं सुद्धा आज ना उद्या येऊन ठेपलीच असती. आणखी काही बाजूची तयारी, संबंधितांचे हात ओले करणं, या सगळ्यांसाठी कितीतरी अमेरिकन डॉलर्सची अजून गरज होती.

अर्थात हे सगळंच खरं खरं काही कर्नल ईस्टरहाउसनं स्टीव्ह पाईलला सांगितलेलं नव्हतं. स्टीव्ह पाईल, सौदी अरेबियातील बँकेच्या या जनरल मॅनेजरनं ईस्टरहाउसच्या बोलण्यानं प्रभावित होऊन सुमारे दोन महिन्यांपूर्वी त्याला जेवायला बोलावलं होतं. तेव्हा ईस्टरहाउसनं आपण सी.आय.ए.चे एजंट आहोत, असं सांगून त्याला एक ओळखपत्रही दाखवलं होतं, ते अर्थातच बनावट होतं, पण स्टीव्ह पाईलला त्याची जराही शंका आली नाही, त्यामुळे हा कर्नल ईस्टरहाउस

वरवर जगाला दाखवण्यापुरता जरी फ्री लान्सिंग करत असला, तरी तो खराखुरा सी.आय.ए.चाच म्हणजे आपल्या सरकारचाच माणूस आहे, अशा भ्रामक समजुतीत स्टीव्ह पाईल होता.

''अशा अफवा ऐकतो की, शाही राजवाडाच उलथून टाकण्याचं कारस्थान शिजतंय.'' त्या वेळी जेवता-जेवता ईस्टरहाउसनं त्याला गंभीरपणे सांगितलं होतं, ''आम्हाला त्याबद्दलची माहिती कळताच आम्ही तातडीनं बादशहा फाइद याला तशी सूचना दिली. त्यांनी स्वत:च आता आपल्याला या मागे कुणाचा हात आहे, हे शोधून काढायची विनंती केली आहे. त्यामुळे त्यांचं सगळं साहाय्य आपल्याला मिळेल.''

स्टीव्ह पाईल त्या वेळी अवाक् होऊन जेवता-जेवता मध्ये थांबला होता.

''तुम्हाला माहितीच आहे, पैशानं या जगात काहीही विकत घेता येतं, अगदी गुप्त माहिती सुद्धा. आणि त्याचीच आज आपल्याला गरज आहे. फक्त यात अशी भानगड आहे की, आम्हाला आमच्या नेहमीच्या पोलिसखात्याच्या निधीचं या कामी साहाय्य घेता येत नाही कारण, न जाणो, त्यांच्यातलाच जर कुणी घरभेद्या असला, तर! तुम्हाला प्रिन्स अब्दुल ठाऊक आहे?''

यावर स्टीव्ह पाईलनं मान डोलावली होती. बादशहाचा पुतण्या आणि पब्लिक वर्क्सचा मंत्री.

''तर त्याची मला याबाबत साहाय्य करण्यासाठी खुद्द बादशहानंच नेमणूक केली आहे,'' कर्नल म्हणाला होता, ''या प्रिन्स अब्दुलच्या म्हणण्याप्रमाणं हे कारस्थान उघडकीला आणण्यासाठी लागेल तो पैसा पुरवण्याची जबाबदारी त्याची. अर्थातच वॉशिंग्टनची याला संमती आहेच.''

– आणि मग वर काही लागेल, तो थोडा पैसा आपल्या बँकेतून घालण्याच्या योजनेला स्टीव्ह पाईल तयार झाला होता. ईस्टरहाउसनं पब्लिक वर्क्स मिनिस्ट्रीच्या अकाउंटिंग कॉम्प्युटरमध्येच काहीतरी हातचलाखी करून त्यात स्वत:च्या चार नवीन कमांड्स घुसडल्या होत्या.

१. ज्या-ज्या वेळी मंत्रिमंडळाकडून एखाद्या हॉस्पिटल, शाळा, स्पोर्ट्स स्टेडियम अशांसारख्या संस्थांची बिलं भरण्याच्या दृष्टीनं एखाद्या ड्राफ्टची सूचना पाठवण्यात येईल, तेव्हा त्या ड्राफ्टची माहिती ईटस्टरहाउसच्या स्वत:च्या कॉम्प्युटरकडे पाठवण्यात यावी.

२. कॉम्प्युटरनं असा प्रत्येक ड्राफ्ट तयार करताना मूळ रकमेपेक्षा दहा टक्के रक्कम त्यात दाखवावी; पण प्रत्यक्ष भरणा करताना मात्र ती दहा टक्के रक्कम ईस्टरहाउसच्या स्वत:च्या जेद्दा शाखेतल्या नकली अकाउंटमध्ये जमा करण्यात यावी.

३. व ४. या दोन्ही कमांड्स आत्मसंरक्षणासाठी होत्या. जर कधी मंत्रिमंडळानं

स्वत:च्या अकाउंटमधील रकमेसंबंधी विचारणा केलीच, तर कॉम्प्युटरनं अकाउंटमध्ये प्रत्यक्ष जमा असलेल्या रकमेत दहा टक्के मिळवून मगच आकडा सांगावा व शेवटी तरीही काही प्रत्यक्ष प्रश्न वगैरे विचारण्यात आले, तर आपणच आपली सर्व मेमरी पुसून टाकून, या केसबद्दल काही उत्तरच देऊ नये. आत्तापर्यंत ईस्टरहाउसच्या या नकली अकाउंटमध्ये अशा तऱ्हेनं चार कोटी रियाल जमले होते.

अर्थातच लाईंगसारख्या बुद्धिमान माणसाच्या ही अफरातफर बारकाईनं पाहिल्यावर लगेच लक्षात आली. नाहीतर ही गोष्ट पुढच्या वर्षी मंत्रिमंडळाची ऑडिट मीटिंग होईपर्यंत कुणाच्याच लक्षात आली नसती.

''या तरुण माणसाचं मुद्दाम काही वाकडं वगैरे करायची आपली कुणाचीच इच्छा नाहीये,'' कर्नल ईस्टरहाउस म्हणाला, ''पण त्यानं हा चोंबडेपणा असाच पुढे चालू ठेवला आणि गप्प बसायला नकार दिला, तर त्याची तुम्ही सरळ सरळ लंडनला बदलीच का नाही करून टाकत?''

''ते काही सगळं इतकं सोपं नाहीये. तो बरा बदली केल्यावर गप्प बसेल?'' पाईलनं विचारलं.

''जरूर बसेल. का नाही बसणार? त्याला अजूनही असंच वाटत असणार की, आपण पाठवलेलं पत्रं लंडनपर्यंत पोहोचलेलंच आहे. तेव्हा त्याला लंडनहून बोलावणं आलं की, तो निमूटपणे तिथं जाईल. तुम्ही फक्त तत्पूर्वी लंडनला एवढंच कळवायचं की, हा माणूस इथं काम करायला योग्य नाही, तो सहकाऱ्यांची आणि वरिष्ठांची बेअदबी करतो व इतर काम करणाऱ्यांवरही त्याच्या या अशा वागण्याचा परिणाम व्हायला लागलाय, तरी त्याला इथून ताबडतोब हलवायला हवा. आणि त्याच्या वागण्याचा पुरावा तर इथं तुमच्या हातांतच आहे. जर तो लंडनमध्ये जाऊन तुमच्याविरुद्ध काही वेडंवाकडं बडबडला, तर आपोआपच तुमचा मुद्दा सिद्ध होईल.''

हे ऐकून पाईल खुलला. आता त्याच्या मनावरचं मोठंच ओझं दूर झालं होतं.

❖

क्विनला एका गोष्टीची खात्रीच होती की, आपल्या झोपण्याच्या खोलीत एक नव्हे, तर चांगले दोन बग्ज बसवलेले असणार. एक तासाच्या तपासानंतर त्यातला एक क्विनला सापडला. दुसरा आणखी एका तासानंतर. पहिला बग टेबल-लॅंपच्या तळाशी होता. तो निकामी करायला क्विनला फक्त एक मिनिट लागलं.

दूतावासाच्या तळघरात स्विचबोर्डाच्या समोर काम करत असलेल्या इंजिनिअरनं एफ.बी.आय.च्या एका माणसाला बोलावून एक बग काम करत नसल्याचं सांगितलं. लगेच ब्राऊन व कॉलिन्स तिथं आले.

''झोपण्याच्या खोलीतला एक बग आत्ताच निकामी झालाय.'' तो इंजिनिअर

म्हणाला, ''त्या टेबल-लँपच्या तळाशी बसवलेला.''

''काय कारण असावं तो नादुरुस्त व्हायचं? बनावटीत काही दोष वगैरे होता का?'' कॉलिन्सनं विचारलं.

''तसंही असेल,'' इंजिनिअर म्हणाला, ''तसं कळायला काही मार्ग नाही. तो प्रत्यक्ष मोडलेला नाहीये. फक्त त्याची ध्वनी ग्रहण करायची शक्ती गेली आहे.''

''त्याला कदाचित त्याचा पत्ता लागला असेल. त्यानंच त्याच्यात काहीतरी काडी केली असेल. तो पक्का हरामखोर आहे!'' ब्राऊन म्हणाला.

''तसंच असेल. पाहिजे, तर आपण जाऊन चेक करू.'' इंजिनिअर म्हणाला.

''नको नको, तसं नको,'' कॉलिन्स म्हणाला, ''एक तर तो स्वतःच्या बेडरूममध्ये कधीच बोलत नाही. नुसताच पडून राहतो आणि विचार करतो. आणि दुसरं म्हणजे, अजून एक बग भिंतीवर लटकतो आहेच की.''

❖

त्याच रात्री, म्हणजे झॅकचा पहिला फोन आल्याला बारा दिवस उलटल्यानंतर, सॅम क्विनच्या खोलीत आली. तिनं अलगद दरवाजा उघडला, तरी पण थोडा आवाज झालाच.

''कसला आवाज झाला?'' इंजिनिअरजवळ बसलेल्या एफ.बी.आय.च्या माणसानं विचारलं.

''असेल क्विनच्या बेडरूमच्या नाहीतर खिडकीच्या दाराचा खटका! कदाचित तो बाथरूमला वगैरे चालला असेल, नाहीतर मोकळी हवा खायला खिडकी उघडली असेल. काही अवाज ऐकू येतोय का? नाही ना?'' तो इंजिनिअर म्हणाला.

क्विन गादीवर विचार करत निश्चलपणे नुसता पडून होता. त्यानं कमरेला नुसती लुंगी गुंडाळली होती. बाकी तो उघडाच होता. त्याचं अचानक दाराकडे लक्ष गेलं. सॅम दरवाज्यात मूकपणे उभी होती. तिलाही या छुप्या बग्जची चांगलीच कल्पना होती.

तिला बघून क्विन उडी मारून लुंगी सावरत उठला. त्यानं तोंडावर बोट ठेवून तिला आवाज न करण्याची खूण केली व टेबलाचा खण हलकेच उघडून आपला छोटा टेपरेकॉर्डर बाहेर काढला. तो टेबलावर ठेवला. मग खुर्च्यांची हळूच सरकवासरकवी करून त्यावर उशांची एक भिंतच रचली. अशी छानपैकी उशांची खोली तयार करून, त्याच्या मधोमध भिंतीलगत तो टेपरेकॉर्डर ठेवला व कॅसेट चालू केली.

मग सॅमला पलंगावर बसण्याची खूण करून तो कुजबुजत्या स्वरात म्हणाला,

''हं आता बोल, काय बोलायचंय , ते.''

''मला कुठं काय बोलायचंय?'' असं म्हणत ती अलगद त्याच्या कुशीत शिरली...

दूतावासाच्या तळघरात एफ.बी.आय.चा माणूस आणि इंजिनिअर दोघंही भिंतीवरच्या स्पीकरवरून येणारा घोरण्याचा लयबद्ध आवाज ऐकून कंटाळले होते. बिचाऱ्यांना काय ठाऊक, ते घोरणं क्विनचं आदल्या रात्रीच्या झोपेतलं होतं, ते! क्विननं आदल्या रात्री झोप लागण्याच्या थोडं आधी टेपरेकॉर्डर चालू करून स्वत:चंच घोरणं टेप करून ठेवलं होतं. ब्राऊन आणि सेमॉर पहाटे चक्कर मारायला म्हणून त्या तळघरातल्या खोलीत आले, तरी आपलं स्पीकरवरून तालासुरात घोरणं चालूच.

"मला एक गोष्ट कळत नाही, हा एवढा प्रचंड मानसिक ताण असताना या प्राण्याला एवढी शांत झोप लागते तरी कशी? मला तर बुवा, त्याचा हेवा वाटतो."

ब्राऊन त्यावर एक शब्दही न बोलता बाहेर निघून गेला. त्याच्या मते हा सगळा शुद्ध पोरखेळ चालू होता. पूर्वी जे जुन्या पद्धतीचे गुप्तहेर काम करायचे ना, तेच योग्य होतं. या सगळ्यांतून काहीतरी तोडगा काढायलाच हवा.

❖

क्विन व सॅम यांनी रात्रीचे जवळजवळ तीन तास एकमेकांच्या बाहुपाशात काढले. एकमेकांच्या कुटुंबीयांविषयी, करिअरविषयी, ध्येय आणि स्वप्नांविषयी गप्पागोष्टी केल्या. बहुतेक वेळ वक्त्याचं काम सॅमनं व श्रोत्याचं क्विननंच केलं. तिनं बोलता बोलता क्विनला केव्हिन ब्राऊनपासून सावध राहण्याची सूचना दिली व त्यानंच आपल्याला क्विनवर नजर ठेवायला नेमलं असल्याचंही सांगितलं. आणि असं बोलता बोलताच तिच्या जड झालेल्या पापण्या मिटूनही गेल्या. जरा वेळाने क्विननं तिला अलगद उठवलं.

"टेप संपत आली आहे..." तो म्हणाला.

तिनं एकवार त्याच्या कपाळावर ओठ टेकले आणि जमिनीवर पडलेला नाइटगाउन चढवून ती आपल्या खोलीत परत गेली. क्विननं टेबल, खुर्च्या, उशा परत आपापल्या जागी ठेवल्या आणि मग पलंगावर चढून खराच झोपून गेला.

दूतावासाच्या तळघरात स्पीकरसमोर ठाण मांडून बसलेल्या इंजिनिअरला एखाद्या माणसानं झोपेतल्या झोपेत कूस बदलल्यावर होतो, तसा आवाज ऐकू आला व काही क्षणांतच लयबद्ध घोरणं स्पीकरवर ऐकू येऊ लागलं. मात्र या वेळी ते खरंच होतं.

सकाळी साडेनऊ वाजता झॅकचा फोन आला. त्याचा आवाज कालच्याहून अधिक तुटक व चिडलेला वाटला. आता त्याच्यासुद्धा सहनशक्तीची परिसीमा झालेली होती. आता आपण जरा अवाज चढवून या क्विनला गप्प करायचंच, असंच तो ठरवून आला होता.

"हे बघ, हरामखोरा, आता फक्त मी काय म्हणतो, ते ऐकून घे. उगाच तुझ्या गोड बोलण्यानं मला फसवू पाहशील, तर याद राख. मी अखेरचं सांगतोय, वीस

लाख डॉलर्स! बस्स! एवढ्यावर मी हा सौदा मान्य करायला तयार होतोय; पण यापुढे एका अक्षरानं तोंड उघडलंस, तरी या पोरट्याची बोटंच तोडून पाठवतो बक्षीस म्हणून – एक छिन्नी आणि हातोडा घेईन आणि चांगली उजव्या हाताची बोटं तोडीन. मग बघू तुझं वॉशिंग्टन काय म्हणतंय. ते... ''

''झॅक, झॅक, असं काय करतोयस? आधी शांत हो बघू!'' क्विन त्याला कळकळीनं म्हणाला, ''तू जिंकलास. काल रात्रीच मी त्यांना फोन करून सांगितलंय की, वीस लाख डॉलर्स द्यायला तयार व्हा, नाहीतर हा मी चाललो. मग तुम्ही, तो झॅक आणि ते पोरगं... काहीही गोंधळ घाला आणि देवाशपथ... तुला काय वाटलं, एकटा तूच थकलायस? गेल्या कित्येक रात्री माझ्या डोळ्याला डोळा नाही. म्हटलं, एखादे वेळी तुझा फोन यायचा...''

हे ऐकून झॅक जरा शांत झाला. चला, आपल्याहूनही जास्त मनस्ताप भोगणारं कुणीतरी आहे, म्हणायचं.

''आणखी एक,'' झॅक ओरडला, ''आता मला रोख पैसे नकोत. तुम्ही नालायक लोक सुटकेसमध्ये बग बसवायला कमी करणार नाही. आता मला हिरे हवेत, हिरे! आता कसे, ते ऐक...''

यानंतर आणखी दहा सेकंद झॅक बोलत होता व क्विन ऐकत होता. नंतर फोन आदळून झॅक निघून गेला. सगळं संभाषण आपोआप टेप होतच होतं. त्यामुळे क्विनला टिपणं काढायची गरज भासली नाही. याही वेळी झॅक पोलिसांच्या हातावर तुरी देऊन निसटला.

❖

बरोबर त्याच वेळी अँडी लाईंग बँकेच्या कँटीनमध्ये जेवत होता. त्याच्याबरोबर त्याचा मित्र व सहकारी मि. अमीन हाही होता. हा पाकिस्तानी होता.

''मी फार बुचकळ्यात पडलोय, यार,'' अमीन म्हणाला, ''काय चाललंय, तेच कळत नाही.''

''पण असा कोड्यात काय बोलतोयस?'' लाईंग म्हणाला, ''काय झालं, ते तर सांगशील?''

''आपल्या इथून रोज लंडनला टपाल पाठवलं जातं, हे तुला माहिती असेलच. मी लंडनला एक फार महत्त्वाचं पत्र पाठवलं होतं व त्यांच्याकडून उत्तराची वाट बघत होतो. अजून उत्तर कसं येत नाही, म्हणून मी चौकशी करायला गेलो, तर टपालड्युटीवरच्या शिपायानं मला काहीतरी भलतंच सांगितलं.''

''काय?''

''तो म्हणाला, 'सगळ्याच पत्रांना हल्ली उशीर होतो. इथून जेद्दामधून जाणारं

सगळं टपाल आधी रियाधला जातं व तिथून एक दिवसानंतर ते लंडनला पाठवतात.' पण काय, रे, असं त्यांनी करायचं कारणच काय?''

ते कारण लाईंगला लगेचच समजलं. त्याच्या तोंडातला अन्नाचा घास फिरू लागला. त्याच्या पोटात भीतीचा एक मोठा खड्डा पडला.

''हे किती दिवसांपासून सुरू झालंय?''

''साधारणपणे एक आठवडा झाला.''

लाईंग कँटीनमधून परत ऑफिसकडे जायला निघाला. इतक्यात त्याला ब्रँच मॅनेजर अल हरून याचा निरोप मिळाला. त्याप्रमाणे मि. स्टीव्ह पाईल यांनी त्याला ताबडतोब रियाधला भेटीसाठी बोलावलं होतं.

विमानात बसल्या बसल्या एक विचार त्याच्या मनात सारखा येत होता. इतके कसे आपण मूर्ख! आपलं पत्र ऑफिसच्या टपालात कशाला झक मारायला टाकलं आपण? आपण आपल्या स्वत:च्या हस्ताक्षरात पत्रावर मुख्य अकाउंटंटचा पत्ता लिहिलाय. ते पत्र त्या स्टीव्ह पाईलला मैलावरून सुद्धा ओळखता आलं असेल.

रियाधला पोहोचल्यावर त्याला तातडीनं स्टीव्ह पाईलच्या केबिनमध्ये नेण्यात आलं.

❖

निगेल क्रॅमर बारा वाजण्याच्या सुमाराला क्विनला भेटायला आला.

''मग अखेर वीस लाख डॉलर्सला तुम्ही हा सौदा मिटवला, तर!''

क्विननं होकार दिला.

''अभिनंदन! या असल्या अवघड केसमध्ये केवळ तेरा दिवसांत तुम्ही बोलणी संपवली, म्हणजे विशेषच आहे; आणि हो, आज सकाळचा झॅकचा फोनवरील आवाज मी आमच्या मानसोपचारतज्ज्ञांना ऐकवला. त्यांच्या म्हणण्याप्रमाणे तो माणूस आज अगदी निर्वाणीचं बोलत होता. तो अतिप्रचंड मानसिक ताणाखाली आहे.''

''अजून थोडे दिवस त्याला हा ताण सहन करावा लागणारच आहे. त्यालाच नव्हे, आपणां सर्वांनाच,'' क्विन म्हणाला, त्यानं आता रोकड रकमेऐवजी हिऱ्यांची मागणी केलीय, हे ऐकलंत ना? त्यांची जमवाजमव करायला जरा वेळ लागेलच. त्याच्या लपण्याच्या ठिकाणाचा काही पत्ता लागला?

क्रॅमरनं मानेनंच नकार दिला.

''अजून तरी काहीच नाही. आम्ही देशाचा कोपरान्‌कोपरा धुंडाळला. एकतर ते ठिकाण कुठंतरी औद्योगिक वसाहतीत असेल, राहतं घर नसेलच, किंवा दुसरी शक्यता म्हणजे, त्यांनी ते घर रोख पैसे देऊन विकत घेतलं असेल, नाहीतर उसनं.''

"काय, हो? पण विकत घेतलं असलं, तर ते शोधून काढण्याचा काहीच मार्ग नाही?" क्विननं विचारलं.

"नाही, बिलकूलच नाही. साउथ ईस्ट इंग्लंडमध्ये खरेदी-विक्रीचे इतके प्रचंड व्यवहार चालतात की, काही कळणंच शक्य नाही. आणि हो, मी माझ्या एका माणसाशी बोललो. या हिऱ्यांच्या व्यापाऱ्यांमध्ये त्याच्या काही ओळखी आहेत. हा जो कोण झॅक आहे ना, तो हिऱ्यांच्या बाबतीत चांगला जाणकार दिसतोय. तो नाहीतर त्याच्या साथीदारांपैकी कुणीतरी नक्कीच त्यानं ज्या काही प्रकारचे हिरे मागितले आहेत, ते बाजारात सहजी उपलब्ध असणारे, तसेच विकून टाकायलासुद्धा अगदीच सोपे आहेत. वजनाला सुद्धा हलके. सगळे हिरे मिळून जास्तीतजास्त एखादा किलो भरतील. बरं, पण ही देवाण-घेवाण कुठं आणि कशी करायची, याबद्दल तुम्ही मनाशी काही ठरवलं असेलच ना?"

"अर्थात!" क्विन म्हणाला, "अर्थात हे काम मात्र मी एकट्यानं करणार आहे. आणि एक महत्त्वाची गोष्ट, हिऱ्यांच्या थैलीत छुपे मायक्रोफोन्स वगैरे बसवलेले मला अजिबात खपणार नाहीत. माझ्या मते देवाण-घेवाण करण्याच्या ठिकाणी ते सायमन कॉरमॅकला आणणारच नाहीत. आपण समजा, काही गडबड केलीच, तर त्यांच्यातला एखादा बंदा त्या पोराला ठार मारायला मागे थांबला असेलच."

"काही काळजी करू नका, मि. क्विन. आम्हाला आपहरणकर्त्यांना पकडायचं तर आहेच, पण तुमचा मुद्दा माझ्या लक्षात आला. या खेपेला आम्ही काही गडबड करणार नाही. काही हीरोगिरी करणार नाही, हे नक्की."

"थँक्यू!" क्विन म्हणाला.

नंतर क्रॅमर कोब्रा कमिटीसमोर आपला अहवाल देण्यासाठी गेला.

❖

केव्हिन ब्राऊननं सकाळचा सगळा वेळ दूतावासाच्या तळघरातल्या आपल्या ऑफिसमध्ये एकट्यानं काढला. आपल्याला लागणाऱ्या वस्तूंची त्यानं एक यादीच तयार केली होती. सकाळी दुकानं उघडल्यानंतर ती यादी घेऊन आपल्या एका सहकाऱ्याला त्यानं खरेदीला धाडलं होतं – त्या यादीत एक अतिशय मोठा व तपशीलवार असा लंडन शहर व त्याभोवतालच्या परिसरातील रस्त्यांचा नकाशा, त्याच आकाराचा एक प्लॅस्टिक शीट, नकाशाच्या पिना, वेगवेगळ्या रंगांच्या पेन्सिली इत्यादी गोष्टी होत्या.

नंतर त्यानं आपल्या सर्व सहकाऱ्यांना जवळ बोलावलं. टेबलावर तो नकाशा पसरून त्यावर प्लॅस्टिकचा शीट पसरला.

"ओके. आता त्या उंदरानं ज्या-ज्या बूथ्समधून फोन केला, ते ते बूथ्स आपण

शोधून काढू. अरे मॉक्सन, त्यांची नावं जरा पहिल्यापासून ओळीनं वाच बरं.''

मॉक्सननं एक एक करून नावं वाचायला सुरुवात केली, तसतशी त्या त्या ठिकाणावर ब्राऊननं एक एक पिन खोचली.

झॅकनं तेरा दिवसांत एकूण आठ फोन्स केले होते; आणि नववा कुठल्याही क्षणी येणार होता.दहा वाजायच्या सुमाराला एफ.बी.आय.चा माणूस केबिनच्या दारातून डोकं आत घालून म्हणाला.

''ब्राऊनसाहेब, त्या झॅकचा आत्ताच फोन येऊन गेला. त्यानं सायमन कॉरमॅकची बोटं छिन्नी हातोड्यानं तोडून पाठवायची धमकी दिली आहे.''

''ओ, डॅम!'' ब्राऊन ओरडला, ''त्या मूर्ख क्विनपायी हे असलं काहीतरी घडणार, याची मला खात्रीच होती. हा फोन कुठून आला होता?''

''सेफ्रॉन वाल्डन नावाच्या ठिकाणाहून.''

नववी पिन खोचली गेली. मग ब्राऊननं त्या सर्व ठिकाणांना जोडणारी एक वर्तुळाकार रेषा काढली. त्यात एकूण शेजारशेजारच्या पाच परगण्यांचा समावेश होता, मग त्यानं पट्टीनं समोरासमोरचे बिंदू एकमेकांना जोडले. त्या रेषांच्या जाळ्याच्या साधारण केंद्रबिंदूपाशी खूण केली. बिगलस्वेड, बेडफोर्डशायर हा भाग जरा संशयास्पद वाटत होता.

''येथून एक सुद्धा फोन नाही, हे कसं काय?''

''त्यांच्या लपण्याचं ठिकाण कदाचित इथंच कुठंतरी असणार!'' एक जण म्हणाला.

''तसंच असेल. हे पाहा, ही जी गावं आहेत ना – बिगलस्वेड आणि सँडी, ही या केंद्रबिंदूच्या सर्वांत जवळची गावं आहेत. तिथं जा आणि सगळ्या इस्टेट एजंटांच्या ऑफिसांत चौकशीला लागा, असं दाखवा की, तुम्ही गिऱ्हाईक म्हणूनच चौकशी करताय. आपण लेखक असून लेखनासाठी निवांत ठिकाण हवंय, असं सांगा आणि त्यांच्या बोलण्यातला शब्दन्‌शब्द लक्षपूर्वक ऐका. कदाचित असं एखादं ठिकाण लवकरच मोकळं होण्याची शक्यता असल्याचं कुणी सांगेल. नाहीतर 'साहेब, तुम्ही तीन महिन्यांपूर्वी आला असता, तर अशी जागा होती,'' असंही कुणी म्हणू शकतो. समजलं ना?''

सगळ्यांनी होकार दिला.

''आम्ही तपासाला जाण्याआधी मि. सेमॉरना खबर देऊ का? कदाचित स्कॉटलंड यार्डही त्याच भागात तपास करत असायचं!''

''ते सेमॉरचं तुम्ही माझ्यावर सोडा...'' ब्राऊन त्यांना म्हणाला.

❖

स्टीव्ह पाईलनं नेहमीसारखंच खोटं खोटं, प्रेमळ, नाटकी हसत अँडी लाईंगचं स्वागत केलं.

"मी... मुद्दामच तुला इथं बोलावून घेतलं, अँडी! कारण मला लंडनहून नुकताच असा निरोप आलाय की, त्यांना तुला भेटायचंय. बहुतेक तुला काहीतरी नवीन, चॅलेंजिंग काम मिळणार, असं दिसतंय!"

"नक्कीच असेल," अँडी लाईंग म्हणाला, "मी लंडन ऑफिसला एक पत्र आणि पार्सल पाठवलं होतं, पण ते इथं रियाधमध्येच अडवलं गेल्यामुळे लंडनपर्यंत कधी पोहोचलंच नाही. त्याचा तर याच्याशी काही संबंध नसेल ना?"

ते ऐकताक्षणीच पाईलचा चांगुलपणाचा सगळा मुखवटा गळून पडला.

"ऑल राइट! तू स्वतःला फार शहाणा समजतोस, पण तू तुझ्याशी संबंध नसलेल्या गोष्टीत नाक खुपसतोयस. मी तुला आधीही सूचना दिली होती, पण नाही. तुला मुळी प्रायव्हेट डिटेक्टिव्ह म्हणून काम करायची हौसच आली होती ना? ठीक आहे. मी आता तुला सत्यच सांगतो. मीच तुझी लंडनला परत बदली करत आहे. तू इथल्या आमच्या व्यवस्थेत नीट बसत नाहीस, लाईंग. तुझ्या कामाबद्दल माझी तक्रार आहे. तुला परत जावंच लागेल, समजलं? तुला तुझं इथलं काम आटोपतं घ्यायला सात दिवसांची मुदत दिली जात आहे. तुझं तिकीटही काढून झालंय. आजपासून बरोबर सात दिवसांनंतरचं."

अँडी लाईंग वयानं जरा अजून मोठा, अनुभवानं परिपक्व असता, तर त्यानं पुढची खेळी अतिशय सावधपणे खेळली असती. थंड डोक्यानं खेळली असती. पण स्टीव्ह पाईलसारख्या इतक्या ज्येष्ठ अधिकाऱ्यानं स्वतःच्या स्वार्थापोटी जनतेला असं लुबाडावं, हे त्याला सहन होईना. अजून तो जगाचे टक्केटोणपे खाऊन अनुभवानं शहाणा झालेला नव्हता. त्याला वाटलं, या जगात सत्याला कधी मरण नसतं. तो उपहासानं हसत जायला उठला.

"सात दिवस काय? लंडनमध्ये चाव्या फिरवायला तुम्हाला एवढे दिवस पुरेत का? ते काही चालणार नाही. मी आत्ताच्या आत्ता असाच जेद्दाला चाललो. तिथून उद्याच मी लंडनला जाणार."

तो कसातरी शेवटचं विमान पकडून जेद्दाला पोहोचला. तो विमानतळावरून तसाच बँकेत गेला. त्याचा पासपोर्ट व इतर महत्त्वाचे कागदपत्र नेहमी त्याच्या बँकेतल्या टेबलातल्या खणात ठेवलेले असायचे. त्यानं खण उघडला. पासपोर्ट गायब झालेला होता.

❖

त्या रात्री अपहरणकर्त्यांमध्ये बरीच वादावादी झाली.

''भडव्यांनो, तुमचे आवाज जरा हळू ठेवा!'' झॅक मधूनच ओरडून त्यांना गप्प करत होता.

आपल्या साथीदारांची सहनशक्ती आता संपुष्टात येत चालली आहे, हे त्यालाही ठाऊक होतं. अशा अपहरणात हा धोका नेहमीच असतो. ते अपहरण केल्याच्या दिवसापासून आजपर्यंत बिचारे या छोट्याशा बिळात अडकून पडले होते. रात्रंदिवस बाहेरचा उजेड दिसायचा नाही. झॅकनं जवळपास कुठंतरी जाऊन पैदा केलेली बिअर पीत दिवस कंठायचे. सर्व वेळ खिडकीच्या जवळ सुद्धा न जाता, कुणाच्या नजरेला सुद्धा न पडता वावरायचं. माणसानं ताण तरी किती सहन करायचा? ते सगळे एकजात कामगार-वर्गाचे लोक होते. वाचन, लेखन असले छंदही त्यांना नव्हते. त्यांतला कॉर्सिकन होता, तो तेवढा सारखा फ्रेंच रेडिओ स्टेशन्स लावून बसायचा. आफ्रिकन सारखी शीळ घालत कुठली कुठली गाणी वाजवत बसायचा. बेल्जियन टीव्हीसमोर बसून राहायचा, पण बिचाऱ्याला त्यातलं एक अक्षरदेखील कळायचं नाही. त्यातल्यात्यात कार्टून्स बघायला मजा यायची.

वाद चालला होता, तो त्या भडव्या क्विन की कोणाच्या नादी लागून झॅकनं केवळ वीस लाखांत सौदा तोडला, त्यावरून!

पहिला आवाज कॉर्सिकननं उठवला आणि बेल्जियन माणसाला त्याचं म्हणणं पटलं. साउथ आफ्रिकन कंटाळला होता. त्याला घरी, आपल्या बायको मुलांकडे जायची घाई झाली होती, त्यामुळे त्याला झॅकची बाजू पटली. कॉर्सिकनचं म्हणणं पडलं, आपण अजून पाहिजे तितके दिवस ताणून धरू की! घाई कशाला करायची? पण हे खरं नव्हतं. आणि झॅकला ते पुरेपूर ठाऊक होतं, पण बाकीच्यांना कितीही समजावून सांगितलं, तरीकाही केल्या पटतच नव्हतं.

त्यामुळे मग त्यानं दुसरा मार्ग पत्करला, आधी त्यानं त्यांना चुचकारून शांत केलं, समजावलं. त्यांनी किती धीरानं, हुशारीनं सगळा प्रसंग निभावून नेला, याबद्दल त्यांचं कौतुक केलं आणि मग या सगळ्याची फळं लवकरच आता आपल्याला मिळणार आहेत, आपण सगळे थोड्याच दिवसांत श्रीमंत होणार आहोत, असा विषय काढला. पैशाचं नाव काढताच सगळे शांत झाले. निदान फार हातघाईला यायच्या आत प्रकरण मिटलं; पण मात्र बाकीच्या तीन माणसांप्रमाणे कंटाळवाणेपणा ही काही झॅकची समस्या नव्हती. त्याला प्रचंड मानसिक ताणाखाली दिवस काढावे लागत होते. प्रत्येक फोन करायला जाताना, आपली व्होल्व्हो गाडी त्या गर्दीच्या रस्त्यातून हाकत असताना त्याच्या मनात एकच विचार असायचा – जपून, सावध. कुठल्या बारक्याशा कारणानं सुद्धा आपण पोलिसांच्या ताब्यात सापडता कामा नये. आपलं खोट्या मिशा व केसांचा टोप घातलेलं सोंग कुणाच्या लक्षात येता कामा नये. लांबून बघणारा त्यानं फसेल, ठीक आहे. पण जवळून बघणारा या सोंगाला फसायचा नाही.

प्रत्येक वेळी टेलिफोन बूथमध्ये शिरताना त्याच्या पोटात धसका असायचा, कुठंतरी, काहीतरी गणित चुकेल आणि मागून येऊन कुणीतरी हातात बेड्या अडकवेल. अर्थात झॅकजवळ भरलेली बंदूक सततच असायची. ती वापरून त्याला तेवढ्यापुरती स्वत:ची सुटका कशीही करून घेता आली असती; पण मग मुद्दामच जरा लांबवर पार्क केलेल्या व्होल्व्हो गाडीपर्यंत पोहोचायला सवड मिळाली नसती. पायीच पळावं लागलं असतं. आणि मग... त्या कल्पनेनंच त्याच्या पोटात ढवळायला लागे आणि मग आधी ठरवून ठेवलेल्या बूथच्या जवळपास एखादा पोलिसाचा डगला लांबवरून जरी दिसला, तरी तो तिथून फोन करायचा तिचार सोडून पुढे जाई.

"जा बरं, त्या पोराला त्याचं जेवण दे..." त्यानं त्या साउथ आफ्रिकन माणसाला सांगितलं.

❖

सायमन कॉरमॅकला कैदेत पडून आज पंधरा दिवस झाले होते. तेरा दिवसांपूर्वी हल्लेखोरांनी त्याला एमिली आत्याच्या संदर्भात एक प्रश्न विचारला.

त्यामुळे आपले वडील आपल्या सुटकेचा प्रयत्न करतायत, हे एवढं त्याला कळलं होतं. एकांतवास, म्हणजे काय प्रकार असतो, हे त्याला आता चांगलंच कळून चुकलं होतं. तुरुंगात कैदी महिनोन्महिने, वर्षानुवर्षं अशा सजा कशा काय भोगतात! निदान पाश्चात्त्य तुरुंगांमध्ये कैद्यांना लेखनसाहित्य, पुस्तकं, कधी टीव्ही किंवा काही विरंगुळ्याची साधनं पुरवतात. त्याच्याजवळ तर यांपैकी काहीच नव्हतं. पण तो तसा धीराचा मुलगा होता. लेचापेचा नव्हता. अशा परिस्थितीत सुद्धा मी खचून जाणार नाही, अशी त्याची जिद्द होती.

तो रोज नेमानं आळस झटकून व्यायाम करत असे. दहा जोर-बैठका, बारा वेळा जागच्या जागी पळण्याचा व्यायाम, आणखीही जमेल तेवढं, सगळं. त्याच्या अंगात अजूनही पंधरा दिवसांपूर्वीचे पळताना अंगात घातलेले कपडे होते. आपल्या अंगाला आता अगदी दुर्गंधी यायला लागली आहे, याची त्याला पूर्ण कल्पना होती. कमोडचा वापर सुद्धा तो अगदी काळजीपूर्वक करायचा. निदान तो तरी दर दोन दिवसांआड स्वच्छ केला जाई, एवढं तरी बरं होतं.

तेच तेच जेवण जेवून त्याला आता अगदी वीट आला होता. एकतर जेवण थंडगार असायचं. शिवाय रोजच हवाबंद डब्यातलं, नाहीतर तळकट. अर्थात निदान ते पोटभर असायचं, एवढंच त्यात समाधान! त्याच्याकडे दाढीचं सामान नसल्यामुळे दाढी-मिशा वाढल्या होत्या, केसही हवे तसे वाढले होते. तो ते हातानंच सारखे करायचा; कारण कंगवा नव्हताच! एक दिवस सगळा धीर गोळा करून, त्यानं बादलीभर गार पाणी आणि स्पंजाची मागणी केली. ते लगेच पुरवण्यात आलं.

अंघोळ ही एखाद्याला चैन वाटू शकते, हे त्याला आज प्रथमच कळत होतं. त्यानं अंगातले सगळे कपडे काढून टाकून, पायातल्या साखळीचा त्रास सहन करत कसंतरी अंग वरपासून खालपर्यंत साफ केलं. त्यानंतर त्याला जणूकाही पुनर्जन्म झाल्यासारखं वाटायला लागलं, पण तरीही त्यानं सुटकेचा काही विचार देखील मनात आणला नाही. पायाची साखळी चांगली भक्कम होती. दार मजबूत लाकडाचं. शिवाय बाहेरून कडी घातलेली असायची.

व्यायाम करून झाला की, मग तो स्वत:चं मन रमवण्यासाठी तऱ्हेतऱ्हेचे प्रयत्न करून बघायचा. आत्तापर्यंत शिकलेल्या कवितांपैकी आठवेल ती कविता संपूर्ण म्हणण्याचा प्रयत्न करून बघायचा. स्वत:चं आत्मचरित्र लेखनिकाला सांगतोय, अशी कल्पना करून लहानपणापासून आपल्या एकवीस वर्षांच्या आयुष्यात जी काही लहान-मोठी घटना घडली असेल, ती डोळ्यांसमोर आणायची आणि समोरच्या भिंतीलाच तिचं कथन करायचं. घराविषयी, न्यू हेवनविषयी, नानट्केट, येल आणि व्हाइट हाउसविषयी. मग तो आपल्या आई-वडिलांचा विचार करायचा. ते आपली काळजी तर करत नसतील ना? पण नसतील कशी? नक्कीच करत असतील. फक्त तेवढा, आपण तसे ठीक आहोत, हे त्यांना कळवण्याचा काही मार्ग असता, तर...! तेवढ्यात दारावर तीन ठोके पडले. यांत्रिकपणे त्यानं काळं कापड उचलून डोक्यावर पांघरलं. रात्रीचं जेवण की, सकाळची न्याहारी? काही कळायला मार्ग नव्हता...

❖

त्याच सायंकाळी तिकडे व्हाइट हाउसमध्ये कमिटीची बैठक होती. नेहमीच्या सदस्यांखेरीज एफ.बी.आय.चा फिलिप केली आणि सी.आय.ए.चा डेव्हिड वाइनट्राऊब हेही उपस्थित होते...

त्यांना झॅक आणि क्विन यांच्यात फोनवर झालेल्या संभाषणाची टेप ऐकवण्यात आली. ब्रिटिश गुन्हेगाराचा खरखरीत घोगरा आवाज आणि अमेरिकन मध्यस्थाचं शांत, आश्वासक बोलणं.

झॅकचं बोलणं संपलं आणि त्या धक्क्यानं ह्यूबर्ट रीडच्या चेहऱ्याचा रंगच उडाला.

"माय मॉड! छिन्नी आणि हातोडा! हा काय माणूस आहे, का पशू!"

"हो. आम्हाला तो किती नीच आहे, याची कल्पना आहे..." ओडेल म्हणाले, "पण नशीब एवढं की, आता निदान खंडणीची रक्कम तर ठरली. वीस लाख डॉलर्स - हिऱ्यांच्या स्वरूपात. कुणाची काही हरकत?"

"हरकत असणं शक्यच नाही." जेम्स डोनाल्डसन म्हणाला, "प्रेसिडेंटच्या मुलाखातर ही रक्कम देशाला काही जड नाही. मला नवल एकाच गोष्टीचं वाटतं

की, हे ठरायला दोन आठवडे का लागावे?''

अॅटर्नी जनरल बिल वॉल्टर्स म्हणाला,

''पण मला तर असं सांगण्यात आलं की, हा सौदा त्या मानानं फार लवकर पटलाय.''

डॉन एडमोंड्सनं त्याला होकार दिला.

''आपल्याला उरलेल्या टेप्स एकायच्या आहेत?'' ओडेल यांनी विचारलं, ''अपार्टमेंटमधल्या संभाषणाच्या टेप्स वगैरे?''

पण त्याची कोणाला गरज वाटली नाही.

''स्कॉटलंड यार्डच्या त्या क्रॅमरनं क्विनला जे काही सांगितलं, त्याबद्दल कुणाचं काही म्हणणं आहे?''

डॉन एडमोंड्सनं एकवार फिलीप केलीकडे तिरपा कटाक्ष टाकला आणि तो ब्यूरोच्या वतीनं बोलला,

''आमच्या लोकांचंही म्हणणं ब्रिटिशांसारखंच आहे,'' तो म्हणाला, ''ह्या झॅकची सहनशक्ती आता संपुष्टात आली आहे. तो आता हे सगळं संपवायला उत्सुक आहे. त्याच्या मनावरचा ताण त्याच्या आवाजातूनही आता जाणवायला लागला आहे. या धमक्या हा सुद्धा याचाच परिणाम आहे. तसंच, आमच्या तज्ज्ञांचं आणि ब्रिटिश मानसोपचारतज्ज्ञांचं आणखी एका गोष्टीतही एकमत आहे, ते ह्या की, क्विननं या नरपशूशी एक प्रकारचे जवळिकीचे संबंध प्रस्थापित करण्यात निश्चित यश मिळवलेलं आहे. खरं पाहता, इतक्या थोड्या कालावधीत बोलणी समाप्त व्हावी, हेही क्विनच्याच मेहनतीचं फळ आहे.'' – त्यानं बोलता-बोलता जेम्स डोनाल्डसनकडे एक कटाक्ष टाकला. ''क्विन स्वत: झॅकच्या बाजूचा आहे व आपण इथं जमलेले बाकी सगळे दुष्ट आहोत, झॅकचे शत्रू आहोत, असं त्यानं झॅकच्या डोळ्यांपुढे जे चित्र रंगवलंय, ते चांगलंच परिणामकारक झालंय, त्यामुळे झॅकचा, बाकी कुणावर नसला, तरी क्विनवर मात्र विश्वास बसलाय. शेवटी मुद्दा असा आहे की, पैशाची देवाण-घेवाण होऊन तो मुलगा सुखरूप परत हाती लागणं. मग तो क्विननं कुठल्याही मार्गानं मिळवावा.''

''माय गॉड! काय महाकर्मकठीण गोष्ट आहे, त्या नराधमाशी गोड बोलायचं, म्हणजे!'' जेम्स डोनाल्डसन म्हणाला.

हे सगळं ऐकत असताना डेव्हिड वाइनट्राऊब आपल्या खुर्चीत आढ्याकडे नजर लावून शांत बसून होता. त्यानं सेक्रेटरी ऑफ स्टेटकडे एक नजर टाकली. तुम्हा अतिरथी महारथींना आपापल्या खुर्च्यांमध्ये आरामात बसता यावं, म्हणून शेवटी कुणालातरी असं काम हाती घ्यावंच लागतं, असं म्हणावंसं त्याला वाटत होतं. पण तो ते म्हणाला नाही. त्याचा आणि त्याच्या सहकाऱ्यांचा अनेकदा या झॅकसारख्या नराधमाशी संबंध येई.

“बराय तर, लोकहो!” ओडेल म्हणाले, “आता हा सौदा आपणा सर्वांना मंजूर आहे, असं धरून चालायला हरकत नाही. तेव्हा हे काम लवकरातलवकर उरकून टाकावं, हे बरं. माझंही व्यक्तिश: असंच मत आहे की, मि. क्विन यांनी घेतलेल्या मेहनतीमुळेच हे सगळं इतक्या झटकन पार पडलं. आता तर त्यांनी खरोखरच आपल्या मुलाला सुखरूप सोडवून आणलं, तर आपण त्यांचे शतश: ऋणी होऊ हं. आता त्या हिऱ्यांविषयी, त्यांची योजना कशी करायची?”

“न्यूयॉर्क,” वाइनट्राऊब म्हणाला, “देशातील हिऱ्यांची प्रमुख बाजारपेठ.”

“मॉर्टन, तू न्यूयॉर्कचा आहेस, तेव्हा तुझ्या काही आतल्या गोटात ओळखी असण्याचा संभव आहे. नाही का?” ओडेल यांनी मॉर्टन स्टॅनार्डला विचारलं.

“हो, भरपूर ओळखी आहेत आणि चांगली विश्वासातली माणसं आहेत. मी हे काम अंगावर घ्यायला तयार आहे; पण... पैशाचं काय?”

“प्रेसिडेंटसाहेबांचा असा आग्रह, नव्हे, हट्टच आहे की, ते स्वत:च्या वैयक्तिक उत्पन्नातून ही खंडणीची रक्कम देतील, पण माझं मत आहे की, या परिस्थितीत या सगळ्याचे तपशील उगीच त्यांच्यापर्यंत कशासाठी न्यायचे? ह्यूबर्ट, मला वाटतं, सरकारी खजिन्यातून आपण त्यांना तात्पुरतं वैयक्तिक कर्ज देण्याची काही व्यवस्था करू शकलो, तर?”

“काहीच प्रश्न नाही!” रीड म्हणाला, “मॉर्टन, मी पैशाची ताबडतोब व्यवस्था करतो.”

बैठक समाप्त झाली. ओडेल यांना लगेचच प्रेसिडेंट जॉन कॉरमॅक यांच्या भेटीला जायचं होतं.

“मॉर्टन, हिऱ्यांची जमवाजमव जेवढ्या लवकरातलवकर करशील, तेवढं बरं.” ओडेल म्हणाले, “मला वाटतं, आपण येते दोन-तीन दिवस रोजच अशी बैठक घेऊ. टॉप सीक्रेट.”

वस्तुस्थिती अशी घडली की, अशा गुप्त बैठका लागोपाठ सात दिवस घ्याव्या लागल्या.

❖

अँडी लाईंगला दुसऱ्या दिवशी सकाळपर्यंत बँक मॅनेजर अल हरून यांची गाठ घेताच आली नाही; पण त्यानं त्याआधीची रात्र मात्र फुकट घालवली नाही.

मि. अल हरून यांची प्रतिक्रिया जशी अँडीनं अपेक्षिली होती, अगदी तशीच झाली. त्यांनी अतिशय ढोंगी आणि नाटकी हास्य करत मि. स्टीव्ह पाईल यांच्या खास सूचनेनुसार बँकेच्या सेफमध्ये बंदोबस्तात ठेवलेला अँडीचा पासपोर्ट त्याला परत दिला.

अँडीनं त्यांचे आभार मानले आणि तो परत आपल्या जागी येऊन बसला. त्यानं सहज चाळा म्हणून आपल्या पासपोर्टची पानं उलटली आणि एका गोष्टीनं त्याचं लक्ष वेधलं गेलं.

सौदी अरेबियामध्ये परदेशी प्रवाशांना, केवळ आत शिरतानाच नव्हे, तर बाहेर पडतानाही परवाना – एक्झिट व्हिसा – लागतो. अँडीच्या जुन्या व्हिसावर आता कॅन्सल केल्याचा शिक्का नव्यानंच मारलेला दिसत होता. हे नक्कीच अल हरूनच्या एखाद्या सरकारी चमच्याचं काम असणार, याचा अर्थ तो उद्या लंडनला जाऊ शकत नव्हता.

पण अँडी असा मूग गिळून स्वस्थ बसणारा नव्हता. यावर काय उपाय करावा, अशा विचारात तो असतानाच त्याला आपल्या अमीन या मित्राशी पूर्वी एकदा झालेलं बोलणं आठवलं. तो लगेच अमीनच्या टेबलापाशी गेला.

"मि. अमीन, इथल्या इमिग्रेशन सर्व्हिसमध्ये तुमचा कुणीतरी नातेवाईक आहे ना?"

अमीनला त्यामागचा हेतू काही कळला नाही. तो भोळेपणानं म्हणाला,

"हो, आहे ना. माझा सख्खा चुलतभाऊच आहे."

"कुठल्या ऑफिसात आहे?"

"इथं नाही. तो धारामला असतो."

धाराम सौदी अरेबियाच्या बरोबर दुसऱ्या टोकाला आहे. अँडी लाईंगनं नंतर लगेचच, म्हणजे साधारण सकाळी साडेअकराच्या सुमाराला मि. अमीनच्या या चुलतभावाला एका बूथमधून फोन केला.

"मी सौदी अरेबियन इन्व्हेस्टमेंट बँकेचा जनरल मॅनेजर स्टीव्ह पाईल बोलतोय. आत्ता माझा एक ऑफिसर धाराममध्ये काही कामासाठी आलेला आहे. त्याचं नाव आहे मि. अँडी लाईंग. त्याला अचानक काही कामासाठी तिथूनच बहारीनला पाठवायचंय, पण त्यानं मला फोन करून कळवलंय की, त्याच्या एक्झिट व्हिसाची मुदत संपलेली आहे. आता नेहमीच्या दप्तरदिरंगाईतून त्याचं काम व्हायला किती वेळ लागेल, तुम्हाला ठाऊकच आहे..... तर मी काय विचार करत होतो की, तुमचा सख्खा चुलतभाऊ आमच्या इथं इतक्या वरच्या हुद्द्यावर आहे.... आणि हो, मि. लाईंग अतिशय सढळ हाताचा माणूस आहे... आलं ना लक्षात?"

मग दुपारी जेवणाच्या सुट्टीत अँडी लाईंग आपल्या अपार्टमेंटमध्ये आला. त्यानं रात्रीच भरून ठेवलेलं सामान घेतलं आणि विमानतळावर येऊन सौदिया एअरलाइन्सची धारामची फ्लाइट घेतली. मि. झुल्फिकार अमीन त्याची आपल्या ऑफिसात वाटच बघत होते. अशा रीतीनं एक्झिट व्हिसाचं काम दोन तास व एक हजार रियालमध्ये पार पडलं.

अँडी लाईंग ऑफिसात नाही, ही गोष्ट मि. अल हरून याच्या साधारण दुपारी तीनला लक्षात आली, त्यानं जेद्दा विमानतळावर फोन करून परदेशी

जाणाऱ्या सर्व फ्लाइटसमध्ये कुठं अँडी लाईंगचं नाव आहे का, याची चौकशी केली, पण त्याचा कुठंच थांगपत्ता लागेना. शेवटी बुचकळ्यात पडून त्यानं रियाधला फोन लावला.

स्टीव्ह पाईलनं त्याला विचारलं,

''अशीही शक्यता आहे की, त्यानं देशातल्या देशातच कुठंतरी जाण्यासाठी फ्लाइट घेतली असेल. तसं असलं, तर त्याला अडवता येईल का?''

''साहेब, अडवणं वगैरे शक्य होणार नाही, पण फक्त त्यानं देशांतर्गत फ्लाइट घेतली आहे किंवा नाही, हे कळू मात्र शकेल.''

त्यांना बऱ्याच उलाढाली करून अखेर अँडी लाईंग धारामला पोहोचलाय, असा पत्ता लागेपर्यंत तो बहारीनच्या हद्दीत पोहोचलाही होता. त्यांनी पुढे काही हालचाल करण्यापूर्वीच, त्यानं ब्रिटिश एअरवेजची मॉरिशसवरून लंडनला जाणारी फ्लाइट पकडली व तो लंडनला रवाना झाला.

स्टीव्ह पाईल इकडे हात चोळत बसला.

❖

बरोबर तीन दिवसांनी झॅकला पोहोचवण्याच्या हिऱ्यांचं पार्सल करण्याची जबाबदारी वॉशिंग्टन कमिटीनं संरक्षण सचिवाच्या शिरावर टाकली, पण त्यानं उलटा निरोप पाठवला की, पैसे वेळेवर देऊनसुद्धा ते हिऱ्यांचं काम व्हायला अपेक्षेपेक्षा जरा जास्तीच वेळ लागणार होता.

''हे पाहा,'' त्यानं आपल्या सहकाऱ्यांना सांगितलं, ''मला स्वत:ला हिऱ्यांबद्दल काडीचीही माहिती नाहीये, पण त्या धंद्यात असणाऱ्या लोकांमध्ये माझ्या चांगल्या ओळखी आहेत. त्यांच्यातल्या तीन अत्यंत विश्वासू लोकांना मी हाताशी धरलेलं आहे. त्यांच्या म्हणण्यानुसार हिऱ्यांची संख्या बरीच जास्त होईल.''

''या अपहरणकर्त्यांनी पैलू न पाडलेले एक पंचमांश ते एक द्वितियांश (अर्धा) कॅरट वजनाचे मध्यम प्रतीचे हिरे मागितले आहेत. असल्या प्रकारचे हिरे साधारणत: अडीचशे ते तीनशे डॉलर्स प्रति कॅरट या भावानं मिळतात. तेव्हा प्रति कॅरट सरासरी अडीचशे डॉलर्स किंमत जरी धरली, तरी साधारण आठ हजार कॅरटचा प्रश्न आहे.''

''पण प्रश्न कसला आहे?'' ओडेल अधीरतेनं म्हणाले.

''वेळेचा!'' मॉर्टन स्टॅनार्ड म्हणाला, ''जर एक पंचमांश कॅरट वजनाचा एक खडा धरला, तर चाळीस हजार खडे; आणि जर एक द्वितियांश कॅरट वजानाचा एक खडा धरला, तरी सोळा हजार खडे होतील. आता दोन्ही प्रकारचे थोडे थोडे खडे घ्यायचे म्हटले, तरी सुमारे वीस हजार खडे होतील, असं धरा. आता इतक्या खड्यांची नीट पारख करून, जमवाजमव करायची, म्हणजे काय चेष्टा आहे का?

शिवाय आपल्याला या प्रकाराचा बोलबाला होऊनही चालणार नाहीये, त्यामुळे तीन माणसांना मी अतिशय गुप्तपणे बाजारात खरेदीला पाठवलंय.''

''उशिरातउशिरा कधीपर्यंत ते पार्सल पाठवलेलं चालणार आहे?'' ब्रॅड जॉनसननं विचारलं.

''एक, नाही तर दोन दिवसांत!'' संरक्षण सचिव म्हणाले.

''मॉर्टन, काहीही कर, पण शक्य तितक्या लवकर जमव, बाबा!'' ओडेल म्हणाले, ''किती दिवस त्या पोराचा आणि त्या आईवडिलांचा जीव टांगणीला लावून ठेवायचा?''

''ज्या क्षणी ते हिरे अधिकृतपणे सीलबंद केले जातील, त्या क्षणी ते तुमच्या हातात पडतील!'' स्टॅनार्ड म्हणाला.

❖

दुसऱ्या दिवशी सकाळी केव्हिन ब्राऊनला त्याच्या सहकाऱ्यांपैकीच एकानं फोन केला.

''चीफ, आपला बहुतेक मटका लागलाय!'' एजंट उत्साहानं म्हणाला.

''सांभाळून, आणि असं फोनवर बोलू नको. आधी इथं माझ्यासमोर येऊन हजर हो आणि मगच काय ते सांग.''

एजंट दुपारी तातडीनं लंडनला येऊन हजर झाला. त्याला जे काही सांगायचं होतं, ते चांगलंच महत्त्वाचं होतं!

बिगलस्वेड आणि सॅंडी ही दोन्ही गावं हायवेला लागूनच आहेत. या भागात बरीच शेतजमीनच आहे. आजूबाजूला बरीच छोटी छोटी खेडी आहेत.

या खेड्यांपैकीच दोन खेड्यांच्या मधोमध, मुख्य रस्त्यापासून बाजूलाच एक खूप जुनं फार्महाउस होतं. ते एका दरीत असून त्याच्यापर्यंत पोहोचायला फक्त एकच पायवाट होती. ब्राऊनच्या एजंटला मिळालेली माहिती अशी की, दोनच महिन्यांपूर्वी काही तथाकथित निसर्गप्रेमी मंडळींनी निसर्गाच्या सान्निध्यात राहावं आणि टोपल्या विणणं, चिनीमातीच्या भांड्यांवर कलाकुसर असले छोटे हस्तोद्योग करण्यात वेळ घालवावा, या उद्देशानं ते घर भाड्यानं घेतलं होतं.

''यातली खरी गोम अशी, की...''एजंट म्हणाला, ''भाड्याचे पैसे त्यांनी रोखच चुकते केले आहेत, पण प्रत्यक्षात मात्र ते असली चिनी मातीची भांडी वगैरे विकताना कधीच दिसलेले नाहीत. त्यांच्याकडे दोन जीप्स आहेत व त्या मुद्दामच आड जागी पार्क केलेल्या आहेत आणि सर्वांत महत्त्वाचं म्हणजे, ते लोक कोणाच्यातही मिसळत नाहीत.''

''त्या ठिकाणाचं नाव काय?'' ब्राऊननं विचारलं.

''ग्रीन मेडो फार्म, चीफ.''

''ओके. आत्ता लगेच निघालो, तरी तिथं दिवसाउजेडी आपण सहज पोहोचू. निदान या ग्रीन मेडो फार्मला नुसती भेट तर देऊन येऊ.''

केव्हिन ब्राऊन व त्याचा तो एजंट ग्रीन मेडो फार्मपाशी पोहोचले, तेव्हा अंधार पडायला चांगला दोन तास अवकाश होता. त्यांनी आपली गाडी दूर, बऱ्याच अंतरावर उभी केली आणि दोघं चालतच निघाले. ते अतिशय काळजीपूर्वक, आडोशाआडोशानं चालले होते. अगदी जवळ पोहोचल्यावर शेवटचे दहा यार्ड तर ते गुडघ्यांवर रांगत रांगत दरीच्या टोकावर पोहाचले. तिथून खाली अगदी जवळच ते फार्महाउस होतं. एका खिडकीतून एक दिवा जळताना दिसत होता.

त्यांच्या डोळ्यांदेखत फार्ममधून एक जाडजूड माणूस आला आणि पत्र्याच्या शेडमध्ये घुसला. तिथं तो सुमारे दहा मिनिटं असेल. तिथून बाहेर पडून तो परत फार्महाउसकडे गेला. ब्राऊननं दुर्बिणीतून फार्महाउसची नीट पाहणी केली, इतक्यात तिथं फार्महाउसच्या बरोबर समोर एक जपानी बनावटीची गाडी येऊन थांबली व तीतून एक मनुष्य उतरला. त्यानं काळजीपूर्वक इकडे तिकडे पाहिलं.

''डॅम!'' ब्राऊन म्हणाला, ''करडे केस, चश्मा.''

जीपचा ड्रायव्हर फार्महाउसकडे शिरला व परत काही सेकंदांतच त्या जाडजूड माणसाबरोबर परत आला. या वेळी त्यांच्या हातात काहीतरी होतं. ते दोघंही परत त्या शेडमध्ये घुसले व दहा मिनिटांनी परत आले. त्या जाड्या माणसानं जीप दुसऱ्या शेडमध्ये नेऊन पार्क केली व शेडची दारं बंद केली.

''म्हणे, निसर्गप्रेमी! भडवे लेकाचे! त्या पत्र्याच्या शेडमध्ये नक्कीच काहीतरी पाणी मुरतंय.''

ब्राऊन व त्याचा एजंट दोघं झाडाच्या आडोशानं परत आपल्या गाडीपाशी आले, तेव्हा संध्याकाळचं धुकं पडायला नुकती कुठं सुरुवात झाली होती.

''गाडीतून अंथरूण-पांघरूण काढून घे आणि रात्रभर इथं पहारा दे. मी आणखी फौज घेऊन सूर्योदयाच्या आत परत येतो.'' ब्राऊन म्हणाला.

दरीच्या पलीकडे एका प्रचंड मोठ्या ओक वृक्षाच्या फांदीत कॅमॉफ्लेज युनिफॉर्म घातलेला एक माणूस आरामात डोळ्याला दुर्बीण लावून पालथा पडला होता; त्यानंसुद्धा पलीकडच्या बाजूची सगळी हालचाल पाहिलीच होती. केव्हिन ब्राऊन व त्याचा एजंट जेव्हा आपल्या गाडीजवळ पोहोचले, त्याच वेळी त्या माणसानं खिशातून एक छोटा रेडिओ ट्रान्समीटर काढला आणि बराच वेळ काहीतरी बोलला. त्या दिवशीची तारीख होती २८ ऑक्टोबर. सायमन कॉरमॅकच्या अपहरणाला आज बरोबर १९ दिवस झाले होते.

❖

झॅकनं परत फोन केला. तो ल्यूटन गावातल्या बूथवरून बोलत होता.

"क्विन? हे काय, चाललंय तरी काय? तीन दिवस उलटून गेले."

"हो. हो. घाई करू नको, झॅक. हा हिऱ्यांचा मामला आहे. इथं तूच तर आमची पळवापळवी चालवली आहेत. आता सगळं तू सांगितल्याबरहुकूम करायचं, म्हणजे थोडा वेळ हा लागणारच की. मी तिकडे वॉशिंग्टनला चांगलाच दम दिलाय. पण तूही विचार कर, किती कठीण काम आहे हे! ते त्यांच्या परीनं लवकरातलवकर सगळं करताहेतच, रे. पण, झॅक पंचवीस हजार खडे म्हणजे काय चेष्टा का आहे? पुन्हा एकेक नग पारखून, अस्सल असल्याची खात्री करून घ्यायची. पुन्हा ते खडे कुणाच्या डोळ्यांत भरण्याएवढे मोठे पण असून चालणार नाहीत. या सगळ्याला जरा वेळ हा लागणारच..."

"ठीक आहे. त्यांना म्हणावं, मी आता जास्तीतजास्त दोन दिवस थांबीन. नंतर मात्र ते पोरगंच देईन पाठवून पोत्यात भरून. एवढंच फक्त त्यांना सांगा."

त्यानं फोन खाली ठेवला. तज्ज्ञांच्या म्हणण्याप्रमाणे तो आता चिडीला आला होता. आता याहून जास्त ताणलं, तर तो चिडून त्या मुलाला दुखापत करण्याची शक्यता होती.

❖

केव्हिन ब्राऊन आणि त्याचे सहकारी चांगले अनुभवी आणि सशस्त्र होते. ते घराच्या चारही बाजूंनी दोघां दोघांच्या गटानं आले. उरलेल्यांपैकी दोघांनी रस्त्यावर पहारा ठेवला. आणखी तीन तुकड्या झाडांमध्ये लपून बसल्या होत्या. अजून पहाटेचं फटफटू लागायला सुरुवातसुद्धा झाली नव्हती. शिकारीला चांगली संधी चालून आली होती.

छापा घातला, त्या वेळी घरातले सगळेच बेसावध होते. मॉक्सन व त्याच्या जोडीदारानं सर्वांत आधी त्या संशयास्पद शेडकडे मोर्चा वळवला. मॉक्सननं कुलूप लीलया उघडलं. त्याच्या जोडीदारानं हातात बंदूक रोखलेल्या स्थितीत जमिनीवरून सरपटत आत प्रवेश केला व बंदूक रोखून उभा राहिला. आत एक पेट्रोल जनरेटर, काही काचेची उपकरणी व एक पिंप एवढ्या गोष्टी वगळता चिटपाखरूही नव्हतं. ब्राऊन व त्याच्या सहा माणसांनी फार्महाउसवर छापा घातला. दोन जोड्या, खिडक्यांच्या काचा कापून, आवाज न करता अलगद उतरल्या आणि सरळ बेडरूम्सकडे गेल्या.

ब्राऊन व उरलेली जोडी स्वयंपाकघरात गेली. तिथं दाराशीच तो जाडजूड माणूस डुलक्या खात खुर्चीत बसून होता. त्याला रात्रपाळीच्या पहाऱ्यावर नेमलं होतं, पण कंटाळल्यामुळे पहाटे पहाटे त्याचा डोळा लागला होता. मुख्य दाराचा कडाड्ऽऽकड्ऽ

असा आवाज येताच तो खडबडून जागा झाला आणि दारातच ठेवलेली शॉटगन उचलून खाड्कन उभा झाला. तो गोळी झाडणार, इतक्यात 'हँड्स अप' असा आवाज आल्यानं तो घाबरून थांबला व त्यानं गन टाकून दोन्ही हात वर केले.

वरच्या मजल्यावर तांबड्या केसांचा माणूस व त्याची मैत्रीण असे दोघं बिछान्यात होते. खालच्या दाराखिडक्यांचा आवाज ऐकून दोघंही घाबरून उठले. ती बाई किंचाळली. तो माणूस, दार उघडून, काय प्रकार आहे, ते बघण्यासाठी जिन्यात पोहोचला, तर तिथं एक माणूस बंदूक रोखून उभा. तो एफ.बी.आय. एजंट होता. आतल्या माणसानं निसटण्याचा प्रयत्न करताच दोघांची झटापट झाली व शेवटी तो तांबड्या केसांचा माणूस बेशुद्ध होऊन पडला.

टोळीतल्या चौथ्या माणसालाही असंच झोपेतून उठवून बाहेर काढण्यात आलं. तो उंच, लुकडा व टकलू होता. तो भीतीनं थरथरत होता. आणखी दोनच मिनिटांत उरलेल्या सगळ्या खोल्यांचा तपास करून संपला. घरात एकूण चारच माणसं सापडली. केव्हिन ब्राऊननं सगळ्यांना ओळीनं स्वयंपाकघरात उभं केलं. त्यांच्याकडे आग ओकणाऱ्या नजरेनं बघत त्यानं विचारलं,

"बरं, ते पोरगं कुठाय?"

एवढ्यात ब्राऊनच्या साथीदारांपैकी एकाचं लक्ष खिडकीबाहेर गेलं.

"चीफ, कुणीतरी येतंय!"

सुमारे पन्नासएक माणसं दरी उतरून सगळ्या बाजूंनी त्या फार्महाउसकडेच येत होती. सगळ्यांनी पायांत गमबूट घातले होते. सगळ्यांच्या अंगांवर निळे गणवेश होते. डझनभर शिकारी कुत्रीही त्यांच्याबरोबर होती, तेवढ्यात मागून एक गाडी भरधाव वेगानं येऊन त्यांच्याजवळ थांबली. तीतून पूर्ण गणवेशातला एक मध्यमवयीन माणूस उतरला. तो सरळ घरात शिरून स्वयंपाकघरात आला. तो अवाक् होऊन त्या कैद्याकडे बघतच राहिला.

"ओके, आता मी ही केस तुमच्या हाती सुपूर्द करतो," ब्राऊन म्हणाला, "तो इथंच कुठंतरी आहे आणि त्याचा ठावठिकाणा त्याच्या या भडव्यांना निश्चित ठाऊक आहे."

"ते सगळं ठीक आहे, पण... आपण कोण?" तो गणवेशधारी म्हणाला.

"हो, खरंच." ब्राऊननं खिशातून आपलं एफ.बी.आय.चं ओळखपत्र काढलं. त्या ब्रिटिश अधिकाऱ्यानं काळजीपूर्वक पाहून परत दिलं.

"जरा बघा तर, आम्ही काय केलंय, ते!" ब्राऊन प्रौढीनं म्हणाला.

"तुम्ही काय केलंय, मि. ब्राऊन?" बेडफोर्डशायरचा मुख्य कॉन्स्टेबल धारदार करड्या स्वरात म्हणाला, "मादक द्रव्यांचा चोरटा धंदा करणारी एक फार मोठी टोळी आमच्या हातात आयती चालून आली होती, पण आपल्या चोंबडेपणामुळे तुम्ही त्याची

पार धूळधाण उडवून टाकली आहे. आणि आता मला नाही वाटत, परत ही टोळी कधी आमच्या हातात सापडेल, असं. हे तुम्ही इथं पकडलेले लोक आहेत ना, ते फक्त दुय्यम दर्जाचे चमचे आहेत. खरा मोठा मासा तर आज-उद्या आमच्या गळाला लागणार होता. आता आमच्यावर फक्त एकच कृपा करा, इथून परत लंडनला चालू लागा.''

❖

त्याच वेळी स्टीव्ह पाईल जेद्दा शाखेमध्ये मि. अल हरून यांच्या ऑफिसात बसला होता. अल हरून यांनी त्याला खास फोन करून बोलावून घेतलं होतं.

''तो बरोबर नक्की काय-काय घेऊन निघालाय?'' स्टीव्हनं चौथ्यांदा परत तोच प्रश्न विचारला. अल हरूननं खांदे उडवले. 'हे अमेरिकन लोक तर युरोपियनांपेक्षाही भिकार असतात, सगळ्याची नुसती घाई!' – तो मनात म्हणत होता.

''काय सांगू, साहेब, मी काही या मशीन्समधला तज्ज्ञ नाही, पण माझा रात्रपाळीचा पहारेकरी इथं होता, तो म्हणतोय...''

अल हरून जवळच उभ्या असलेल्या पहारेकऱ्याकडे बघून अरबी भाषेत काहीतरी बडबडला. त्यानं त्यावर काहीतरी उत्तर दिलं आणि हातांनी हे एवढे, एवढे असा आविर्भाव करून दाखवला.

''तो म्हणतोय की, मी ज्या रात्री तो फेरबदल केलेला पासपोर्ट त्या लाईंगच्या हातात ठेवला, त्या रात्री तो बराच वेळ इथं कॉम्प्युटररूममध्ये बसला होता. तो पहाटे घरी गेला, त्या वेळी जाताना आपल्याबरोबर एक मोठा कॉम्प्युटर प्रिंटआउट्सचा ढिगारा घेऊन गेला. सकाळी मात्र ते परत न आणताच तो कामावर हजर झाला.''

त्यानंतर स्टीव्ह पाईल रियाधला परतला, तो प्रचंड चिंतेचं ओझं घेऊनच. आपल्या देशाला, सरकारला मदत करणं हे कितीही महान काम असलं, तरी उद्या बँकेच्या ऑडिटमध्ये अकाऊंटिंगची चौकशी झाल्यानंतर त्याला काय उत्तर देणार? त्यानं कर्नल ईस्टरहाउसला तातडीनं भेटीला बोलावलं.

ईस्टरहाउसनं सगळं अतिशय शांतपणे ऐकून घेऊन अनेकदा मान हलवली.

''हे त्या पठ्ठ्यानं कसं काय जमवलं असेल, काही कळत नाही, पण तो कुठं आणि कसा गेला असेल?''

''हं. मी जरा तुमच्या सेंट्रल कॉम्प्युटरला भेट देऊ का?''

कर्नलनं त्यानंतर चार तास रियाधच्या मास्टर कॉम्प्युटरच्या सोबत घालवले. अर्थात त्याचं कामही तसं फारसं अवघड नव्हतं. कारण सगळे सांकेतिक शब्द त्याला माहिती होतेच. चार तासांनी आपलं काम संपवून तो बाहेर पडला, तेव्हा त्यानं कॉम्प्युटरवरची सगळी जुनी माहिती पुसून, त्या जागी नवी माहिती भरून ठेवली होती.

❖

निगेल क्रॅमरला सकाळी सकाळी बेडफोर्डशायरकडून फोनवरच सगळी हकिकत समजली. टाईप केलेलं रेकॉर्ड यथावकाश येणारच होतं. त्यानं दूतावासात पॅट्रिक सेमॉरला फोन केला, तो रागानं धुमसतच. ब्राऊन व त्याचे सहकारी तिथं अजून येऊन पोहोचले नव्हते.

''पॅट्रिक, आत्तापर्यंत आपले परस्परांशी संबंध खूप चांगले होते, पण केव्हिन ब्राऊनचं आजचं हे वागणं मात्र मर्यादा सोडून झालेलं आहे. तो स्वत:ला समजतो तरी कोण? तो काय आपल्या बापाचं घर समजतोय का हे, वाटेल तसं वागायला?''

सेमॉरची परिस्थिती फारच अवघड झाली होती. 'तिथं फार्ममध्ये नक्की काय चाललं होतं?' त्यानं विचारलं. स्कॉटलंड यार्डला नुकतीच काही महिन्यांपूर्वी अशी खास बातमी लागली होती की, इंग्लंडमध्ये चोरट्या मादक द्रव्यांची आयात करणारी एक मोठी सोनेरी टोळी आपले हातपाय पसरू पाहात होती. बऱ्याच गुप्त तपासानंतर त्या फार्महाउसमध्ये त्यांचा अड्डा असून, तिथं त्यांचे काळे धंदे चालतात, अशी खबर हाती आली होती. गुप्त पोलिसांनी आठवडेच्या आठवडे तिथं पाळत ठेवली होती. या कामी त्यांना बेडफोर्डशायरच्या पोलिसांचं बहुमोल साहाय्य मिळालं होतं. या टोळीचा हुकमी एक्का मात्र आंतरराष्ट्रीय कीर्तीचा गुन्हेगार होता व तो आजवर अनेकांच्या हातांवर तुरी देऊन पसार झालेला होता. त्यालाच पकडायला आज ते लोक तिथं जाळं लावून बसले होते, तेवढ्यात ब्राऊननं हा घोळ करून ठेवला. आता तो बेटा त्या जागी परत कधीच फिरकणार नाही.

''आय ॲम सॉरी, पॅट्रिक! पण गृहसचिवांच्या करवी या ब्राऊनला अमेरिकेला परत पाठवण्याची सोय मला करावी लागणार.''

''ठीक आहे. तसं आवश्यक वाटत असेल, तर जरूर करा.'' नाहीतरी सेमॉरला तरी तो कुठं हवा होता?

क्रॅमरची डोकेदुखी आणखी वेगळीच होती. घडायचं, ते तर घडून गेलं होतं. पण आता रेडिओ, टीव्ही, वर्तमानपत्रं यांद्वारा त्याचा गौप्यस्फोट होऊन मात्र अजिबात चालणार नव्हतं. त्यामुळे क्रॅमरची उरलेली सकाळ सर्व प्रसारमाध्यमांच्या संपादकांना गूळ लावण्यात खर्च झाली.

वॉशिंग्टन कमिटीच्या सकाळी सातला भरलेल्या बैठकीत त्यांना सेमॉरचा अहवाल मिळाला.

''ब्राऊनला फारच चांगला आणि महत्त्वाचा दुवा मिळाल्यानं तो तपासाला गेला. त्यात त्याची काही चूक नाहीये...'' फिलिप केली त्याची बाजू घेत म्हणाला. डॉन एडमोंड्सनं त्याच्याकडे एक दृष्टिक्षेप टाकला.

''पण त्याआधी जर त्यानं स्कॉटलंड यार्डच्या निदान कानांवर घालायचे जरी कष्ट घेतले असते, तरी बरं झालं असतं.'' जेम्स डोनाल्डसन म्हणाला, ''नेमकं

आत्ता या क्षणी तरी त्या ब्रिटिशांशी आपले संबंध बिघडायला नको आहेत. आता सर हॅरी मॅरियटना मी या संदर्भात काय उत्तर देऊ?''

''हे पाहा,'' ट्रेझरी सेक्रेटरी ह्यूबर्ट रीड म्हणाला, ''आपण तडजोड का करू नये? ब्राऊननं अतिउत्साहाच्या भरात हे केलं व त्याबद्दल आपण दिलगीर आहोत, असं त्यांना सरळ सांगून टाकायचं, पण आपल्याला अजूनही असंच वाटतं की, क्विन आणि ब्रिटिश मिळून सायमन कॉरमॅकची आता लवकरच सुटका करतील आणि तो हाती आला की, त्याला सुखरूप इकडे परत आणण्याची जबाबदारी कुणाला तरी घ्यावी लागेलच ना. तेव्हा या मिषानं ब्राऊन व त्याच्या सहकाऱ्यांचा मुक्काम आपण लांबवूया. घटकाभर एक आठवड्यानं, असं समजू.''

डोनाल्डसनलाही ते पटलं.

''चालेल. सर हॅरींनाही हे मान्य होण्यासारखं आहे आणि हो, प्रेसिडेंट कसे आहेत?''

''ठीक आहेत,'' ओडेल म्हणाले, ''अगदी आशावादी म्हणा ना. मी तासापूर्वीच त्यांना सांगितलंय की, सायमन सुखरूप असल्याचा आणखी एक पुरावा क्विननं नुकताच मिळवला आहे. ही, असा पुरावा मिळवण्याची सहावी वेळ आहे. बरं, हिऱ्याचं काय झालं, मॉर्टन?''

''आज सूर्यास्ताच्या आत तयार असतील.''

''ते पोहोचवण्यासाठी एखादं वेगवान विमान तयार ठेवा!'' व्हाइस प्रेसिडेंट ओडेल म्हणाले. संरक्षण सचिव स्टॅनार्डनं ताबडतोब तसा निरोप पाठवला.

❖

अखेर त्या दिवसाची जेवणाची सुट्टी संपल्यानंतर अँडी लाईंगला इंटर्नल अकाउंटंटनं भेटीला बोलावलं. तो माणूस स्वत: अमेरिकनच होता आणि गेले तीन दिवस त्याचा बँकेच्या युरोपातील शाखांमध्ये लागोपाठ दौरा चालू होता.

त्यानं समोरच्या तरुणाचं म्हणणं शांतपणे ऐकून घेतलं. नंतर आपल्यासमोर पसरलेले कॉम्प्युटर प्रिंटआउट्स सराइताच्या नजरेनं एकवार डोळ्यांखालून घातले. लाईंगचं सगळं सांगून झाल्यावर तो माणूस आपल्या खुर्चीत नीट टेकून बसला आणि त्यानं एक दीर्घ नि:श्वास सोडला.

''बाप रे, तुम्ही करताय ना, ते आरोप अतिशय गंभीर स्वरूपाचे आहेत आणि तुम्ही तर इथं पुरावा पण सादर केलाय. बरं, तुम्ही लंडनमध्ये कुठं राहता?''

''चेलसीमध्ये माझा एक फ्लॅट आहे...'' लाईंग म्हणाला.

अकाउंटंटनं त्याचा फोन नंबर आणि पत्ता लगेच लिहून घेतला.

''हे पाहा, मि. लाईंग, मला या बाबतीत इथल्या जनरल मॅनेजरशी किंवा गरज

पडली, तर न्यू यॉर्कमधल्या बँकेच्या प्रेसिडेंटशी सुद्धा बोलावं लागेल. त्याआधी आपण मि. स्टीव्ह पाईल यांची भेट घेऊ. तेव्हा येते काही दिवस घरातच थांबा! कारण मी कधीही फोन करून तुम्हाला गरज पडली, तर बोलावून घेईन.''

हे असं म्हणत असताना दोघांनाही काहीच कल्पना नव्हती की, त्याच दिवशी सकाळी रियाधहून येऊन पोहोचलेल्या टपालात स्टीव्ह पाईल याचं लंडनमधल्या ओव्हरसीज ऑपरेशन्सच्या जनरल मॅनेजरला खाजगी व गुप्त स्वरूपाचं पत्र होतं.

❖

ब्रिटिश टीव्ही, रेडिओ आणि वर्तमानपत्रवाल्यांनी आपला शब्द पाळला आणि केव्हिन ब्राऊनच्या फसलेल्या तपासाची वाच्यता केली नाही, पण रेडिओ लक्झंबर्गचं मुख्य स्टेशन आहे पॅरिसला. आणि आपल्या पश्चिमेकडच्या अँग्लोसॅक्शन शेजाऱ्यांची एवढी खमंग आणि चुरचुरीत बातमी हातात आल्यावर पॅरिसवाले सोडतायत थोडेच!

पण मुळात ही बातमी त्यांच्या कानांपर्यंत पोहोचलीच कशी, हे सांगणं फार कठीण होतं. बहुतेक कुणीतरी अनामिकानं फोन करून कळवलं. नंतर लंडनच्या ऑफिसनं ती बातमी खरीच आहे, एवढं शोधून काढलं. शिवाय बेडफोर्डशायरच्या पोलिसांनी त्याबाबत इतकं मौन पाळलं होतं की, हाच त्या बातमीच्या खरेपणाचा पुरावा होता. पॅरिसमध्ये लगेचच चारच्या बातम्यांमधून हे वृत्त प्रसारित करण्यात आलं.

इंग्लंडमध्ये जवळजवळ कुणीच ते ऐकलेलं नव्हतं, पण नेमकं झॅकच्या कॉर्सिकन साथीदारानं तेवढं ऐकलं. त्यानं शीळ घातली आणि तो झॅककडे पळतच गेला. झॅकनं त्याला खोदून खोदून त्या बातमीबद्दल विचारलं आणि तो संतापानं हिरवा निळा झाला.

एवढंच नशीब की, ही बातमी क्विनच्या कानांवर अगोदरच पडलेली होती, त्यामुळे आता झॅकला याविषयी काय स्पष्टीकरण द्यायचं, याची मनाशी थोडी तयारी करायला त्याला अवधी तरी मिळाला.

झॅकनं बरोबर सात वाजता फोन केला. तो संतापानं नुसता धुमसत होता. ''खोटारड्या, भडव्या! तू म्हणाला होतास ना, पोलिसांचा ससेमिरा माझ्या मागे लावणार नाहीस, म्हणून? नालायका, तू माझ्याशी खोटं बोललास!''

क्विननं आपल्याला, झॅक बोलतोय, त्याबद्दल काहीच माहिती नसल्याचं शपथेवर सांगितलं. झॅकनं तीनच वाक्यांत त्याला काय घडलं, ते सांगितलं.

''पण, अरे झॅक, ऐकून तर घे. त्याचा तुझ्याशी काही संबंध नव्हता,'' क्विन जोरात ओरडला, ''तो एक दुसराच घोळ होता. मादक द्रव्यांची चोरटी आयात करणाऱ्या टोळीचं काहीतरी लफडं होतं. तुला ड्रग एन्फोर्समेंट एजन्सीचे लोक

किती बुद्दू आहेत, ते ठाऊकच आहे. त्यांचा सगळा पोरखेळ. तो तुझ्या शोधासाठी नव्हता काही प्रयत्न चालला. तो अफू पकडण्याचा प्रयत्न चालला होता. आत्ता एक तासापूर्वीच स्कॉटलंड यार्डाचा माणूस इथं येऊन गेला. तोही चांगलाच वैतागला होता. तुला हे पेपरवाले तर ठाऊकच आहेत. ते काय, मनाला येईल, ते छापून मोकळे होतात. झॅक... आता पेपरात आलेलं सगळंच खरं धरायचं, तर सायमनला आठशे वेगवेगळ्या ठिकाणी लोकांनी स्वत:च्या डोळ्यांनी बघितलंय आणि तू तर आत्तापर्यंत पन्नास वेळा पकडला गेलायस...''

या बोलण्याचा मात्र झॅकवर जरासा परिणाम झाला. क्विनची खात्रीच होती, त्याप्रमाणे झॅकनंही एकांतवासाला कंटाळून वेळ घालवण्यासाठी गल्लोगल्ली निघालेली अनेक भंगार वर्तमानपत्रं आणि मासिकं वाचली होती. त्यातून जी काय थापेबाजी छापून यायची, त्यामुळे झॅकसुद्धा या पेपरवाल्यांवर मनातून चांगलाच चिडून होता, त्यामुळे लिन्सलेड बसडेपोच्या बूथमधून फोन करता-करता क्विनच्या बोलण्यानं त्याचा राग हळूहळू निवळला. शिवाय फोनची वेळही संपत आली होती.

''जर तू म्हणतोयस, ते खरं निघालं नाही ना, क्विन, तर माझ्याशी गाठ आहे!'' असं म्हणून झॅकनं फोन आदळला.

फोन संपला, तेव्हा सॅम सोमरव्हिले आणि डंकन मॅकक्रिआ – दोघंही भीतीनं पांढरेफटक पडले होते.

''पण त्या हिऱ्यांचा पत्ता तरी काय?'' सॅमनं विचारलं.

पण खरं नाट्य तर अजून पुढेच घडायचं होतं. जगातल्या बाकीच्या बऱ्याच देशांप्रमाणे ब्रिटनमध्येही ब्रेकफास्ट रेडिओचं प्रकरण फार बोकाळलंय. त्यामुळे सकाळी सकाळी लोक चहा व नाश्ता घेत असताना घराघरांत रेडिओ चालू असतात. त्यामध्ये कार्यक्रमाच्या संचालकाची वायफळ बडबड, पॉपसंगीत, बातम्या आणि इतर करमणुकीचे कार्यक्रम असा भरगच्च कार्यक्रम असतो. यात दिल्या जाणाऱ्या बातम्या बऱ्याचदा घाईगर्दीत तयार केलेल्या असतात. शिवाय हा सगळाच कार्यक्रम इतक्या घाईगर्दीत तयार केलेला असतो की, बातम्या प्रसारित करण्याआधी त्यांची सत्यता फार काळजीपूर्वक प्रत्येक वेळी तपासून पाहिली जातेच, असं नाही.

त्याचमुळे एका अमेरिकन माणसानं सिटी रेडिओच्या 'गुड मॉर्निंग शो'च्या संचालकांना फोन केला. तो एका शिकाऊ स्त्री उमेदवारानं घेतला. आपण अमेरिकन दूतावासाचे खास वार्ताहर आहोत, असं त्या माणसानं सांगितल्यावर त्या गोष्टीवर लगेचच विश्वास ठेवण्याची मोठीच चूक तिनं केली. काही सेकंदांतच बातम्या सुरू होणार होत्या. त्यासाठी लगेच घाईनं बातमी तयार करून तिनं पाठवून दिली.

निगेल क्रॅमरनं ती बातमी ऐकली नाही, पण त्याच्या शाळकरी मुलीनं मात्र ती ऐकली.

"डॅड!" तिनं हाक मारली, "तुम्ही आज त्यांना पकडणार आहात?"

"कोणाला पकडणार?" ऑफिसला जाण्याच्या गडबडीत कोट घालता घालता डॅडींनी विचारलं.

"सायमनला पळवणाऱ्या गुंडांना? दुसऱ्या कुणाला?"

"छे, गं. ते काही शक्य नाही, पण का, गं?"

"आत्ताच रेडिओवर बातम्यांमध्ये तसं सांगितलं."

क्रॅमरच्या पोटात प्रचंड खड्डा पडला. तो दारातून परत घरात येऊन म्हणाला, "तू नक्की काय ऐकलंस, ते नीट, तसंच्यातसं सांगू शकशील?"

तिनं सांगितलं. आता लवकरच अपहरणकर्त्यांनी मागितलेली खंडणी त्यांना देऊन सायमन कॉरमॅकला ताब्यात घेण्याचा दिवस आणि ठिकाण ठरेल, आणि बरोबर त्याच वेळी त्या गुंडांना आपण हातोहात पकडू शकू, असा विश्वास पोलिसांनी व्यक्त केला आहे.

क्रॅमर त्याच क्षणी गाडीत घुसला आणि गाडीतल्या फोनवरूनच त्यानं एकामागून एक फोन्स करायला सुरुवात केली; पण फार उशीर झालेला होता. ती बातमी खुद्द झॅकनं ऐकली नसली, तरी त्याच्या साउथ आफ्रिकन साथीदारानं अगदी व्यवस्थित ऐकली होती.

❖

आठ

झॅकचा फोन नेहमीपेक्षा जरा उशिरा आला. दहा वाजून वीस मिनिटांनी. काल बेडफोर्डशायर फार्मच्या प्रकरणात तो नुसता रागावला होता; पण आज तर संतापानं त्याला वेडच लागायची पाळी आली होती!

त्याआधी निगेल क्रॅमरनं फोन करून क्विनला सावध केलं होतं. निगेल क्रॅमरचा फोन जेव्हा क्विननं खाली ठेवला, तेव्हा त्याच्या चेहऱ्याकडे बघून इतक्या दिवसांत पहिल्यांदाच सॅमला वाटलं की, हा मनातून हादरलाय. त्यानं एक शब्दही न बोलता खोलीतल्या खोलीत येरझाऱ्या घालायला सुरुवात केली. उरलेले दोघं निमूटपणे बसून नुसतेच त्याच्याकडे घाबरून बघत होते. त्यांनीही निगेल क्रॅमर व क्विन यांच्या फोनवरच्या संभाषणातली काही तुटक वाक्यं ऐकली होती. इतक्या परिश्रमपूर्वक क्विननं उभारलेला हा विश्वासाचा इमला आता कोसळून पडणार की, काय, कुठंतरी काहीतरी चुकणार, गडबड होणार की काय, अशी भीती त्यांना वाटत होती.

आता नुसतं झॅकच्या फोनची वाट बघत बसायचं. त्यानं ही दुष्ट बातमी ऐकली आहे की, नाही, काही कळायला मार्ग नाही, आणि समजा, ऐकलीच, तर त्याची त्यावर काय प्रतिक्रिया होईल; अशा विचारांनी सॅमच्या मनावर प्रचंड दडपण आलं.

अखेर फोन आला. क्विननं नेहमीच्याच खेळीमेळीच्या पवित्र्यात फोन घेतला. झॅकनं मात्र 'हॅलो' म्हणण्याचे सुद्धा कष्ट घेतले नाहीत.

"ठीक आहे. या वेळी आता तूच आपल्या हातानं आपल्या पायांवर कुऱ्हाड मारून घेतली आहेस रे लालतोंड्या माकडा! तू काय मला मूर्ख समजलास, काय, रे? थांब. आता सायमन कॉरमॅकचं प्रेत थडग्यात पुरायची वेळ येईल ना, तेव्हा लोक तुझ्या तोंडावर थुंकतील!"

क्विननं आपल्याला प्रचंड धक्का बसल्याचा, आश्चर्यचकित झाल्याचा अभिनय अगदी बेमालूम वठवला.

"झॅक, तू काय बोलतोयस तरी काय? काय, झालं काय?"

"काय झालं? ती नाटकं माझ्यापुढे करू नको तू," झॅक ओरडला, त्याचा घोगरा आवाज संतापानं चिरकत होता. "तू जर बातमी ऐकली नसशील, तर तुझ्या त्या पोलिसांच्या बच्च्यांना विचार. आणि आता या वेळी ती बातमी खोटी असल्याचं माझ्या तोंडावर फेकू नको. ती बातमी तुमच्याच सडक्या दूतावासानं दिली होती."

मग क्विननं झॅकला त्याच्या कानांवर नक्की काय आलं, ते सविस्तर सांगण्याची विनंती केली, ते सांगता-सांगता नाही म्हटलं, तरी झॅकचा राग थोडा शांत झाला. शिवाय त्याचा वेळही संपत चालला होता.

"झॅक, हे सगळं खोटं आहे. कुणातरी दूतावासाचं नाव सांगून सगळं खोटं उठवलंय. ऐक, कुठल्याही प्रकारची देवाण-घेवाण फक्त तुझ्यात आणि माझ्यात होईल. तीही मी अगदी एकटा आणि नि:शस्त्र असतानाच. कुठल्याही प्रकारच्या दिशादर्शक, इलेक्ट्रॉनिक करामती, गुप्त पोलीस, सैनिक... काही, काहीनाही. तू म्हणशील त्या अटींवर, तू ठरवशील ती जागा, तू सांगशील ती वेळ. या आणि फक्त याच गोष्टीला मी कबूल होईन, मी वचन देतो."

"सॉरी, पण आता फार उशीर झालाय. तुझ्या लोकांना त्या पोराचं प्रेतच हवंय, असं दिसतंय, ते त्यांना लवकरच मिळेल."

झॅक अगदी फोन ठेवण्याच्या बेतात होता. शेवटचीच वेळ. क्विनला एक नक्की माहिती होतं, आत्ता जर झॅकला फोन ठेवू दिला, तर सगळाच खेळ खलास. मग कितीतरी दिवसांनी, नाहीतर आठवड्यांनी कुणीतरी, कुठंतरी एखाद्या घरात, नाहीतर फ्लॅटमध्ये शिरेल. झाडूवाला, केअरटेकर, नाहीतर रिअल इस्टेट एजंट... आणि तिथं तो मिळेल. अमेरिकेच्या प्रेसिडेंटचा एकुलता एक मुलगा... डोक्यात गोळी घातलेला, नाहीतर पंख्याला टांगलेला... अर्धवट सडलेलं प्रेत...

"झॅक... झॅक... प्लीज... एक सेकंद थांब. माझं म्हणणं तरी नीट ऐक..." क्विन नुसता घामानं निथळला होता. गेल्या वीस दिवसांत पहिल्यांदाच त्याला वाटत असलेला मानसिक ताण त्याच्या चेहऱ्यावरून प्रकट होत होता. ही वेळ फार बिकट होती. सर्वनाश समोर दिसत होता.

केन्सिंग्टन एक्सचेंजमध्ये स्पीकरसमोर बसलेले इंजिनिअर्स आणि पोलीस अधिकारी अवाक् होऊन ऐकत होते. स्पीकर्समधून शब्दांच्या जशा काही ठिणग्या उडत होत्या.

अमेरिकन दूतावासाच्या तळघरातही याहून वेगळी परिस्थिती नव्हती. दोन इंजिनिअर्स, तीन एफ.बी.आय. एजंट्स, कॉलिन्स आणि सेमॉर, सगळे हजर होते.

ती बातमी प्रसारित झाल्यानंतरचे दोन तास सतत ती बातमी बनावट असल्याचा कंठशोष देशातली सगळी रेडिओ केंद्रं करत होती, पण त्याचा काही उपयोग नव्हता. हिटलर म्हणाला होता त्याप्रमाणे, फार मोठ्या असत्यावर लोकांचा विश्वास चटकन बसतो.

"प्लीज! झॅक, मला फक्त एक संधी दे. मी स्वत: प्रेसिडेंट कॉरमॅकना जाऊन भेटतो. मला फक्त चोवीस तासांची मुदत दे. आता इतकं सगळं पुरं होत आल्यावर थोडक्याकरता नाही म्हणू नको. खुद्द प्रेसिडेंटनीच जर या गाढवांना इथून चालतं होण्याचा हुकूम दिला, तर ते नक्कीच जातील. आणि मग सगळं तुझ्या व माझ्यातच राहील. फक्त आपण दोघंच. आपला एकमेकांवर विश्वास आहे. मी फक्त तुझ्याकडे एक दिवस मागतोय. वीस दिवस घालवल्यानंतर फक्त आणखी चोवीस तास, झॅक. मला तेवढे तू देच!"

फोनवर क्षणभर नि:शब्द शांतता पसरली. त्या बकिंगहॅमशायरच्या बूथच्याच रोखानं लांबवरून एक तरुण डिटेक्टिव्ह झपाझप चालत येत होता.

"ठीक आहे, उद्या याच वेळी..." असं म्हणून झॅकनं फोन खाली ठेवला व बूथबाहेर पडून रस्त्यावरच्या गर्दीत मिसळून तो दिसेनासा झाला. त्या डिटेक्टिव्हची व त्याची फक्त आठ सेकंदांनी चुकामूक झाली.

क्विननं फोन खाली ठेवला आणि तो कोचावर जाऊन पडला. दोन्ही हातांची उशी करून, त्यावर डोकं ठेवून तो आढ्याकडे बघत पडून राहिला.

"मि. क्विन," मॅकक्रिआ चाचरत म्हणाला. कितीही वेळा सांगून सुद्धा त्या तरुण सी.आय.ए. एजंटला क्विनशी अरे-तुरे करून बोलणं जमत नव्हतं. आपल्या प्राध्यापकाशी एखाद्या विद्यार्थ्यानं बोलावं, तशा आदबीनं तो बोलायचा.

"शट अप!" क्विन म्हणाला. मॅकक्रिआ ओशाळवाणा होऊन मुकाट्यानं स्वयंपाकघरात गेला. बिचारा 'कॉफी हवी का?' एवढंच विचारायला आला होता. मग त्यानं मुकाट्यानं तीन कप कॉफी बनवली. तेवढ्यात नेहमीचा साधा फोन वाजला. फोनवर निगेल क्रॅमर होता.

"वेल. आम्ही सगळं काही ऐकलं," तो म्हणाला, "कसं वाटतंय?"

"कसं? खचून गेल्यासारखं!" क्विन म्हणाला, "बरं, पण ती बातमी कुणी पुरवली, काही कळलं?"

"अजून तरी नाही," क्रॅमर म्हणाला, "ती सहसंपादक पोरगी शपथेवर सांगते आहे की, फोनवर बोलणाऱ्याचा आवाज अमेरिकनच होता, पण तिला ते कसं कळणार म्हणा?

ती असंही सांगते आहे की, बोलणाऱ्यानं आपण कुणीतरी बडा अधिकारी आहोत, असा तिचा समज करून दिला. त्याचं बोलणंही खूप भारदस्त होतं. बरं, तुम्हांला बातमीचा मसुदा हवाय?"

"आता त्याला खूप उशीर झालाय ..." क्विन म्हणाला.

"पण मग आता तुम्ही काय करणार?" क्रॅमरनं विचारलं.

"फक्त प्रार्थना करणार, मग काहीतरी मार्ग निघेलच."

"गुड लक! मला आता व्हाइट हॉलमध्ये जायला हवं... पण मी मधून-मधून फोन करीन."

दुसरा फोन दूतावासातून आला, सेमॉरचा... 'क्विननं सगळा प्रकार योग्य रीतीनं हाताळल्याबद्दल अभिनंदन. जर आम्ही काही करू शकत असलो, तर कळवा...' इत्यादी. तीच तर अडचण आहे, क्विनच्या मनात आलं. कुणीतरी नको इतकं करत आहे. पण फक्त तो हे मोठ्यांदा बोलला नाही. क्विन परत कॉफीचे घुटके घेऊ लागला, पण ती अर्धी सुद्धा संपली नव्हती, इतक्यात तो अचानक उडी मारून उठला आणि त्यानं फोन उचलून दूतावासाचा नंबर फिरवला, तो सेमॉरच परत.

"मला आताच्या आत्ता एखाद्या सुरक्षित फोन लाइनवरून व्हाइस प्रेसिडेंट ओडेल यांच्याशी बोलायचंय!" तो म्हणाला.

"ए, हे बघ... क्विन. वॉशिंग्टनला नुकताच आम्ही इथं घडलेला प्रकार कळवलाय, माझं म्हणणं काय आहे की, त्याच्यावर त्यांना जरा आधी विचार करू दे."

"ऐक, मला जर अजून दहा मिनिटांच्या आत प्रेसिडेंट ओडेल यांच्याशी बोलायला मिळालं, तर ठीकच आहे, नाहीतर मी सरळ-साध्या ओपन लाइनवर त्यांच्याशी बोलेन..." क्विन म्हणाला.

सेमॉरनं जरा विचार केला. ओपन लाइन अगदीच असुरक्षित होती. एन.एस.ए. ब्रिटिश, रशियन्स... कोणीही ते संभाषण ऐकू शकलं असतं.

"मी स्वत: त्यांच्याशी फोनवर बोलून त्यांना तुझ्याशी बोलायला सांगतो." सेमॉर म्हणाला.

बरोबर दहाव्या मिनिटाला व्हाइस प्रेसिडेंट मायकेल ओडेल फोनवर आले. आत्ता वॉशिंग्टनमध्ये सकाळचे फक्त सव्वा सहाच वाजले होते. त्यामुळे ते घरीच होते. अर्ध्या तासापूर्वीच त्यांना झोपेतून उठवण्यात आलं होतं.

"क्विन, काय तमाशा चाललाय तरी काय? आत्ता मघाशीच मी काहीतरी एका रेडिओ शोमध्ये एक बनावट फसवा फोन आल्याचा प्रकार ऐकला."

"मि. व्हाइस प्रेसिडेंट," क्विन शांतपणे म्हणाला, "आपल्या जवळपास एखादा आरसा आहे?"

एक क्षणभर ते थक्क झाले.

"आरसा? हो. आहे, का?"

"मग त्यात आपण आपला चेहरा पाहिलात, तर त्यावर आपलं दिसतंय की नाही?"

"हे बघ, हा काय पोरखेळ, का चेष्टा? हो. मला माझं नाक दिसतंय."

"ते नाक तिथं आहे, हे जितकं निर्विवाद सत्य आहे, तितकीच येत्या चोवीस तासांत सायमन कॉरमॅक मारला जाणार, ही वस्तुस्थिती आहे."

क्विनचे हे शब्द वॉशिंग्टनमध्ये आपल्या बिछान्यावर बसलेल्या व्हाइस प्रेसिडेंट ओडेल यांच्या डोक्यात पुरते शिरेपर्यंत तो गप्पच राहिला.

"फक्त जर..."

"ओ हो, क्विन... काय ते पटकन सांग आणि मोकळा हो."

"फक्त जर मला ते हिऱ्यांचं पार्सल उद्याचा सूर्य उगवायच्या आत या इथं हातात मिळालं, तरच यापेक्षा काही वेगळं घडू शकेल. आपलं हे संभाषण रेकॉर्डसाठी टेप होत आहे, मि. व्हाइस प्रेसिडेंट आणि गुड डे."

क्विननं फोन खाली ठेवला. त्याचबरोबर तिकडे वॉशिंग्टनमध्ये व्हाइस प्रेसिडेंट मायकेल ओडेल यांनीही! आणि त्यांनी तत्क्षणीच इंग्रजी भाषेत अस्तित्वात असलेल्या यच्चयावत सर्व अपशब्दांचा अगदी मुक्तहस्ते वापर सुरू केला. मग हळूहळू राग शांत झाल्यावर टेलिफोन ऑपरेटरला फोन केला.

"मला आत्ताच्याआत्ता मॉर्टन स्टॅनार्डशी बोलायचंय. तो घरी, दारी जिथं कुठं असेल, तिथून त्याला आणा."

❖

अँडी लाईंगला परत बँकेत इतक्या लवकरच भेटायचं बोलावणं आलं की, त्या गोष्टींचं त्याला आश्चर्यच वाटलं. त्याला अकराची वेळ देण्यात आली होती. तो दहा मिनिटं आधीच येऊन हजर झाला होता; पण जेव्हा शिपाई त्याला बोलवायला आला, तेव्हा तो त्याला इंटर्नल अकाउंटंटच्या ऑफिसात न नेता जनरल मॅनेजरच्या ऑफिसमध्ये घेऊन गेला. अकाउंटंटही जनरल मॅनेजरच्या बाजूलाच बसला होता. लाईंगला खुणेनंच बसायला सांगण्यात आलं. जनरल मॅनेजर उठून खिडकीपाशी गेले व अँडी लाईंगकडे पाठ करून बाहेर बघत राहिले आणि मग अचानक मागे वळले आणि अंगावर काटा येण्याइतक्या थंड स्वरात म्हणाले,

"मि. लाईंग, काल तुम्ही सौदी अरेबियातून जमेल त्या मार्गानं पळ काढून इथं माझ्या या सहकाऱ्याला भेटायला आलात आणि मि. स्टीव्ह पाईल यांच्या... प्रामाणिकपणाबद्दल शंका घेणारे अत्यंत गंभीर स्वरूपाचे आरोप केलेत."

आता मात्र अँडी खरंच घाबरला. साहेब आज आपल्याला नेहमीसारखं अँडी म्हणून हाक न मारता असं मि. लाईंग वगैरे म्हणून औपचारिकपणा का दाखवताहेत, ते त्याला कळेना.

"साहेब, मी त्याचबरोबर माझ्या म्हणण्याचा पुरावा म्हणून बरेच कॉम्प्युटर प्रिंटआउटसही सादर केले होते..." अँडी काळजीपूर्वक, प्रत्येक शब्दावर जोर देत म्हणाला, तरी पण भीतीनं त्याच्या पोटात ढवळायला लागलं होतं. काहीतरी गडबड

होती, एवढं खरं. त्यानं 'पुरावा' या शब्दाचा उच्चार करताच जनरल मॅनेजरनं तुच्छतेनं मान हलवली.

"मला कालच स्टीव्ह पाईल यांचं पत्र आलं आहे. आज तर आमचं फोनवर बराच वेळ बोलणंसुद्धा झालं. आणि आता मला आणि आमच्या इंटर्नल ऑडिटरलाही कळून चुकलंय की, तुम्ही एक अव्वल दर्जाचे बदमाश आणि भामटे आहात, मि. लाईंग!"

लाईंगचा आपल्या कानांवर विश्वास बसेना. अकाउंटंटकडून काहीतरी आधार मिळतोय का, म्हणून त्यानं असाहायपणे त्याच्याकडे पाहिलं. पण तो तर आढ्याकडे नजर लावून बसला होता.

"मला तिथं खरंखुरं काय घडलं, याची पूर्ण कल्पना आहे."

मग त्यानं ते 'खरंखुरं' काय, ते लाईंगला स्पष्ट शब्दांत सांगितलं. त्याला मिळालेल्या माहितीनुसार खुद्द लाईंगच एका खातेदाराच्या अकाउंटमधून पैसे लांबवत होता. तो खातेदार म्हणजे मिनिस्ट्री ऑफ पब्लिक वर्क्स. फार जास्त रक्कम नव्हे, पण भरलेल्या रकमेच्या एक टक्का रक्कम. दुर्दैवानं ही गोष्ट मि. अमीन यांच्या वेळीच लक्षात आली नाही, पण मि. अल हरून यांच्या मात्र अँडी लाईंगचा डाव लक्षात आला, मग त्यांनी लगेच स्टीव्ह पाईल यांना सावध केलं.

पण तरीही रियाधमधल्या जनरल मॅनेजर स्टीव्ह पाईल साहेबांनी तरुण अँडी लाईंगचे अपराध पोटात घालून, त्याला एक संधी देऊ केली व चोरलेली रक्कम ताबडतोब आणून भर आणि प्रकरण मिटवून टाकू, असं सांगितलं, पण याबद्दल कृतज्ञता तर बाजूलाच राहो, चोरलेला पैसा परत द्यावा लागू नये, म्हणून अँडी लाईंग यानं जेद्दा शाखेच्या ऑफिसात एक रात्रभर बसून, कॉम्प्युटरमध्ये ढवळाढवळ करून, ऑफिसच्या रेकॉर्डमध्येच काही बनावट बदल केले; आणि असं सिद्ध करण्याचा प्रयत्न केला की, उलट स्वत: स्टीव्ह पाईल यांनीच याहूनही कितीतरी मोठी रक्कम खाल्ली आहे.

"आणि मग मी इथं आणलेल्या प्रिंटआउट्स?" लाईंगनं जोराचा प्रतिकार करत विचारलं.

"ती सगळी निव्वळ फसवेगिरी आहे. खरी रेकॉर्ड्स इथं आमच्याकडे आहेत ना. आज सकाळीच मी आमच्या इथल्या सेंट्रल कॉम्प्युटरकडून रियाधच्या व जेद्दाच्या कॉम्प्युटरवरचं रेकॉर्ड मागवलं व चेकिंगही केलं. त्यावरून स्पष्ट होतंच आहे की, काय घडलंय ते! तुम्ही चोरलेली एक टक्का रक्कम भरण्यात आली आहे. बाकी कुठल्याही रकमेची तूट दिसत नाहीये. आमच्या बँकेची, हे प्रकरण उघडकीला आलं असतं, तर जी बदनामी झाली असती, ती टळली, म्हणून देवाचे आभारच मानायला हवेत किंवा खरं तर स्टीव्ह पाईलचे!"

"पण हे सगळं खोटं आहे!" लाईंग भावनातिरेकानं किंचाळून म्हणाला,

"पाईल व त्याचा अनामिक भागीदार या दोघांची इच्छा खरोखरच मंत्रिमंडळाच्या खात्यामधून दहा टक्के रक्कम चोरायची होती." जी.एम.नं एकदा लाईंगकडे व एकदा नव्या पुराव्याकडे सहेतुकपणे पाहिलं.

"अल," त्यानं विचारलं, "तुला इथं दहा टक्के रक्कम कुणी खाल्ल्याचा पुरावा दिसतोय?"

अकाउंटंटनं नकारार्थी मान हलवली.

"तसं घडणं कधीच शक्य नाही!" तो म्हणाला, "मंत्रिमंडळाच्या पैशांच्या प्रचंड कारभारात एक टक्का रकमेची तूट कशीही खपून जाईल, पण दहा टक्के? शक्यच नाही, कारण एप्रिलमधल्या वार्षिक ऑडिटमध्ये ते उघडकीला आलं असतंच की. आणि मग तू कुठं असतास? सौदी अरेबियातल्या अंधारकोठडीत."

अकाउंटंट म्हणाला, "लाईंग, तू स्वत:चं नशीब समज. स्टीव्ह पाईलचे आपल्या सर्वांवर, विशेषत: तुझ्यावर तर फारच उपकार आहेत. त्यानं तुला तुरुंगात जाण्यापासून वाचवलंय."

"खरं तर, तुझी लायकी खडी फोडायला जायचीच आहे!" जी. एम. म्हणाला, "पण ते तर काही आम्ही करू शकत नाही. शिवाय त्यात तुझ्याबरोबर आमच्या बँकेचीही बदनामी आहेच. फक्त आता तू एकच कृपा कर आणि इथून चालता हो, आपलं तोंड काळं कर. बँकेला तुझी गरज नाही. अर्थात नोटीस पीरियडचा पगार आणि सद्वर्तनाचं प्रशस्तिपत्रक वगैरे आमच्याकडून मिळण्याची अपेक्षा ठेवू नकोस. आता नीघ."

आपली बँकिंगमधली करिअर आज – या घटकेला संपली, हे अँडीला कळून चुकलं. आता जगातल्या कुठल्याच बँकेत या जन्मी आपल्याला नोकरी मिळणं शक्य नाही, असा विचार करत विद्ध मन:स्थितीत हताशपणे तो चालू लागला.

❖

वॉशिंग्टनमध्ये मॉर्टन स्टॅनार्डनं झॅकचा फोनवरचा संतापलेला आवाज टेपवर ऐकला. लंडनमध्ये प्रसारित झालेल्या त्या बनावट बातमीचे पडसाद वॉशिंग्टनमध्येही उमटल्यावाचून राहिले नाहीत. पहाटेपासून व्हाइट हाउसला फोन करून लोकांनी अगदी भंडावून सोडलं होतं. परत एकदा व्हाइट हाउसच्या वृत्तप्रतिनिधीला वेड लागायची पाळी आली होती.

टेप संपली, तेव्हा कमिटीच्या आठ सदस्यांना प्रचंड धक्का बसला होता.

"हिरे, हिरे!" मायकेल ओडेल ओरडले, "या हिऱ्यांचा पत्ता तरी काय?"

"ते तयार आहेत!" स्टॅनार्ड म्हणाला, "मी पूर्वी फारच आशावादी दृष्टिकोन ठेवून तुम्हाला बरीच आधीची तारीख सांगितली होती, त्याबद्दल माफ करा. मला, खरं बोलायचं, तर या क्षेत्रातला काही अनुभव नाही, तेव्हा मला वाटलं, हे काम लवकर आटोपेल. आता मात्र खरोखरच हिरे तयार आहेत. साधारण मिश्र प्रतीचे पंचवीस हजार नग आहेत. त्यांची किंमत बरोबर वीस लाख डॉलर्स होते. सगळे अस्सल आहेत. कुठंही जरासुद्धा खोट नाही."

"पण ते आहेत कुठं?" ह्यूबर्ट रीडनं विचारलं.

"न्यूयॉर्कच्या आपल्या ऑफिसच्या तिजोरीत."

"पण ते लंडनला पाठवायचे कसे?"

"मला वाटतं, आपण इंग्लंडमधल्या आपल्या स्वतःच्या मालकीच्या छोट्या विमानतळांपैकी एक वापरू. उगाच हिथ्रो विमानतळापाशी काही घोळ व्हायला नको."

"मी एक तासानं सीनियर एअरफोर्स तज्ज्ञाची गाठ घेणार आहे," स्टॅनार्ड म्हणाला, "तोच आपल्याला ते पार्सल सुरक्षितपणे आणि लवकरातलवकर कसं पाठवायचं, ते सांगेल."

"शिवाय ते पार्सल विमानतळावरून परत क्विनच्या अपार्टमेंटपर्यंत पोहोचवण्यासाठी कंपनीच्या गाडीची व्यवस्था करावी लागेल," ओडेल म्हणाले, "ली, तू हे जमवशील ना?"

सी.आय.ए.चा ली अलेक्झांडर म्हणाला,

"प्रश्नच नाही, कॉलिन्स स्वतः विमानतळावर हजर राहील."

"ठीक आहे. तर मग लंडन प्रमाण वेळेनुसार उद्या पहाटे ते हिरे केन्सिंग्टन अपार्टमेंटमध्ये पोहोचलेले असतील, असं गृहीत धरायला हरकत नाही. देवाण-घेवाण कशी व्हायची आहे, याचा तपशील कळला?"

"नाही!" एफ.बी.आय.चा डायरेक्टर म्हणाला, "अर्थातच हा तपशील क्विन आमच्या माणसांच्या सल्ल्यानंच ठरवील, यात मला शंका नाही."

एअरफोर्सनं हिरे पोहोचवण्याच्या कामगिरीसाठी एक छोटं एक सीटचं एफ-१५ ईगल हे विमान दिलं. दुपारी दोनच्या आत ते पार्सल न्यू जर्सीच्या हवाई अड्ड्यावर पाठवण्याची व्यवस्था करा, असंही कळवलं. त्यांनी निवडलेला पायलट कर्नल बॉवर्स हा अतिशय अनुभवी होता. काळ्या मखमलीच्या एका बटव्यात हे हिरे भरलेले होते. तो बटवा एका अतिशय साध्या दिसणाऱ्या सूटकेसमध्ये ठेवण्यात आला होता. ती ब्रीफकेस ताब्यात घेऊन विमानानं उड्डाण केलं.

बरोबर त्याच वेळी इकडे केनेडी एअरपोर्टवरून एक नेहमीचं प्रवासी विमान – जंबोजेट – लंडनलाच हीथ्रो विमानतळाकडे निघालं होतं. त्यात बसलेल्या प्रवाशांमध्ये

एक उंचापुरा सडपातळ तरुण होता. तो अगोदर ह्यूस्टन येथून विमानानं केनेडी विमानतळावर आला होता व आता तिथून लंडनला चालला होता. तो ह्यूस्टनच्या पॅनग्लोबल नामक एका मोठ्या ऑईल कंपनीत नोकरीला होता व त्याच्या खुद्द मालकानंच त्याला या अत्यंत गुप्त कामगिरीवर पाठवलं होतं. त्याच्या कोटाच्या आतल्या खिशात एक लठ्ठ पाकीट होतं. त्या तरुणाचा एक हात सतत त्या पाकिटावर होता. त्यात काय आहे, याची त्याला कल्पना नव्हती, पण त्यानं काय करायचं, यासंबंधी मात्र त्याला स्पष्ट सूचना देण्यात आल्या होत्या. त्यानुसार त्यानं इंग्लंडमध्ये एका विशिष्ट पत्त्यावर एका ठरावीक वेळी पोहोचायचं होतं. नंतर घराची बेल वगैरे न वाजवता लेटर बॉक्समधून ते पाकीट फक्त आत टाकायचं आणि लगेच माघारी येऊन पुढच्याच फ्लाइटनं त्याच मार्गानं ह्यूस्टनला परत यायचं. आणि हो, वाटेत विमानात ड्रिंक घ्यायचं नाही. बस. एवढंच.

❖

कर्नल बॉवर्सचं एफ-१५ ईगल लंडनला आधी पोहोचलं. मध्यरात्र उलटून गेल्यावर तो खाली उतरला. विमानातून तो बाहेर पडताक्षणीच साध्या वेशातला एक माणूस सामोरा आला.

“कर्नल बॉवर्स?”

“मीच, सर.”

“माझ्यासाठी एक पार्सल आणलंय?”

“मला एक ब्रीफकेस देण्यात आली आहे. ती मी विमानात सीटखाली ठेवली आहे.”

कर्नलनं हात ताणून एकदा आळस दिला व पटकन विमानात चढून ती ब्रीफकेस काढून आणली. इंग्लंडचं काय पण दर्शन घडतंय, वा! त्यानं मनाशी विचार केला.

दहाच मिनिटांत लू कॉलिन्स आपल्या कंपनीच्या गाडीतून लंडनला पोहोचला. पहाटेचे चार वाजायच्या सुमाराला तो केन्सिंग्टन अपार्टमेंटमध्ये शिरला. तिथले दिवे जळतच होते. कुणीच झोपलं नव्हतं. क्विन बैठकीच्या खोलीत बसून कॉफी घेत होता.

कॉलिन्सनं ती ब्रीफकेस क्विनसमोरच्या टीपॉयवर ठेवली. खिशातून एक चिटोरं काढून त्यावरचा बॅगेच्या कॉंबिनेशन लॉकचा सांकेतिक आकडा वाचला व त्याप्रमाणे नंबर फिरवला. खटकन बॅग उघडली.

आतला मखमली बटवा काढून क्विनच्या हातात देत तो म्हणाला, “पहाट होण्याच्या आतच तुमच्या हवाली करत आहे.”

क्विननं तो बटवा हातात घेऊन झेलला. एक किलो, अंदाजे तीन पौंड तरी असेल.

"उघडून बघायचंय?" कॉलिन्सनं विचारलं.

"काही गरज नाही," क्विन म्हणाला, "त्यातला एक जरी खोटा निघाला, तरी ते सायमन कॉरमॅकचं डोकं उडवतील, यात शंका नाही."

"पण त्यांच्यावर तसं काही करण्याची वेळच येणार नाही," कॉलिन्स म्हणाला, "ते खरोखरच अस्सल आहेत, पण तो आज फोन करील?"

"करायला हवा. आपण तशी देवाची प्रार्थना करत बसायचं..." क्विन म्हणाला.

"आणि ते पोहोचवण्याची व्यवस्था?"

"आजच बहुधा त्याचा तपशील ठरेल."

"हे तू कसं हाताळणार आहेस, क्विन?"

"माझ्या पद्धतीनं."

असं म्हणत तो उठला आणि अंघोळ वगैरे करून तयार होण्यासाठी आपल्या खोलीत गेला.

ऑक्टोबर महिन्याचा हा शेवटचा दिवस बऱ्याच लोकांना फारच धावपळीचा जाणार होता.

❖

ह्यूस्टनहून आलेला माणूस पावणेसात वाजता लंडनच्या हीथ्रो विमानतळावर उतरला. कस्टममधून बाहेर पडता-पडता त्यानं घड्याळात पाहिलं. अजून तीन तास बाकी होते. तेवढ्या वेळात जरा ताजंतवानं होऊन नाश्ता करावा आणि टॅक्सीनं लंडनच्या वेस्ट एंड सेंटरपाशी जावं.

बरोबर नऊ वाजून पंचावन्न मिनिटांनी तो दिलेल्या पत्त्यावर पोहाचला, पण वेळ बरोबर दहाची दिली होती, त्यामुळे तो इमारतीच्या बाहेरच रेंगाळला. समोरच्या बाजूला एक गाडी थांबली होती. तीत बसलेला एक माणूस ह्याच्यावर नजर ठेवून होता, अर्थात ह्याला त्याची काही कल्पना नव्हती. ह्यानं पाच मिनिटं मेन गेटसमोर फेऱ्या घातल्या आणि बरोबर दहाच्या ठोक्याला दिलेल्या घर-नंबरच्या पुढील लेटर बॉक्समध्ये तो लिफाफा टाकला. नंतर क्षणभरही तिथं न थांबता तो बाहेर पडला आणि टॅक्सी करून सरळ हीथ्रो विमानतळाकडे निघाला.

त्याची टॅक्सी वळून दिसेनाशी झाल्याबरोबर समोर थांबलेल्या गाडीतला माणूस उतरला आणि त्या मघाच्याच घर-नंबरसमोर थांबला. गाडीत बसून पाळत ठेवण्यामागे त्याचा उद्देश होता की, कुणी त्या लिफाफा घेऊन येणाऱ्या माणसाचा पाठलाग तर करत नाही ना, हे बघणं.

आता त्या माणसानं खिशातून किल्ली काढून कुलूप उघडलं व तो लिफाफा ताब्यात घेऊन, दार बंद केलं. नंतर तो लिफ्टनं आठव्या मजल्यावर असलेल्या आपल्या फ्लॅटमध्ये गेला. आत शिरताच दार बंद करून त्यानं तो लिफाफा उघडून घाईनं वाचला. वाचता-वाचता त्याच्या चेहऱ्यावर समाधान पसरलं. आता पुढच्या कामगिरीच्या सगळ्या अगदी तपशीलवार सूचना आयर्विंग मॉसच्या हातात आल्या होत्या.

❖

केन्सिंग्टन अपार्टमेंटमध्ये सकाळ मुंगीच्या गतीनं सरकत होती. मानसिक ताण प्रत्येकाच्याच चेहऱ्यावर जाणवत होता. टेलिफोन एक्सचेंजमधले लोक स्पीकर्सपुढे हातावर हात ठेवून बसून होते. पण क्विन, सॅम सोमरव्हिले किंवा मॅकक्रिआ यांपैकी कोणाचाच आवाज येत नव्हता. क्विननं मघाशीच सांगितलं होतं की, आता जर लवकरच झॅकचा फोन आला नाही, तर सगळं संपलं. मग सायमन कॉरमॅकच्या प्रेताचाच तपास करण्याचं काम हाती घ्यावं लागेल.

– आणि झॅकचा फोन अजूनही आला नव्हता.

❖

साडेदहा वाजता आयर्विंग मॉस आपल्या फ्लॅटमधून बाहेर पडला. आपली भाड्यानं घेतलेली गाडी त्यानं चालू केली आणि तो पॅडिंग्टन स्टेशनकडे निघाला. ह्यूस्टनमध्ये या कारस्थानाची आखणी करता-करता त्याची दाढी बरीच वाढली होती. त्यामुळे त्याचा चेहरामोहरा एकदमच बदलून गेला होता. त्याचा बनावट कॅनेडियन पासपोर्टही अगदी बेमालून होता. त्याच्याच आधारावर तो आधी आयर्लंडला व तिथून इंग्लंडला अगदी आरामात येऊन पाहोचला होता. लंडनला आपलं कॅनेडियन ड्रायव्हिंग लायसेन्स दाखवून त्यानं ही गाडी काही महिन्यांसाठी भाड्यानं घेतली होती. आत्ताच्या या फ्लॅटमध्ये तो गेल्या काही दिवसांपासून भाड्यानं राहात होता. अत्यंत गुप्ततेनं, कोणालाही कसलाही संशय येऊ न देता.

ह्यूस्टनमधून आज आलेल्या पत्रात त्याच्या प्लॅनमधले बारीकसारीक तपशील लिहिलेले होते. हे सगळे तपशील काही फोनवर बाजारभावांच्या सांकेतिक भाषेत सांगता येणं शक्य नव्हतं. आणखी गमतीची गोष्ट, म्हणजे त्या लिफाफ्यात आणखी एक गुप्त रिपोर्ट होता. हा रिपोर्ट थेट व्हाइट हाउसच्या वेस्ट विंगमधूनच आलेला होता. प्रेसिडेंट जॉन कॉरमॅक यांची स्थिती गेल्या तीन आठवड्यांत आणखी आणखी बिघडत चालली होती.

त्याच लिफाफ्यात त्याला आणखी एक पावतीसुद्धा मिळाली होती. ही पावती पॅडिंग्टन स्टेशनाच्या क्लोकरूमची होती. ती दाखवून त्याला काही सामान ताब्यात घ्यायचं होतं. ते सामान ह्यूस्टनमधून लंडनला कसं पोहोचलं, याच्याशी त्याचा काहीही संबंध नव्हता. ते फक्त त्याला ताब्यात घ्यायचं होतं व त्याचसाठी तो आत्ता चालला होता.

ब्रिटिश रेल्वे कर्मचाऱ्यानं त्याची पावती ताब्यात घेतली व अत्यंत निर्विकारपणे त्याला एक सूटकेस काढून दिली आणि तो आपल्या कामाला लागला. अशी हजारो माणसं रोज येत-जात. त्याचा त्यांच्याशी काय संबंध? तो ही गोष्ट विसरून सुद्धा गेला.

मॉस ती सूटकेस घेऊन फ्लॅटमध्ये परत आला. ती उघडून त्यानं आतल्या गोष्टी निरखून पाहिल्या. त्याला पाहिजे ते सगळं त्यात होतं. त्यानं घड्याळात पाहिलं. त्याला निघायला अजून तीन तास अवकाश होता.

लंडनपासून चाळीस मैलांवर असलेल्या एका छोट्याशा गावात, जरा गावाबाहेरच शांत रस्त्याला एक घर होतं. दर एक दिवसाआड आयर्विंग मॉस आपली गाडी घेऊन त्या घरावरून सावकाश पुढे जाई. गाडीच्या पुढच्या खिडक्यांच्या काचा कधी पूर्ण बंद, कधी थोड्या उघड्या, कधी अर्ध्या उघड्या, अशा ठेवलेल्या असायच्या. ती एक सांकेतिक भाषाच होती. त्या खिडक्यांच्या काचांकडे बघून घराच्या खिडकीतून बघणाऱ्या माणसाला एक संदेश मिळायचा. आज प्रथमच मॉसच्या गाडीच्या पुढच्या खिडक्यांच्या काचा पूर्ण उघड्या राहणार होत्या, पण त्याला वेळ होता, मग तो वेळ घालवण्यासाठी व्हिडीओवर एक ब्लू फिल्म लावून बसला.

❖

अँडी लाईंग बँकेतून बाहेर पडला, तो अत्यंत उद्ध्वस्त मन:स्थितीत. आपण इतकी वर्षं मेहनत करून जी करिअर उभारली, जी स्वप्नं पाहिली, जी ध्येयं डोळ्यांसमोर ठेवली, त्यांची अशी एका क्षणात, बघता-बघता राखरांगोळी होऊन गेली आणि आपण काही करू शकलो नाही! त्याची तर मतीच कुंठित होऊन गेली. काय करावं, हे त्याला कळेचना.

तो तसाच गल्ल्या-बोळांतून भरकटत राहिला. त्या बँकेपलीकडे त्याला दुसरं जगच नव्हतं; आणि याच जगातून त्याची आता हकालपट्टी झाली होती. एका बारमध्ये थांबून त्यानं सँडविचेस खाल्ले, कॉफी प्यायली आणि तो घरी परत निघाला. चेलसीमधल्या त्याच्या फ्लॅटमध्ये त्यानं अजूनही जेद्दाहून आणलेल्या पुराव्याच्या फोटोस्टॅट कॉपीज जपून ठेवल्या होत्या. माणसाला आयुष्यात जेव्हा काहीच गमावण्याची भीती उरत नाही, तेव्हा तो फार धोकादायक बनतो. अँडीचं

आधीच इतकं वाटोळं झालं होतं की, याहून आता काय वाकडं होऊ शकणार होतं? तेव्हा आता आपण आपली सगळी कहाणी अथपासून इतिपर्यंत लिहून काढायची आणि त्यासोबत पुरावा म्हणून त्या फोटोस्टॅट कॉपीजसुद्धा जोडायच्या, असं त्यानं ठरवलं. मग या निवेदनाच्या असंख्य प्रती काढायच्या आणि बँकेच्या डायरेक्टर बोर्डावरच्या प्रत्येक सदस्याकडे पाठवून द्यायच्या, असं त्यानं ठरावलं. आपण तरी हा सगळा अन्याय निमूटपणे का म्हणून सहन करायचा? आता स्टीव्ह पाईलला बसू दे बोंबलत! असं म्हणून अँडीनं टाईपरायटर पुढे ओढला आणि स्टीव्ह पाईलच्याच नावानं एक पत्र तयार केलं. त्यात आपण काय-काय करणार आहोत, हे लिहून काढलं आणि त्याला पाठवून दिलं.

❖

अखेर सगळ्यांचे प्राण कंठाशी आल्यानंतर झॅकनं एक वाजून वीस मिनिटांनी फोन केला. तो लंडनच्या उत्तरेला असलेल्या डनस्टेबल येथील पोस्ट ऑफिसच्या बूथमधून बोलत होता.

क्विन सकाळी लवकरच अंघोळ वगैरे करून केव्हाचा तयार होऊन बसला होता. त्या दिवशी जरा थंडी पडली होती, त्यामुळे तो सॅमनं आणलेला स्वेटर घालून बसला होता.

"क्विन, हा माझा शेवटचाच फोन..."

"झॅक, दोस्ता, आत्ता माझ्यासमोर एक मोठं काचेचं बाऊल आहे. आणि ते कशानं भरलंय, सांगू? हिऱ्यांनी, सुंदर, चमचमत्या हिऱ्यांनी. आता बोल, झॅक, आता काय ते बोल..."

त्यानं शब्दांनी रंगवलेलं चित्र ऐकून झॅक एकदम थांबला.

"बरोबर!" क्षणभरानं तो म्हणाला, "आता तुला सूचना सांगतो, त्या नीट..."

"नाही, झॅक. हे पुढचं मात्र आता आपण माझ्या पद्धतीनं करणार आहोत. नाहीतर एवढ्या खाटाटोपानं जमवून आणलेल्या सगळ्या गोष्टींवर पाणी पडेल."

केन्सिंग्टन एक्सचेंज आणि इतर ठिकाणी हा फोन ऐकणारे लोक हतबुद्ध झाले होते. क्विन जे बोलतोय, ते पूर्ण विचारान्ती बोलतोय ना? काय वेडबीड तर नाही ना लागलं त्याला? कारण आत्ता या निर्वाणीच्या क्षणी जर त्यानं झॅकला चिडवलं, तर तो फोन कायमचाच खाली ठेवेल.

क्विन मात्र न थांबता पुढे बोलतच होता.

"तुझ्या लेखी जरी मी कितीही हरामखोर असलो ना, झॅक, तरी या सगळ्या लोकांमध्ये ज्याच्यावर तू पूर्ण विश्वास टाकू शकशील ना, असा फक्त मीच आहे. आणि तुला माझ्यावर विश्वास टाकावाच लागेल. तुझ्याकडे पेन्सिल आहे?"

"हो, पण... क्विन, ऐक..."

"तू माझं या वेळी ऐक, मित्रा. माझं म्हणणं असं आहे की, तू ताबडतोब तो बूथ सोडून दुसऱ्या बूथमध्ये घूस आणि चाळीस सेकंदांच्या आत मला मी सांगतोय त्या नंबरवर फोन कर. तीन-सात-शून्य-एक-दोन-शून्य-चार. आता नीघ...!"

क्विन शेवटचे दोन शब्द जोरात ओरडला. मॅकक्रिआ आणि सॅम सोमरव्हिले हे दोघंही इतरांइतकेच अचंबित झाले होते. क्विननं फोन आदळला, हिऱ्यांची ब्रीफकेस उचलली – हिरे अजून ब्रीफकेसमध्येच होते, बोलमध्ये वगैरे काही नाही – आणि सरळ फ्लॅटच्या बाहेर धावत सुटला. मागे वळून फक्त, "जागचं हलू नका," एवढं ओरडला आणि निघून गेला.

त्याच्या त्या वागण्यानं आश्चर्यचकित झालेले सॅम आणि मॅकक्रिआ – दोघंही काही न सुचून तसेच बसून राहिले. पाच-सहा सेकंदांनी भानावर येऊन पळत दोघं दरवाज्याकडे गेले, तर तो बाहेरून बंद केलेला होता.

क्विन लिफ्टचा वापर न करता जिन्यानंच पळत खाली आला...

"तो काय, करतोय तरी काय?" केन्सिंग्टन एक्सचेंजमधला एक पोलीस अधिकारी दुसऱ्याला म्हणाला.

"देव जाणे!" दुसरा म्हणाला.

फोन ठेवल्यापासून बरोबर पंधराव्या सेकंदाला क्विन अपार्टमेंट कॉम्प्लेक्सच्या बाहेर पडून रस्त्यावर आला. नंतर वाहत्या रस्त्यावरच्या वाहनांच्या गर्दीतून तो दिसेनासा झाला.

"ते काय म्हणताहेत, तो पळाला, म्हणून!" केव्हिन ब्राऊन दूतावासाच्या तळघरात फोन ऐकता-ऐकता ओरडून म्हणाला. ते सगळेच बिचारे सकाळपासून स्पीकरपुढे बसून होते. सगळ्यांनाच झॅकचा शेवटचा फोन ऐकण्याची उत्सुकता होती, पण संभाषण चालू असताना अचानक केन्सिंग्टन अपार्टमेंटमधून चित्र-विचित्र आवाज ऐकू आले. मग फोन आदळल्याचा आवाज झाला. मग क्विन कोणावर तरी 'जागचं हलू नका' असं ओरडल्याचं त्यांनी बग्जद्वारे ऐकलं. नंतर धडाधड दार आपटल्याचे आवाज झाले. आरडाओरडा ऐकू आला आणि मग मॅकक्रिआ व सॅम सोमरव्हिलेचं ओरडणं, दारावर लाथा घातल्याचे आवाज.

सॅम सोमरव्हिले बैठकीच्या खोलीत परत येऊन भिंतीवरच्या बग्जकडे तोंड करून मोठ्यांदा ओरडली

"तो गेला, क्विन गेला!"

ब्राऊनची प्रश्नांची फैर मात्र तिला ऐकू येत नव्हती. ब्राऊननं घाईनं अपार्टमेंटचा नंबर फिरवला.

''एजंट सोमरव्हिले,'' तो तिच्यावर जोरात ओरडला, ''जा, आधी त्याला गाठा, पकडा त्याला!''

बरोबर त्याच क्षणी मॅकक्रिआच्या पाचव्या लाथेसरशी दरवाजा उघडला. त्यासरशी तो आणि सॅम बाणासारखे सुसाटत जिन्यानं खाली निघून गेले.

❖

अपार्टमेंट ब्लॉकच्या समोरच्याच रस्त्याला एक भाजी व फळांचं दुकान होतं. त्याचाच फोन-नंबर क्विननं आधीच डिरेक्टरीतून काढून ठेवला होता. ते दुकान पटेल नामक एका भारतीय माणसाचं होतं. अपार्टमेंटमधला फोन खाली ठेवल्यापासून बरोबर तेहतीस सेकंदात क्विन त्या दुकानात पोहोचला. तेव्हा मि. पटेल काउंटरमागे उभे होते. त्यांच्या पुढ्यातच फोन होता.

''ती पाहा, ती मुलं तुमची संत्री चोरतायत.'' क्विन म्हणाला, तेवढ्यात फोनची घंटी वाजली, फोन आधी घ्यावा की, संत्री चोरणाऱ्या मुलांना आधी पकडावं, अशा संभ्रमात ते क्षणभरच पडले, पण मग त्यांच्यातला अस्सल गुजराती जागा झाला आणि ते बाहेर धावले. ती संधी साधून क्विननं फोन उचलला.

इकडे केन्सिंग्टन एक्सचेंजनेही लगेचच हालचालीला सुरुवात केली होती. पण पहिले काही क्षण अचंबित होण्यात गेले आणि तेवढा उशीर झाला. आता एव्हाना झॅकनं क्विनला एका दुसऱ्या बूथमधून तिसऱ्याच नंबरवर फोन केला होता. हे आधी ठाऊक नसल्यानं त्यांचा कॉम्प्युटरही त्यांच्या मदतीला येऊ शकला नाही. आणि क्विन आत्ता ज्या मि. पटेलांच्या फोनवरून झॅकशी बोलत होता, तो फोन आधी टॅपसुद्धा केला नव्हता. मि. पटेल यांचा नंबर शोधून काढून, तो टॅप करेपर्यंत क्विनचं संभाषण संपलं देखील होतं.

''आता हा नंबर लिहून घे, झॅक!'' क्विन घाईनं म्हणाला.

''काय पोरखेळ लावलाहेस?'' झॅक ओरडला.

''नऊ-तीन-पाच-तीन-दोन-एक-पाच...'' क्विन तसाच पुढे म्हणाला, ''घेतलास?''

झॅक घाईनं खरडत होता.

''हे बघ, झॅक, आता हे आपण आपल्या पद्धतीनं करू. मी आत्ता त्यांना चांगलाच चकवा देऊन पळालोय. आता फक्त तू आणि मी. हिरे माझ्याकडे, पोरगा तुझ्याकडे. यात काही गडबड नाही. मी माझा शब्द देतो. अजून बरोबर एक तासानं मला दिलेल्या नंबरवर फोन कर. पहिल्या वेळी मी उचलला नाहीतर आणखी अर्ध्या तासानं तिथंच परत फोन कर. हा फोन ते लेकाचे टॅप करू शकणार नाहीत.'' असं म्हणून क्विननं फोन ठेवला.

एक्सेंजमध्ये खूप धावपळ करून, मि. पटेल यांचा नंबर शोधून, फोन टॅप केल्यावर त्यांना हे शेवटचे दोन-चार शब्द तेवढे ऐकू आले.

"त्या हरामखोरानं त्याला आणखी एक नंबर दिलाय," केन्सिंग्टन एक्सचेंजमध्ये तिथल्या इंजिनिअरनं समोर बसलेल्या पोलीस अधिकाऱ्यांना सांगितलं. त्यातल्या एकानं लगेच स्कॉटलंड यार्डचा नंबर फिरवला.

क्विन, फोन ठेवल्यावर दुकानातून बाहेर पडला, तेव्हा त्याला डंकन मॅकक्रिआ गर्दीतून वाट काढत येताना दिसला. त्याच्याच मागे हातवारे करत सॅम पळत होती. तिच्या पाठीमागे लिफ्टमनही पळत होता. रस्त्याच्या विरुद्ध बाजूनं दोन गाड्या येत होत्या. क्विनच्या बाजूनंच एक मोटारसायकलस्वार चालला होता. क्विन मधोमध त्याचा रस्ता अडवून थांबला. त्या मोटारसायकलवाल्यानं चिडून ब्रेक दाबले व तो ओरडला, "ए... मिस्टर....." तेवढ्यात क्विननं त्याच्या पोटात एक गुद्दा मारला. तेवढ्यानंच तो कोलमडला. क्विननं त्याला दूर ढकललं आणि ब्रीफकेससह मोटारसायकलवर टांग टाकली, आणि तो सुसाटत निघाला. तो मॅकक्रिआच्या हातीच लागायचा, खरं तर, पण काही इंचांनीच वाचला.

मॅकक्रिआ रस्त्यात उभा राहून, दुःखी नजरेनं क्विन गेला, त्या दिशेला बघत होता. मागून सॅम आली. क्षणभर दोघंही एकमेकांकडे नुसतं बघत राहिले आणि मग तातडीनं अपार्टमेंटमध्ये परत गेले. दूतावासाच्या लोकांशी काहीही करून संपर्क साधायलाच हवा होता.

"बरोबर, अगदी बरोबर!" ब्राऊन पाच मिनिटांनी मॅकक्रिआ व सॅम यांच्याशी फोनवर बोलताना म्हणाला, "आपण आधी त्या हरामखोराला शोधून काढलं पाहिजे. तेच आपलं पहिलं काम आहे."

तेवढ्यात दुसरा फोन वाजला. स्कॉटलंड यार्डमधून निगेल क्रॅमर.

"तुमच्या त्या मध्यस्थानं मध्येच सगळा गोंधळ करून ठेवला आहे," तो शांतपणे म्हणाला, "पण हे घडलं कसं, हे तुम्ही सांगू शकाल का? मी अपार्टमेंटचा नंबर फिरवतोय, पण नेहमीचा नंबर सारखा एंगेज्ड लागतोय."

ब्राऊननं अर्ध्या मिनिटात त्याला घडलेली हकिकत सांगितली. क्रॅमरनं हुंकार दिला. त्याला अजूनही त्या मीनमेडोच्या प्रकरणाबद्दल ब्राऊनची चीड आलेली होती. आणि तो राग तर कधीच जाणार नव्हता. त्यात आणखी आज घडलेल्या या प्रकारामुळे तर हा ब्राऊन आणि त्याची ती एफ.बी.आय.ची तुकडी कधी एकदा इथून चालती होईल, असं त्याला झालं होतं.

"तुमच्या लोकांनी त्या मोटारसायकलचा निदान नंबर तरी टिपून घेतलाय का? तेवढं केलं असलं, तरी पुढचं बरंच काम सोपं होईल."

"त्याहीपेक्षा चांगली गोष्ट केली आहे," ब्राऊन समाधानानं म्हणाला, "तो जी ब्रीफकेस घेऊन पळालाय, त्यात आम्ही छुपा डायरेक्शन फाइंडर बसवलाय."

"कशात?"

"त्या ॲटेचीच्या दोन झाकणांच्या मधला जो पोकळ भाग आहे, त्याच्यात. तो कुणालाही सापडू शकणार नाही."

"आय सी!" क्रॅमर विचारात पडून म्हणाला, "त्या डायरेक्शन फाइंडरचा रिसीव्हर?"

"हा काय इथंच आहे. त्याचा पल्ला दोन मैलांचा आहे. तेव्हा आता आपल्याला लगेच हलायलाच हवंय."

"मि. ब्राऊन, आता या वेळी मात्र तुम्ही आमच्या पोलीस स्क्वाड कारच्या साहाय्याशिवाय कुठलंही पाऊल उचलू नका. या देशात कुणालाही अटक करण्याचं काम माझं आहे, तुमचं नव्हे. तुमच्या गाडीत रेडिओ ट्रान्समीटर आहे?"

"अर्थात."

"मग तो चालू करून ठेवा, प्लीज. आम्ही तुमच्या मागावरच राहू. आणि तुम्ही त्याला शोधून काढलंत की, लगेच कळवा, म्हणजे तुम्हाला येऊन मिळू."

"माझी तयारी आहे याला. हवं तर तसा शब्द देतो."

दूतावासाची काळी गाडी बरोबर एक मिनिटानंतर ग्रॉसव्हेनॉर चौकातून निघाली. ती मॉक्सन चालवत होता. त्याच्या शेजारीच बसलेला त्याचा सहकारी डायरेक्शन फाइंडरचा रिसीव्हर हातात धरून बसला होता. हा रिसीव्हर म्हणजे एक छोटी चपटी पेटी होती. त्याचा पृष्ठभाग टीव्हीच्या पडद्यासारखा होता; फक्त त्यावर चित्र दिसत नव्हतं, तर त्याऐवजी एकच चमकता ठिपका दिसत होता. ॲंटेना उंच ओढल्यानंतर त्यातून बीपऽऽ बीपऽ असा आवाजही ऐकू येऊ लागला.

ते पार्क लेनमधून पुढे गेले. अचानक तो ठिपका अदृश्य झाला, मग त्यांनी तिथंच दोन-चार गोल चकरा मारल्या.

"तो आपल्या मागे आहे. उत्तरेकडे चाललाय," अचानक मॉक्सनचा सहकारी म्हणाला, "आपल्यापासून साधारण सव्वा मैलावर असावा, असा अंदाज आहे."

तीस सेकंदांनंतर मॉक्सनची गाडी हाईड पार्कच्या दिशेनं निघाली होती.

"पुढे नाही, उत्तरेकडूनच सिग्नल येतोय. सारखा एकाच ठिकाणाहून. हालचाल नाही," त्याचा सहकारी म्हणाला.

"त्या स्कॉटलंडच्या विदूषकांना सांगा, तो जवळजवळ आमच्या हाती लागलाय म्हणून," ब्राऊन म्हणाला. मॉक्सननं ट्रान्समीटरवरून तशी खबर देताच पोलिसांची व्हॅन त्यांना येऊन मिळाली. व्हॅनमध्ये सेमॉर व कॉलिन्स आपापसात बोलत होते.

''आपल्या हे आधीच लक्षात यायला हवं होतं,'' कॉलिन्स खेदानं म्हणाला, ''निदान टाइम-गॅपवरून तरी आपण बोध घ्यायला हवा होता.''

''कुठली टाइम-गॅप?'' सेमॉरनं विचारलं.

''आठवतं? तीन आठवड्यांपूर्वी विनफील्ड हाउसमधून तो क्विन रागारागानं माझ्याकडून केन्सिंग्टन अपार्टमेंटचा पत्ता घेऊन आपल्या आधी पंधरा मिनिटं निघाला होता. तेव्हा रस्त्याला इतकी प्रचंड गर्दी होती की, आपण त्याला ओव्हरटेक करणं किंवा त्याच्यापर्यंत येऊन पोहोचणं अशक्य होतं, पण प्रत्यक्षात मात्र तो आपल्या केवळ तीनच मिनिटं आधी त्या अपार्टमेंटमध्ये पोहोचला होता. याचा अर्थच असा की, त्या बेट्यानं वाटेत कुठंतरी थांबून काहीतरी गडबड नक्की केली होती.''

''पण तीन आठवड्यांनंतर काय घडणार आहे, हे त्याला आधीच कसं ठाऊक असणार? मग त्याचं प्लॅनिंग तो आधी कसा करेल?''

''त्याची काही गरज नसते,'' कॉलिन्स म्हणाला, ''तू त्याची फाइल वाचलीस ना? त्यानं किती वर्षं युद्धात काढली आहेत! एक प्लॅन फसला, तर दुसरा प्लॅन त्याच्याकडे आधीच तयार असतो.''

''तो क्विन उजवीकडे वळून जंगलात शिरलेला दिसतोय!'' पुढच्या गाडीचा ऑपरेटर म्हणाला.

आता दोन्ही गाड्या बरोबरीनं धावू लागल्या.

''तो उत्तरेकडे चाललाय...'' मॉक्सन. फिंचले रोडकडे बोट दाखवत म्हणाला. तेवढ्यात आणखी एक पोलिसगाडी त्यांना येऊन मिळाली. मग सगळेच स्विस कॉटेज भागातून पुढे उत्तरेकडे हेंडॉन आणि मिल हिलकडे जाऊ लागले. आता डायरेक्शन फाइंडर, क्विन फक्त तीनशे यार्डांच्या टप्प्यात असल्याचं दाखवत होता. त्यामुळे ते सगळे पुढच्या रस्त्यावर नजर ठेवून होते. एखादा हेल्मेट न घातलेला उंचापुरा मोटारसायकलस्वार दिसला की, पकडायचा.

तेवढ्यात दोन मोटारसायकलवाले त्यांच्या समोर चाललेले दिसले. आणि बीपऽऽ बीपऽ असा ध्वनी काही आला नाही. याचाच अर्थ क्विननं वाहन बदललं असणार, हे त्यांना कळून चुकलं, पण नंतर अचानक तो आवाज जोराजोरात सुरू झाला. त्यांनी पाहिलं, तर पुढेच चाललेल्या एका वॅगनमधून तो आवाज येत होता. त्या गाडीच्या ड्रायव्हरनं संपूर्ण डोकं व कान झाकणारी भलीमोठी जाडजूड फरकॅप घातली होती.

❖

सायप्रियन फॉथरगिल बिचारा मुकाट्यानं, कुणाच्या अध्यात मध्यात न येता गाडी चालवत होता. इतक्यात, त्याला काही कळायच्या आतच एक काळी

लांबलचक गाडी त्याला आडवी आली आणि तीतून तीन आडदांड माणसं खाली उतरली. त्यांनी त्याची गाडी बळजबरी करून थांबवली आणि तीन मोठाल्या बंदुका काढून त्याच्यावर रोखल्या, तेवढ्यात पाठीमागून एक पोलिसव्हॅन आली व तीतून चार गणवेशधारी पोलीस उतरले. त्यांनी या अमेरिकनांना – त्यांचे ते आडदांड देह पाहता ते अमेरिकनच असणार – बंदुका फेकून द्यायला सांगितल्या. त्यांनी तसं केलं; आणि मग पुढचा-मागचा विचार न करता एका अमेरिकन लांडग्यानं बिचाऱ्या सायप्रियनची फरकॅप टराटरा ओढून काढली आणि म्हणाला,

"त्याला कुठं लपवलंयस, बोल!"

तेवढ्यात एका पोलिसानं त्याच्या गाडीच्या मागच्या सीटखालून एक काळी ब्रीफकेस काढली. ती बॅग मुळात आपल्या गाडीत आलीच कुठून, हे सायप्रियनला काही केल्या कळत नव्हतं, पण ही गोष्ट त्या अडाणी पोलिसांना पटवून देता-देता त्याला अक्षरश: घाम फुटला.

मग एका पांढऱ्या केसांच्या अमेरिकनानं काहीतरी खटके फिरवून ती बॅग उघडली. आणि काय – ती चक्क रिकामी होती. हाय, रे देवा! एका फडतूस बॅगपायी आणि तेही रिकाम्या. काय हा छळ! आणि मग त्या अमेरिकनांनी एकमुखानं कुणाला तरी शिव्यांची लाखोली वाहायला सुरुवात केली. अशा शिव्या सायप्रियननं उभ्या जन्मात कधी ऐकल्या नव्हत्या. तेवढ्यात एक ब्रिटिश सार्जंट तिथं आला. तसा माणूस तर त्यानं आजवर कधीच पाहिला नव्हता...

❖

दोन वाजून पंचावन्न मिनिटांनी सार्जंट किड आपल्या गस्त घालणाऱ्या गाडीकडे परत आला. गाडीतल्या रेडिओ ट्रान्समीटरवरून त्याला सारखं पाचारण केलं जात होतं.

"टँगो अल्फा..." तो म्हणाला.

"टँगो अल्फा... मी उप साहाय्यक आयुक्त क्रॅमर बोलतोय. कोण बोलतंय?"

"मी सार्जंट किड, सर, एफ डिव्हिजन."

"तुमच्या हाती काही आलंय, सार्जंट?"

किडनं एकवार बाजूला कटाक्ष टाकला. एक फोक्स वॅगन, त्याचा घामानं निथळलेला ड्रायव्हर, एक रिकामी ब्रीफकेस हाती घेऊन परत-परत तपासणारे एफ.बी.आय.चे तीन लोक, आभाळाकडे बघत खिशात हात घालून उभे असलेले अमेरिकन आणि जबाब घेणारे त्याचे स्वत:चे तीन सहकारी...

"भरपूर घोळ झालाय, सर."

"सार्जंट किड, तुम्ही एखाद्या अतिशय उंच व धिप्पाड अमेरिकनाला पकडलंय का? तो दोन लाखांचा माल घेऊन पळालाय!"

"नाही, साहेब. आम्ही एक बुटका, किडकिडीत आणि भीतीनं थरथरणारा म्हातारा माणूस पकडलाय."

"काय, म्हणतोयस काय? मग हा पळाला?" क्रॅमर ओरडला. नंतरच्या एक तासात त्याच्या याच ओरडण्याचे पडसाद केन्सिंग्टन अपार्टमेंट, स्कॉटलंड यार्ड, व्हाइट हॉल, मुख्य ऑफिस, डाउनिंग स्ट्रीट, ग्रॉसव्हेनॉर स्क्वेअर आणि सरतेशेवटी व्हाइट हाउसचा वेस्ट विंग या सर्वच ठिकाणी उमटत होते, सगळे हेच म्हणत होते, 'हे कसं शक्य आहे? तो असा कसा पळाला?'

पण तो पळाला होता.

❖

नऊ

क्विननं मोटारसायकलवर टांग टाकली होती, त्यानंतर सुमारे अर्ध्याच मिनिटात ब्रीफकेस रिकामी करून, शेजारून चाललेल्या वॅगनच्या मागच्या भागात भिरकावली होती. त्या दिवशी पहाटे लू कॉलिन्सनं क्विनसमोर जेव्हा ती बॅग उघडून दाखवली, तेव्हा त्या हिऱ्यांच्या थैलीशिवाय इतर काहीही नव्हतं. डायरेक्शन फाईंडिंग डिव्हाइस त्यात दिसत नव्हता. पण तो दिसेल, अशी क्विनला अपेक्षाही नव्हती. कारण ज्या कुणी तो त्या बॅगेत बसवला असणार, त्यानं तो उघडकीला येऊ नये, एवढं डोकं तर नक्कीच वापरलं असणार की. पण अर्थात तो बॅगेत कुठंतरी लपवलेला असणार, याची मात्र क्विनला शंभर टक्के खात्री होती; आणि त्या डिव्हाइसच्या जोरावर पोलीस आपला माग काढत त्या झॅकशी हिऱ्यांची देवाणघेवाण करण्याच्या ठिकाणी येणार, हेही त्याला ठाऊक होतं.

त्याचमुळे ट्रॅफिक सिग्नलपाशी क्षणभराची उसंत मिळताच त्यानं फटकन बॅग उघडून त्यातील हिऱ्यांचा बटवा आपल्या चेनच्या जाकिटाच्या आत कोंबला आणि ती ब्रीफकेस शेजारीच उभ्या असलेल्या वॅगनमध्ये अलगद भिरकावली. ड्रायव्हरच्या काहीही लक्षात आलं नाही.

अर्धा मैल पुढे गेल्यावर क्विन मोटारसायकल रस्त्याच्या कडेला उभी करून उतरला. कारण हेल्मेट सक्तीचा कायदा होता; आणि आपल्या उघड्या डोक्याकडे एखाद्या पोलिसाचं नेमकं लक्ष जायचं की, संपलंच सगळं! मग त्यानं सरळ एक टॅक्सी केली आणि मेरिलबोनच्या रस्त्यानं तो निघाला. मग जॉर्ज स्ट्रीटवर तीही सोडून दिली आणि तो पायी पायीच निघाला.

अपार्टमेंट सोडण्यापूर्वी ज्या-ज्या काही वस्तू गुपचूपपणे, कुणाचंही लक्ष वेधून न घेता घेणं त्याला शक्य होतं, तेवढ्या सगळ्या त्यानं घेतल्या होत्या. त्या वस्तूंनी त्याचे खिसे गच्च भरले होते. स्वत:चा अमेरिकन पासपोर्ट आणि ड्रायव्हिंग लायसेन्स – अर्थात एकदा पोलिसांनी सगळीकडे खबर पोहोचवली की, मग या

दोन्हींचाही काहीच उपयोग नव्हता, सॅमच्या पर्समधून गुपचूप लांबवलेला ब्रिटिश नोटांचा एक जुडगा, छोटी फोल्डिंग सुरी, एक छोटी पकड. मग वाटेत जी काही छोटी दुकानं लागली, त्यामधून त्यानं एक झीरो नंबरचा जाड फ्रेमचा चश्मा, आपल्याजोगता बेताच्या किमतीचा एक पोशाख, एक हॅट, एक हॅवरसॅक अशा गोष्टी विकत घेतल्या.

अजूनही काही गोष्टींची त्याला गरज पडणार होती. मग थोडं पुढे एका बेकरीत, एका हार्डवेअरच्या दुकानात आणि चामड्याच्या बॅग्ज, सुटकेसेस वगैरेंच्या दुकानातून त्यानं त्या सगळ्या वस्तू पैदा केल्या व घड्याळात पाहिलं. मि. पटेल यांच्या दुकानातला फोन खाली ठेवल्याला बरोबर पंचावन्न मिनिटं झाली होती. तो आता ब्लॅंडफोर्ड स्ट्रीटकडे वळला आणि कोपऱ्यावरचा हवा तो बूथ शोधून त्यात घुसला. तीन आठवड्यांपूर्वी विनफील्ड हाउसमधून तो जेव्हा टॅक्सीनं केन्सिंग्टन अपार्टमेंटचा पत्ता घेऊन निघाला होता, तेव्हाच वाटेत टॅक्सी थांबवून त्यानं ह्या बूथचा नंबर, गरज पडली, तर जवळ असू दे, म्हणून लिहून घेतला होता. तो आज असा उपयोगी आला होता. हाच नंबर एक तासापूर्वी त्यानं झॅकला दिला होता.

फोन बरोबर दिलेल्या वेळी वाजला.

"ऑल राइट! हरामखोरा, तुझ्या मनात तरी काय आहे?"

झॅक आता खरंच चिडला होता. क्विननं हा जो काही चावटपणा चालवला होता, तो यापुढे असा खपवून घेणं त्याला शक्य नव्हतं; आणि तो खूप थकला होता.

काही मोजक्या शब्दांत क्विननं त्याला, आपण जे काही केलं, ते का केलं, कशासाठी केलं, हे समजावून सांगितलं. झॅकनं ते मुकाट्यानं ऐकून घेतलं.

"पण काय, रे भडव्या, तू सांगतोयस, हे सगळं खरं आहे ना?" तो म्हणाला, "कारण जर तू खरं बोलत नसलास, तर अजूनही त्या पोराचा मुडदा पोत्यात भरून पाठवता येईल."

"हे बघ, झॅक, स्पष्टच बोलायचं झालं, तर ते लोक नंतर तुला पकडोत, न पकडोत, माझा त्याच्याशी काडीइतकाही संबंध नाही. माझा संबंध फक्त एकाच गोष्टीशी आहे, आणि तो म्हणजे त्या पोराला त्याच्या आईबापांकडे सुखरूप नेऊन पोहोचवणं आणि आत्ता, या क्षणी माझ्या खिशात वीस लाख डॉलर्स किमतीचे अस्सल हिरे आहेत. मला वाटतं, या गोष्टीत तुला निश्चितच रस असेल. आता आजअखेर मी त्या कुत्तरड्यांना चकवा देऊन पळालो. कारण ते तुझ्या व माझ्या संबंधात आपलं नाक खुपसणं आणि लुडबुड थांबवायलाच तयार नाहीत, त्यामुळे तुला आता आपल्या देवाणघेवाणीबद्दल ठरवायला हरकत नाही."

"वेळ संपली, मी निघालो."

"अरे झॅक, हा फोन नंबर मेरिलबोनमधल्या एका टेलिफोन बूथचा आहे. तेव्हा, खरं तर, तुला बोलायला हरकत नाही," क्विन म्हणाला, अर्थात तू माझ्यावर पूर्ण विश्वास टाकत नाहीयेस, तेही योग्यच आहे, म्हणा. ठीक आहे. आज रात्री बरोबर आठ वाजता याच नंबरवर मला फोन कर; आणि आता तुझा प्लॅन मात्र नीट तयार असू दे."

"ठीक आहे," झॅक गुरगुरला, "तिथं हजर राहा."

बरोबर याच वेळी इकडे सार्जंट किड व क्रॅमर यांच्यात रेडिओ ट्रान्समीटरवर संभाषण चाललं होतं. काही मिनिटांतच देशातल्या प्रत्येक पोलिसचौकीकडे क्विनचं वर्णन पोहोचलं होतं. हा माणूस हवा आहे, एवढंच. पण तो का हवाय, त्याचा गुन्हा काय, याबद्दल कुणी तोंडही उघडायला तयार नव्हतं.

फोन बूथमधून बाहेर पडल्यावर क्विन परत ब्लँडफोर्ड स्ट्रीटकडे आला आणि पुढे ब्लॅकवूड नामक हॉटेलात गेला. ते एक जुन्या पद्धतीचं लॉज होतं. लहानसंच आणि मुख्य रस्त्यापासून जरा आडबाजूला होतं. काउंटरपाठीमागे एक मुलगी बसली होती. क्विन तिच्यापाशी जाऊन म्हणाला, 'हॅलो,' आणि त्यानं आपलं अगदी खास ठेवणीतलं प्रसन्न हास्य केलं.

त्या मुलीनं मान वर करून पाहिलं आणि ती हसली. उंचापुरा, धिप्पाड, पाठीला जरासं पोक, ट्वीड हॅट, पाठीला लटकणारी हॅवरसॅक. अमेरिकन प्रवासी दिसतोय.

"गुड आफ्टरनून, सर. मी आपली काही मदत करू?"

"अं? हो... चालेल, चालेल. फार बरं होईल. सगळा घोळ झालाय, नुसता. त्याचं काय झालं, मी आत्ताच अमेरिकेतून ब्रिटिश एअरवेजची फ्लाइट घेऊन उतरलो. माझं या एअरलाइनबद्दल इतकं चांगलं मत होतं, हो. आणि त्यांनी काय गोंधळ केला, ठाऊक आहे? त्यांनी माझं सगळं सामानच हरवलं. हो, ना, मॅडम. आता म्हणतायत, चुकून फ्रँकफर्टला पाठवलं गेलं, म्हणून..."

तिनं चेहऱ्यावर सहानुभूती दाखवली.

"तसं त्यांनी चोवीस तासांत सामान आणून हजर करतो, असं वचन दिलं मला. पण गडबड अशी आहे की, मी एका यात्रा कंपनीतर्फे प्रवास करतोय. आणि आमच्या दौऱ्याचं सगळं तपशीलवार वेळापत्रक लिहिलेले कागदपत्रच सगळे सामानाबरोबर गेले. आता आमचा सगळा ग्रुप इथल्या कुठल्या हॉटेलात मुक्काम करणार आहे, तेच तर मला आठवत नाहीये. विमान कंपनीच्या एका बाईला गाठून मी शहरातल्या सगळ्या हॉटेलांची यादी मिळवली, पण एक तास शोधाशोध करूनही काही फायदा नाही. आता माझं सामान उद्या ताब्यात मिळेपर्यंत काही उपायच नाही. शेवटी मी एक टॅक्सी केली आणि ड्रायव्हरला विचारल्यावर त्यानं तुमचं हॉटेल सुचवलं. बरं, तुमच्याकडे मला एका रात्रीपुरती खोली मिळेल का? माझं नाव हॅरी रसेल."

क्विनच्या या कहाणीचा तिच्या मनावर चांगलाच परिणाम झालेला दिसला. तो बिचारा आपलं सामान हरवल्यानं आधीच इतका हताश झालेला दिसत होता. त्यात त्याला त्याचं हॉटेलही आठवत नव्हतं. त्यामुळे त्याला खोली देण्यापूर्वी त्याचा पासपोर्ट किंवा ड्रायव्हिंग लायसेन्स ओळख पटवायला मागावं, असं तिच्या मनातसुद्धा आलं नाही. खरं तर, एखाद्यानं आधी रिझर्व्हेशन केलेलं नसेल, किंवा बरोबरही काही सामानसुमान नसेल, तर अशा प्रवाशांना जागा द्यायची नाही, असा हॉटेलचा नियम होता, पण सामानच हरवलं, ते सुद्धा ब्रिटिश एअरवेजमुळे आणि स्वतःच्या हॉटेलचं नाव विसरलं, त्याला तो तरी काय करणार...?

"पण आमच्याकडे एक छोटीशीच खोली शिल्लक आहे. तीही अगदी मागची."

"चालेल, अगदी चालेल. मिस ... मी आत्ता पैसे रोख भरू का?"

"उद्या सकाळी, मि. रसेल." तिनं एक जुनी पितळी किल्ली काढून त्याच्या हातात ठेवली. "दुसऱ्या मजल्यावर, अकरा नंबर."

क्विननं दुसऱ्या मजल्यावर जाऊन आपल्या खोलीत प्रवेश केला. खोली लहानशीच, पण अगदी नीटनेटकी होती, आरामशीर होती. त्यानं कपडे काढले. हार्डवेअरच्या दुकानातून आणलेल्या छोट्याशा घड्याळात सहाचा गजर लावला आणि तो झोपी गेला.

❖

"पण क्विननं असं केलं तरी का?" सर हॅरी मॅरियट म्हणाले. त्यांनी नुकतीच निगेल क्रॅमरकडून सगळी हकिकत ऐकली होती, त्यानंतर तातडीनं डाउनिंग स्ट्रीटला फोन लावून त्यांनी दहा मिनिटं चर्चा केली होती. थॅचरबाई बऱ्याच नाराज दिसत होत्या.

"मला वाटतं, त्याला कुणीच विश्वास टाकण्याजोगं वाटलं नसणार!" क्रॅमर हलकेच म्हणाला.

"आपल्याबद्दल तरी निदान त्याची काही तक्रार नसेल, अशी आशा आहे." मंत्रीसाहेब म्हणाले, "कारण आपण तर शक्य ते सर्व केलेलं आहे."

"नाही! नाही! आपला प्रश्न नाही!" क्रॅमर म्हणाला, "पण क्विन झॅकच्या खूपच निकट जाऊन पोहोचला होता. त्यानं त्याचा पुरेसा विश्वास संपादन केला होता आणि अपहरणासारख्या नाजूक गोष्टीत हा टप्पा अतिशय धोकादायक असतो, तेव्हा त्याची हाताळणी फार काळजीपूर्वक करावी लागते. फ्रेंच आणि ब्रिटिश रेडिओ प्रोग्रॅम्सच्या त्या फियास्कोनंतर त्याला ही बाब स्वतःच हाताळावी, आणखी कुणाला त्याला गुंतवू नये, असं वाटलं, तर ते साहजिकच आहे. अर्थात म्हणून आपण स्वस्थ बसून चालणार नाही. आपण त्याला शोधायलाच हवं."

क्रॅमरच्या मनात आपल्याला डावलून मध्यस्थ म्हणून क्विनला आणून बसवल्याची

कुठंतरी खंत होती. आणि तरीही गुन्ह्याचा शोध करण्याचं काम मात्र आपल्या अंगावर बेलाशक टाकलं जावं, हे तर अजूनच वाईट!

"पण मुळात तो निसटलाच कसा, हेच मला कळत नाहीये," गृहसचिव कुरकुरत म्हणाले.

"जर माझ्या दोन माणसांना माझ्या म्हणण्याप्रमाणे आधीच अपार्टमेंटमध्ये ठेवलं असतं, तर आज हे असं झालं नसतं." क्रॅमरनं त्यांना मुद्दाम आठवण करून दिली.

"हो, पण आता झालं, ते झालं. आता तरी निदान त्या माणसाला शोधून काढा!" गृहसचिव म्हणाले, "आणि गाजावाजा न करता."

गृहसचिवाचं स्वत:चं मत असं होतं की, या बेट्या क्विननं स्वत:च्या एकट्याच्या जबाबदारीवर सायमन कॉरमॅकला सुखरूप परत आणला, तर उत्तमच. लगेचच त्याला घरी पाठवून देऊ आणि आपण मोकळे होऊ, पण या अमेरिकनांच्या अतिशहाणपणामुळे त्यात काही गडबड झालीच, तर ती जबाबदारी संपूर्णपणे त्यांची होईल, आपली नाही.

❖

याच सुमारास आयर्विंग मॉसला ह्यूस्टनहून एक फोन आला. त्यानं फळभाज्यांच्या बाजारभावाची यादी एका कागदावर उतरवून घेतली. फोन ठेवल्यानंतर त्यानं तो सांकेतिक भाषेतला संदेश कोडवर्डच्या साहाय्यानं सोडवला आणि एकदम खूश होऊन टाळीच वाजवली. तो जितका जास्त-जास्त खोलवर विचार करू लागला, तितकं त्याच्या लक्षात आलं की, आपण आपल्या मूळच्या प्लॅनमध्ये फक्त दोन किरकोळ दुरुस्त्या केल्या की, झालं!

❖

मिलहिल रोडवर केव्हिन ब्राऊनचं नाक चांगलंच ठेचलं गेलं होतं, त्यामुळे तो संतापानं धुमसतच केन्सिंग्टन अपार्टमेंटमध्ये येऊन थडकला. बरोबर सेमॉर व कॉलिन्स हेही होतेच. आल्या-आल्या तिघांनी मिळून सॅम सोमरव्हिले आणि मॅकक्रिआ यांची चांगलीच कानउघाडणी केली, मग त्या दोघांनीही आपली बाजू मांडली. घडलं, ते सगळं कसं अनपेक्षित होतं आणि खरोखरच त्यांचा कसा इलाज चालला नाही, हे पुन्हा-पुन्हा सांगितलं. मॅकक्रिआ तर फारच ओशाळला होता.

"जर क्विननं झॅकशी परत फोनवर संपर्क प्रस्थापित करण्यात यश मिळवलं असलं, तर मग ही केस आपल्या हातांबाहेरच गेली आणि ते दोघं आता दोन टेलिफोन बूथसमधून एकमेकांशी बोलत असले, तर आपण कुठल्याच मार्गानं त्यांच्या फोनवर टॅप बसवू शकत नाही. त्यांनी काय ठरवलंय, तेच मुळी आपल्याला कळायला मार्ग नाही."

''दुसरं काय ठरवणार? सायमन कॉरमॅकच्या मोबदल्यात हिऱ्याची देवाणघेवाण कुठं आणि कशी करायची, याचा प्लॅन ठरवला असेल!'' सेमॉर म्हणाला.

ब्राऊन गुरगुरला,

''हे सगळं लफडं एकदा संपलं ना की, बघतोच मग त्या अतिशहाण्याकडे!''

''एकदाचा तो त्या सायमनला घेऊन जिवंत परतला आणि त्या दोघांची रवानगी अमेरिकेला केली की, मला अगदी सुटल्यासारखं वाटेल.''

नंतर असं ठरलं की, सॅम सोमरव्हिले आणि मॅकक्रिआ या दोघांनीही क्विनच्या फोनची वाट बघत अपार्टमेंटमध्येच थांबायचं. तीनही फोन्सवर टॅप बसविण्यात आले. मग दोघं वरिष्ठ अधिकारी दूतावासात परत गेले. सेमॉर स्कॉटलंड यार्डशी या दोन्ही तपासांसंबंधी बोलणी करण्यासाठी गेला. कारण आता एकाऐवजी दोघांचा तपास करायचा होता.

❖

क्विनला बरोबर सहा वाजता जाग आली. मग त्यानं आदल्या दिवशीच खरेदी केलेल्या शेव्हिंग किटचा वापर करून दाढी केली, अंघोळही उरकली. मग तो नावालाच चार घास जेवला आणि पायी चालतच सकाळी ठरलेल्या बूथपाशी जाऊन पोहोचला. तेव्हा आठला दहा मिनिटं कमी होती. आत एका म्हाताऱ्या बाईचा फोन चालला होता. तिनं वेळीच आपलं संभाषण आवरतं घेतलं, म्हणून नशीब. ती बाहेर आली, तेव्हा आठला पाच कमी होते. क्विननं घाईनं बूथमध्ये शिरून डिरेक्टरीत नंबर शोधण्याचं नाटक केलं. आठ वाजून दोन मिनिटांनी फोन वाजला.

''क्विन?''

''मीच.''

''तू त्या लोकांना चकवा दिला आहेस वगैरे हे जे सांगितलंस, ते खरं का खोटं, देवच जाणे. खरं असलं, तर ठीकच आहे, पण जर यात काही फसवाफसवीचा प्रकार असला ना, तर मात्र याद राख. त्याची फळं तुला भोगावी लागतील.''

''हे बघ, झॅक, बस ना आता ही चर्चा. खरंच फसवाफसवीचा प्रकार नाहीये. आता लवकर कुठं भेटू, ते सांग.''

''उद्या दहा वाजता आपण भेटू. पण कुठं आणि कसं, ते मात्र तुला उद्याच कळेल, सकाळी बरोबर नऊ वाजता याच बूथमध्ये हजर राहा. आपण ज्या ठिकाणी भेटणार आहोत, त्या ठिकाणावर माझ्या माणसांचा पहारा उद्या पहाटेपासूनच असेल, त्यामुळे जर पोलीस किंवा इतर कुणी तिथं लुडबुडायला आलंच, तर आमच्या ते लगेचच लक्षात येईल. आणि मग आम्ही त्या पोरग्याला मारून टाकू. तुला आम्ही कधीच दिसणार नाही; पण तू किंवा दुसरं कुणीही तिथं आलं, तरी

आम्ही त्याला नीट पाहू शकू. जर तुमचा काही गडबड करण्याचा इरादा असेलच, तर तुझ्या दोस्तांना एवढं बजावून सांग – म्हणावं, आमच्यातल्या एक-दोघांना तुम्ही मारू शकालही, पण मग पोरगा कायमचा हातून गेलाच, म्हणून समजा.''

''तुझ्या म्हणण्यासारखंच सगळं होईल, झॅक. मी एकटाच येईन. काही गडबड नाही.''

''कुठलाही इलेक्ट्रॉनिक डिव्हाइस, डायरेक्शन फाइंडर, छुपा मायक्रोफोन, काही काही चालणार नाही. तुझ्या अंगावर यांपैकी जर काही आढळलंच, तर पोरगा खल्लास!''

''मी एकदा सांगितलं ना, काही गडबड नाही. फक्त मी आणि हिरे.''

''तर मग उद्या सकाळी बरोबर नऊ वाजता त्या बूथमध्ये हजर राहा!''

फोन ठेवल्यानंतर क्विन चालतच हॉटेलात परतला. नंतर थोडा वेळ टीव्हीचे कार्यक्रम बघून नंतर आपल्या कामाला लागला. त्याच दिवशी विकत घेतलेलं सामान पुढे घेऊन जवळ-जवळ पहाटे दोनपर्यंत तो काम करतच होता.

नंतर त्यानं परत एकदा अंघोळ केली आणि बिछान्यावर उताणा पडून आढ्याकडे बघत नुसता विचार करत राहिला. खुद्द लढाईच्या आधी तो फारसा झोपत नसे आणि त्याचमुळे त्यानं आज दुपारी तीन तास झोप काढली होती.

पहाटे-पहाटे त्याचा डोळा लागला.

सातचा गजर झाल्याबरोबर तो लगेच उठला.

तो तयार होऊन खाली आला, तेव्हा ती कालचीच गोड पोरगी परत काउंटरमागे बसली होती. क्विनच्या अंगात त्याचा तो कालचाच सूट होता, पण त्यावरून त्यानं एक जाकीट चढवलं होतं. ते गळ्यापर्यंत बटणं लावून बंद केलं होतं. डोळ्यांवर चश्मा आणि पाठीला हॅवरसॅक. त्यानं तिला आपण हीथ्रो विमानतळावर सामान ताब्यात घेण्यासाठी चाललो असून, आत्ताच पैसे देऊन खोलीही सोडत असल्याचं सांगितलं.

पावणेनऊ वाजता तो चालतच बूथपाशी पोहोचला. आत्ता एखाद्या आजीबाई आत नसल्या, म्हणजे मिळवली! बूथ नशिबानं रिकामाच होता. बरोबर नऊ वाजता घंटी वाजली. झॅकचा आवाज– मानसिक ताणामुळे असेल– पण अधिकच बसका येत होता.

''जमायका रोड, रॉथरहीथ...'' तो म्हणाला.

क्विनला, प्रत्यक्ष ही जागा कुठं आहे, ते नक्की ठाऊक नव्हतं, पण साधारण अंदाज होता. जुन्या गोद्या– त्यातील काही भागात आता नवीन अपार्टमेंट ब्लॉक्स झाले होते. पण त्याखेरीज काही निर्मनुष्य भाग, जुन्या पडक्या इमारती, गोडाऊन्स हे देखील होते.

''हं, पुढे सांग.''

मग झॅकनं तपशीलवार सूचना दिल्या :

''जमायका रोडवरून वळून पुढे एका छोट्या रस्त्यानं थेम्स नदीच्या दिशेला जायला लागलं की, वाटेत एक मोकळं गोदाम लागतं. ते दोन्ही बाजूंनी उघडंच आहे. त्याच्या दारावर 'बॅबीज' असं नाव लिहिलेलं मात्र अजूनही शाबूत आहे. टॅक्सी मुख्य रस्त्यावर सोडून खाली चालत ये. दक्षिणेकडील प्रवेशमार्गातून आत शीर. एकटाच. आतील फरसबंदीच्या बरोबर मध्यावर येऊन थांब. जर तुझा पाठलाग होत असेल, तर आम्ही बाहेर येणार नाही.''

फोन बंद झाला. क्विन बूथ सोडून बाहेर आला. त्यानं हॅवरसॅक कचरापेटीत टाकून दिली व इकडेतिकडे टॅक्सीसाठी पाहिलं. ही रोजची ऑफिसच्या गर्दीची वेळ होती, त्यामुळे तब्बल दहा मिनिटं थांबल्यावर मग त्याला टॅक्सी मिळाली. त्या टॅक्सीनं तो मार्बल आर्चच्या भुयारी रेल्वे स्टेशनपाशी उतरला. नंतर भुयारी रेल्वेनंच तो जमायकापाशी आला. तेव्हा झॅकचा फोन येऊन पंचावन्न मिनिटं झाली होती.

त्याला सांगण्यात आल्याप्रमाणे छोट्या रस्त्यानं तो खाली उतरू लागला. हा रस्ता अत्यंत अरुंद होता. घाणीचं साम्राज्य जिकडेतिकडे पसरलं होतं. चिखलही होता. आपल्यावर कुणीतरी गुप्तपणे नजर ठेवून आहे, याची त्याला सतत जाणीव होत होती. चालता-चालता समोरच त्याला ते 'बॅबीज' नावाचं गोदाम दिसलं. तो दबकतच आत शिरला.

ते गोदाम रिकामंच होतं. सुमारे दोनशे फूट लांब आणि ऐंशी फूट रुंद नक्कीच असेल. छतापासून लांबच लांब गंजलेले साखळदंड लोंबत होते. जमीन मात्र फरसबंदीची होती, पण गोदाम बरीच वर्षं रिकामचं पडल्यानं तिथं खूप घाण मात्र झाली होती. तो ज्या दारानं आत शिरला, ते दार जेमतेम एकच माणूस एका वेळी आत शिरेल, एवढंच रुंद होतं. समोरच्या बाजूचं दार मात्र एखादा ट्रक आरामात शिरू शकेल, इतकं मोठं होतं. क्विन फरसबंदीच्या मधोमध येऊन थांबला. त्यानं हॅट आणि खोटा चश्मा असं दोन्ही काढून बाजूला भिरकावून दिलं. आता परत त्या गोष्टींची गरज नव्हती. एकतर सौदा मनासारखा होऊन तो सायमन कॉरमॅकला सहीसलामत घेऊन मगच तिथून बाहेर पडणार होता. नाहीतर त्याच्या सुटकेकरता पोलिसांना यावं लागलं असतं.

क्विन असा निश्चलपणे सुमारे तासभर उभा होता. बरोबर अकरा वाजता मोठ्या दारातून एक व्होल्व्हो गाडी आत शिरली आणि त्याच्यासमोर चाळीस फुटांवर येऊन थांबली, पण तिचं इंजीन चालूच ठेवण्यात आलं होतं. गाडीच्या पुढच्या भागात नखशिखांत बुरख्यात लपेटलेली दोन माणसं होती. डोळ्यांच्या जागी असलेल्या छिद्रांतून त्यांचे डोळेच तेवढे चमकत होते.

एवढ्यात त्याला त्याच्या मागच्या बाजूला काही हालचाल जाणवली. त्यानं हळूच मागे एक कटाक्ष टाकला, तिथं एक तिसरा माणूस उभा होता. काळा ट्रॅक

सूट. चेहऱ्यावर बुरखा. तो अत्यंत सावधपणे उभा होता. हातात रोखून धरलेली सबमशिनगन होती.

एवढ्यात व्होल्व्हो गाडीचं दार उघडलं आणि एक माणूस उडी मारून खाली उतरला. मध्यम उंची, मध्यम बांधा. तो ओरडला,

"क्विन?"

झॅकचाच आवाज. शंकाच नको.

"तू हिरे आणले आहेस?"

"होय."

"मग टाक ते इकडे."

"तू मुलाला आणलयस, झॅक?"

"काय, वेड लागलंय की, काय? पिशवीभर काचेच्या तुकड्यांच्या मोबदल्यात त्याला मी तुझ्या हवाली करीन, असं वाटलं तुला? आम्हाला आधी एकेक खडा तपासून बघावा लागेल. एक जरी नकली निघाला, तरी पोरगा मरेल. जर ते सगळेच्या सगळे खरे आहेत, अशी आमची खात्री पटली, तरच पोरगा परत मिळेल."

"तू असंच म्हणणार, अशी माझी खात्री होती, पण ते चालणार नाही."

"माझ्याशी भलते खेळ खेळू नको, क्विन."

"हे खेळ नाहीत, झॅक. नकली खडे मिळतील, म्हणून तुला ते आधी तपासून पाहावेसे वाटतात ना? आणि माझं काय? तू जिवंत मुलाऐवजी त्याचं प्रेत माझ्या हाती कशावरून ठेवणार नाहीस? आधी तो मुलगा जिवंत आहे, अशी माझी खात्री व्हायला हवी."

"तो तुला बघायला मिळणार नाही."

"पण मग माझी खात्री कशी पटणार? मला त्यासाठी तुझ्याबरोबर यावंच लागेल."

बुरख्याआडून झॅकनं क्विनकडे अविश्वासानं पाहिलं. नंतर तो खदाखदा हसला.

"तो तुझ्यामागे उभा असलेला माणूस पाहिलास, क्विन? अजून एक जरी शब्द तोंडाबाहेर काढलास, तरी गोळी झाडेल तो. मग आम्हाला हिरे मिळतीलच."

"ठीक आहे. जरूर कर तसं. पण त्याआधी जरा हे बघितलंस, तर बरं," क्विन म्हणाला.

त्यानं आपल्या जाकिटाची बटणं उघडली आणि कमरेपाशी लोंबणारी एक वस्तू उंच करून झॅकला दाखवली.

झॅकनं तीवर वरपासून खालपर्यंत नजर फिरवली आणि तोंडातल्या तोंडात एक शिवी हासडली. क्विनच्या पोट व छातीच्या भागावर चॉकोलेटच्या चपट्या पेटीचा तळ एखाद्या ट्रेप्रमाणे इलॅस्टिकच्या चिकटपट्ट्यांच्या साहाय्यानं चिकटवलेला होता.

त्या ट्रेच्या बरोबर मध्यभागी हिऱ्यांची पुरचुंडी खोचून बसवलेली होती. पुरचुंडीच्या चारही बाजूंनी चार चौकोनी डब्या घट्ट बसवल्या होत्या. त्यांतूनच एक इलेक्ट्रिकल वायर निघाली होती. त्या वायरचं दुसरं टोक क्विनच्या हातातील बटणाला जोडलेलं होतं.

त्या चॉकोलेट बॉक्समध्ये एक नऊ व्होल्टची बॅटरी दुसऱ्या एका वायरला जोडलेली होती. तीही एका बाजूनं त्या चौकोनी पेट्यांना आणि दुसऱ्या बाजूनं क्विनच्या हातातील बटणाला जोडलेली होती.

"खोटं!" झॅक स्वतःच्या डोळ्यांवर विश्वास न बसून म्हणाला, "हे...हे खरं नाहीये."

क्विननं चॉकोलेट बॉक्समधली एक डबी उघडून त्यातला मसाला चिमटीनं बाहेर काढून बोटानंच त्याची गोळी वळली आणि फरशीवर टाकली. झॅकनं ती वाकून उचलली आणि हुंगली. मार्झिपॅनच्या वासानं त्याचं नाक भरून गेलं.

"सेमटेक्स!" तो म्हणाला.

"ते झेक आहे!" क्विन म्हणाला, "मला आर. डी. एक्स. जास्त पसंत पडतं."

झॅकला एवढं निश्चित ठाऊक होतं की, कुठलंही स्फोटक जिलेटिन हे दिसायला आणि वासाला बेकरीत केक बनवण्यासाठी वापरण्यात येणाऱ्या मार्झिपॅनसारखंच असतं. पण तसं दिसणं आणि या दोन्ही पदार्थांचे गुणधर्म यांत जमीन-अस्मानाचं अंतर असतं. आत्ता जर इथं गोळीबार झाला आणि त्यात आणखी या माणसानं ते बटणही दाबलं, तर आपण सगळेच्या सगळे मरणार, यात शंकाच नको. त्या छोट्या छोट्या डब्यांमध्ये इतका प्रचंड स्फोटक मसाला भरलेला आहे की, हे सगळं गोदाम त्यात बेचिराख होऊन जाईल.

"तू भडवा आहेस, हे ठाऊकच होतं मला!" झॅक म्हणाला, "तुझं म्हणणं तरी काय आहे?"

"फक्त इतकंच की, मी या बटणावरचा हात काढतो, तुझ्याबरोबर गाडीत बसतो आणि त्या मुलाला तुम्ही जिथं ठेवलंय, तिथं येतो. माझा आत्तापर्यंत तरी कुणीच पाठलाग केलेला नाहीये; आणि यानंतरही कोणी करणार नाही. मी तुझा चेहरा बघितलेलाही नाही, त्यामुळे मी तुला कधीच ओळखू शकणार नाही. तू पूर्णपणे सुरक्षित आहेस. तो मुलगा जिवंत आहे, हे मी माझ्या डोळ्यांनी एकवार पाहिलं, म्हणजे झालं. मग मी लगेच हे सामान फेकून देईन आणि हिरे तुझ्या हवाली करीन. मग तू तुला पाहिजे तेवढा वेळ ते तपासून बघ. मी व तो पोरगा तोवर अंधारकोठडीत राहू. चोवीस तासांनी, तू जाण्यापूर्वी एक निनावी फोन कर, म्हणजे पोलीस येऊन आम्हाला सोडवतील. बस. इतकं साधं, सोपं आणि सरळ आहे."

झॅक थोडा विचारात पडला. त्याचा मूळ प्लॅन असा नव्हता, पण अखेर या वेळी

क्विननं त्याच्यावर मात केली होती. त्यानं आपल्या ट्रॅकसूटच्या खिशातून एक छोटी डबी काढली आणि तो म्हणाला,

"तुझे हात वर कर आणि तोंड उघडं ठेव. तुझ्या अंगावर कुठं छुपा डायरेक्शन फाइंडर किंवा बग नाही ना, एवढं मला तपासून पाहू दे."

एवढं म्हणून झॅकनं ती चपटी डबी क्विनच्या सर्वांगावरून एकदा फिरवून बघितली. क्विनच्या अंगावर जर असा बग किंवा डायरेक्शन फाइंडर दडवलेला असताच, तर लगेचच या डबीतून व्हूप व्हूप असा आवाज आला असता. क्विननं त्या ब्रीफकेसमधून हिरे आणण्याची चूक केली असती, तर त्याचे परिणाम फार महाभयंकर झाले असते.

"ऑल राइट!" झॅक म्हणाला, "तू म्हणतोयस, ते खरं आहे. आता बटणावरचा हात काढ आणि गाडीत बस."

क्विननं सांगितल्याप्रमाणं केलं. नंतर सायमनप्रमाणे त्यालाही गाडीच्या मागच्या डिकीत झोपवण्यात आलं. त्याच्यासारख्या उंच माणसाला तिथं फारच अवघडल्यासारखं झालं, पण तो तसाच निमूटपणे पडून राहिला.

त्याला काही कळायला मार्ग नव्हता. गाडीनं त्याच्या नकळतच एक यू टर्न घेतला व तो बंदूकधारी पळतच मागच्या सीटवर येऊन बसला. नंतर गाडी अलगद गोदामाच्या बाहेर पडली. आता गाडी चालवायला स्वत: झॅकच बसला होता. नंतर ते त्यांच्या गुप्त अड्ड्याकडे निघाले.

त्यांचं ठिकाण लंडनपासून सुमारे चाळीस मैलांवर होतं. तिथं पोहोचायला त्यांना साधारण दीड तास लागला. झॅक गाडी अत्यंत कौशल्यानं व सावकाश चालवत होता. बाकीचे दोन गुंड शांत बसून होते. ते दोघंही इतक्या दिवसांत आज पहिल्यांदाच घराबाहेर पडले होते.

गॅरेजमध्ये गाडी शिरली आणि दार बंद झालं. प्रत्येकानं बुरखा चढवला. एक जण घाईनं घरी सायमनवर पहारा देत थांबलेल्या माणसाला सांगायला धावला. ते सगळे तयार झाल्यावर क्विनला बाहेर काढण्यात आलं. क्विननं एकदा आळस दिला. त्या डिकीत त्याचं शरीर अवघडून गेलं होतं. गॅरेजमधल्या दिव्यानं त्याचे डोळे क्षणभर दिपून गेले. नंतर त्यानं घाईनं बटणावर हात ठेवला.

"ऑल राइट! ऑल राइट!!" झॅक म्हणाला, "त्याची काही गरज नाही. आम्ही तुला त्या पोराकडेच नेतोय, पण थांब. घरात शिरण्यापूर्वी तुला हे घालावं लागेल."

असं म्हणून त्यानं चेहरा झाकण्यासाठी क्विनला एक काळं कापड दिलं. त्यानं ते पांघरलं. नंतर ते एका पॅसेजमधून, पायऱ्या उतरून खाली तळघरात गेले. आता कुणीतरी पुढे झालं. एका दारावर तीन ठोके ऐकू आले. काही वेळानं

एक दरवाजा उघडल्याचा आवाज आला, मग त्याला कुणीतरी या खोलीत ढकललं व दार लावून घेतलं. बोल्ट सरकवल्याचा आवाज आला.

"आता तू तोंडावरचं कापड काढायला हरकत नाही..." लांबून झॅकचा आवाज आला. तो तळघराच्या दारापलीकडून बोलत होता. क्विननं उजव्या हातानं फडकं काढलं. तो एका तळघरात होता. सिमेंटची जमीन, सिमेंटच्याच भिंती. समोरच्या भिंतीपाशी एका लोखंडी पलंगावर एक कृश आकृती बसलेली होती. तिनं डोक्यापासून खांद्यापर्यंत एक काळं फडकं ओढून घेतलेलं होतं. एवढ्यात दारावर दोन ठोके पडले. त्या व्यक्तीनं यांत्रिकपणे फडकं बाजूला केलं.

सायमन दारापाशी उभ्या असलेल्या उंच माणसाकडे अवाक् होऊन बघतच राहिला. त्याच्या अंगावरच्या जाकिटाची सगळी बटणं उघडी होती आणि डाव्या हातात वायरींना जोडलेलं एक बटण होतं. क्विननं प्रेसिडेंटच्या मुलाकडे निरखून पाहिलं.

"हाय सायमन! तू ठीक आहेस ना?" सायमनला बऱ्याच दिवसांनी अमेरिकन उच्चारातलं बोलणं ऐकून बरं वाटलं.

"तुम्ही कोण आहात?" तो कुजबुजला.

"वेल. मी मध्यस्थ आहे. मी या गुंडांशी तुझ्या सुटकेसाठी बोलणी करत होतो. तू ठीक आहेस ना?"

"हो... तसा... ठीकच आहे."

दारावर तीन ठोके पडले. सायमननं लगेच डोक्यावर काळं कापड ओढून घेतलं. दार उघडलं. झॅक उभा होता. सशस्त्र आणि बुरखा घेऊन.

"वेल. नीट पाहून घेतलंस पोराला? आता हिरे?"

"जरूर!" क्विन म्हणाला, "तू तुझा शब्द पाळलास, आता मी माझा पाळतो."

त्यानं अंगातलं जाकीट काढून ठेवलं. मग चॉकोलेटच्या डब्यांतून अतिशय अलगद हिऱ्यांची पुरचुंडी सोडवून घेतली. झॅकनं ती त्याच्या हातून काढून आपल्या साथीदाराजवळ दिली. त्याची बंदूक अजूनही क्विनवर रोखलेलीच होती.

"मी तो बॉंबही काढून घेणार आहे," तो म्हणाला, " नाहीतर तुला बॉंबस्फोट घडवून पळून जायची बुद्धी व्हायची."

क्विननं शांतपणे त्या वायरी, ते बटण व छोट्या डब्या, सगळं नीट गुंडाळून ठेवलं. आत बॉंब वगैरे काही नव्हता. त्यानं एका डबीतला चिमूटभर मसाला काढून अलगद तोंडात टाकला.

"मार्झिपॅन मला कधीच आवडत नाही, फार गोड असतं, बुवा!" तो हसत म्हणाला.

"मार्झिपॅन?" झॅक बुचकळ्यात पडला होता.

"तर काय! मेरिलबोनच्या बेकरीत दुसरं काय मिळणार?"

"क्विन... क्विन.... तुला अगदी गोळी घालावीशी वाटते आहे!"

"पण तू खरोखर घालणार नाहीस, अशी आशा आहे. तशी गरजच उरली नाहीये, झॅक. तुला हवं, ते तुला मिळालंय. मी म्हटलं, त्याप्रमाणे धंदेवाईक लोक उगीच गरजेशिवाय कुणाचे प्राण घेत नाहीत. तू शांतपणे हिरे पारखून घे. आणि निघून जा. नंतर मात्र नक्की पोलिसांना फोन करून आमचा पत्ता कळव, म्हणजे झालं."

झॅकनं दाराला बाहेरून कडी घातली आणि तो तिथूनच ओरडला,

"खरा मर्द आहेस, गड्या, तू!"

आता क्विन पलंगावर बसलेल्या सायमनकडे वळला आणि स्वतःच्या हातानं त्यानं त्याचं कापड काढून टाकलं. तो त्याच्या अगदी जवळ बसला.

"हं. आता तुला सगळं सांगतो. हे बघ, अजून फक्त काही तासच आपल्याला कळ काढावी लागेल. मग ठरल्याप्रमाणे सगळं होईल, असं गृहीत धरलं, तर आपण लवकरच घराकडे जायला लागू. आणि हो, मॉम आणि डॅडनी तुला आशीर्वाद सांगितले आहेत."

असं म्हणून त्यानं सायमनच्या केसांतून हात फिरवला आणि त्याला जवळ घेऊन थोपटलं. त्याबरोबर सायमनचे डोळे पाण्यानं भरले आणि अश्रू घळाघळा वाहू लागले. शेवटी तो सरळ मोठमोठ्यांदा हुंदके देऊन रडला. थोड्या वेळानं तो आवेग शांत झाल्यावर त्यानं शर्टाच्या बाहीनं डोळे पुसण्याचा प्रयत्न केला, पण त्याला ते नीट जमेना. क्विन त्याच्या कृश खांद्यावर हात टाकून नुसता बसून राहिला. त्याला एक खूप जुनी आठवण झाली. फार वर्षांपूर्वी मेकाँग नदीकाठच्या जंगलात पहिल्यांदाच प्रत्यक्ष युद्धात भाग घेण्याची त्याच्यावर वेळ आली होती. त्यात त्याचे सगळेच्या सगळे साथीदार मारले गेले होते आणि तो एकटाच वाचला होता. नंतर आपण जिवंत आहोत, या कल्पनेनं त्याला असेच अश्रू अनावर झाले होते.

थोड्या वेळात सायमन थांबला. मग त्यानं क्विनवर प्रश्नांचा भडिमार सुरू केला. घराविषयी, आई-वडिलांविषयी. त्याच्या प्रश्नांना उत्तर देता-देता एकीकडे क्विननं त्याचं निरीक्षण चालवलं होतं. दाढी-मिशा वाढलेल्या होत्या. कळकट चेहरा व हातपाय. पण बाकी तो ठीक दिसत होता. त्यांनी त्याला अन्नपाणी पोटभर दिलं असणार. त्याच्या अंगावरचे कपडे मात्र एकदम करकरीत कोरे दिसत होते. शर्ट, निळी जीनची पँट. एक मोठा रुंद कातडी कमरपट्टा व त्यावरचं मोठं पितळी चकचकीत बकल. पायांत बूट.

वरच्या मजल्यावर भांडणं, वादावादी चालल्याचा आवाज येत होता. त्या सगळ्यांचेच आवाज चढले होते व झॅक त्याहीपेक्षा मोठा आवाज काढून सगळ्यांना

शांत करत होता. आवाजावरून जरी शब्द कळत नसले, तरी स्वरावरूनच काय चाललं असावं, याची कल्पना येत होती. आता झॅकचाही ओरडण्याचा आवाज ऐकू येऊ लागला. क्विन मनातून धास्तावला. त्यानं स्वत: काही हिरे तपासून बघितले नव्हते आणि बघून तरी काय कळणार होतं, म्हणा! तो स्वत: काही हिऱ्यांचा जाणकार नव्हता. फक्त तो मनात देवाची एवढीच विनवणी करत होता की, कुणाला त्या हिऱ्यांमध्ये नकली खडे मिसळण्याची बुद्धी झाली नसली, म्हणजे मिळवली.

पण खरं तर वादावादीचं कारण वेगळंच होतं. पण अखेर ती मिटली. काही मिनिटांनंतर सगळेच शांत झाले. वरच्या बेडरूममध्ये त्यांच्यांतला साउथ आफ्रिकन आता एका टेबलापाशी बसला होता. टेबलावर एक पांढरी शुभ्र चादर अंथरलेली होती. त्यावर पैलू न पाडलेल्या हिऱ्यांचा एक छोटासा ढीग ठेवलेला होता. ते चौघंही त्या ढिगाकडे डोळे फाडफाडून विस्मयानं बघत होते.

मग त्या आफ्रिकन माणसानं एका सुरीनं त्या ढिगाऱ्याचे छोटे छोटे पंचवीस भाग केले. मग झॅकला त्यातला एक भाग निवडायला सांगितलं. झॅकनं खांदे उडवून एका मधल्याच भागाकडे निर्देश केला. एकूण पंचवीस हजार खड्यांतले सुमारे एक हजार खडे.

त्यावर त्या साउथ आफ्रिकन माणसानं काहीही न बोलता तो ढीग बाजूला ठेवून उरलेले खडे एका कॅनव्हासच्या थैलीत भरले. आता त्यानं टेबलावर, जवाहिऱ्यांच्या दुकानात असतो, तसा प्रखर दिवा लावला. जवाहिऱ्यांचा चिमटा खिशातून काढून एक खडा उचलला आणि उजेडात धरला. तो खडा नीट निरखून पाहून त्यानं हुंकार दिला व तो खडा कॅनव्हासच्या थैलीत टाकला. अशा रीतीनं या ढिगाऱ्यातल्या एकेका खड्याची नीट परीक्षा करण्यात एकंदर सहा तास जाणार होते.

अशा प्रकारच्या हिऱ्यांची मागणी करणं हीच मुळी झॅक व त्याच्या साथीदारांच्या चतुराईची कमाल होती. त्यांनी डोकं लढवून मुद्दामच मध्यम प्रतीच्या म्हणजे एक पंचमांश ते एक द्वितियांश कॅरट वजनाच्या हिऱ्यांचं मिश्रण मागितलं होतं. कारण जर हिरा यापेक्षा जास्त वजनाचा असेल, तर तो विकताना बाजारात त्याच्या असलीपणाचं सर्टिफिकेटही दाखवावं लागतं. तसा नियमच आहे, पण हे बेताच्या आकाराचे खडे मात्र त्यांना कुणालाही संशय न येता आरामात विकता आले असते.

अर्थात त्यासाठी आधी हिऱ्यांच्या असलीपणाची परीक्षा करणं मात्र भाग होतं. पैलू न पाडलेले हिरे चमकत नाहीत. ते दिसायला काचेच्या तुकड्यांसारखे मंद दिसतात, पण हिऱ्यांची साधारण पारख असलेल्या माणसाला त्यांची किंमत सहज ओळखता येते.

खऱ्या हिऱ्यांना एक विशिष्ट गुळगुळीत पोत असतो आणि त्यांच्यावर पाणी ठरत नाही. शिवाय जाड भिंगातून पाहिलं की, हिऱ्याच्या पृष्ठभागावर त्याच्या

स्फटिकांचा एक विशिष्ट त्रिकोनात्मक आकृतिबंध दिसतो. तो साउथ आफ्रिकन आता हाच आकृतिबंध तपासून पाहात होता.

❖

सिनेटर बेनेट आर् हॅपगुड उंचावर उभारलेल्या मंचावर भाषणासाठी उभा राहिला आणि त्यानं समोरच जमलेल्या श्रोतृवृंदाकडे समाधानानं नजर टाकली.

त्याच्या डोळ्यांच्या सरळ रेषेत उंच खडा असलेला टेक्सास स्टेट कॅपिटलचा घुमट दिसत होता. वॉशिंग्टनच्या खालोखाल दुसऱ्या क्रमांकाचं हे शहर मावळत्या सूर्याच्या तांबूस-सोनेरी प्रकाशात उजळून निघालं होतं. त्याच्या या भाषणाच्या प्रसिद्धीसाठी इतका पाण्यासारखा पैसा खर्च करूनही उपस्थिती म्हणावी तशी नव्हती. पण रेडिओ, टीव्ही आणि वृत्तपत्रांच्या बातमीदारांनी मात्र मोठ्या संख्येनं हजेरी लावली होती. त्यामुळे सिनेटर बेनेट खूश होता.

सिनेटर उभा राहताच टाळ्यांचा कडकडाट झाला. त्यानं हात उंचावून टाळ्या वाजवणाऱ्या लोकांची ही मानवंदना स्वीकारली. नंतर स्वागतपद्य झालं. गाणाऱ्या शाळकरी मुलींबरोबरच जमलेले लोकही त्याची स्तुतिस्तोत्रं गुणगुणू लागले, तेव्हा तर त्याचा आपल्या कानांवर विश्वासच बसेना. आपल्यासारख्या एका ओक्लाहोमाच्या ज्यूनियर सिनेटरला लोकांनी डोक्यावर घ्यायचं, म्हणजे काय!

नंतर त्यानं माईक हातात घेऊन खड्या आवाजात अस्खलितपणे भाषण द्यायला सुरुवात केली होती. त्यानं त्या भाषणाची घरी अनेकदा रंगीत तालीम केली होती. काही रिकामटेकड्या उत्साही लोकांची अमेरिकेत लवकरच एक नवीन क्रांतिकारी चळवळ सुरू करण्याची योजना होती व या चळवळीचा अध्यक्ष होण्यासाठी त्यांनी सिनेटर बेनेट आर हॅपगुड याला पाचारण केलं होतं. हे त्याचं भाषण ही या चळवळीची पहिली पायरी होती.

"मित्रहो, माझ्या देशबांधवांनो... तुम्ही जगाच्या पाठीवर जिथं कुठं असाल, तिथं..."

आत्ता त्याच्या समोर बसलेले श्रोते टेक्सासचे होते. पण भाषण मात्र जगाच्या पाठीवर कुठंही असलेल्या अमेरिकन बांधवांना उद्देशून चाललं होतं.

"आपणां सर्वांची कौटुंबिक पार्श्वभूमी वेगवेगळी असेल, सामाजिक स्तर वेगळे असतील, प्रत्येकाची ध्येयं वेगळी असतील, उराशी बाळगलेली स्वप्नं वेगळी असतील, मनात वेगळ्या वेगळ्या प्रकारची भीती असेल, आशंका असेल.... आपण कुणीही असू... स्त्री, पुरुष, लहान मुलं... काहीही करत असू... पण आपल्या सर्वांचं एका विशिष्ट बाबतीत एकमत आहे आणि ते असण्याचं कारण आपण सगळेच या महान देशाचे भक्त आहोत."

यावर टाळ्यांचा कडकडाट झाला.

"आपलं एकमत आहे, ते या बाबतीत की, आपणां सर्वांचीच हा देश मजबूत व्हावा, अशी इच्छा आहे." परत एकदा टाळ्या.

अशाच प्रकारची बडबड त्यानं सुमारे तासभर केली. मग आपलं बोलणं संपवून तो खाली बसला, तेव्हा त्याच्या हेअर स्प्रे मारून व्यवस्थित सेट केलेल्या पांढऱ्या केसांतली एक बट सुद्धा इकडे तिकडे झाली नव्हती. त्याच्या रापलेल्या तांबूस चेहऱ्यावर हास्य विलसत होतं. 'बलशाली अमेरिका' नावाच्या या क्रांतिकारी चळवळीचा हा जन्मदिवस होता. या 'बलशाली अमेरिका' चळवळीच्या पुरस्कर्त्यांचा नानट्केट कराराला जबरदस्त विरोध होता. कम्युनिझम, सोशालिझम किंवा साम्यवाद हा त्यांचा कट्टर शत्रू. या चळवळीचे पडसाद हळूहळू ठिकठिकाणी, विविध पातळ्यांवर उमटणार होते. प्रादेशिक कचेऱ्या, रेडिओ, टीव्ही, वृत्तपत्रं आणि जागोजागी झंझावाती दौरे करून वरच्याच छापाची भाषणं असा भरगच्च कार्यक्रम कार्यकर्त्यांच्या समोर होता. या प्रत्येक वेळी शक्य तितकी व्हाइट हाउसच्या नेत्याची आडून आडून सूचकतेनं निंदा करण्यात येणार होती.

भाषण संपल्यानंतर पाठीमागच्या हिरवळीवर जमलेल्या प्रेक्षकांसाठी खास खाना ठेवण्यात आला होता. प्लॅन क्रोकेट-प्रेसिडेंट जॉन कॉरमॅक यांचं आसन डळमळीत करून त्यांना खुर्चीवरून खाली खेचण्याच्या या कुटिल कारस्थानाचा दुसरा टप्पा आता लवकरच उलगडणार होता.

❖

क्विन आणि सायमन कॉरमॅक या दोघांनी रात्र त्या अंधाऱ्या तळघरात कशीतरी काढली. क्विनच्या आग्रहामुळे अखेर सायमन पलंगावर पडला होता, तरी पण त्याला झोप लागणं शक्यच नव्हतं. क्विन बिचारा थंडगार फरशीवर बसून, भिंतीला पाठ टेकून डुलक्या खात होता. मधूनच जरा कुठं डोळा लागायला लागला की, सायमनच्या प्रश्नानं तो दचकून उठे.

"मि. क्विन?"

"मिस्टर वगैरे नको. क्विन. नुसतं क्विन."

"तुम्ही माझ्या डॅडींना स्वत: भेटलात?"

"हो. त्यांनीच तर मला एमिली आत्या आणि मि. स्पॉटबद्दल सांगितलं."

"डॅडी कसे काय होते?"

"ठीक होते. अर्थातच ते प्रचंड काळजीत होते. कारण अपहरणानंतर लगेचचीच गोष्ट होती ती."

"तुम्ही मॉमला भेटलात?"

''नाही. तिच्यापाशी तेव्हा डॉक्टर होते. तीही खूप काळजीत होतीच, पण तशी ठीक होती.''

''मी ठीक आहे, हे त्यांना माहिती आहे ना?''

''हो, तर दोनच दिवसांपूर्वी तू सुखरूप आहेस, असं मी त्यांना कळवलं होतं. पण तू आता झोप, बघू.''

''ओ.के... पण काय, हो, आपल्याला इथून किती वेळानं सोडतील?''

''तसं काही सांगता येणार नाही. माझ्या अंदाजाप्रमाणं ते उद्या सकाळपर्यंत घर सोडून जातील. त्यानंतर सुमारे बारा तास गेल्यावर मग ते पोलिसांना फोन करतील. फोन केल्यानंतर पोलीस अर्थातच तातडीनं इथं येतील. ते सगळं झॅकवर अवलंबून राहील.''

''झॅक? कोण झॅक? त्यांचा मुख्य?''

''हो.''

❖

अखेर पहाटे दोनच्या पुढे थकून सायमन झोपला. क्विन मात्र आता डोळे ताणून जागाच होता. वरून ऐकू येणाऱ्या कुजबुजाटातून काही धागादोरा हाती येतोय का, ते बघत होता.

पहाटे तीनच्या सुमाराला दारावर जोरात तीन ठोके पडले.

सायमन पलंगावर ताडकन उठून बसला आणि कुजबुजला, ''तोंडावर काळं कापड.'' दोघांनी आपापल्या तोंडांवर काळी कापडं घातली. नंतर झॅक आपल्या दोन साथीदारांसह तळघरात शिरला. प्रत्येकाच्या हातात दोन दोन बेड्या होत्या. दोघा कैद्यांना पाठ करून उभं करण्यात आलं. त्यांचे दोन्ही हात आधी पाठीमागे घेऊन मग बेड्यांनी जखडण्यात आले.

हिऱ्यांची परीक्षा करून नुकतीच संपली होती. सगळे हिरे अस्सल आहेत, अशी झॅक व त्याच्या साथीदारांची खात्री पटली होती, मग उरलेला वेळ त्या चौघांनी आपली राहती जागा धुऊन पुसून, साफसूफ करून, कोणताही पुरावा, खुणा, हाताचे ठसे, इत्यादी मागे राहणार नाही, अशी खबरदारी घेतली होती. मात्र सायमनला जिथं बंदिवान ठेवलं होतं, ते तळघर किंवा तिथल्या सामानाबद्दल त्यांना काडीचीही फिकीर नव्हती. कारण त्यातल्या कुठल्याच गोष्टींवरून पोलीस त्यांच्यापर्यंत पोहोचू शकले नसते.

सायमन कॉरमॅकच्या पायातली बेडी काढून टाकली गेली. नंतर दोघांना मुख्य घरात व तिथून गॅरेजमध्ये नेण्यात आलं. व्होल्व्हो गाडी तयारच होती. डिकीमध्ये मात्र आता गुंडांचं सामानसुमान ठासून भरलेलं होतं. क्विनला गाडीच्या मागच्या बाजूला ढकलण्यात आलं. त्याला त्यांनी सीटखालची जी पाय ठेवायची

जागा असते, तिथं झोपवलं आणि वरून नखशिखांत पांघरूण घातलं. क्विनला फारच अवघडल्यासारखं होत होतं. पण तो आता आशावादी होता.

जर झॅक आणि त्याच्या साथीदारांच्या मनात आपल्याला ठारच मारायचं असतं, तर त्यांनी ते काम त्या तळघरातच उरकलं असतं. त्यासाठी असं गाडीत कशाला घेतलं असतं? म्हणजे नक्कीच ते आपल्याला मारणार नाहीत, असा विचार करत तो पडून राहिला. क्विनच्या वरती सीटवर सायमन कॉरमॅकला झोपवण्यात आलं होतं. त्याच्या वजनाच्या भारानं सीट दबून गेल्याचं क्विनच्या पाठीला चांगलंच जाणवत होतं. चौघां दरोडेखोरांपैकी दोन-त्यातल्यात्यात बारीक अंगयष्टीचे लोक मागच्या सीटवर सायमनला दडपून बसले होते. सायमनलाही क्विनप्रमाणेच नखशिखांत आच्छादण्यात आलं होतं. झॅक व तो जाड्या माणूस असे दोघं पुढे बसले आणि झॅकनं गाडी चालू केली.

मग झॅकच्या सांगण्यावरून सर्वच्या सर्व गुंडांनी आपापले बुरखे व काळ्या ट्रॅकसूटपैकी फक्त वरचा टॉप असं काढून गॅरेजमध्ये भिरकावून दिलं. झॅकनं आता बटणं दाबून गॅरेज उघडलं व गाडी बाहेर काढली. रस्त्यावर कुणीच नव्हतं. उजाडायला तब्बल दोन तास अवकाश होता.

गाडी अखंड दोन तास धावत होती. आपल्याला कुठं नेण्यात येतंय, याची क्विनला काहीच कल्पना नव्हती. साधारण साडेसहाच्या सुमाराला गाडी हळूहळू वेग कमी करत करत थांबली. या संपूर्ण प्रवासात कुणी एक अक्षरसुद्धा बोललं नव्हतं. सगळे दरोडेखार आता सूट व टाय घालून उच्चभ्रू माणसांचा आव आणून ताठ मानेनं बसले होते. गाडी थांबली, तसे मागचे दोघे दार उघडून उडी मारून खाली उतरले. नंतर क्विनला त्यांनी फरफटत बाहेर काढलं. तो तिथल्या ओलसर गवतात कोलमडून पडला, मग तसाच कसातरी धडपडत उठून गुडघ्यांवर बसला आणि सावकाश उभा राहिला. तेवढ्यात ते दोन्ही गुंड पळतच गाडीत चढून बसले व गाडी सुरू झाली.

"झॅक... झॅक..." क्विन जोरात ओरडला, "त्या पोराचं काय करणार आहात?"

"अजून दहा मैल पुढे जाऊन त्यालाही असंच तुझ्यासारखं रस्त्याच्या कडेला सोडणार आहोत!" झॅक ओरडला.

फर्र्कन गाडी निघून गेली. बाहेर उघड्यावर नोव्हेंबर महिन्यातला पहाटेचा बोचरा वारा अंगाला चांगलाच झोंबत होता. गाडी निघून जाताक्षणीच क्विन लगेचच कामाला लागला.

स्वत:च्या द्राक्षाच्या बागांमध्ये कसून अंगमेहनत केल्यामुळे क्विनचं शरीर चांगलंच कणखर झालेलं होतं. शरीरावर कुठंही जादा चरबी नव्हती. कंबर अजूनही बारीक होती. अंग लवचीक होतं. त्या गुंडांनी रात्री जेव्हा त्याच्या मनगटांत बेड्या अडकवल्या तेव्हा, त्यानं मुद्दामच गुपचूप बराच जोर लावून मनगटाचे स्नायू फुगवले होते, त्यामुळे साहजिकच नंतर बेड्या फारशा काचत नव्हत्या व त्याला आपल्या हातांची हालचाल

त्या मानानं बरीच सुलभ जात होती, मग तो खाली गवतात बसला. त्यानं हळूहळू खूप परिश्रमपूर्वक मागे बांधलेल्या हातांतून एकेक गुडघा सोडवून घेतला. बूट लाथा झाडून उडवून दिले व बेड्यांनी जखडलेले हात तसेच कसेतरी पुढे आणले. मग मनगटांच्या साहाय्यानं तोंडावरचा बुरखाही काढून टाकला.

समोरचा रस्ता लांबच लांब आणि अरुंद होता. पहाट व्हायला अजूनही थोडा अवकाश होता, त्यामुळे रस्त्यावर चिटपाखरूसुद्धा नव्हतं. त्यानं एकदा छाती फुगवून श्वास घेतला व मदतीसाठी इकडे तिकडे पाहिलं, पण कुणीच नव्हतं. मग त्यानं धडपड करून तसेच कसेतरी बूट परत पायांत चढवले आणि उठून रस्त्याला लागला. तो आता, गाडी गेली, त्याच दिशेला धावत होता.

तो असा सुमारे दोन मैल धावला असेल. मग त्याला रस्त्याच्या डाव्या हाताला एक मोडकळीला आलेलं गॅरेज दिसलं. त्याला लागून एक तितकंच मोडकळीस आलेलं ऑफिसही होतं. तीन लाथांमध्ये ऑफिसचं दार उघडलं. आत एक टेबल, खुर्ची व शेल्फ होतं. त्या शेल्फवर फोन होता व तो नशिबानं चालू होता, देवाचे मनोमन आभार मानत क्विननं रिसीव्हर बेड्या घातलेल्या दोन्ही हातांनी उचलला व डायल टोन येतोय, असं बघून टेबलावर ठेवला. मग केन्सिंग्टन अपार्टमेंटचा नंबर फिरवला आणि रिसीव्हर कानाला लावला.

❖

क्विनचा फोन आलाय. असं समजताच लंडनमध्ये एकच गोंधळ उडाला. एक्सचेंजची ऑटोमॅटिक यंत्रणा, क्विन जिथून बोलत होता, त्या नंबरचा शोध घेऊ लागली.

अमेरिकन दूतावासाच्या तळघरात ड्युटी ऑफिसरच्या समोरच्या पॅनेलवरचा दिवा अचानक चमकू लागला व त्यानं लावलेल्या हेडफोनमध्ये फोनची घंटी वाजायला लागली, तेव्हा त्याचा त्या गोष्टीवर विश्वासच बसेना.

तो ओरडत सुटताच केव्हिन ब्राऊन, पॅट्रिक सेमॉर आणि लू कॉलिन्स असे तिघंही धावतच तिथं आले.

"स्पीकर चालू कर, लगेच!" सेमॉर ओरडला.

इकडे केन्सिंग्टन अपार्टमेंटमध्ये सॅम सोमरव्हिले फोनच्या शेजारीच क्विनच्या आवडत्या सोफ्यावर बसून पेंगत होती. शेजारच्याच आरामखुर्चीत मॅकक्रिआ गाढ झोपला होता. क्विन पळून गेल्यानंतरची दुसरी रात्र उलटली होती.

फोनची घंटी वाजू लागताच सॅम खडबडून जागी झाली, पण फोन वाजतोय व तो आपण उचलावा, हे तिच्या डोक्यात शिरायला काही सेकंद लागले. तेवढ्यात फोनवर चमकणाऱ्या लाल दिव्याकडे तिचं लक्ष गेलं व तिची झोप खाडकन उडाली. तिनं तिसऱ्या घंटीला फोन उचलला.

"येस?"

"सॅम?"

कोणाचा आवाज आहे, यात शंकाच नको.

"ओ... क्विन!" ती ओरडली, "तू ठीक तर आहेस ना?"

"क्विन गेला खड्ड्यात! तिला म्हणावं – आधी त्या पोराबद्दल विचार...," इकडे फोनवरचं संभाषण ऐकत दूतावासाच्या तळघरात बसलेला केव्हिन ब्राऊन ओरडला. सॅमला ते अर्थातच ऐकू येणं शक्य नव्हतं.

"मी ठीक आहे. मला त्यांनी मुक्त केलंय. सायमनलाही एव्हाना बहुधा सोडलंच असेल. याच रस्त्यावर... पण आणखी काही मैल पुढे..."

"पण तू नक्की कुठं आहेस?"

"तेच तर मला माहिती नाही ना. एका लांबलचक रस्त्याच्या कडेला एक मोडकळीला आलेलं हे गॅरेज आहे. तिथूनच मी आत्ता बोलतोय."

एव्हाना केन्सिंग्टन एक्सचेंजमधल्या इंजिनिअरला त्या नंबरचा तपास लागला होता. तो ओरडला,

"हं, सापडला. सात-चार-पाच-शून्य-एक."

त्याचा सहकारी एव्हाना स्कॉटलंड यार्डच्या निगेल क्रॅमरशी फोनवर बोलतही होता.

"हा नंबर कुठला आहे?" तो खेकसला.

"थांब हं! एक मिनिट... हं... टब्ज क्रॉस गॅरेज, ए-४२१ विभाग, फेनी स्ट्रॅटफोर्ड आणि बकिंगहॅमच्या मध्ये."

नेमकं त्याच वेळी क्विनला गॅरेजच्या मालकाचं लेटरहेड दिसलं. त्यावर गॅरेजचा पत्ता लिहिलेला होता. त्यानं तो फोनवर सॅमला सांगितला व फोन ठेवला. सॅम आणि मॅकक्रिआ पळतच खाली रस्त्यावर आले. तिथं सी.आय.ए.ची एक गाडी चोवीस तास त्यांच्या दिमतीला ठेवलेलीच होती. मॅकक्रिआनं गाडी सुरू केली व सॅमनं रस्त्याचा नकाशा उलगडला.

स्कॉटलंड यार्डातून निगेल क्रॅमर व त्याचे सहा ऑफिसर्स दोन पोलिस-व्हॅन्स घेऊन निघाले. त्यांनी मुद्दामच सायरन चालू केले होते. गाड्या व्हाइट हॉलवरून पार्क लेनच्या रस्त्यानं सरळ पुढे लंडनबाहेर उत्तरेला सुसाटत निघाल्या. त्याच वेळी दूतावासातून दोन काळ्या गाड्या घेऊन केव्हिन ब्राऊन, लू कॉलिन्स, पॅट्रिक सेमॉर आणि ब्राऊनचे सहा एफ.बी.आय. एजंट्स त्याच दिशेनं निघाले.

❖

फेनी स्ट्रॅटफोर्ड आणि बकिंगहॅमच्या मधोमध असलेल्या ए-४२१ विभागापासून पुढे पश्चिमेला एक लांबच लांब रस्ता जातो. वाटेत कित्येक मैल कुठंही मनुष्यवस्ती

नाही. दोन्ही बाजूंना नुसती हिरवीगार शेतं पसरलेली आहेत. क्विन पश्चिमेकडे जाणाऱ्या या रस्त्यावर धावत निघाला होता. हळूहळू उजाडायला लागलं, तसा क्विनला दूरवर एक ठिपका- तो मनुष्याचाच आकार वाटत होता – त्याच्याप्रमाणेच धावताना दिसला आणि स्वत:च्या पाठोपाठच त्याला गाडीच्या इंजिनाचा आवाज ऐकू आला. त्यानं मागे वळून पाहिलं, तर एक ब्रिटिश पोलिस-व्हॅन, आणि दोन अमेरिकन गाड्या व त्यांच्या पाठीमागे एक सी.आय.ए.ची गाडी असा ताफा वेगानं त्याच्याच दिशेनं येताना दिसला. सर्वांत पुढे असणाऱ्या गाडीच्या ड्रायव्हरनं त्याला नक्कीच पाहिलं असणार... कारण गाडीचा वेग कमी झाला.

मात्र गाडीत बसलेल्या कुणालाही पुढे खूप लांबवर पळत असणारी सायमन कॉरमॅकची रेखाकृती ओळखता आली नाही. क्विनसारखंच सायमननंही आपले हात खूप खटाटोपानं पुढे घेण्यात यश मिळवलं होतं आणि तो क्विनसारखाच पुढे पळत निघाला होता, पण त्यानं फोन वगैरे करायचा प्रयत्न देखील केलेला नव्हता. इतके दिवस कैदेत काढल्यामुळे त्याला खूप अशक्तपणा वाटत होता. त्याचे झोकही जात होते, पण तरीही तो अगदी सावकाश पळत होता.

इकडे ताफ्यातली पुढची गाडी क्विनपाशी येऊन थांबली.

"पोरगा कुठाय?" पुढच्याच सीटवर बसलेला ब्राऊन उतावीळपणे म्हणाला.

तोपर्यंत मागच्या व्हॅनमधून निगेल क्रॅमर उडी मारून उतरला आणि त्यानं सुद्धा तोच प्रश्न विचारला. क्विननं दीर्घ श्वास घेत, मानेनंच, समोर पळत चाललेल्या कॉरमॅककडे बघा, अशी खूण केली.

"तो काय... पळतोय..." क्विन धापा टाकत म्हणाला.

त्या सर्वांनाही तो एकदमच दिसला. इतक्यात मॅकक्रिआ व सॅम सोमरव्हिलेची गाडी क्विनच्या बाजूला येऊन थांबली.

गाड्यांमधून उतरलेल्या ब्रिटिश आणि अमेरिकन तुकड्या एव्हाना केवळ दोनशे यार्डांवर असलेल्या सायमन कॉरमॅकच्या दिशेनं उत्स्फूर्तपणे धावू लागल्या होत्या.

क्विन मात्र एखाद्या पुतळ्यासारखा निश्चल उभा होता. आता करण्यासारखं काही उरलं नव्हतं. त्यानं आपलं कर्तव्य पार पाडलं होतं. आता सॅम गाडीतून उतरून पळतच त्याच्या जवळ आली. तिनं त्याचा दंड घट्ट पकडला व ती काहीतरी पुटपुटली; पण ते त्याच्या कानांतही शिरू शकलं नाही, इतका तो थकला होता.

आपल्या मदतीसाठी आपले लोक येऊन दाखल झाले आहेत, असं बघताच सायमन कॉरमॅक पळायचा थांबला. त्याच्या चेहऱ्यावर सुटकेचा आनंद पसरला. आपल्या देशाचे अधिकारी हात हवेत उंच करून विजयी मुद्रेनं त्याच्याचकडे धावत येताना त्याला दिसले. त्याच्यात आणि त्याच्या अधिकाऱ्यांत आता जेमतेम शंभर यार्डांचं अंतर असेल, नसेल, तेव्हा त्याला मृत्यू आला. सायमन कॉरमॅक... मरण पावला.

जे घडलं, ते अतर्क्य, अनाकलनीय होतं. तिथं त्या क्षणी हजर असलेल्या लोकांनी नंतर जबाब देताना सांगितलं की, त्यांना समोर एक अतिशय प्रखर अशी प्रकाशरेषा काही सेकंद चमकताना दिसली. शास्त्रज्ञाचं म्हणणं असं पडलं की, तो विजेचा लोळ फक्त तीन मिलिसेकंदच चमकला होता. पण मानवी डोळ्यांच्या पटलांवर इतक्या प्रखर प्रकाशाची प्रतिमा नंतरचे काही सेकंद तरळत राहते. त्या प्रकाशरेखेबरोबरच जो विजेचा लोळ चमकला, त्यात समोर उभी असलेली सायमन कॉरमॅकची आकृती गुरफटून गेली.

ते दृश्य प्रत्यक्ष बघणाऱ्या लोकांना त्याचा इतका प्रचंड मानसिक धक्का बसला की, नंतरचे काही महिने त्यांना मानसोपचार घ्यावे लागले. त्यांच्या म्हणण्याप्रमाणे त्या भयानक आगीच्या लोळामध्ये सायमन कॉरमॅकची आकृती एखाद्या चिंधीच्या बाहुल्याप्रमाणे उंच उचलली गेली आणि वीस फूट अंतरावर जाऊन आपटली. सगळे बघणारे लोक पळत त्याच्यापाशी पोहोचले, तोपर्यंत त्याचं अवघं शरीर कोळपून त्याची राख झाली होती.

निगेल क्रॅमर ते भयंकर दृश्य बघून पांढरा फटक पडला होता. तो एकसारखा तोंडानं 'ओ, गॉड, माय गॉड' असं म्हणत होता. एका एफ.बी.आय. एजंटनं तर गुडघ्यांवर बसून देवाची प्रार्थना सुरू केली. सॅम सोमरव्हिलेनं ते दृश्य बघून एकदाच प्रचंड किंकाळी फोडली आणि मग आपला चेहरा क्विनच्या पाठीवर लपवून ती हमसाहमशी रडू लागली. त्या दोघांच्या पाठीमागे डंकन मॅकक्रिआ गुडघ्यांवर पाठमोरा बसून एका खड्ड्यात उलटी करू लागला.

क्विन निश्चल उभा होता. तो आपली मान अविश्वासानं जोरजोरात हलवून 'नो! नो!' असं ओरडू लागला.

अखेर त्यांच्यातला जो सगळ्यांत वयोवृद्ध आणि अनुभवी सार्जंट होता, तो सर्वांत आधी पळत जाऊन त्या मृतदेहापाशी पोहोचला. त्याच्या पाठोपाठ बाकीचेही जाऊन पोहोचले. केव्हिन ब्राऊन तर धक्क्यानं पांढरा फटक पडला होता. निगेल क्रॅमर व त्याच्या साथीदारांनी एकवार सायमनच्या देहाकडे निरखून पाहिलं व अखेर त्यांच्या इतक्या वर्षांच्या ट्रेनिंगनुसार ते कामाला लागले.

"आता सगळे इथून जरा बाजूला सरका... प्लीज..." निगेल क्रॅमर म्हणाला, "आणि सावकाश."

ते सगळे परत गाड्यांमध्ये जाऊन बसले.

"सार्जंट, तुम्ही परत जा. आणि एका तासाच्या आत आपला सगळा संच हेलिकॉप्टरनं इथं पाठवा. फोटोग्राफर, शवविच्छेदनतज्ज्ञ – सगळे उत्तमोत्तम लोक पाठवा." नंतर दुसऱ्या गाडीतल्या लोकांना उद्देशून तो म्हणाला, "आणि तुम्ही.... दोन्ही बाजूंनी रस्ता एकेक मैलापर्यंत बंद करा. मी परवानगी देईपर्यंत कुणीही या रस्त्यावर पाऊलही टाकता कामा नये."

रस्त्यावर अडसर घालून रस्ता रोखण्यासाठी जी तुकडी नेमली होती, ती अत्यंत सावकाशपणे, काळजीपूर्वक चालत पलीकडे गेली. स्फोटाचे अवशेष बऱ्याच दूरवर विखुरले होते. त्यातल्या कशालाच धक्का लागून चाललं नसतं.

पहिल्या स्क्वाड कारमध्ये रेडिओ ट्रान्समीटर होता.

❖

बरोबर एक तासात स्थानिक पोलीस घटनास्थळी येऊन हजर झाले. बघ्यांची गर्दी थोपवण्यासाठी त्यांनी रस्त्याच्या दोन्ही बाजूंना संरक्षक फळीच उभारली. घटना गावाबाहेर फारच लांब घडल्यामुळे अजून प्रेसवाले तिथं येऊन पोहोचलेले नव्हते. निदान काही काळ तरी पाण्याची पाइप लाइन फुटली आहे, असं सांगून, जवळपासच्या खेड्यांतल्या फुटकळ दैनिकांचे वार्ताहर आलेच, तर त्यांना कटवायचं, असं ठरलं होतं.

हेलिकॉप्टरमधून पोलिसांची मदत-तुकडी बरोबर पन्नास मिनिटांच्या आतच घटनास्थळी दाखल झाली. त्यांच्याबरोबर स्फोटक पदार्थांमधील तज्ज्ञ डॉ. बर्नार्ड हेही होते. डॉ. बर्नार्ड हे या क्षेत्रातले अतिशय जुने जाणकार होते. त्यांची कीर्ती अशी होती की, बाँबविस्फोटातील बाँबचा एखादा केसाइतका बारीक तुकडा जरी हाती लागला, तरी त्यावरून ते बाँबची रचना, त्याची बनावट, इतकेच नव्हे, तर तो ज्या फॅक्टरीत बनला, त्या फॅक्टरीचं नाव सुद्धा ओळखून काढू शकत. बहुतेकवेळा तो बाँब ज्या माणसानं बनवला, त्याच्या नावाचाही अंदाज ते वर्तवीत. इतका या डॉ. बर्नार्डचा या क्षेत्रातला सखोल अभ्यास होता.

आधी बराच वेळ डॉक्टरांनी निगेल क्रॅमरचं म्हणणं ऐकलं, माना हलवल्या. मग स्वत:बरोबर आणलेल्या डझनभर मदतनिसांना काम सुरू करण्याची खूण केली. ते ताबडतोब यांत्रिकपणे कामाला लागले.

हे सगळे लोक तिथं पोहोचून कामाला लागण्याच्या कितीतरी आधीच केव्हिन ब्राऊन संतापानं धुमसत क्विनपाशी आला. त्याचे डोळे नुसते निखाऱ्यांसारखे फुलले होते.

"भडव्या, हरामखोरा...," तो क्विनला म्हणाला. दोघं सारख्याच उंचीचे होते आणि एकमेकांच्या डोळ्यांत डोळे घालून बघत होते. "सगळा दोष तुझा आहे, फक्त तुझा. प्रत्यक्षपणे – नाहीतर अप्रत्यक्षपणे, पण या सगळ्याला तूच कारणीभूत आहेस. आणि मी तुला याची शिक्षा केल्यावाचून राहणार नाही."

असं म्हणतच त्यानं क्विनला इतक्या जोरात थप्पड मारली की, बाजूलाच उभे असलेले दोन एफ.बी.आय.चे अधिकारी दचकलेच. मग त्यांनी कसंबसं त्याला शांत केलं. क्विनचे हात अजूनही बेड्यांत जखडलेलेच होते, त्यामुळे त्याच्या जबड्यावर

इतकी जोरात थप्पड बसूनही तो काहीच प्रतिकार करू शकला नाही. तो कोलमडला. त्याचं डोकं गाडीच्या मागच्या टपावर जोरात आदळलं आणि तो बेशुद्ध झाला.

आता मात्र ब्राऊन भानावर आला आणि त्यानं आज्ञा केली,

''भडव्याला गाडीत घाला.''

क्रॅमर मात्र या बाबतीत काही करू शकत नव्हता. त्यानं सेमॉर, कॉलिन्स आणि त्यांच्या माणसांना आपापल्या गाड्यांमध्ये बसून लंडनला परत जायची विनंती केली.

''नंतर मात्र क्विनला माझ्या ताब्यात द्या. मला त्याची जबानी घ्यावी लागेल.'' त्यानं सेमॉरला सांगितलं. मग सेमॉरनं त्याला तसं वचन दिलं.

ते गेल्यानंतर क्रॅमरनं स्वत: त्या गॅरेजपाशी जाऊन सर हॅरी मॅरियट यांच्या घरी फोन केला आणि त्यांना ती दुष्ट बातमी सांगितली.

सर हॅरी मुळापासून हादरले, पण शेवटी ते एक धोरणी, मुत्सद्दी राजकारणी होते.

''मि. क्रॅमर, एक पोलिसखातं म्हणून आपला या मृत्यूशी काही प्रत्यक्ष संबंध पोहोचतो? आपण जबाबदार धरले जाऊ?''

''नाही, होम सेक्रेटरी साहेब! क्विन एकदा त्या अपार्टमेंटमधून पळून गेल्यानंतर सगळी जबाबदारी पूर्णतया त्याचीच होती. त्यानं स्वत:ला पाहिजे त्या पद्धतीनं सगळं हाताळलं. त्यानं आपल्या वा त्यांच्या एकाही माणसाला या बाबतीत विश्वासात घेतलेलं नव्हतं, त्यामुळे या अपयशाचा वाटेकरी सुद्धा एकटा तोच आहे.''

''आय सी...'' गृहसचिव म्हणाले, ''आता मला मात्र हे सगळं काही ताबडतोब पंतप्रधानांना कळवायला हवं ....''

त्यांच्या म्हणण्याचा अर्थ असा होता की, झाल्या गोष्टीला ब्रिटिश पोलिसखातं जबाबदार नाही, हे सुद्धा.

''कृपा करून कुठल्याही परिस्थितीत बातमीदारांना या गोष्टीचा सुगावा लागू देऊ नका. नंतर फार तर आपण एवढं सांगू शकू की, सायमन कॉरमॅकचा मृतदेहच आमच्या हाती लागला, पण अर्थात तेही नंतर. एवढ्यात तर काहीच सांगायचं नाही. आणि अर्थातच नंतर घडणाऱ्या सगळ्या तपासाची हकिकत मला तपशीलवार कळवत राहा.''

❖

लंडनहून ही बातमी पॅट्रिक सेमॉरनं वॉशिंग्टनला कळवली. त्यानं खुद्द व्हाइस प्रेसिडेंट मायकेल ओडेल यांनाच फोन केला. ओडेल यांना वॉशिंग्टन प्रमाण वेळेनुसार पहाटे पाच वाजता झोपेतून उठवून एका एफ.बी.आय. अधिकाऱ्याचा फोन

असल्याचं कळवण्यात आलं, तेव्हा साहजिकच सायमन कॉरमॅकच्या सुटकेची बातमी आपल्याला ऐकायला मिळणार, अशा अपेक्षेतच ते होते, त्यामुळे सेमॉरचं बोलणं ऐकून त्यांच्या चेहऱ्याचा रंगच उडाला.

"पण कसं? का? देवा... का पण?"

"ते अजून काहीच कळलेलं नाहीये, सर," लंडनहून पॅट्रिक सेमॉर म्हणाला, "सायमनची सुखरूप सुटका करण्यात आली होती. आम्ही त्याच्यापाशी पोहोचलोही होतो. आमच्यात आणि त्याच्यात फक्त नव्वद यार्डांचं अंतर राहिलं होतं, तेव्हा हा प्रकार घडला. काय आणि कसं झालं, ते अजून आम्हालाही नीटसं कळलेलं नाही, सर. पण तो आमच्या डोळ्यांदेखत मरण पावला, जळून खाक झाला."

एक तासाच्या आतच कमिटीची बैठक भरली. प्रत्येक सदस्याला हे वृत्त ऐकून धक्काच बसला. आता प्रश्न असा होता की, ही बातमी प्रेसिडेंटना कोण सांगणार? अर्थातच कमिटीचे अध्यक्ष आणि प्रेसिडेंटचे जिवलग मित्र अशा दुहेरी नात्यानं ही जबाबदारी मायकेल ओडेल यांच्यावरच येऊन पडली. अत्यंत जड हृदयानं ते व्हाइट हाउसच्या वेस्ट विंगकडे निघाले.

प्रेसिडेंट कॉरमॅक यांना तर झोपेतून उठवण्याची गरजच नव्हती. ते गेल्या तीन आठवड्यांत जवळ-जवळ कधीच गाढ झोपलेले नव्हते. रोजच पहाटे उजाडण्यापूर्वी ते आपल्या अभ्यासिकेत जाऊन सरकारी कामाची कागदपत्रं नजरेखालून घालण्याचा व्यर्थ प्रयत्न करीत. व्हाइस प्रेसिडेंट ओडेल आपल्याला भेटू इच्छितात, असा निरोप मिळताच ते स्वत:च ओव्हल ऑफिसमध्ये येऊन थांबले.

व्हाइस प्रेसिडेंट ओडेल खोलीत शिरले, तेव्हा प्रेसिडेंट कॉरमॅक खुर्चीवर बसून त्यांची वाटच पाहात होते. ओडेल क्षणभर काही बोलूच शकले नाहीत. त्यांना सुरुवात कशी करावी, तेच कळेना. तोंडून शब्दच फुटेना. प्रेसिडेंटच्या चेहऱ्यावर उमललेली आशा हळूहळू मावळत गेली.

"वेल, मायकेल? काय झालं?" ते निराशेनं म्हणाले.

"आपला... आपला सायमन आपल्याला सोडून गेला."

प्रेसिडेंट कॉरमॅक एखाद्या पाषाणाच्या पुतळ्याप्रमाणे निश्चल बसून राहिले. त्यांच्या चेहऱ्यावरची रेषासुद्धा हलली नाही. धक्काच इतका जबरदस्त होता. ते अत्यंत शांत स्वरात, ऐकल्यावर, काळजाला घरे पडतील, इतक्या थंड सुरात म्हणाले,

"मला एकटं सोड... प्लीज...!"

ओडेल मागे वळले आणि बाहेर पडले. ते जिन्याच्या एक-दोन पायऱ्या उतरले असतील, नसतील, तोच त्यांना बंद दारांआडून एक करुण किंकाळी ऐकू आली. एकच. एखाद्या जखमी, घायाळ झालेल्या प्राण्यानं जिवाच्या आकांतानं ओरडावं,

तशा विव्हल आवाजातली एकच किंकाळी. आणि मग शांतता. ते मुळापासून शहारले आणि चालू लागले. गुप्तचर संस्थेचा माणूस लेपिन्स्की खाली त्यांची वाटच पाहात उभा होता. त्याच्या हातात फोनचा रिसीव्हर होता.

''ब्रिटिश प्राईम मिनिस्टर आपल्या प्रेसिडेंट साहेबांशी बोलू इच्छितात,'' तो म्हणाला –

''मी फोन घेतो...'' ओडेल म्हणाले.

''हॅलो... मी मायकेल ओडेल. होय, प्राईम मिनिस्टर. मी आत्ताच त्यांना सांगितलं. नाही, मॅडम. आत्ता तरी ते फोनवर बोलू इच्छीत नाहीत. कुणाशीच.''

फोनवर क्षणभर शांतता पसरली.

''मी समजू शकते...'' त्या शांतपणे म्हणाल्या, ''तुमच्यापाशी पेन्सिल आहे?''

ओडेल यांनी खूण करून लेपिन्स्कीकडून पॅड मागवलं. त्यांनी थॅचरबाईंचा निरोप त्यावर लिहून काढला.

प्रेसिडेंट कॉरमॅक यांना थॅचरबाईंचा तो निरोप लिहिलेला कागद मिळाला, तेव्हा वॉशिंग्टनची सगळी जनता सकाळच्या नाश्त्याच्या तयारीला लागली होती. काय घडलं आहे, याची अर्थातच कुणाला कल्पना नव्हती. प्रेसिडेंटच्या अंगात रात्रीचा झोपण्याचाच पोशाख होता. ते अजूनही आपल्या ऑफिसात शून्य नजरेनं आढ्याकडे पाहात बसून होते. त्यांची पत्नी निद्रिस्तच होती. तिला कशाचीच कल्पना नव्हती. नोकरानं थॅचर यांना संदेश आणून दिला व तो गेला. त्यांनी चिठ्ठी उघडली, त्यावर फक्त एवढंच लिहिलेलं होतं :

II सॅम्युएल, १८ : ३३

बऱ्याच मिनिटांनंतर ते उठले. एका शेल्फमध्ये त्यांची स्वतःची काही पुस्तकं ठेवली होती, तिकडे गेले. त्याच शेल्फमध्ये एक जुनी, त्यांच्या वाडवडिलांपासून चालत आलेली बायबलची प्रत होती. ती त्यांनी काढली. त्यांना सॅम्युएल भाग दोनमध्ये शेवट-शेवट ते वचन सापडलं.

'तेव्हा राजा फार गहिवरला आणि वेशीवरल्या कोठडीत जाऊन रडला, जाता-जाता त्याने हे उद्‌गार काढिले : माझ्या पुत्रा अबशालोमा! हाय रे हाय! माझ्या पुत्रा! माझ्या पुत्रा अबशालोमा! तुझ्याऐवजी मी मेलो असतो तर बरे होते. हाय रे! अबशालोमा! माझ्या पुत्रा! माझ्या पुत्रा!'

❖

दहा

पुराव्याचं संशोधन करण्याच्या कामी थेम्स व्हॅली पोलिसांनी डॉ. बर्नार्ड यांच्या मदतीला बरेच हुशार व तरुण कॉन्स्टेबल्स देऊ केले होते, पण ते त्यांनी नाकारले. इतर कुठल्या खून-खटल्यात पोलिसांच्या पथकाची मदत घेणं ही एक गोष्ट झाली. पण या विशिष्ट केसमध्ये त्यांना जो पुरावा हवा होता, त्यासाठी अत्यंत कौशल्य, चिकाटी व पुराव्याची नाजूक हाताळणी आवश्यक होती, त्यामुळे त्यांनी आपल्याबरोबर आणलेल्या तयार व निष्णात साथीदारांचीच फक्त मदत घेण्याचं ठरवलं.

त्यांनी घटना-स्थळापासून सुमारे शंभर यार्डांच्या परिघातला इंचन्‌इंच तपासला. प्रत्यक्षात मात्र केंद्रबिंदूपासून तीसच यार्डांच्या परिघाच्या कक्षेत सगळा पुरावा विखुरलेला होता. त्यांची माणसं अक्षरशः गुडघ्यांवर आणि हातांच्या तळव्यांवर रांगत हातात चिमटे आणि प्लॅस्टिकच्या थैल्या घेऊन तपास करत होती.

प्रत्येक सूक्ष्म धागा, तंतू, मग तो कापडाचा असो, चामड्याचा असो की, आणखी कशाचा, चिमट्याच्या साहाय्यानं अलगद उचलून प्लॅस्टिकच्या थैल्यांत गोळा केला जात होता. अत्यंत संवेदनक्षम असे मेटल डिटेक्टर्स वापरून रस्त्याच्या प्रत्येक चौरस सेंटीमीटरची तपासणी करण्यात आली. रस्त्यावरचे खड्डे आणि बाजूच्या शेतांचीही तपासणी करण्यात आली. त्यातून भरपूर खिळे, पत्र्याचे तुकडे, गंजके स्क्रू, नट, बोल्ट अशा अनेक वस्तू मिळाल्या.

त्या सगळ्या वस्तूंचं क्रमवार वर्गीकरण नंतर सावकाश होणार होतं. आठ मोठ्या प्रचंड थैल्या भरून पुरावा जमा करण्यात आला. सायमन कॉरमॅक जिथं उभा होता, तिथपासून तो स्फोटामुळे उडून गडगडत आणि फरफटत ज्या ठिकाणी भिरकावला गेला, त्या लंबवर्तुळाकार क्षेत्राची तर फारच काळजीपूर्वक तपासणी केली गेली. मृतदेह हलवायला सुद्धा चार तास लागले.

कारण तत्पूर्वी मृतदेहाचे आहे त्या स्थितीत शक्य त्या सर्व बाजूंनी फोटो घेण्यात आले – लाँग शॉट, मिड शॉट आणि क्लोज अपमध्ये. आधी सभोवतालच्या

गवताचा आणि मातीचा कणन्‌कण नीट काळजीपूर्वक तपासून झाल्यावर मगच डॉ. बर्नार्ड यांनी इतर लोकांना मृतदेहाच्या जवळपास फिरकू दिलं.

एका मोठ्या प्लॅस्टिकच्या थैलीत सायमनच्या देहाचे अवशेष गुंडाळण्यात आले, तेही अत्यंत काळजीपूर्वक, मग ती थैली स्ट्रेचरवर ठेवून शवविच्छेदनासाठी हेलिकॉप्टरमधून पाठवण्यात आली.

मृत्यू बकिंगहॅमच्या हद्दीत घडला होता व हा प्रदेश थेम्स व्हॅली पोलिसांच्याच अखत्यारीत येत होता, त्यामुळे मृत्यूनंतर सायमन ऑक्सफर्डला परतला. ऑक्सफर्डची रेडक्लिफ इन्फर्मरी अत्यंत नावाजलेली आहे. तिथं त्याचा देह शवविच्छेदनासाठी नेण्यात आला.

लंडनच्या हॉस्पिटलमधून डॉ. बर्नार्ड यांचा मित्र आणि सहकारी आला. हा सहकारी - डॉ. इयॉन मॅकडोनाल्ड लंडन हॉस्पिटलमध्ये सीनियर पॅथॉलॉजिस्ट होता. तो हे शवविच्छेदन करणार होता.

इकडे घटनास्थळी सर्व पुरावा गोळा करण्याचं काम चाललं होतं, तर लंडन आणि वॉशिंग्टनमध्ये फोनवरून सारखी खलबतं चालू होती. त्या चर्चेचा विषय होता; ही बातमी टीव्ही, रेडिओ आणि वृत्तपत्रे याद्वारे जगाला कशी आणि कधी द्यायची, हा. शेवटी असं ठरलं की, व्हाइट हाउसकडून पहिलं निवेदन देण्यात येईल व लंडन त्या बातमीला ताबडतोब दुजोरा देईल. त्या निवेदनात एवढंच सांगण्यात येईल की, अपहरणकर्त्यांनी काही विशिष्ट रकमेच्या मोबदल्यात सायमन कॉरमॅकला जिवंत परत देण्याचं, सरकारकडून याबाबत संपूर्ण गुप्तता पाळली गेली पाहिजे, अशी अट घालून मगच कबूल केलं होतं. त्याप्रमाणे त्यांना खंडणी पोहोचवण्यात आली, परंतु त्यांनी आपला शब्द मोडला. ब्रिटिश पोलिसांना एका निनावी फोनद्वारे ही बातमी कळल्याबरोबर ते तिथं गेले. तिथं सायमन कॉरमॅकचा मृतदेह त्यांना मिळाला. अर्थातच ब्रिटिश राजघराणं, सरकार व जनता अमेरिकेच्या प्रेसिडेंटच्या, तसेच अमेरिकन जनतेच्या दुःखात सहभागी आहे. तसेच, गुन्ह्याच्या तपासाचं काम कसोशीनं चालू आहे.

सर हॅरी मॅरियट यांनी निवेदनात काही जादा शब्द घालण्यात यावेत, असा आग्रहच धरला आणि ते म्हणजे,

"अपहरणकर्त्यांच्या व अमेरिकन सरकारमध्ये झालेल्या करारात असे ठरले, की..." – शेवटी व्हाइट हाउसनं जरा नाइलाजानंच या गोष्टीला संमती दिली.

"हे टीव्ही आणि पेपरवाले आपल्याला फाडून खाणार आहेत!" ओडेल कुरकुरत म्हणाले.

"पण तो क्विन तर तुम्हालाच हवा होता ना!" फिलिप केली म्हणाला.

''खरं तर, क्विन त्यांना हवा होता!'' ओडेल ली अलेक्झांडर व डेव्हिड वाइनट्राऊब यांच्याकडे बघत म्हणाले, ''बरं, ते जाऊ दे. सध्या तो कुठं आहे?''

''ब्रिटिशांनी त्याला अडकवून ठेवलाय.'' डेव्हिड वाइनट्राऊब म्हणाला, ''त्यांनी तर त्याला आपल्या अमेरिकन दूतावासात ठेवायची देखील परवानगी दिली नाही. त्यांनी सरे येथील एका घरात त्याला नजरकैदेत ठेवलाय.''

''वेल. त्याला सगळ्याचंच नीट स्पष्टीकरण द्यायला लागणार आहे,'' ह्यूबर्ट रीड म्हणाला, ''हिरे तर गेलेच. गुन्हेगारही पळाले आणि तो मुलगा हातचा गेला. पण तो नक्की कशामुळे गेला?''

''तेच तर शोधून काढण्याचा ब्रिटिशांचा प्रयत्न चालला आहे.'' ब्रॅड जॉन्सन म्हणाला, ''केव्हिन ब्राऊन तर म्हणतो, कुणीतरी जादूटोणा केल्यासारखा तो अक्षरश: त्यांच्या डोळ्यांसमोरून बघता-बघता नाहीसा झाला. त्याची राखरांगोळी झाली. त्याचा काय जमिनीत पेरलेल्या सुरुंगावर वगैरे पाय पडला की, काय, कोण जाणे.''

''सुरुंग? असा अचानक, रस्त्याच्या मधोमध?'' स्टॅनार्डनं विचारलं.

''ब्रिटिशांनी क्विनला सोडल्यानंतर त्याला इथं आणणं फार आवश्यक आहे.'' केली म्हणाला, ''काय-काय घडलं, ते सगळं आपण समक्षच त्याच्या तोंडून ऐकलं पाहिजे.''

''तुमच्या विभागाचा उप साहाय्यक संचालक सध्या त्याच खटपटीत आहे.'' वाइनट्राऊब म्हणाला, ''पण काय, हो, जर त्यानं इथं परत यायला नकार दिला, तर आपण त्याच्यावर तशी सक्ती करू शकू?''

''हो ना. मलाही तीच शंका आहे...'' बिल वॉल्टर्स म्हणाला.

''का नाही? आपल्याला तसं करणं शक्य आहे. केव्हिन ब्राऊनला असा संशय आहे की, या सगळ्या कारस्थानात क्विनचाही हात आहे. अर्थात कसा, ते काही सांगता यायचं नाही, पण जर आपण मटीरियल विटनेस वॉरंट पाठवलं, तर, मला वाटतं, ब्रिटिश लगेचच त्याला इकडे परत धाडतील.''

''ठीक आहे. आपण अजून चोवीस तास वाट बघू. काय घडतंय, ते तरी पाहू.'' मायकेल ओडेल म्हणाले.

❖

अखेर संध्याकाळी पाचच्या सुमारास वॉशिंग्टन सरकारतर्फे अधिकृतरीत्या निवेदन करण्यात आलं. ते प्रसिद्ध होताच सबंध देशात प्रचंड हाहाकार माजला. टीव्ही आणि प्रेसवाल्यांनी प्रेससेक्रेटरी क्रेग लिप्टन याला घेराव घातला. शेकडो प्रश्नांचा त्याच्यावर नुसता भडिमार केला. खंडणी कुठं व कशी देण्यात आली?

किती होती? द्यायला कोण गेलं होतं? खंडणी देतेवेळीच त्या अपहरणकर्त्यांना पकडण्यात का आलं नाही? अपहरणकर्त्यांना खिंडीत तर गाठलं गेलं नव्हतं ना की, ज्यामुळे ते मुलाला मारून पळाले? वरिष्ठ अधिकाऱ्यांनी तपासाच्या कामी काही कुचराई तर केली नाही ना? व्हाइट हाउसच्या मते यात स्कॉटलंड यार्ड दोषी आहे का? नसलं, तर का नाही? मुळात अमेरिकेनं या केसची संपूर्ण जबाबदारी स्कॉटलंड यार्डच्याच हाती का नाही सोपवली? त्या अपहरणकर्त्यांचं काही वर्णन हाती आलं का? ब्रिटिश पोलीस त्यांना कधी पकडणार? असे अनेक प्रश्न... प्रश्न...

लंडनमध्ये बातमी कळली, तेव्हा तिथं रात्रीचे दहा वाजले होते, पण तेथील प्रतिक्रियाही काही वेगळी नव्हती. रात्री चालू असलेले टीव्हीचे कार्यक्रम थांबवून ही बातमी जेव्हा देण्यात आली, तेव्हा संपूर्ण देश हतबुद्ध झाला. स्कॉटलंड यार्ड, मुख्य ऑफिस, डाउनिंग स्ट्रीट आणि अमेरिकन दूतावास या सर्व ठिकाणचे टेलिफोन्स एकसारखे वाजत होते. वृत्तपत्रांच्या बातमीदारांनाही अविरत कामाला जुंपण्यात आलं होतं. पहाटेच्या सुमाराला तर रेडक्लिफ इन्फर्मरी, ग्रॉसव्हेनॉर स्क्वेअर, डाऊनिंग स्ट्रीट आणि स्कॉटलंड यार्ड या सर्वच ठिकाणी बातमीदार माश्यांप्रमाणे घोंघावत होते. इतकंच काय, पण हेलिकॉप्टर्स भाड्यानं घेऊनसुद्धा ते घटनास्थळाच्या आजूबाजूला घिरट्या घालत होते.

त्या दिवशी फार थोडे लोक झोपले असतील. खुद्द सर हॅरी मॅरियट यांनी डॉ. बर्नार्ड यांना काम लवकरातलवकर उरकण्याची विनंती केल्यामुळे त्यांनी व त्यांच्या तुकडीनं रात्रभर जागून काम केलं. सतत दहा तासांच्या अथक तपासानंतर घटनास्थळाचा तीस यार्डांचा परीघ इतका लख्ख झाला होता की, उभ्या इंग्लंडमध्ये इतकी चकचकीत जमीन नसेल. लॅबोरेटरीच्या भिंतींना लागून ओळीनं प्लॅस्टिकचे ड्रम्स सॅंपल्सनी भरून ठेवले होते. आता त्यातला एकेक पुरावा मायक्रोस्कोपखाली तपासून बघण्याचं किचकट काम चालू झालं होतं.

❖

निगेल क्रॅमरनं ती रात्र सरे येथील एका जुनाट घरात घालवली. हे घर बाहेरून जरी जुनाट दिसलं, तरी आतून मात्र ते अत्याधुनिक उपकरणांनी सज्ज होतं. हे खास गुन्हेगारांचा कबुलीजबाब घेण्याचं ठिकाण होतं. त्यासाठी खास सोयी त्यात करण्यात आल्या होत्या. काही महत्त्वाच्या नाजूक केसेसमधल्या अट्टल आणि निर्ढावलेल्या गुन्हेगारांना बोलतं करण्यासाठी सुसज्ज असं हे तळघर होतं.

क्रॅमरबरोबरच त्या रात्री ब्राऊन, सेमॉर कॉलिन्स हेही आग्रहानं मुद्दामच तिथं उपस्थित राहिले होते. निगेल क्रॅमरही या गोष्टीला हरकत घेऊ शकत नव्हता. सर

हॅरी मॅरियट यांची त्याला अशी सूचना होती की, अमेरिकनांना जिथं म्हणून शक्य असेल, तिथं सहकार्य करायला हवं. शिवाय क्विनच्या तोंडून जी काय माहिती मिळेल, ती एवीतेवी दोन्हीही सरकारांपर्यंत पोहोचायचीच होती. खोलीतल्या टेबलावर टेप करण्यासाठी कॅसेट्सचा गठ्ठाच ठेवला होता.

क्विनच्या जबड्याच्या कडेला एक ओली चरचरीत जखम होती. डोक्यावर एक भलंमोठं टेंगूळ होतं, त्यावर बँडेज गुंडाळलेलं होतं. तो अजून त्याच कपड्यांत होता, पण ते आता खूप चुरगळलेले व मळलेले दिसत होते. त्याचे बूट, कमरपट्टा व टाय हे काढून ठेवण्यात आले होते. दाढी वाढलेली होती आणि तो अत्यंत थकलेला दिसत होता, पण तो सगळ्या प्रश्नांची उत्तरं मात्र अत्यंत शांतपणे व स्पष्ट देत होता.

क्रॅमरनं अगदी पहिल्यापासून सुरुवात केली. क्विन केन्सिंग्टन अपार्टमेंटमधून का पळाला? क्विननं त्या पाठीमागची कारणं स्पष्ट केली. ती ऐकत असताना ब्राऊन त्याच्याकडे खाऊ की गिळू, अशा नजरेनं बघत राहिला होता.

"मि. क्विन, कुणी अज्ञात व्यक्ती गुन्हेगारांना खंडणी देतेसमयी मध्येच अनाहूतपणे काही ढवळाढवळ करील व त्यायोगे सायमन कॉरमॅकच्या जीविताला धोका पोहोचेल, असं तुम्हाला वाटण्यापाठीमागे काही खास कारण होतं का?" निगेल क्रॅमर अगदी पुस्तकात दिल्याप्रमाणे सावधगिरीनं प्रश्नाची वाक्यरचना करीत होता.

"माझा आतला आवाज मला तसं सांगत होता..."क्विन म्हणाला.

"फक्त आतला आवाज... एवढंच कारण, मि. क्विन?"

"मी त्याआधी तुम्हाला एक प्रश्न विचारू, मि. क्रॅमर?"

"जरूर. पण मी उत्तर देईनच, असं मात्र नाही."

"जी ब्रीफकेस हिरे घालून मला देण्यात आली, त्यात बग बसवलेला होता. होता की नाही?"

समोर बसलेल्या चौघांच्या चेहऱ्यांवर जी प्रतिक्रिया उमटली, त्यातच त्याला प्रश्नाचं उत्तर मिळालं.

"जर ती ब्रीफकेस घेऊन मी दरोडेखोरांच्या समोर गेलो असतो, तर जागच्या जागीच ते पितळ उघडं पडलं असतं. त्यांच्याकडे अतिशय संवेदनक्षम असा सर्किट डिटेक्टर होता, मग त्यांनी सायमन कॉरमॅकला जागच्याजागीच ठार मारलं असतं."

"पण ते तर त्यांनी मारलंय की, भडव्या?" ब्राऊन ओरडला.

"हो. मारलं. पण नंतर. मुक्त केल्यानंतर," क्विन गंभीरपणे म्हणाला, "आणि खरं सांगायचं, तर ते त्याला असं मारतील, असं मला वाटलंही नव्हतं त्यांच्या वागण्यावरून."

मग क्रॅमरनं त्याला फ्लॅट सोडल्याच्या क्षणापासून काय-काय घडलं, ते तपशीलवार विचारलं. त्यानं सगळं काही सांगितलं. मेरिलबोन, हॉटेलातील रात्र,

झॅकनं हिरे पोहोचवताना घातलेल्या अटी आणि त्यानं शेवटच्या क्षणापर्यंत धावपळ करून त्या सगळ्या अटी कशा पुऱ्या केल्या– सारं काही सांगितलं. क्रॅमरच्या मते अजूनही त्या गोदामाची जागा तपासून पाहिल्यावर काही पुरावा मिळाला असता. क्विननं त्याला दरोडेखोरांच्या व्होल्व्हो गाडीचं वर्णन आणि तिचा नंबर सांगितला. पण अर्थात तो खोटा असणार, हे उघडच होतं. ते हल्लेखोर अत्यंत सावध आणि चतुर होते.

मात्र क्विनच्या समोर तिघेही हल्लेखोर बुरखे व काळे ट्रॅकसूट्स घालूनच वावरले होते, त्यामुळे त्यांच्या वर्णनातून काहीच निष्पन्न होण्यासारखं नव्हतं. चौथा हल्लेखोर तर सायमन कॉरमॅकवर पहारा द्यायला व गरज पडली, तर त्याला ठार मारायला मागेच थांबला होता, त्यामुळे तो क्विनच्या दृष्टीसही पडला नव्हता. क्रॅमरनं मध्येच उठून एक फोन केला. ताबडतोब तज्ज्ञांचं एक पथक त्या गोदामकडे रवाना झालं, पण तिथं मार्झिपॅनचा एक छोटासा गोळा आणि मातीत उमटलेल्या टायरच्या खुणा यापलीकडे काहीच मिळालं नाही.

मारेकऱ्यांनी सायमनला ज्या घरात नजरकैदेत ठेवलं होतं, त्या घराचा तपास लागणं फार महत्त्वाचं होतं. त्या घराचं शक्य तेवढं वर्णन क्विननं केलं, पण ते लंडनच्या कुठल्या दिशेला होतं वगैरे काही कळायला मार्ग नव्हता. क्विन जाताना हल्लेखोरांच्या गाडीत बसला, तेव्हा त्याला त्यांनी डिकीत कोंबलं होतं. शिवाय तोंडावरून बुरखा घातला होता. परत त्याला घराबाहेर काढून गाडीत घातलं आणि रस्त्यावर सोडून दिलं, तेव्हाही त्याला मागच्या सीटखाली कोंबलं होतं; आणि चेहऱ्यावर काळं फडकं होतंच. तेव्हा डोळ्यांनी काहीच दिसलं नव्हतं. जाताना दीड तास व येताना दोन तास लागले होते; पण त्यांनी गाडी कुठल्या रस्त्यानं नेली होती, त्यावर लागणारा वेळ अवलंबून होता.

"आपण क्विनवर कुठलाच आरोप ठेवू शकत नाही, मि. होम सेक्रेटरी," क्रॅमरनं दुसऱ्या दिवशी सर हॅरी यांना फोन करून सांगितलं, "त्याला आता आपण जास्ती अडकवून ठेवणंही योग्य नाही. आणि खरं बोलायचं, तर त्याला कुणीच कैदेत ठेवता कामा नये. सायमनच्या मृत्यूमागे त्याचा अजिबात हात नव्हता, अशी माझी खात्री पटली आहे."

"वेल... पण तो पोरगा हातचा गेला, हे तर खरंच ना?" सर हॅरी एक निःश्वास टाकून म्हणाले.

डाऊनिंग स्ट्रीटकडून एकसारखे फोन्सवर फोन्स येत होते, काही नवीन बातमी हाती आली का, म्हणून... सर हॅरी प्रचंड दडपणाखाली होते.

"पोरगा गेला, हे जरी खरं असलं ना, सर, तरी असं आहे, जरी एवीतेवी हल्लेखोरांनी त्याला मारायचंच ठरवलं होतं, तर मग आधी सोडण्याचं नाटक का

केलं? त्या तळघरात किंवा दुसरीकडे कुठं नेऊन का नाही मारला? आणि मग क्विनला तरी दया दाखवायचं काय कारण होतं? त्याला का नाही मारला? मला असं चित्र दिसतंय की, जणूकाही त्यांना जगातला सर्वांत निर्घृण खून करायचा होता.''

''ठीक आहे...'' सर हॅरी म्हणाले, ''आता आपणसुद्धा क्विनला निष्कारण अडकवून ठेवण्यात काहीच अर्थ नाही. तो अजूनही त्या अमेरिकनांच्याच ताब्यात आहे का?''

''तांत्रिक दृष्ट्या तो त्यांचा पाहुणा आहे...'' क्रॅमर म्हणाला.

''मग त्याला आता स्पेनला परत कधी पाठवायचं, हे त्यांचं त्यांनाच ठरवू दे.''

त्यांची अशी बोलणी चालू असतानाच सरे येथील घराच्या दिवाणखान्यात सॅम सोमरव्हिले केव्हिन ब्राऊनपुढे आपली बाजू मांडत होती. तिथं कॉलिन्स आणि सेमॉरसुद्धा उपस्थित होते.

''पण तुझं तरी त्याला भेटायचं इतकं का नडलंय?'' ब्राऊन म्हणाला, ''तो हरलाय. त्याचं नाक चांगलंच ठेचलं गेलंय!''

''हे बघा, सर,'' ती म्हणाली, ''या तीन आठवड्यांत माझी इतर कुणाहीपेक्षा त्याच्याशी जास्त जवळीक झाली आहे. जर त्यानं कुठल्याही बाबतीत तुम्हाला काही सांगायचं शिल्लक असलं, तर ते मी त्याच्याकडून नक्कीच काढू शकेन.''

ब्राऊन विचारात पडला.

''काही बिघडणार नाही...'' सेमॉर म्हणाला.

ब्राऊननं अखेर होकार दिला.

''त्याला तळघरात ठेवलाय. पण लक्षात ठेव. फक्त अर्धा तासच.''

त्याच दुपारी सॅम सोमरव्हिले लंडनहून वॉशिंग्टनला परतली.

❖

लंडनहून सॅमचं विमान सुटलं, त्याच वेळी इकडे डॉ. बर्नार्ड आपल्या फुलहॅम येथील लॅबमध्ये बसले होते. त्यांच्या टेबलावर एका स्वच्छ पांढऱ्या कागदावर काही तुकडे विखुरले होते. डॉक्टर अतिशय थकले होते. काल पहाटे तो फोन आल्यापासून त्यांनी एक मिनिटभर सुद्धा विश्रांती घेतलेली नव्हती. त्यांचं बरचसं काम डोळ्यांना ताण देणारं होतं. भिंगातून आणि सूक्ष्मदर्शकातून बघून-बघून डोळे दुखायला लागले होते, पण आत्ता जोरजोरात डोळे चोळले, ते मात्र दुखतंय, म्हणून नव्हे, तर त्यांचा स्वत:च्या डोळ्यांवर विश्वास बसेना, म्हणून.

आता त्यांना काय प्रकार घडला असावा, ते कळलं. जे घडलं, ते कशा रीतीनं घडलं व त्याचा काय परिणाम झाला, हेही कळलं. कपडे व चामड्याच्या तुकड्यांवर

जे डाग होते, त्यांची तपासणी केल्यानंतर स्फोटामध्ये जे रासायनिक द्रव्य वापरण्यात आलं होतं, ते उघडकीला आलं आणि ज्या प्रमाणात विनाश झाला, त्यावरून हे स्फोटक पदार्थ किती प्रमाणावर वापरले होते, तेही स्पष्ट झालं. तसंच हा बॉंब कुठं दडवला होता व कशामुळे त्याचा स्फोट घडून आला, हेही कळलं. काही तुकडे अजूनही सापडलेले नव्हते. काही तुकड्यांची वाफ होऊन ते हवेत अदृश्य झाले असण्याची शक्यता होती, तर काही तुकडे प्रेताच्या शरीरातही सापडण्याची शक्यता होती.

इयॉन मॅकडोनाल्ड याचं सायमनच्या शवाचं विच्छेदन करण्याचं काम तिकडे चालूच होतं. डॉक्टर बर्नार्ड त्याला मधूनमधून फोनही करत होते. त्याचा शवविच्छेदनाचा रिपोर्ट आता थोड्याच वेळात यायचाच होता, पण काय घडलं असावं, याचं चित्र मात्र डॉ. बर्नार्ड यांच्या डोळ्यांसमोर आत्ताच स्पष्ट झालं होतं. एखाद्या साध्या माणसाला मात्र डॉक्टरांच्या समोर पसरलेला तो ढीग म्हणजे केरकचरा वाटला असता.

त्यातले काही तुकडे म्हणजे एका बारक्याशा बॅटरीचे अवशेष होते. काही पॉलीव्हिनीलक्लोराईडनं इन्श्युलेट केलेल्या प्लॅस्टिकच्या आवरणाचे तुकडे होते. तांब्याच्या तारांचे काही तुकडे आणि एका अतिसूक्ष्म अशा पल्स रिसीव्हरचे तुकडे होते. तिथं सुरुंग वगैरे नव्हता, अशी त्यांची शंभर टक्के खात्री झालेलीच होती. पण त्यांना दोनशे टक्के खात्री करून घ्यायची होती. त्यासाठी परत त्या ठिकाणी जावं लागलं, तरी बेहत्तर.

एवढ्यात त्यांच्या साहाय्यकानं ओरडून सांगितलं,

"रेडक्लिफमधून डॉ. मॅकडोनाल्ड यांचा फोन."

डॉक्टर मॅकडोनाल्डचं शवविच्छेदनाचं कामही असंच अहोरात्र चालू होतं. लोकांना हा शवविच्छेदनाचा प्रकार कितीही भीषण, भयप्रद वाटला, तरी डॉक्टर मॅकडोनाल्डच्या तो अत्यंत आवडीचा विषय होता. शवविच्छेदन-शास्त्र इतकं प्रगत शास्त्र आहे की, गुन्हा उजेडात आणण्याच्या कामी त्याची फार मदत होते. डॉक्टर मॅकडोनाल्ड हा काही नुसताच शवविच्छेदन शास्त्रातला तज्ज्ञ नव्हता. बॉंबविस्फोटातील मृतदेहाचं विच्छेदन करताना मदत व्हावी, म्हणून त्यानं खास बॉंब तयार करण्याचा कोर्सही केला होता, त्यामुळे शवविच्छेदन करताना कितीतरी अज्ञात गोष्टी उजेडात येत असत.

त्यानं सायमन कॉरमॅकच्या शवाला हात लावण्यापूर्वी शवाचे फोटो सुमारे दोन तास अभ्यासले होते. नंतर त्यानं त्या मृतदेहाच्या अंगावरचे कपडे अत्यंत काळजीपूर्वक स्वत:च काढले होते. या वेळी तो आपल्या मदतनिसांवर विसंबून राहणार नव्हता. बूट, मोजे, कपडे – सर्व गोष्टी प्लॅस्टिकच्या थैलीतून डॉ. बर्नार्ड यांजकडे पाठवण्यात आल्या.

आता त्या उघड्या मृतदेहाचे डोक्यापासून पायापर्यंत एक्स-रे काढण्यात आले. त्या एक्स-रेचे प्रिंट बघण्यात डॉक्टरांनी तासभर घालवला. नंतर त्यांनी संपूर्ण मृत शरीरभर एक चिकट पावडर शिंपडली. त्या पावडरला शरीरावरचे काही अतिसूक्ष्म तुकडे चिकटून आले. त्या तुकड्यांपैकी काही गवत व चिखलाचे कण होते. हे कण परत डॉ. बर्नार्ड यांच्याकडे पाठवण्यात आले.

नंतर डॉ. मॅकडोनाल्ड यांनी टेपरेकॉर्डरच्या साहाय्यानं मृतदेहाच्या बाह्यशरीराचं वर्णन स्वत:च्या आवाजात रेकॉर्ड केलं व पहाट उजाडायच्या थोडाच वेळ आधी प्रत्यक्ष शवविच्छेदनाला सुरुवात केली. प्रेताच्या कमरेपासून खाली पायापर्यंतच्या भागाच्या तर अक्षरश: चिंधड्याच उडालेल्या होत्या. मृत्यूचं कारण तर स्पष्टच होतं. – पाठीचा मणका व पोट यांना झालेल्या प्रचंड इजेमुळे मृत्यू.

विच्छेदन करता-करता डॉक्टरांना मृताच्या प्लीहेमध्ये एक अतिसूक्ष्म तुकडा मिळाला. तो आधी सूक्ष्मदर्शकाखाली नीट बघून मग त्यांनी डॉ. बर्नार्ड यांचा फोन फिरवला. डॉ. बर्नार्ड लगेचच फोनवर आले.

"येस, इयॅन, बरं झालं, तू फोन केलास. काही नवीन सापडलं?"

"अरे, इथं एक अतिशय चमत्कारिक गोष्ट सापडली आहे. ती तू पाहायलाच हवीस, मी तरी हा प्रकार कधीच पाहिला नव्हता, पण तरीही ते काय असणार, याची मला अगदी पुरेपूर कल्पना आली आहे. फक्त मला त्यावर विश्वास ठेवणं जड जातंय."

"ते लगेच ताबडतोब पोलिसगाडीतून इकडे पाठवून दे!" डॉक्टर बर्नार्ड गंभीरपणे म्हणाले.

दोनच तासांनंतर दोघं परत फोनवर बोलले, मात्र या वेळचा फोन डॉक्टर बर्नार्ड यांनी केला होता.

"जे मला वाटतंय, ते तुलाही वाटत असलं, तर तुझी कल्पना बरोबरच आहे!" ते म्हणाले, त्यांची आता दोनशे टक्के खात्री पटली होती.

"पण ते त्यांनी दुसऱ्या काही मार्गानं पैदा केलं नसेल कशावरून?" मॅकडोनाल्ड म्हणाले.

"शक्यच नाही. प्रत्यक्ष उत्पादकाशिवाय इतरत्र कुठंही ते मिळूच शकत नाही."

"नीच! नतद्रष्ट!" मॅक्डोनाल्ड म्हणाले.

"हे बघ, मी माझा रिपोर्ट उद्याच गृहसचिवांकडे पाठवतो, तूही तसंच कर." डॉ. बर्नार्ड म्हणाले.

मॅकडोनाल्ड यांनी घड्याळाकडे पाहिलं. त्यांना झोपेतून उठून छत्तीस तास झाले होते, पण अजूनही कमीतकमी बारा तास तरी लागणारच होते.

"ठीक आहे. उद्या सकाळच्या चहाबरोबर गृहमंत्रीसाहेबांना दोन्ही रिपोर्ट्स वाचायला मिळतील."

त्याच संध्याकाळी आपलं काम संपवून त्यांनी त्या प्रेताचे अवशेष अमेरिकेचे राजदूत फेअरवेदर यांच्या ताब्यात दिले. त्यांनी प्रेसिडेंट कॉरमॅक यांच्या वतीनं हा ताबा घेतला.

❖

या सर्व घटना घडत असताना इकडे वॉशिंग्टनमध्ये सॅम सोमरव्हिलेच्या स्वतःच्याच विनंतीवरून तिला वेस्ट विंगमध्ये कमिटीसमोर नेण्यात आलं. तिनं आपला विनंतीअर्ज थेट एफ.बी.आय.च्या डायरेक्टरांनाच लिहिला होता; आणि व्हाइस प्रेसिडेंट ओडेल यांच्या संमतीनंतर तिला तशी परवानगी सुद्धा मिळाली होती.

ती खोलीत शिरली, तेव्हा सर्वचे सर्व सदस्य अगोदरच स्थानापन्न झाले होते. फक्त डेव्हिड वाइनट्राऊब तेवढे आलेले नव्हते. सॅम जराशी बावरलीच. हे जमलेले एकेक अतिरथी महारथी... बाप, रे... यांना तर लोक फक्त टीव्हीवरच बघू शकतात. तिनं एकवार दीर्घ श्वास घेतला आणि मग ती टेबलाजवळ जाऊन उभी राहिली. व्हाइस प्रेसिडेंट ओडेल यांनी तिला बसण्याची खूण केली.

"बस, मुली..."

"आम्ही क्विनला सोडून द्यावं, असं तुमचं म्हणणं आहे, नाही का?" बिल वॉल्टर्सनं विचारलं, "ते का, हे आम्हाला कळू शकेल?"

"लोकहो! आपल्यापैकी काही जणांना, सायमनच्या खुनामागे मि. क्विनचा हात असावा, असा संशय आहे, हे मला ठाऊक आहे, पण आपण जरा माझ्यावर विश्वास ठेवा. मी तीन आठवडे क्विनच्या सहवासात काढले आहेत आणि त्या मुलाची सुखरूप सुटका व्हावी, म्हणून क्विन खरोखरच किती तळमळीनं, जिवाच्या आकांतानं प्रयत्न करत होता, हे मला माहिती आहे."

"पण मग तो पळाला का?" केलीनं विचारलं. त्याला मुळात आपल्यापेक्षा इतक्या तरुण व कनिष्ठ दर्जाच्या एजंटला या कमिटीपुढे आपलं म्हणणं स्वतःच मांडायची परवानगी देण्यात यावी, हेच पसंत नव्हतं.

"त्याचं कारण, म्हणजे तो जाण्यापूर्वीच्या अठ्ठेचाळीस तासांत दोन वेळा बनावट बातम्या प्रसिद्ध होण्याचा गोंधळ झाला. आधीचे तीन आठवडे त्यानं मोठ्या मुश्किलीनं त्या नराधमाचा विश्वास संपादन केला होता आणि झॅकला आपण जर एकटं व निःशस्त्र भेटलो, तरच ठीक आहे. पण जर का ब्रिटिश वा अमेरिकनांची सावली जरी झॅकवर पडली, तरी तो त्या मुलाचा खून करून पळून जाईल, अशी क्विनची खात्री पटली होती."

तिनं 'अमेरिकन' हा शब्द केव्हिन ब्राऊनला उद्देशून वापरला होता, हे सगळ्यांनाच कळलं. केलीच्या कपाळावर आठ्या पडल्या.

''पण तरीही तो कुठल्या ना कुठल्या प्रकारे या खुनाच्या प्रकारात गुंतला होता, हा संशय राहतोच. त्याचं आधी निराकरण व्हायला हवं!'' तो म्हणाला.

''त्याचा या कारस्थानात हात असणं शक्यच नाही, सर!'' सॅम म्हणाली, ''हं, आता तो आपणहोऊन मध्यस्थ म्हणून काम करायला पुढे आला असता, तर गोष्ट वेगळी होती, पण या कामासाठी आपण त्याला बोलावून घ्यायचं, हे तर इथं ठरलं. क्विन तर सुरुवातीला नाहीच म्हणत होता आणि मि. वाइनट्राऊब त्याला स्पेनमध्ये जाऊन भेटल्याच्या क्षणापासून सतत त्याच्या सहवासात कुणी ना कुणीतरी आहेच. तो त्या अपहरणकर्त्यांशी फोनवर जे जे काय बोलला, त्याचा शब्दन्‌शब्द इथं सगळ्यांनी ऐकला आहेच ना?''

''फक्त शेवटचे अठ्ठेचाळीस तास सोडून.''

''पण मला एक समजत नाही. क्विनला अपहरणकर्त्यांशी संगनमत करायचं मुळी कारणच नाही?''

''कारण एका सामान्य माणसाच्या दृष्टीनं वीस लाख डॉलर्स ही काही लहानसहान रक्कम नाही.''

''पण मग त्याला जर हिरे घेऊन पळूनच जायचं असतं, तर आपण आत्ताही त्याचा शोधच करत बसलो असतो.''

''वेल, वेल!'' ओडेल अचानक ओरडून म्हणाले, ''पण तो त्या दरोडेखोरांकडे नि:शस्त्र गेलाच ना? ते काय त्यांच्याशी संधान असल्याशिवाय?''

''आणि मि. ब्राऊनचा संशय काही अगदीच निराधार असेल, असं नाही!'' जेम्स डोनाल्डसन म्हणाला, ''त्यानं त्यांच्याशी संपर्क साधून काही करार केला असेल. त्यांनी पोराला ठार करायचं, पण क्विनला मात्र मोकळं सोडायचं आणि हिरे घेऊन पळायचं. नंतर सगळ्यांनी एकत्र भेटायचं आणि हिरे वाटून द्यायचे.''

''पण दरोडेखोरांना काय गरज पडलीय क्विनला हिऱ्यांमध्ये वाटेकरी करून घ्यायची?'' सॅम धीटपणे म्हणाली, ''त्यांना हिरे तर मिळालेच होते. त्यांनी सायमनप्रमाणेच क्विनलाही मारून टाकलं असतं, म्हणजे सगळंच काम सोपं झालं असतं आणि जरी त्यांनी क्विनला मारलं नसलं, तरी ते त्याला हिऱ्यांतला वाटा काय म्हणून देतील? तुमचा तरी या बोलण्यावर विश्वास बसतो का?''

क्षणभर कुणीच काही बोललं नाही.

''बरं, पण त्याला जर आम्ही मोकळं सोडलं, तर त्याचा नक्की काय करायचा प्लॅन आहे? तो परत स्पेनला आपल्या द्राक्षमळ्यांकडे परत जाणार आहे का?'' रीडनं विचारलं.

''नाही, सर. त्याला त्यांच्यामागे जायचंय. त्यांना पकडून द्यायचंय.''

''ए... थांब... थांब, एक मिनिट!'' केली म्हणाला, ''हे आमच्या ब्यूरोचं काम आहे. लोकहो! आता सायमन कॉरमॅक तर गेलाच. तेव्हा त्याच्या जिवाच्या भीतीनं जपून पावलं उचलायची आपल्याला काही गरज नाही. हा सरळ सरळ खून आहे. कायद्यानं गुन्हा आहे. या शोधाचं काम मि. ब्राऊन लंडनमधून बघतील.''

सॅमनं आता आपला हुकमाचा एक्का काढला.

''लोकहो! जरी क्विन त्या दरोडेखोरांचा हस्तक नाही, असं समजलं, तरी त्यांच्या जवळ पोहोचून त्यांना पाहणारा, त्यांच्याशी फोनवर व प्रत्यक्ष भेटून बातचीत करणारा तो एकमेव माणूस आहे; आणि तो त्यांचा हस्तक आहे, असं मानलं, तरीही आपण त्याला सोडल्यानंतर तो आपोआपच त्यांच्याकडे जाणारच. तेव्हा या ना त्या मार्गानं तोच आपल्याला अप्रत्यक्षपणे त्यांचा पत्ता सापडवण्यास मदत करील.''

''तुझ्या मते, काय आपण त्याला मोकळं सोडून त्याच्या मागावर माणसं पाठवायची?'' वॉल्टर्सनं विचारलं.

''नाही, सर! माझ्या मते तुम्ही मलाच त्याच्याबरोबर जायची परवानगी द्यायची.''

''मुली...'' मायकल ओडेल तिच्या डोळ्यांत रोखून पाहात म्हणाले, ''तू काय बोलते आहेस, ते तुझं तुला समजतंय ना? या माणसानं आधी लोकांना मारलेलं आहे – ठीक आहे, लढाईत असेल, पण तरीही जर तो त्यांचा हस्तक असला, तर तूही काही जिवंत राहणार नाहीस.''

''माझा मुद्दा हाच तर आहे. तो निरपराध आहे, असा माझा ठाम विश्वास आहे; आणि म्हणूनच मी हा धोका पत्करायला तयार झाले आहे.''

''हं! ऑल राइट! सध्या कुठं परगावी जाऊ नका, मिस सोमरव्हिले. आम्ही तुम्हांला काय ते कळवूच. आम्हाला निर्णय घेण्यापूर्वी या गोष्टीवर जरा खाजगी चर्चा करणं आवश्यक वाटतं,'' ओडेल म्हणाले.

❖

सर हॅरी मॅरियट यांची सगळी सकाळ डॉ. बर्नार्ड व डॉ. मॅकडोनाल्ड यांचे रिपोर्ट्स वाचण्यातच गेली. नंतर ते दोन्ही रिपोर्ट्स घेऊन ते डाऊनिंग स्ट्रीटकडे गेले. ते साधारण बाराच्या सुमारास मुख्य ऑफिसमध्ये परतले, तेव्हा निगेल क्रॅमर त्यांची वाटच पाहात होता.

''तुम्ही हे वाचलंत?'' सर हॅरींनी विचारलं.

''हो. मला प्रती वाचायला मिळाल्या.''

''हे संतापजनक, उद्वेगजनक आहे. हे जर का चुकून प्रसिद्ध झालंच, तर... तुम्हाला राजदूत फेअरवेदर कुठं आहेत, ते ठाऊक आहे?''

"हो. ते ऑक्सफर्डमध्ये आहेत. एक तासापूर्वीच कॉरोनरनं मृतदेह त्यांच्या ताब्यात दिला. आता लवकरच तो हवाईदलाच्या विमानानं अमेरिकेला पाठवण्यात येईल. अमेरिकेचे राजदूत जातीनं त्याची पाठवणी करतील."

"हं, भयंकरच सगळं! बरं, गुन्हेगारांचा काही तपास लागला?"

"काही विशेष आशा नाही, सर! क्विननं सांगितल्याप्रमाणं उरलेले दोघं एक अक्षरही बोलले नाहीत. कदाचित ते परकीयही असतील. आम्ही सबंध युरोपभर त्या व्होल्व्हो गाडीचा तपास चालवलाय. मला तर वाटतं, ते एव्हाना निसटून गेले असतील. त्यांनी सायमनला ज्या घरात कैदेत ठेवलं होतं, त्याचा शोध घेण्याचं काम जारीनं चालू आहे आणि आता आम्हाला उजळ माथ्यानं, उघड-उघड तपास करता येतोय. तुमची जर हरकत नसेल, तर मी आजच संध्याकाळी जनतेला जाहीर आवाहन करतो – एक गॅरेजसह एकाकी घर, तळघर आणि त्या विशिष्ट वर्णनाची व्होल्व्हो गाडी – कुणाच्यातरी नजरेला काहीतरी पडलं असेलच की."

"हो, अवश्य! का नाही? बरं, पण काय-काय होतंय. ते मला कळवत चला!" गृहसचिव म्हणाले.

❖

त्याच संध्याकाळी सॅम सोमरव्हिलेला अचानक बोलावणं आलं. जाताना तिच्यावर बरंच मोठं दडपण आलं होतं. व्हाइट हाउसचा निर्णय काय झाला, तो सांगण्यासाठी फिलिप केलीनं तिला मुद्दाम बोलावून घेतलं होतं.

"ऑल राइट! एजंट सोमरव्हिले. तुझ्या म्हणण्यासारखंच झालं अखेर. असं ठरलंय की, तू स्वत: इंग्लंडला परत जायचं आणि क्विनला आपल्या ताब्यात घ्यायचं आणि या खेपेला मात्र त्याला एक क्षणभर सुद्धा मोकळा सोडायचा नाही. शिवाय क्विन कुठं आहे, काय करतोय, याचा अहवाल सतत मि. ब्राऊनना देत राहायचं."

"येस, सर! थँक्यू, सर!"

नंतर धावत-पळत विमानतळावर जाऊन तिनं शेवटची फ्लाइट पकडली. तिचं विमान सुटण्याच्या ठरलेल्या वेळेपेक्षा दोन मिनिटं तसंच थांबवून ठेवण्यात आलं. कारण बरोबर त्याचवेळी हवाई दलाचं विमान अँड्रयूज विमानतळावर सायमन कॉरमॅकचा मृतदेह घेऊन उतरत होतं. त्या वेळी देशभर सर्व विमानतळांवरचं कामकाज दोन मिनिटं थांबवून शांतता पाळण्यात आली

सॅम पहाटेच्या सुमाराला लंडनच्या हीथ्रो विमानतळावर पोहोचली. हा खुनाचा चौथा दिवस होता.

❖

आयर्विंग मॉसला पहाटे लवकरच फोनच्या घंटीनं जाग आली. हा फोन फक्त एकाच व्यक्तीचा असणं शक्य होतं. कारण तो इथं आहे, हे फक्त एकाच व्यक्तीला ठाऊक होतं. त्यानं आधी घड्याळात पाहिलं. पहाटेचे चार. म्हणजे ह्यूस्टनमध्ये आदल्या रात्रीचे दहा वाजले असतील, मग त्यानं फोनवरून सांगण्यात आलेली फळभाज्यांच्या बाजारभावाची लांबलचक यादी उतरवून घेतली. सगळे दर अमेरिकन डॉलर व सेंटमध्ये होते.

नंतर त्यानं तो सांकेतिक भाषेत लिहिलेला मजकूर एका गुरुकिल्लीच्या साहाय्यानं वाचला आणि क्षणभर खालचा ओठ चावला. काहीतरी नवीनच प्रकरण मध्ये उपटलं होतं. त्याला ते लवकरात लवकर निस्तरणं भाग होतं.

❖

मि. फेअरवेदर, अमेरिकेचे इंग्लंडमधील राजदूत यांना ब्रिटिश फॉरीन ऑफिसमधून काल संध्याकाळी तो निरोप मिळाला होता. कालचा दिवस उजाडल्यापासून वाईटच गेला होता. त्यांना आधी सायमनचा मृतदेह ताब्यात घेण्यासंबंधी कॉरोनरचं संमतिपत्र मिळालं होतं. नंतर स्वत: जाऊन स्थानिक अंडरटेकर्सकडून रात्री शव जातीनं ताब्यात घ्यावं लागलं होतं. त्या देहाची भयानकता कमी व्हावी व त्याचं दर्शन बघणाऱ्यांना कमी दु:खप्रद व्हावं, यासाठी त्या लोकांनी आटोकाट प्रयत्न केले होते, पण तरीही त्यात फारसं काही करता येण्यासारखं नव्हतंच.

फेअरवेदर स्वत: गेली तीन वर्षं या अधिकाराच्या जागी होते. त्यांची तीनही वर्षं फार उत्तम गेली होती. अपवाद गेल्या तीन आठवड्यांचा वगळता! गेले तीन आठवडे मात्र एखाद्या भयानक दु:स्वप्नासारखे गेले होते.

फॉरीन ऑफिसची चिठ्ठी वाचून राजदूत फेअरवेदर कालपासून जरा बुचकळ्यातच पडले होते. कारण त्यात त्यांनी सर हॅरी मॅरियटना भेटावं, असं म्हटलं होतं. तशी त्यांची व सर हॅरीची एकमेकांना अगदी अरे-तुरे करण्याइतकी मैत्री होती, पण गृहमंत्री या नात्यानं त्यांना भेटायची ही पहिलीच वेळ होती.

"माय डिअर अल." मॅरियट म्हणाले, "घडलेल्या घटनेनं आमचं पुरं राष्ट्र कसं हादरलं आहे; हे मला वाटतं, मी तुला सांगायला नको."

फेअरवेदर यांनी मान हलवली. ब्रिटिश सरकार आणि जनतेला झाल्या प्रकाराचं खरोखरच अतीव दु:ख झालं होतं, याबद्दल काही शंकाच नव्हती.

तेवढ्यात सर हॅरींनी दोन लिफाफे त्यांच्यापुढे सरकवले.

"मला वाटतं, हे दोन रिपोर्ट्स तू आधी डोळ्यांखालून घाल. मग आपण त्याविषयी सविस्तर बोलूच."

डॉ. मॅकडोनाल्डचा रिपोर्ट त्यातल्यात्यात लहान होता. तो त्यांनी आधी वाचायला घेतला. सायमन कॉरमॅकचा मृत्यू पाठीचा कणा व पोट यांना झालेल्या गंभीर इजेमुळे झाला होता. ही इजा त्याच्या पाठीच्या मागच्या भागात झालेल्या लहान पण अतिशय संहारक शक्तीच्या स्फोटामुळे झाली होती. त्याला मृत्यू आला, तेव्हा त्याच्या प्रत्यक्ष शरीरावरच बॉंब लावला होता. आणखीही बऱ्याच तांत्रिक गोष्टी त्यात लिहिलेल्या होत्या.

डॉ. बर्नार्ड यांचं म्हणणं जास्त सुस्पष्ट होतं. सायमन कॉरमॅकच्या शरीरावर मौजूद असलेला हा बॉंब त्यानं कमरेला घातलेल्या रुंद चामडी पट्ट्यामध्ये लपवलेला होता. हा चामडी पट्टाही त्याला इतर कपड्यांबरोबरच अपहरणकर्त्यांनीच पुरवला होता.

तो पट्टा तीन इंच रुंदीचा होता. एकावर एक दोन चामड्याचे पट्टे शिवून तो बनवलेला होता. त्याला पुढच्या भागात एक मोठं चकचकीत पितळेचं बक्कल होतं. ते चार इंच लांब व पट्ट्यापेक्षा थोडं अधिक रुंद होतं. त्या बकलावर मोठी शिंगं असलेल्या बैलाचं डोकं कोरलेलं होतं. अशा प्रकारचा पट्टा पाश्चिमात्य देशातील दुकानात कुठंही सहज मिळत असे. ते बक्कल वरकरणी भरीव वाटलं, तरी ते प्रत्यक्षात मात्र पोकळ होतं.

स्फोटक पदार्थ एका-दोन औंस वजनाच्या सेमटेक्सच्या चकतीच्या स्वरूपात होता. पंचेचाळीस टक्के 'पेन्टा टेट्रा एथिल नायट्रेट' (पी.टी.इ.एन.), पंचेचाळीस टक्के आर.डी.एक्स. आणि दहा टक्के प्लास्टिसायझर या पदार्थांची एक चकती बनवलेली होती. ही चकती तीन इंच लांब, दीड इंच रुंद होती आणि ती चामड्याच्या पट्ट्यात बसवलेली होती. ती चकती त्याच्या मणक्याला लागून होती.

या प्लॅस्टिक स्फोटक पदार्थात एक छोटा डिटोनेटर होता. याचेच काही कण नंतर मृतदेहाच्या प्लीहेतून काढण्यात आले.

स्फोटक पदार्थ व त्याला उद्दीपित करणारा डिटोनेटर यांतून निघालेली एक वायर पट्ट्यामध्ये दोन्ही बाजूंना फिरवण्यात आली होती. नंतर ती एका लिथियमच्या लहानशा बॅटरीला जोडण्यात आली होती. तीच वायर पुढे बक्कलमध्ये बसवलेल्या पल्स रिसीव्हरपर्यंत नेलेली होती. त्या रिसीव्हरपासून आणखी एक वायर-एरियल-परत सगळ्या पट्ट्यात फिरवण्यात आली होती.

हा पल्स रिसीव्हर आगपेटीएवढ्या आकाराचा असावा. त्याची मर्यादा सुमारे तीनशे यार्डांची असणार. तीनशे यार्डांपर्यंत तो रिमोट कंट्रोल वापरून उद्दीपित करण्याची सोय असावी.

अल फेअरवेदर अंतर्बाह्य हादरले.

"गॉड! हॅरी – हे तर पाशवी आहे!"

"फार किचकट यंत्रणा आहे..." गृहसचिव म्हणाले.

"तिचा दंश शेपटीत आहे. शेवटचा सारांश तर वाच!"

"पण का?" सगळा रिपोर्ट शेवटपर्यंत वाचून झाल्यावर सर हॅरींनी विचारलं, "ओ गॉड! हॅरी, हे असं का? आणि त्या चांडाळांनी हे सगळं जमवलं तरी कसं?"

"कसं... काय... याचं फक्त एकच स्पष्टीकरण असू शकतं. त्या नरपशूंनी सायमनला जिवंत सोडण्याचं फक्त नाटक केलं. त्यांनी त्याला सोडल्यानंतर गाडी थोडीशीच पुढे नेऊन, आडरस्त्यानं परत मागे आणली असेल आणि नंतर ती थोडी दूरच थांबवून, शेतजमिनीतून चालत तिथं परत आले असतील. कदाचित कडेच्या दाट झाडीत लपूनही बसले असतील. ती झाडं नक्कीच तीनशे यार्डांच्या आत असतील. आम्ही आता झाडीपर्यंत पावलांचे ठसे शोधण्यासाठी माणसं पाठवली आहेतच."

"हं. आता असं त्यांनी का केलं असावं, याचं उत्तर मात्र माझ्याकडे नाही. आपल्या कोणाकडेच नाही. पण झालं, हे अशाच पद्धतीनं घडलं असणार, असं शास्त्रज्ञांचंही मत आहे. माझं तर म्हणणं असं आहे की, आपल्या हाती आणखी माहिती येईपर्यंत आपण त्या रिपोर्टविषयी गुप्तता पाळायला हवी. आमचा प्रयत्न चालूच राहील. तुमचे लोकसुद्धा तपास जारीच ठेवतील."

फेअरवेदर उठले. त्यांनी त्या रिपोर्ट्सच्या प्रतीसुद्धा आपल्याबरोबर घेतल्या.

"मी हे रिपोर्ट्स दुसऱ्या कुणाच्या हाती पाठवण्याचा धोका पत्करत नाही. मी स्वत:च ते घेऊन आज दुपारच्याच फ्लाइटनं घरी जात आहे."

गृहसचिव त्यांना पोहोचवायला तळमजल्यापर्यंत आले.

"ही बातमी जर बाहेर फुटली, तर काय होईल, ठाऊक आहे?"

"काय होईल? हिंसक प्रकार घडतील. दंगली उसळतील. मला वाटतं, मी हे कागद ताबडतोब जेम्स डोनाल्डसन आणि मायकेल ओडेल यांच्या हाती सुपूर्द केलेलेच बरे. प्रेसिडेंटना आपलं त्यांच्या तोंडून कळू दे. ओ गॉड! काय भयंकर गोष्ट!"

सॅम सोमरव्हिले हीथ्रो विमानतळावरून निघाली, ती थेट सरे इथं क्विनला ज्या घरात नजरकैदेत ठेवलं होतं, तिथंच जाऊन पोहोचली. तिनं आणलेलं पत्र वाचताच केव्हिन ब्राऊन तडकला.

"तू फार मोठी चूक करते आहेस, एजंट सोमरव्हिले," तो म्हणाला "डायरेक्टर एडमोंड्स फार मोठी चूक करताहेत. तो भडवा क्विन... तो जेवढं सांगतोय ना, तेवढं सरळ साधं नाहीये हे प्रकरण. तो नक्की काही तरी लपवतोय. तो सगळं खरं कधीच सांगत नाही आणि सांगणारही नाही. तो तसा बघता-बघता आपल्या हातून निसटला, याची मला अजूनही खंत वाटते. आता तर त्याला, खरं म्हणजे, हातकड्या घालूनच परत न्यायला हवं."

पण पत्रावरची सही स्पष्टच होती. त्यामुळे अतिशय नाइलाजानं ब्राऊननं

मॉक्सनला क्विनला आणायला पाठवलं. क्विनच्या हातांत अजूनही बेड्या होत्या. त्या त्यांना काढायला लागल्या. क्विन अजूनही पारोसाच होता. दाढी वाढली होती. पोटात भुकेचा नुसता डोंब उसळला होता. एफ.बी.आय.च्या लोकांचंही तिथलं काम संपल्यामुळे त्यांनी आवराआवर करायला सुरुवात केली. दारापाशी गेल्यावर क्विनकडे वळून बघत ब्राऊन म्हणाला,

"मला तुझं, खरं तर, तोंडसुद्धा बघायची इच्छा नाहीये. फक्त तुला तुरुंगाच्या गजांआड गेलेलं बघायला मात्र मला अगदी मनापासून आवडेल आणि एक ना एक दिवस तशी वेळ जरूर येईल."

मोटारीनं लंडनला परत जाताना वाटेत सॅमनं क्विनला वॉशिंग्टनला काय घडलं, इथपासून तो थेट तिच्या इथल्या भेटीपर्यंतची साद्यंत हकिकत सांगितली. शिवाय आणखी हेही सांगितलं की, सॅम बरोबर असेल, तर क्विनला कुठंही मोकळं सोडायची त्यांची तयारी आहे.

"क्विन, फक्त खूप सावध राहायला हवं तुला. ते अपहरणकर्ते, म्हणजे माणसं नाहीयेत, जनावरं आहेत, जनावरं. त्यांनी त्या मुलाचं जे काही केलं, ते तर कृत्य अक्षरशः एखाद्या पशूलाही लाजवणारं होतं."

"त्याहूनही भयंकर!" क्विन म्हणाला, "नुसतं तेवढंच नाही. ते तर्काला पटणारं सुद्धा वागणं नाहीये. आणि हीच गोष्ट माझ्या काही केल्या पचनी पडत नाहीये. याला तर काही अर्थच नाही. त्यांना हिरे मिळाले होते. ते पुष्कळच लांब पळूनही गेले होते. कुणी त्यांना पकडण्याची शक्यतासुद्धा नव्हती. मग त्यांनी उलटं परत येऊन त्या पोराला मारण्याचं कारणच काय?"

"कारण एकच. ते म्हणजे मानसिक विकृती! अरे, ते सॅडिस्ट होते, क्विन!" सॅम म्हणाली, "हे अशा प्रकारचे गुन्हेगार कसे असतात, ते तुला तर माहीतच आहे. तुझा आत्तापर्यंत अशा कित्येक लोकांशी संबंध आला असेल. दया, सहानुभूती हे शब्द त्यांच्या शब्दकोशातच नसतात. दुसऱ्याचा छळ करण्यातच त्यांना आनंद वाटतो. त्याला मारायचं, हे त्यांनी सुरुवातीपासूनच ठरवलेलं असणार..."

"पण मग त्या तळघरातच का नाही मारून टाकला त्याला? आणि मला का सोडलं? आणि प्राण घ्यायला आणखी कितीतरी मार्ग उपलब्ध होते... बंदुकीनं, सुऱ्यानं, गळफास लावून..."

"ते आपल्याला कधीच कळणार नाही. आता जर खुद्द ते लोकच सापडले, तर गोष्ट वेगळी, पण ते कशाला सापडतील? त्यांना अदृश्य व्हायला सगळं जग पडलंय. बरं... पण ते जाऊ दे. तुझ्या मते आपण आधी कुठं जायचं?"

"अपार्टमेंटमध्ये. माझ्या बऱ्याचशा गोष्टी तिथं आहेत."

"माझ्याही आहेतच." सॅम म्हणाली, "मी तर अक्षरशः नेसत्या वस्त्रानिशी

वॉशिंग्टनला गेले होते.''

रस्त्यात ट्रॅफिक सिग्नलपाशी एक प्रचंड मोठी, काळी, कॅडिलॅक गाडी सुळकन त्यांच्या शेजारी येऊन थांबली. आत राजदूत (ॲम्बेसेडर) फेअरवेदर आपल्या हातातले दोन रिपोर्ट्स चाळत बसले होते. त्यांनी क्विन व सॅमकडे अनोळखी नजरेनं पाहिलं आणि गाडी पुढे निघून गेली.

डंकन मॅकक्रिआ अजूनही अपार्टमेंटमध्येच होता. क्विनला बघताच कुत्र्याच्या पिल्लाला आपल्या धन्याला बघून जसा होतो, तसा त्याला आनंद झाला.

नंतर त्यानं बोलताना सांगितलं की, लू कॉलिन्सनं माणसं पाठवून त्याच दिवशी सर्व अपार्टमेंट झाडून-पुसून सगळे छुपे बग्ज आणि मायक्रोफोन्स काढून नेऊन साफ केलं होतं. आता कंपनीच्या दृष्टीनं त्यांचा काहीच उपयोग नव्हता. हे अपार्टमेंटही सोडून देऊन कंपनीनं नंतर एखादं-दुसरं अपार्टमेंट भाड्यानं घेण्याचा विचार केलाच असणार! मॅकक्रिआला तेवढं मागे थांबून, सामानाची बांधाबांध करून, नंतर फ्लॅट खाली करून, त्याच्या किल्ल्या मालकापाशी सोडून जायला सांगण्यात आलं होतं. क्विन आणि सॅम तिथं पोहोचले, तेव्हा तो त्यांचेच कपडे आवरत होता.

''वेल, डंकन. नाहीतरी कुठंतरी राहायचंच. इथं, नाहीतर हॉटेलात. मग आम्ही आजची रात्र इथं राहिलो, तर चालेल?''

''अरे... चालेल का? प्रश्नच नाही. आज कंपनीचे पाहुणे म्हणून राहा, मात्र उद्या सकाळी आपल्याला सगळ्यांनाच जागा खाली करावी लागणार आहे.''

''उद्या सकाळी निघायला आमची काहीच हरकत नाही.'' क्विन म्हणाला. क्षणभर त्याला मॅकक्रिआच्या केसांतून मायेनं हात फिरवावासा वाटला. त्याचं ते लहान मुलासारखं निरागस हास्यच इतकं संसर्गजन्य होतं. ''मला अंघोळ, दाढी, जेवण आणि किमान दहा तासांच्या झोपेची आवश्यकता आहे.''

मॅकक्रिआ नंतर समोर पटेलांच्या दुकानात गेला आणि दोन मोठाल्या पिशव्या भरून सामान घेऊन आला. मग त्यानं खूप खपून छान स्वयंपाक केला. त्यानं मुद्दाम स्पॅनिश रेड वाइन खास क्विनकरता आणली होती. ते पाहून क्विनला भरून आलं.

सॅमला आता तिचे क्विनबरोबरचे संबंध कोणापासून चोरून ठेवायची गरजच नव्हती, त्यामुळे ती मॅकक्रिआच्या देखतच राजरोसपणे क्विनपाठोपाठ त्याच्या खोलीत शिरली व तिनं अलगद दार बंद केलं.

क्विन शरीरानं आणि मनानं अंतर्बाह्य थकला होता, पण तरीही त्याचा डोळा मिटत नव्हता.

आजही तो उताणा, आढ्याकडे नजर लावून पडला होता. त्याच्या मनात विचार आणि भावनांचा नुसता कल्लोळ माजला होता. त्या गोदामात भेटलेल्या त्या माणसांबद्दल त्याचा अंदाज खात्रीनं चुकला होता. काहीतरी लक्षात यायचं राहिलं

होतं. खूप विचार केल्यावर, पहाटेच्या नीरव शांततेत ते त्याच्या लक्षात आलं. त्याच्या पाठीमागचा माणूस हातात स्कॉरपियन मशीनगन घेऊन किती सहजतेनं उभा होता. तो शस्त्रास्त्रं हाताळण्यात चांगलाच सराईत दिसत होता. त्याच्या मनाचा तोल कुठंही ढळला नव्हता. आत्मविश्वास कुठंही डळमळीत झालेला नव्हता. आपल्या अचूक नेमाविषयी त्याला शंभर टक्के खात्री होती. त्याचं ते उभं राहणं, तो हालचालींतला स्वाभाविकपणा क्विननं नक्की या आधी कुठंतरी पाहिला होता.

"तो नक्कीच सैनिक असणार!" क्विन जोरात म्हणाला. सॅमनं झोपेतल्या झोपेतच एक हुंकार देऊन कूस पालटली. पण नाही... आणखी काहीतरी खटकत होतं. आपण व्होल्व्हो गाडीच्या डिकीत बसलो होतो, तेव्हाचं काहीतरी... काय बरं... अशा विचारातच त्याला कधीतरी झोप लागली.

सकाळी सॅम आधी उठली व तातडीनं कपडे बदलण्यासाठी आपल्या खोलीत गेली. डंकन मॅकक्रिआनं तिला क्विनच्या खोलीतून बाहेर पडताना पाहिलं असणार, पण त्यानं त्याचा उल्लेख मात्र केला नाही. तो आपल्या दोन्ही पाहुण्यांच्या नाश्त्याची तयारी करण्यात गर्क होता.

"काल रात्री अंडीच आणायची राहिली..." असं म्हणून तो कोपऱ्यावरच्या बेकरीतून अंडी आणायला निघून गेला.

सॅमनं क्विनचा चहा व नाश्ता त्याच्या खोलीतच नेला. तो पलंगावर उताणा पडून विचारात हरवून गेला होता. सॅमला त्याच्या त्या गुंग होण्याची सवय झाली होती, त्यामुळे ती त्याच्या चहाचा ट्रे शेजारी ठेवून निघून गेली. लू कॉलिन्सच्या लोकांनी काही धड साफसफाईसुद्धा केली दिसत नाहीये. सॅमच्या मनात आलं. सगळीकडे बोटबोट धूळ साठली होती. ती धूळ आणि घाण मात्र क्विनच्या खिजगणतीत सुद्धा नव्हती. आढ्याच्या एका कोपऱ्यात बारकासा कोळी आपल्या छोट्याशा जाळ्यात बसला होता. त्याच्याकडे क्विनची एक नजर लागली होती. इतक्यात तो कोळी उठला आणि तुरुतुरु चालत जाळ्याच्या या टोकापासून त्या टोकापर्यंत फिरून आला. त्यानं प्रत्येक धागा नीट तपासून पाहिला आणि नंतर परत मध्यभागी जाऊन आपल्या भक्ष्याची वाट बघत टपून बसला.

❖

व्हाइट हाउस कमिटीपुढे डॉ. बर्नार्ड व डॉ. मॅकडोनाल्ड या दोघांचेही रिपोर्ट्स ठेवण्यात आले होते. ते सगळे मिळून आधी पहिल्या रिपोर्टवर चर्चा करत होते.

"हरामखोर भडवे!" मायकेल ओडेल यांच्या तोंडून उत्स्फूर्तपणे शिवी बाहेर पडली. ते सगळ्यांच्या मनातलंच बोलले.

राजदूत फेअरवेदर टेबलाच्या दुसऱ्या टोकाला बसले होते.

"काय, हो पण या ब्रिटिश शास्त्रज्ञांची काही चूक झाली असण्याची शक्यता कितपत आहे?" सेक्रेटरी ऑफ स्टेट डोनाल्डसन म्हणाला.

"त्यांच्या म्हणण्याप्रमाणे अजिबात नाही!" राजदूत फेअरवेदर म्हणाले, "त्यांनी आपल्याला असं आव्हानच केलंय की, तुमच्या खात्रीच्या, विश्वासाच्या कुठल्याही माणसाला तपासायला येऊ दे; पण मला विचाराल, तर त्यांच्या म्हणण्यात तथ्यच आहे. त्यांची काही चूक होण्याची शक्यता नाही."

सर हॅरी मॅरियट यांनी म्हटल्याप्रमाणे दंश शेपटीत होता. सगळं सार तर शेवटच्या परिच्छेदातल्या सारांशात होतं. हल्लेखोरांनी सायमनला मारायला जे अस्त्र वापरलं होतं, त्याचा प्रत्येक बारीकसारीक तुकडा, तांब्याच्या तारा, प्लॅस्टिकचं आवरण, सेमटेक्स, पल्स रिसीव्हर, बॅटरी-सगळंच्यासगळं रशियन बनावटीचं होतं.

डॉ. बर्नार्ड यांच्या म्हणण्याप्रमाणे वर उल्लेखलेली प्रत्येक गोष्ट अगदी रशियन बनावटीची असली, तरी ती कुठल्याही पाश्चात्त्य राष्ट्रात मिळण्याची सहज शक्यता होती, पण प्रत्यक्षात ज्या बॉंबमुळे सायमनला मृत्यू आला, तो बॉंब मात्र जगात एकाच ठिकाणी, म्हणजे बाईकोनूर येथील सोव्हिएत स्पेस प्रोग्रॅममध्येच वापरला जातो. रशियन अंतराळाने सॅल्यूट आणि सोयूझ यांना प्रेरणा देण्यासाठी त्याचा वापर होतो व हा बॉंब कुठंही उपलब्ध होणं शक्यच नाही.

"पण याला तर काहीच अर्थ नाही!" जेम्स डोनाल्डसन म्हणाला, "त्यांना असं करून काय मिळणार आहे?"

"तसं पाहिलं, तर बऱ्याचशा गोष्टींना काहीच अर्थ नाहीये!" व्हाइस प्रेसिडेंट ओडेल म्हणाले, "आणि हे जर खरं असेल, तर मात्र यात क्विनचा हात असणं शक्यच नाही. त्यांनी त्याला आणि आपल्याला फसवलं."

"आता प्रश्न इतकाच आहे की, आपण याबद्दल करायचं तरी काय?" ट्रेझरीच्या रीडनं विचारलं.

"करणार काय? उद्या अंत्यसंस्कार होतील. ते व्यवस्थित पार पाडू या, मग आपल्या रशियन मित्रांचं काय करायचं, ते बघू!"

गेल्या चार आठवड्यांत हे हंगामी राष्ट्राध्यक्षपद मायकेल ओडेल यांच्या प्रकृतीला जास्त-जास्त मानवत चाललं होतं. त्यांच्या भोवतालच्या लोकांनीही त्याचं नेतृत्व आनंदानं मान्य केलं होतं. जणूकाही ते खरोखरचेच प्रेसिडेंट असावेत, अशी वागणूक त्यांना सगळीकडून मिळत होती.

"ही बातमी कळल्यापासून प्रेसिडेंट कसे काय आहेत?" वॉल्टर्सनं विचारलं.

"डॉक्टरांच्या म्हणण्याप्रमाणे त्यांची स्थिती वाईट आहे..." ओडेल म्हणाले, "फारच वाईट. मुलाचं नुसतं अपहरण झाल्यावरच त्यांची काय अवस्था झाली

होती, हे आपण सर्व जाणताच; पण आता मुलाचा मृत्यू ओढवला आणि तोही असल्या भयंकर रीतीनं, त्यामुळे त्यांना अगदी वर्मी घाव लागल्यासारखं झालंय.''

ओडेल यांनी वापरलेला घाव हा शब्द ऐकताच टेबलाभोवती बसलेल्या प्रत्येकाच्या मनात एकच विचार आला; पण कुणीच तो बोलून दाखवण्याचं धाडस मात्र केलं नाही.

❖

ज्यूलियन हेमन हा वयानं क्विनच्या अगदी बरोबरीचा होता. पूर्वी जेव्हा नोकरीच्या निमित्तानं क्विन काही वर्षं इंग्लंडमध्ये होता, तेव्हाच त्या दोघांची ओळख झाली. याचंच पुढे दाट मैत्रीत रूपांतर झालं. हेमन याची स्वत:ची एक संस्था होती. ही संस्था लोकांना दरोडेखोरांपासून संरक्षण म्हणून विविध प्रकारच्या अलार्म सिस्टिम्स, तसेच अंगरक्षकही पुरवत असे. त्याची सगळीच्यासगळी गिऱ्हाइकं अत्यंत धनाढ्य व बड्या वर्तुळातली असायची. हेमनची फीही तशीच जबरदस्त होती. क्विन ज्या कंपनीत कामाला होता, त्यांचं कामाचं स्वरूपही साधारण याच प्रकारचं होतं. अपहरणासारख्या खटल्यांमध्ये गुन्हेगारांबरोबर वाटाघाटी करणारे व ओलीस ठेवलेल्या व्यक्तीला सुखरूप घरी परत मिळवणारे क्विनसारखे मुत्सद्दी व निष्णात मध्यस्थ त्यांच्याकडे नोकरीला होते.

केन्सिंग्टन अपार्टमेंट व डंकन मॅकक्रिआ या दोघांना रामराम ठोकल्यानंतर क्विन सॅमसह ज्यूलियन हेमन याची गाठ घेण्यासाठी या व्हिक्टोरिया भागातल्या आलिशान ऑफिसपाशी आला होता.

आधी क्विननं सॅमला समोरच असलेल्या एका कॅफेमध्ये आपली वाट बघत बसायला सांगितलं.

''पण मी का नाही यायचं?'' तिनं विचारलं.

''कारण तू आलेलं त्याला आवडणार नाही. एखादवेळी तो मलासुद्धा भेटायचा नाहीच, पण तो भेटावा, अशी मी फक्त आशा करतो. तशी आमची फार जुनी ओळख आहे म्हणून बरं! कारण तो अनोळखी माणसांना भेटतच नाही. आता कुणी भरपूर फी देऊन आलं, तर गोष्ट वेगळी. आपण तर फुकटेच आणि शिवाय एफ.बी.आय.ची एजंट भेटायला आली आहे आणि तीही स्त्री म्हटल्यावर तर तो आपल्याला दारातसुद्धा उभं करणार नाही.''

अखेर तिची समजूत घालून, तिला तिथंच सोडून, क्विन एकटाच हेमनच्या ऑफिसच्या इमारतीत शिरला. बाहेरच्या छोट्याशा स्वागतकक्षाच्या इंटरकॉमवरून त्यानं आपण आल्याची सूचना दिली. वरच बसवलेल्या छुप्या व्हिडीओ कॅमेऱ्याचा डोळा आपल्या हालचाली टिपतोय, याची त्याला पूर्णपणे जाणीव होती. अखेर

एकदाचं आत जाण्याचं दार उघडलं व तो आत गेला. तिथं बसलेल्या दोन सेक्रेटरींनी क्विनकडे ढुंकूनदेखील पाहिलं नाही. क्विन सरळ चालत तळमजल्यावरच्याच दुसऱ्या टोकाला असलेल्या हेमनच्या ऑफिसात शिरला.

"वेल! वेल!! वेल!!!" ज्यूलियन हेमन गुरगुरला, "किती दिवसांनी भेटतोयस, यार!" त्यानं हात पुढे केला. "काय काम काढून या गरीबखान्यात आलास?"

"मला काही माहिती हवी आहे." त्यानंतर क्विननं आपलं काम थोडक्यात सांगितलं.

हेमन विचारात पडला.

"थोड्या दिवसांपूर्वी आला असतास ना क्विन, तर मी तुला जरूर मदत केली असती, पण आताची गोष्ट वेगळी आहे. आता सगळंच चित्र पालटलंय. तुला वस्तुस्थितीच सांगायची, तर तू बदमाशांच्या काळ्या यादीत गेला आहेस. तुला जिवंत, नाहीतर मृतावस्थेत पकडायचा विडा अनेकांनी उचलल्याचं माझ्या कानांवर आलंय. शिवाय खुद्द तुझ्या सरकारी मित्रांनाही तुझ्याबद्दल मुळीच प्रेम वाटत नाहीये, हे तर जगजाहीरच झालंय. तेव्हा सॉरी, मित्रा, मी तुझं काम करू शकत नाही."

क्विन एक अक्षरही बोलला नाही. त्यानं शांतपणे समोरच्या टेबलावरचा पुशबटन फोन उचलून एका मागोमाग एक बटणं दाबली. पलीकडच्या बाजूनं घंटी वाजत असलेली हेमनलासुद्धा ऐकू आली.

"क्विन... क्विन... तू काय, करतोयस, तरी काय?" हेमननं अस्वस्थ होऊन विचारलं.

"एक लक्षात ठेव," क्विन म्हणाला, "मला तुझ्याकडे येताना कुणीही पाहिलेलं नाही. कारण मी तशी खबरदारी घेतलेली होती, पण इथून बाहेर पडताना मी उजळ माथ्यानं, वाजतगाजत आख्ख्या फ्लीट स्ट्रीटच्या डोळ्यांदेखत बाहेर पडणार आहे." तेवढ्यात पलीकडून फोन उचलून कोणीतरी म्हणालं,

"नमस्कार, दैनिक डेली मेल!"

हेमनला ते स्पष्ट ऐकू आलं. त्यानं घाईघाईनं क्विनच्या हातून फोन हिसकावून घेऊन खाली ठेवला. त्याची बरीचशी गिऱ्हाइकं युरोपातील मोठाल्या अमेरिकन कंपन्यांचे मालक वगैरे होते. त्यापैकी एकाचं जरी नाव पेपरमधून फुटलं असतं, तरी त्यांनी हेमनचा गळाच धरला असता.

"तू कधी सुधारणार नाहीस, भडव्या!" क्विनच्या पाठीवर जोरात थाप हाणून हेमन म्हणाला, "तू पहिल्यापासूनच हरामखोर आहेस. ठीक आहे. फक्त काही तासांसाठी मी तुला माझ्या तळघरातल्या ऑफिसमध्ये प्रवेश देत आहे. तुला पाहिजे त्या फायलीतून तुला हवी ती माहिती काढून घे. पण त्यातला एक जरी कागद लंपास केलास, तर याद राख!"

"मी तसं कसं करीन?" क्विन चेहऱ्यावर गरीब भाव आणून म्हणाला.

मग हेमननं त्याला तळघरातल्या रेकॉर्डरूममध्ये नेलं.

आपल्या धंद्याचा एक भाग म्हणून आणि त्याचबरोबर स्वत:चा व्यासंग म्हणून ज्यूलियन हेमननं जगातल्या प्रत्येक प्रकारच्या गुन्हेगारांच्या तपशीलवार फायली तयार केल्या होत्या. खुनी, बँका लुटणारे दरोडेखोर, फसवे, भामटे, मादक द्रव्यं विकणारे, बेकायदेशीर शस्त्रास्त्रं विकणारे, दहशतवादी अपहरणकर्ते, तोतया, जिवंत वा मृत, हरवलेले अशा असंख्य प्रकारच्या गुन्हेगारांची शक्य त्या ठिकाणाहून जमा केलेली माहिती त्या फायलींमध्ये होती.

"एखादा विशिष्ट विभाग?" दिवे लावता लावता हेमननं विचारलं. मोठ्या हॉलमध्ये सर्वत्र ओळीनं फायलिंग कॅबिनेट्स लावलेली होती. या कॅबिनेट्समध्ये फक्त गुन्हेगारांची छायाचित्रं व त्यांचे कार्डनंबर्स नोंदवलेले होते. खरी सगळी माहिती तर कॉम्प्युटरवरच साठलेली होती.

"मर्सिनरीज..." क्विन म्हणाला.

"इथून ते इथपर्यंत..." हेमननं त्या विशिष्ट कॅबिनेटकडे बोट दाखवलं "टेबल भिंतीला लागून आहे."

क्विनला हवी ती गोष्ट मिळवायला चार तास लागले, पण त्याच्या शांततेचा भंग करायला चिटपाखरूदेखील नव्हतं. क्विनच्या हातात आता एक फोटो होता. त्यात चार लोक दिसत होते. सगळे गोरे होते. ते सगळे एका जीपला टेकून उभे होते. मागचा रस्ता म्हणजे बारीकशी पायवाट होती. आजूबाजूच्या झुडपांवरून तो प्रदेश आफ्रिकेतला वाटत होता. जीपच्या पाठीमागे बरेचसे काळे सैनिक होते. फोटोतल्या चारही गोऱ्या लोकांच्या अंगांवर लढाईसाठी घातलेला कॅमॉफ्लेज युनिफॉर्म होता. त्यांपैकी तिघांच्या डोक्यांवर गवती हॅट्स होत्या. प्रत्येकाच्या हातात बेल्जियम एफ.एल.एन. रायफल होती. त्यांच्या युनिफॉर्मवर बिबळ्या वाघासारखे ठिपके होते. अशा प्रकारचा युनिफॉर्म ब्रिटिशांचा असतो, याची क्विनला कल्पना होती.

क्विननं फोटो टेबलावर ठेवला. दिवा लावला. टेबलाच्या खणात एक प्रखर भिंग होतं. त्या भिंगाखाली फोटो नीट निरखून पाहिल्यावर त्यांपैकी एका माणसाच्या हातावरचं गोंदण स्पष्ट दिसू लागलं. त्याच्या डाव्या हाताच्या पालथ्या बाजूवर एक चित्र गोंदवलेलं होतं. एक कोळ्याचं जाळं आणि त्याच्या मध्यभागी बसलेला कोळी असं चित्र गोंदवलेलं होतं.

क्विननं नंतरही काही फायली चाळून बघितल्या; पण आणखी महत्त्वाचं काही मिळालं नाही. शेवटी त्यानं बाहेर जाण्याची घंटी दाबल्यावर दार उघडलं, व तो परत हेमनच्या ऑफिसात शिरला.

हेमनच्या हाती फोटो देऊन क्विन म्हणाला, "कोण?"

हेमननं फोटोची मागची बाजू तपासून बघितली. त्यावर एक सात आकडी सांकेतिक नंबर लिहिलेला होता. त्यानं तो नंबर कॉम्प्युटरला दिल्यावर कॉम्प्युटरच्या पडद्यावर त्या क्रमांकाची फाइल दृश्यमान झाली.

"हं! आणि फार नामी गुंड आहेत हे!" हेमन म्हणाला, "हा फोटो जवळजवळ शंभर टक्के ईस्टर्न काँगोच्या मॅनिएमा भागात १९६४च्या हिवाळ्यात घेतलेला आहे. तू दाखवतो आहेस ना, त्याचं नाव आहे जॅक्स श्राम किंवा ब्लॅक श्राम. हा बेल्जियन मर्सिनरी होता. तो पहिल्या काही मर्सिनरीजपैकी आहे. तो युनायटेड नेशन्सच्या तुकड्यांविरुद्ध १९६० ते १९६४ या काळात लढला, पण मग ते हरल्यावर त्याला काढून टाकण्यात आलं. परत १९६४च्या उन्हाळ्यात त्याला सिबाच्या क्रांतिलढ्यात मदतीला बोलावण्यात आलं. आणखी काही?"

"आणि बाकीचे?" क्विननं विचारलं.

"हं... या उजव्या बाजूचा शेवटचाही असाच बेल्जियन आहे. कमांडंट वॉथियर. तुला बेल्जियन लोकांबद्दल आणखी माहिती लागणार आहे?"

"कदाचित." क्विनच्या मनात त्या बॅबाज गोदामामध्ये उभ्या असलेल्या व्होल्व्हो गाडीचे विचार चालू होते. तो गाडीच्या उघड्या दाराजवळून मागे डिकीकडे जात असताना त्याला एका विशिष्ट सिगारेटचा वास आला होता. तो वास नक्कीच मार्लबरोचा नव्हता. डनहिलाचाही नव्हता. हा एक बेल्जियन ब्रँड होता, एवढं नक्की. तसंच, स्वत: झॅक सिगरेट ओढणारा नव्हता, हेही नक्की. कारण त्याच्या श्वासातून सिगारेटचा वास येत नव्हता, अशी क्विनला खात्री होती.

"मध्यभागी उभा आहे ना, हॅट न घातलेला, तो आहे रॉजर लागेलार्ड. हाही बेल्जियनच. पण पुढे सिंबाच्या लढ्यात हा मारला गेला, हे मला नक्की ठाऊक आहे."

"आणि तो मोठा राक्षसासारखा जाडजूड आहे, तो?" क्विननं विचारलं.

"हो. तो मात्र खराच राक्षसाएवढा आहे. तो कमीतकमी साडेसहा फूट उंच असेल. अतिशय मजबूत शरीरयष्टीचा. फोटोमध्ये तो बावीस ते पंचवीसच्या दरम्यान असावा, असं दिसतंय, मात्र त्यानं चेहरा थोडा तिरका केल्यानं नीट दिसत नाहीये. हॅटची सावली पडली आहे. त्याचं नक्की नाव कुणालाच माहिती नाहीये. पण त्याला सगळे 'जाड्या पॉल' म्हणून ओळखतात."

हेमननं कॉम्प्युटर बंद केला. क्विन हातातल्या पॅडवर वेगानं खरडत होता. त्यानं ते पॅड हेमनच्या हाती ठेवलं. त्यावर एक चित्र रेखाटलं होतं.

"हे कधी पाहिलंयेस?"

ते चित्र जाळ्याच्या मधोमध बसलेल्या कोळ्याचं होतं.

हेमननं खांदे उडवले.

"गोंदणच ना? तरुण गुंड, बदमाश बऱ्याचदा असलं काहीतरी गोंदवून घेत

असतात. हे तर कुठंही बघायला मिळतं.''

''जरा नीट विचार करून बघ.'' क्विन म्हणाला, ''बेल्जियममध्ये साधारण तीस वर्षांपूर्वी.''

''हो, हो! एक मिनिट थांब! ते काय बरं म्हणायचे त्याला? अरेग्ने! होय! होय! तेच ते! कोळ्याला फ्लेमिश भाषेत काय बरं म्हणतात? काही आठवत नाही. फक्त फ्रेंचमध्ये काय म्हणतात, तेच आठवतंय.''

हेमननं आपल्या हातातला किल्ल्यांचा जुडगा वर-खाली केला.

''काळ्या रंगाचं कोळ्याचं जाळं व त्याच्या मधोमध बसलेला लाल रंगाचा कोळी. डाव्या हाताच्या पालथ्या बाजूवर गोंदवलेलं चित्र.''

आता क्विननंही आपल्या स्मरणशक्तीला खूप ताण दिला. तो स्वत: व्होल्व्होच्या उघड्या दरवाज्यासमोरून मागे डिकीकडे चालला होता. त्याच्या मागे झॅक होता. ड्रायव्हरच्या जागी बसलेला माणूस क्विनकडेच वाकून बघत होता. तो प्रचंड देहधारी होता. त्याचं डोकं जवळजवळ गाडीच्या छताला टेकलं होतं. डाव्या हातावर भार देऊन तो रेलून बसला होता. सिगारेट ओढण्यासाठी त्यानं आपला हातमोजा काढून ठेवला होता.

''होय, होय. आठवलं...'' क्विन ओरडला, ''तेच ते!''

''ती एक अत्यंत फालतू टोळी होती. अत्यंत सामान्य!'' हेमननं परत कॉम्प्युटर चालू केला होता. तो पडद्यावरची फाइल मोठ्यांदा वाचत होता. उजव्या विचारसरणीच्या लोकांनी बेल्जियममध्ये स्थापन केलेली संघटना... साधारण १९६०-१९६१ सालात. तीत गल्लोगल्लीचे भुरटे चोर, दरोडेखारे सगळे भरती झाले होते. ज्यूंच्या दुकानांवर दगडफेक करणं, डाव्या विचारसरणीच्या लोकांच्या सभा उधळून लावणं, कुणा पार्लमेंट मेंबरला गाठून बदडणं हे असले उद्योग चालायचे त्यांचे...

''ही फ्लेमिश चळवळच ना?'' क्विननं विचारलं, ''की वालून?'' बेल्जियममध्ये उघड-उघड दोन गट होते. उत्तरेकडचे फ्लेमिश भाषा बोलणारे फ्लेमिश लोक व दक्षिणेकडचे फ्रेंच बोलणारे वालून. बेल्जियममध्ये या दोन्ही भाषा बोलल्या जातात.

''खरं तर या दोघांचं मिश्रण.'' हेमन पडद्यावरची माहिती वाचत होता. ''इथं लिहिल्याप्रमाणे अँटवर्प शहरातच याची स्थापना झाली व तिथंच त्यांचा बराच जोर होता, त्यामुळे बहुधा जास्त करून फ्लेमिशच.''

❖

इतर कुठल्याही सुंदर तरुणीला असं चार तास ताटकळत ठेवून तिचा प्रियकर गायब झाला असता आणि तोही थोड्या थोडक्या नव्हे, चांगल्या साडेचार तासांसाठी, तर तिनं त्याला शिव्याशापच दिले असते, पण क्विनच्या सुदैवानं सॅम एक अनुभवी

व प्रशिक्षित एजंट होती. अनेकदा कामगिरीवर असताना एखाद्या व्यक्तीवर पाळत ठेवण्याचा प्रसंग सॅमवर आला होता. पाळत ठेवण्याचं कामही इतकंच कंटाळवाणं असतं, पण ती अत्यंत शांतपणे बेचव, मचूळ कॉफीचा पाचवा कप पीत होती. इतक्यात क्विन उगवला.

"काय, गं? तू ही गाडी भाड्यानं आणली आहेस ना? मग ती कधी परत करायची आहे?" त्यानं विचारलं.

"खरं तर, दिलेली मुदत संपल्यामुळे आता ती परत करायलाच हवी आहे. पण तुला पाहिजे असली, तर आपण त्यांना तसं कळवू."

"तसं नाही, तू विमानतळावरच ती सोडून देऊ शकशील का? आपण घाईत आहोत."

"हो. कंपनीला कळवलं की, त्यांची माणसं विमानतळावरून गाडी घेऊन जातील, पण का?"

"काही विशेष नाही. आपण आज ब्रुसेल्सला चाललो आहो..." क्विन शांतपणे म्हणाला.

सॅम जराशी वैतागलीच.

"प्लीज, क्विन. विमानानं गेलंच पाहिजे का? मला, खरं तर, विमानप्रवास अजिबात आवडत नाही. आणि गेल्या काही दिवसांत खूप झालं विमानात बसणं..."

"ठीक आहे," क्विन म्हणाला, "मग असं करू, ही गाडी इथंच परत करून टाकू. आपण रेल्वे, नंतर बोट असं करत तिथं जाऊ. मग पाहिजे, तर तिथं एखादी बेल्जियम गाडी भाड्यानं घेऊ. आणि हो. आपल्याला थोडे पैसेही लागतील. माझ्याकडे क्रेडिट कार्ड्स वगैरे नसतात."

"काय?" सॅमनं क्रेडिट कार्ड नसलेला माणूस आयुष्यात कधी बघितला नव्हता.

"आमच्या चिमुकल्या अलकांटारा डेल रिओमध्ये क्रेडिट कार्ड्स लागत नाहीत."

"ठीक आहे. आपण आधी बँकेत जाऊ. मी चेकनं पैसे काढीन. अर्थात तिकडे माझ्या घरच्या खात्यात पुरेसे पैसे असतील, अशी आशा आहे."

दोघे गाडीनं बँकेकडे निघाले.

रेडिओवर कुठलीतरी दुःखद धून लागली होती. तेव्हा लंडनमध्ये दुपारचे चार वाजले होते. हळूहळू अंधार पडत होता. अटलांटिकच्या पलीकडे... दूर... कॉरमॅक कुटुंबीय आपल्या एकुलत्या एका मुलाला मूठमाती देत होते.

❖

अकरा

नानट्केट बेटाची स्मशानभूमी-प्रॉस्पेक्ट हिल इथं सायमनचं दफन करण्यात आलं. नोव्हेंबरचे कडाक्याचे थंडीचे दिवस होते.

आधी फेअर स्ट्रीटवरच्या एका लहानशा चर्चमध्ये अंत्यसंस्कार करण्यात आले. पहिल्या दोन रांगांमध्ये अगदी निकटचे आप्तेष्ट बसले होते. त्यामागे सर्व कॅबिनेटमधले लोक, तशाच इतर काही महत्त्वपूर्ण व्यक्ती होत्या. कॉरमॅक कुटुंबीयांच्या इच्छेनुसार अंत्यविधीचे सोपस्कार अत्यंत छोट्या स्वरूपाचे व साधेपणानं पार पाडण्यात आले. राजकीय वर्तुळातल्या इतर लोकांना नंतर वॉशिंग्टनमध्ये होणाऱ्या शोकसभेत फक्त उपस्थित राहावे, अशी सूचना देण्यात आली होती.

कुठलाही बातमीदार उपस्थित राहू नये, अशी प्रेसिडेंटनी विनंती केली होती. अर्थात तरीकाही उपटसुंभ चोरून तिथं उगवले होतेच, पण नानट्केट बेटावरच्या रहिवाशांचं प्रेसिडेंट व त्यांच्या कुटुंबीयांवर इतकं गाढ प्रेम होतं की, त्यांनी कॅमेरा घेऊन उगवलेल्या काही आगंतुकांना पकडून त्यांची चांगलीच पिटाई केली होती; आणि त्यांच्या कॅमेऱ्यांतल्या फिल्म्स काढून टाकून फेकून दिल्या होत्या.

कॉफिन चर्चच्या आवारात आणलं गेलं व धर्मगुरूनं अंतिम संस्काराचे मंत्र म्हणायला सुरुवात केली. ते मंत्र पुरे व्हायच्या आतच आभाळातून पावसाचे टपोरे थेंब पडायला सुरुवात झाली. अंत्ययात्रेमध्ये प्रेसिडेंटच्या सोबतीनं बाकीच्या लोकांनी चालायला सुरुवात केली. मिसेस मायरा कॉरमॅक डोळ्यांत आसवांचा पूर घेऊन आपल्या दिराच्या आधारानं चालत होत्या.

संपूर्ण रस्त्यावर दुतर्फा रांगांनी नानट्केटचे नागरिक उभे होते. मूकपणे. बोडक्या डोक्यांनी. सगळे सीधे-साधे लोक. फळवाले, भाजीवाले, मासळीवाले. वर्षानुवर्षं गावातल्या ज्या-ज्या लोकांचा कॉरमॅक कुटुंबीयांशी ऋणानुबंध होता, ते सगळे आले होते. छोट्या सायमनला ज्यांनी पोहायला शिकवलं, ते कोळीही त्यात होते.

प्रेसिडेंटच्या घराचा केअरटेकर आणि माळी – दोघंही आपल्या लाडक्या

सायमनचा अखेरचा निरोप घ्यायला पाणावल्या डोळ्यांनी तिष्ठत उभे होते, पण बाँबमध्ये बेचिराख झालेल्या त्या देहाचे अवशेष कुणीही बघण्यासारखे राहिले नव्हते. त्यामुळे कॉफिन सीलबंद करण्यात आलं होतं.

प्रॉस्पेक्ट हिलपाशी पोहोचल्यावर ही अंत्ययात्रा प्रॉटेस्टंट लोकांसाठी राखून ठेवलेल्या स्मशानभूमीच्या हिश्श्याकडे वळली. इथं कबर तयार करून ठेवण्यात आली होती.

समोर ओळीनं लोक उभे होते. त्या दिवशी एकही दुकान, गॅरेज, बार काहीही चालू नव्हतं. बेटात एकही विमान येऊ दिलं नव्हतं की, एकही बोट सोडलेली नव्हती. बेटाच्या रहिवाशांनी आपल्या या मानसपुत्राच्या मरणाचं दुःख मूकपणे, एकट्यानं भोगणं पत्करलं होतं. त्यात जगाला सहभागी करून घेण्याची त्यांची इच्छा नव्हती. धर्मगुरूचा धीरगंभीर आवाज वातावरणात पसरत होता. बाकी टाचणी पडलेली कळावी, इतकी शांतता होती.

आकाशात एक गरुड एकटाच घिरट्या घालत होता – खालचं दृश्य बघत. परत एकदा पावसाच्या सरी आल्या. प्रेसिडेंट तसेच निश्चलपणे, पाषाणाच्या मूर्तीसारखे उभे होते. पाऊस, थंडी, वारा – कशाची पर्वा न करता.

त्यांची पत्नी मायरा त्यांच्यापासून यार्डभर अंतरावर उभी होती. धर्मगुरूनं आत्म्याचं पुनरुत्थान आणि मरणानंतरच्या जीवनाचं प्रकरण सुरू केल्याबरोबर ती भावनावेगानं उभ्या-उभ्या थरथर कापू लागली.

तिच्या शेजारीच गुप्तचर संस्थेचा एक माणूस खिशात घातलेल्या डाव्या हातात भरलेलं पिस्तूल घेऊन उभा होता. तिला थरथर कापताना पाहून तो सर्व नियम आणि संकेत झुगारून तिच्या जवळ आला आणि त्यानं आपल्या दणकट बाहूंचा तिला आधार दिला. अखेर त्या मातेच्या हृदयाला भावनावेग असह्य झाला व ती त्याच्या छातीवर मान टाकून रडू लागली.

प्रेसिडेंट कॉरमॅक एकटेच एखाद्या बेटासारखे आपल्या दुःखाच्या धुक्याच्या विळख्यात वेढून उभे होते.

तेवढ्यात एका चलाख फोटोग्राफरनं आडरस्त्यानं येऊन कबरीशेजारी उभ्या असलेल्या त्या पित्याचा दुःखानं पिळवटलेला चेहरा आपल्या टेलीफोटोलेन्सच्या साहाय्यानं टिपलाच. हाच तो एका नतद्रष्ट क्षणी टिपलेला फोटो नंतर अमेरिकेत आणि सबंध जगभर वृतपत्रांच्या पहिल्या पानावर झळकला. त्या फोटोतला चेहरा एका थकलेल्या, आजारी आणि सर्व जीवनरस संपुष्टात येऊन अकाली वृद्ध झालेल्या माणसाचा होता. फोटोतला हा माणूस आणखी काही दिवस आपलं प्रेसिडेंटचं स्थान भूषवू शकेल, असं कुणालाही वाटलं नसतं.

नंतर सगळी क्रियाकर्मं उरकल्यावर स्मशानभूमीच्या दारात प्रेसिडेंट कॉरमॅक उभे होते. सांत्वनासाठी एकेक हितसंबंधी पुढे येई. पण, खरं तर सांत्वनाचे शब्दच

कुणाला सुचत नव्हते. एकेक जण येई – मान खाली घालून उभा राही. प्रेसिडेंट सर्वकाही समजत असल्यासारखी मान हलवीत, यांत्रिकपणे हस्तांदोलन करीत.

आधी सगळे जवळचे नातेवाईक, आप्तेष्ट येऊन गेले. मग जिवलग मित्र आणि सहकारी आले. आता जे प्रेसिडेंटच्या वतीनं राज्यकारभार बघत होते, ते सहा कॅबिनेट मेंबर्स आले.

व्हाइस प्रेसिडेंट मायकेल ओडेल क्षणभर बोलायला शब्द शोधत थांबले, पण मग काहीच न सुचून मान हलवून परत फिरले. पाऊस त्यांच्या पांढऱ्याशुभ्र केसांवरून संथपणे ठिबकत राहिला.

जेम्स डोनाल्डसनचा राजकारणातला धोरणीपणा, मुत्सद्दीपणा आज या इथं पार लयाला गेला होता. तो आपल्या या जिवलग मित्राकडे नुसता दुःखानं डोळे भरून बघत राहिला. मग मित्राचा शुष्क, निर्जीव हात हाती घेऊन, एकवार हलवून निघून गेला.

तरुण ॲटर्नी जनरल बिल वॉल्टर्सनं आपल्या तोंडातून बाहेर पडणारा हुंदका मोठ्या प्रयत्नांनी दाबून ठेवला व एका पुस्तकी वाक्याचा आधार घेतला,

"आम्ही आपल्या दुःखात सहभागी आहोत, मि. प्रेसिडेंट. आय ॲम सॉरी, सर!"

मॉर्टन स्टॅनार्ड, पूर्वाश्रमीचा न्यूयॉर्कमधील बँकर जमलेल्या सर्वांमध्ये वयोवृद्ध व अनुभवी होता. यानं आजवर अनेक मृत्यू पाहिले होते. नातलगांचे, जिवलग मित्रांचे कितीकांचे अंत्यविधी डोळ्यांनी पाहिले होते. पण आजच्यासारखे, काळजाला चटका लावणारे काहीच नाही. त्यानं काहीतरी प्रसंगानुरूप बोलण्यासाठी तोंड उघडलं; पण तोंडातून शब्दच फुटेना. तो कसंबसं एवढंच बोलू शकला,

"गॉड, आय ॲम सो सॉरी, जॉन!"

ब्रॅड जॉनसन, नॅशनल सिक्युरिटी ॲडव्हायजर तर एखादं भयानक दुःस्वप्न बघितल्यासारखा जोराजोरात डोकं हलवत होता.

ट्रेझरी सेक्रेटरी ह्यूबर्ट रीडनं तर आपल्या वागण्यानं भोवताली उभ्या असलेल्या सगळ्यांना चकित केलं. तो मूळचा अतिशय शांत आणि बुजरा. आपल्या भावना शब्दांतून, चेहऱ्यावरून व हावभावांतून प्रकट करणं, त्याच्या स्वभावात नव्हतं. स्वतः ब्रह्मचारी असल्यानं बायको वा मुलाचं प्रेम काय असतं, याची त्याला कल्पना नव्हती, पण त्यानं चष्म्याआडून पाणावलेल्या डोळ्यांनी आपल्या जिवलग मित्राकडे पाहिलं. त्याचा हात हाती घेतला आणि मग त्याला जोरात जवळ घेऊन कडकडून मिठी मारली. मग स्वतःच्या या उत्स्फूर्त वागण्यावर स्वतःच चकित झाल्यासारखा परत फिरला.

पाऊस परत एकदा थांबला. दोन दणकट माणसांनी ओली माती परत खड्ड्यात लोटायला सुरुवात केली. सारं काही संपलेलं होतं...!

❖

क्विननं डोव्हरकडून ओस्टेंडकडे जाणाऱ्या बोटीचं वेळापत्रक पाहिलं. त्यांची आजच्या दिवसातली शेवटची बोट चुकली होती. त्यांनी ती रात्र एका हॉटेलात काढली आणि दुसऱ्या दिवशी सकाळी चेरिंग क्रॉसस्टेशनमधून रेल्वे घेतली.

प्रवासात खास काहीच घडलं नाही. नंतर उतरल्यावर क्विननं दुपारी जाऊन भाड्यानं गाड्या पुरवणाऱ्या कंपनीकडून एक जुनाट फोर्ड गाडी भाड्यानं घेतली व त्यांनी एका पुरातन फ्लेमिश बंदराकडे कूच केलं.

बेल्जियममध्ये देशभर सर्वत्र चांगल्या प्रतीच्या व अत्याधुनिक मोटार रोडसचं जाळंच पसरलं आहे. सगळी ठिकाणं या रस्त्यानं इतकी व्यवस्थित जोडलेली आहेत की, कुठं पोहोचायला जास्त वेळ लागत नाही. क्विननं ओस्टेंडमधून बाहेर पडण्यासाठी ई-पाच हा रस्ता निवडला. नंतर लंचच्या वेळेपर्यंत ते अँटवर्पला पोहोचलेसुद्धा.

सॅमला युरोप नवीनच होता, पण क्विन मात्र अगदी सराईतसारखा सगळीकडे हिंडत होता. ठिकठिकाणी रस्त्यातल्या लोकांशी त्याला अगदी सहजतेनं फ्रेंचमधून संभाषण करताना पाहून सॅमला फार नवल वाटलं. अर्थात तिला स्वत:ला त्या भाषेचा गंधही नव्हता, त्यामुळे तिला एक गोष्ट कळली नाही. ती ही की, प्रत्येक वेळी संभाषण सुरू करण्यापूर्वी क्विन समोरच्या व्यक्तीची फ्रेंचमधून बोलण्यास परवानगी घेत असे. हेच फ्लेमिश लोकांचं वैशिष्ट्य होतं. त्यांच्यांतल्या प्रत्येकास जरी फ्रेंच येत असलं, तरी ते शक्यतो फ्लेमिश भाषा वापरणंच पसंत करीत व परक्या माणसानं जर आधी फ्रेंच बोलायची परवानगी घेतली, तर ते खूश असत. कारण आपण वालून नसून, फ्लेमिश आहोत, या गोष्टीचा त्यांना अभिमान होता.

क्विन व सॅमनं गावातल्या एका छोट्याशा लॉजमध्ये तळ ठोकला आणि मग ते पायी चालतच जेवायला निघाले.

"तू इथं नक्की कुणाला शोधतोयस?" जेवता-जेवता सॅमनं विचारलं.

"एका माणसाला."

"ते तर झालंच. पण कशा प्रकारच्या माणसाला?"

"ते तो माणूस शोधून काढल्यावरच मला कळेल."

जेवणानंतर क्विननं एका टॅक्सी ड्रायव्हरला गाठून त्याच्याशी जरा वेळ फ्रेंचमधून बातचीत केली, मग ते निघाले. वाटेत तो कलाकुसरीच्या वस्तू मिळणाऱ्या एका दुकानात थांबला व त्यानं हव्या त्या दोन गोष्टी विकत घेतल्या. शेजारच्याच एका स्टॉलवरून शहराचा नकाशा खरेदी केला आणि परत टॅक्सी ड्रायव्हरपाशी काहीतरी विचारपूस केली.

सॅमला त्यांच्या संभाषणातले 'फाल्कन रुई' आणि 'शिपरस्ट्राट' एवढे दोनच शब्द तेवढे कळले. ड्रायव्हरनं तिच्याकडे बघून दात विचकले.

'फाल्कन रुई' हा हलक्या वस्तीतला गजबजलेला रस्ता होता. रस्त्याच्या दोन्ही कडांना छोट्या-छोट्या टपरीवजा स्वस्त कपड्यांच्या दुकानांची दाटी होती. त्यातल्याच एका दुकानातून क्विननं खलाशी लोक घालतात, तसला स्वेटर, कॅनव्हासच्या जीन्स आणि ओबडधोबड बूट विकत घेतले. हे सगळं सामान त्यानं एका कॅनव्हासच्याच बॅगेत कोंबलं आणि मग ते दोघं शिपरस्ट्राटकडे निघाले. तेवढ्यात लांब अंतरावरून क्रेनची वरची टोकं दिसू लागली. त्यावरून आपण, अगदी जवळ येऊन पोहोचलो असणार, असा सॅमनं तर्क केला.

आता क्विन एका गल्ल्याबोळांच्या रस्त्याला लागला. फाल्कन रुई आणि शेल्ड नदीच्या मधोमध पसरलेल्या भागात जुनीपुराणी एकमजली अनेक घरं होती. रस्त्यावरून खालच्या कामगार वर्गातील राकट माणसं फिरत होती. नक्कीच खलाशी असणार. सॅमच्या डाव्याच हाताला एक मोठी काचेची प्रकाशमान खिडकी होती. सॅमनं सहजच कटाक्ष टाकला, तर तिथं एक भरपूर रंगरंगोटी केलेली उत्तान कपड्यांतली स्त्री बसली होती.

"जीझस! क्विन, अरे, ही तर बदनाम वस्ती आहे. इथं कुठं आणलंस मला?" सॅम जरा रागावलीच होती. "मला ठाऊक आहे," क्विन शांतपणे म्हणाला, "त्याचीच तर मी टॅक्सी ड्रायव्हरजवळ चौकशी करत होतो."

ते दोघे तसेच पुढे चालत राहिले. क्विनचं सगळं लक्ष दुकानांवरच्या झगमगत्या पाट्या वाचण्याकडे होतं. या भागात जिथं बघावं, तिथं दारूगुत्ते आणि वेश्यागृहं दिसत होती. त्यामानानं दुकानं कमीच होती, पण क्विनला जी विशिष्ट दुकानं हवी होती, तशी ओळीनं तीन दुकानं मिळाली.

"क्विन, ही तर गोंदण्याची दुकानं आहेत."

"त्याचं कारण गोद्या!" क्विन शांतपणे म्हणाला, "गोद्या असल्या, म्हणजे तिथं खलाशी आले. खलाशी आले की, गोंदवण्याची दुकानं आलीच, म्हणजे जोडीला दारूगुत्ते आणि पोरीही हव्यातच. पोरींना पटवायला त्यांचे दलाल हवेत. आता आपण परत जाऊ आणि रात्री इथं परत येऊ या."

❖

सिनेटर बेनेट हॅपगुड आपल्या ठरलेल्या वेळी सिनेटच्या स्टेजवर चढला. सायमन कॉरमॅकच्या दफनविधीनंतर संसदेच्या दोन्ही सभागृहांत या निर्घृण, अमानुष कृत्याच्या निषेधार्थ ठराव पास करण्यात आला.

बऱ्याच वक्त्यांनी जोरदार भाषणं ठोकली व गुन्हेगारांना लवकरातलवकर पकडून जास्तीतजास्त कडक शासन करण्यात यावं, अशी मागणी केली. शेवटी सभापतींनी जोरात हातोडा आपटला.

“आता ओक्लाहोमाचे सिनेटर भाषण करतील...” ते म्हणाले.

बेनेट हॅपगुड या नावाला सभागृहात फारसं काही वजन नव्हतं, त्याचमुळे इतक्या नामांकित वक्त्यांची भाषणं होऊन गेल्यानंतर हा आता आणखी नवं काय सांगणार, असा भाव सगळ्यांच्याच चेहऱ्यांवर उमटला होता, पण सगळ्यांना आश्चर्याचा धक्का बसला, तो त्यानं मांडलेले काही नवीन मुद्दे ऐकल्यावर, सुरुवातीला त्यानं इतरांप्रमाणेच ठरावीक, साचेबंद, सांत्वनपर शब्द प्रेसिडेंटना उद्देशून काढले. मग झालेल्या घटनेबद्दल खेद, चीड, संताप... गुन्हेगारांना लवकरात लवकर शासन व्हावं, इत्यादी... मग तो क्षणभर थांबला. आता यानंतरचा मुद्दा कसा मांडायचा, याचा त्यानं थोडा विचार केला.

तो आत्ता या क्षणी एक जुगार खेळत होता. फार मोठा जुगार. त्याला जी माहिती मिळाली होती, तिच्यात कितपत तथ्य होतं, देव जाणे! जर त्याचं म्हणणं खोटं ठरलं असतं, तरी अर्थात त्याच्या सिनेटमधील वरिष्ठ सहकाऱ्यांनी पोरकटपणा म्हणून ते सोडून दिलं असतं, पण तरीही त्याला जे बोलायचं होतं, ते बोलायला हवंच होतं. कारण हे जर तो बोलला नसता, तर त्याच्या नव्या पाठीराख्यांनी त्याच्यामागचं भक्कम आर्थिक पाठबळ तात्काळच काढून घेतलं असतं. त्यांनी त्याला तशी धमकीच दिली होती.

“...लोकहो! कदाचित या गुन्ह्यामागे कोणाचा हात आहे, हे शोधायला आपल्याला फार वेळ लागणार नाही; आणि फार दूरवरही जावं लागणार नाही.”

त्याचे हे अनपेक्षित शब्द ऐकताच हॉलमध्ये चाललेली कुजबुज एकदम शांत झाली. अर्धं भाषण सोडून बाहेर निघून चाललेले लोक मागे वळून परत आपापल्या जागी येऊन बसले.

“मला एकच गोष्ट आपल्याला विचारायची आहे. ज्या नतद्रष्ट बॉंबनं आपल्या प्रेसिडेंटच्या एकुलत्या एक मुलाचा बळी घेतला, तो बॉंब पूर्णपणे रशियन बनावटीचा आणि रशियात तयार झालेला होता की नाही? ही गोष्ट पुराव्यानिशी सिद्ध झाली आहे की नाही? तो डिव्हाइस रशियन नव्हता का?”

असंच प्रश्नार्थक वाक्यांत तो अजूनही बराच वेळ बोलत राहिला असता; पण त्याच्या या चार वाक्यांनी सभागृहात एकच खळबळ माजली. त्यानंतर बरोबर दहाव्या मिनिटाला ही बातमी बाहेर फुटली. रेडिओ व टीव्हीवरून प्रसारित करण्यात आली. वृत्तपत्रांच्या खास जादा आवृत्त्या निघाल्या. सरकारच्या प्रतिनिधींनी वार्ताहरांना दोन तास कसं तरी थोपवून धरलं, पण नंतर मात्र लोकांपुढे डॉक्टर बर्नार्ड यांच्या रिपोर्टसंबंधीचं सत्य ठेवावंच लागलं.

रात्र पडली आणि लोकांच्या मनात इतके दिवस धुमसत राहिलेल्या संतापाचा अखेर उद्रेक झाला. आता शत्रू अज्ञात राहिला नव्हता. तो त्यांच्या डोळ्यांसमोर

होता. न्यूयॉर्क शहरातल्या सोव्हिएत एअरलाइन्स एअरोफ्लोटच्या ऑफिसपुढे मोर्चा नेण्यात आला. तिथं काम करणाऱ्या लोकांची चांगलीच घाबरगुंडी उडाली. शेवटी कुणीतरी त्या इमारतीला आगसुद्धा लावली, मग तातडीनं आगीचा बंब बोलावण्यात आला. आत अडकलेल्या लोकांची सुटका करण्यात आली.

पोलीस योग्य वेळी तिथं पोहोचले, म्हणून बरं. नाहीतर तिथं अक्षरशः रक्तपातच घडला असता. अर्थात खुद्द पोलिसखात्यातल्याच बऱ्याचशा लोकांना या क्रांतीपाठीमागच्या कारणाविषयी सहानुभूती वाटत होती.

वॉशिंग्टनमध्येही थोड्या फार फरकानं हीच परिस्थिती होती, मात्र राजधानीतल्या पोलिसांना वेळीच सावध करण्यात आलं होतं. सोव्हिएत दूतावासाच्या व कॉन्सुलेटच्या लोकांना तर आधीच पोलीस संरक्षण देण्यात आलं होतं. सोव्हिएत राजदूतांच्या ऑफिसमधून स्टेट डिपार्टमेंटला अक्षरशः मिनिटा-मिनिटाला फोन चालला होता. स्टेट डिपार्टमेंटकडून वारंवार एकच निवेदन करण्यात येत होतं : ब्रिटिशांकडून आलेल्या दोन्ही रिपोर्ट्सच्या सत्यासत्यतेची शहानिशा करण्याचं काम चालू असून, ते पूर्ण झाल्यानंतर एखादे वेळी ते रिपोर्ट्स चुकीचे असल्याचं व पर्यायानं सायमनच्या खुनामागे रशियाचा हात नसल्याचं सिद्ध होऊ शकेल.

"पण तो रिपोर्ट डोळ्यांनी बघण्याची आमची इच्छा आहे." असं सोव्हिएत राजदूत परत-परत सांगत होते, "कारण हे सगळं खोटं आहे. साफ खोटं आहे. कुणीतरी जाणूनबुजून आमच्यावर कुभांड रचलंय."

त्याच मध्यरात्री जगभर पसरलेल्या रशियन दूतावासाच्या सर्व ऑफिसांमधून या गोष्टीचा एकाच वेळी जाहीर इन्कार करण्यात आला. सायमनच्या खुनाच्या कटाशी रशियनांचा संबंध कधीच नव्हता, असं पुन्हा सांगण्यात आलं. इतकंच नव्हे, तर लंडन आणि वॉशिंग्टननं कट करून विनाकारण यात रशियाला गोवलं आहे, असंही प्रतिपादन करण्यात आलं.

"पण मी म्हणतो, ही गोष्ट बाहेर फुटलीच कशी?" मायकेल ओडेल रागानं ओरडले, "त्या अतिशय शहाण्या हॅपगुडच्या कानांवर ही बातमी पडलीच कशी?"

पण याचं उत्तर कुणापाशीच नव्हतं. कुठल्याही सरकारी अथवा खाजगी संस्थेत इतके लोक काम करत असतात – सेक्रेटरी, स्टेनोग्राफर, क्लार्क, शिपाई त्यांपैकी कुणाचंही हे काम असणं शक्य होतं.

"एक गोष्ट मात्र आता नक्की झाली," संरक्षणखात्याचा स्टॅनार्ड म्हणाला, "या सगळ्या प्रकारानंतर नानटक्केट करार होण्याचा प्रश्न उद्भवत नाही. आता तर उलट आपल्या संरक्षणाविषयक अंदाजपत्रकात कपात करून अजिबातच चालणार नाही."

❖

शिपरस्ट्राटला येऊन मिळणाऱ्या असंख्य गल्ल्याबोळांच्या भूलभुलैयातून क्विन हिंडत होता. त्यानं रात्री दहा वाजता या भटकंतीला सुरुवात केली होती. आणि पहाटे सगळे गुत्ते बंद होईस्तोवर तो आपला फिरतच होता. मध्येच तो एका बारमध्ये शिरला. तिथं टेबलापाशी एक भला दांडगा खलाशी बसला होता. तो प्रचंड झिंगलेला दिसत होता. तरी पण त्याचं पिणं आपलं चालूच होतं. बाहेर कडाक्याची थंडी होती. अर्धनग्न वेश्या बिचाऱ्या तशाच थंडीत कुडकुडत उभ्या होत्या. मधूनच त्या आत येत आणि अंगात थोडी ऊब येण्यासाठी एखादं ड्रिंक घेत. जाता-जाता गल्ल्यावरच्या दादाशी जराशी चेष्टामस्करी करीत आणि परत गिऱ्हाइकं गटवायला जात.

बऱ्याच गुत्त्यांची नावं लास वेगास, हॉलीवूड, कॅलिफोर्निया वगैरे होती. अर्थात ही नावं मोठ्या दिमाखानं मिरवणारे गुत्ते आतून यथातथाच होते, पण निदान उबदार होते आणि तिथं बिअरही चांगली मिळे.

क्विननं आज येण्यापूर्वी सॅमला या असल्या ठिकाणी आणावं, का नाही, असा विचार केला व तिला हॉटेलात एकटंच थांबायची विनंती केली, पण तिनं ती साफच धुडकावून लावली. उलट, तू जिथं जिथं म्हणून जाशील, तिथं मी येणारच, असा मुळी ती हट्टच धरून बसली. शेवटी नाइलाजानं त्यानं तिला बरोबर घेतलं, पण मग वाटेत फाल्कन रुईपाशी रस्त्याच्या कडेला गाडी पार्क करून तिला बसवून ठेवलं व आपण इथं आला.

बऱ्याच पायी भटकंतीनंतर अखेर तो या बारच्या खिडकीपाशी एक बिअरचा ग्लास हातात घेऊन बसला होता. त्याचं आल्यागेल्याचं बारकाईनं निरीक्षण करण्याचं काम चालू होतं. त्याआधी आदल्या रात्री त्यानं एका कलाकुसरीच्या दुकानातून एक विशिष्ट भारतीय शाई विकत घेतली होती. नंतर खूप परिश्रमपूर्वक डाव्या हाताच्या पालथ्या बाजूवर एक जाळ्यात बसलेल्या कोळयाचं चित्र रंगवलं होतं. ते खूप जुनं आहे, असं दाखवण्यासाठी त्यानं खूप मेहनत घेतली होती आणि आता इथं रात्रभर तो येणाऱ्या-जाणाऱ्यांचे डावे हात निरखून बघत होता, पण अजून तरी तसं चित्र हातावर गोंदवलेली एकही व्यक्ती त्याला आढळली नव्हती.

आजूबाजूच्याही दोन-चार रस्त्यांवर घिरट्या घालून त्यानं मध्येच एक-दोन ठिकाणी बिअर घेत वेळ काढला होता. अखेर निराश होऊन तो परत इथं पोहोचला होता. त्याच्याकडे बघत उभ्या असलेल्या दोन पोरांची तर अशी समजूत झाली की, तो इथं त्याच 'खास' कामासाठी आला आहे; पण नक्की कोणती पोरगी पटवावी, याबद्दल त्याचा स्वत:चा निर्णय होत नाहीये. बाकीचे पुरुष स्वत:तच मग्न होते, त्यामुळे त्यांच्यापैकी कोणाला क्विनचं तिथं तसं तासन्‌तास बसणं खटकलेलं दिसलं नाही. गल्ल्यावरच्या माणसानं मात्र अखेर क्विन परत उगवलेला बघून डोळे मिचकावत विचारलं,

"काय, साहेब, जमलं नाही, वाटतं?"

त्याचं म्हणणं एका अर्थी खरंच होतं. क्विनचं काम आजही पुरं झालंच नव्हतं. शेवटी तो परत गाडीपाशी गेला. बिचारी सॅम एकटी गाडीत बसून वाट बघता-बघता पेंगत होती.

"आता काय?" तिनं जांभई देत विचारलं.

गाडी चालू करून क्विन म्हणाला,

"जेवण, झोप आणि उद्या रात्री याच मोहिमेवर परत!"

क्विननं आपल्याला एकटीला गाडीत बसवून ठेवलं आणि आपण मात्र मजेत अर्धनग्न पोरी बघत हिंडत होता, म्हणून सॅम चांगलीच रुसून बसली होती. क्विननं अर्थातच तिचा रुसवा हॉटेलात परत गेल्यानंतर आनंदानं काढला...

❖

त्याच दिवशी सायरस मिलरनं लायोनेल कॉबला मुद्दामच ह्यूस्टनमध्ये आपल्या पॅनग्लोबल बिल्डिंगच्या ऑफिसात बोलावून घेतलं होतं.

"मला नाही यात भाग घ्यायचा!" लायोनेल कॉब म्हणाला, "हे सगळं पार भलत्याच थराला गेलंय. त्या मुलाचा काय भयंकर रीतीनं अंत झाला. देवा! मला आणि माझ्या भागीदारांना हे मुळीच पसंत नाही. सायरस, तू आधी काय म्हणाला होतास, आठवतं? मुलाला नुसतंच पळवून काम भागेल, म्हणून. आपले उद्देश साध्य होण्यासाठी तेवढंच पुरेसं आहे, म्हणून. तो मुलगा मरेल, आणि तोही अशा तऱ्हेनं, याची आम्हाला काहीच कल्पना नव्हती. त्या नरपशूंनी जे काही केलं, ते खरोखर भयानक होतं. नैतिक दृष्ट्या चूक. अक्षम्य...!"

मिलर संतापून ताडकन उठून उभा राहिला. त्याचे डोळे आग ओकत होते.

"ए पोरा, त्या तुझ्या नीती-अनीतीच्या गप्पा मला नको ऐकवू. जे काही घडलं, त्यानं मलाही काही आनंद झालेला नाहीये. तुमच्याइतकंच मलाही दु:ख झालंय, पण झाल्या गोष्टीला आपला सगळ्यांचाच नाइलाज होता. कारण ते तसंच घडायचं होतं; आणि त्याला आपण सगळे, अगदी तूसुद्धा जबाबदार आहेस... पण मी मात्र तुझ्याप्रमाणे हातावर हात ठेवून स्वस्थ बसलो नव्हतो. इतके दिवस रोज नित्यनेमानं मी त्या जगन्नियत्याची प्रार्थना करत होतो. त्याच्याकडे आदेश मागत होतो. मी स्वत: त्या पोरासाठी देवापुढे गुडघे टेकून बसत होतो."

"आणि देवानं माझ्या प्रश्नाचं उत्तर मला दिलं. देव म्हणाला, 'उभ्या मानवजातीचं जर कल्याण व्हायचं असेल, तर त्यासाठी एखाद्या निष्पाप कोकराचा बळी द्यायला काहीच हरकत नसते. इथं आपण तुझ्या किंवा माझ्या एकट्याच्या कल्याणाच्या गोष्टी करत नाही आहोत, कॉब. उभ्या अमेरिकेच्या भविष्याचा इथं प्रश्न आहे; आणि

देवानंच मला अशी आज्ञा केली की, जे घडायला हवं, ते हवंच. त्या वॉशिंग्टनच्या सर्वोच्च स्थानी बसलेल्या कम्युनिस्टाला खाली खेचायलाच हवा, नाहीतर तो विधात्याचं मंदिरच उद्ध्वस्त करून टाकेल. आणि ते विधात्याचं मंदिर म्हणजेच ही आपली प्रिय मातृभूमी – अमेरिका. जा, लायोनेल कॉब! आपल्या फॅक्टरीत परत जा! आपण मॉस्को आणि कम्युनिस्टांबरोबर उभारलेल्या या लढ्याच्या तयारीला लाग; आणि कृपा करून आपलं तोंड बंद ठेव. नीतीचे धडे मला यापुढे परत देऊ नकोस. कारण आपण हे भगवंताचं काम करतोय आणि त्यानं स्वत:च मला तसा आदेश दिलाय.''

लायोनेल कॉब परत गेला. तो मुळापासून हादरला होता.

❖

त्याच दिवशी मॉस्कोमध्ये मिखाईल सार्गीव्हिच गोर्बाचेव्ह यांनीही एक अत्यंत महत्त्वपूर्ण अशी परिषद बोलावली होती. परत एकदा त्यांच्या समोरच्या प्रचंड मोठ्या टेबलावर सर्वत्र पाश्चिमात्य वृत्तपत्रांचं एक मोठं प्रदर्शनच भरलेलं होतं. त्यात पहिल्याच पानावर छापलेल्या फोटोंवरून अर्धी हकिकत लक्षात येतच होती; आणि ठळक अक्षरातल्या हेडलाईन्स उरलेली बातमी जगाला ओरडून सांगत होत्या. या बातम्यांचं रशियन भाषांतरही सोबत जोडलं होतं.

गोर्बाचेव्ह त्यांच्या टेबलावर आणखीही काही रिपोर्ट्स होते. त्यांचं भाषांतर करण्याची गरजच नव्हती. कारण ते देशोदेशीच्या रशियन राजदूतांकडून कॉन्सुल्स जनरलकडून, तसंच रशियाच्या वृत्तप्रतिनिधींकडून आलेले होते. पूर्व युरोपातही या रशियाविरोधी आंदोलनाचे पडसाद उमटल्यावाचून राहिले नव्हते. खुद्द मॉस्कोतून मात्र सातत्यानं आणि कळकळीनं या वृत्ताचा इन्कार केला जात होता. आणि तरीही...

गोर्बाचेव्ह यांच्यासारख्या अनुभवी आणि धुरंधर राजकारण्याला राजकारणातले हे खेळ काही नवीन नव्हते. मुद्दाम चुकीची माहिती पसरवणं हाही त्यातलाच एक भाग. खुद्द के.जी.बी.चा एक आख्खा विभागच पाश्चात्त्यांबद्दलची असत्यं व अर्धसत्यं समाजात पसरवण्याचं काम मोठ्या नेकीनं पार पाडत असे, पण तरीही आपल्याविषयीच हे इतकं धादांत असत्य ऐकून आणि पाहून त्यांचा आपल्या कानांवर व डोळ्यांवर विश्वासच बसेना.

गोर्बाचेव्ह यांनी ज्या माणसाला इथं आत्ता भेटायला बोलावलं होतं, त्याची ते अत्यंत अधीरपणे वाट बघत होते. त्याला तो बोलावण्याचा निरोप मिळाला, तेव्हा मध्यरात्र व्हायला आली होती. तो आपला वीकएंड आनंदानं साजरा करत असतानाच सारं अर्धं टाकून त्याला इथं यावं लागलं होतं, त्यामुळे तो मनातून चिडलेला होता.

आता मध्यरात्र उलटून गेली होती. अशा अवेळी ऑफिसात येताना के.जी.बी.

जनरल ब्लादिमिर क्रुश्चेव्ह यांचा चेहरा फार मोठा प्रसन्न वगैरे असेल, अशी गोर्बाचेव्ह यांचीही अपेक्षा नव्हतीच, पण आत्ता त्यांच्यापुढे येऊन उभ्या राहिलेल्या क्रुश्चेव्हचा चेहरा इतका क्रूर होता की, गोर्बाचेव्हना त्याला पाहताक्षणी तिटकाराच वाटला.

वास्तविक चेब्रिकोव्हची हकालपट्टी करून त्याच्या जागी या माणसाची नियुक्ती खुद्द त्यांनीच तर केली होती; पण तीही नाइलाजानंच, असं म्हणावं लागेल. कारण संचालकांची हकालपट्टी केल्यानंतर त्याच्या चार उपसंचालकांपैकी कोणालातरी ही जागा द्यायलाच लागते, त्यामुळे त्या चौघांपैकी वकिलीची पार्श्वभूमी असलेल्या क्रुश्चेव्हला त्यांनी हे पद दिलं, पण अलीकडे मात्र आपली निवड चुकली की काय, असं त्यांना वाटू लागलं होतं.

त्यांनी समोर उभ्या असलेल्या माणसाकडे एक नजर टाकली. भव्य कपाळ, बारीक, दुष्ट डोळे, पांढरे होत चाललेले मोठे मोठे कल्ले आणि मुरड घातलेले ओठ.

मग गोर्बाचेव्ह सावकाश आपल्या जागेवरून उठून त्याच्या जवळ आले. आपल्या नेहमीच्या सवयीप्रमाणे त्याच्या डोळ्यांत रोखून बघत त्यांनी बोलायला सुरुवात केली. त्यांनी मानेनंच आधी टेबलावरच्या कागदांकडे बघा, अशी खूण केली. जनरलनं होकारार्थी मान हलवली. कारण त्यानं ते सगळं काही आधीच पाहिलं होतं. त्यानं गोर्बाचेव्ह यांची नजर चुकवली.

''आपण आता याविषयी थोडक्यात बोलू.'' गोर्बाचेव्ह म्हणाले, ''त्यांना काय म्हणायचंय, हे तर आपल्याला समजलंच आहे आणि ते साफ खोटं आहे. आपण त्याचा इन्कार करतच राहायला हवा. हे असत्य जास्त काळ टिकून राहता कामा नये, पण मुळात हे बेणं आलं कुठून? हे कशावर आधारित आहे?''

क्रुश्चेव्हनं रागारागानं सर्व पाश्चिमात्य रिपोर्ट्‌सवर मूठ आपटली. त्यानं स्वतः केजीबीचं काम करण्याच्या निमित्तानं काही वर्षं जरी न्यूयॉर्कमध्ये काढली असली, तरी त्याला मुळात अमेरिकेचा तिटकाराच होता.

''कॉम्रेड जनरल सेक्रेटरी, वरकरणी तरी असंच दिसतंय की, सायमन कॉरमॅकच्या शवविच्छेदनाचा ब्रिटिश तज्ज्ञांनी जो अहवाल सादर केला होता, त्यावरच ही बातमी आधारलेली आहे. एकतर तो ब्रिटिश तज्ज्ञच खोटं बोलत असला पाहिजे. नाहीतर मग त्या हरामखोर अमेरिकनांनी तरी त्या अहवालात काही फेरफार केला असला पाहिजे. आणि माझी तर खात्रीच आहे की, ही सगळी त्या अमेरिकनांचीच लुच्चेगिरी आहे.''

गोर्बाचेव्ह परत आपल्या खुर्चीवर जाऊन बसले. नंतर प्रत्येक शब्द अतिशय काळजीपूर्वक उच्चारत ते म्हणाले,

''पण एक गोष्ट ध्यानात असूदे. कुठल्याही परिस्थितीत या आरोपांमध्ये एक तिळमात्र जरी सत्य निघालं, तरी...''

ब्लादिमिर क्रुश्चेव्ह चांगलेच चमकले. ही गोष्ट खरी होती की, खुद्द त्यांच्या

संस्थेत (के.जी.बी.) माणसाच्या आयुष्याचा अतिशय भयानक रीतीनं अंत घडवून आणण्याच्या नव्यानव्या तंत्रांचा शोध लावला जाई, पण आत्ता हा मुद्दाच नव्हता. त्यांच्या लोकांनी सायमन कॉरमॅकच्या अंगावर लपवून ठेवण्याकरता खरोखरच एकही बॉंब तयार केलेला नव्हता की, कुणाला पुरवलाही नव्हता.

"नाही, कॉम्रेड. अजिबात नाही."

गोर्बाचेव्ह यांनी पुढे झुकून टेबलावर मूठ आपटली.

"लवकरात-लवकर शोधून काढा, काय ते!" ते जोरात म्हणाले, "हो किंवा नाही. एकदाच काय तो तपास लावा."

क्रुश्चेव्हनं होकारार्थी मान हलवली आणि तो निघून गेला.

गोर्बाचेव्ह एकटेच आढ्याकडे बघत बसले. अमेरिकन लोकांना कल्पनाही नसेल, इतकी या नानट्केट कराराची रशियाला गरज होती. तो करार झाला नसता, तर रडारच्या पडद्यावर न उमटणाऱ्या त्या महाभयंकर बी-टू-बॉंबरचा धोका समोर दिसत होता; आणि त्याचा मुकाबला करू शकेल, असं तुल्यबळ सामर्थ्यशाली अस्त्र निर्माण करण्यासाठी संरक्षणखात्याच्या अंदाजपत्रकात ज्या तीस कोटी रुबल्सची आवश्यकता होती, ते कुठून आणायचे? इकडे तेलसाठेही संपुष्टात येत चालले होते.

❖

क्विनला पाहिजे तसा माणूस अखेर तिसऱ्या रात्री सापडला. तो बुटका आणि चांगला गुटगुटीत होता. कान गणपतीसारखे आणि नाक बसकं, जणूकाही कुस्ती खेळताना ठोसा बसून झाल्यासारखं. तो अशाच एका बारच्या अगदी टोकाला बसला होता. बारमध्ये इतरही डझनभर लोक होते, पण या माणसाशी कुणी बोलत नव्हतं. त्यालाही या गोष्टीची खंत, खेद नव्हता. तो आपला आपल्याच तंद्रीत होता.

त्यानं आपल्या उजव्या हातात बिअरचा ग्लास धरलेला होता. डाव्या हातात एक अर्धवट जळकी सिगारेट होती. डाव्या हाताच्या मनगटाच्या जरा पुढे पालथ्या हातावर ते तसलं कोळ्याचं चित्र गोंदवलेलं होतं. क्विनने ---एक चक्कर मारली आणि तो त्या माणसाच्या शेजारीच एक खुर्ची सोडून पलीकडे बसला.

दोघंही क्षणभर शांत बसले. त्या माणसानं क्विनकडे ओझरतंच पाहिलं; पण फारसं लक्ष दिलं नाही, अशी दहा मिनिटं गेली. त्या माणसानं खिशातून आणखी एक सिगारेट काढली. क्विननं तत्परतेनं लायटर पुढे करून ती पेटवली. त्या माणसानं नुसती मान हलवली; पण आपल्या तोंडातून थँक्यू असे शब्द मात्र बाहेर काढले नाहीत. संशयी वृत्ती. याला बोलायला भाग पाडणं काही इतकं सोपं नसणार.

क्विननं वेटरला खूण केली आणि आपल्या रिकाम्या ग्लासाकडे बोट दाखवलं. वेटरनं आणखी एक बाटली आणली. क्विननं स्वत:बरोबरच त्या माणसाच्याही

ग्लासात बिअर ओतायची खूण केली. त्या माणसानं लगेचच आपल्या बिअरचे पैसे काढून टेबलावर ठेवले.

क्विननं मनातल्या मनात एक निःश्वास सोडला. हे काम जरा कठीणच दिसतंय. तो माणूस अतिशय हलक्या दर्जाचा, मठ्ठ आणि बिनडोक गुंड दिसत होता, पण त्याचं वय पन्नाशीच्या घरात वाटत होतं. म्हणजेच क्विनचा अंदाज खरा ठरणार, तर! शिवाय त्याच्या हातावर एक गोंदवणही होतं.

क्विन रस्त्यावर आला आणि पुढच्याच चौकात उभ्या करून ठेवलेल्या गाडीपाशी गेला. गाडीत सॅम त्याची वाटच बघत होती. क्विननं शांतपणे तिलाही आपला प्लॅन समजावून सांगितला.

"तुला काय वेडबीड तर नाही लागलं?" ती म्हणाली, "हे असलं काही केलं, तर मला पाप लागेल ना, मि. क्विन. मी रॉककॅसलमधल्या धर्मोपदेशकाची मुलगी आहे, म्हटलं." असं म्हणताना मात्र ती मिश्कीलपणे हसत होती.

क्विन बारमध्ये परत आला. सॅम त्यानंतर दहाच मिनिटांनी अंगाला हेलकावे देत आत शिरली. तिचा अवतार मात्र बघण्यासारखा होता. आता तिच्या चेहऱ्यावर अतिशय कडक रंगरंगोटी केलेली दिसत होती. पर्समधल्या टिश्यूपेपरचा मुक्त हस्तानं वापर करून तिनं आपला मूळचाच उन्नत वक्षभाग आणखी कितीतरी पुष्ट बनवला होता. आपला स्कर्टही कमरेपाशी पुष्कळ दुमडून बराच आखूड केला होता. आपल्या सुडौल शरीराच्या शक्य तितक्या प्रक्षोभक हालचाली करत ती त्या माणसाच्या व क्विनच्या बरोबर मध्यभागी असलेल्या खुर्चीत येऊन बसली. तो माणूस आणि त्या बारमधले इतर सगळेच आता तिच्याकडे टक लावून बघत होते. आता तर तो माणूस चोरून तिच्या कमनीय शरीराकडे मधूनच कटाक्षही टाकत होता. क्विननं मात्र तिच्याकडे पूर्ण दुर्लक्ष केलं.

आता तिनं आपली खुर्ची क्विनच्या खुर्चीला नेऊन भिडवली आणि ती क्विनशी लगट करू लागली. परत क्विननं दुर्लक्ष केलं. त्याचा शेजारी मात्र आत चांगलाच विचलित झाला होता. इतक्यात वेटरनं तिला काय हवंय, म्हणून विचारलं.

"व्हिस्की!" ती मोठ्यांदा म्हणाली. हा शब्द जगाच्या पाठीवर कुठंही, कुणालाही समजतो. शिवाय तेवढा शब्द उच्चारल्यावर ऐकणाऱ्या कुणालाही ती कुठल्या देशाची आहे वगैरे कळणंच शक्य नव्हतं. मग वेटरनं तिला फ्लेमिश भाषेतच 'बर्फ हवाय का?' असं विचारलं. तिला त्यातलं एक अक्षरही कळलं नाही. तरी तिनं आनंदानं मान डोलावली. मग त्यानं बर्फ आणला. सॅमनं आता आपला ग्लास उचलून क्विनच्या ग्लासवर टेकवला व 'चिअर्स' असं पुटपुटली, पण क्विननं परत तिच्याकडे दुर्लक्ष केलं. मग तिनं खांदे उडवले आणि त्या शेजारच्याच गुंडाकडे वळून त्याला 'चिअर्स' केलं, हे अगदीच अनपेक्षित असल्यानं काहीच न सुचून त्यानंही तसंच केलं.

मग सगळ्यांच्या अगदी चांगलं लक्षात येईल, अशा पद्धतीनं सॅमनं आपल्या लालचुटूक रंगवलेल्या ओठांवरून सावकाश जीभ फिरवली व खालचा ओठ दातांनी कचकन चावला. ती आता अतिशय निर्लज्जपणे त्या गुंडाकडे कटाक्ष टाकत होती. त्यानंही आता आपलं दातपडकं तोंड उघडून तिच्याकडे बघून स्मितहास्य केलं. मग कुणाला काही कळायच्या आत ती त्याच्या अगदी जवळ जाऊन त्याला चिकटून बसली आणि तिनं आपले दोन्ही हात त्याच्या गळ्यात टाकले.

क्विन उठला. त्यानं एकाच फटक्यात तिला केसाला धरून मागे खेचलं आणि जमिनीवर ढकललं. मग पुढे होऊन तो त्या गुंडाकडे बघत, गुरगुरत फ्रेंचमध्ये म्हणाला,

"आयला, माझ्या पोरीवर हात टाकतोस, भडव्या?"

– आणि तो गुंड काही प्रतिकार करणार, एवढ्यातच एक सणसणीत ठोसा लगावला. तो माणूस जमिनीवर पडला.

तो चांगलाच आपटला आणि चार हात गडगडत गेला. आता त्यानं एकवार डोळे चोळले, उठला आणि माजलेल्या रेड्यासारखा क्विनच्या अंगावर धावून आला. क्विननं पढवल्याप्रमाणे सॅम गुपचूप उठून मागच्या दारातून पसार झाली होती. इतक्यात गल्ल्यावरच्या मालकानं फोन करून पोलिसांना बोलावून घेतलं. त्यांनाही दारू पिऊन घातलेला धिंगाणा काही नवीन नव्हता. बरोबर चारच मिनिटांनी पोलिसांची गाडी तिथं येऊन पोहोचली.

खरं तर, तो गुंड पिऊन इतका तर्र झालेला होता की, क्विननं त्याला एका मिनिटातच भुईसपाट केला असता, पण त्यानं तसं न करता मुद्दाम स्वत:ही दोन दणके खाल्ले; आणि अखेर बारमधल्या सामानाची मोडतोड करत, फुटक्या बाटल्या आणि ग्लासांच्या ढिगाऱ्यात दोघंही एकदमच खाली कोसळले.

पोलिसांनी येताक्षणीच दोघांनाही अटक केली. नंतर दोघांनाही बेड्या ठोकून ड्युटी सार्जंट क्लॉपर याच्याकडे नेण्यात आलं. गुत्त्याच्या मालकानं नुकसान भरपाईचा तपशील आणि आपलं लेखी निवेदन सादर केलं आणि तो निघून गेला. जाण्यापूर्वी ऑफिसरनं नुकसान भरपाईच्या रकमेला दोननं भागलं व त्यावर त्याची सही घेतली.

मारामारी करताना जे गुंड पकडले जातात, त्यांना पोलिसचौकीत सावधगिरी म्हणून नेहमीच वेगवेगळ्या कोठड्यांमध्ये ठेवतात. आजही क्विनला आणि त्या गुंडाला सार्जंट क्लॉपरपुढे उभं केल्यावर त्यानं खांदे उडवले व त्या गुंडाला एका कोठडीत कोंडलं. त्या गुंडाला त्याची सवयच होती, त्यामुळे तो आरामात आत जाऊन झोपला. क्विनला मात्र सार्जंटनं समोर बसवून घेऊन त्याचा पासपोर्ट मागितला.

"अमेरिकन काय?" क्लॉपर म्हणाला, "खरं तर तुमच्यासारख्या शिकल्या

सवरलेल्यांनी या अशा मारामारीत भाग घेता कामा नये, मि. क्विन. या बेट्या क्यूपरला आम्ही चांगले ओळखतो. तो नेहमीच काहीतरी दंगाधोपा करतो, पण आता या वेळी मात्र मी त्याला असा सहजासहजी सोडणार नाही. पहिल्यांदा त्यानंच तुमच्यावर हल्ला केला ना?''

क्विननं नकारार्थी मान हलवली.

''खरं तर, पहिला फटका मीच मारला.''

क्लॉपरनं हॉटेलवाल्याची जबानी वाचली.

''हूं. हॉटेलवाल्याच्या म्हणण्याप्रमाणे तुमची दोघांची सारखीच चूक आहे. अरेरे, आता तुम्हाला दोघांनाही डांबून ठेवायला लागणार. उद्या सकाळी तुम्हाला कोर्टापुढे हजर केलं जाईल, नुकसान-भरपाईबद्दल.''

तेवढ्यात तिथं एक अतिशय रुबाबदार सुंदर तरुणी आली. तिच्या अंगात उंची कपडे व डोळ्यांना भला मोठा गॉगल होता. तिच्या हातात नोटांचं पुडकं होतं. सार्जंट क्लॉपरला या लफड्यातून लवकर सुटल्याचा आनंद झाला.

''या भांडणात जे नुकसान झालं, त्याच्या भरपाईचा अर्धा वाटा तुम्ही देणार ना?''

''सगळाच घेऊन टाका!'' क्विन म्हणाला.

''तुम्ही त्या क्यूपरचा वाटा कशाला भरता, मि. क्विन? तो एक निर्ढावलेला बदमाश आहे. तो कोठडीत बऱ्याचदा येतो. त्याला काही ते नवीन नाही. त्याचं रेकॉर्ड आमच्याकडे आहे ना. तो भुरटा चोर आहे.''

''त्याचेही पैसे घेऊन टाका, सार्जंट, पण आता नुकसान भरपाईचा प्रश्न सुटल्यावर तुम्ही आमच्यावरचे आरोप मागे घेणार ना?''

''हो. अवश्य. तुम्ही जाऊ शकता.''

''जरा त्यालाही पाठवता का?'' त्यानं कोठडीत आरामात घोरत पडलेल्या क्यूपरकडे बोट दाखवलं.

''त्याला?''

''होय. आम्ही जुने दोस्त आहोत.''

सार्जंटनं अविश्वासानं एक भुवई उंचावली. मग क्यूपरला हलवून जागं केलं. त्याला सांगितलं की, या साहेबांनी तुझे पैसे भरले आहेत, त्यामुळे तू जाऊ शकतोस. सार्जंट क्लॉपरनं मागे वळून पाहिलं, तर ती सुंदर तरुणी निघून गेली होती. क्विननं क्यूपरच्या गळ्यात हात टाकला आणि दोघं झोकांड्या खात निघून गेले. सार्जंटनं सुटकेचा निःश्वास सोडला.

❖

लंडन शहराच्याच जरा बाहेर, एका जराशा विरळ वस्तीच्या भागात एक रेस्टॉरंट होतं. तिथं दोन व्यक्ती जेवणासाठी एकत्र आल्या होया. जेवणाची ताटं आल्यावर दोघांनीही वेटरला आता काही नकोय व तू परत येऊ नको, अशी खूण केली. दोघांची आजवर प्रत्यक्ष गाठ पडण्याची कधी वेळ आली नव्हती; पण दोघांनाही एकमेकांविषयी पूर्ण माहिती होती. एकमेकांचे फोटो त्यांनी बघितलेले होते. प्रत्येकाला दुसरा काय करतो, याची पूर्ण कल्पना होती. त्यातला एक जण इंग्रज होता व तो फॉरीन ऑफिसमध्ये सिव्हिल सर्व्हंट होता. दुसरा सोव्हिएत दूतावासाच्या सांस्कृतिक प्रतिनिधीचा मदतनीस होता. तो अर्थात रशियन होता.

अर्थात हे सगळं लोकांना सांगण्यापुरतं. प्रत्यक्षात तो इंग्रज ब्रिटनच्या गुप्तहेर खात्याचा होता, तर तो रशियन के.जी.बी.चा हस्तक होता, पण दोघंही आपापल्या सरकारच्या पूर्ण परवानगीनंच इथं हजर होते. अशा प्रकारच्या भेटीची मागणी रशियनांनी ब्रिटिशांजवळ केली होती. या भेटीला होकार देण्यापूर्वी ब्रिटिशांनी त्यावर खूप खल केला होता. अर्थात ही भेट रशियनांना कशाकरता हवी आहे, याचा त्यांना साधारण अंदाज होताच.

दोघांचं जेवण हवापाण्याच्या गप्पा करता-करता पार पडलं. वेटरनं ताटं उचलून नेऊन, टेबल साफ केलं. अखेर कॉफी पिता पिता त्या रशियनानं आपल्याला हवा तो प्रश्न विचारला.

"ते पूर्णतया सत्य आहे, मि. व्हिटाली इव्हानोव्हिच," त्या इंग्रजानं गंभीरपणे सांगितलं. नंतर त्यानं त्याला थोडक्यात डॉ. बर्नार्डच्या रिपोर्टची सर्व हकिकत सांगितली.

रशियन चांगलाच अस्वस्थ झाला होता.

"पण हे अशक्य आहे!" अखेर रशियन म्हणाला, "आमच्या सरकारनं या वृत्ताचा इन्कार केलाय, तो खराच आहे. आमचा, खरंच, या प्रकारात काही हात नाहीये."

ब्रिटिश गुप्तहेर खात्याचा माणूस काहीच बोलला नाही. त्याला मनातून म्हणावंसं वाटत होतं – बाबांनो, तुमचं त्या 'लांडगा आला, रे' गोष्टीसारखं झालंय, आधी तुम्ही इतके वेळा खोटं बोलला आहात की, आता कुणाचा तुमच्यावर विश्वासच बसणार नाही, पण तो तसं म्हणाला नाही. त्यानं आपल्या खिशातून एक फोटो काढून समोर ठेवला. रशियनानं तो फोटो नीट निरखून पाहिला.

तो फोटो त्याच्या मूळ प्रतीपेक्षा कित्येक पटींनी एनलार्ज केलेला होता. फोटोतील वस्तू चार इंच लांबीची होती. तो बाईकोनूर इथं तयार झालेला एक बॉंब होता.

"हा... हा मृत शरीरात सापडला?"

"होय. तो हाडाच्या तुकड्यात घुसून, थेट प्लीहेच्याही आतपर्यंत पोहोचला होता."

"पण मला या बाबतीतलं विशेष ज्ञान नाही. मला हा त्यांना दाखवायला न्यावा लागेल. अर्थात तुमची काही हरकत नसेल, तर."

"त्याचसाठी तर तो मी आणलाय." ब्रिटिश गुप्तहेर म्हणाला.

त्यावर त्या रशियनानं एक सुस्कारा टाकला व स्वतःच्या खिशातून एक चिटोरं काढलं. त्यावर लंडनमधला एक पत्ता लिहिलेला होता. त्या इंग्रजानं भुवई उंचावली. रशियनानं खांदे उडविले.

"एक छोटीशी परतफेड." तो म्हणाला, "आमच्या लोकांच्या नजरेला आलेली एक गोष्ट."

नंतर दोघांनी उठून हस्तांदोलन केलं आणि एकमेकांचा निरोप घेतला.

❖

चार तासांनंतर स्पेशल ब्रँच आणि अँटी टेररिस्ट स्क्वाड या दोघांनी मिळून मिल हिल परिसरातल्या एका एकाकी घरावर छापा घातला व चार माणसांना अटक केली. तिथं बाँब तयार करण्याची साधनसामग्री मुबलक प्रमाणात सापडली. लंडनमध्ये सुमारे डझनभर हिंसक दंगली उडवून देण्यासाठी पुरेल, एवढं सामान होतं ते!

❖

"आपण जवळच्या एखाद्या बारमध्ये जाऊ आणि सुटल्याचा आनंद एखादा पेग मारून साजरा करू!" क्विननं क्यूपरला सुचवलं. क्यूपर आनंदानं तयार झाला. या क्विनशी आपली काही तासांपूर्वीच मारामारी झाली होती, या गोष्टीचा त्याला काहीच खंतखेद नव्हता. फक्त तो जरा कंटाळला होता. अजून हवी तशी नशा आली नव्हती. फुकटचे दोन-चार पेग मारायला मिळणार असतील, तर त्याची काहीच हरकत नव्हती.

त्याला मोडकं तोडकं फ्रेंच येत होतं, पण क्विनचं बोलणं त्याला व्यवस्थित समजत होतं. क्विननं त्याला स्वतःचं नाव जॅक्स डेग्वेल्ड्रे असं सांगितलं. आपण मूळचे बेल्जियम असून फ्रान्सचे रहिवासी आहोत व सध्या फ्रेंच मर्चंट नेव्हीत कामाला असतो, असं सांगितलं.

दुसरा पेग घेता घेताच क्विनच्या हातावरच्या गोंदलेल्या कोळ्याच्या चित्राकडे क्यूपरचं लक्ष गेलं. त्यानं अभिमानानं आपलाही हात पुढे केला.

"गेले ते दिवस, नाही?" क्विन म्हणाला.

क्यूपर पण जुन्या आठवणींत रमून गेला. "मी त्या वेळी बऱ्याच लोकांना लोळवलं होतं," क्यूपर समाधानानं म्हणाला, "तू कधी भरती झालास?"

"मी, काँगोत, १९६२मध्ये..." क्विन म्हणाला.

स्पायडर ऑरगनायझेशनमध्ये काँगोत एखादा माणूस कसा काय भरती होऊ

शकेल, असा विचार क्यूपरच्या डोक्यात घोळत असतानाच क्विननं त्याला अगदी खाजगी आवाजात माहिती पुरवली.

"मी तिथं बासष्ट ते सदुसष्टपर्यंत लढत होतो. जॅक्स श्राम आणि वॉथियरही होते. त्या वेळी आमच्यात बरेचसे बेल्जियनच होते. त्यातही जास्त करून फ्लेमिश. जगातले सर्वांत शूर लोक!"

क्यूपर ते ऐकून खूश झाला. त्यानं मान डोलावली.

"बरं झालं! त्या काळ्या भडव्यांना चांगला धडा शिकवला, ते!" क्विननं पुष्टी जोडली.

आता क्यूपर आणखीच खूश झाला.

"मी मरता मरता वाचलो," नंतर तो जरा विषादानंच म्हणाला, कारण त्याला जास्त आफ्रिकन लोकांना मारायला मिळालं नव्हतं. "मी पकडला गेलो."

"त्या वेळचा माझा सगळ्यांत जिवलग दोस्त तुमच्यापैकीच होता," क्विन म्हणाला, "स्पायडर गँगमधले तसे चौघं होते, पण अगदी जवळचा एकच. अजून आठवतं. त्या रात्री आम्ही गोंदवणाऱ्या कारागिराच्या शोधात काय हिंडलो होतो. शेवटी एक सापडला. मग मी माझ्या हातावर गोंदवून घेतलं, कारण मी तुमच्या टोळीच्या चाचणीत आधीच पास झालो होतो. मग त्यांनीच मला तुमच्या कळपात ओढून आणलं. मला वाटतं, माझ्या दोस्ताला तू ओळखत असशील– जाड्या पॉल!"

क्यूपरनं ते नाव ऐकून क्षणभर विचार केला.

"पॉल कोण?"

"तीच तर भानगड आहे. त्याचं आडनावच आठवत नाहीये काही केल्या. आम्ही दोघंही त्या वेळी विशीतले तरुण होतो. किती वर्षं लोटली त्या गोष्टीला. आम्ही त्याला नुसतं जाड्या पॉल म्हणायचो. केवढा प्रचंड गडी. सहा फुटांच्या वर उंच. एखाद्या ट्रकएवढा रुंद. निदान अडीचशे पौंड तरी वजन असेल तेव्हा त्याचं. आडनाव काय बरं...?"

क्यूपरचे डोळे चमकले.

"आत्ता आठवलं," तो म्हणाला, "होय. चांगला ठोसेबहाद्दर होता, म्हणून तर तो आफ्रिकेत गेला. त्या भडव्यांना त्याला बलात्काराच्या प्रकरणात अडकवायचं होतं. थांब आठवलं. मार्चाईस. तेच नाव. पॉल मार्चाईस."

"अगदी बरोबर!" क्विन म्हणाला, "बिच्चारा. मार्चाईस."

❖

अँडी लाईंगचं ते स्फोटक पत्र सौदी बँकेचा रियाधमधील जनरल मॅनेजर स्टीव्ह पाईल याला दहाव्या दिवशी मिळालं. त्यानं ते ऑफिसातील एकांतात बसून वाचलं

आणि वाचून खाली ठेवलं, तेव्हा त्याचे हात कापत होते. हे सगळं प्रकरण भयंकर चिघळत चाललं होतं.

त्याला एका गोष्टीची नक्की खात्री होती. कर्नल ईस्टरहाउसनं कॉम्प्युटरच्या रेकॉर्डमध्ये इतक्या बेमालूमपणे फेरफार केले होते की, अगदी इलेक्ट्रॉनिक चेकमध्ये सुद्धा ते उघडकीला आलं नसतं. पण तरीही, समजा, जर खुद्द मंत्री प्रिन्स अब्दुल यालाच जर काही जास्त-कमी झालं, तर! किंवा जर मंत्रिमंडळाच्या एप्रिलच्या ऑडिटमध्ये प्रकरण उघडकीला आलं आणि त्या वेळी प्रिन्स अब्दुलनं कानांवर हात ठेवले, तर? आणि तसं पाहिलं, तर कर्नल ईस्टरहाउसच्या तोंडी आश्वासनापलीकडे स्टीव्ह पाईलकडे होतं तरी काय?

त्यानं कर्नलला फोनवर गाठायचा खूप प्रयत्न केला, पण त्या बेट्याचा काही थांगपत्ताच लागत नव्हता. तो दूर उत्तरेकडच्या डोंगरदऱ्यांत लपून बसलेल्या आणि स्वत:ला अल्लाचा प्रेषित समजणाऱ्या इमामाशी गुप्त खलबतं करत बसला होता, पण याची स्टीव्ह पाईलला काय कल्पना? अजून तीन दिवस तरी स्टीव्ह पाईल व कर्नल ईस्टरहाउस यांची गाठ पडणं शक्य नव्हतं.

❖

क्विननं चांगली दुपार उलटून जाईपर्यंत क्यूपरला चिक्कार दारू पाजली. अर्थात दारू पाजताना क्विनला बरीच काळजी घ्यायला हवी होती. दारू फार कमी पडली, तर समोरच्या माणसाची जीभ पुरेशी सैल सुटून हवी ती माहिती मिळणार नाही; आणि फार जास्त झाली, तर तो झिंगूनच पडेल.

"माझी आणि त्याची सदुसष्ट सालानंतर गाठच नाही," क्विन त्याला दोघांच्या मित्राबद्दल, म्हणजे पॉल मार्चाईस ऊर्फ जाड्या पॉलबद्दल बोलताना म्हणाला, "ते लोक आम्हा मर्सिनऱ्यांविरुद्ध उठले, तेव्हा मी तिथून पळ काढला. मला वाटतं, पॉलची बहुधा सुटका झालीच नसेल. तिथंच मरून पडला असेल एखाद्या गटारात बिचारा!"

क्यूपरनं एकदा सावधगिरीनं इकडे तिकडे पाहिलं, मग एखादी गुप्त गोष्ट सांगितल्याच्या आविर्भावात म्हणाला,

"छे, छे, तो परत आला. इथंच. बेल्जियमला."

"काय सांगतोस? बेल्जियमला?"

"हो, ना! १९६७मध्येच. मी या माझ्या डोळ्यांनी त्याला पाहिला."

क्विन मनात म्हणाला– या गोष्टीला तर २३ वर्षं झाली. तो आता कुठंही गेलेला असू शकेल.

"जाड्या पॉलबरोबर बसून एकदा बिअर पीत खूप गप्पा मारायच्या आहेत. जुन्या आठवणी काढायच्या आहेत." क्विन म्हणाला.

“ते मात्र शक्य नाही.” क्यूपर म्हणाला. त्याचं बोलणं आता जड येत होतं. “तो नाहीसा झालय. ते पोलिसांचं लफडं त्याच्या परत मागे लागलं. मी शेवटचं ऐकलं, तेव्हा तो एका जत्रेत कसलंतरी काम करत होता, दक्षिणेला कुठंतरी.”

पाचच मिनिटांनंतर क्यूपर टेबलावरच मान टेकून गाढ झोपी गेला. क्विनही चांगल्याच झोकांड्या खात कसाबसा हॉटेलात परतला. त्याला सुद्धा झोपेची नितांत आवश्यकता होती.

हॉटेलात पोहोचल्यावर तो सॅमला म्हणाला,

“आता काम करायची पाळी तुझी. पर्यटककेंद्राच्या माहिती विभागाकडे जा आणि या देशाच्या दक्षिण भागात कुठं कुठं जत्रा भरल्या आहेत, त्याची माहिती काढ.”

सॅम लगेच बाहेर पडली. तेव्हा संध्याकाळचे सहा वाजले होते. क्विन नंतर जो झोपला, तो बरोबर बारा तासांनी उठला.

“अशा दोन जत्रा आहेत,” सॅम दुसऱ्या दिवशी सकाळचा नाश्ता घेताना त्याला म्हणाली, “पहिली आहे बेलवर्ड इथं. ही पश्चिमेला फ्रेंच सीमारेषेच्या जवळच्या भागात आहे आणि दुसरी ब्रुसेल्सच्या दक्षिणेला वालिबी इथं. ही बघ, मी माहितीपत्रकं सुद्धा आणली आहेत.”

“राहू देत तुझ्याजवळच. त्यांचा काही उपयोग नाही. जाड्या पॉल त्यांच्याकडे कामाला आहे, का नाही, हे थोडंच कळणार आहे त्यावरून?” क्विन म्हणाला, “तो दारुड्या दक्षिणेला म्हणाला होता. तेव्हा आपण आधी वालिबीला जाऊन बघू. तिथं आपण कसं जायचं वगैरे सगळं तू ठरव, मग आपण इथला मुक्कामच हलवू.”

त्या दोघांनी सामानसुमान पॅक करून गाडीत भरलं, तेव्हा सकाळचे दहासुद्धा वाजले नव्हते.

नकाशावरून रस्त्यांचा शोध घेत घेत, दिवसभराचा प्रवास करून, ते अखेर त्या जत्रेपाशी पोहोचले, तेव्हा ती बंद झालेली होती. हिवाळ्याची कडाक्याची थंडी होती. विजेचे रिकामे पाळणे, झोके, चक्रं आणि गाड्या, सगळीकडे उदासवाणा शुकशुकाट होता. बारीक पाऊसही भुरभुर पडत होता. तिथल्या ऑफिसातही कोणीच नव्हतं. तेव्हा ते त्याच रस्त्यानं थोडं पुढे जाऊन एका कॅफेत शिरले.

“आता काय?” सॅमनं विचारलं.

“सरळ मि. व्हॅन आईक यांच्या घरी!” क्विन म्हणाला व त्यानं टेलिफोन डिरेक्टरी बघायला मागून घेतली.

सॅमनं आणलेल्या माहितीपत्रकावर त्या जत्रेचा डायरेक्टर बर्टी व्हॅन आईक याचा चेहरा झळकत होता. डिरेक्टरीत व्हॅन आईक नावाचे तीन लोक होते. त्यांपैकी एकाचं नाव होतं अल्बर्ट. म्हणजेच बर्टी असणार. दिलेला पत्ता गावाबाहेर होता.

मग ते दोघं आधी त्या हॉटेलातच जेवले आणि मग या व्हॅन आईकच्या घराकडे निघाले.

रस्त्यात अनेकदा थांबून, पत्ता विचारत विचारत अखेर ते हव्या त्या घरापाशी पोहोचले. तो एक सुरेखसा टुमदार बंगला होता.

बेल वाजवल्यावर व्हॅन आईकच्या बायकोनं दार उघडलं आणि अनोळखी लोक दारात बघून आपल्या नवऱ्याला हाक मारली. तो लगेचच उठून आला.

व्हॅन आईक याचं फ्रेंच व फ्लेमिश या दोन्ही भाषांवर उत्तम प्रभुत्व तर होतंच; पण त्याला इंग्रजीही व्यवस्थित येत होतं. त्यानं आपल्या पाहुण्यांवर एक नजर टाकताच ते अमेरिकन आहेत; हे त्याच्या लक्षात आलं व त्यानं इंग्रजीत बोलायला सुरुवात केली.

"मीच व्हॅन आईक. मी आपली काही मदत करू शकतो का?"

"होय, सर. नक्कीच करू शकता," क्विन म्हणाला. त्यानं आता अत्यंत विसरभोळ्या व निरागस अमेरिकनाचं ते जुनं सोंग परत घेतलं होतं.

"हे बघा, मी आणि माझी पत्नी दोघं बेल्जियममध्ये काही जुन्या नातेवाइकांना भेटायला आलो आहोत. आता माझे आजोबा, म्हणजे आईचे वडील मूळचे बेल्जियमचे. त्यामुळे या भागात माझी काही मावस व मामेभावंडं आहेत. मी म्हटलं, बघू, जाता-जाता एक-दोघांशी जरी गाठ पडली, तरी तेवढंच घरी सांगायला बरं."

व्हॅन आईक जरा त्रासलेला दिसला. टीव्हीवर महत्त्वाची फूटबॉल मॅच दाखवत होते. त्याला त्यातला एक क्षणही चुकवायचा नव्हता.

"पण मला तर एकही अमेरिकन नातेवाईक नाही." आईक म्हणायला लागला.

"नाही, नाही, तसं नाही, सर. मला अँटवर्पमध्ये असं कळलं की, माझ्या आईचा भाचा एखादे वेळी याच भागात एका जत्रेला नोकरीला असण्याची शक्यता आहे. पॉल मार्चाईस..."

व्हॅन आईकनं कपाळाला आठ्या घातल्या.

"मला माझे सगळे कर्मचारी ठाऊक आहेत, पण तुम्ही म्हणताय त्या नावाचा एकही माणूस आमच्या इथं नाही."

"तो चांगला उंचापुरा, प्रचंड देहाचा आहे. त्याला सगळे जाड्या पॉल म्हणतात. सहा फूट सहा इंच. हा एवढा रुंद. डाव्या हातावर गोंदलेलं..."

"हां, हां, तो होय! पण तो मार्चाईस नाहीये. तुम्हांला पॉल लेफोर्ट म्हणायचंय का?"

"हो, बरोबर... लेफोर्टच की," क्विन म्हणाला, "आत्ता आठवलं. त्याच्या आईनं, म्हणजे माझ्या आईच्या धाकट्या बहिणीनं दोनदा लग्न केलं, त्यामुळे त्याचं नाव बदललं, तो कुठं राहतो, याविषयी काही कल्पना आहे का?"

"एक मिनिट हं."

बर्टी व्हॅन आईक दोनच मिनिटांत चिठ्ठीवर खरडलेला पत्ता घेऊन आला. त्यानं तो कसाबसा क्विनच्या हातात कोंबला व तो मॅचकडे वळला.

गाडीनं परत गावात जात असताना सॅम म्हणाली,

"हे इतक्या बिनडोक अमेरिकनाचं सोंग मी तर कधी बघितलं नव्हतं."

क्विननं दात विचकले.

"पण उपयोग झाला की, नाही?"

व्हॅन आईकनं दिलेला पत्ता शोधत शोधत ते अखेर जिथं पोहोचले, ते ठिकाण एक घरगुती लॉजच होतं. एव्हाना चांगलाच काळोख झाला होता. लॉजच्या मालकिणीनं त्यांना पाहून आतूनच 'जागा खाली नाही,' असं मोठ्यांदा ओरडून सांगितलं. क्विननं लगेचच खुलासा केला की, आपल्याला खोली वगैरे नको असून, आपण फक्त जुना मित्र पॉल लेफोर्ट याला भेटायला आलो आहोत. क्विनचं फ्रेंच इतकं अस्खलित होतं की, तिला तो फ्रेंचच वाटला.

"पण पॉल तर नाहीये. तो कामावर गेलाय, साहेब."

"वालिबीच्या जत्रेलाच ना?" क्विननं विचारलं.

"अर्थातच. तो तिथं सगळ्यांत मोठं जायंट व्हील चालवतो."

क्विननं एक हताश भाव चेहऱ्यावर आणला.

"माझी आणि माझ्या मित्राची नेहमीच चुकामूक होते. गेल्या महिन्याच्या सुरुवातीला मी जत्रेत त्याला भेटायला गेलो, तर तो सुट्टीवर गेला होता."

"ओ हो. सुट्टीवर नाही, साहेब, बिचाऱ्याची आई वारली. बरेच दिवस आजारी होती. त्यानं अगदी शेवटपर्यंत तिची सेवा केली, हो. अँटवर्पमध्ये राहायची ती."

अच्छा, म्हणजे साहेबांनी इथल्या लोकांना ही लोणकढी लावली होती, तर! क्विन मनात म्हणाला, कारण उघड आहे, सप्टेंबरचा शेवटचा पंधरवडा आणि संपूर्ण ऑक्टोबर महिना तो कामावर जात नव्हता.

क्विननं गार्नियर बाईंचे मनापासून आभार मानले व दोघं परत जत्रेकडे गेले.

अजूनही तिथं तसाच शुकशुकाट होता. क्विननं सरळ कुंपणावरून उडी मारली व नंतर सॅमलाही आत घेतलं. काळ्या मखमली आकाशाच्या पार्श्वभूमीवर शांत उभं असलेलं जायंट व्हील चांदण्यात चमकत होतं.

"इथंच उभी राहा..." क्विन कुजबुजत्या स्वरात सॅमला म्हणाला.

तिला जरा आडोशाला उभं करून तो चक्राच्या खालच्या बाजूला जिथं इंजीन बसवलेलं असतं, तिथं गेला.

"लेफोर्ट..." तो हलकेच म्हणाला.

पण काहीच उत्तर आलं नाही.

क्विननं चक्राकडे नीट निरखून पाहिलं, वरपासून खालपर्यंत. पण ते रिकामं दिसत होतं. एखादे वेळी हा माणूस बाहेरच्या अंधारात आपल्यासाठीच टपून बसला असेल, असं क्विनला वाटलं. क्विननं मागे एक कटाक्ष टाकला.

तिथं एक छोटी झोपडी होती व त्यात मशीन सुरू करण्याची इलेक्ट्रिक मोटर बसवलेली होती. त्याच्याच वरच्या भागात वेग कमी-अधिक करण्याचं कंट्रोल केबिन होतं. दोन्हींची दारं नुसतीच लोटलेली होती. जनरेटरमधून काहीच आवाज येत नव्हता. क्विननं त्याला हळूच स्पर्श केला. तो किंचित गरम लागला.

मग तो चढून कंट्रोल बूथमध्ये शिरला. त्यानं एक बटण दाबून दिवा लावला. मग जरा काळजीपूर्वक तिथं असलेल्या लीव्हर्सचा अभ्यास केला व एक खटका दाबला. त्याच्या मागचं इंजीन घरघर आवाज करत सुरू झालं. त्यानं गिअर टाकला व मशीनचा वेग कमी केला. समोरचं चक्र सावकाश फिरू लागलं. तेवढ्यात त्याला फ्लडलाइटचं बटण सापडलं आणि सगळा परिसर उजळून निघाला.

क्विन धावतच खाली आला व लाकडी बोर्डावर जिथं माणसं चक्रातून उतरतात, तिथं येऊन थांबला. एकेक रिकामा पाळणा हेलकावे खात त्याच्या पुढून जाऊ लागला. सॅम पळत तिथं आली.

"तुझं काय, चाललंय तरी काय?" ती कुजबुजली. क्विननं काही उत्तर देण्याच्या आतच वरून एक पाळणा दणकन खाली आला. हा पाळणा मात्र रिकामा नव्हता, पण आतला माणूस या फेरीचा आनंद लुटण्याच्या अवस्थेत नव्हता.

तो पाळण्याच्या खालच्या, पाय ठेवण्याच्या भागात अस्ताव्यस्त कोसळला होता. त्याच्या प्रचंड देहानं तो सगळा पाळणाच भरून गेला होता. डावा गोंदवलेला हात पोटावर लुळा पडला होता. डोकं सीटवर उताणं पडलं होतं. उघडे, प्राणहीन डोळे आभाळाच्या दिशेनं रोखलेले होते. तो पाळण्यासह सावकाश त्यांच्यासमोरून परत वर गेला. त्याचं तोंड उघडं होतं. तंबाखू खाऊन पिवळे झालेले हात उजेडात चमकत होते. त्याच्या कपाळाच्या बरोबर मध्यभागी एक मोठं भोक पडलेलं दिसत होतं. त्या भोकाच्या कडा काळ्या पडल्या होत्या. तो परत पाळण्यातून उंच उंच आकाशाकडे चालला होता.

क्विन पळत कंट्रोल बूथकडे गेला आणि त्यानं ते चक्र थांबवलं. तो पाळणा त्या माणसासह वरच्या बाजूला जाऊन थांबला. क्विननं मोटार बंद केली. दिवे मालवले. दोन्ही दरवाज्यांना कुलपं घातली व इग्निशन की, तसंच दोन्ही कुलपांच्या किल्ल्या दूर एका शोभेच्या तळ्याच्या पाण्यात भिरकावून दिल्या. त्याची सावधगिरी वाखाणण्याजोगी होती. नंतर जेव्हा त्याने सॅमकडे पाहिलं तेव्हा ती भीतीनं पांढरी फटक पडलेली होती.

ते घाईनं तिथून निघाले. मैलभर पुढे गेल्यावर त्यांना एक बऱ्यापैकी हॉटेल

लागलं. ते खोलीत पोहोचले. सॅम स्नानासाठी म्हणून न्हाणीघरात शिरली. तिला आता बराच वेळ लागणार होता. त्याचा फायदा घेऊन क्विननं तिचं सगळं सामान उघडून तपासलं. बाकी दोन मोठ्या बॅगांमध्ये संशयास्पद काहीच नव्हतं, पण मोठी व्हॅनिटी केस मात्र वाजवीपेक्षा जरा जास्तीच जड वाटत होती. ती त्यानं उघडून पलंगावर पालथी केल्यावर त्यातून आकडे, पिना, पावडर, शांपू, हेअरस्प्रे, आरसे, कंगवे, तऱ्हेतऱ्हेची क्रीम्स अशा असंख्य गोष्टी निघाल्या. सर्व वस्तू बाहेर निघून व्हॅनिटी केस रिकामी झाली, तरीही ती खूपच जड वाटत होती, त्यानंतर बॅगेचा तळ उचकटून आतला चोरकप्पा शोधायला क्विनला फक्त एकच मिनिट लागलं.

सॅम ओले केस पुसत बाहेर आली. ती क्विनशी काहीतरी बोलण्याच्या बेतात होती, तेवढ्यात तिचं लक्ष पलंगावर पडलेल्या त्या वस्तूंकडे गेलं आणि तिचा चेहरा काळाठिक्कर पडला.

ते एक मोठ्या नळीचं स्मिथ अँड वेसन पॉइंट थर्टीएट रिव्हॉल्व्हर होतं.

❖

बारा

"क्विन, मी खरंच, देवाशपथ सांगते, ते रिव्हॉल्व्हर केव्हिन ब्राऊननं माझ्या गळ्यात मारलं, तरच तुझ्याबरोबर जायला परवानगी देईन, असं म्हणाला. जर काही गडबड झालीच, तर असू दे, एवढ्याच कारणासाठी दिलं."

क्विननं नुसती मान हलवली आणि तो ताटातलं अन्न चिवडत बसला. खरं तर जेवण गरम आणि रुचकर होतं, पण त्याची भूकच मेली होती.

"हे बघ, क्विन, असं काय करतोस? त्यातून आत्तापर्यंत एक तरी गोळी उडवली गेली आहे का, ते तरी बघ. आणि मी तर अँटवर्पपासून सतत तुझ्याबरोबर आहे ना..."

तिचं म्हणणं तसं खरंच होतं. फक्त एकच शक्यता होती. तो स्वतः आदल्या रात्री बारा तास गाढ झोपला होता. एखाद्याला तेवढ्या वेळात मोटारीनं अँटवर्पहून वालिबीच्या जत्रेला जाऊन जाड्या पॉलचा खून करून येणं अगदी सहज शक्य होतं. गार्नियर बाईच्या म्हणण्याप्रमाणे तिचा भाडेकरू सकाळचा नाश्ता करून जो कामावर गेला होता, तो परत आलाच नव्हता. क्विनला जेव्हा जाग आली होती, तेव्हा सॅम त्याच्याजवळ रात्रीच्याच कपड्यांत बिछान्यात होती. पण बेल्जियममध्ये टेलिफोन्स होतेच की.

सॅम खुद्द स्वतः मार्चीईसपर्यंत पोहोचली नसेलही; पण तिच्या द्वारा दुसरंच कुणीतरी नक्की पोहोचलं होतं. ब्राऊन आणि त्याचं ते एफ.बी.आय.चे कुत्तरडे असतील. कारण क्विनच्या माहितीनुसार तेही सध्या पुऱ्या पोलीस-पाठिंब्यासहित युरोपातच आलेले होते. पण खरं पाहता, ब्राऊननं तर हा माणूस जिवंत पकडायला हवा होता. त्याच्याकडून कितीतरी मोलाची माहिती मिळाली असती. साथीदार पकडता आले असते. कोडं काही केल्या सुटत नव्हतं. त्यानं जेवणाचं ताट बाजूला सारलं.

"आज फार दमणूक झाली आहे, चला, झोपावं..." तो म्हणाला.

दुसऱ्या दिवशी चहा व नाश्ता उरकल्यावर त्यांनी सामान घेतलं आणि ते निघाले. सॅम गाडी चालवायला बसली.

"सलाम, साहेब. आज कुठं दौरा?"

"हंबुर्ग!" क्विन म्हणाला.

"हंबुर्गला? ते आणि कशाला?"

"माझ्या माहितीचा एक जण तिथं आहे..." एवढंच म्हणून तो गप्प झाला.

सरहद्द ओलांडून ते जर्मनीत शिरले, तेव्हा त्यांना प्रवासाला सुरुवात करून तीन तास झाले होते. आता क्विननं गाडीचा ताबा घेतला. आणखी दोन तासांनी वाटेतल्या एका ढाब्यावर गाडी थांबवून त्यांनी पोटभर जेवण केलं. मग पुढे निघाले. ते हंबुर्ग शहराच्या उपनगरात शिरले, तेव्हा चांगलाच अंधार पडू लागला होता.

क्विनला जसं आठवत होतं, तसंच अजूनही हे शहर होतं. त्यांना एक छोटंसं हॉटेल सापडलं, तिथं त्यांनी मुक्काम ठोकला.

"तू जर्मनसुद्धा चांगलं सफाईदार बोलतोस की! मला सांगितलं नाहीस ते कधी!" सॅम म्हणाली.

"तू कधी विचारलंच नाहीस." क्विन म्हणाला. त्यानं बऱ्याच वर्षांपूर्वी ही भाषा मुद्दाम शिकून घेतली होती, कारण बाडर-माईनहोफ अतिरेक्यांची टोळी जर्मनीत फारच गाजलेली होती, त्यामुळे अपहरणाचे गुन्हेही वारंवार घडत असत. त्यानं स्वतःच जर्मनीतल्या तीन अपहरणाच्या केसेसमध्ये सुटकेची बोलणी केली होती.

त्यानं खोलीतून दोन फोन्स केले, पण त्याला हवा तसा माणूस दुसऱ्या दिवशी सकाळपर्यंत ऑफिसात येणार नव्हता.

❖

जनरल वादिम किर्पिचेन्को बाहेरच्या ऑफिसमध्ये वाट बघत थांबला होता. त्याचा चेहरा जरी वरकरणी निर्विकार दिसत असला, तरी तो आतून चांगलाच अस्वस्थ होता. त्याला आत्ता ज्या व्यक्तीला भेटायचं होतं, ती व्यक्ती तशी काही भीतिदायक वगैरे नव्हती. उलट, सौजन्यशील स्वभावाचीच होती. तसे ते दोन-चारदा एकमेकांशी बोललेही होते, पण ते झालं कुठल्यातरी सभा-संमेलनाच्या निमित्तानं. असं खाजगीत भेटायची वेळ आजवर कधी आली नव्हती. त्याला भीती वाटत होती, ती आपल्या वरिष्ठांची, के.जी.बी.च्या उच्च पदाधिकाऱ्यांची, आपल्या वरिष्ठांना डावलून, त्यांच्या साधं कानांवरही न घालता एकदम जनरल सेक्रेटरी गोर्बाचेव्ह यांची भेट घ्यायची, म्हणजे काही सोपी गोष्ट नव्हती. यात जरा जरी कुठं गडबड-घोटाळा झाला असता, तरी तो आयुष्यातूनच उठला असता.

सेक्रेटरीनं त्याला 'आत जा' अशी खूण केल्यावर किर्पिचेन्को उठला व आत शिरला. आपल्यामागे त्यानं दार काळजीपूर्वक बंद केलं.

रशियन गुप्तहेर खात्याचा तो वरिष्ठ व्यावसायिक गुप्तचर अधिकारी सर्व संकेत झुगारून सरळ गोर्बाचेव्ह यांच्यापुढे जाऊन उभा राहिला होता. त्याच्या या वागण्याचं गोर्बाचेव्हना जर आश्चर्य वाटलं असलंच, तर ते त्यांनी चेहऱ्यावर तरी दाखवलं नव्हतं. त्यांनी के.जी.बी. जनरलला नावानं हाक मारून बसायला सांगितलं व त्याच्या बोलण्याची वाट पाहात थांबले.

''सर, लंडन स्टेशनकडून त्यांनी जो तथाकथित पुराव्याचा फोटो पाठवलाय, तो आपण पाहिला असेलच. सायमन कॉरमॅकच्या मृतदेहातून बाहेर काढलेल्या 'वस्तूचा'!''

हा प्रश्न नसून विधान होतं, कारण तो फोटो एव्हाना गोर्बाचेव्ह यांनी पाहिला असणारच, अशी किर्पिचेन्कोला खात्रीच होती.

गोर्बाचेव्ह यांनी होकार दिला.

''आणि आपल्याला हेही ठाऊक असेल ना, कॉम्रेड जनरल सेक्रेटरी की, ही वस्तू आपल्या इथं तयार झाली असल्याच्या वृत्ताचा आपले मिलिटरीवाले इन्कार करत आहेत.''

बाईकोनूर इथं चालू असलेले रॉकेट प्रोग्रॅम्स मिलिटरीच्या अखत्यारीत येत असत.

परत गोर्बाचेव्हनं होकार दिला.

''बरोबर चार महिन्यांपूर्वी मला माझ्या बेलग्रेड येथील माणसानं एक रिपोर्ट पाठवला होता... हा रिपोर्ट इतका महत्त्वाचा होता की, मी त्याच्यावर 'अतिमहत्त्वाचा' अशी ठळक अक्षरांत खूण करून मगच तो पुढे संचालकसाहेबांकडे पाठवला होता...'' तो म्हणाला.

गोर्बाचेव्ह आता मात्र विचारात पडले. समोर बसलेला माणूस कुणी हलका सलका नव्हता. चांगलाच वरच्या हुद्द्यावर होता, हे जरी खरं असलं, तरी सुद्धा तो खुद्द क्रुश्चेव्ह यांना डावलून इथपर्यंत आला होता. बेट्या किर्पिचेन्को, ही बाब तशीच महत्त्वाची असली, तरच ठीक आहे. पण जर का नसली, तर मात्र... गोर्बाचेव्ह मनाशी म्हणत होते. अर्थात त्यांनी आपल्या चेहऱ्यावर काहीच दर्शवलं मात्र नाही.

''मी आपला वाट पाहात होतो की, आता लवकरच वरून या प्रकरणात तपास करण्याचा हुकूम येईल, म्हणून! पण तसं काहीच झालं नाही. तेव्हा माझ्या मनात यायला लागलं की, आपण ऑगस्ट महिन्यात पाठवलेला हा रिपोर्ट तुमच्यापर्यंत पोहोचलाय की, नाही, कोण जाणे... कारण ऑगस्टमध्ये सुट्ट्यांची गडबड असते ना...''

गोर्बाचेव्हना आपली स्वत:ची सुट्टी कशी अर्ध्यात संपवून कामावर रुजू व्हावं लागलं, त्याची आठवण झाली. त्या ज्यू निर्वासितांना सरळ मॉस्कोच्या भर चौकात पाश्चात्त्य टीव्ही कॅमेऱ्यांच्या साक्षीनं कशी अमानुष मारहाण करण्यात आली, तेही आठवलं.

"त्या रिपोर्टची एखादी प्रत तुमच्याकडे आहे का, कॉम्रेड?" त्यांनी शांतपणे विचारलं.

किर्पिचेन्कोनं खिशातून दोन घडी केलेले कागद काढले.

"एखादे वेळी या दोन गोष्टींचा संबंध नसेलही, जनरल सेक्रेटरी. आणि तो नसावा, अशीच मी आशा करतो, पण माझा स्वत:चा योगायोगांवर विश्वास नाही. मला तसा विश्वास न ठेवण्याचं शिक्षण दिलं गेलंय..."

मिखाईल गोर्बाचेव्ह यांनी ते दोनही कागद नीट वाचले. वाचता वाचता त्यांच्या कपाळाला आठी पडली.

"हे लोक कोण आहेत?" त्यांनी विचारलं.

"ते सगळे पाचही जण अमेरिकन उद्योगपती आहेत. यातला मिलर नामक जो माणूस आहे, तो उजव्या विचारसरणीचा भांडवलशहा आहे. त्याला आपल्या रशियाबद्दल अत्यंत संताप व तिटकारा आहे. दुसरा जो स्कॅनलॉन म्हणून आहे, तो कंत्राटदार आहे. राहिलेले तिघे अत्याधुनिक शस्त्रास्त्रांचे उत्पादक आहेत. त्यांच्या डोक्यात जी काय तांत्रिक माहिती साठवलेली आहे, ती बघता त्यांनी आपल्या भूमीवर पाय ठेवण्याचं धाडस तरी कसं केलं, याचं मला नवलच वाटतं. आपण यदाकदाचित रशियनांच्या हाती सापडलो व त्यांच्या प्रश्नांच्या माऱ्याला तोंड द्यायची वेळ आली, तर काय अनर्थ ओढवेल, असा विचार त्यांच्या मनात कसा नाही आला?"

"पण तरीही ते आले?" गोर्बाचेव्ह म्हणाले, "छुपेपणानं, मिलिटरीच्या वाहनांची मदत घेऊन आणि तेही ओडेसाला भेट द्यायला?"

"हाच तर योगायोग आहे!" के.जी.बी प्रमुख्य म्हणाला, "मी काढलेल्या माहितीनुसार ते अझरबईजान इथं गेले होते."

"काय? अझरबईजान? ते तिथं काय करायला गेले होते?"

"कॉम्रेड जनरल सेक्रेटरी, बाकू हे हायकमांड साउथचं मुख्य ऑफिस आहे."

"पण तो आपला अत्यंत महत्त्वपूर्ण आणि गुप्त स्वरूपाचा लष्करी तळ आहे. ते तिथं काय करत होते?"

"ते मला माहिती नाही. ते वाहनातून खाली उतरताक्षणीच आत अदृश्य झाले. ते आत सोळा तास होते. नंतर ते परत येऊन त्याच वाहनातून युगोस्लाव्ह हवाई अड्ड्याकडे गेले. नंतर तिथून सरळ अमेरिकेला गेले. शिकार वगैरे काहीही न करताच..."

"आणखी काही?"

"हा एक शेवटचा योगायोग. नेमके त्याच दिवशी मेजर कोस्लोव्ह हे सुद्धा बाकू हेडक्वार्टरची पाहणी व तपासणी करण्याच्या निमित्तानं तिथं गेले होते. अर्थात 'नेहमीसारखे' असं तिथं लिहिलेलं आढळलं."

किर्पिचेन्को परत गेल्यावर गोर्बाचेव्ह यांनी येणारे सर्व फोन्स थांबवले आणि निवांतपणे एकांतात ते विचार करू लागले. हे सगळं चित्र फारच वाईट होतं. फारच वाईट. एकच गोष्ट त्यातल्यात्यात फायद्याची होती. त्यांना नकोसे झालेले के.जी.बी. जनरल कोसलोव्ह आत्ता फार मोठी घोडचूक करून बसले होते.

❖

स्टीव्ह पाईल याच्या रियाधमधील अत्याधुनिक ऑफिसात आज सुतकी वातावरण होतं. कर्नल ईस्टरहाउस यानं अँडी लाईंगचं पत्र वाचून संपवलं व चुरगाळलं.

"आय सी!" तो म्हणाला.

"देवा, त्या गाढवाचा आपल्याला सगळ्यांनाच गोत्यात घालायचा विचार दिसतोय. कॉम्प्युटरची रेकॉर्ड्स जरी, तो सांगतोय, त्याहून वेगळं दाखवत असली, तरी तो पुन्हा-पुन्हा सारखं-सारखं तेच-तेच म्हणत राहिला, तर एखादे वेळी मंत्रिमंडळाच्या अकाउंटंटना सुद्धा त्यात लक्ष घालावंसं वाटेल, तेही एप्रिल महिना उजाडण्यापूर्वीच. सगळं एकदा नीट तपासून बघायचं, असं जर त्यांनी ठरवलं, तर आपली कंबक्तीच ओढवली म्हणून समजा; आणि ही सगळी बनवाबनवी खुद्द प्रिन्स अब्दुलच्या संमतीनंच झाली आहे, हे जरी कितीही खरं असलं, तरी या लोकांचा काय भरवसा? जर या प्रिन्सनंच कानांवर हात ठेवले तर? ते लोक असं करू शकतात. तेव्हा, कर्नल, मला वाटतं, तूर्त तरी तू घेतलेला पैसा मला परत दे आणि तुझ्या कामासाठी लागणारा पैसा आपला दुसरीकडून कुठून तरी मिळव, म्हणजे सगळा प्रश्नच मिटला."

ईस्टरहाउस काहीच न बोलता नुसता खिडकीतून बाहेर बघत राहिला. मित्रा, तुझ्या कल्पनेपेक्षा कितीतरी अधिक पटीनं भयंकर घडणार आहे या लफड्यात – तो मनात विचार करत होता, कारण मुळात प्रिन्स अब्दुल किंवा रॉयल हाउस वगैरेंकडून या प्रकाराला संमती नाहीच आहे. त्यांना तर यातलं काही ठाऊकसुद्धा नाहीये; आणि त्यातले अर्धे पैसे तर केव्हाच संपूनसुद्धा गेले आहेत. संपूर्ण मध्यपूर्वेचा अनागोंदी कारभार उलथून टाकून, तिथं माझ्या मनासारखा आदर्श आर्थिक समतोल प्रस्थापित करण्यासाठी मला केवढी प्रचंड तयारी करावी लागली आहे. पण हे सगळं हाउस ऑफ सौदी किंवा स्टेट डिपार्टमेंटला पटणार आहे थोडंच?

"शांत हो, स्टीव्ह, शांत हो," कर्नल आश्वासक स्वरात म्हणाला, "मी इथं कुणाचा प्रतिनिधी म्हणून उभा आहे, ते ठाऊक आहे ना तुला? या गोष्टीसंबंधी काय ती कारवाई जरूर केली जाईल, असा मी तुला शब्द देतो."

पाईलनं त्याला जायला सांगितलं व तो एकटाच बसून विचार करू लागला. तो अजूनही खरं तर अस्वस्थच होता. प्रत्यक्ष सी.आय.ए.च्या कारभारातसुद्धा लफडी होतायत असं दिसतंय, तो मनाशीच म्हणाला. बिचाऱ्याला एका गोष्टीची कल्पना नव्हती की, सी.आय.ए.च्या एका वरिष्ठ अधिकाऱ्याच्या नावामागे कर्नल ही पदवी असणं शक्य नव्हतं. सी.आय.ए.मध्ये निवृत्त आर्मी ऑफिसर्सना घेतलं जात नाही. पण त्याला हे काहीच माहिती नसल्यामुळे तो नुसताच चिंतातुर अवस्थेत बसून राहिला.

परत जाताना ईस्टरहाउसला वाटलं की, आता मात्र आपल्याला अमेरिकेत काही सल्ला-मसलतीकरता नक्की जावं लागणार. नाहीतरी आता घटका भरत आलीच होती. सारं काही व्यवस्थित जुळून आलं होतं. सगळा एखाद्या निद्रिस्त टाइमबाँबसारखं वेळ येण्याची वाट पाहात टिकटिक करत होतं. खरं तर तो त्याच्या पूर्वनियोजित वेळापत्रकाच्या जरासा पुढेच होता. आता आपल्या पाठीराख्यांकडे जाऊन तत्कालीन परिस्थितीचा संपूर्ण अहवाल त्यांच्यापुढे मांडायची वेळ आली होती. तेव्हा तिथं जाता-जाता बोलण्याच्या ओघात या अँडी लाईंगचाही उल्लेख करून टाकावा. त्या माणसाला विकत घेणं काही फारसं अवघड जायचं नाही त्यांना. अशी कितीशी किंमत असेल त्याची? निदान एप्रिलपर्यंत तरी त्याला चांगला मलिदा चारून त्याचं तोंड बंद ठेवायला हवं. मात्र ही आपली धारणा किती चुकीची आहे, याची त्याला कल्पना नव्हती.

❖

"डीटर, माझं तुझ्यावर काही ऋण आहे, हे तरी मान्य आहे ना तुला? मग आता मी तुझ्याकडून परतफेडीची अपेक्षा करतोय," क्विन समोर बसलेल्या माणसाला म्हणाला. दोघंही त्या माणसाच्या नोकरीच्या ठिकाणाहून जरा लांबच असलेल्या एका बारमध्ये बसले होते. त्या माणसाच्या चेहऱ्यावर चिंता दिसत होती.

"पण, क्विन, जरा माझं म्हणणं तरी समजून घे ना. हा प्रश्न नुसता काही आमच्या ऑफिसपुरता मर्यादित नाहीय. खुद्द जर्मनीतल्या कायद्यानुसार तिथले कर्मचारी सोडून, इतर कुणालाही रेकॉर्डरूममध्ये प्रवेश मिळवायला बंदी आहे."

डीटर लुत्झ हा क्विनपेक्षा किमान दहा ते बारा वर्षांनी तरी लहान असेल, पण या वयातच त्यानं खूप नाव कमावलं होतं. तो 'श्पीगेल' मासिकाचा सीनियर स्टाफ रिपोर्टर होता.

पण ही झाली आत्ताची गोष्ट. कोणे एके काळी तो बेकार होता. काम मिळवण्याच्या धडपडीत होता. फ्री लान्स रिपोर्टर म्हणून कसंबसं पोटापुरतं मिळायचं. नेमकी तेव्हाच जर्मनीत एका सनसनाटी अपहरणाच्या केसची सगळीकडे चर्चा होती. मध्यस्थ व अपहरणकर्ते यांची खंडणीबद्दल बोलणी चालली होती; व अशा नाजूक क्षणी तरुण वयाच्या उत्साहाच्या भरात डीटर लुत्झच्या हातून ती बातमी प्रसिद्ध करण्याचा प्रमाद घडला व ती सगळी बोलणीच फिसकटली. पोलीस तर संतापानं नुसते बेभान झाले होते. ही बातमी कुणी फोडली, याचा ते जारीनं तपास करत होते. अपहरण केलेला मुलगा एका अतिशय मोठ्या उद्योगपतीचा होता. शिवाय हा उद्योगपती सत्तारूढ पक्षाचा मोठाच आर्थिक आधारस्तंभ होता व त्या मुलाची सुखरूप सुटका करण्याचं वचन पोलिसांनी त्याला दिलं होतं. ही बातमी कुणी फोडली, हे खरं तर क्विनला ठाऊक होतं, पण त्यानं त्या वेळी गप्प राहून डीटरची मान वाचवली होती. घडायचं ते तर घडून गेलं, मग आता एका तरुण आणि चांगल्या रिपोर्टरचा त्याच्या हातून नकळत घडलेल्या चुकीकरता बळी कशाला द्यायचा, असा विचार त्यानं केला होता.

"पण मला रेकॉर्ड-रूममध्ये जायची गरजच काय?" क्विन शांतपणे म्हणाला, "तू स्वतः एवढा त्या ऑफिसचा कर्मचारी आहेस ना. तुला तर कुणी रेकॉर्ड-रूममध्ये जाऊन हवी ती माहिती घेऊन यायला बंदी केलेली नाहीये."

'श्पीगेल' मासिकाच्या मुख्य इमारतीच्या तळघरात जुनी पुराणी रेकॉर्ड्स साठवलेली आहेत. त्यात युरोपियन वृत्तपत्रांचा वर्षानुवर्षांचा जुना साठा आहे. ही सर्व माहिती अर्थातच कॉम्प्युटरवरच साठलेली आहे. क्विनचं बोलणं ऐकून लुत्झनं एक सुस्कारा सोडला.

"ठीक आहे..." तो म्हणाला, "नाव काय?"

"पॉल मार्चाईस..." क्विन म्हणाला, "बेल्जियन मर्सिनरी. काँगोच्या लढ्यात १९६४ ते १९६८मध्ये भाग घेतला. त्या काळात एकंदरच तिथं ज्या घटना घडल्या, त्यांची पार्श्वभूमी हवी आहे."

❖

ज्यूलियन हेमनच्या लंडनमधल्या फायलींमध्ये क्विनला काही पाहिजे ते मिळालं नव्हतं. लुत्झ बरोबर एक तासानं एक फाइल घेऊन परतला.

"ही फाइल जर गायब केलीस ना, क्विन, तर बघ!" तो म्हणाला, "आणि एक लक्षात ठेव. रात्र पडायच्या आत ती आपल्याला परत जागच्याजागी ठेवायला लागेल."

"काहीतरीच काय?" क्विन गरीबपणे म्हणाला, "तू अगदी निश्चिंत मनानं

कामावर जा. चार तासांनी ये परत. मी इथंच थांबतो आणि तू आलास की, लगेचच तुझ्या ती हवाली करतो, मग तर झालं?''

लुत्झ परत निघून गेला. एवढा वेळ चाललेल्या त्यांच्या जर्मनमधल्या संभाषणातलं एक अक्षरही सॅमला कळलं नव्हतं. आता ती उत्सुकतेनं त्या फायलीत डोकावत म्हणाली,

''तू काय शोधतोयस तरी काय?''

''त्या भडव्याचे कुणी जिवलग दोस्त वगैरे होते, का काय, ते शोधतोय,'' क्विन म्हणाला आणि त्यानं वाचायला सुरुवात केली.

पहिलं कात्रण १९६५ सालच्या अँटवर्प येथील एका वृत्तपत्राचं होतं. काँगोच्या लढाईवर गेलेल्या सगळ्या स्थानिक माणसांची माहिती त्यात छापून आलेली होती. मूळ लेख जरी फ्लेमिश भाषेत असला, तरी त्याचं जर्मन भाषांतरही सोबत जोडलेलं होतं.

मार्चाईस, पॉल : जन्म १९४३ वडील वालून व आई फ्लेमिश. लहानपण अँटवर्पमध्येच गेलं. वडील १९४४-४५च्या बेल्जियम मुक्ति-संग्रामात मारले गेले. आई आपल्या मातृभूमीला – अँटवर्पला परतली.

बालपण फार गरिबीत गेलं. झोपडपट्टीत. वयाच्या तेराव्या वर्षापासूनच पोलिसांचा ससेमिरा मागे लागला. हातून छोटे-छोटे गुन्हे घडले व अटकही अनेकदा झाली. काँगोमध्ये जॅक्स श्राम याच्या लिओपार्ड ग्रुपमध्ये भरती झाला...

बलात्काराच्या प्रकरणाचा मात्र कुठंच उल्लेख नव्हता. आणखी दोन कात्रणांमध्ये त्याचा नुसता मार्चाईस किंवा 'जाड्या पॉल' म्हणून उल्लेख होता. त्याप्रमाणे तो परत १९६७मध्ये जॅक्स श्रामला जाऊन मिळाल्याचं दिसत होतं.

सगळ्यांत शेवटी लुत्झनं अँथनी माकलर या लेखकाच्या 'मर्सिनरींचा इतिहास' या पुस्तकाच्या काही पानांच्या झेरॉक्स कॉपीजच जोडल्या होत्या. त्यांवरून क्विनला मार्चाईसच्या काँगोतील शेवटच्या काही दिवसांत काय घडलं, ते समजलं.

युद्धकाळात बऱ्याच बेल्जियन मर्सिनरीजची ओळखपत्रं व कागदपत्रं हरवून गेली होती, किंवा सरळ जाणूनबुजून गायब करण्यात आली होती. शेवटी त्या सर्वांना भराभरा तात्पुरती बेल्जियन ओळखपत्रं देण्यात आली. याच सुमारास पॉल मार्चाईस याचा पॉल लेफोर्ट झाला असणार, पण लुत्झनं आणलेल्या कुठल्याच कागदात या पॉल मार्चाईस ऊर्फ लेफोर्टचा मित्र कोण, याचा काहीच उल्लेख नव्हता.

''आता शेवटचीच गोष्ट...'' क्विन चार तासांनी परत आलेल्या लुत्झला म्हणाला.

''ते शक्य नाही, क्विन,'' लुत्झ अजिजीनं म्हणाला, ''आधीच ऑफिसात चर्चा

सुरू झाली आहे की, मी मर्सिनरीजवर एक लेख लिहितोय, म्हणून.''

''मग तर फारच छान. मग तुझ्या ज्ञानाची क्षितिजं जरा वाढव, बघू'' क्विन हसून म्हणाला, आर वांडाच्या कँपमध्ये किती जर्मन मर्सिनरीज होते?

लुत्झ ते घाईनं टिपून घेत होता.

''अरे लेका, मला घरदार, मुलंबाळं आहेत, म्हटलं!''

''तर मग तू किती नशीबवान आहेस, बघ!'' क्विन म्हणाला.

या वेळी पाहिजे ती माहिती घेऊन लुत्झ केवळ वीसच मिनिटांत परतला. तो येताना १९०८ पासून पुढच्या सर्व मर्सिनरीजची एक मोठी फाइलच घेऊन आला. तीत एक डझनभर तरी जर्मन मर्सिनऱ्यांची माहिती मिळाली. क्विन एकामागून एक पानं उलटू लागला. वेर्नर बेनहार्ट नावाचा एक मर्सिनरीसुद्धा पाचवा कमांडो सोडून जॅक्स श्रामला जाऊन मिळाला होता.

''पण हा बेनहार्ट आत्ता कुठं असेल?'' क्विननं विचारलं.

''जर तो इथला कायदेशीर नागरिक झाला नसला, तर तो अदृश्यच झाला, असं तू समज. क्विन, तू १९६८ सालच्या गोष्टी करतोयस. हे १९५१ साल आहे. तो कदाचित मरणही पावला असेल, कुणी सांगावं? नाहीतर कुठं परदेशी पण गेला असेल.''

''नाहीतर इथं जर्मनीतच असेल,'' क्विन म्हणाला. त्यावर उत्तर म्हणून लुत्झनं हंबुर्गची टेलिफोन डिरेक्टरी आणली. बेनहार्ट या नावाचीच चार पानं होती एकट्या हंबुर्ग शहरात. पश्चिम जर्मनीत एकूण दहा राज्यं आहेत.

''काही गुन्ह्यांचं रेकॉर्ड तपासलं, तर?'' क्विननं विचारलं.

''हिटलरच्या अस्तानंतर सावधगिरी म्हणून या देशात सत्तेचं इतकं विकेंद्रीकरण करण्यात आलं आहे की, आधी किमान दहा तरी पोलिस-अधिकाऱ्यांचे पाय धरावे लागतील. मला हे ठाऊक असण्याचं कारण हा माझ्या कामाचाच एक भाग आहे. या माणसानं जर अदृश्य व्हायचं ठरवलं असलं, तर प्रत्यक्ष त्याचा बापदेखील त्याला शोधून काढू शकणार नाही.'' क्विनला आता आणखी एकच प्रश्न विचारायचा होता.

''हा बेनहार्ट मूळचा कुठला?''

लुत्झनं कागदपत्र चाळले.

''डोर्टमुंड येथील!'' तो म्हणाला, ''जन्म व शिक्षण तिथलंच. तिथल्या पोलिसांना त्याचा ठावठिकाणा नक्की ठाऊक असेल, पण ते तुला सांगायचे नाहीत. सिव्हिल राइट्स – या नागरी कायद्याचं जर्मनीत फार मोठं प्रस्थ आहे.''

क्विननं त्याचे आभार मानले व त्याची रजा घेतली, मग सॅम आणि तो रस्त्यातून नुसते भटकत राहिले.

"मग आता? कुठं जायचा विचार आहे?" तिनं विचारलं

"डोर्टमुंड!" तो म्हणाला, "डोर्टमुंडचा एक माणूस माझ्या ओळखीचा आहे."

"डार्लिंग, सगळीकडे कसा तुझ्या ओळखीचा माणूस असतो?"

❖

सप्टेंबर महिन्याच्या दुसऱ्या आठवड्यात मायकेल ओडेल यांनी प्रेसिडेंट जॉन कॉरमॅक यांची ओव्हल ऑफिसमध्ये एकांतात भेट घेतली. आपल्या जिवलग मित्राची अशी भयानक अवस्था झालेली बघून, त्यांना धक्काच बसला. मुलाचे अंत्यसंस्कार एकदा पार पडल्यानंतर त्यांच्यात काही सुधारणा होणं तर बाजूलाच राहिलं, ते इतके सुकून गेले होते की, त्यांच्याकडे बघून भीतीच वाटत होती.

नुसतं त्यांचं शरीर खंगलेलं, अशक्त दिसलं असतं, तरी ओडेल यांनी विशेष चिंता केली नसती, पण ते आता सैरभर झाले होते. त्यांच्या मनाची एकाग्रता ढळली होती. पूर्वीची ती डोळ्यांतली चमक, ती कुशाग्र बुद्धी लोप पावत चालली होती. ओडेल यांनी प्रेसिडेंटचं लक्ष त्यांच्या रोजच्या कामकाजाच्या व अॅपॉइंटमेंट्सच्या डायरीकडे वळवलं.

"हो, खरंच," कॉरमॅक भानावर येत म्हणाले, "बघू या तर खरं आजचे कार्यक्रम..." आणि त्यांनी सोमवार दर्शविणारं पान उघडलं.

"जॉन... असं काय, जॉन... आज मंगळवार आहे..." ओडेल हळूच म्हणाले.

प्रेसिडेंट शून्यात कुठंतरी बघत डायरीची पानं उलटू लागले. ओडेलना बऱ्याच अपॉइंटमेंट्सवर ठळक लाल शाईत काट मारलेली आढळली. NATOचा मुख्य आलेला होता. त्याची व प्रेसिडेंटची व्हाइट हाउसच्या लॉनवर नुसती स्नेहभेट व्हायची होती. बोलणी, चर्चा वगैरे काहीच करायचं नव्हतं, पण निदान नुसतं भेटायला तरी हवंच होतं. प्रेसिडेंट त्याला जर साधं भेटायलाही आले नाहीत, तर त्यांना स्वत:ला काय वाटेल, हे तर आणखी वेगळं, पण अमेरिकन जनतेला काय वाटेल, हे त्याहीपेक्षा अधिक महत्त्वाचं होतं. त्यांच्या गैरहजर राहण्याचा जनता काय अर्थ लावेल?

"माझ्याऐवजी तूच जा ना, मायकेल..." प्रेसिडेंट कॉरमॅक अजिजीनं म्हणाले.

व्हाइस प्रेसिडेंट विषादानंच 'ठीक आहे' म्हणाले.

या आठवड्यातली प्रेसिडेंट कॉरमॅक यांनी रद्द केलेली ही दहावी अॅपाईंटमेंट होती. सरकारी कामकाज सांभाळायला हाताखाली पुष्कळ माणसं होती. सगळीच्या सगळी चोख, आपापल्या कामात तरबेज होती. कॉरमॅक यांची निवड उत्तम होती, याद वादच नाही. पण नेहमी अमेरिकन जनता सर्वच्यासर्व सत्ता केवळ एका माणसाच्या, आपल्या प्रेसिडेंटच्या हाती सोपवून मोकळी होते – प्रेसिडेंट हाच हेड ऑफ स्टेट, मुख्य

कार्यकारीसुद्धा तोच, आर्मीचा सुप्रीम कमांडरही तोच, अण्वस्त्रांची शक्तीसुद्धा त्याच्याच हाती – पण ती फक्त एकाच अटीवर आणि ती अट म्हणजे प्रसिडेंटनं सतत जनतेच्या डोळ्यांसमोर राहिलं पाहिजे. सारखं सारखं त्यांना भेटलं पाहिजे.

एक तासानंतर ॲटर्नी जनरलनं सुद्धा मायकेल ओडेल यांना वाटणारी भीतीच परत आपल्या शब्दांत बोलून दाखवली.

''त्यांना असं सारखं सारखं बंद घरात बसून कसं चालेल?'' बिल वॉल्टर्स म्हणाला.

नुकताच ओडेल यांनी त्या सर्वांना आपल्या व प्रेसिडेंटच्या भेटीचा अहवाल दिला होता. प्रेसिडेंटसाहेबांच्या शारीरिक व मानसिक अवस्थेविषयी सुद्धा सर्वांना सांगितलं होतं. या मीटिंगला फक्त निकटच्या वर्तुळातले सहाच लोक उपस्थित होते. ओडेल, स्टॅनार्ड, वॉल्टर्स, डोनाल्डसन, रीड आणि जॉनसन. याशिवाय खास डॉ. आर्मिटेज यांनाही सल्लामसलतीसाठी बोलावण्यात आलं होतं.

''पूर्वीचा तो उत्साहानं सळसळणारा जॉन कुठंतरी हरवलाय. आता उरलाय, तो हाडामांसाचा नुसता एक सांगाडा. एक छाया!'' ओडेल भावनाविवश होऊन म्हणाले, ''फक्त पाच आठवड्यांच्या अवधीत काय ही अवस्था!''

ऐकणारे सगळेच सुन्न होऊन ऐकत होते. डॉक्टर आर्मिटेजचं म्हणणं असं होतं की, माणसाला जर एखादा जबर धक्का बसला, तर त्याचा दुष्परिणाम पुढे कितीतरी दिवस टिकून राहतो. प्रेसिडेंट खरं तर या धक्क्यातून अजूनही सावरलेलेच नाहीत.

''याचा अर्थ काय नक्की?'' ओडेल यांनी विचारलं.

डॉ. आर्मिटेजच्या मते याचा अर्थ त्या भयानक धक्क्यानंतर प्रेसिडेंटची जगण्याबद्दलची, काम करण्याबद्दलची किंवा एकंदरच सगळ्याचबद्दलची इच्छा, वासनाच संपून गेली होती.

अपहरण झाल्याची बातमी जेव्हा त्यांनी ऐकली, तेव्हा साधारण अशाच प्रकारचा, पण याहून कितीतरी कमी तीव्रतेचा धक्का त्यांना त्या वेळी बसला होता. तेव्हा त्यांच्या डोळ्यांपुढे आपल्या मुलाचं नक्की काय झालंय, तो जिवंत तरी आहे की नाही, ठीक आहे, का त्याला काही गंभीर इजा झाली आहे, तो सुटणार कधी, इत्यादी प्रश्न 'आ' वासून उभे होते.

पण एकदा क्विनचं आणि अपहरणकर्त्यांचं एकमेकांशी बोलणं झाल्यानंतर मात्र आपला मुलगा जिवंत आहे, सुखरूप आहे, एवढं तरी कळलं व हा मानसिक ताण थोडा हलका झाला. खंडणीचा सौदा ठरला व मुलगा परत मिळण्याची आशा खूपच बळावली.

– आणि या अशा परिस्थितीत ज्या निर्घृण, अमानुष आणि धक्कादायक पद्धतीनं त्याची हत्या करण्यात आली, ती म्हणजे एखाद्या तीक्ष्ण धारदार अस्त्रानं

एखाद्याच्या वर्मी घाव घालण्यासारखं झालं... आणि प्रेसिडेंटसारख्या अंतर्मुख, अबोल स्वभावाच्या माणसानं आतल्याआत घुसमटल्यामुळे, हे दुःख मुकाट्यानं सोसल्यामुळे ते त्यांच्या मनाला व शरीराला पोखरू लागलं. त्यांची इच्छाशक्ती, जगण्याची उमेद सगळी लयाला गेली.

सर्व सदस्य गंभीरपणे ऐकू लागले. आजपर्यंत कधी कुठल्या प्रेसिडेंटची आजारपणं ओढवली नाहीत, असं नाही. पण याच्या तुलनेत ती काहीच नव्हेत. रेडिओ, टीव्ही आणि जनतेनं अजूनपर्यंत काहीच आवाज उठवला नव्हता, पण खुद्द त्यांच्यापैकीच काहींना मनातून प्रश्न पडला होता की, हे असं अजून किती दिवस चालायचं? प्रेसिडेंट जर आपल्या व्यक्तिगत दुःखातून बाहेर यायलाच तयार नसतील, तर त्यांनी तरी हे पद का व किती दिवस अडकवून ठेवायचं?

बिल वॉल्टर्सनं डॉक्टरांचं म्हणणं निर्विकारपणे ऐकून घेतलं. तो आत्ताशी फक्त चव्वेचाळीस वर्षांचा होता. कॅबिनेटमध्ये सगळ्यांत तरुण तोच होता. तो कॅलिफोर्नियामधला एक उमदा, तडफदार व महत्त्वाकांक्षी वकील होता. जॉन कॉरमॅकनी त्याला अचूक हेरलं होतं. दहशतवादी शक्तीविरुद्ध लढा देण्यासाठी त्याच्या वकिली बाण्याचा उपयोग होण्यासारखा होता, त्याचमुळे त्यांनी त्याला कॅबिनेटमध्ये घेतलं होतं. त्याला जवळून ओळखणारे व त्याच्याविषयी भीतियुक्त आदर बाळगणारे लोकही सांगत की, तो इतका कायदेशीर व कर्तव्यकठोर होता की, त्याच्या स्वभावाला थोडी निर्दयतेची धार होती. त्याच्या काही थोड्या शत्रूंना याचंच फार भय वाटे.

तो दिसायला चांगलाच उमदा होता. अत्याधुनिक तरुणांसारखे कपडे आणि भुरभुर उडणारे केस यांमुळे तो जरा पोरगेलासाच दिसायचा, पण या देखण्या आणि आकर्षक व्यक्तिमत्त्वापाठीमागे एक अत्यंत धूर्त व कावेबाज हृदय दडलेलं होतं. त्याच्या एकटक व स्थिर नजरेत समोरच्या व्यक्तीच्या काळजाचं पाणी करून टाकायची ताकद होती. डॉ. आर्मिटेज निघून गेल्यानंतर विषयाला तोंड त्यानंच फोडलं. शांततेचा भंग करत तो म्हणाला,

''मंडळी, मला वाटतं, आता आपल्याला पंचविसाव्या घटना-दुरुस्तीकडे बघण्याची वेळ आलेली आहे...''

त्या घटना-दुरुस्तीची माहिती सगळ्यांनाच होती. त्या अन्वये व्हाइस प्रेसिडेंट व सिनेटचे काही वरिष्ठ सदस्य या दोघांनी मिळून सिनेटच्या प्रेसिडेंटला व सभागृहाच्या सभापतीला लिखित स्वरूपाचं निवेदन देऊन सांगायचं असतं की, सध्याचे प्रेसिडेंट आपली कामगिरी नीट बजावत नाही आहेत.

''तू तर घटना-दुरुस्तीचं ते कलम तोंडपाठच करून आलेला दिसतोयस.'' ओडेल फटकारून म्हणाले.

“रागावू नको, मायकेल,” जेम्स डोनाल्डसन म्हणाले, “बिलनं त्या कलमाचा नुसता उल्लेख केला.”

“अशी वेळ येण्याआधी जॉन राजीनामा देईल!” ओडेल म्हणाले.

“होय!” वॉल्टर्स त्यांना समजावत म्हणाले, “प्रकृतीच्या कारणास्तव राजीनामा आणि देशाची व आपलीसुद्धा त्यांना पूर्ण सहानुभूती असेल. फक्त हे आपण त्यांच्यापुढे व्यवस्थितपणे मांडायला हवं.”

“पण आत्ता एवढ्यातच त्याची घाई करायला नको...” स्टॅनार्ड विरोध करत म्हणाले.

“हो ना, एवढी घाई कशाला? त्यांना थोडा वेळ तरी द्या. ते नक्कीच सावरतील. परत खंबीर होतील, पहिल्यासारखे!” रीड म्हणाले.

“आणि नाही झाले, तर?” वॉल्टर्सनं विचारलं. तो एकटक नजरेनं त्यांच्याकडे रोखून पाहात होता.

मायकेल ओडेल ताडकन उठून उभे राहिले. त्यांनी आजवर राजकारणातले हेवेदावे काही कमी पाहिले नव्हते, पण हा वॉल्टर्स म्हणजे एक संधिसाधू कोल्हा होता. त्याला कसलीच चाड नव्हती, माणुसकी नव्हती आणि याच गोष्टीचा त्यांना संताप येई.

“ठीक आहे. आपण त्यांच्यावर बारकाईनं लक्ष ठेवू. आत्ताच निर्णय घ्यायची घाई करायला नको. आले?”

सर्वांनी माना डोलावल्या व ते उठले.

❖

डोर्टमुंड हे आख्ख्या युरोपमध्ये बिअरचं शहर म्हणून प्रसिद्ध आहे. इथं तयार होणारी बिअर जगात सर्वोत्तम मानली जाते. येथील एका लहानशा बिअर फॅक्टरीचा हान्स मोरित्झ हा मालक होता. तो अतिशय धनाढ्य होता. या प्रदेशात तो चांगलंच नाव कमावून होता, पण हे यश, ही कीर्तीच त्याला आडवी आली. सुमारे दहा वर्षं लोटली त्या गोष्टीला. त्या काळच्या कुप्रसिद्ध बाडर – माईनहोफ या सोनेरी टोळीनं त्याची एकुलती एक मुलगी रेनाटा हिचं अपहरण केलं.

क्विन व सॅम याच डोर्टमुंडच्या एका हॉटेलात उतरून जरा स्थिरस्थावर झाल्यावर क्विननं शहराची सगळी टेलिफोन डिरेक्टरी पालथी घातली, पण तीत हान्स मोरित्झचा नंबर मिळणं शक्य नाही, हे त्यालाही ठाऊक होतं. त्याचा नंबर नक्कीच अनलिस्टेड असणार. मग त्यानं हॉटेलच्याच लेटर पॅडवर एक व्यक्तिगत पत्र हान्स मोरित्झच्या नावे लिहून ते एका वेटरमार्फत त्याच्या बिअर फॅक्टरीच्या हेड ऑफिसच्या पत्त्यावर धाडलं.

''तुला काय वाटतं... तुझा हा मित्र अजूनही इथंच असेल?'' सॅमनं विचारलं.

''तो इथंच असेल. हं, आता तो परदेश-दौऱ्यावर, नाहीतर आपल्या सहा घरांपैकी एखाद्या ठिकाणी विश्रांतीलाच गेलेला असला, तर गोष्ट वेगळी.''

''त्याला भ्रमंतीची आवड दिसते...'' सॅम म्हणाली.

''होय, त्याला प्रवासातच जास्ती सुरक्षित वाटतं...'' क्विननं उत्तर दिलं, पण आज त्यांचं नशीब चांगलंच होतं.

ते दोघं खोलीतच दुपारचं जेवण घेत होते, तेवढ्यात फोन वाजला.

''हेर क्विन?''

क्विननं मोरित्झचा धीरगंभीर आवाज ओळखला.

''हेर मोरित्झ, तुमचा मुक्काम अजून इथंच आहे ना?''

''तुम्ही माझं घर विसरलात? तुम्ही दोन आठवडे राहिला होता.''

''होय, सर. मी कसा विसरेन? पण तुम्ही अजूनही त्याच घरात राहता, का नाही, हे काही मला कळायला मार्ग नाही.''

''हो. अजूनही तिथंच राहतो. रेनाटाला ते आवडतं. ते सोडून ती दुसरीकडे कुठं यायला तयार नाही. बरं, पण आज काय काम काढलंत?''

''मला तुमची भेट घ्यायची आहे.''

''उद्या सकाळी साडेदहाला चालेल? माझ्या घरी?''

''मी येतो.''

❖

त्यांची गाडी डोर्टमुंड शहराबाहेर दक्षिणेला धावू लागली. मग औद्योगिक वसाहती हळूहळू मागे पडल्या आणि पहिलं उपनगर सायबुर्ग लागलं. नंतर जरा डोंगराळ भाग सुरू झाला आणि आपल्याच दिमाखात उभी प्रचंड मोठी आणि एकाकी श्रीमंती घरं लागली.

'मोरित्झ मॅन्शन' चार एकर जमिनीच्या तुकड्यात एकटंच उभं होतं. ते घर कसलं, तो एक किल्लाच होता. सर्व परिसराला चहू बाजूंनी जाड तारेचं मजबूत कुंपण घालण्यात आलं होतं. प्रवेशद्वारं अत्यंत मजबूत अशा लोखंडाची बनवलेली होती. छुप्या टीव्ही कॅमेऱ्याचा डोळा त्यांच्यावर चोवीस तास रोखलेला असायचा. क्विन गाडीतून उतरून दारापाशी चालत आला व त्यानं आपल्या आगमनाची सूचना दिली, त्याबरोबर दोन सेकंदांतच दारं आपोआप उघडली गेली. गाडी आत शिरल्यावर ती तशीच लगेच बंद झाली.

''हेर मोरित्झला एकांत फारच आवडतो, असं दिसतंय!'' सॅम म्हणाली.

''त्या पाठीमागेही काही कारणं आहेत...'' क्विन म्हणाला.

समोरच दिसणाऱ्या भव्य घरासमोर क्विननं गाडी पार्क केली. गणवेषधारी नोकरानं त्यांना अदबीनं आत नेलं. हान्स मोरित्झ टेबलावर कॉफीचा सरंजाम घेऊन त्यांची वाटच बघत होता. क्विनच्या आठवणीत होते, त्याहूनही त्याचे केस कितीतरी अधिक पांढरे झाले होते. चेहऱ्यावरही बऱ्याच सुरकुत्या दिसत होत्या. पण चेहऱ्यावरचं हास्य आणि हस्तांदोलन करणाऱ्या हाताची पकडही तीच होती.

ते बसतात, न बसतात, तोच आतल्या दारातून एक तरुण मुलगी हॉलमध्ये आली. मोरित्झचा चेहरा उजळला. क्विननं मागे वळून पाहिलं.

ती अतिशय सुंदर होती, पण तिच्या म्लान चेहऱ्यावर विमनस्क, काहीसे उदास भाव होते. ती फार बुजरी दिसत होती. तिनं आपल्या दोन्ही हातांचे पंजे एकमेकांत गुंफले होते, अगदी घट्ट. ती वयानं पंचविशीची वाटत होती.

''रेनाटा, बेटा, हे मि. क्विन बरं का. आठवतात का तुला? पण छे. तुला आठवणं शक्यच नाही, म्हणा.''

मोरित्झनं उठून आपल्या मुलीला जवळ घेऊन जरा थोपटलं व तो तिच्या कानात काहीतरी कुजबुजला. ती आज्ञाधारकपणे मागे वळून परत आत गेली, मोरित्झ परत आपल्या जागेवर बसला. त्याचा चेहरा निर्विकार असला, तरी हातांच्या मुठी घट्ट आवळलेल्या होत्या.

''ती, खरं तर... कधीच सुधारली नाही. अजून उपचार चालूच आहेत, पण तिला घरातच राहायला आवडतं. बाहेर ती क्वचितच पडते... त्या... जनावरांनी तिची जी काही अवस्था केली, त्यानंतर ती आता कधी लग्न करणं शक्यच नाही...''

टेबलावर एका तेरा-चौदा वर्षांच्या हसऱ्या मुलीचा फोटो होता. हा तिचं अपहरण होण्याआधीचा होता. अपहरणाचा तो प्रकार घडून गेल्यानंतर वर्षभरातच मोरित्झच्या पत्नीनं आत्महत्या केली. हे क्विनला नंतर समजलं. मोरित्झ आता विचारात हरवला होता. तेवढ्यात क्विननंच सुरुवात केली.

''मी एका माणसाचा शोध घेतोय. तो मूळचा डोर्टमुंडचाच आहे. तो कदाचित परत इथंच आला असेल. नाहीतर जर्मनीतच कुठंतरी असेल, परदेशी असेल किंवा मेलाही असेल. काहीच सांगता येत नाही.''

''ठीक आहे. नो प्रॉब्लेम. इथं बऱ्याच एजन्सीज आहेत... माहीतगार आहेत. हवं तर मी यासाठी एखाद्या खाजगी माणसाला...'' मोरित्झला वाटलं, खाजगी गुप्तहेराची प्रचंड फी भरण्यासाठी क्विनला पैशाची वगैरे गरज दिसते आहे. ''नाहीतर तुम्ही असं करा, नागरिकांची नोंदणी करण्याचं ऑफिस आहे. तिथंच चौकशी करा ना...''

क्विननं नकारार्थी मान हलवली.

''त्यांना कुणाला त्याच्याबद्दल काही माहिती असेल की, नाही, याविषयी मला

जरा शंकाच वाटते. तो काही नक्की उजळ माथ्यानं इथं राहात नसेल. एकच शक्यता आहे. जर पोलिसांचीच त्याच्यावर नजर असली, तरच...''

तांत्रिक दृष्ट्या जर्मनीत एखाद्या नागरिकाला आपली राहती जागा बदलायची असेल, तर ती गोष्ट नोंदणी ऑफिसमध्ये कळवावी लागते. तसंच जुना व नवा असे दोन्ही पत्ते द्यावे लागतात, पण कुठल्याही भांडवलशाही समाजव्यवस्थेप्रमाणेच इथंही पुस्तकातला नियम पुस्तकातच राहिलेला दिसतो. विशेषतः, जे लोक पोलिसांना हवे असतील, असे लोक तर या नियमाचं पालन कधीच करताना दिसत नाहीत.

क्विननं मोरित्झला या वेर्नर बेनहार्ट नामक माणसाची पार्श्वभूमी थोडक्यात सांगितली.

''जर तो अजूनही जर्मनीतच असेल, तर त्याचं आत्ताचं वय लक्षात घेता तो अजूनही नोकरीतच असणार,'' क्विन म्हणाला, ''आणि जर त्यानं नाव बदललं नसेल, तर त्याच्यापाशी वेर्नर बेनहार्ट याच नावाचं सोशल सेक्युरिटी कार्ड, इनकमटॅक्स नंबर – सगळं काही असेल, पण त्याच्या पार्श्वभूमीमुळे तो कदाचित कायद्याच्या कात्रीत सापडला असण्याची शक्यता आहे.''

मोरित्झनं त्यावर जरा विचार केला.

''हे बघा, मि. क्विन, तो पूर्वीचा मर्सिनरी असो की, आणखी काही असो, आता जर तो कायद्यानं चालणारा नेमस्त माणूस असेल ना, तर मात्र त्याचं पोलीस रेकार्ड वगैरे असण्याचं काहीही कारणच नाही; आणि इनकमटॅक्स किंवा सोशल सेक्युरिटीचे लोक त्याच्याबद्दलची कुठलीही माहिती आपल्यापाशी उघड करणार नाहीत.''

''होय, हेर मोरित्झ, पण त्याच्याविषयीची जर पोलीस इन्क्वायरीच झाली, तर त्यांना ती माहिती द्यावीच लागेल,'' क्विन म्हणाला, ''आणि मला वाटतं, पोलिसखात्यात तुमच्या नक्कीच एक-दोन तरी ओळखी असतीलच. हो की, नाही?''

''हो, तेही खरंच आहे,'' मोरित्झ म्हणाला, ''जगातल्या इतर कुठल्याही देशाप्रमाणे इथंही पैशानं माहिती आणि सत्ता विकत घेता येते. मला तुम्ही चोवीस तासांची मुदत द्या. मीच तुम्हाला फोन करीन.''

❖

त्यानं आपला शब्द जरूर पाळला, पण एक गोष्ट क्विनला जाणवली. दुसऱ्या दिवशी फोनवर बोलताना त्याच्या आवाजात कालची ती आपुलकी नव्हती. त्याचा स्वर अलिप्त होता. जणूकाही कुणीतरी त्याला माहितीबरोबरच क्विनपासून सावध राहा, अशी सूचनाही दिली होती.

''वेर्नर रिशार्ड बेनहार्ट,'' तो वाचत असावा, ''वय अठ्ठेचाळीस. पूर्वाश्रमीचा काँगो मर्सिनरी. होय, तो जिवंत आहे. जर्मनीतच आहे. शस्त्रास्त्रांचे व्यापारी होर्स्ट

लेन्झलिंगर यांचा तो खाजगी कर्मचारी आहे.''

''थँक्यू. हे हेर लेन्झलिंगर कुठं भेटतील?''

''ते मात्र जरा कठीण काम आहे. त्याचं ऑफिस ब्रेमेन शहराबाहेर आहे; पण ते स्वत: ओल्डनबुर्गला राहतात. या लेन्झलिंगर माणसापासून सावध राहा, मि. क्विन. माझ्या माहीतगारानं मला सांगितलंय. त्याप्रमाणे प्रतिष्ठितपणाच्या बुरख्याआड दडलेला तो एक बदमाश आहे.''

त्यानं क्विनला दोन्ही पत्ते दिले.

मग फोनवर क्षणभर शांतता पसरली.

''आता शेवटची एकच गोष्ट. आय ॲम सॉरी. तुमच्यासाठी डोर्टमुंडच्या पोलिसखात्याचा एक निरोप आहे. कृपा करून डोर्टमुंड सोडून निघून जा. परत येऊ नका. एवढंच.''

सायमन कॉरमॅकच्या मृत्यूला क्विनच कारणीभूत आहे, असा शब्द हळूहळू सगळीकडे पसरत होता. आता थोड्याच दिवसांत सगळीकडचे दरवाजे बंद होतील.

''काय, गाडी चालवणार का?'' हॉटेलातून चंबूगबाळं उचलून निघाल्यावर क्विननं सॅमला विचारलं.

''हो. पण कुठं?''

''ब्रेमेन.''

तिनं हातातला नकाशा पाहिला.

''बाप, रे! म्हणजे हंबुर्गच्या निम्मं अंतर परत...''

''खरं तर दोन तृतीयांश. पण तुला हा रस्ता आवडेल.''

❖

त्याच सायंकाळी कर्नल ईस्टरहाउस विमानानं जेद्दाहून लंडनला व तिथून दुसरी फ्लाइट घेऊन पुढे ह्यूस्टनला रवाना झाला. विमान-प्रवासात वेळ घालवायला त्यानं एकजात सगळी वर्तमानपत्रं वाचून काढली.

त्यांपैकी तीन वृत्तपत्रांत एकाच विषयावरचे लेख होते. प्रत्येक लेखातील मुद्देही बरेचसे सारखेच होते. नोव्हेंबर, १९९२मध्ये होणाऱ्या अध्यक्षीय निवडणुकीला आता केवळ बाराच महिने अवकाश होता. नेहमीच्या परिस्थितीत प्रेसिडेंट म्हणून परत जॉन कॉरमॅकच निवडून आले असते, यात शंकाच नव्हती.

पण गेल्या सहा आठवड्यांत ज्या काही विचित्र घटना घडल्या होत्या, त्यामुळे आता याहून वेगळंही घडू शकलं असतं. त्यानंतर सर्वच लेखांमध्ये प्रेसिडेंट जॉन कॉरमॅक यांच्यावर आपल्या मुलाच्या मृत्यूमुळे झालेल्या शारीरिक आणि मानसिक दुष्परिणामांचं विस्तृत विवेचन करण्यात आलं होतं. प्रेसिडेंट या धक्क्यामुळे

भावनिकरीत्या दुर्बल आणि असाहय्य झाले आहेत, असंही प्रातिपादन करण्यात आलं होतं. त्यांना वारंवार होणारं विस्मरण, कामामधील एकाग्रतेचा अभाव, जनतेपासून तोंड लपवणं, महत्त्वाच्या अपॉइंटमेंट्स रद्द करणं, इत्यादी बऱ्याच गोष्टींची यादी सविस्तर मांडण्यात आली होती.

प्रत्येक लेखाचा समारोपही साधारण सारखाच होता. आता प्रेसिडेंट कॉरमॅक यांनी आपण होऊन आपल्या पदाचा राजीनामा देऊन, व्हाइस प्रेसिडेंट ओडेल यांना नोव्हेंबर, १९९२मध्ये होणाऱ्या निवडणुकीची पूर्वतयारी करण्याची संधी देण्याची वेळ आली नाही काय?

'टाइम'नं तर याही पुढे जाऊन असंही म्हटलं होतं की, नाहीतरी आता प्रेसिडेंट कॉरमॅक यांच्या परराष्ट्रीय, संरक्षणविषयक आणि आर्थिक धोरणाचा आधारस्तंभ असलेल्या नानटुकेट करारावर पाणीच पडलं आहे.

ईस्टरहाउस दहा तासांचा विमान-प्रवास आणि दोन तासांच्या लंडनमधील मुक्कामानंतर ह्यूस्टनला पोहोचला. ह्यूस्टन विमानतळावर वृत्तपत्र स्टँडवरून ज्या बातम्या ठळकपणे नजरेत भरत होत्या, त्या तर याहूनही अधिक स्पष्टपणे म्हणत होत्या : मायकेल ओडेल हे टेक्सासचे रहिवासी आहेत आणि जॉन कॉरमॅक यांनी खुर्ची खाली केली की, ओडेल हे जॉन्सननंतरचे पहिलेच टेक्सासमधून आलेले प्रेसिडेंट असतील.

'अलामी' ग्रुपची परिषद अजून दोन दिवसांनंतर पॅनग्लोबलच्या इमारतीत भरणार होती. कंपनीच्याच गाडीनं कर्नल ईस्टरहाउसला आधी रेमिंग्टन येथील हॉटेलात नेण्यात आलं. तिथं त्यानं सहज म्हणून खोलीत गेल्यावर टीव्ही चालू केला, त्यावर सुद्धा ही अशाच प्रकारची चर्चा चालू होती.

कर्नलला प्लॅन ट्रॅव्हिसबद्दल काहीही सांगण्यात आलं नव्हतं. त्याला त्याविषयी माहिती देण्याची काही गरजच नव्हती, पण कर्नल एका गोष्टीनं खूश होता. प्रेसिडेंटच जर बदलले, तर त्याच्या ध्येयसिद्धीतला एक शेवटचा अडथळा आपोआपच दूर होणार होता. आता रियाध व हासा तेलक्षेत्रांकडे फौजा पाठवून खुद्द नवे प्रेसिडेंटच ती ताब्यात घेतील.

"छान, फारच छान!" असं स्वत:शीच पुटपुटत तो झोपी गेला.

❖

एका जुन्या गोदामाचंच आता लहानशा ट्रान्सपोर्ट कंपनीत रूपांतर केलेलं होतं, बंद दारावर छोटी पितळी पाटी लटकत होती : 'थोर स्पेडिशन ए. जी.' लेन्झलिंगरनं आपल्या धंद्याचं खरं स्वरूप एका ट्रान्सपोर्ट कंपनीच्या नावाखाली लपवलं होतं, तर! मात्र आजूबाजूला कुठं ट्रक्सही उभे नव्हते की, कुठं डिझेलचा

गंधही दरवळत नव्हता. याच कंपनीच्या चौथ्या मजल्यावरच्या अत्यंत सुसज्ज व अद्ययावत ऑफिसकडे क्विन आत्ता चालला होता.

आधी बेल दाबायची व इंटरकॉमवर आपण आल्याची वर्दी देऊन मगच आत पाऊल टाकायचं, नंतर चौथ्या मजल्यावर पोहोचल्यावर तिथल्या क्लोज सर्किट टीव्हीच्या कॅमेऱ्यासमोर उभं राहायचं व परवानगी मिळाल्यानंतर मगच आत शिरायचं, असा तिथला शिरस्ता होता.

बाहेरच्या ऑफिसातली सेक्रेटरी चांगलीच दणदणीत, पहिलवानी थाटाची होती. तिनं क्विनला 'कोण पाहिजे' असं गुरकावून विचारलं.

"मला जरा हेर लेन्झलिंगर यांच्याशी काही बोलायचं आहे..." क्विन म्हणाला.

तिनं त्याचं नाव लिहून घेतलं व ती दार उघडून ऑफिसच्या अंतर्भागात अदृश्य झाली. ती अर्ध्याच मिनिटात परत आली.

"आपलं काम कोणत्या स्वरूपाचं आहे, मि. क्विन?"

"मला हेर लेन्झलिंगर यांच्याकडे कामाला असलेला एक कर्मचारी वेर्नर बेनहार्ट याला भेटायचंय..." तो म्हणाला.

ती परत आत गेली. या वेळी तिला परत यायला बराच वेळ लागला, पण ती परत आली ते आपल्यामागे दार घट्ट बंद करूनच.

"आय ॲम सॉरी, पण हेर लेन्झलिंगर आपल्याशी बोलायला मोकळे नाहीत." ती म्हणाली. ते निर्वाणीचं बोलणं होतं.

"ठीक आहे. मी थांबतो." क्विन म्हणाला.

आता तिनं त्याच्याकडे एक दृष्टिक्षेप टाकला व नंतर ती एक अक्षरही न बोलता आपल्या टायपिंगच्या कामाला लागली. क्विन आपल्या खिजगणीत सुद्धा नाही, हेच तिला दाखवायचं होतं.

तेवढ्यात एक सुंदर दार उघडलं व एक जाडजूड माणूस आत आला. त्याच्या अंगात जरी उंची कपडे असले, तरी चेहऱ्यावरून तो एखाद्या गुंडासारखाच दिसत होता.

"हेर क्विन, हेर लेन्झलिंगर हे तुम्हाला भेटायला किंवा तुमच्या कोणत्याही प्रश्नाचं उत्तर द्यायला मोकळे नाहीत."

"आत्ता कामात आहेत, वाटतं?" क्विन म्हणाला.

"आत्ता नाही आणि यापुढे कधीच नाही. क्विन, आता कृपया आपण जा."

यानंतर काही बोलण्यात अर्थच नव्हता. तो परत खाली आला आणि रस्त्यापलीकडे गाडीत वाट पाहात थांबलेल्या सॅमकडे गेला.

"तो कामाच्या वेळी काही आपल्याला भेटणार नाही," क्विन म्हणाला, "आपल्याला त्याच्या घरीच जावं लागेल. चल, ओल्डनबुर्गला जाऊ."

त्यांना हवं तसं हॉटेल गावात पोहोचल्यावर मिळालं. संध्याकाळची दुकानं बंद होण्यापूर्वीच क्विननं एका हार्डवेअरच्या कॅम्पिंगचं सामान विकणाऱ्या दुकानाला भेट दिली. तसंच, एका स्टॉलमधून गावाच्या रस्त्यांचाही नकाशा विकत घेतला.

❖

जेवणानंतर खोलीमध्ये तासभर एका पन्नास फूट लांबीच्या जाडजूड दोराला वीस वीस इंचांवर गाठी मारण्याचा त्याचा उद्योग चालला होता. तो पाहून सॅम बुचकळ्यात पडली. गाठी मारून झाल्यावर त्यानं दोराच्या एका टोकाला एक चिमटा बांधला. त्याच्या तीन बाजूंना धारदार काट्यांसारख्या पकडी होत्या.

"तू कशावर चढायला चाललायस?" तिनं विचारलं.

"मला वाटतं, झाडावरच असेल," असं गूढ उत्तर देऊन तो तिला तसंच सोडून मध्यरात्रीच्या सुमाराला बाहेर कुठंतरी निघून गेला. ती आपली काहीच न बोलता झोपून गेली.

सुमारे एक तासाची भटकंती केल्यानंतर अखेर त्याला हेर लेन्झलिंगर याचं घर सापडलं. तो सगळा सपाटीचा रस्ता होता. रस्त्यावर दुतर्फा दाट झाडी होती. लेन्झलिंगर याची इस्टेट दोन जंगलांच्या मधोमध पसरली होती. घराभोवती सुमारे पाच एकरांची बाग होती. त्या बागेभोवती सर्व बाजूंनी आठ फूट उंचीची भिंत होती.

क्विननं सगळी पहाट वेशभूषा करण्यात घालवली. त्यानं हिरवट पोपटी रंगाचा, झाडांत बेमालूम मिसळून जावा, असा वेश परिधान केला होता. चेहऱ्यावरही त्याच रंगाचा जाळीदार बुरखा घातला होता. भिंतीलगतच बाहेरच्या बाजूला असलेल्या एका ओक वृक्षाची मजबूत फांदी निवडून तो तीवर चढून बसला. त्याच्या हातातील शक्तिशाली दुर्बिणीतून त्याला आता समोरच्या घरातल्या हालचाली व्यवस्थित दिसत होत्या.

आतील घराची रचना इंग्रजी एल या अक्षरासारखी होती. त्याच्या छोट्या भागात दुमजली घर होतं ते मुख्य राहण्याचं घर असावं. मोठ्या भागात पूर्वी घोड्याचे तबेले असणार. आता तिथं नोकरांचे क्वार्टर्स बांधलेले दिसत होते, क्विनला घरात एकंदर चार नोकर वावरताना दिसले. एक वेटर, एक स्वयंपाकी आणि साफसफाई करणाऱ्या दोन मोलकरणी. पण घराभोवती संरक्षणासाठी बरेच पहारेकरी होते व एकंदरच संरक्षण-व्यवस्था चांगलीच मजबूत दिसत होती.

लेन्झलिंगरने आपल्या धंद्याची सुरुवात केली, ती फार बिकट परिस्थितीत. जवळ भांडवल पुरेसं नाही, कुणाचा आधार नाही. त्यानं सुरुवातीला युद्धात वापरून जुनी झाल्यावर विकायला काढलेली शस्त्रास्त्रं विकत घ्यायची व ती बाहेर विकायची असं

बरीच वर्षं केलं, पण त्यासाठी लागणारा परवाना त्याच्याकडे नव्हता. इतरही कागदपत्रं सगळीच बनावट होती. मिळणाऱ्या पैशात त्याची उपजीविका कशीबशीच चालली होती.

मग नायजेरियन युद्ध झालं व त्याचं नशीब उघडलं. त्यानं खूप बनवाबनवी करून पुष्कळच पैसा कमावला.

एकसष्ठ साल उजाडलं आणि संबंधितांचे हात ओले करून त्यानं आपल्या धंद्याचा परवाना मिळवला. त्याला नीतीची अजिबात चाड नसल्यामुळे त्यानं शस्त्रास्त्रांचा काळा बाजार करूनही बरीच कमाई केली, पण त्याचबरोबर त्यानं खूप शत्रूही निर्माण करून ठेवले होते. अर्थात त्याला त्यांची पर्वा नव्हती.

त्याच्या घराच्या सगळ्या खिडक्या इलेक्ट्रॉनिक यंत्रणेच्या साहाय्यानं घरफोडीपासून सुरक्षित केलेल्या होत्या. शिवाय सगळी दारंही. क्विनला हे अंदाजानंच ठाऊक होतं, पण प्रत्यक्ष घरापर्यंत कोणी पोहोचू शकला, तर ना! आधी बागेभोवती ती आठ फूट उंचीची भिंत होती. या भिंतीच्या वरच्या भागावरून एक वायर फिरवण्यात आली होती. या वायरला नुसता कुणी स्पर्श जरी केला, तरी एक घंटा वाजू लागे. घर व भिंत यांमध्ये एक मोकळं मैदान होतं. त्यावर छुप्या टीव्ही कॅमेऱ्यांची कडी नजर सतत रोखलेली असायची. जोडीला भले दांडगे शिकारी कुत्रे होतेच.

एव्हाना सकाळचे नऊ वाजायला आले होते. नऊला पाचच मिनिटं राहिली आणि काळ्या काचा असलेली एक मर्सिडीस गाडी ब्रेमेनला जाण्यासाठी निघालेली क्विनला दिसली. काल ऑफिसात क्विनला जो जाडा, बुटका माणूस भेटला होता, तोच आज इथंही होता. त्यानं फरची टोपी घातलेल्या एका व्यक्तीला हाताला धरून गाडीत बसवलं, आपण पुढे ड्रायव्हरच्या शेजारी बसला. मग ती गाडी गेटच्या बाहेर पडली आणि क्विन ज्या झाडावर लपून बसला होता, त्याच्याखालून भरधाव निघून गेली.

एकूण चार किंवा जास्तीतजास्त पाचच शरीररक्षक असणार, असा क्विनचा कयास होता. त्यापैकी तो जाड्या पहिलवान आणि ड्रायव्हर तर त्याच्या डोळ्यांदेखतच बाहेर पडले होते. तेव्हा राहता राहिला एक कुत्र्यांची देखभाल करणारा; आणि दुसरा... दुसरा? बेनहार्ट?

सर्व्हंट्स क्वार्टर्स आणि मुख्य इमला हे दोन्ही इंग्रजी एल आकाराच्या काटकोनाशी जिथं एकमेकांना मिळाले होते, ती जागा नक्कीच सगळ्या संरक्षण-व्यवस्थेचा केंद्रबिंदू असणार, कारण कुत्र्यांची देखभाल करणारा माणूस सारखा तिथंच ये-जा करताना दिसत होता. तो परत तळमजल्याच्या लॉनवर उघडणाऱ्या लहानशा दारातून आत गेला. क्विननं असा अंदाज केला की, रात्रपाळीचा पहारेकरी याच कंट्रोल-रूममधून क्लोज सर्किट टीव्हीचे कॅमेरे आणि फ्लडलाइट्स यांचं नियंत्रण करत असेल. कुत्रेही बहुधा इथंच मुक्कामाला असणार. अशा प्रकारे क्विनचं सगळं निरीक्षण झालं, तोपर्यंत दुपार झाली होती. मग तो खाली उतरून आपल्या हॉटेलात परतला.

नंतर राहिलेली दुपार त्यानं सॅमबरोबर भटकून आवश्यक त्या वस्तू खरेदी करण्यात घालवली. त्याला मुख्य म्हणजे एक विशिष्ट प्रकारची व्हॅन भाड्यानं हवी होती, तसंच काही हत्यारं, आयुधं, अवजारं वगैरेही विकत घ्यायची होती. नंतर त्यानं सॅमच्या हाती एक मोठी यादी ठेवली व आपली खरेदी स्वतंत्रपणे करायला तो दुसरीकडे गेला. यामुळे त्यांचा वेळ वाचणार होता.

❖

"मी येऊ तुझ्याबरोबर?" रात्री क्विन आपल्या मोहिमेवर निघाल्यावर सॅम म्हणाली, "मी बाहेर थांबीन ना."

"नको रे बाबा! त्यापेक्षा मी सांगितलंय, तेवढं नीट कर, म्हणजे झालं."

तिनं काय करायचं, हे त्यानं तिला आधीच समजावून सांगितलं होतं.

"मी येईन, तेव्हा नीट तयार राहा," तो म्हणाला, "कारण बहुतेक आपल्याला फार घाई करावी लागेल."

❖

....आता तो परत त्या भिंतीच्या बाहेरच्या बाजूला येऊन थांबला होता. आत्ता रात्रीचे दोन वाजले होते. त्यानं बरोबर आणलेली व्हॅन रस्त्याच्या बाजूलाच असलेल्या बोळात भिंतीला अगदी खेटून उभी केली होती. त्याचमुळे व्हॅनच्या टपावर उभं राहिल्यावर त्याला आतील दृश्य अगदी सहजपणे दिसत होतं. कुणी जर काही चौकशी वगैरे केलीच, तर म्हणून त्या व्हॅनच्या दोन्ही बाजूंवर टेलिव्हिजन एरियल फिटर असं लिहिलेलं होतं. गाडीच्या कडेला लागून टपापेक्षा उंच अशी एक ॲल्युमिनियमची शिडी व एक दुर्बीण बसवलेली होती. वरकरणी पाहता हाही त्या फिटरच्याच सामानाचा एक भाग आहे, असं वाटत होतं.

आता क्विन टपावर चढून भिंतीपलीकडे डोकावला. त्याला मोकळं लॉन, पानं झडलेली ओकीबोकी झाडं आणि पहारेकऱ्याच्या कंट्रोल-रूममधून येणारा दिव्याचा मंद उजेड असं दृश्य दिसलं.

त्यानं ही जागा अशासाठी निवडली होती की, या इथं भिंतीच्या आतल्या बाजूला केवळ आठ फुटांवर एक भलंमोठं उंच झाड होतं. आता क्विन गाडीच्या टपावर चढून उभा राहिला. त्याच्या हातात मासे पकडायचा गळ होता. त्या गळाला एक लहानशी चपटी प्लॅस्टिकची पेटी अडकवलेली होती. ती त्यानं गळासह हळूहळू फिरवायला सुरुवात केली व तिनं पुरेसा वेग घेतल्यावर गळाची दोरी हळूच सैल सोडली. त्याबरोबर ती पेटी लांबवर मैदानात जाऊन पडली. आता क्विननं गळ पुरेसा उचलल्यावर ती पेटी झाडाच्या फांदीवरून खाली जमिनीच्या दिशेनं लोंबकळत राहिली. क्विननं आता दोरी

व्हॅनला बांधून टाकली व गळ अलगद सोडवून घेतला. नंतर क्विननं व्हॅन सुरू केली आणि कंट्रोल-रूमच्या बरोबर समोरच्या बाजूला भिंतीबाहेर नेऊन थांबवली. गाडीच्या भिंतीच्या बाजूला जी ॲल्युमिनियमची शिडी बसवलेली होती, तीवर तो चढला. मग त्याच्या सगळ्यात वरच्या पायरीला त्यानं आपल्या गाठी मारून तयार केलेल्या दोराचं एक टोक घट्ट बांधलं व समोर बघत बघत वाट पाहू लागला.

तेवढ्यात त्याला अचानक काहीतरी हालचाल दिसली. एक डॉबरमॅन जातीचा भला दांडगा कुत्रा त्यानं लोंबकळत सोडलेल्या प्लॅस्टिकच्या पेटीच्या दिशेनं झेपावत होता. त्या पेटीतून येणारे आवाज माणसाच्या कानाला ऐकू येतील, एवढे मोठे नव्हते, पण कुत्र्यांचे कान माणसांहून कितीतरी तीक्ष्ण असतात. पाठोपाठ दुसरा कुत्राही तिथं पोहोचला व दोघं त्या लोंबकळणाऱ्या पेटीकडे तोंड करून जोरात भुंकत सुटले. घराच्या बाहेर जे टीव्ही कॅमेरे बसवले होते, त्यांनी लगेच आपली दिशा वळवून त्यांचा वेध घ्यायला सुरुवात केली; पण कुत्रे परतही येईनात आणि भुंकणं काही केल्या थांबवीनात.

अखेर पाच मिनिटं वाट बघून एक माणूस बाहेर आला, पण हा काही सकाळचा, कुत्र्यांची देखभाल करणारा माणूस नव्हता. हा रात्रपाळीचा पहारेकरी होता.

"लोथार, वोटान, काय, झालं तरी काय?" तो कुत्र्यांवर ओरडला. आता क्विनलाही त्या कुत्र्यांचं भुंकणं ऐकू येत होतं. तो माणूस परत आत गेला आणि कंट्रोल केबिनमधल्या टी.व्हीच्या पडद्यावर त्यानं काही संशयास्पद हालचाल दिसते का, ते नीट निरखून पाहिलं, पण त्याला तसं काहीच आढळलं नाही. आता त्यानं हातात एक टॉर्च व एक बंदूक घेतली व क्विनच्या अपेक्षेप्रमाणे दार तसंच उघडं टाकून तो ते कुत्रे भुंकत होते, त्या ठिकाणी पळत गेला.

हा मोका साधून क्विननं भिंत ओलांडून खाली उडी मारली आणि कडेकडेनं पळत जाऊन तो समोरच्या कंट्रोल केबिनमध्ये शिरला. आत शिरताक्षणीच त्यानं दाराला आतून कडी घातली व आपलं लक्ष समोरच्या टीव्हीच्या पडद्याकडे वळवलं. पहारेकरी झाडापाशी शोधक नजरेनं उभाच होता, इतक्यात त्याच्या नजरेला ती चपटी काळी पेटी पडली, हे क्विननं पाहिलं. तो ती पेटी आता हातात धरून उलटीपालटी करून बघत होता. त्यातून कुत्र्याच्या गुरगुरण्याचे आवाज येत होते. ते दोघे शिकारी कुत्रे अजूनही त्याच्या हातातल्या पेटीच्या रेखानं उंच उड्या मारत भुंकत होते.

कंट्रोल-रूम ही मुख्य इमारतीला एका दारानं जोडलेली होती. क्विन त्या दारातून आत शिरला व कडी घालून नंतर सरळ जिन्यानं चढून वरच्या मजल्यावर गेला. इथं सगळ्या बेडरूम्स होत्या. सर्वांत मोठी बेडरूम, जी साधारणपणे घरमालकाचीच असते, ती पार दुसऱ्या टोकाला होती, हे क्विननं दुपारीच बघून ठेवलं होतं.

होर्स्ट लेन्झलिंगर गाढ झोपेत होता, इतक्यात त्याच्या कानाला कसला तरी थंडगार स्पर्श झाला व त्याला दचकून जाग आली. तेवढ्यात त्याच्या बिछान्याजवळचा दिवा आपोआप लागला. तो एकदम ओरडला आणि आपल्या समोर वाकलेल्या माणसाच्या चेहऱ्याकडे घाबरून बघू लागला. त्याचे ओठ भीतीनं थरथरत होते. हाच माणूस काल त्याच्या ऑफिसात आला होता. ऑफिसात बसवलेल्या क्लोज सर्किट टीव्हीच्या पडद्यावर झळकलेला तो चेहरा बघूनच त्याचं त्याच्याबद्दल चांगलं मत झालं नव्हतं; आणि आता तर त्याला असा इथं अवेळी आणि तेही भरलेलं पिस्तूल रोखून उभा असलेला बघून त्याची पाचावर धारण बसली. काय, हवंय तरी काय याला?

"बेनहार्ट!" तो हिरव्या रंगाचे कपडे घातलेला बंदूकधारी म्हणाला, "मला वेर्नर बेनहार्टशी बोलायचं आहे, आत्ताच्या आत्ता. त्याला फोन कर आणि इथं बोलावून घे. लगेच."

लेन्झलिंगरनं नाइलाजानं फोन फिरवला. एका माणसानं झोपाळलेल्या आवाजात उत्तर दिलं.

"वेर्नर," लेंझलिंगर ओरडला, "आत्ताच्या आत्ता, असशील तसा माझ्या खोलीत येऊन हजर हो!" असं म्हणून त्यानं फोन ठेवला व तो आणि क्विन वेर्नरची वाट पाहू लागले. लेन्झलिंगर हळूच, डोळ्यांच्या कोपऱ्यांतून क्विनकडे भेदरलेले कटाक्ष टाकत होता. इतक्यात वेर्नर बेनहार्ट उगवला. त्याच्या अंगात पायजमा आणि स्वेटर होता. तो खोलीतलं दृश्य बघून अवाक् झाला आणि जमिनीला खिळल्यासारखा उभा राहिला.

क्विननं त्याच्या वयाचा जो अंदाज केला होता, तो बरोबरच होता. तो पन्नाशीच्या जवळपास असेल. क्रूर चेहरा, पिंगट करडे केस आणि घारे डोळे.

"काय, झालं तरी काय, हेर लेन्झलिंगर?" त्यानं जर्मनमध्ये विचारलं.

"लेन्झलिंगर, मी जे काही विचारीन, त्याची झटपट, नीटपणे आणि खरीखुरी उत्तरं द्यायला तुझ्या या कुत्र्याला सांग, नाहीतर मी तुझा कोथळाच बाहेर काढीन!" क्विन अस्खलित जर्मनमध्ये म्हणाला.

लेन्झलिंगरनं त्याला तशी आज्ञा केली. त्यानं होकार दिला.

"तू जॉन पीटर्सच्या हाताखाली पाचव्या कमांडोत होतास?"

"हो."

"तुला जाड्या पॉल ऊर्फ पॉल मार्चाईस नावाचा माणूस ठाऊक आहे?"

"हो. मला तो आठवतोय. तो बाराव्या कमांडोतून, श्रामच्या गटामधून आमच्याकडे आला. नंतर आम्ही सगळेच जॅक्स श्रामच्या कळपात गेलो, पण त्याचं काय?"

"मला या मार्चाईसबद्दल आणखी सांग."

"आणखी काय?"

"सर्वकाही. तो कसा होता?"

"प्रचंड देहधारी. सहा फुटांहूनही जास्तच असेल. चांगला लढवय्या होता. तो आधी मोटर मेकॅनिक होता."

"मग बरोबर!" क्विनच्या मनात आलं. कुणीतरी चांगल्या जाणकारानं त्या फोर्ड ट्रान्झिट व्हॅनची दुरुस्ती केलेली होती. "अच्छा – हा बेल्जियन मोटर मेकॅनिक होता, तर!"

"त्याचा पहिल्यापासून शेवटपर्यंत एक जिवलग दोस्त असा कुणी होता?"

"अं... हो. होता खरा एक. ते दोघं सतत बरोबर असायचे. मार्चाईस पाचव्या कमांडोत असतानाच तिथं त्यांची गट्टी जमली. तो साउथ आफ्रिकन होता. ते दोघं एकाच भाषेत बोलायचे... फ्लेमिश किंवा आफ्रिकन..."

"त्याचं नाव?"

"प्रेटोरियस. जानी प्रेटोरियस."

ते नाव ऐकून क्विनच्या पोटात मोठा खड्डा पडला. साउथ आफ्रिका म्हणजे फारच लांबचा पल्ला. आणि प्रेटोरियन हे नाव तर अगदी कुणाही सोम्या गोम्याचं असू शकतं.

"त्याचं पुढे काय झालं? परत आफ्रिकेला गेला की, मेला?"

"नाही. माझ्या ऐकिवात असं आहे की, तो नंतर हॉलंडमध्ये स्थायिक झाला. या गोष्टीला आता काही वर्षं लोटली आहेत. मी हे देवाशपथ खरं सांगतोय. हेर लेन्झलिंगर!"

"त्याला नंतरचं खरंच काही माहिती नाहीये," लेन्झलिंगर ओरडून म्हणाला, "तू आधी ती बंदूक बाजूला घे!"

बेनहार्टकडून आता याहून जास्त काही माहिती मिळणार नाही, हे क्विनलाही कळून चुकलं. त्यानं लेन्झलिंगरचं बखोट पकडलं आणि त्याला पलंगावरून खाली खेचला.

"आपण दोघं आता शहाण्यासारखे पुढच्या दरवाज्यापर्यंत चालत जाऊ," तो म्हणाला, "सावकाश, घाई नको. बेनहार्ट, तू हात डोक्यावर बांधून पुढे हो आमच्या आणि लक्षात ठेव, जास्त चलाखी केलीस, तर तुझे हे साहेब मेलेच, म्हणून समज."

ती सगळी वरात एका ओळीत चालत जिना उतरू लागली. पुढचं दार कुणीतरी बाहेरून जोरजोरात ठोकत होतं. नक्कीच तो रात्रपाळीचा पहारेकरी होता.

"अं, हं... तिकडे नाही. मागच्या दारी जायचंय आपल्याला..." क्विन म्हणाला. मग त्यांनी कंट्रोल हाउसला जोडणारा पॅसेज अर्धा ओलांडला, तोच क्विनचा पाय कशाला तरी अडखळला व तो कोलमडला. त्याची बंदूकही लांब पडली. लेन्झलिंगर

संधी साधून निसटला आणि विजेच्या वेगानं पळत जाऊन आपल्या अंगरक्षकांच्या नावे ठणाणा करू लागला. क्विननं बंदूक उचलून तिचा दस्ता बेनहार्टच्या डोक्यात हाणला व तो घाईघाईनं कंट्रोल-रूमच्या बाहेरच्या लॉनवर उघडणाऱ्या दाराकडे धावला.

तो लॉनच्या मध्यात पोहोचला असेल, तेवढ्यातच लेन्झलिंगर आरडाओरडा करत दरवाज्यात आला आणि कुत्र्यांना हाका मारू लागला. आता मात्र ही दयामाया दाखवण्याची वेळ नव्हती. क्विनचा जीवच धोक्यात होता, त्यामुळे त्यानं बंदुकीचा घोडा खेचला आणि मागे वळून अंदाजानं एक गोळी झाडली. लेन्झलिंगरनं असीम वेदनेनं एक किंकाळी फोडली व तो कसाबसा आत पळाला.

क्विन धावतपळत अखेर दोरापर्यंत पोहोचण्यात यशस्वी झाला. शिकारी कुत्र्यांनी त्याला गाठायच्या आत तो दोरावर चढून भिंतीपलीकडे पोहोचलासुद्धा, पण तेवढ्यात उडी मारताना भिंतीवरच्या विजेच्या तारांना त्याचा अगदी पुसटसा स्पर्श झाला आणि धोक्याच्या घंटा ठणठण वाजू लागल्या. क्विननं शिडी तिथंच काढून फेकली व व्हॅनमध्ये बसून तो भरधाव निघाला.

सॅम ठरल्याप्रमाणे सगळं सामानसुमान डिकीत भरून हॉटेलचं बिल वगैरे चुकतं करून, दारात तयारच होती. क्विननं आपली व्हॅन रस्त्यातच सोडून दिली आणि तो सॅमच्या गाडीत चढला.

"पश्चिमेला वळव!" तो म्हणाला, "हॉलंडच्या दिशेनं."

लेन्झलिंगरचे हस्तक दोन गाड्या भरून क्विनच्या मागावर होते. दोन्ही गाड्या रेडिओ ट्रान्समीटरवर एकमेकांशी सतत संपर्क ठेवून होत्या. घरी थांबलेला एक माणूस डिरेक्टरी घेऊन एकामागून एक फोन फिरवत बसला होता. गावातल्या प्रत्येक हॉटेलचा नंबर फिरवून, तुमच्याकडे क्विन नावाचा कुणी माणूस उतरलाय का, अशी त्यानं चौकशी चालवली होती. दहा मिनिटांच्या प्रयत्नानंतर एका हॉटेलातून अशी माहिती कळली की, श्री व सौ क्विन नामक जोडपं आत्ताच नुकतं हॉटेल सोडून गेलं. हॉटेलवाल्यानं त्यांच्या गाडीचं साधारण वर्णनही सांगितलं.

गाडी चालवता चालवता सॅमचं अचानक लक्ष गेलं, तर एक मर्सिडीस सतत संशयास्पद रीतीनं त्यांच्या मागून धावत होती. तिनं ती गोष्ट क्विनच्या लक्षात आणून दिल्यावर तो मुंडी खिडकीच्याही खाली घालून वाकून बसला. सॅमनं गाडी मुद्दाम बाजूच्या एका गल्लीत वळवली, तशी ती मर्सिडीसही परत त्यांच्यामागे आली.

"ते आता लवकरच आपल्याला गाठणार!" सॅम म्हणाली.

"घाबरू नको. काही घडलंच नाही, अशा आविर्भावात गाडी चालव!" क्विन खालून कुजबुजला, "त्यांच्याकडे बघून एक प्रसन्न हास्य टाक आणि हात हलव."

तेवढ्यात आता मर्सिडीस त्यांच्या शेजारून धावू लागली. बाहेर बराच काळोख होता. त्यामुळे सॅमच्या फोर्ड गाडीचा अंतर्भाग त्यांना नीट दिसत नव्हता. तेवढ्यात

तिनं खिडकीतून त्या गुंडांकडे पाहून अगदी प्रसन्न हास्य केलं आणि जोरजोरात हात हलवून 'बाय' केलं. गाडीतले लोक स्तंभित होऊन नुसतेच बघत राहिले. घाबरून पळ काढणारे लोक काही हसून हात वगैरे हलवत नाहीत. छे! हे ते नसतीलच! काही सेकंदांत मर्सिडीसनं वेग घेतला व एक यू टर्न घेऊन उलटी परत गावाच्या दिशेनं निघून गेली. दहा मिनिटांनी क्विन उठून व्यवस्थित जागच्या जागी बसला.

"हेर लेन्झलिंगरला तू आवडत नाहीस, वाटतं..."

"कसा आवडेन? मी आत्ताच बिचाऱ्याच्या 'अवघड जागी' गोळी मारलीय ना!" क्विन दुःखी चेहरा करून म्हणाला.

सॅमला हसू आवरेना.

❖

तेरा

कर्नल ईस्टरहाउसनं अलोमो ग्रुपच्या मीटिंगमध्ये अशी घोषणा केली की, सौदी अरेबियाच्या राजवटीच्या हीरकमहोत्सवाचा सोहळा येत्या सतरा एप्रिलला संपन्न होत आहे.

ते सगळे सायरस मिलरच्या मालकीच्या ह्यूस्टनमधल्या पॅनग्लोबल बिल्डिंगमध्ये त्याच्या आलिशान ऑफिसात बसले होते.

''या सोहळ्यासाठी बांधलं जात असलेलं विस्तीर्ण स्टेडियम जवळजवळ पूर्ण होत आलं आहे. धनधान्य, जडजवाहीर, भेटवस्तू, पाहुण्यांचं आदरातिथ्य, खास त्यांच्या सोयीसाठी बांधली जाणारी नवी हॉटेल्स, जगभराच्या वार्ताहरांसाठी बांधले जाणारे नवे कक्ष या सगळ्यांसाठी पाण्यासारखा पैसा खर्च करणं चाललं आहे.''

''प्रत्यक्ष सोहळ्याच्या सात दिवस अगोदर, म्हणजे बाहेरगावाहून येणारे पन्नास हजार पाहुणे येऊन पोहोचण्यापूर्वीच संपूर्ण कार्यक्रमाची वेशभूषेसह रंगीत तालीम होणार आहे. या कार्यक्रमाचा शेवट जुन्या मुसमॅक किल्ल्याच्या पाडावाचं दृश्य नाट्यरूपात सादर करून होणार आहे. यासाठी हॉलीवूडहून आलेल्या कारागिरांनी आपलं सर्व कसब पणाला लावून १९०२ सालच्या किल्ल्याचा सेट अगदी हुबेहूब उभा केला आहे. ह्या किल्ल्यात सैन्य घुसते व किल्ला काबीज करते, असं हे दृश्य आहे. या नाटकात किल्ल्याच्या आतून प्रतिकार करणारे सैनिक टर्की वेषात असणार आहेत. ते सगळे सध्याच्या शाही फौजेतूनच निवडलेले आहेत. आक्रमण करणारं सैन्य राजघराण्यातल्या सध्याच्या पन्नास राजपुत्रांचं असणार आहे. ते सगळे घोड्यांवरून किल्ल्यावर चाल करून येतील. त्यांचा नेता सध्याच्या राजाचाच नातेवाईक आहे. त्याचा चेहरामोहरा सुद्धा १९०२ सालच्या शेख अब्दुल अझीजशी मिळताजुळता आहे.''

''वा, वा! फारच छान!'' स्कॅनलॉन म्हणाला, ''पण आपण गडबड कधी करायची?''

"बरोबर याच क्षणी!" ईस्टरहाउस म्हणाला, "रंगीत तालमीच्या वेळी रात्री त्या एवढ्या मोठ्या स्टेडियममध्ये प्रेक्षक म्हणून खुद्द राजा आणि राजघराण्यातले फक्त सहाशे लोकच असतील. तेही मुख्यत: या नाटकात भाग घेणाऱ्या कलावंतांचे आई, वडील, काके, मामे, आत्या, मावशा वगैरेच असतील. ते सर्व जण राजघराण्यासाठी राखून ठेवलेल्या खास बॉक्समध्ये असतील. आता मी स्टेडिअममधून बाहेर जाण्याचे दरवाजे कॉम्प्युटरच्या मदतीनं बंद करून ठेवीन. आत शिरण्याचे दरवाजे उघडले की, पन्नास घोडेस्वार ठरल्याप्रमाणे आत शिरतील. आता या रंगीत तालमीच्या वेळी त्यांच्या बेतात आपण फक्त एक छोटासा बदल करणार आहोत. तो म्हणजे, त्याच दारातून त्या घोडेस्वारांच्या पाठोपाठच दहा अतिवेगवान व हुबेहूब आर्मीच्या ट्रक्ससारखेच दिसणारे ट्रक्स आत शिरतील व दरवाज्याच्या जवळच थांबून राहतील. सगळे ट्रक्स एकदा आत आले की, ही पण दारं बंद करण्यात येतील."

"ट्रक्समधून आपले हल्लेखोर उतरून राजघराण्याच्या बॉक्समध्ये घुसून गोळीबार करतील. तिथं राजाच्या संरक्षणासाठी मुद्दाम ठेवलेले पाचशे सैनिक त्याचा प्रतिकार करतील, पण बिचाऱ्यांचा दारूगोळा सगळ्याच्या सगळा बनावट असेल, त्यामुळे गोळी झाडताक्षणी हातातल्या हातातच स्फोट होऊन त्यांच्यातला प्रत्येक सैनिक जागच्या जागी मरेल."

"इकडे स्टेजवर मुसमॅक किल्ल्याच्या प्रतिकृतीपाशी असलेल्या राजपुत्रांना लोळवायला एक तुकडी नंग्या तलवारी घेऊन जाईल. अशा रीतीनं पूर्ण राजवट साधारण चाळीस मिनिटांच्या आतच खाली खेचण्यात येईल. यातील प्रत्येक क्षणाचं ऑटोमॅटिक व्हिडीओ कॅमेऱ्यांनी आपोआपच चित्रण केलं जाईल. ते नंतर मध्यपूर्वेत व देशोदेशीच्या टीव्हीवर दाखवण्याची व्यवस्था करता येईल."

"आणि त्या रक्तपातानंतर?" सायरस मिलरनं अधीरतेनं विचारलं.

"लढाईच्या शेवटच्या टप्प्यात स्टेडियमला आग लागेल," कर्नल शांतपणे म्हणाले, "ते सहज करता येईल. ही सगळी आग विझून जाईपर्यंतच्या शेवटच्या क्षणापर्यंत सगळं दृश्य टीव्ही कॅमेरे टिपतच राहतील. नंतर त्यांच्या पडद्यावर खुद्द इमामाची प्रतिमा झळकणार आहे."

"तो काय म्हणणार आहे?"

"त्याचं बोलणं संपूर्ण मध्यपूर्व आणि पश्चिम या दोहोंमध्ये खळबळ माजवणारं ठरणार आहे. हा नवा माणूस स्वर्गीय आयातुल्ला खोमेनींप्रमाणे संयत भाषण करणारा नाहीये. त्याला नेहमीच भावनेच्या भरात वाहून जायची सवय आहे. कारण तो स्वत:ला अल्ला आणि मुहम्मद यांचा प्रेषित समजतो."

मिलरनं सहानुभूतीनं मान डोलावली. तो स्वत:सुद्धा आकाशातल्या बापाचा प्रेषितच नव्हता काय?

''आता हा इमाम भाषणाच्या ओघात सर्वच्यासर्व धर्मनिरपेक्ष, तसेच सौदीच्या सीमारेषेवरचे सुन्नी पुराणमतवादी या सर्वांनाच खतम करण्याची धमकी देईल. 'पवित्र दरारा' चळवळीचा जोरजोरात पुरस्कार करेल, हासा तेलक्षेत्रं नष्ट करण्याची घोषणा करेल. त्यासरशी ताबडतोब प्रत्येक अरब राष्ट्र-अगदी सल्तनत ऑफ ओमानपासून ते थेट उत्तरेकडील तुर्कस्थानच्या सरहद्दीपर्यंतचे सगळे जण पश्चिमेकडे, अर्थात अमेरिकेकडे मदतीची याचना करायला धावतील.''

''आणि मग त्यानंतर एक सौदी प्रिन्स त्या जागी आणून बसवला जाईल व तो अमेरिकेच्या हातातलं बाहुलं असेल, असंच ना?''

''होय. ती व्यवस्थासुद्धा मी केली आहे. हा प्रिन्स खालिदी बिन सुदाईरी रंगीत तालमीला जाण्यापूर्वी वाटेत माझ्या घरी येणार आहे. तेव्हा त्याला भरपूर दारू पाजण्यात येईल. तो अगदी अट्टल दारुड्या आहे. दारूत अमली द्रव्यं घालून त्याला बेशुद्ध केलं जाईल. त्याच अवस्थेत तीन दिवस त्याला तळघरात डांबण्यात येईल. त्यानंतर तो शुद्धीवर आला की, त्याच्याकडून एक व्हिडीओटेप व एक रेडिओटेप बनवून घेतली जाईल. या टेपद्वारा तो जगाला ओरडून सांगेल की, आपण राजाचा, म्हणजे आपल्या काकांचा एकुलता एक वारस हयात असून, आता आपल्याला गादीवर बसवण्यात यावं, अशी अमेरिकेला विनंती करत आहोत. लक्षात ठेवा, लोकहो! अमेरिका आपणहोऊन कुठल्याही स्वरूपाचा हस्तक्षेप करणार नाही, पण अखेर कायदेशीर वारसाला त्याचा न्याय्य हक्क मिळवून देण्यासाठी ती सर्व अरब राष्ट्रांच्या संमतीनंच या बाबतीत दखल देईल.''

''मग मी या प्रिन्सला अमेरिकन दूतावासाच्या ताब्यात देईन, अर्थात त्याच्या जिवाला काही धोका पोहोचू नये, याच हेतूनं. आता शिया पंथाचे लोक या प्रिन्सला ताब्यात घेण्यासाठी अमेरिकन दूतावासावर चाल करून येतील. मग स्वतःच्या दूतावासाचं रक्षण करण्याकरता अमेरिकेला नाइलाजानं सैन्य पाठवावंच लागेल.''

''पण याचा परिणाम, कर्नल?'' मिलरनं विचारलं, ''यातून आपल्याला हवं ते साध्य होईल? अमेरिकेला तेल मिळेल?''

''प्रश्नच नाही. लोकहो! आपल्याला हवं ते मिळेल. पॅलेस्टिनी लोकांना मातृभूमी मिळेल. इजिप्तला रास्त भावात तेल मिळेल. आपल्या हातात सौदी आणि कुवेतचे तेलसाठे येतील. आपलाच नव्हे, तर साऱ्या जगाचाच यात फायदा आहे, साऱ्या मानवजातीचं कल्याण आहे. प्रिन्स नवा राजा होईल. त्या दारुड्याचा सल्लागार मीच असेन. यात फक्त सौदीतले लोक निराधार होतील. इतरही सुन्नी पंथाची अरब राष्ट्रं यातून धडा शिकतील. पाच वर्षांच्या आत कास्पियन समुद्रापासून तो थेट बंगालच्या उपसागरापर्यंत सर्वत्र शांतीचं साम्राज्य पसरेल.''

हे सगळं भाषण ऐकून अलामो ग्रुप स्तब्ध झाला. त्या पाचांमधले दोघं जण तर फक्त सौदीतील तेलाचा ओघ आपल्याकडे वळवून घेणं एवढ्या स्वार्थी उद्देशानं यात आले होते. बाकी काही नाही. उरलेले तिघंही त्यांना साथ द्यायला तयार झाले होते. आणि आता... त्यांनी संपूर्ण तिसऱ्या जगाचा नकाशाच बदलून टाकण्याचा प्लॅन इथं ऐकला होता. या पाचांपैकी मॉयर आणि कॉब या दोघांच्या मनात तर कर्नलचं हे वक्तव्य ऐकल्यावर एक असाही विचार चमकून गेला की, हा कर्नल ईस्टरहाउस एक महाभयंकर व अतिशय आत्मकेंद्रित असा मानसिक रुग्ण आहे. पण आता हे सगळं प्रकरण फारच पुढे गेलं होतं. आता परतीची वाट बंद झाली होती.

सायरस मिलर व ईस्टरहाउस या दोघांनीच नंतर एकत्र जेवण घेतलं. जेवता-जेवता मिलरनं विचारलं,

"काही अडचण तर नाही, कर्नल?"

कर्नल क्षणभर थांबला.

"एकच अडचण उद्‌भवण्याची शक्यता आहे, सर," तो शब्द तोलूनमापून वापरत होता. "आपल्या या प्लॅनच्या पूर्ततेला फक्त चाळीस दिवस उरले आहेत. या अवधीत याबद्दल अवाक्षरही कुणाला बाहेर कळलं, तरी सगळा डाव उधळून लावायला ते पुरेसं आहे. एक तरुण आहे... अतिउत्साही. तो आधी बँकेत ऑफिसर होता... आता तो लंडनमध्ये राहतो. मला वाटतं, कुणीतरी त्याला चार समजुतीचे शब्द सांगायची जरुरी आहे."

"मला सांगा," मिलर म्हणाला, "मला या माणसाबद्दल सर्वकाही सांगा..."

❖

क्विन आणि सॅम यांनी ओल्डनबुर्गपासून जो पळ काढला, तो थेट दोन, अडीच तासांनंतर ग्रोनिंगर या गावीच ते थांबले. क्विननं रस्त्याचं मार्गदर्शन केलं व सॅमनं त्याबरहुकूम डे डोलन नामक हॉटेलपाशी अखेर गाडी आणून उभी केली.

शहराच्याच मध्यवर्ती चौकात एक उंच पाचमजली इमारत आहे व तीत मुख्य पोलीसठाणं आहे.

"तुझ्या माहितीचं असेलच कुणीतरी इथंही!" सॅम चौकातल्या इमारतीपाशी ते दोघं उभे असताना क्विनला म्हणाली.

"पूर्वी होता." क्विन म्हणाला, "तो माणूस आता कदाचित निवृत्तही झाला असेल. पण झाला नसला, तर मात्र फार बरं होईल."

पण सुदैवानं क्विनला हवा असलेला माणूस निवृत्त झालेला नव्हता. स्वागत-कक्षातील तरुण ऑफिसरजवळ चौकशी केल्यावर कळलं की, इन्स्पेक्टर द ग्रूट

आता मुख्य इन्स्पेक्टर झाले आहेत. मग त्या ऑफिसरनं क्विनला नाव विचारलं आणि इंटरकॉम उचलला.

"आपली आणि आमच्या साहेबांची चांगलीच ओळख दिसते!" तो तरुण ऑफिसर फोन ठेवल्यावर क्विनला अदबीनं म्हणाला.

त्यानंतर लगेच त्यानं त्या दोघांना मुख्य इन्स्पेक्टर द ग्रूट यांच्या केबिनकडे नेलं. द ग्रूट त्यांची वाटच पाहात होता. त्यांना बघताच तो उठून पुढे आला. तो एखाद्या महाकाय गोरिलासारखा दिसत होता. त्याला त्याच्या तीस वर्षांच्या कारकिर्दीत त्याच्या व्यक्तिमत्त्वाला साजेसं टोपणनावही मिळालं होतं – पापा द ग्रूट!

"ओ हो, क्विन! किती दिवसांनी भेट होतेय आपली!"

"चौदा वर्षांनी!" क्विन त्याचे दोन्ही हात घट्ट पकडून म्हणाला. मग त्यानं सॅमची ओळख नुसती आपली मैत्रीण म्हणून करून दिली, मात्र ती एफ.बी.आय. एजंट असल्याचा त्यानं उल्लेख केला नाही. कारण ते दोघंही अनधिकृतरीत्या इथं आले होते. पापा द ग्रूटनं कॉफी मागवली व भेटायला येण्याचं कारण विचारलं.

"मला एका माणसाचा पत्ता हवाय," क्विन म्हणाला, "मला वाटतं, तो हॉलंडचाच रहिवासी आहे."

"जुना मित्र, का नातेवाईक?"

"छे, छे! माझी व त्याची आजतागायत कधी गाठही झालेली नाही."

पापा द ग्रूट क्षणभर कॉफी ढवळता ढवळता थांबला.

"पण काय, रे, तू त्या लॉईड कंपनीतून निवृत्त झालास ना?" तो म्हणाला.

"हो, हो. आम्ही दोघं फक्त आमच्या जुन्या मित्रांना मदत, म्हणून हे काम करत आहोत."

"हरवलेल्या व्यक्तींचा शोध घेण्याचं काम? वा! एकदम नवंच क्षेत्र निवडलंस की. ठीक आहे. नाव आणि पत्ता तर सांगशील?"

द ग्रूटवर सुद्धा क्विनचे काही जुने उपकार होतेच.

"त्याचं नाव प्रेटोरियस. जानी प्रेटोरियस..." क्विन म्हणाला.

द ग्रूटच्या कपाळावर आठी पडली.

"हे तर कुठल्याही सोम्यागोम्याचं नाव असू शकेल. प्रेटोरियस. छे! फारच कॉमन..." तो म्हणाला, "पण तो कुठल्या गावात किंवा शहरात राहतो, हे तरी निदान सांगशील?"

"नाही ना. पण तो जन्मानं डच नाही, एवढं नक्की. तो मूळचा साउथ आफ्रिकन आहे आणि माझा अंदाज तर असा की, तो इथला कायदेशीर नागरिक झालेलाच नसणार."

"मग कठीण आहे..." द ग्रूट म्हणाला, "आमच्याकडे हॉलंडमध्ये वास्तव्य

करणाऱ्या परकीय नागरिकांची यादी वगैरे नसते. ती नागरी हक्काच्या कायद्याची भानगड ठाऊक आहे ना?''

''पण तो पूर्वाश्रमीचा काँगो मर्सिनरी आहे. मला वाटलं, त्याचा इतिहास लक्षात घेता हॉलंडसारख्या देशात पोलिसखात्याकडे त्याचा पत्ता नक्कीच मिळेल.''

द ग्रूटनं मान हलवली.

''असंच काही नाही. जर तो मुळात या देशात बेकायदेशीरपणेच शिरला असेल, तर त्याचं आमच्या फायलीत तरी रेकॉर्ड असणार कुठून? जर रेकॉर्ड असतं, तर एव्हाना आम्ही त्याच्यावर कारवाई नसती केली? दुसरं म्हणजे, तो राजरोसपणे कायदेशीर मार्गानंच इथं आला असला, नंतर त्यानं रीतसर कार्ड बनवलं असलं आणि नंतर एकही गुन्हा न करता सनदशीरपणे जगत असला, तरीही त्याचं रेकॉर्ड मिळणार नाही. डच नागरी कायदा.''

क्विनला सुद्धा डचांच्या या वेडाची कल्पना होतीच.

''पण मुळातच अशा माणसाला कायदेशीरपणे या देशात शिरता कसं येईल?''

''वेल. जर त्यानं डच मुलीशी लग्न केलं असेल, तर त्याला इथलं रीतसर नागरिकत्व मिळेल, मग तर तो अदृश्यच झाला, म्हणून समज, क्विन!''

''पण मग सोशल सिक्युरिटी, देशांतर्गत कर, इमिग्रेशन?''

''पण ते तुला काहीही सांगणार नाहीत...'' द ग्रूट म्हणाला, ''माणसाला आपलं आयुष्य खाजगीपणे जगण्याचा अधिकार आहे. हं, आता एखाद्या माणसाविरुद्ध काही फौजदारी गुन्ह्याचीच केस आहे, असं मी सिद्ध करू शकलो, तरच ते मला काहीतरी माहिती देऊ शकतील; आणि एखाद्या निरपराध माणसाबद्दल असं काही करणं मला अगदी अशक्यच आहे, क्विन. खरंच सांगतो.''

''मग तुम्ही मला दुसऱ्या कोणत्याच मार्गानं मदत करू नाही का शकणार?'' क्विननं विचारलं.

द ग्रूटनं खिडकीबाहेर पाहिलं.

''बी. व्ही. डी. मध्ये माझा एक पुतण्या आहे,'' तो म्हणाला, ''अर्थातच अनऑफीशियल हं... कदाचित तू म्हणतोयस, तो माणूस त्यांच्या यादीत असेल.''

''मग त्याला तेवढं विचाराना, माझ्यासाठी... प्लीज...'' क्विन म्हणाला, ''मला फार मदत होईल.''

नंतर क्विन आणि सॅम गावात भटकायला गेले.

इकडे द ग्रूटनं आपल्या पुतण्याला फोन केला. तो हॉलंडच्या इंटर्नल सेक्युरिटी सर्व्हिसमध्ये नोकरीला होता. काका व पुतण्या-दोघांचे फार चांगले संबंध होते, पण तरीही या कामासाठी त्याचं मन वळवायला द ग्रूटला फारच प्रयास पडले. शेवटी बी.व्ही.डी.च्या कॉम्प्युटरकडून अनधिकृतपणे माहिती मिळवणं ही काही लहानसहान बाब नव्हती.

द ग्रूटनं क्विनला दुसऱ्या दिवशी सकाळी फोन केला आणि बरोबर एका तासानं परत ते पोलीस ठाण्यात भेटले.

"हा तुझा प्रेटोरियस म्हणजे एक नामी वल्लीच दिसते आहे!" आपल्या हातातील टिपणं चाळत द ग्रूट म्हणाला, "असं दिसतंय की, दहा वर्षांपूर्वी जेव्हा तो हॉलंडमध्ये आला, तेव्हा आमच्या इंटर्नल सेक्युरिटीवाल्यांनी आपली एक लागली तर असावी, म्हणून, सावधगिरी म्हणून त्याची फाइल बनवून ठेवली आहे. ऐक हं – जॉन पीटर प्रेटोरियस, जन्म ब्लूमनफॉन्टेन, १९४२. म्हणजेच तो आत्ता १९५० वर्षांचा असणार. त्यानं आपला साइनबोर्ड रंगवणारा रंगारी असा व्यवसाय दिला आहे."

क्विननं परत मान हलवली. कुणीतरी ती फोर्ड ट्रॅन्झिट व्हॅन परत एकदा रंगवली होतीच. तसंच दोन्ही बाजूंवर 'बार्लोज ऑर्चर्ड प्रोड्यूस' अशी अक्षरंही रंगवली होती. गाडीच्या मागच्या काचांवर सफरचंदाची क्रेट्सही रंगवली होती. क्विनचा तर अंदाज असा होता की, नंतर शेडमध्ये ट्रॅन्झिट व्हॅनमध्ये बाँबस्फोट घडवून आणून, त्याची जाळून राख करण्याचं कामही या प्रेटोरियसचंच असणार. साधी गोष्ट होती. झॅकला या बाँब प्रकारातली नक्कीच माहिती दिसत नव्हती. बॅबीज नामक गोदामात क्विननं त्याला किती सहज गंडवलं होतं. बेकरीतून आणलेलं मार्झिपॅन त्याला हुंगायला देऊन ते सेमटेक्स नामक स्फोटक विषारी द्रव्य आहे, अशी बतावणी त्यानं केली होती. सेमटेक्सला वास नसतो, ही साधी गोष्टही झॅकला ठाऊक नव्हती.

"तो १९६८मध्ये साउथ आफ्रिकेला परतला. नंतर तिथं काही दिवस एका हिऱ्याच्या खाणीत सेक्युरिटी गार्डचं काम करत होता."

'बरोबर, ज्या माणसाला हिऱ्याची चांगली पारख आहे, तोच हा,' क्विन मनात म्हणाला,

"तो बारा वर्षांपूर्वी भ्रमंती करत पॅरिसला पोहोचला व तिथं एका डच मुलीच्या प्रेमात पडला. त्यानं तिच्याशी लग्न केलं, त्यामुळे त्याला हॉलंडचं नागरिकत्व मिळालं. मग त्याच्या सासऱ्यांनी त्याला आपल्या स्वतःच्या दारूगुत्त्यातच बारमन म्हणून कामाला लावलं, पण पाच वर्षांपूर्वी त्याचा घटस्फोट झाला. दरम्यानच्या काळात त्यानं थोडा-फार पैसाही गाठीशी बांधला होता, त्यातूनच त्यानं नंतर एक स्वतःच्या मालकीचा बार विकत घेतला. आता तो स्वतःच तो चालवतो व तिथंच वरच्या मजल्यावर राहतो."

"कुठं?"

"डेन बोश नावाच्या गावात. तुला हे गाव माहिती आहे?"

क्विननं होकार दिला.

"बारचं नाव?"

"द गोल्डन लायन!" द ग्रूट म्हणाला.

क्विननं त्याचे मनापासून आभार मानले आणि तो व सॅम उठले.

ते निघून गेल्यावर द ग्रूट उठून खिडकीपाशी जाऊन उभा राहिला. त्याचं खाली रस्त्यावर लक्ष गेलं. क्विन व सॅम घाईनं रस्ता ओलांडून पलीकडे चालले होते. द ग्रूटला क्विन खरंच मनापासून आवडे, पण त्यानं त्या प्रेटोरियसची माहिती का बरं विचारली? त्याला क्विनची काळजी वाटू लागली. क्विनचा हा जो काही उद्योग चालला होता, तो अधिकृत असला, तर ठीकच आहे, पण त्यानं अनधिकृतपणे इथं येऊन एका साउथ आफ्रिकन मर्सिनरीचा तपास लावणं चालवलं असतं, तर ते त्याला नको होतं... त्यानं एक निःश्वास सोडला व फोनचा रिसीव्हर उचलला.

❖

"सापडलं?" गाडी ग्रोनिंगर गावाबाहेर पडता-पडता क्विननं विचारलं.

सॅम रस्त्याचा नकाशा बारकाईनं बघत बसली होती.

"हो. दक्षिणेकडे आहे. बेल्जियमच्या सरहद्दीपाशी. माझ्या कुंडलीत अजून किती दिवस या क्विनबरोबर प्रवास-योग आहे, देव जाणे!"

"आपण नशीबवान आहोत, सॅम!" क्विन म्हणाला, "हा प्रेटोरियस नक्कीच झॅकच्या गँगमधलाच असणार, असं माझं मन मला सांगतंय. आता आपल्याला ब्लूमनफॉण्टेनच्या दिशेनं जायला हवं."

सॅमनं आता गाडीचा ताबा घेतला आणि शेजारच्या सीटवर पोटाभोवती पट्टा बांधून क्विन गाढ झोपी गेला. त्या पट्ट्यानंच त्याचे प्राण वाचवले.

आर्नहेमच्या उत्तरेकडे हायवेच्या पश्चिमेला टेर्लेटचा ग्लायडिंग क्लब आहे. त्या दिवशी चांगला स्वच्छ सूर्यप्रकाश पडला होता. समोरच्या गल्लीतून येणाऱ्या ट्रक-ड्रायव्हरचं लक्ष हायवेच्या जरा वर हवेतून विहार करणाऱ्या ग्लायडरकडे होतं, त्यामुळे त्याचा गाडीवरचा ताबा सुटला. सॅमनं गाडी वळवायची शिकस्त केली; पण काही उपयोग झाला नाही. गाडीनं जोरात पलटी खाल्ली. ट्रक-ड्रायव्हर न थांबता सुसाट वेगानं निघून गेला. सॅमची गाडी चिखलात रुतून बसली.

क्विनला दचकून जाग आली व त्यानं सॅमकडे पाहिलं. तीही त्याच्यासारखीच सुखरूप होती. फक्त भीतीनं पांढरी मात्र पडली होती. ते दोघं गाडीतून सावकाश बाहेर पडले. बाजूनं गाड्यांची ये-जा चालूच होती. चिखलातून बाहेर येणं फारसं अवघड गेलं नाही.

"ते दे इकडे!" क्विन म्हणाला.

"पण काय?" सॅम बुचकळ्यात पडली होती.

"तुझ्याकडचं पिस्तूल – स्मिथ अँड वेसन."

त्यानं ते पिस्तूल व भरलेली काडतुसं सगळी सॅमच्याच डोक्याला बांधायच्या रेशमी रुमालात नीटपणे गुंडाळली आणि जवळच्या झुडपापाशी एक खड्डा करून ते त्यात पुरून ठेवलं. वर खुणेसाठी एक दगडही ठेवला. दोनच मिनिटांत सायरन वाजवत एक मदतगार पोलीस पथक तिथं येऊन थांबलं.

दोघं अपघातातून सुखरूप बचावले आहेत, हे पाहून ड्युटी ऑफिसर्सना हायसं वाटलं. त्यांनी क्विन व सॅमकडे कागदपत्रं बघायला मागितली. अर्ध्या तासानं त्यांची वरात सर्व सामानसुमानासह आर्नहेमच्या पोलीस चौकीत पोहोचली. एका सार्जंटनं त्यांच्याकडून झालेल्या घटनेची तपशीलवार जबानी घेतली. ती संपेपर्यंत दुपारचे दोन वाजून गेले होते.

सॅमनं चौकीतूनच जिथून गाडी भाड्यानं घेतली होती, त्या एजन्सीला फोन केला, त्यांच्या स्थानिक ऑफिसात आपल्या कंपनीच्या गाडीला अपघात झालाय, म्हटल्यावर तो जरासा नाराज झाला; पण लगेचच तो पोलीस स्टेशनात आला. त्याचं आणि त्या सार्जंटचं एकमेकांशी अगम्य भाषेत काहीतरी बोलणं झालं. क्विन व सॅम-दोघांनाही एक अक्षरही कळलं नाही, मात्र नशिबानं दोघांना इंग्रजी पण येत होतं, म्हणून बरं.

"...हं, तर पोलिसांच्या तुकडीच्या मदतीनं ती गाडी... अं... चिखलातून बाहेर काढण्याची व्यवस्था होईल. आमच्या कंपनीचे लोक येऊन ती कंपनीच्या वर्कशॉपमध्ये घेऊन जातील. तुमच्या जवळच्या कागदपत्रांवरून वाहनविमा तर दिसतोच आहे, तेव्हा त्याचाही प्रश्न नाही. बरं, ही गाडी कुठं हॉलंडमध्येच भाड्यानं घेतली होती ना?"

"नाही, ओस्टेंड, बेल्जियम..." सॅम म्हणाली.

"ठीक आहे," तो म्हणाला. पण आता उगीच पत्रव्यवहाराची नसती कटकट आली, त्याच्या मनात आलं. अर्थात त्यानं ते चेहऱ्यावरून दाखवलं नाही. "बरं, तुम्हाला दुसरी गाडी भाड्यानं हवी आहे?"

"हो चालेल!" सॅम म्हणाली.

"मी तुम्हाला एक चांगली ओपेल अॅस्कोना गाडी देईन, पण ती उद्या सकाळी. आत्ता तिचं सर्व्हिसिंग चाललंय." "तुम्हाला एखादं हॉटेल माहिती आहे?"

त्यांना इथली काहीच माहिती नव्हती, पण तो सार्जंट भला माणूस होता. त्यानं लगेच फोन करून त्यांना एका हॉटेलात खोली मिळवून दिली. परत आभाळ भरून आलं होतं. मग एजन्सीच्याच माणसानं त्यांना हॉटेलपाशी सोडलं आणि उद्याच सकाळी आठ वाजता ओपेल गाडी पाठवतो, म्हणून सांगितलं.

हॉटेलात फारशी गर्दी नव्हती. त्यांची डबलरूम चांगली प्रशस्त होती. खिडकीतून ऱ्हाईन नदी दिसत होती. एव्हाना संध्याकाळ होत आली होती. खिडकीच्या तावदानांवर पावसाचा मारा होत होता. क्विन आरामखुर्ची घेऊन खिडकीशी बसला होता.

''मला वाटतं, मी आता केव्हिन ब्राऊनला फोन करून आपल्याला मिळालेली माहिती सांगायला हवी.'' सॅम म्हणाली.

''मला मात्र तसं वाटत नाही...'' क्विन म्हणाला.

''पण तो चिडेल.''

''ठीक आहे. जा, त्याला फोन कर आणि म्हणावं, आम्हाला अपहरणकर्त्यांपैकी एक जण सापडलाय. त्याला दुसऱ्या कुणाच्या तरी गोळीनं मेलेल्या स्थितीत जायंटव्हीलवर सोडून आम्ही पळ काढलाय. त्याला असंही सांग की, आपण सध्या अनधिकृतपणे बेल्जियम, जर्मनी, हॉलंड, इत्यादी देशांतून एक भारी बंदूक घेऊन हिंडतोय. हे सगळं ओपन लाइनवर सांगणार आहेस का तू त्याला?''

''बरं. ठीक आहे. पण मी निदान काही टिपणं तरी काढून ठेवते.''

''जरूर. त्याला काहीच हरकत नाही.''

सॅमनं खोलीतला छोटा फ्रीज उघडला. तिला आत एक वाइनची छोटी बाटली मिळाली. ती तिनं एका ग्लासात ओतून क्विनला आणून दिली व आपण छोट्या डायरीत टिपणं काढू लागली.

खिडकीतून बाहेर बघत क्विन आपल्या गतायुष्याचा विचार करू लागला.

सॅमचं लिखाण संपल्यानंतर ती उठली. क्विन म्हणाला,

''चला, आता खाली जाऊन जेवायला तरी काय मिळतं, ते पाहू.''

❖

दुसऱ्या दिवशी सकाळी आठाच्या ठोक्याला गाडी त्यांच्यापाशी येऊन हजर झाली. त्याबरोबरच मोटारसायकलवरून कालचा सार्जंट आणि दोघे पोलीसही येऊन हजर झाले.

''तुम्ही आता इथून पुढे कुठं जाणार, मि. क्विन?'' सार्जंटनं विचारलं.

''ब्लिसिंगन, फ्लशिंग...'' असं क्विन म्हणाल्यावर सॅमलाही आश्चर्याचा धक्काच बसला. ''तिथून बोट पकडणार!''

''छान!'' सार्जंट म्हणाला, ''तुमचा प्रवास सुखाचा होवो. हे माझे सहकारी तुम्हांला नेर्ऋत्येच्या मोटाररोडपर्यंत नेऊन सोडतील.''

मोटाररोड लागताच त्या पोलिसांनी त्यांचा निरोप घेतला. डोर्टमुंडला पोहोचल्यावर क्विनला जे वाटलं होतं, त्याच भावना मनात परत जाग्या झाल्या.

डेन बोश हे गाव म्हणजे गल्ल्याबोळांचा एक मोठा भूलभुलैयाच आहे. त्यातून हव्या त्या ठिकाणाचा पत्ता शोधून काढणं हे महाकर्मकठीणच काम म्हणावं लागेल. क्विन आणि सॅमला तब्बल तीन वेळा चुकीच्या रस्त्यानं गेल्यामुळे परत यावं लागलं व अखेर कसाबसा हव्या त्या हॉटेलचा पत्ता सापडला. हे हॉटेल शहराच्या मध्यवर्ती चौकातच होतं.

खोलीत गेल्यागेल्याच क्विननं टेलिफोन डिरेक्टरी उघडून 'गोल्डन लायन' बारचा पत्ता शोधायला सुरुवात केली. त्यात एकाच 'गोल्डन लायन'बारचं नाव होतं. पत्ता जवळचाच असल्यानं ते चालतच निघाले. तो बार अगदीच छोट्याशा बोळकांडीत असल्यामुळे नकाशात तो दाखवलेला नव्हता. चौकात विचारलं, पण कुणालाच काही माहिती नव्हतं. अगदी पोलिसाला देखील विचारून झालं. अखेर कसातरी क्विननंच तो बार शोधून काढला. रस्ता कसला, अगदीच छोटा बोळ होता तो. आजूबाजूला सगळी जुनाट घरं आणि गरीब वस्ती होती. साधारण तीनशे वर्षांची जुनी घरं असतील. बऱ्याच ठिकाणी पाडापाडी चालली होती. कुठंकुठं नवीन इमले उभे राहताना दिसत होते.

या अरुंद गल्लीत दोन बार्स होते, त्यांपैकी गोल्डन लायन हा बार रस्त्याच्या दक्षिणेकडच्या भागात होता. तो एका लहानशा दुमजली इमारतीत होता. वर लटकत असलेली बारच्या नावाची पाटी इतकी जुनाट आणि पुसट झाली होती की, तीवरची अक्षरं धड वाचताही येत नव्हती. तळमजल्यावर एकुलती एक खिडकी होती. तिला रंगीत अपारदर्शी काचेची तावदानं असल्यानं आतलं काहीच दिसत नव्हतं. शेजारीच आत शिरण्याकरता दार होतं. ते बंद होतं. क्विननं बेल वाजवली व तो वाट बघत थांबला, पण आतून आवाज नाही, हालचाल नाही. गंमतच आहे. रस्त्यांवरचे इतर बार्स उघडे असताना हाच एकटा बंद कसा? क्विननं विचार केला.

"आता काय?" सॅम म्हणाली. रस्त्याच्या समोरच्या बाजूला आणखी एक बार होता. त्यात खिडकीलगत एक माणूस वर्तमानपत्र तोंडापुढे घेऊन बसला होता. त्यानं क्षणभर दोघांकडे पाहिलं व परत चेहरा वर्तमानपत्राआड दडवला. या दोघांच्या ते गावीही नव्हतं. 'गोल्डन लायन' बारच्या शेजारी लागूनच एक लाकडी दरवाजा होता. हा बहुतेक बारच्या मागच्या भागात जाण्याकरता असेल, असा क्विननं अंदाज केला.

"तिथंच थांब!" क्विन सॅमला म्हणाला आणि तो लाकडी दार ढकलून आत अदृश्य झाला. काही मिनिटांनी सॅमला आतून काचा फुटल्याचा आवाज झाला, पावलांची चाहूल लागली व बारचं दार आतून उघडलं. क्विन दारात उभा होता.

"लवकर आत ये!" तो कुजबुजला. ती आत शिरल्यावर त्यानं दाराला परत

कडी घातली. आत अंधार होता, पण एकदा डोळे सरावल्यावर काचेच्या रंगीत तावदानांतून झिरपणाऱ्या अपुऱ्या प्रकाशातही थोडं थोडं दिसू लागलं.

बार अगदीच लहानसा होता. त्याचा आकार इंग्रजी एल या अक्षरासारखा होता. काउंटरच्या मागे शेल्फमध्ये तऱ्हेतऱ्हेच्या देशादेशीच्या दारूच्या बाटल्या आपली लेबलं दिमाखानं मिरवत उभ्या होत्या. शेजारी बिअरग्लास स्वच्छ धुऊन पालथे घातलेले होते. बारच्या मागच्या भागात एक लहानसं दार होतं. हे दार व रस्त्यावरील दार एका पॅसेजनं जोडलेलं होतं. पॅसेज व बार या दोहोंमध्येच लहानसा टॉयलेट ब्लॉक होता. यातील बाथरूमच्या काचा फोडूनच क्विन आत आला होता. पॅसेजमधून एक जिना वरच्या मजल्यावर जाण्यासाठी होता.

"तो माणूस कदाचित वरच असेल..." सॅम म्हणाली.

पण ते वर गेले, तर फ्लॅटमध्ये कुणीच नव्हतं. फ्लॅट अगदीच लहान होता. एक स्वयंपाकघर व एक बैठकीची खोली एवढंच होतं. खोलीतील सजावटीवर जागोजाग आफ्रिकेची छाप दिसून येत होती. कोपऱ्यात टीव्ही होता. एक पलंग होता, पण त्यावर उशा-पांघरुणं अस्ताव्यस्त पसरलेली होती. खोलीत एकही पुस्तक नजरेला येत नव्हतं.

क्विननं घराचा इंचन्इंच शोधला; पण प्रेटोरियस मिळाला नाही. अगदी कपाटं, माळे - काही म्हणून सोडलं नाही शोधायचं. ते खाली बारमध्ये परत गेले.

"आपण आता एवीतेवी घरफोडी करून आत शिरलोच आहोत, तर निदान फुकटात बिअर तरी पिऊ!" म्हणून सॅम काउंटरच्या मागे गेली. तिनं दोन ग्लास उचलले आणि काउंटरच्या खाली असणाऱ्या पंपाचं हँडल वर-खाली केलं. फेसाळल्या सोनेरी बिअरनं दोन ग्लास भरले.

"ही बिअर कुठून येते?" क्विन म्हणाला.

सॅमनं काउंटरच्या खाली वाकून हातानं जरा चाचपणी केली.

"नळ्या खाली तळघरात गेलेल्या दिसतायत." ती म्हणाली.

क्विननं ताबडतोब उठून जमिनीवरचा गालिचा उचलला. त्याला तळघराकडे जाण्यासाठी लहानसं चौकोनी दार दिसलं. ते दार कसलं, एक फळकूटच होतं. ते उचलल्यावर आत लाकडी जिना होता. शेजारीच दिव्याचं बटण होतं. तळघर चांगलंच प्रशस्त दिसत होतं.

ज्या नळ्या तळघरातून वर पंपाकडे आल्या होत्या, त्या चकचकीत स्टीलच्या पिंपांमधून निघाल्या होत्या. आता क्विन व सॅम तळघरात पोहोचले होते. ते बारकाईनं पाहणी करत होते. भिंतीलगत एक लहानसा कट्टा होता. कट्ट्यावर तीन प्रचंड मोठी व अतिशय जुनी दारूची लाकडी पिंपं ओळीनं उभी होती. प्रत्येक पिंपाला खालच्या भागात एक नळही होता. क्विननं सहजच एका पिंपाचा नळ

सोडला. अतिशय जुनी फिकट पिवळ्या रंगाची, आंबूस वासाची बिअर फसफसत वाहू लागली. दुसऱ्या पिंपाचा नळ सोडला, तरी तेच. तिसऱ्या पिंपाचा नळ त्यानं लाथेनंच उघडला. बिअर वाहू लागली. पण तिचा पिवळा रंग बघता-बघता गुलाबी झाला.

क्विननं सगळी शक्ती पणाला लावून ते पिंप आडवं पाडण्यात यश मिळवलंन. बिअरमध्ये बुडलेला एक मृतदेह अर्धवट बाहेर येऊन लोंबकळत राहिला. मृताचे डोळे अर्धवट उघडे होते. त्याच्या एका कानशिलावर बंदुकीच्या गोळीची जखम होती. गोळी दुसऱ्या कानशिलातून बाहेर पडल्याची खूण दिसत होती. त्या भागाचा चेंदामेंदा झालेला होता. मृताची उंची व आकारमान बघता आपल्या मागे बॅबीज गोदामात हातात स्कॉर्पियन बंदूक घेऊन हाच उभा असणार, असा क्विननं तर्क केला. तो जर हाच असला, तर त्यानं शॉटओव्हर मैदानावर झालेल्या चकमकीत एक ब्रिटिश सार्जंट व एक अमेरिकन गुप्तचर यांना ठार केलं होतं.

तेवढ्यात क्विनच्या पाठीला बंदुकीच्या नळीचा थंडगार स्पर्श झाला. क्विननं मागे वळून पाहिलं. मागे उभा असलेला माणूस भराभर डचमध्ये काहीतरी बोलला, ते क्विनला समजलं नाही; पण त्याच्या म्हणण्याचा अर्थ होता : शाबास, रे पठ्ठे! आमच्या आधी शेवटी तू त्याच्यापर्यंत पोहोचलासच!

त्या माणसाच्या मागे आणखी दोन गणवेशधारी पोलीस तळघराच्या पायऱ्यांवर उभे होते. बंदूकधारी मात्र साध्या वेशातला सार्जंट होता.

क्विन आणि सॅम-दोघांनाही पोलिसठाण्यावर नेण्यात आलं. नशिबानं ते जवळच होतं. सरकारी इस्पितळही समोरच होतं. जानी उर्फ जॉन प्रेटोरियसचा मृतदेह विच्छेदनासाठी तिथंच पाठवण्यात आला.

मुख्य इन्स्पेक्टर डी कास्ट्रा याला पापा द ग्रूटनं खरं तर कालच फोन करून सावधगिरीची सूचना दिली होती, तरी पण एक अमेरिकन एका साउथ आफ्रिकन माणसाच्या शोधात फिरतोय, या बातमीला त्यानं म्हणावं तेवढं महत्त्व दिलं नाही व त्याची फारशी दखलही घेतली नाही. फक्त एक खबरदारी म्हणून दुपारी लंच-टाइममध्ये आपल्या एका हवालदाराला 'गोल्डन लायन'बारकडे एक नजर टाकून येण्यासाठी पाठवलं. बार बंद आहे, असं बघून हवालदार परत आला.

मग एका जवळच्याच चावीवाल्याला घेऊन पोलिसांनी दाराचं कुलूप उघडलं व ते आत शिरले, पण आत सारं काही जिथल्या तिथं होतं. जर प्रेटोरियस बार बंद ठेवून काही कामानिमित्त बाहेर गेलेला असला, तरी त्यात काहीच गैर नव्हतं. समोरच्या बारच्या मालकानं सांगितलं की, 'गोल्डन लायन' बार दुपारपर्यंत उघडाच होता. हवा फार थंड असल्यामुळे दरवाजा नेहमी बंदच असायचा. त्यानं

स्वत: आज 'गोल्डन लायन' बारमध्ये कुणालाच आत शिरताना वा बाहेर पडताना पाहिलं नव्हतं. पण यातही काही नवल नव्हतं. आज धंदा मंदीत असेल.

पण मग सार्जंटनंच या 'गोल्डन लायन' बारवर पाळत ठेवावी, अशी सूचना केली. डी कास्ट्रालाही ते पटलं आणि त्याचा फायदा झाला. तो अमेरिकन बरोबर चोवीस तासांनी उगवला.

शवविच्छेदनासाठी हॉलंडमधल्या विख्यात शवविच्छेदन-तज्ज्ञांना – प्रोफेसर विअरमान यांना पाचारण करण्यात आलं होतं.

नंतर दुपारी क्विनची जबानी घेण्यात आली. त्यानं डी कास्ट्राला सांगितलं की, आपली आणि प्रेटोरियसची चौदा वर्षांपूर्वी पॅरिसमध्ये ओळख झाली होती. आणि आता हॉलंडमध्ये आलोच आहोत, तर आपल्या जुन्या मित्राला तरी भेटून जावं, अशा उद्देशानं आपण बारमध्ये शिरलो होतो. डी कास्ट्रानं चेहऱ्यावरची रेषा न हलवता ते सगळं निर्विकारपणे ऐकून घेतलं, पण त्यानं चौकशी करवली. त्याला असं सांगण्यात आलं की, प्रेटोरियस खरोखर चौदा वर्षांपूवी पॅरिसमध्ये होता. क्विन पूर्वी ज्या कंपनीत कामाला होता, तिथं चौकशी केल्यानंतर त्यांनीही क्विन त्या सुमाराला नोकरीनिमित्त पॅरिसलाच होता, या गोष्टीला दुजोरा दिला.

क्विन व सॅम ज्या हॉटेलात उतरले होते, तिथून त्यांची गाडी व सामानसुमान जप्त करण्यात आलं. सर्वांची नीट झडती घेण्यात आली, पण बंदूक वा इतर काही अस्त्र मिळालं नाही. सार्जंटनं हेही मान्य केलं की, तळघरात त्या दोघांना जेव्हा पकडण्यात आलं, तेव्हा दोघांजवळही काहीही प्राणघातक अस्त्र मिळालं नाही, पण डी कास्ट्राच्या अंदाजाप्रमाणे क्विननं आदल्या दिवशी, त्या सार्जंटनं पाळत ठेवण्यापूर्वीच येऊन प्रेटोरियसला ठार मारलं होतं, पण तो त्या मृतदेहाच्या खिशात असलेली एखादी वस्तू किंवा तत्सम काही गोष्टी विसरला असल्यानं तिथं परत आला होता, पण मग हे जर खरं असेल, तर तो त्या सार्जंटला पुढच्या दरवाज्यातूनच आत शिरताना दिसायला हवा होता. त्यानं जर आदल्या दिवशी खून केला व बाहेर आल्यावर स्वत:च दार बंद केलं होतं, तर ते त्याला परत बाहेरून उघडता यायला हवं होतं. सगळंच खरं तर कोड्यात टाकणारं होतं. पण एक नक्की, ही पॅरिसमध्ये प्रेटोरियस व क्विन यांची मैत्री वगैरे झाल्याची थाप त्याच्याजवळ पचली नव्हती.

प्रोफेसर विअरमान यांनी शवविच्छेदन मध्यरात्री पूर्ण केलं. नंतर पोलिसठाण्यात येऊन अत्यंत थकलेल्या मुख्य इन्स्पेक्टर डी कास्ट्रासमवेत कॉफीपान केलं.

''वेल, प्रोफेसर?''

''तुम्हाला माझा लेखी तपशीलवार रिपोर्ट नंतर पाठवतोच.''

''पण ढोबळमानानं काही सांगा ना, प्रोफेसर.''

“ठीक आहे. मेंदूत घुसलेल्या गोळीमुळे झालेल्या अतिरक्तस्रावामुळे मृत्यू. गोळी अंदाजे नऊ मिलीमीटर व्यासाची असून अतिशय जवळून झाडण्यात आली असावी. ती डाव्या कानशिलातून निघून, उजव्या कानशिलातून बाहेर पडली असावी. नीट तपासलं, तर एखादे वेळी आजूबाजूच्या लाकडी सामानात कुठंतरी घुसलेली मिळेलसुद्धा.”

डी कास्ट्रानं मान हलवली.

“आणि मृत्यूची वेळ?” त्यानं विचारलं, “कारण मी दोघां अमेरिकनांना संशयावरून अडकवलंय. त्यांच्या म्हणण्याप्रमाणे ते मृताला सहज म्हणून भेटायला आले असताना त्यांना या खुनाचा शोध लागला, पण त्या आधी ते घरफोडी करून त्या बारमध्ये घुसले होते.”

“काल दुपारी माध्यान्हीला हा खून झालाय!” प्रोफेसर म्हणाले, “आणखी काही चाचण्यांचे तपशील लॅबकडून आले की, मी नक्की सांगू शकेन.”

“पण काल दुपारी... काल दुपारी तर ते दोघं अमेरिकन आर्नहेम पोलीस ठाण्यात होते...” डी कास्ट्रा म्हणाला, “आणि ही गोष्ट तर पुराव्यानं सिद्ध झालेली आहे. संशयाला काही जागाच नाहीये. काल सकाळी त्यांची गाडी कुठंतरी आदळल्यामुळे ते दिवसभर चौकीतच होते. नंतर दुपारी चारला त्यांना हॉटेलच्या दारात नेऊन सोडण्यात आलं. ते रात्री तिथंच राहायचे होते. हं, एकच शक्यता आहे. चारच्या पुढे गाडी घेऊन चालवत ते इथं आले आणि त्यांनी हा खून केला व नंतर पहाटे परत हॉटेलात गेले.”

“शक्यच नाही!” प्रोफेसर उठत म्हणाले, “काल दुपारी दोन वाजायच्या आधीच हा खून झालाय, हे नक्की. जर ते त्या वेळी आर्नहेममध्ये असतील, तर ते नक्कीच निरपराध आहेत. सॉरी, पण ही वस्तुस्थिती आहे.”

डी कास्ट्रानं मनातल्यामनात शिवी हासडली. याचा अर्थ खरा खुनी खून करून चालता झाल्यानंतर त्याच्या सार्जंटनं तिथं पाळत ठेवायला सुरुवात केली होती.

मध्यरात्री डी कास्ट्रानं सॅम व क्विनला मुक्त केलं.

“खून घडला, त्या वेळी तुम्ही आर्नहेम पोलीसचौकीत होतात, अशी आता आमची खात्री पटली आहे.” असं त्यानं सांगितलं.

“ठीक आहे...” क्विन आपलं पोलिसांनी अनेकदा उचकलेलं सामान आवरत म्हणाला.

“तुम्ही आता इथून कुठंतरी दूर निघून गेलात, तर आमच्यावर फार उपकार होतील, मि. क्विन...” मुख्य इन्स्पेक्टर म्हणाला, “मि. क्विन, आमच्या देशात आम्ही परदेशी पाहुण्याचं नेहमी आनंदानं स्वागत करतो, पण असं दिसतंय की, तुम्ही जिथं जिथं जाल, तिथं तिथं डच पोलिसांसाठी काहीतरी नवीन नवीन उद्योग निर्माण करून ठेवताय.”

"आय ॲम ट्रूली सॉरी," क्विन म्हणाला, "पण आता आमची शेवटची बोटही चुकली आहे. आम्ही खूप थकलोय. भूकही खूप लागलीय. तेव्हा आम्ही सकाळ उजाडेपर्यंत हॉटेलात थोडी झोप काढून, मग गेलं, तर नाही का चालणार?"

"ठीक आहे," डी कास्ट्रा म्हणाला, "मी माझी काही माणसं तुमच्या बरोबर देतो."

❖

"मला आपण अगदी राजेरजवाडे असल्यासारखं वाटायला लागलंय. पुढे मागे माणसं नुसती झुलतायत..." सॅम हॉटेलमध्ये पोहोचल्यावर अंघोळीला जाता-जाता म्हणाली. ती आत शिरली आणि क्विन बाहेर पडला, तो पाच वाजता ते सॅमचं स्मिथ अँड वेसन घेऊन परतला. त्यानं ते परत तिच्या व्हॅनिटी केसमध्ये होतं तसं ठेवून दिलं आणि मग दोन तास झक्क ताणून दिली.

दुसऱ्या दिवशी सकाळी गाडीनं फ्लशिंगला जाताना वाटेत काही विशेष घडलं नाही. कुणीतरी अज्ञात व्यक्ती एकापाठोपाठ एक मर्सिनरीजना खतम करत चालली होती. आता यानंतर कुठं जायचं, हा क्विनपुढे मोठाच प्रश्न होता. प्रेटोरियसच्या मृत्यूनंतर तपासाचे सगळे रस्तेच बंद झाले होते.

फ्लशिंगच्या इंग्लंडला निघालेल्या बोटीपाशी एक पोलीस गाडी वाट बघत उभीच होती. त्यांनी क्विनची ओपेल ॲस्कोना सावकाश बंदरात शिरताना पाहिली. क्विन व सॅम खाली उतरून सामानसुमानासह फेरी बोटीत शिरून ती बोट इंग्लंडला रवाना झाल्यानंतरच ती पोलीस गाडी तिथून हलली.

❖

प्रवास शांतपणे पार पडला. सॅमनं आपलं टिपणं काढण्याचं काम पूर्ण केलं. ती टिपणं आता युरोपातील पोलीसठाण्यांच्या भेटींच्या वृत्तान्तानंच भरत चालली होती. क्विननं गेल्या दहा दिवसांत प्रथमच हाती पडलेलं लंडनचं वर्तमानपत्र वाचायला घेतलं.

❖

कार्लाईल स्क्वेअरपुढच्या छोट्याशा बगीच्यात क्विन गेले दोन तास एखाद्या पुतळ्यासारखा निश्चल उभा होता. एक तर तो एका प्रचंड वृक्षाच्या छायेत उभा होता. दुसरं म्हणजे त्यानं मुद्दामच काळे कपडे घातले होते. त्यामुळे तो कुणालाही सहजी दिसत नव्हता. अगदी त्याच्यापासून केवळ दहा फुटांवर असलेल्यांनाही नाही.

आता रात्रीचे साडेदहा वाजले होते. लोक आपापल्या घरात जेवण करत होते.

अखेर अकरा वाजता क्विनला हवा तो माणूस उगवला. त्यानं आपली गाडी पार्किंग प्लेसमध्ये रोजच्या ठरावीक जागी उभी केली आणि तळमजल्यावरच असलेल्या आपल्या फ्लॅटकडे जाऊन खिशातली किल्ली काढली. किल्ली कुलपात पूर्ण फिरवून व्हायच्या आतच मागून मांजराच्या पावलांनी आलेल्या क्विननं त्याचा दंड धरला.

"ज्यूलियन!"

ज्यूलियन हेमन दचकून मागे वळला.

"अरे देवा! परत, क्विन, तू! हे असलं काही करत जाऊ नको. चोर समजून मी आत्ता दोन ठोसे लगावले असते, म्हणजे?"

सैन्यातली नोकरी सोडून इतकी वर्षं लोटली, तरीही ज्यूलियन हेमन अजून चांगल्या भक्कम शरीरयष्टीचा होता. नंतर इतकी वर्षं शहरात काढल्यामुळे मात्र त्याच्या अंगची चपळाई निश्चितच कमी झाली होती, पण तीच सगळी वर्षं क्विननं स्पेनच्या द्राक्षमळ्यांमध्ये तापलेल्या उन्हात अंगमेहनत करण्यात घालवली होती. तेव्हा वेळच आली असती, तर क्विननंच हेमनला लोळवलं असतं. अर्थात क्विननं नुसतेच खांदे उडवले.,

"ज्यूलियन, एक विनंती आहे. मला तुझ्या रेकॉर्ड-रूममधून आणखी एकदाच, फक्त एकदाच काही माहिती हवी आहे."

हेमननं जोरात नकारार्थी मान हलवली.

"ते शक्य नाही, दोस्ता. पुन्हा नाही. शक्यच नाही. लोक म्हणतात, या दिवसांत तुझं तोंड पाहणं देखील धोक्याचं आहे. अजूनही लोकांच्यात त्या कॉरमॅक प्रकरणाची जोरदार चर्चा चालू आहे. आता मी हा धोका पत्करू शकत नाही. आणि मी हे तुला अखेरचं सांगतोय."

क्विनलाही कळलं की, आता आपण याच्यावर आणखी दबाव आणू शकणार नाही. ते योग्य नाही. तपासाचा अंत झाला होता. तो निराश होऊन परत जायला निघाला.

"अरे खरंच... ए... क्विन..." हेमननं घराच्या दारातून पाठमोऱ्या क्विनला हाक मारली.

"काल मी बार्ने सिमकिन्सला भेटलो होतो. बार्ने आठवतोय ना?"

क्विननं होकार दिला. बार्ने सिमकिन्स, क्विनच्या जुन्या कंपनीचा डायरेक्टर.

"तिथं तुझा विषय निघाल्यावर तो म्हणाला, त्याच्याकडे फोन करून कुणीतरी तुझी चौकशी करत होतं."

"माझी चौकशी? कोण? कशाकरता?"

"तीच तर भानगड आहे. बार्नेच्या म्हणण्याप्रमाणे फोन करणारा माणूस फारच सावधगिरीनं बोलत होता. त्यानं एवढाच निरोप ठेवलाय की, तुला जर त्याची गाठ

घ्यायची इच्छा असेल, तर तू इंटरनॅशनल हेराल्ड ट्रिब्यूनच्या पॅरिसच्या एडिशनमध्ये एक छोटी जाहिरात द्यायची. येत्या दहा दिवसांतील कोणत्याही एका दिवशी. त्याखाली स्वत:चं नाव न लिहिता नुसतं क्यू एवढंच लिहायचं.''

''अरे हो, पण त्यानं स्वत:चं काही नाव, गाव सांगितलं की, नाही?'' क्विननं विचारलं.

''हो. फक्त नावच. पण इतकं विचित्र नाव... म्हणे, झॅक.''

❖

चौदा

सॅम पुढच्याच चौकात गाडीत बसून क्विनची वाट पाहात होती. क्विन परत येऊन तिच्या शेजारी बसला. तो खिन्न दिसत होता.

"काय झालं? तो 'नाही' म्हणाला?"

"हं...!"

"मी काय विचारत्ये, क्विन? हेमन तुला त्याच्या रेकॉर्ड-रूममध्ये जाऊ द्यायला तयार नाही का?"

"नाही ना. तो तर मार्ग खुंटलाच, असं समज. पण एक नवीनच भानगड उपटली आहे. झॅक फोन करून माझी चौकशी करत होता, म्हणे."

"झॅक? त्याला आता काय हवंय?"

"त्याला मला भेटायचंय."

"पण मुळात त्याला तुझा पत्ता मिळालाच कसा?"

"तसा त्यानं अंधारातच खडा मारलेला दिसतोय, पण नेम बरोबर बसला. पूर्वी जेव्हा मी नोकरीत होतो, तेव्हा अधूनमधून माझंही नाव वर्तमानपत्रात छापून यायचं. त्यावरून त्याला माझं कामाचं स्वरूप, नाव, नोकरीचं ठिकाण – सगळं कळलं असेल. त्या आधारे त्यानं माझ्या पूर्वीच्या बॉसकडे फोनवर माझी चौकशी केली. योगायोग तरी असा की, ज्यूलियन हेमनची आणि त्याची गाठ झाली आणि सहजच हा विषय निघाल्यावर त्यानं ही गोष्ट हेमनच्या कानांवर घातली."

क्विननं गाडी वळवली.

"क्विन, तुला नक्कीच ठार मारायचा त्याचा प्लॅन असणार. त्यानं आधीच स्वत:ची दोन माणसं मारली आहेतच, त्यामुळे आता सगळे हिरे त्यानं घशात घातलेच. आता तुझाही काटा काढला की, त्याचा तपास कुणीच करू शकणार नाही. त्याला एक नक्की माहिती आहे की, त्याला पकडण्यात जो कुणी यशस्वी होऊ शकेल, असा एकटा तूच आहेस. बाकी एफ.बी.आय. नाही, कुणी नाही!"

क्विन हलकेच हसला.

''पण जर त्याला ते माहिती असलं, तरच ना! कारण मला स्वत:ला मात्र तो कोण आहे, कुठं आहे, कसा दिसतो... काहीच कल्पना नाही.''

क्विननं आता मनाशी एक गोष्ट ठाम ठरवून ठेवली होती. ती म्हणजे, मार्चाईस आणि प्रेटोरियस ह्या दोघांनाही झॅकनं अजिबात मारलेलं नाही, अशी आपली खात्री पटल्याचं सॅमजवळ मुळीच बोलायचं नाही. आता झॅकसारखा निर्ढावलेला गुंड पैशासाठी आपल्या साथीदारांचा काटा काढायला कचरणार नाही, ही गोष्ट खरीच होती, पण तरीही दोन्ही खून क्विन पोहोचायच्या अगदी थोडा वेळ आधी घडून आले होते. याच योगायोगामुळे आता त्याला वेगळाच संशय येत होता.

मार्चाईसच्या मृत्यूनंतर इतक्या थोड्या वेळात तिथं पोहोचूनही ते पोलिसांच्या हातात सापडले नव्हते, ते केवळ त्यांचं दैव बलवत्तर, म्हणूनच! आणि तो आर्नहेमचा अपघात... समजा, हा अपघात घडलाच नसता, त्यांना पोहोचायला एक दिवस उशीर झालाच नसता, तर ते प्रेटोरियसचा कुणीतरी अज्ञात इसमानं खून केल्यानंतर साधारण तासाभराच्या आतच भरलेली बंदूक घेऊन त्याच्या बारमध्ये शिरले असते. मग आपण खुनी नाही, हे डेन बोशच्या पोलिसांपुढे सिद्ध करून, निर्दोष सुटेपर्यंत किती दिवस तुरुंगाची हवा खावी लागली असती, देव जाणे.

तो आपल्याच तंद्रीत गाडी चालवत होता. मग अचानक गाडी ट्रॅफिक जॅममध्ये सापडल्याचं त्याच्या लक्षात आलं. त्याच्या समोर गाड्यांची एक भली मोठी रांग लागली होती. समोरच्या बाजूला पोलिसांनी अडसर लावून सबंध रस्ता अडकवला होता. दोन वाहतूक-नियंत्रक पोलीस बाजूच्या बोळातून जाण्याचा इशारा करत होते. जसजशी त्यांची गाडी रांगेतून पुढे सरकत त्या अडसराच्या अगदी जवळ पोहोचली, तेव्हा त्यांना अडसरापलीकडे एक पोलीस गाडी व एक शववाहिनी थांबलेली दिसली. तिचं दार उघडं होतं. दोन सेवक स्ट्रेचरवर पांढऱ्या कपड्याखाली झाकलेला एक देह घेऊन आत चढत होते.

वाहतूक पोलिसानं त्यांना गाडी बोळात वळवून पुढे काढायचा इशारा दिला. तेवढ्यात जाता-जाता सॅमचं लक्ष समोरच्या इमारतीकडे गेलं. इमारतीच्या शेवटच्या मजल्याची खिडकी उघडी होती, त्यातून एक पोलीस ऑफिसर वाकून खाली काहीतरी खुणा करत होता.

''कुणीतरी आठव्या मजल्यावरून खाली पडलेलं दिसतंय...'' सॅम म्हणाली.

क्विननं नुसताच हुंकार दिला. त्याचं सगळं लक्ष त्या अरुंद बोळात समोरच्या गाडीवर आपली गाडी आपटू न देता कौशल्यानं कशी चालवायची, याकडे लागलं होतं. काही सेकंदांतच ट्रॅफिक जॅम कमी झाला व क्विनची गाडी बोळातून बाहेर पडून थेम्स नदीवरच्या पुलापाशी आली.

अपघातात मरण पावलेल्या त्या दुर्दैवी माणसाविषयी, अँडी लाईंगविषयी क्विननं कधीच ऐकलेलं नव्हतं आणि यापुढे ऐकण्याची शक्यताही नव्हती.

"आपण कुठं निघालोय?" सॅमनं विचारलं.

"पॅरिसला."

पॅरिसला परत जाणं म्हणजे क्विनच्या दृष्टीनं माहेरी परत जाण्यासारखं होतं. तो पॅरिसमध्येच जेनेटच्या प्रेमात पडला होता. तिथंच त्याचं आणि तिचं लग्नही झालं होतं. तिथल्याच छोट्याशा घरात लग्नानंतरची पहिली दोन वर्षं त्यांनी संसार केला होता. ही दोन वर्षं क्विनच्या जीवनातली सर्वोच्च सुखाची होती. क्विनच्या पत्नीनं आपल्या पहिल्या मुलीला याच घरात जन्म दिला. क्विनला तर अस्मान ठेंगणं झालं होतं, पण त्याच्या या आनंदाला नियतीची दृष्ट लागली.

क्विनला पॅरिसमधले सगळे दारूगुत्ते खडान्‌खडा पाठ होते. आपली प्रिय पत्नी आणि मुलगी सोफी यांच्या अपघाती निधनाचं दुःख त्यानं मद्याच्या पेल्यात बुडवलं होतं. पॅरिसच्या गल्ल्याबोळांत भटकून सगळे गुत्ते पालथे घातले होते. पॅरिस त्यांच्या जीवनातल्या सर्वांत सुंदर क्षणांचेही साक्षी होते आणि त्यानं भोगलेल्या नरकयातनांचेही!

सॅम व क्विननं रात्र लंडनच्याच एका छोट्या मॉटेलमध्ये काढली आणि दुसऱ्या दिवशी सकाळी नऊची फ्लाइट घेऊन दुपारच्या जेवणापर्यंत ते पॅरिसला पोहोचले.

क्विननं सॅमला समानसुमानासह एका हॉटेलात उतरवलं. नंतर गाडी घेऊन ती पार्क करायला जागा शोधत तो जरा भटकला. हॉटेलच्या पार्किंग लॉटमध्ये गाडी पार्क करायलाच काय, पण मुंगी शिरायलासुद्धा जागा नव्हती. शेवटी तो भुयारी पार्किंग प्लेसमध्ये गेला. ते चोवीस तास खुलंच असल्यानं जागा मिळाली, मग परत जाताना मात्र त्याला हॉटेलपर्यंत टॅक्सी करावी लागली. पॅरिसमध्ये शक्यतो सगळीकडे टॅक्सीनंच हिंडायचं, असा त्यानं मनाशी आधीच निश्चय केला होता.

जेवण झाल्यावर क्विन आणि सॅम इंटरनॅशनल हेराल्ड ट्रिब्यूनच्या पॅरिसमधल्या मुख्य कार्यालयात पोहोचले.

"सॉरी... पण आता उशीर झाल्यानं तुमची ही जाहिरात आमच्या उद्याच्या अंकात छापून येणार नाही. परवा आली, तर चालेल ना?" काउंटरवरची तरुणी म्हणाली.

"काही हरकत नाही. परवा चालेल...." क्विन म्हणाला. त्यानं जाहिरातीचे पैसे रोखच भरले. त्या तरुणीनं त्याला आजच्या पेपराची एक कॉपी भेट म्हणून दिली. क्विननं टॅक्सीत सहज म्हणून पेपर उघडला, तर त्याची नजर एका ठळक बातमीवर पडली.

"जनरल क्रुश्चेव्ह यांना पदच्युत करण्यात आले"

खाली लहान अक्षरांत लिहिलं होतं :

"संरक्षण-व्यवस्थेतील कुचराईबद्दल के.जी.बी. प्रमुखांना पदच्युत करण्यात आले."

क्विनला कुतूहल वाटून त्यानं ती बातमी नीट वाचून काढली, पण त्यातून त्याला काही विशेष बोध मात्र झाला नाही.

त्याच्या खास बातमीदारानं लिहिलं होतं की, सोव्हिएत पॉलिटब्यूरोनं केजीबीचे संचालक जनरल ब्लादिमिर क्रुश्चेव्ह यांचा राजीनामा सखेद स्वीकारला. पॉलिटब्यूरोच्या नवीन संचालकांची नेमणूक होईपर्यंत उपसंचालक त्यांचं काम पाहतील.

त्या संध्याकाळी आणि दुसरा संपूर्ण दिवसभर क्विननं आणि सॅमनं फार आनंदात भटकंती केली. क्विननं सॅमला पॅरिसमध्ये पुष्कळ फिरवलं, सगळी प्रेक्षणीय स्थळं दाखवली.

त्याच्या दुसऱ्या दिवशी सकाळच्या वर्तमानपत्रात त्याची जाहिरात छापून आली होती. तिचा मसुदा असा होता:

"झेड. मी इथं आहे. मला या नंबरवर फोन कर, ...क्यू."

त्यानं हॉटेलचा फोन नंबर दिला होता. हॉटेलच्या ऑपरेटरला सांगूनही ठेवलं होतं. तो खोलीतच बसून फोनची वाट बघत होता. घंटी वाजली.

"क्विन?" झॅकचा परिचित आवाज आला.

"झॅक, यापुढे एक अक्षरही बोलू नको! कारण हे हॉटेल आहे आणि हॉटेलच्या फोनवर माझा विश्वास नाही. त्यामुळे अजून बरोबर अर्ध्या तासानं मी सांगतो, त्या नंबरवर मला फोन कर..." असं म्हणून क्विननं त्याला एक पब्लिक बूथचा नंबर दिला. नंतर तो तातडीनं बाहेर पडला. जाताना त्यानं सॅमला ओरडून दारातूनच आपण तासाभरात परत येऊ, असं सांगितलं. तिच्या अंगात नाइटीच असल्यानं नाइलाजानं तिला हॉटेलातच थांबावं लागलं.

बूथमधला फोन बरोबर दहा वाजता वाजला.

"क्विन... मला तुझ्याशी बोलायचंय...." झॅक म्हणाला.

"पण आपण आत्ता बोलतोच आहोत, झॅक."

"तसं नाही. प्रत्यक्ष– समोरासमोर."

"ठीक आहे. काहीच हरकत नाही. कुठं व केव्हा, ते तूच सांग."

"पण, क्विन, एक वचन दे, काही दगाफटका करणार नाहीस ना? पोलीस, शस्त्रास्त्रं... काही चालणार नाही."

"ठरलं. तसं वचन देतो."

झॅकनं वेळ आणि जागा सांगितली. क्विननं ते फक्त नीट लक्षात ठेवलं, टिपून मात्र घेतलं नाही. तो हॉटेलात परत आला. सॅम त्याला खालीच भेटली. ती कॉफी घेत होती. त्याला बघताच ती अधीरपणे उठली.

"काय म्हणत होता झॅक?"

"त्याला मला प्रत्यक्ष भेटायचंय. काहीतरी बोलायचंय."

"क्विन डार्लिंग, सांभाळून. शेवटी तो खुनी आहे... पण कुठं आणि कधी?"

"इथं नाही सांगणार..." क्विन म्हणाला, "खोलीत चल. इथं बरेच लोक आहेत."

खोलीत गेल्यावर तो म्हणाला, "आमचं एका हॉटेलच्या खोलीत भेटायचं ठरलंय. तो त्याच हॉटेलात उतरलाय. हॉटेल रॉब्लिन. तुला खरंही वाटणार नाही, पण त्यानं तिथं स्मिथ नावानं खोली रिझर्व केली आहे, म्हणे."

"मी पण तुझ्याबरोबर येणार; क्विन. नाही म्हणू नको. मला हे सगळं लक्षण काही ठीक दिसत नाहीये. मलाही शस्त्रास्त्रं चालवण्याचं प्रशिक्षण मिळालंय आणि पुष्कळ अनुभवही आहे, हे विसरू नको. तसंच माझं स्मिथ अँड वेसन पिस्तूल तूही जवळ बाळगायला हवंस."

"अर्थातच!" क्विन म्हणाला.

नंतर लगेचच क्विनला काहीतरी निमित्त सांगून सॅम खाली बारकडे गेली. बारमध्ये फोन होता, हे क्विनच्या बरोबर लक्षात होतं.

त्या मध्यरात्री सॅम गाढ झोपली आहे, अशी खात्री झाल्यावर क्विन उठला. अंधारातच जराही आवाज न करता त्यानं आपले कपडे, स्वेटर, पिस्तूल, इत्यादी गोळा केलं आणि मांजराच्या पावलानं बाहेर पॅसेजमध्ये आला. तिथंच त्यानं कपडे केले. कमरेला पिस्तूल खोचलं. ते झाकण्यासाठी वरून स्वेटर घातला आणि तो निघाला.

रस्त्यावर लगेच टॅक्सी मिळाली. बरोबर दहाव्या मिनिटाला तो हॉटेल रॉब्लिनपाशी पोहोचला.

त्यानं काउंटरवरच्या माणसाला सांगितलं,

"दहा नंबर, मि. स्मिथ." त्याबरोबर त्यानं रजिस्टरमध्ये पाहून खात्री करून घेतली व त्याच्या हातात किल्ली ठेवली. क्विन मुद्दामच लिफ्टच्या ऐवजी जिन्यानं वर गेला व किल्लीनं दार उघडून आत शिरला.

बाथरूम खोलीच्या एका कोपऱ्यात होती. ही जागा लपायच्या दृष्टीनं अगदी योग्य होती. संपूर्ण खोलीवर तिथून नजर ठेवता येत होती. त्यानं खोलीतला दिवा

काढूनच घेतला. नंतर एक खुर्ची बाथरूमच्या आत नेली. बाथरूमचं दार बंद करून त्याला अगदी थोडीशी फट ठेवली आणि खुर्चीवर ठाण मांडून पाळत ठेवत बसून राहिला.

वाट बघता सकाळचे सहा वाजले... सात.... आठ..... तरीही खोलीत कुणीही फिरकलं नाही. आठ वाजल्यावर क्विननं सुटकेचा निःश्वास सोडला. आणखी वीस मिनिटं वाट बघून नंतर क्विन खाली आला. काउंटरपाशी किल्ली परत करून, खोलीचं भाडं भरून, तो परत टॅक्सीनं आपल्या हॉटेलात परतला.

सॅम त्याची वाट बघत होती. काळजी करून करून ती अगदी हैराण झाली होती.

"क्विन, अरे, कुठं गेला होतास तू? मी किती काळजी करत बसले आहे इथं, माहितीय? मी पाचलाच उठले. बघते, तर तू नाहीस. ओ गॉड! किती वाजले, पाहिलंस का? आता झॅकची मीटिंगही चुकली की!"

खरं तर आपण कुठं गेलो होतो, याबद्दल एखादी थाप मारता आली असती. पण क्विनला तसं करावंसं वाटेना. आपण बिचारीचा उगीच संशय घेतला, असं त्याला राहून राहून वाटत होतं. त्यामुळे तिच्यापाशी सगळं खरं खरं कबूल करायचं, असं त्यानं ठरवलं व आपण कुठं गेलो होतो आणि काय केलं, हे तिला सांगितलं. कुणीतरी चपराक मारावी, असा चेहरा झाला तिचा.

"तुला काय वाटलं, मी हे केलं असेल, क्विन?" ती दुखावलेल्या स्वरात म्हणाली.

"हो!" त्यानं मान्य केलं. मार्चाईस आणि प्रेटोरियसच्या खुनानंतर त्याच्या मनात एकच विचार सारखा घोळत होता की, खुन्याला आपला बेत कुणीतरी आधीच कळवत असलं पाहिजे. नाहीतर दोन्ही खेपेला क्विन तिथं पोहोचायच्या थोडं आधी मार्चाईस आणि प्रेटोरियसचा खून कसा काय झाला?

सॅमनं आवंढा गिळला, स्वतःला सावरलं.

"ओ.के. मग खरी मीटिंग केव्हा व कुठं आहे, हे मी आता विचारू शकते? म्हणजे तुझी माझ्या प्रामाणिकपणाबद्दल पुरती खात्री पटली असली, तरच सांग..."

"अजून बरोबर एक तासानं. दहा वाजता रू द चालोन रस्त्यावरच्या एका बारमध्ये. वेळ थोडा आहे. खूप लांबचा पल्ला आहे. तेव्हा निघूया."

परत एकदा टॅक्सीचा प्रवास. सॅम आता टॅक्सीत अबोलपणे बसली होती. तिला काही बोलावंसंच वाटत नव्हतं. क्विननं ठरलेल्या ठिकाणाच्या थोडं आधीच टॅक्सी थांबवली. बाकीचं अंतर ते चालणार होते.

एक चौक चालल्यावर त्यांना तो बार दिसला.

''शी:! किती गलिच्छ वस्ती आहे!'' सॅम नाक मुरडून म्हणाली.

''काय करणार? झॅकनं हा बार निवडला.''

रस्त्यावर समोरासमोर दोन बार्स होते.

क्विनचं आणि झॅकचं ज्या ह्यूगो नामक बारमध्ये भेटायचं ठरलं होतं, त्याचं झुलतं दार ढकलून दोघं आत शिरले. डाव्या हातालाच काउंटर होतं. उजवीकडे खिडकीपाशी दोन रिकाम्या खुर्च्या होत्या. खिडकीला जाड पडदे लावलेले होते. बारमध्ये अजून एकही गिऱ्हाईक नव्हतं. आणि.... अचानक... त्याला आणखी एक व्यक्ती बारमध्ये दिसली. उजव्या हाताच्या शेवटच्या ओळीत कोपऱ्यातल्या खुर्चीवर कॉफी पुढे घेऊन तो बसला होता. त्याची नजर क्विनवर रोखलेली होती.

क्विन चालत त्याच्या टेबलापाशी गेला. मागे सॅम होतीच. त्या माणसानं काहीच हालचाल केली नाही. फक्त त्याची नजर क्विनवर रोखलेलीच होती. मधूनच तो आता एखादा कटाक्ष सॅमवरही टाकत होता. आता क्विन त्याच्या अगदी जवळ जाऊन पोहोचला. त्या माणसानं अंगात जाकीट व उघड्या गळ्याचा शर्ट घातला होता. मातकट रंगाचे, भुऱ्या रंगाचे विरळ होत चाललेले केस, पन्नाशीच्या आसपास वय, लुकडा, खत्रूड चेहरा, व्रणांनी भरलेला.

''झॅक?'' क्विननं विचारलं.

''मीच. बैस. ही कोण?''

''ही माझी सहकारी आहे. मी थांबलो, तर ही पण थांबणारच. काम तुझं माझ्याकडे आहे, तेव्हा ही गोष्ट तुला चालवून घ्यावीच लागेल. आता कामाचं बोल.''

तो झॅकच्या समोर दोन्ही हात टेबलावर ठेवून बसला. झॅक क्विनकडे निरखून पाहात होता. क्विनलासुद्धा हा चेहरा सारखा कुठंतरी पाहिल्यासारखा वाटत होता. मग त्याला ज्यूलियन हेमनकडच्या आणि हंबुर्गमधल्या फायलींची आठवण झाली. त्याच्या डोक्यात लगेच प्रकाश पडला.

नक्कीच सिडने फील्डलिंग. हा जॉन पीटरच्या फिफ्थ कमांडोमध्ये होता. पूर्वाश्रमीचा काँगो मर्सिनरी, बेल्जियन. तो माणूस आता किंचितसा थरथरत होता. नीट पहिल्यावर क्विनच्या लक्षात आलं की, त्याच्या चेहऱ्यावर संताप दिसत होता. पण त्याचबरोबर आणखी काही संमिश्र भावनाही होत्या. हे भाव क्विनला परिचित होते. व्हिएटनाम युद्धात हे भाव क्विननं अगदी जवळून पाहिले होते. हा मनुष्य घाबरलेला होता. भीती, कडवटपणा आणि संताप या सर्वांचं मिश्रण त्या चेहऱ्यावर होतं. झॅकला आता आपल्या भावनांवर ताबा ठेवणं शक्य नव्हतं.

''क्विन, तू एक हरामखोर भडवा आहेस. तू आणि तुझे ते सगळे कुत्तरडे एक नंबरचे लफंगे आणि खोटारडे आहात. तुम्ही आम्हाला काय वचन दिलं होतं? आमचा कुणीही पाठलाग करणार नाही, फक्त आम्ही गायब व्हायचं की झालं; आणि

म्हणे, नंतर काही दिवसांनी वातावरण आपोआपच निवळेल. सगळ्या थापा नुसत्या. आता तर मी असं ऐकतो की, जाड्या पॉल बेपत्ता आहे. आणि जानी हॉलंडमधल्या एका शवागारात पडलाय आणि म्हणे, पाठलाग होणार नाही! एकेकाला खड्यासारखं वेचून ठार मारलं तुम्ही.''

''ऐक, झॅक. जरा सबुरीनं घे. हे बघ, तुला ज्या कुणी ही वचनं वगैरे दिली असतील ना, त्यांच्याशी माझा काही एक संबंध नाहीये. मी तर त्यांच्या विरुद्ध बाजूचा आहे, पण थांब. आधी सुरुवातीपासून सगळं काही नीटपणे सांग. तुम्ही मुळात सायमन कॉरमॅकचं अपहरण का केलंत?''

झॅकनं क्विनकडे अशा नजरेनं पाहिलं की, जणूकाही क्विननं त्याला 'सूर्य गरम असतो की, थंड,' असंच विचारलंय.

''सरळ आहे, कारण आम्हाला त्याचसाठी तर पैसे देण्यात आले होते.''

''काय? त्यासाठी पैसे देण्यात आले होते? आणि मग खंडणी?''

''नाही. ती रक्कम म्हणजे आमची वरकड कमाई होती. सायमनला पळवण्याच्या कामाचा मोबदला म्हणून त्यांनी आम्हाला पाच लाख डॉलर्स दिले. त्यातले दोन लाख मी मला ठेवले व एकेक लाख बाकीच्यांना दिले. आम्हाला असं सांगण्यात आलं होतं की, हे पैसे सोडून जी काही खंडणी मिळेल, तीही आमचीच. ती रक्कम किती घ्यायची, ते आमचं आम्ही ठरवायचं. आमची आम्हीच वसूल करायची आणि वाटूनसुद्धा घ्यायची.''

''ठीक आहे, पण या कामाची सुपारी तुम्हाला कुणी दिली? हे बघ, मी खरोखरच त्या लोकांपैकी एक नाही, हे मी तुला शपथेवर सांगतो. तुम्ही सायमनला पळवून नेल्यानंतर एक दिवसानं मला बोलावण्यात आलं. त्या पोराच्या सुटकेची तुमच्याशी बोलणी करण्यासाठी मध्यस्थ म्हणून. पण हे सगळं कुणी ठरवलं?''

''मलाही त्याचं नाव ठाऊक नाही. ते त्यानं कधीच कळू दिलं नाही. फक्त तो अमेरिकन होता, इतकंच मी सांगू शकतो. बुटका आणि जाडा माणूस होता. त्यानं मलाच कसं पकडलं, देव जाणे. त्याच्या काही ओळखी असणार. आमची भेट प्रत्येकच वेळी हॉटेलच्या खोल्यांमध्ये झाली. मलाच त्याला दर वेळी भेटायला जायला लागायचं. त्याच्या तोंडावर नेहमीच बुरखा असायचा. पण तो नेहमी आगाऊ पैसे द्यायचा. रोख.''

''आणि खर्चाचं काय? अपहरण करणं हे चांगलंच खर्चाचं काम आहे.''

''फीशिवाय त्याचे पैसे वेगळे, तेही रोख. मला एकूण आणखी एक लाख डॉलर्स त्याचा खर्च आला.''

''तुम्ही सायमनला घेऊन जिथं मुक्काम ठोकला होता, ते घरही त्याच खर्चात आलं का?''

"नाही. ते घरही त्यांनीच घेऊन दिलं होतं. आम्ही प्रत्यक्ष अपहरण करण्याच्या एक महिना आधी लंडनमध्ये भेटलो, तेव्हा त्याच माणसानं मला या घराचा पत्ता आणि किल्ल्या दिल्या. त्यात सगळी नीट तयारी करून ठेवायला सांगितली."

"त्या घराचा पत्ता मला सांग."

झॅकनं पत्ता तोंडी सांगितला. क्विननं तो टिपून घेतला. वस्तुस्थिती अशी होती की, ते घर लक्झंबर्गमधल्या कंपनीनं अतिशय कायदेशीररीत्या आपल्या वकिलांच्या फर्मद्वारा विकत घेतलं होतं. अर्थात हे सत्य नंतर उजेडात यायचं होतं.

वास्तविक ते घर लंडनच्या उत्तरेला मुळी नव्हतंच. ते दक्षिणेकडच्या ससेक्स परगण्यात होतं. झॅक दिशाभूल करण्यासाठी म्हणून मुद्दामच लंडनच्या उत्तर भागातून फोन करायचा.

"व्होल्व्होचं काय?" क्विननं विचारलं, "त्याचे पैसे कुणी दिले?"

"मीच. व्हॅन आणि बाकी बऱ्याच गोष्टींचा खर्चही आम्हीच केला. फक्त स्कॉर्पियन तेवढी त्या जाड्यानं आम्हाला लंडनमध्ये दिली."

आपल्या अनुपस्थितीत लंडनमध्ये काय-काय घडलं, याची क्विनला कल्पना नव्हती, पण ती व्होल्व्हो एव्हाना लंडनमध्ये सापडली होती. ती लंडनच्या हीथ्रो विमानतळाच्या पार्किंग लॉटमध्ये पार्क केलेली होती. ती तिथं ठेवून ते मर्सिनरी फ्रान्सला पळाले होते. फ्रान्समध्ये गेल्यावर मिळालेल्या पैशाचे वाटे करून ते विभक्त झाले होते.

व्होल्व्हो गाडीची हीथ्रोच्या पोलिसांनी नीट तपासणी केल्यानंतर तिच्या डिकीच्या तळाला श्वास घेण्यासाठी भोके पाडलेली आढळली होती. शिवाय डिकीत एक उग्र दर्प दरवळत होता. मग स्कॉटलंड यार्डला पाचारण करण्यात आलं. गाडीच्या मूळ मालकाचा तपास लावण्यात आला, पण गाडी कुणीतरी रोख रक्कम देऊन विकत घेतली होती व कागदोपत्री नव्या मालकाच्या नावाची नोंद वगैरे केलेलीच नव्हती. फक्त नवीन मालकाचं पिंगट केस इत्यादी वर्णन त्या फोर्ड ट्रॅन्झिट व्हॅन विकत घेणाऱ्या व्यक्तिशी मिळतंजुळतं होतं.

"मग सर्व आतल्या बातम्या तुम्हाला तो जाड्या अमेरिकन पुरवायचा, तर!" क्विन म्हणाला.

"आतल्या बातम्या? कुठल्या?" सॅम जरा आश्चर्यानंच म्हणाली.

"पण ते तुला कसं काय कळलं?" झॅक आता क्विनकडे जरा संशयानंच बघू लागला होता. त्याला अजूनही सारखं असंच वाटत होतं की, आपल्याला या कामाची सुपारी देऊन, नंतर आपला घात करणाऱ्या हरामखोरांपैकीच क्विनसुद्धा एक आहे.

"कारण सरळ आहे, झॅक. तू सगळी पावलं फारच बरोबर उचलत गेलास. अगदी एक सुद्धा चूक न करता," क्विन म्हणाला, "मुळात अपहरणाची बोलणी

करायला त्यांनी मला मध्यस्थ म्हणून नेमेपर्यंत तू मुळी संपर्कच साधला नाहीस. फोन केला, तेव्हासुद्धा मला मध्यस्थाशी बोलायचं आहे, असं म्हणालास, झॅक, आठवतंय? तू मध्यस्थ हा शब्द वापरलास! मला आज इतक्या वर्षांत, एकाही केसमध्ये हा अनुभव आला नव्हता. कधी संतापायचं, धाकदपटशा दाखवायचा, अरेरावी करायची आणि कधी माघार घ्यायची, हे तुला अचूक ठाऊक होतं. आपल्या सगळ्या वाटाघाटी अगदी शेवटच्या टप्प्यात आल्या असताना अचानक विचार बदलून तू हिऱ्यांची मागणी केलीस, त्यामुळे आता साहजिकच आमची हिऱ्यांची जमवाजमव करून होईपर्यंत बराच वेळ जाणार, हे तुला ठाऊक होतं. होतं की, नाही?''

झॅकनं मान हलवली.

''खरं आहे. अपहरण करायच्या आधी ते कधी, कुठं, कशा प्रकारे करायचं, याचा पूर्ण आराखडा माझ्या हाती सोपवण्यात आला होता. आम्ही त्या घरात अज्ञातवासात असताना असेच मला आणखी बरेच फोन्स करायला लागायचे. कायम घराबाहेर दूर कुठंतरी जाऊन, एका बूथवरून दुसऱ्या बूथकडे फिरत. कायम तो जाड्याच फोनवर बोलायचा. त्याचा आवाज ओळखीचा झाला होता. कधी कधी तो ठरलेल्या बेतात थोडे-फार बदलही करायचा. मला जेवढं सांगण्यात आलं, तेवढंच मी केलं.''

''आता लक्षात आलं,'' क्विन म्हणाला, ''आणि त्या जाड्यानं तुम्हाला हे वचनही दिलं होतं की, सगळं घडून गेल्यानंतर तुम्हाला गुपचूप पळ काढणं सहज शक्य होईल. तुमचा काहीही तपास केला जाणार नाही. आणि तुम्ही त्यावर विश्वास ठेवला? तुम्हाला खुशाल असं वाटलं की, आपण अमेरिकेच्या प्रेसिडेंटच्या मुलाला पळवून नेऊ, त्याचा निर्घृण खून करू आणि नंतर त्यातून सहीसलामत सुटून जाऊ? तुम्ही त्याचा खून का केलात? का मारलंत त्या निष्पाप पोराला? त्यानं तुमचं काय वाकडं केलं होतं, झॅक? आणि खंडणी तर तुम्हाला मिळाली होती ना? मग आता त्याला मारायची काय गरज होती?''

हे ऐकत असताना झॅकचा चेहरा संतापानं लाल झाला होता. त्याच्या चेहऱ्याच्या शिरा ताणून फुटतील की, काय, असं वाटत होतं. त्याचे डोळे आग ओकत होते.

''हे तू मला विचारतोस, भडव्या? क्विन, माझा तोच तर मुद्दा आहे, नालायका. आम्हाला जसं सांगण्यात आलं होतं, त्याप्रमाणे आम्ही त्याला फक्त रस्त्यावर सोडून दिला होता. आम्ही त्याला मुक्त केलं, त्या वेळी तो जिवंत होता, इतकंच नव्हे, तर त्याच्या केसालाही आम्ही धक्का लावलेला नव्हता. आम्ही त्याला रस्त्यात सोडून तसेच पुढे गेलो. दुसऱ्या दिवशी सकाळी तो मेल्याची बातमी सगळीकडे पसरली, तेव्हाच सगळ्यांबरोबर आम्हालाही ते कळलं. माझा तर ते

ऐकून माझ्या कानांवर विश्वासच बसेना. आणि ते म्हणत होते, अपहरणकर्त्यांनी त्याला मारलं. खोटं, साफ खोटं आहे हे, क्विन! आम्ही त्याला खरंच मारला नाही.''

त्याचं आणि क्विनचं असं बोलणं चाललेलं असतानाच बाहेर गल्लीत एक गाडी घिरट्या घालत होती. एक जण गाडी चालवत होता व दुसरा हातात रायफल घेऊन बसला होता. गाडी कुणाचा तरी शोध घेत असल्यासारखी रस्त्याच्या एका टोकापासून दुसऱ्या टोकापर्यंत सावकाश चालली होती. मग ती दोन्ही बार्सच्या मधोमध रस्त्यात येऊन थांबली. तिचं इंजीन मात्र चालूच ठेवण्यात आलं होतं.

''त्या पोरग्याच्या कमरेभोवती जो चामड्याचा पट्टा होता, त्यात एक महाभयंकर, प्राणघातक बाँब दडवलेला होता. त्या बाँबच्या स्फोटामुळेच तो पोरगा मेला!'' क्विन म्हणाला, ''त्याला जेव्हा शॉटओव्हर मैदानातून तुम्ही उचललात, तेव्हा त्याच्या अंगात तो पट्टा नव्हता. तुम्ही तो त्याला घालायला दिलात.''

''मी नाही दिला!'' झॅक मोठ्यांदा ओरडला, ''मी खरंच नाही दिला. ते त्या ऑर्सिनीचं काम होतं.''

''ठीक आहे, मला ऑर्सिनीची माहिती सांग.''

''कॉर्सिकन, नेम पक्का. आमच्याहून तरुण. आम्ही तिघं जेव्हा तुला भेटायला त्या बॅबीज गोदामाकडे निघालो, तेव्हा त्या पोराच्या अंगावर त्याचे जुने मळकेच कपडे होते, पण आम्ही जेव्हा परत आलो, तेव्हा मात्र त्याच्या अंगावर नवे कपडे दिसले. मी ते बघून इतका चिडलो होतो. मी त्या ऑर्सिनीला अक्षरश: फाडून खायचंच बाकी ठेवलं होतं. त्या गाढवानं त्या पोराला एकटा घरी ठेवला आणि बाहेर जाऊन ते कपडे विकत आणले.''

क्विनला आता त्या दिवशी वरच्या मजल्यावरून ऐकू येत असलेली वादावादी आठवली. त्या वेळी त्याची समजूत झाली होती, हिऱ्यांच्या वाटणीवरूनच हा वाद चाललाय.

''पण त्यानं असं का केलं?''

''त्यानं सांगितलं की, तो पोरगा थंडीनं कुडकुडत होता, ते बघून आपल्याला दया आली. आपण विचार केला, काय हरकत आहे जाताना त्याला जरा चांगले कपडे घालायला दिले, तर? आणि म्हणून हा शहाणा ऑर्सिनी आनंदानं खुशाल ईस्ट ग्रीनस्टेडपर्यंत चालत गेला आणि तिथल्या एका दुकानातून कपडे घेऊन आला. मी त्या वेळी चिडायचं कारण त्या गधड्याला एक अक्षरही इंग्रजी येत नाही. आणि रूप तर असं आहे की, त्याला कुणी एकदा पाहिलं, तर जन्मात विसरणार नाही.''

''झॅक, मला नाही वाटत, तो गेला असेल, असं – ते कपडे नक्कीच तुझ्या अनुपस्थितीत त्याला कुणीतरी आणून दिले असतील,'' क्विन म्हणाला, ''बरं, ते जाऊ दे. हा ऑर्सिनी साधारण कसा दिसतो, ते सांग.''

"तो साधारण तेहेतीस वर्षांचा असावा, पण युद्धात मात्र कधी नव्हता. काळे डोळे, टोकदार हनुवटी आणि एका गालावर सुरा मारल्याचा व्रण आहे."

"तू त्याला तुमच्या या कामात कसं काय सहभागी करून घेतलंस?"

"छे, छे! त्याला मी नव्हतं घेतलं. मी फक्त जाड्या पॉल आणि जानी या माझ्या जुन्या दोस्तांना बोलावून घेतलं होतं. पण या ऑर्सिनीला मात्र माझ्यावर नजर ठेवण्याकरता म्हणून त्या जाड्या अमेरिकनानं आमच्यात सोडला होता आणि आता तर मी ऐकतो की, जानी मेलाच व जाड्या पॉलही गायब झालाय."

"पण मग आता हे सगळं मुद्दाम मला भेटून सांगायचं कारण?" क्विननं विचारलं, "मी या सगळ्यात काय करू?"

झॅक पुढे झुकला आणि त्यानं क्विनचा दंड घट्ट पकडला.

"मला यातून बाहेर पडायचंय..." तो म्हणाला, "ज्या लोकांनी माझा असा घात केलाय, त्यांच्यातलाच जर तू एक असशील, तर त्यांना जाऊन सांग की, माझा काटा काढायला येऊ नका. मी यातलं एक अक्षरही कुठं बोलणार नाही. कधीच नाही, गळ्याशपथ. तेव्हा त्यांना माझ्यापासून काहीच भीती नाही."

"पण मी त्यांच्या बाजूचा नाहीये!" क्विन म्हणाला.

"ठीक आहे, मग जा, तुझ्या लोकांना सांग की, झॅकनं त्या पोराचा खून केलेला नाही. खून करायचं मुळी आमचं ठरलेलंच नव्हतं. मी गळ्याशपथ सांगतो, माझा त्या पोराच्या खुनाशी काहीच संबंध नाही!"

"पण, झॅक, आणखी एक-दोन गोष्टी नीट स्पष्ट करून सांग..." क्विन म्हणाला, "हिऱ्यांचं काय? तुला जर माफीचा साक्षीदार वगैरे होण्याची इच्छा असेल, तर आधी पहिल्याप्रथम ते हिरे परत मागतील. तू ते विकून तर नाही टाकलेस?"

"छे!" झॅक म्हणाला, "एक सुद्धा नाही. सगळेच्या सगळे आहेत, हे बघ."

त्यानं टेबलाखाली हात घालून एक कॅनव्हासची थैली काढून दाखवली. सॅमचे डोळेच आश्चर्यानं बाहेर आले.

"बरं... हा ऑर्सिनी..." क्विन निर्विकारपणे म्हणाला, "सध्या कुठं आहे?"

"देव जाणे. कदाचित परत कॉर्सिकाला गेला असेल. तो दहा वर्षांपूर्वी मार्सेलिसला एका गुंडांच्या टोळीत कामाला लागला. नंतर पॅरिसला गेला. त्याच्या तोंडून मी त्याच्याबद्दल एवढीच माहिती आत्तापर्यंत मिळवू शकलो. आणि त्याचं जन्मगाव म्हणजे कॅसलब्लँक नामक एक गाव आहे."

क्विन उठला. त्यानं हिऱ्यांची थैली हातात घेतली आणि बसलेल्या झॅककडे एकवार नजर टाकली.

"तू पुरता अडकलायस, दोस्ता. अगदी गळ्यापर्यंत रुतलायस. हं... आता तू हे हिरेच परत करतोयस म्हटल्यावर कदाचित ते तुझ्यावर विश्वास ठेवतील सुद्धा.

पण मी काही त्याची आत्ता खात्री देऊ शकत नाही. अर्थात मी माझ्या परीनं तुझ्यासाठी जमेल तेवढा प्रयत्न करीन. खुद्द तुझ्यामागे तुला नाचवणारा एक माणूस आणि त्या माणसाच्या पाठीमागे हे सगळं कारस्थान रचणाऱ्या काही बड्या शक्ती होत्या, हे त्यांना पटवण्याचा मी प्रयत्न करीन. त्यांचा जर या गोष्टीवर विश्वास बसला आणि तूही कुठलाही आडपडदा न ठेवता त्यांना सगळं जसं घडलं, तसंच्या तसं सांगितलंस, तर ते तुला जिवंत ठेवतीलही, पण एक लक्षात घे. तू ज्या लोकांसाठी हे काम करत होतास, ते मात्र तुला जिवंत ठेवण्याची अजिबात शक्यता नाही. तेव्हा सांभाळून...''

एवढं बोलून क्विन जाण्यासाठी परत फिरला. सॅम लगेच त्याच्या पाठोपाठ निघाली. मग झॅकही तातडीनं उठला आणि घाबरून क्विनला अगदी लगटून चालू लागला. तिघं दाराकडे निघाले. क्विन क्षणभर थांबला.

''एक शेवटचाच प्रश्न. तू झॅक हे नाव का सांगितलंस?''

अपहरणाच्या काळात बऱ्याच मानसोपचार-तज्ज्ञांनी आणि मानसशास्त्रज्ञांनी या झॅक नावाचा अर्थ लावण्याचा प्रयत्न केला होता. त्यांचा सिद्धान्त असा होता की, गुन्हेगारानं स्वतःच्या मूळ नावातच थोडा-फार फेरफार करून आयत्या वेळी हे टोपण नाव बनवलं असणार. त्यामुळे त्यांनी झॅक या नावाशी साधर्म्य असणारी झॅचरी, झकारयि, इत्यादी अनेक नावं शोधली होती व त्या नावाच्या गुन्हेगारांचा तपास चालवला होता.

''खरं सांगायचं, तर झेड-ए-सी-के – झॅक ही माझ्या अगदी पहिल्या गाडीच्या नेमप्लेटवरची अक्षरं होती.'' झॅक म्हणाला.

क्विननं एक भुवई उंचावली; त्याला हसू फुटलं. मानसोपचार-तज्ज्ञांचे सगळे आडाखे धुळीला मिळाले होते. तो बारच्या बाहेर पडला. पाठीमागे झॅक होताच. सॅम तर अजून दारातच होती. इतक्यात रस्त्याच्यापलीकडच्या बाजूनं गोळीबार सुरू झाला. खरं तर तो सगळाच प्रकार इतका अनपेक्षित होता की, क्विनला आधी ती समोरची गाडी किंवा त्यात बसलेला बंदूकधारी वगैरे दिसलाच नाही, पण त्याला आधी आपल्या गालाला चाटून गेलेल्या गोळीचा 'व्हॅप' असा परिचित आवाज आला. गोळी त्याच्या कानापासून अवघ्या एक इंचाच्या अंतरानं गेली, पण तिनं क्विनच्या मागून येणाऱ्या झॅकचा बळी घेतला. गोळी त्याच्या गळयाच्या बरोबर मध्यभागी घुसली.

क्विनला युद्धाचा जो अनुभव होता, त्यानंच केवळ त्याचा आणि सॅमचा जीव वाचला. गोळीचा आवाज त्याच्या इतक्या परिचयाचा होता की, झॅकला गोळी लागताक्षणीच काय घडलंय, हे त्याच्या लक्षात आलं आणि त्यानं प्रसंगावधान राखून झॅकच्या कोसळणाऱ्या देहाचाच ढालीसारखा वापर केला. तशाच स्थितीत

एका हातानं सॅमचं बखोट पकडून तो बारच्या आत पळाला. त्यानं स्वत: बारच्या फरशीवर लोळण घेतली व सॅमलाही खाली ओढलं. बरोबर त्याच क्षणी दुसरी गोळी समोरून सुसाटत आली व बारच्या भिंतीवर आदळली. मग दार आपोआप बंद झालं.

क्विननं दोन्ही हातापायांवर रांगत सॅमलाही आपल्याबरोबर बारच्या मागच्या भागात आणलं. रस्त्यावरच्या गाडीतून अजूनही गोळ्यांचा वर्षाव होतच होता, त्यामुळे बारच्या खिडक्यांची तावदानं फुटून त्यांचा चक्काचूर झाला होता.

बारचा मालक बिचारा दिङ्मूढ होऊन या सगळ्या प्रकाराकडे बघतच राहिला. अखेर त्याच्या हारीनं मांडलेल्या बाटल्यांना गोळी लागून त्या त्याच्याच अंगावर कोसळल्या, तसा तोही कोसळला.

तेवढ्याच अचानकच गोळीबार थांबला. क्विननं अंदाज केला की, तो बंदूकधारी बहुधा दुसरा काडतुसांचा पट्टा मशीनगनमध्ये भरत असणार. त्या क्षणाचा फायदा घेऊन क्विन विजेच्या वेगानं उठला आणि सॅमला धरून अक्षरश: फरफटत, ओढत मागच्या दाराकडे पळाला. त्याच्या उजव्या हातात अजूनही ती हिऱ्यांची थैली होती. ते दोघं सरळ त्या हॉटेलच्या मुदपाकखान्यात घुसले आणि तिथून मागील दारानं पाठीमागच्या अंधाऱ्या बोळातून बाहेर पडले. कंपाउंडच्या भिंतीवरून उडी ठोकून दोघं दुसऱ्याच एका दुकानाच्या आवारात शिरले. हा एका खाटीकखान्याचा मागचा भाग होता. त्या खाटकाला काही कळायच्या आतच ते त्याच्या दुकानातून पळत पुढच्या रस्त्याला लागले. सुदैवानं तिथं एक टॅक्सी उभीच होती. त्याच्या मागच्या दारातून एक म्हातारी बाई सावकाश उतरत होती. ती एका हातानं पर्समधून काही नाणी काढत होती. क्विन पळतच तिथं गेला. त्यानं त्या बिचाऱ्या म्हातारीला अक्षरश: उचलून फूटपाथवर ठेवलं आणि 'सॉरी, मॅडम' असं म्हणून सॅमसह आत शिरला. त्यानं हातातली कॅनव्हासची थैली सीटखाली ठेवली. मुठीत बऱ्याच नोटा काढून त्या ड्रायव्हरच्या तोंडापुढे नाचवल्या.

"ताबडतोब इथून निघायचंय. माझ्या या मैत्रिणीचा नवरा काही भाडोत्री गुंड घेऊन आमच्या मागे लागलाय."

टॅक्सीवाला एक निवृत्त सैनिक होता. आपल्या तरुणपणी तोही चांगलाच रंगेल गडी होता. शिवाय आता गाडीत बसलेली सोनेरी केसांची सुंदरी पाहून त्यालाही जरा जोर चढला. शिवाय चांगली गबर असामी दिसत होती. केवढा जाडजूड नोटांचा गठ्ठा! नाहीतर आजकालच्या दिवसांत एवढी टिप देणारा माणूस भेटणार तरी कुठून! त्यामुळे त्यानं त्वेषानं सुसाटत टॅक्सी सोडली.

क्विननं सॅमच्या अंगावरून ओणवून टॅक्सीचं दार लावलं. पण ते मोडकळीला आलेलं दार काही पहिल्या फटक्यात धड बंद झालं नाही, म्हणून त्यानं ते परत उघडून दणकन लावलं. सॅम झाल्या प्रकारानं अगदी गर्भगळित झाली होती. तिचा

चेहरा पांढरा पडला होता. ती एक मोठा सुस्कारा टाकून सीटवर पाठीमागे नीट रेलून बसली. एवढ्यात तिचं लक्ष एका गोष्टीनं वेधलं गेलं. क्विननं दार धाडकन लावलं, त्या गडबडीत सॅमची हँडबॅग दाराच्या फटीत अडकून तिचा तळ जरासा उसवला होता. सॅमनं ती बॅग उलटीपालटी करून निरखून पाहिली व तिला जे काही दिसलं, त्यामुळे ती बुचकळ्यात पडली.

"क्विन... हा काय प्रकार आहे, क्विन?"

बॅगेच्या उसवलेल्या तळातून एक लाहनशी पातळ चकतीवजा बॅटरी डोकावत होती. क्विननं मागच्या खिशातला फोल्डिंग चाकू काढला आणि बॅगेचा तळ पूर्णपणे उसवला. आतून तशाच दिसणाऱ्या व एकमेकींना जोडलेल्या आणखी दोन बॅटऱ्या निघाल्या. आत एका चपट्या सर्किट बोर्डवर एक ट्रान्समीटर व एक ब्लीपर होता. शिवाय मायक्रोफोनला जोडलेली वायर होती. त्याची एरियल खांद्याला अडकवण्याच्या पट्ट्यात होती. तो एक लहानसा पण चांगल्यापैकी शक्तिशाली ट्रान्समीटर होता. तो ध्वनिलहरींमुळे उद्दीपित होत असे, त्यामुळे अगदी कमीत कमी शक्तीवर चालणारा होता.

क्विननं तो प्रकार नीट न्याहाळून पाहिला. ट्रान्समीटर अजून शाबूत होता. चालू होता, त्यामुळे त्याचा वापर करून आपण त्यातून शत्रूला मुद्दाम चुकीची माहिती पुरवावी, असा विचार एकदा क्विनच्या मनात चमकून गेला, पण मघाशी सॅम 'हा काय प्रकार आहे' असं म्हणून एकदा मोठ्यांदा ओरडली होती. त्यामुळे ते लोक आधीच सावध झाले असतील, अशीही शक्यता होती. मग त्यानं समोर एक कचरापेटी दिसताच ड्रायव्हरला इशारा करून गाडी थांबवली आणि ती बॅग, ट्रान्समीटर सगळं काही बाहेर फेकून दिलं.

"छान! म्हणजे मार्चाईस आणि प्रेटोरियस कसे मारले गेले, हे कोडं आता उलगडलं!" क्विन म्हणाला, "हे दोघे जण असणार. एक आपल्या मागावर राहून ट्रान्समीटरच्या साहाय्यानं आपलं संभाषण ऐकून आपल्या हालचालींचा पत्ता लावणार. मग त्यानं फक्त फोन करून दुसऱ्याला सगळी बित्तंबातमी कळवली की, तो आपण पोहोचण्यापूर्वीच त्या व्यक्तीचा काटा काढणार. पण एक कोडं उलगडलं नाही. आज मी त्या हॉटेलच्या खोलीत झॅकशी एक खोटी मीटिंग ठरवली होती. त्याची बातमी या लोकांना कशी नाही लागली? तिथं त्या वेळी कसे नाही उपटले?"

"हो, कारण त्या वेळी ती माझ्याजवळ नव्हती..." सॅम अचानक म्हणाली.

"काय? कधी?"

"तू मला त्या मीटिंगबद्दल सांगितलंस, तेव्हा ती पर्स माझ्यापाशी नव्हती. तुला नाही का आठवत – तू म्हणालास 'चल, वर खोलीत गेल्यावर सगळं सांगतो.' मग आपण घाईनं वर गेलो. त्या वेळी मी ती पर्स बारमध्येच विसरले. नंतर बऱ्याच वेळानं माझ्या ते लक्षात आल्यावर मी ती खाली जाऊन घेऊन आले. मला

तेव्हा इतकी काळजी वाटत होती, आपली पर्स चोरीला तर गेली नसेल ना, म्हणून! पण आता वाटतं, चोरीला गेली असती, तरी बरं झालं असतं.''

''हो, ना. त्यामुळे त्यांना आपण झॅकला भेटायला जायला अगदी निघेपर्यंत आपण त्याला कुठं भेटणार आहोत, त्या ठिकाणाचा पत्ता ठाऊक नव्हता. मग आपण टॅक्सी केल्यावर मी टॅक्सीवाल्याला रस्त्याचं नाव सांगितलं आणि बार हा शब्द ऐकला. त्या गल्लीत फक्त दोनच बार्स आहेत.''

''हो, पण काय, रे, त्यांना माझ्या बॅगेत हा ट्रान्समीटर बसवणं जमलं तरी कसं?'' सॅम म्हणाली, ''माझ्या तर आठवणीप्रमाणे मी ही बॅग विकत घेतल्याच्या क्षणापासून सारखीच जवळ बाळगते आहे.''

''वेडे, ती काही तुझी बॅग नव्हती. ती हुबेहूब तशीच दिसणारी दुसरी बॅग होती,'' क्विन म्हणाला, ''कुणीतरी तुझी बॅग बघितली. ती सतत तुझ्याजवळ असते, हेही त्यांच्या लक्षात आलं असणार. मग त्यांनी अगदी तश्शीच दुसरी बॅग बनवून घेऊन त्यात तो ट्रान्समीटर बसवला. मग दोन्ही बॅगांची हळूच अदलाबदल केली. जरा आठव बरं, त्या दिवशी केन्सिंग्टन अपार्टमेंटमध्ये किती लोक आले ते.''

''तू पळून गेल्यावर? हजारो लोक आले. क्रॅमर, ब्रिटिश ऑफिसर्स, ब्राऊन, कॉलिन्स, सेमॉर आणखी तिघं-चौघं एफ.बी.आय.चे लोक. मी आधी दूतावासात गेले, मग तुला भेटायला त्या सरेमधल्या घरी आले, नंतर अमेरिकेला गेले, तिथून परत आले. अगदी सगळीकडे मी ही बॅग बरोबर नेली होती.''

''पण तुझी जुनी बॅग रिकामी करून त्यातल्या वस्तू त्या बॅगेत घालणं हे पाच मिनिटांचं सुद्धा काम नाहीये.''

''मंडळी, तुम्हाला कुठं सोडायचं?'' टॅक्सी ड्रायव्हरनं विचारलं.

हॉटेलात तर आता परत जाणं शक्यच नव्हतं, कारण मारेकऱ्यांना तो पत्ता ठाऊक झाला होता, पण क्विननं आपली ओपेल गाडी जिथं पार्क केली होती, तो पत्ता मात्र त्यांना ठाऊक असणं शक्यच नव्हतं, मग क्विननं ड्रायव्हरला तशीच सूचना दिली.

''क्विन, आपण आता झॅककडून जे काही ऐकलं, त्यावरून तर मला असं वाटायला लागलंय की, मी आता लगेच अमेरिकेला परत गेलेलं बरं. मी आधी इथल्या अमेरिकन दूतावासात जाते, पोलीस-संरक्षण मागून घेते आणि सरळ वॉशिंग्टनला जाते. मला वाटतं, झॅकनं जे काही सांगितलं, ते वॉशिंग्टनला समजायलाच हवं!''

क्विन मात्र त्यावर काहीच बोलला नाही. नुसता खिडकीबाहेर बघत बसला...

''आपण आता कुठं निघालोय?'' क्विनबरोबर आपल्या ओपेल ॲस्कोनामध्ये बसल्यावर सॅमनं विचारलं.

"तू विमानतळाकडे निघाली आहेस." क्विन म्हणाला.

"वॉशिंग्टनला जायलाच ना?"

"नाही. वॉशिंग्टनला तर मुळीच नाही. हे बघ, सॅम, माझं ऐक. आता तर तू असं एकटीनं वॉशिंग्टनला जाणं अतिशयच धोक्याचं आहे. या सगळ्या कारस्थानामागे ज्या कुणाचा हात आहे, ते लोक नुसते धंदेवाईक मारेकरी नाही आहेत, त्याहून महाभयंकर आहेत. ते मर्सिनरीज तर नुसते भाडोत्री गुंड होते. आपल्या फ्लॅटमध्ये जे जे काय घडत होतं, ते सगळं झॅकला कळत होतं. कुणीतरी कळवत होतं. पोलिसांच्या हालचाली, स्कॉटलंड यार्ड, वॉशिंग्टन आणि लंडनमध्ये चालू असणारा तपास या सगळ्याची बित्तंबातमी त्याला होती. झॅकनं यापुढचं पाऊल कोणतं उचलायचं, याचा शिस्तबद्ध आराखडा त्याला कुणीतरी कळवत होतं. सायमन कॉरमॅकच्या मृत्यूचा कट त्यांनीच शिजवला होता."

"झॅक व त्याच्या साथीदारांनी सायमनला गाडीतून रस्त्यावर आणून सोडला व ते निघून गेले. त्यानंतर जवळच असलेल्या कुणीतरी रीमोट कंट्रोलच्या साहाय्यानं सायमनच्या अंगावरील बॉंबचा स्फोट घडवून आणला. ही व्यक्ती जवळच्या झाडीत आधीपासूनच लपून बसलेली असणार आणि बरोबर कुठं लपायचं, हे त्या व्यक्तीला तरी आधीच कसं कळलं? याचं उत्तर एवढंच की, झॅकनं सायमनला व मला रस्त्यावर नक्की कुठं सोडायचं वगेरे सगळं तपशीलवार आधीच ठरलेलं होतं. झॅकनं मला न मारता तसंच सोडलं, कारण मला मारण्याचा हुकूम त्याला दिला गेला नव्हता. खरं तर, आपल्याला कुणाचा खून करायचाय, अशी त्याला कल्पना नव्हतीच."

"पण झॅकच्या म्हणण्याप्रमाणे," सॅम म्हणाली, "हा जो कुणी जाड्या अमेकिन होता, त्यानंच हा सगळा सापळा रचून झॅकची मान त्यात अडकवली. खून केला दुसऱ्याच कुणीतरी, पण परिस्थितिजन्य पुरावा असा काही निर्माण केला की, खुनाचा आळ झॅक व त्याच्या साथीदारांवर आला."

"हो. पण त्या जाड्या अमेरिकनाला तरी असं करायला कुणी सांगितलं?"

"अरे, खरंच की. त्याचाही बॉस कुणीतरी असणारच."

"असायलाच पाहिजे. माझ्या कल्पनेप्रमाणे तो जाड्या अमेरिकनही भाडोत्री गुंडच असणार!" क्विन म्हणाला, "आणि त्याच्या पाठीमागे असणार अगदी आतल्या राजकीय वर्तुळातील बडी व्यक्ती. आत्ता म्हणशील, तर आपल्याला हे जे घडलं, ते काय-काय व कसं कसं घडलं, एवढंच ठाऊक आहे. पण मुळात या सगळ्याचा कर्ताकरविता कोण, त्याचा यामागचा उद्देश तरी काय, हे आपल्याला कुठं ठाऊक झालंय? समज, अगदी आत्ता या घटकेला तू वॉशिंग्टनला गेलीस आणि झॅकनं आपल्याला सांगितलेलं सगळं तिथं सांगितलंस, तरी त्यानं काय सिद्ध

होणार आहे? एका लफंग्या बदमाशाच्या शब्दावर कोण विश्वास ठेवणार? पुन्हा त्याचा सोईस्कर रीतीनं खून केला गेलाय. म्हणजे तर सगळाच प्रश्न मिटला. आपण केलेल्या कृत्याचा पश्चात्ताप झाल्यावर शिक्षेच्या भीतीनं पळ काढणारा तो एक य:कश्चित गुन्हेगार. आधी आपणच आपल्या साथीदारांचा खून करून, मग शिक्षा होऊ नये, म्हणून शहाजोगपणे सरकारला हिरे परत करायचे. या हेतूनं त्यानं ती कथा रचली नव्हती कशावरून? तो खरंच बोलत होता, हे तुला आणि मला ठाऊक आहे, सॅम. पण हे तू वॉशिंग्टनला कसं काय पटवणार?''

''पण, क्विन, मग आता यावर उपाय? आता कुठं जायचं आपण?''

''आपण नाही तू. आता या घटकेपासून आपले मार्ग वेगळे. तू भूमिगत व्हायचं. मी एकटा त्या कॉर्सिकन गुंडाचा शोध घेईन. एकदा त्याची भेट घेतली की, त्याला नाचवणारा खरा सूत्रधार, तो जाड्या अमेरिकन, त्याचं नाव कळेल. पुढचं सोपं आहे. सायमन कॉरमॅकला तो प्राणघातक पट्टा घालायला लावण्याची मूळ कल्पना कुणाची होती, हेही कळेल. सॅम... तुला आठवतं, झॅकशी पैशाच्या संदर्भातल्या वाटाघाटी जवळ जवळ पूर्ण होत आल्या असताना अचानकच त्यानं मूळ विचार बदलला आणि रोकड रकमेऐवजी हिऱ्यांची मागणी केली. ती का केली, असं तुला वाटतं? कारण हेच की, त्या हिऱ्यांची आपण जमवाजमव करण्यात जे सहा दिवस खर्ची झाले, त्यांचा उपयोग त्या लोकांनी सायमनला मारण्याच्या पूर्वतयारीसाठी केला. आपण रोख रक्कम द्यायला त्यांच्या अपेक्षेपेक्षा आधीच तयार झाल्यानं त्यांचा बेत फसला असता. तोपर्यंत सायमनला देण्याचे कपडे आणि तो प्राणघातक पट्टा तयार नव्हता. त्यांच्या कारस्थानाचे टप्पे फारच भराभरा ओलांडले जात होते. त्याचा वेग थोडा कमी करणं आवश्यक होतं. मी जर त्या ऑर्सिनीला जिवंत गाठू शकलो, त्याला बोलतं करू शकलो, तर कदाचित त्याच्याकडून त्या जाड्या अमेरिकनाचं नाव कळेल. ते एकदा कळलं की, आपण वॉशिंग्टनला जाऊ.''

''मला ने ना तुझ्याबरोबर, क्विन!'' सॅम म्हणाली, ''आपलं असंच ठरलं होतं.''

''हे वॉशिंग्टननं ठरवलं होतं, पण ते आता संपलं. झॅकनं आपल्याला जे जे काही सांगितलं, ते तुझ्या त्या बॅगेत दडवलेल्या बगद्वारा खऱ्या गुन्हेगारांना कळलंय आणि त्याचबरोबर, आपला खेळ संपत आलाय आपलं बिंग लवकरच फुटणार, अशी त्यांना नक्की भीती वाटत असणार, त्यामुळे आता त्यांचं लक्ष्य आहे मी आणि तू! त्यामुळे ते लोक आपल्यापर्यंत पोहोचायच्या आत त्या जाड्या अमेरिकनाचं नाव शोधून काढणं अत्यंत महत्त्वाचं आहे, तरच त्यांचा डाव त्यांच्यावरच उलटवण्यात आपण यशस्वी होऊ. एकदा त्या जाड्या अमेरिकनाचं

नाव आपण सी.आय.ए. आणि एफ.बी.आय.ला कळवलं की, झालं. मग पुढचं काय ते, ते बघून घेतीलच.''

''पण मी भूमिगत व्हायचं, म्हणतोयस. ते नक्की कुठं? आणि किती काळापर्यंत?''

''हं ऐक. मी तुला स्वत: फोन करून ग्रीन सिग्नल दिल्याखेरीज तू बाहेर यायचं नाही. आणि कुठं म्हणशील, तर... मालागा इथं. स्पेनमध्ये माझी मित्रमंडळी आहेत. ती तुझी चांगली बडदास्त ठेवतील.''

लंडनप्रमाणेच पॅरिसलाही दोन विमानतळ आहेत. बऱ्याचशा परदेशी फ्लाइट्स अंतर्भागातल्याच विमानतळावरून जरी सुटत असल्या, तरी स्पेन व पोर्तुगालच्या फ्लाइट्स मात्र अजूनही जुन्याच दक्षिण भागातील विमानतळावरून सुटतात. बरोबर तीसच मिनिटांनी क्विन त्याला पाहिजे त्या विमान-कंपनीचं ऑफिस ज्या इमारतीत होतं, त्या इमारतीत सॅमसह शिरत होता.

''आणि माझे कपडे? माझ्या हॉटेलातल्या वस्तू? सामान?'' सॅम कुरकुरत म्हणाली.

''आता ते विसर. ते गुंड हॉटेलवर पाळत न ठेवण्याइतके दूधखुळे निश्चितच नाहीत. तुझ्याजवळ तुझा पासपोर्ट आणि क्रेडिट कार्ड आहे ना?''

''हो, हो! ते मी कायमच जवळ बाळगते.''

''मीही. आता तू एवढंच कर, इथल्या बँकेत जा आणि तुझ्या क्रेडिट कार्डाच्या आधारावर तुला जेवढी जास्तीतजास्त रक्कम काढता येईल, तेवढी काढून आण.''

सॅम बँकेत गेली. तेवढ्या वेळात क्विननं स्वत:जवळ होते नव्हते तेवढे सगळे पैसे गोळा केले आणि तिचं पॅरिस ते मालागा तिकीट काढलं. तिची फ्लाइट पाच वाजून पस्तीस मिनिटांनी होती. ''तुमच्या मैत्रिणीला अजून पाच तास थांबावं लागेल...'' तिकीट देणारी तरुणी म्हणाली. ''मेन गेटपासून दर बारा मिनिटांनी ओर्ली साउथ टर्मिनलकडे जाणाऱ्या बसेस सुटतात.''

क्विननं तिचे आभार मानले आणि सॅम पैसे काढत असलेल्या बँकेत गेला. त्यानं तिचं तिकीट तिच्या हातात ठेवलं. तिनं बँकेतून पाच हजार डॉलर्स काढले होते. त्यानं त्यातले चार हजार स्वत:साठी काढून घेऊन, एक हजार तिच्यासाठी ठेवले.

''मी तुला आत्ता लगेच बसस्टॉपकडे नेतोय. इथे थांबण्यापेक्षा ओर्ली विमानतळावर थांबणं तुझ्या दृष्टीनं अधिक सोयीचं आहे. ते जास्त सुरक्षित ठरेल, कारण कदाचित ते नव्या विमानतळावर पहारा देत बसून असतील. तू ओर्ली विमानतळावर पोहोचलीस की, लगेच पासपोर्ट कंट्रोलमधून सरळ ड्युटी फ्री शॉपिंगच्या विभागात शीर. तिथं तुला एक नवी पर्स, एखादी बॅग, काही कपडे असं आवश्यक सामान विकत घे.

मग फ्लाइटची वाट बघत बैस आणि कुठल्याही परिस्थितीत ती फ्लाइट मात्र चुकू देऊ नको. मालागा एअर पोर्टवर माझे मित्र तुला उतरवून घ्यायला येतील.''

''पण... क्विन... मला तर एक अक्षरही स्पॅनिश येत नाही.''

''काळजी करू नको, वेडे. माझ्या मित्रांना व्यवस्थित इंग्रजी येतं.''

...तेवढ्यात बस आलीच. बसमध्ये चढता चढता अचानक सॅम पायरीवर थांबली आणि मागे वळली. तिचे मोठाले डोळे पाण्यानं भरले होते. तिनं भावनावेगानं क्विनच्या गळ्यात हात टाकले.

''क्विन, आय ॲम सॉरी. उगीच आले मी तुझ्याबरोबर हट्ट करून. माझं हे नसतं लोढणं तुझ्यामागे लागलं. तू एकटाच आला असतास, तर बरं झालं असतं.''

''तुझी काहीही चूक नाहीये, राणी.'' क्विननं तिचा चेहरा दोन्ही हातांनी जवळ ओढला व तिच्या ओठांवर ओठ टेकले. जवळपासच्या एकाही माणसानं ढुंकूनही पाहिलं नाही. हे दृश्य कुणालाच नवीन नव्हतं. ''शिवाय तू जर माझ्याबरोबर आली नसतीस, तर मला ही स्मिथ अँड वेसन बंदूक कशी मिळाली असती? मला वाटतं, आता मला याची गरज भासणार आहे.''

''क्विन, सांभाळून राहा हं!'' ती त्याच्या कानात कुजबुजली. गार वाऱ्याच्या झुळकेनं तिचं अंग शहारलं. बसमध्ये शेवटच्या उतारूचं सामान भरलं गेलं. क्विननं आपल्या छातीवर विखुरलेले तिचे चमकते सोनेरी केस हळुवार कुरवाळले.

''मी जपून राहीन. माझ्यावर विश्वास ठेव. मी थोड्याच दिवसांत तुला फोन करीन. आणखी थोड्या, अगदी थोड्याच दिवसांत आपण दोघंही सुखरूप परत जाऊ शकू.''

...बस सुटली. दूर दूर जाऊ लागली. मागच्या खिडकीतून हलणाऱ्या गोऱ्यापान नाजूक हाताकडे तो बघत राहिला. बस कोपऱ्यावर वळून दिसेनाशी झाली. बस-स्टॉपच्या समोरच एक मोठं पोस्ट ऑफिस आहे. क्विननं तिथं जाण्यापूर्वी वाटेत थांबून एक मोठा कार्डबोर्ड, रंगीत कागद आणि चिकटवण्यासाठी टेप विकत घेतली. नंतर खिशातल्या चाकूनं कार्डबोर्ड नीट कापून त्याच्या साहाय्यानं त्या हिऱ्यांचं नीट पार्सल तयार केलं, मग ते पोस्टात जाऊन रजिस्टर पोस्टानं लंडनला राजदूत फेअरवेदर यांच्या नावे पाठवून दिलं.

नंतर समोरच्या इंटरनॅशनल टेलिफोन बूथमधून त्यानं स्कॉटलंड यार्डला फोन लावला व निगेल क्रॅमरसाठी नुसताच एक निरोप ठेवला. तो निरोप उतरवून घेणाऱ्या माणसाला त्यानं ससेक्स परगण्यातील ईस्ट ग्रीनस्टेड जवळच्या एका घराचा पत्ता सांगून फोन ठेवला. दुसरा फोन त्यानं ईस्टेपोनामधल्या एका बारमध्ये केला.

''होय, यार. तू काळजीच करू नको,'' फोनवरचा रांगडा आवाज म्हणाला. ''आम्ही तुझ्या मैत्रिणीची अगदी नीट बडदास्त ठेवू. मुळीच काळजी करू नको!''

अशा तऱ्हेनं सगळं मार्गी लावल्यावर क्विननं गाडी पार्किंग प्लेसमधून बाहेर काढली आणि जवळच्या पेट्रोलपंपाकडे जाऊन गाडीची टाकी भरून घेतली. नंतर तो गावात वळसा घालून जाणाऱ्या रस्त्यानं मार्सेलिसकडे निघाला.

मध्ये रस्त्यात एके ठिकाणी गाडी थांबवून, त्यानं जेवण उरकलं. नंतर गाडी रस्त्याच्या कडेला उभी करून, सीटवरच आडवं पडून जराशी झोप काढली. काही तासांनी त्याला जाग आली, तेव्हा मध्यरात्रीचा सुमार असावा. मिट्ट काळोख होता. त्यानं तसंच पुढे कूच केलं.

इकडे क्विन आरामात झोपलेला असताना, तिकडे तो सॅमसह ज्या हॉटेलात उतरला होता, त्या हॉटेलवर पाळत ठेवली गेली होती. त्या हॉटेलच्याच तळमजल्यात जो डायनिंग हॉल होता, तिथं टेबलापाशी एक माणूस कित्येक तास बसून होता. आता हॉटेलच्या कर्मचाऱ्यांच्याही ही गोष्ट लक्षात येऊन चुकली होती, त्यामुळे ते जरासे वैतागलेही होते. त्या बिचाऱ्यानं दुपारचं जेवण, संध्याकाळचा चहा, रात्रीचं जेवण त्या टेबलापाशीच घेतलं होतं.

रात्रीचे अकरा वाजले आणि ते रेस्टॉरंट बंद व्हायची वेळ झाली, तसा तो माणूस उठला आणि समोरच असलेल्या रॉयल हॉटेलमध्ये जाऊन बसला. आपण एका मित्राची वाट पाहात आहोत, अशी बतावणी करून तो लॉबीतल्या खिडकीलगतच्या कोचावर बसून राहिला. अखेर मध्यरात्री दोन वाजता तो कंटाळून परत गेला. तिथून तो तडक एका चोवीस तास चालू असणाऱ्या पोस्ट ऑफिसमध्ये शिरला आणि त्यानं एक अर्जंट पर्सन टु पर्सन ट्रंक कॉल लावला. ऑपरेटरनं परत कॉल करेपर्यंत तो बूथमध्येच थांबून राहिला.

"सर," ऑपरेटर म्हणाली, "तुम्हाला हवा असलेला माणूस लाइनवर आलाय. बोला. कॅसलब्लँक!"

❖

पंधरा

कोस्टा डेल सोल हे ब्रिटिश गुन्हेगारांपैकी अट्टल, नावाजलेल्या महाभयंकर गुंडांचं आश्रयस्थान होतं. यांपैकी बऱ्याचशा गुंडांच्या मागावर पोलीस होते. कितीतरी बँका लुटणारे दरोडेखोर आपला देश सोडून स्पेनमध्ये येऊन याचसाठी राहायचे. कारण स्कॉटलंड यार्डचे हात तिथं पोहोचू शकत नसत, त्यामुळे चोरीच्या वैभवाचा उजळ माथ्यानं उपभोग घेता यायचा. गुन्हेगारांचा हा स्वर्गच होता.

असल्या गुंडांपैकीच काही जण पॅरिसमधून तो फोन आल्यानंतर मालागा विमानतळाशी थांबले होते. त्यांची नावं रॉनी, बर्नी, ऑर्थर आणि टेरी ऊर्फ तेल अशी होती. सर्वांनी भारी सूट्स, मोठाल्या हॅट्स व गॉगल्स अशी वेषभूषा केली होती. पॅरिसची फ्लाइट आली आहे, असं कळल्यावर चौघं विमानतळाच्या मुख्य दरवाज्यापाशी पण जरा आडोशाला जाऊन उभे राहिले.

पहिले तीन पॅसेंजर्स बाहेर आल्यावर सॅम उगवली. तिच्या हातात फक्त एक नवी कोरी बॅगवजा पर्स होती. बाकी काहीच नव्हतं. ओर्ली विमानतळावर विकत घेतलेल्या या पर्समध्येच तिनं नाइटी आणि इतर सामान कोंबलं होतं.

रॉनीच्या हातातल्या कागदावर तिचं वर्णन लिहिलेलं होतं. पण जे अप्रतिम लावण्य त्याच्यासमोर चालत येत होतं, त्यापुढे ते शब्द अगदीच फिके होते. बर्नी आणि ऑर्थरप्रमाणेच रॉनीदेखील लग्न झालेला, मुलं-बाळं असलेला मध्यवयीन संसारी गृहस्थ होता. त्याची पत्नीही त्याला साजेशीच होती. त्यामुळे आत्ता समोरून डौलदारपणे चालत येणाऱ्या सुंदरीला बघून तो अक्षरशः गारच झाला. उरलेल्या तिघांचीही तीच प्रतिक्रिया झाली.

रॉनी भानावर येऊन पुढे झाला.

"मिस सोमरव्हिले?"

"होय!"

"हॅलो! मी रॉनी. हे माझे मित्र बर्नी, ऑर्थर आणि तेल. क्विननं आम्हाला तुमची नीट व्यवस्था ठेवायला सांगितली आहे. आपली गाडी समोरच आहे."

❖

क्विन भल्या पहाटे, अंग गोठवणाऱ्या थंडीत मार्सेलिसमध्ये शिरला. त्याच्यासमोर दोन पर्याय होते. एक तर इथून कॉर्सिकाच्या राजधानीकडे जाणारी डायरेक्ट फ्लाइट घ्यायची किंवा बंदरातून फेरी बोट घ्यायची व आपल्या गाडीसह तिथं पोहोचायचं.

क्विननं दुसरा पर्याय निवडला. एक तर कॉर्सिकात जाऊन परत नवीन गाडी भाड्यानं घेण्याची भानगड नको. दुसरं म्हणजे, स्मिथ अँड वेसन आरामात बरोबर घेता येईल. विमानप्रवासात ते शक्य नव्हतं. तिसरं म्हणजे, समजा, कॉर्सिकात काही काळ राहायला लागलंच, तर त्याला काही वस्तू विकत घेणं आवश्यक होतं.

तो बंदरात पोहोचला, तेव्हा ते जवळ-जवळ रिकामंच होतं. सकाळची बोट केव्हाच गेलेली होती. तिकीट ऑफिस अजून उघडलं नव्हतं. त्यानं गाडी उभी केली आणि निवांतपणे नाश्ता, चहा वगैरे उरकला.

नऊ वाजता ऑफिस उघडलं. त्यानं त्याच रात्री सुटणाऱ्या नेपोलियन नामक फेरी बोटीचं बुकिंग केलं. ही बोट रात्री आठला सुटून दुसऱ्या दिवशी सकाळी सातला पोहोचणार होती. आपलं प्रवासी तिकीट दाखवून त्यानं गाडी बंदराच्या कारपार्कमध्ये उभी केली आणि तो शहरात भटकायला गेला. तिथं त्यानं हव्या असलेल्या वस्तू खरेदी केल्या.

एक कॅनव्हासची बॅग, दाढीचं सामान, साबण, कंगवा, इत्यादी वस्तू घेतल्यानंतर तो कपडे-खरेदीला निघाला. बऱ्याच परिश्रमांनंतर पाहिजे तशी जीन पँट, बूट, चामड्याचा पट्टा आणि हॅट मिळाली. आणखी एक वस्तू, जी क्विनला हवीच होती, ती मात्र काही केल्या मिळेचना.

"तुम्हाला आणखी काही हवंय, सर?"

"होय!" म्हणून क्विननं विक्रेत्याला आपल्याला काय हवंय, ते सांगितलं. ते ऐकताच त्या विक्रेत्याचे डोळेच आश्चर्यानं बाहेर आले. "आय ॲम सॉरी, सर! पण ही गोष्ट तुम्हाला कुठंच विकत मिळायची नाही!" असं तो म्हणत असतानाच एकीकडे त्याचे डोळे क्विनच्या हातातल्या नोटांच्या जुडग्याकडे रोखलेले होते.

"कदाचित मागल्या स्टोअररूममध्ये? टाकून दिलेलं, जुनं, निरुपयोगी?" क्विन म्हणाला.

त्या तरुण विक्रेत्यानं चोरटेपणानं इकडे-तिकडे पाहिलं.

"मी प्रयत्न करून बघतो, सर. मला जरा तुमचा होल्डॉल देता का?"

तो क्विनचा होल्डॉल घेऊन मागच्या स्टोअररूममध्ये जो अदृश्य झाला, तो दहा मिनिटांनी उगवला. नंतर त्यानं क्विनच्या जवळ जाऊन होल्डॉलची चेन हळूच उघडून दाखवली व घाईनं बंद केली.

"वा, फारच छान!" क्विन म्हणाला, "अगदी मला हवं तसंच आहे."

क्विननं मग घेतलेल्या वस्तूंचं बिल तर चुकतं केलंच, शिवाय त्या विक्रेत्यालाही भरपूर बक्षिसी दिली आणि निघाला. वाटेत एका कॅफेमध्ये त्यानं दुपारचं जेवण घेतलं. आभाळ निवळलं होतं. जेवता-जेवता त्यानं मघाशीच विकत घेतलेला कॉर्सिका बेटाचा नकाशा टेबलावर पसरला व त्याचा बारकाईनं अभ्यास सुरू केला. पण संपूर्ण कॉर्सिका बेटाच्या माहिती-पत्रकात कॅसलब्लँक खेड्याचा एकदाच अगदी ओझरता उल्लेख होता. त्यांनी म्हटलं होतं की, कॅसलब्लँक हे छोटंसं खेडं ओस्पेडेल पर्वतरांगांच्या कुशीत कॉर्सिका बेटाच्या दक्षिण भागात वसलेलं आहे.

बरोबर आठ वाजता नेपोलियन बोटीनं बंदर सोडलं. पंधरा मिनिटांतच चोहीकडे अंधाराचं साम्राज्य पसरलं. क्विननं बोटीवरच्या रेस्टॉरंटमध्ये जेवण घेतलं व तो आपल्या केबिनमध्ये आला. रात्री अकरा वाजले, तसा त्यानं दुसऱ्या दिवशी पहाटे सहाचा गजर लावून ठेवला आणि तो गाढ झोपी गेला.

❖

साधारण त्याच वेळी इकडे सॅम आपल्या नवीन ओळख झालेल्या लोकांसमवेत एका फार्महाउसमध्ये बसली होती. हे फार्महाउस एका दरीच्या कुशीत होतं. ते गावाबाहेर होतं. आजूबाजूला काहीच वस्ती नव्हती. सॅम आणि ते चौघं एका पत्र्याच्या गॅरेजवजा बंदिस्त खोलीत पत्ते खेळत बसले होते. पैसे लावून असा जुगार खेळण्याची कल्पना खरं तर रॉनीचीच होती. गेले तीन तास त्यांचा खेळ चालला होता. आता खेळातले ऑर्थर आणि बर्नी बाद झाले होते. तेल मात्र खेळात भाग न घेता फक्त सगळ्यांचे रिकामे झालेले बिअरचे ग्लास भरण्याचं काम अतिशय तत्परतेनं करत होता. ऑर्थर आणि बर्नी-दोघांचं एव्हाना चांगलंच दिवाळं वाजलं होतं. त्यामुळे ते बिचारे आता नुसतेच सॅम आणि रॉनीचा खेळ बघत होते.

सॅमनं डॉलर्सच्या नोटा हातात फडकावत रॉनीला आव्हान दिलं. त्यानं दात विचकून ते आव्हान स्वीकारलं व स्वत:च्या हातातल्या नोटा उंचावून तिला पत्ते दाखवण्याची खूण केली. तिनं स्वत:च्या हातातल्या पत्त्यांमधले चार पत्ते उघडे

केले, हळूहळू... दोन राजे, दोन दश्श्या! रॉनीनं परत दात विचकले व आपले सगळे पत्ते टेबलावर ठेवले. तीन राण्या आणि दोन गुलाम. त्यानं विजयी मुद्रेनं टेबलावरचे पैसे गोळा करायला सुरुवात केली. इतक्यात सॅमनं हुबेहूब त्याच्याच सारखे दात विचकले व आपला पाचवा पत्ता दाखवला. तिसरा राजा!

"हात्तिच्या मारी!" रॉनी म्हणाला आणि रेलून बसला.

सॅमनं सगळ्या नोटा गोळा करून शांतपणे खिशात भरल्या.

"ए सॅम, तू काय करतेस तरी काय तिकडे? नोकरी, मॉडेलिंग...?"

"हे काय, क्विननं सांगितलं नाही, वाटतं?" सॅम म्हणाली, "मी एफ.बी.आय.ची स्पेशल एजंट आहे."

रॉनी आणि तेल या दोघांनी ते ऐकून तोंडातल्यातोंडात शिवी हासडली.

❖

नेपोलियन बोट दुसऱ्या दिवशी सकाळी बरोबर सात वाजता कॉर्सिकाची राजधानी अजासिओ इथं पोहोचली. बरोबर दहाव्या मिनिटाला क्विनची गाडी आणि इतर काही गाड्या बाहेर पडल्या. क्विननं नकाशाचा व्यवस्थित अभ्यास केलेला होता, त्यामुळे आपल्याला कुठल्या रस्त्यानं, कुठल्या दिशेला जायचंय, हे त्याला नीट ठाऊक होतं. क्विन रस्त्याला लागून केवळ दहाच मिनिटं झाली आणि एकदम प्रचंड चढण सुरू झाली. याचं कारण सबंध कॉर्सिका बेटच अशा उंच-सखल डोंगराळ प्रदेशानं व्यापलेलं आहे.

वाटेत मधूनच क्विनला चिमुकल्या, बैठ्या, करड्या रंगाच्या घरांची खेडी लागत होती, शेतं आणि फळांच्या बागा लागत होत्या. रस्ता नुसता चढणीचा नव्हता, तर अत्यंत अवघड, धोक्याच्या वळणांचा होता.

कॉर्सिका बेटच सगळं गुंडांचं साम्राज्य आहे. पोलिसांच्या हातांवर तुरी देऊन पळून आलेले सगळे बदमाश इथं स्वत:च्या टोळ्या बनवून अत्यंत एकजुटीनं राहतात. त्यांच्या या सार्वभौम साम्राज्यात क्विनसारख्या परक्या माणसाला प्रवेश करण्यास पूर्णपणे मज्जाव असतो. त्यांच्या सर्वच हालचाली गुप्त असतात. इथल्या प्रत्येक खेड्यात परकीय माणसाला आपला नंबर एकचा शत्रू मानण्यात येतं. गरिबी आणि पर्वतांचं सान्निध्य यात आपलं आयुष्य घालवणारी माणसं पर्वताइतकीच कणखर बनलेली आहेत. काही लोकांच्या मते या कॉर्सिकन जमाती माफिया टोळ्यांहूनही महाभयंकर असतात.

काही तासांत तो नकाशाबरहुकूम कॅसलब्लँक खेड्याच्या बराच जवळ येऊन पोहोचला, हा रस्ता म्हणजे जवळजवळ पायवाटच होती. गाडी चालवणं उत्तरोत्तर कठीण होत चाललं होतं. दोन मैलांवरून त्याला एक किल्ल्यासारखा दिसणारा

पांढरा पर्वतसुळका दिसू लागला. हळूहळू सावधपणे गाडी हाकत क्विन अखेर त्या गावात शिरला.

तो रस्ता गावाच्या मध्यभागी असलेल्या मुख्य चौकाला जाऊन मिळत होता. समोरच चिकटून प्रचंड मोठे पर्वत होते. चहूबाजूंनी चिमुकली घरं व दुकानं होती. आत्ताच्या घटकेला सारं काही चिडीचूप होतं. सर्वत्र शुकशुकाट होता. बाहेर चिटपाखरू सुद्धा नव्हतं. नुसती नीरव शांतता.

क्विननं गाडी मुख्य चौकात आणून उभी केली व बाहेर पडून हात-पाय ताणून चांगला जोरदार आळस दिला. प्रवासानं अंग नुसतं आंबून गेलं होतं. तो तसा बेसावधपणे उभा असतानाच अचानक समोरच्या एका ट्रकचं इंजीन चालू झालं. बरोबर त्याच वेळी दोन घरांच्या मधोमध उभ्या असलेल्या एका ट्रॅक्टरचं धूडही पुढे झालं आणि चौकाच्या बरोबर मधोमध येऊन थांबलं. ट्रॅक्टरच्या ड्रायव्हरनं इंजीन बंद करून किल्ली खिशात टाकली व तो खाली उतरला व दोन्ही घरांच्या मागे कुठंतरी अदृश्य झाला. दुसऱ्या बाजूनं एक मोटारसायकल कुणीतरी आधीपासून पार्क केलेली होतीच. थोडक्यात, क्विनला आपली गाडी कुठल्याच मार्गानं बाहेर काढण्याची सोय नव्हती. क्विननं इकडे-तिकडे पाहिलं. चौकापासून एक मेन रोड निघाला होता. शिवाय आणखी तीन छोटे रस्ते होते. उजवीकडे चार झोपड्या होत्या. त्याच्या पलीकडे एक चर्च होतं. डावीकडे मुख्य गाव होतं. तेवढ्यात चर्चच्या दारातून एक म्हातारा धर्मगुरू बाहेर पडला. त्याचं काही क्विनकडे लक्ष गेलं नाही. तो चर्चच्या दाराला बाहेरून कुलूप घालू लागला.

"हॅलो, सर..." क्विन आवाजात उसना उत्साह आणून म्हणाला. त्याबरोबर तो म्हातारा भयंकर दचकून मागे वळला. त्यानं भीतीनं क्विनकडे पाहिलं आणि चौक ओलांडून गावाच्या दिशेनं पळत सुटला. पळता-पळता त्यानं छातीवर हातानं क्रॉसची खूण केली.

क्विनचा अवतार कुणीही कॉर्सिकन माणसानं दचकावा, असाच होता. ही सगळी किमया त्या मार्सेलिसमधील दुकानातून विकत आणलेल्या गोष्टींची होती. त्याच्या पायात टोकदार लेदरचे काळे बूट, फिकट निळी जीनची पँट, झालरीचं जॅकेट आणि उंच हॅट होती. तो एखाद्या मस्त कलंदर भटक्यासारखा दिसत होता. त्यानं आपल्या गाडीच्या किल्ल्या काढून घेतल्या, एका हातात कॅनव्हासची बॅग पकडली आणि तो रमत-गमत समोरच्या बारमध्ये शिरला.

आत अंधार होता. काउंटरमागे उभा राहिलेला बारचा मालक जरा नको इतक्या तन्मयतेनं ग्लास पुसत होता. त्याची ती खोटी एकाग्रता क्विनला खटकली. बारमध्ये चार लाकडी टेबलं, प्रत्येक टेबलाभोवती चार-चार खुर्च्या

होत्या. बाकी सर्व बार रिकामा होता. फक्त एकाच टेबलाभोवती चार माणसं बसली होती. त्या चौघांच्याही हातात पत्ते होते.

क्विन आत शिरला, तो सरळ काउंटरपाशी गेला. त्यानं आपली कॅनव्हासची बॅग खाली ठेवली, पण हॅट मात्र काढली नाही. बारच्या मालकानं आता नाइलाजानं मान वर केली.

"येस, सर!"

त्या माणसाचा चेहरा अगदीच निर्विकार होता. नव्या आलेल्या पाहुण्याबद्दल काही कुतूहल, आश्चर्य, काही म्हणजे काहीच नाही. क्विननं मात्र आपला चेहरा अगदी मठ्ठ व आनंदी ठेवला होता.

"जरा एक ग्लास रेड वाइन मिळेल का?" त्यानं औपचारिकपणे विचारलं.

वाइन चांगली कडक पण चवदार होती. गावठीच होती. क्विन शांतपणे घुटके घेत बसून होता, तेवढ्यात आतून मालकाची लठ्ठ बायको उगवली. तिनं काउंटरवर ऑलिव्ह, चीज, ब्रेड, इत्यादींनी भरलेल्या बऱ्याच बशा आणून ठेवल्या.

पण जाता-जाता क्विनकडे ओझरता कटाक्ष देखील टाकायचं हेतुपुरस्सरच टाळलं. जाताना फक्त त्या गावच्या गूढ भाषेत नवऱ्याच्या कानात एकच अगम्य शब्द पुटपुटून ती निघून गेली. शेजारच्या टेबलावरचे आपण पत्त्यांत खूप मशगूल आहोत, असं दाखवणारे लोकसुद्धा क्विनकडे बघायचं टाळत होते. क्विन आता बारच्या मालकाला उद्देशून मुद्दाम अतिशय मोठ्यांदा म्हणाला, "मी एका ऑर्सिनी नामक गृहस्थांच्या शोधात आहे. तुमच्या माहितीचे आहेत का ते?"

बारचा मालक गोंधळला. त्यानं न सुचून पत्ते खेळणाऱ्यांकडे पाहिलं, पण त्या कुणीही चेहऱ्यावरची रेषासुद्धा हलवली नाही.

"तुम्हाला डॉमिनिक ऑर्सिनीच हवाय का?" मालक म्हणाला.

क्विन आता जरा विचारात पडला. त्यांनी बाहेर क्विनचा रस्ता अडवून ठेवला होता. शिवाय ऑर्सिनी इथं या गावात असल्याचं कबूलही केलं होतं. या दोन्ही कारणांवरून एक गोष्ट स्पष्ट होती की, त्यांना क्विनला इथंच अडकवून ठेवायचं होतं, पण कधीपर्यंत? त्यांच्या मनात तरी काय होतं? त्यानं मागे एक कटाक्ष टाकला. खिडकीतून बाहेरच्या आकाशाचा रंग फिकट निळा दिसत होता. अजून उन्हं कलली नव्हती. कदाचित काळोख पडेपर्यंत थांबवून घेणार असतील. क्विन काउंटरकडे वळून गालावर बोटानं खूण करत म्हणाला,

"गालावर सुऱ्याचा व्रण आहे का त्याच्या?"

मालकानं होकार दिला.

"मला त्याच्या घराचा पत्ता जरा सांगता का?"

परत त्या मालकानं अधीरतेनं पत्ते खेळणाऱ्यांकडे बघितलं. आता मात्र त्यांच्यातला एक माणूस क्विनकडे वळला.

"हे बघा, मि. ऑर्सिनी बाहेरगावी गेले आहेत. ते उद्या परततील. तुम्ही थांबलात, तर तुम्ही त्यांना भेटू शकाल."

"ठीक आहे. थँक्यू. तुम्ही मला सांगितलं, ते मात्र बरं झालं हं." मग तो बारच्या मालकाकडे वळून म्हणाला, "मला आज रात्रीपुरती तुमच्या इथं खोली मिळू शकेल का?"

मालकानं मानेनंच होकार दिला. बरोबर दहा मिनिटांनी मालकाची बायको क्विनला त्याची खोली दाखवायला घेऊन गेली. अजूनही ती क्विनशी एक शब्दही बोलायला तयार नव्हती की, त्याच्या नजरेला नजरही देत नव्हती. तर बाहेर पडल्यावर क्विननं खोलीची बारकाईनं तपासणी केली. खिडकीतून बाहेरचं मोकळं आवार दिसत होतं. ते फळ्यांनी बंदिस्त केलेलं दिसत होतं. पलंगावर पातळशी जुनाट गादी होती.

क्विननं पहिल्यांदा पलंग सरकवला व खालच्या लाकडी जमिनीची दोन फळकुटं उचकटली. तिथं थोडी जागा होती. आपल्या बॅगेतली एक वस्तू त्यानं त्यात लपवली. नंतर फळकुटं होती, तशी ठेवून पलंग सरकवून ठेवला. बॅगची चेन परत लावली व स्वतःच्या डोक्याचा एक केस उपटून थुंकीनं त्या चेनवर चिकटवून ठेवला. आता कुणीही त्याच्या अपरोक्ष ती बॅग उघडली असती, तरी ते त्याच्या लगेच लक्षात आलंच असतं.

नंतर तो बारमध्ये जाऊन पोटभर जेवला व गावात चक्कर मारायला म्हणून बाहेर पडला. सूर्य मावळेपर्यंत आपल्या जिवाला काहीही धोका नाही, याची त्याला पूर्ण कल्पना होती.

गावात बघण्यासारखं असं विशेष काहीच नव्हतं. रस्त्यावर मात्र अगदी शुकशुकाट होता. एकही माणूस भेटत नव्हता. तो जवळ येताक्षणीच एका बाईनं घाईघाईनं घराचं दार उघडून, रस्त्यावर खेळणाऱ्या पोराला आत घेऊन दार लावून घेतलेलं त्यानं पाहिलं. मघाशी मुख्य चौकात उभा असलेला ट्रॅक्टर आता कुणीतरी गल्लीच्या तोंडाशी आणून लावला होता.

साधारण संध्याकाळचे पाच वाजले आणि हवेत एकदम गारवा आला. आता क्विन बारकडे परतला. आतमध्ये छान शेकोटी पेटवलेली होती व उबदार वाटत होतं. क्विन एक पुस्तक तरी वाचावं, म्हणून ते आणायसाठी वर आपल्या खोलीत गेला. आपला होल्डॉल कुणीतरी तपासून बघितल्याचं त्याच्या तात्काळच लक्षात आलं. अर्थात आतल्या सर्व वस्तू जागच्याजागी होत्या. पलंग हलवून फळकुटांखाली दडवलेल्या वस्तू मात्र तपासलेल्या नव्हत्या.

क्विन पुस्तक घेऊन खाली आला आणि त्यानं वाचनात चांगले दोन तास घालवले. अजूनही त्यानं डोक्याची हॅट काढलीच नव्हती. सकाळपासून एकदाही काढलेली नव्हती. मग तिथंच बसून त्यानं रात्रीचं जेवण घेतलं. जेवण छान, चवदार होतं. मात्र थोडंही ड्रिंक जेवणाबरोबर न घेण्याची क्विननं खबरदारी घेतली होती. नऊ वाजले आणि तो खोलीत परतला. गंमत म्हणजे, बरोबर एक तासानं गावातला प्रत्येक दिवा फुंकर घातल्यासारखा मालवला गेला. सर्वत्र अंधाराचं साम्राज्य पसरलं. एकाही घरात एकही दिवा चालू नव्हता. कुणी टीव्ही बघत नव्हतं की, कुणी पत्ते खेळत नव्हतं. फक्त क्विनच्या एकट्याच्याच खोलीतला दिवा जळत होता.

खोलीतला दिवा तसा मिणमिण्याच होता. त्याला लॅंपशेड वगैरे नव्हती. तो छतातून नुसता खाली लोंबकळत होता. दिव्याच्या बरोबर खालीच जरासा जास्त उजेड पडत होता.

बाहेर गर्द अंधार आणि आत, थोडासा का होईना, उजेड. त्यामुळे हॅट घालून खुर्चीत दिव्याच्या बरोबर खाली वाचत बसलेली मनुष्याकृती बाहेरून बघणाऱ्याला अगदी सहज दिसण्यासारखी होती.

रात्रीचा दीड वाजला, तसा चंद्र माथ्यावर आला. संपूर्ण कॅसलब्लॅंक खेडं चंद्रप्रकाशात न्हाऊन निघालं. त्या उजेडात एक सडपातळ उंच आकृती आपल्या लक्ष्याच्या रोखानं झपाझप निघाली होती. पावलांचा अजिबात आवाज न करता ती व्यक्ती भिंतीवर चढली व उडी मारून क्विनच्या खिडकीच्या समोरच्या बाजूला एक घराचं छत होतं, त्यावर उतरली. खोलीच्या खिडकीचे पडदे सोडलेले होते, पण ते तोकडे होते. खालच्या बाजूला सुमारे बारा इंचांची फट होती. या फटीतून पुस्तक वाचत खुर्चीवर दिव्याखाली बसलेल्या क्विनचं डोकं बंदूकधाऱ्याला सहजासहजी दिसत होतं. तो मूर्ख क्विन मांडीवर पुस्तक घेऊन, डोकं कलतं करून, तसल्या मिणमिणत्या उजेडात पुस्तक वाचत होता. लाल रंगाचा शर्ट, डोक्याची तपकिरी हॅट – सर्वकाही नीट, स्पष्ट दिसत होतं.

एव्हाना समोरच्या छतावर चढून बसलेल्या बंदूकधाऱ्याचं निरीक्षण पूर्ण झालं होतं. त्यानं दात विचकले. या मूर्ख माणसानं असं उघड्या खिडकीसमोर वाचत बसून त्याचं काम फारच सोपं केलं होतं. आता ते खोलीत गुपचूप शिरणं नको आणि ती झटापट नको. त्यानं आपली शॉटगन काढली आणि नेम धरला, गोळी झाडली. निशाण अचूक होतं.

त्या गोळीबाराचा इतका मोठा आवाज झाला, तरीही भोवतालच्या एकाही घरातला दिवा लागला नाही. खोलीच्या त्या खिडकीच्या काचांचा चक्काचूर झाला

होता. पातळ पडद्याच्या तर नुसत्या चिंधड्या होऊन गेल्या होत्या. बंदूकधाऱ्यानं गोळी लागताच हॅट उंच उडून पडताना स्वत:च्या डोळ्यांनी पाहिली. मस्तकाच्या पाहता-पाहता चिंधड्या झाल्या आणि लालभडक रक्ताचं तर नुसतं कारंजंच उडालं व लाल शर्ट घातलेला तो देह जमीनदोस्त झाला.

ऑर्सिनीचा लांबचा चुलतभाऊ, तोच तो बंदूकधारी आपल्या कामगिरीवर खूश होऊन आल्या मार्गानं परत निघाला. सावकाश, आपल्याच मस्तीत चालत-चालत तो एका झोपडीपाशी गेला आणि दार उघडून आत शिरला. आत त्याचा आवडता ऑर्सिनी त्याची वाटच पाहात होता. विजयी झाल्याच्या आनंदात त्या तरुण बंदूकधाऱ्यानं रस्त्यानं एकदाही मागे वळून पाहण्याचे कष्ट घेतले नव्हते, त्यामुळे आपल्या पाठोपाठ अंधारात लपत-छपत येणारी व्यक्ती त्याला दिसली नव्हती.

...नंतर बारच्या मालकाच्या बायकोला वरच्या मजल्यावरच्या त्या पाहुण्याच्या खोलीची बरीच साफसफाई करावी लागली. पलंगावरच्या गादीची मोठी दयनीय अवस्था झाली होती. गादी फाडून त्यातला सगळा कापूस लाल शर्टात कोंबून भरण्यात आला होता. सगळा कापूस शर्टाचं अंग आणि बाह्यांमध्ये अगदी ठेचून भरल्यानंतर तो शर्ट चिकटपट्टीनं खुर्चीला टेकवून ठेवला होता. हॅट व पुस्तकाच्या चिंधड्या खोलीत इतस्तत: पसरल्या होत्या. जमिनीवर तर एक विचित्रच गोष्ट पडली होती. तिनं नीट निरखून पाहिल्यावर ती काय असावी, हे तिच्या लक्षात आलं. दुकानाच्या शोकेसमध्ये असतात, तसल्या एका पुतळ्याचं डोकं होतं ते! आता छिन्नविछिन्न अवस्थेत जमिनीवर लोळत होतं. त्या शेजारीच एक फुटलेला फुगा पडला होता आणि खोलीभर टोमॅटो केचपचे शिंतोडे उडले होते. हे पुतळ्याचं डोकं क्विननं मार्सेलिसमधील दुकानातून मिळवलं होतं; पण ते तिला ठाऊक असण्याचं काही कारण नव्हतं.

बारच्या मालकाला एका गोष्टीचं कोडं काही केल्या उलगडत नव्हतं, ते म्हणजे आपण काल जेव्हा या माणसाच्या सामानाची तपासणी केली, तेव्हा ते पुतळ्याचं मुंडकं आपल्याला कसं काय दिसलं नाही? पण मग नीट बारकाईनं पाहिल्यावर पलंगाखालच्या दोन फळ्या उचकटलेल्या दिसल्या, तेव्हा घडलेला प्रकार त्याच्या लक्षात आला व त्यानं एक शिवी हासडली.

बारमध्ये आदल्या दिवशी पत्ते खेळत बसलेला माणूस संतापानं तणतण करत क्विनच्या खोलीत आला, तेव्हा बारच्या मालकानं त्याचे पायच धरले आणि गयावया करून माफी मागितली. नंतर त्यानं त्याला त्या अमेरिकनाची बॅग दाखवली. बूट, जीन्स, झालरीचं जॅकेट या सर्व गोष्टी तिथंच होत्या. याचा अर्थच त्या माणसानं बरोबर आणलेला कपड्यांचा दुसरा संच अंगात

घातला असणार. मालकानं त्या माणसाला त्या कपड्यांचं वर्णन सांगितलं – काळी पँट, काळा विंडचिटर, काळे बूट आणि पोलो स्वेटर. त्या अमेरिकनाचा होल्डॉलही तपासण्यात आला, पण त्यात काहीच मिळालं नाही. या सर्व घटना घडेस्तोवर पहाट उजाडली होती.

परंतु हे सगळं नंतर घडलेलं. त्याच्या काही तास आधी क्विन त्या बंदूकधाऱ्याचा पाठलाग करत, त्या झोपडीपाशी पोहोचला. त्यानं हलक्या हातांनी झोपडीचं दार वाजवलं. क्विन चटकन आडोशाला उभा राहिला. आता तो बंदूकधारी दार ढकलून आत गेला होता. त्यानं दार बंद केल्यावर क्विन दारापाशी सरकला. तिथून त्यानं घराभोवती एक संपूर्ण प्रदक्षिणा केली. घराच्या मागील बाजूला एक काचेच्या झडपा असलेली खिडकी होती. त्या खिडकीची काच अगोदरच फुटलेली होती, त्यामुळे क्विनला आतील दृश्य अगदी आरामात दिसत होतं.

डॉमिनिक ऑर्सिनी एका ओबडधोबड लाकडी टेबलाशी बसलेला होता. त्याच्या पुढ्यात जेवणाचं ताट होतं. तो बंदूकधारी तरुण त्याच्यासमोर अदबीनं उभा होता. दोघंही कॉर्सिकन भाषेतच बोलत असल्यानं क्विनला त्यांचं बोलणं काहीच कळत नव्हतं; पण ऑर्सिनी बऱ्याचदा माना हलवत होता. तो तरुण घडलेल्या घटना सविस्तर वर्णन करून सांगत असावा.

त्या तरुणाचं बोलणं संपल्यावर ऑर्सिनी उठून त्याच्या जवळ गेला आणि त्यानं त्याला घट्ट मिठी मारली, त्या तरुणाचा चेहरा अभिमानानं फुलला होता. ऑर्सिनी वळला, तसा दिव्याच्या प्रकाशात त्याच्या गालावरचा जखमेचा चरचरीत व्रण क्विनला दिसला. आर्सिनीनं खिशातून नोटांचा एक गठ्ठा काढून त्या तरुणाच्या हातात कोंबला. त्या तरुणानं आधी बराच विरोध केला, पण नंतर नोटा खिशात टाकून तो निघून गेला.

खरंतर या क्षणी खिडकीतून गोळ्या झाडून ऑर्सिनीला ठार मारणं क्विनच्या डाव्या हाताचा खेळ होता, पण त्याला तो जिवंत हवा होता. त्याला आपल्या गाडीत घालून उद्याची सकाळ उजाडायच्या आत अजासिओच्या पोलीस चौकीत नेऊन पोहोचवायचं होतं. त्यानं मघाशी कोरी करकरीत मोटारसायकल बाहेर पार्क करून ठेवलेली पाहिलीच होती.

बरोबर तीस मिनिटांनंतर क्विनला दूरवर इंजीन सुरू झाल्याचा आवाज आला. ऑर्सिनी तो आवाज ऐकताच हळूच घराबाहेर पडून चौकात आला व नंतर गावाबाहेर जाणाऱ्या वाटेनं पायी पायीच चालू लागला. ट्रॅक्टरची मागची बाजू व त्याला लागून असलेली भिंत यांच्यामधल्या छोट्याशा फटीतून तो सहज पलीकडे गेला आणि त्यानं मोटारसायकल चालू केली. मोटारसायकल क्विनच्या समोरून चाललेली असतानाच त्यानं आपलं स्मिथ अँड वेसन काढून गोळी झाडली. त्या अंधारातही

त्याचा नेम अचूक बसला आणि मोटरसायकलच्या पुढच्या टायरच्या चिंधड्या उडल्या. ऑर्सिनीचा वाहनावरचा ताबा सुटून ती वाटेल तशी भरकटत पुढे गेली व अखेर एका बाजूला कोसळून पडली. ऑर्सिनी लांब फेकला गेला. गोळी क्विननं इतक्या जवळून आणि जोरात झाडली होती की, त्या दणक्यानं तो स्वतः सुद्धा एका बाजूला जरा कोलमडलाच, पण त्यानं स्वतःला लगेचच सावरलं. त्यानं आता स्मिथ अँड वेसन ऑर्सिनीच्या छातीच्या दिशेनं रोखलं व तो त्याच्यापासून केवळ दहा यार्डांच्या अंतरावर जाऊन थांबला. ऑर्सिनी मोठ्या कष्टानं कसाबसाच श्वासोच्छ्वास करत होता. तो एव्हाना ट्रॅक्टरच्या आधारानं रेलून एका पायावर उभा राहिला होता. क्विनला त्या चंद्रप्रकाशातही त्याचे काळेभोर चमकणारे डोळे आणि हनुवटीभोवती वाढलेले दाढीचे खुंट दिसले. ऑर्सिनीनं आपले हात सावकाश वर केले.

"ऑर्सिनी," क्विन शांतपणे म्हणाला, "मी क्विन." ऑर्सिनीनं अचानकच आपल्या जखमी झालेल्या पायावर भार देऊन उभं राहायचा प्रयत्न केला व त्यामुळे झालेल्या वेदनेनं तो कळवळला, मग त्यानं आपल्या डाव्या हातानं दुखरा गुडघा जोरजोरात चोळला. तेवढं एक सेकंदभरच क्विनचं लक्ष ऑर्सिनीवरून त्या गुडघ्याकडे वेधलं गेलं असेल. तेवढं ऑर्सिनीला पुरलं. त्यानं डोळ्याचं पातं लवतं, न लवतं, तोच चपळाईनं खिशातला चाकू काढून क्विनच्या अंगावर फेकला. पण चंद्रप्रकाशच परत क्विनच्या मदतीला आला. चांदण्यात ते पातं चमकत आपल्या रोखानं येताना बघून क्विन बाजूला सरकला. चाकू त्याच्या गळ्याला चाटून गेला आणि त्याच्या जाकिटाच्या पाठीच्या चिरफाकळ्या उडवून मागच्या लाकडात जाऊन रुतला.

मागे वळून तो लाकडात रुतलेला चाकू काढून घ्यायला क्विनला केवळ एक सेकंद पुरलं, पण तेवढ्या वेळाचा फायदा घेऊन ऑर्सिनी ट्रॅक्टरच्या मागच्या बोळात पळाला.

जर ऑर्सिनी जखमी झालेला नसता, तर तो क्विनच्या हाती कधीच सापडू शकला नसता, पण कमरभर उंच वाढलेल्या गवतातून मार्ग काढत जाणाऱ्या ऑर्सिनीला फारच कष्ट पडत होते. त्याचे पाय भरून आले होते. शिवाय त्या चांदण्यानंच त्याचा घात केला होता, त्यामुळेच तो क्विनला स्पष्ट दिसत होता. त्याला ऑर्सिनीचा पाठलाग करणं सोपं जात होतं. शिवाय जोडीला गवत तुडवल्याचा सळसळ आवाज होताच.

अचानक ऑर्सिनी एक डोंगर चढू लागलेला क्विनला दिसला. आणि दोघांमध्ये साधारण शंभर यार्डांचं अंतर राहिल्यावर अचानक चालण्याचा आवाज यायचा थांबला. क्विन पण चालता-चालता थांबला. अशा चंद्रप्रकाशात हालचाल करणं

धोक्याचं होतं. असल्या रात्रीच्या वेळच्या पाठलागांची क्विनला चांगली सवय होती, पण इथं शत्रू त्याच्या स्वत:च्या भूमीवर होता. या दऱ्याखोऱ्यांचा कोपरान्‌कोपरा त्याला परिचित होता. शिवाय तो जरी जखमी असला, तरी त्याच्याजवळ त्याचं बूमरँग नक्कीच असणार. इथं क्विन नवखा होता. शिवाय क्विनला ऑर्सिनी कुठल्याही परिस्थितीत जिवंत हवा होता, त्यामुळे दोघंही पुढचं पाऊल उचलायला तयार नव्हते. दोघंही गवतात ओणवं वाकून आपल्या प्रतिस्पर्ध्याच्या हालचालींचा मुकाट्यानं अंदाज घेत होते. क्विननं चंद्राकडे एक कटाक्ष टाकला. तो बेटा मावळायला अजून एक तासभर अवकाश होता, त्यानंतर मात्र पहाट होईपर्यंत क्विनला काळोखात काहीच करता आलं नसतं याउलट, ऑर्सिनीसाठी तेवढ्या वेळात गावातून मदत आली असती.

नंतरचा सुमारे पाऊण तास दोघंही अंधारात नुसते निश्चल बसून होते. प्रत्येक जण हीच वाट बघत होता की, दुसरा आपल्याआधी हालचाल करेल. आपल्या दुखऱ्या गुडघ्याला थोडा विसावा द्यायला म्हणून ऑर्सिनीनं आपल्याजवळची बंदूक खडकाला टेकून ठेवली असावी. इतक्यात क्विनला लोखंडी नळी दगडावर घासल्याचा हलका आवाज आला. त्याच्या सराईत कानांनी लगेच तो टिपला. ऑर्सिनी कुठं लपला असावा, याचा त्याला अंदाज आला. तिथं फक्त एकच खडक होता. तो क्विनच्या उजव्या हाताला केवळ पंधरा यार्डांवर होता, त्यामागे ऑर्सिनी होता. क्विन आता हळूच रांगत-रांगत पुढे जाऊ लागला; परंतु त्या खडकाच्या दिशेनं नव्हे. त्या दिशेनं जाणं, म्हणजे आपण होऊन वाघाच्या गुहेत जाण्यासारखं झालं असतं. त्या खडकासमोर अजून मोठा प्रचंड उंच असा एक गवताचा पुंजका होता.

क्विनच्या खिशात ओल्डनबर्गला घेतलेला मासे पकडायच्या गळाचा काही भाग अजूनही शिल्लक होता. त्यानं तेथील झुडपांच्या बुंध्याला त्या गळाच्या दोरीचं एक टोक बांधलं व परत दोरी सैल सोडत-सोडत पूर्वीच्या जागी आला. नंतर त्यानं ती दोरी हातात धरून तिला हळूहळू हिसके द्यायला सुरुवात केली. त्याच्या अपेक्षेप्रमाणेच हलणाऱ्या झुडपांचा सळसळ असा आवाज येऊ लागला. क्विननं थांबून काही क्षण तसेच जाऊ दिले व परत एकदा दोरी हलवली. असं तो परत-परत करत राहिला. थोड्या वेळानं त्याचा हेतू सिद्ध झाला. ऑर्सिनी आवाजाच्या दिशेनं दबकत-दबकत चालू लागला. क्विनला तो पाठमोरा दिसत होता. लगेच त्यानं झुडपाला एक अखेरचा जोरदार हिसका दिला. झुडूप हलताच ऑर्सिनीनं बंदूक काढली आणि झुडपाच्या दिशेनं लागोपाठ सात गोळ्या झाल्या. तो थांबला आणि त्याच क्षणी क्विननं स्मिथ अँड वेसन त्याच्यावर रोखून उडी घेतली. शेवटची गोळी झाडता झाडताच आपण फार मोठी चूक केल्याचं ऑर्सिनीच्या लक्षात आलं होतं व तो मागे वळतच होता, तेवढ्यात त्याला क्विन दिसला.

"ऑर्सिनी..." क्विनला म्हणायचं होतं, "हे बघ, मला फक्त तुझ्याशी काही बोलायचंय."

पण हे शब्द बोलायची संधीच ऑर्सिनीनं त्याला दिली नाही. क्विनच्या तोंडून एक शब्द बाहेर पडताच त्यानं हालचाल केली व आणखी एक गोळ्यांची फैर झाडली, पण त्याचा आता काहीच उपयोग नव्हता. कारण त्याची पहिली गोळी पोहोचायच्या आतच क्विननं झाडलेली गोळी त्याच्या छातीत घुसली. क्विनकडे दुसरा पर्यायच नव्हता.

ऑर्सिनीच्या हृदयात जरी गोळी घुसली नसली, तरी घाव तसा गंभीरच होता. खरं तर ऑर्सिनीच्या खांद्यावर गोळी मारून त्याला नुसताच जखमी करायची क्विनची इच्छा होती, पण एवढी काळजी घेत बसायला वेळच नव्हता. ऑर्सिनी जमिनीवर उताणा पडून समोर उभ्या असलेल्या अमेरिकनाकडे बघत होता. त्याच्या छातीची पोकळी हळूहळू रक्तानं भरत होती. फुफ्फुसांच्या तर चिंधड्या उडाल्या होत्या व सगळं रक्त नाकातोंडांतून बाहेर पडत होतं.

"मी तुझा खून करायला आलोय, असंच त्यांनी तुला सांगितलं ना?" त्यानं ऑर्सिनीला विचारलं.

ऑर्सिनीनं कष्टानं मान हलवली.

"त्यांनी तुला खोटं सांगितलं," क्विन म्हणाला, "तो तुझ्याशी खोटं वागला. त्या पोराच्या कपड्यांबद्दलही खोटं वागला. मी त्याचं नाव शोधून काढायला आलो आहे. तो जाड्या अमेरिकन. त्यानंच हे सगळं कुटिल कारस्थान रचलं ना? आता त्यानं तुझा विश्वासघात केला, हे कळलं ना? आता तू त्याचं काहीच देणं लागत नाहीस. मग आता तोंड बंद कशाला ठेवतोस? त्याचं नाव मला सांग."

आपल्या अखेरच्या घटका मोजत असताना सुद्धा ऑर्सिनी त्या जाड्या अमेरिकनाला दिलेल्या वचनाला जागू इच्छीत होता की, घशातून बाहेर पडणाऱ्या रक्तामुळे त्याला बोलणं अशक्य होतं, हे फक्त त्याचा तोच जाणे. त्याच्या तोंडाची नुसती हालचाल झाली. तो किंचित खोकला. त्यासरशी रक्ताची एक मोठी गुळणी त्याच्या तोंडातून उडाली. ते दृश्य क्विनच्या चांगलंच परिचयाचं होतं. तो ऑर्सिनीच्या जीवनाचा अंतिम क्षण होता. त्याचं डोकं बघता-बघता एका बाजूला कलंडलं. त्या चमकत्या काळ्याशार डोळ्यांतली प्राणज्योत मालवली आणि ते निस्तेज झाले.

क्विन सावकाश चालत गावाच्या मुख्य चौकात परतला, तेव्हा अजूनही सगळीकडे नीरव शांतता होती. मघाशी ती भीषण शांतता कापत गेलेला गोळीबाराचा आवाज गावातल्या लोकांनी नक्कीच ऐकला असणार, हे उघड होतं, पण ते खेडं अजूनही स्तब्ध होतं. गावकऱ्यांना घराच्या चार भिंतींच्या आत बसून राहण्याची आज्ञा दिली गेली होती आणि ते तिचं अजूनही पालन करत होते. पण कुणीतरी...

बहुधा क्विनच्या खुनाचा प्रयत्न करणारा तो तरुणच... उत्सुकता अनावर झाल्यानं बाहेर आला असावा. कदाचित ट्रॅक्टरच्या बाजूला कोसळलेल्या मोटारसायकलनं त्याचं लक्ष वेधलं असेल आणि एका भयानक दु:शंकेनं तो अस्वस्थ झाला असेल. काहीही असलं, तरी हा तरुण आता आपल्यावर टपून बसला असणार, असं क्विनचं अंतर्मन त्याला सांगत होतं.

क्विन मुख्य चौकात आल्यावर आपल्या ओपेलमध्ये जाऊन बसला. त्याच्या गाडीला कुणीही हातही लावलेला नव्हता. क्विननं सीटचा पट्टा पोटाभोवती काळजीपूर्वक बांधला आणि गाडीचं इंजीन चालू केलं, पण त्याला काही कळायच्या आतच गाडी अचानक समोरच्या पत्र्याच्या शेडवर जाऊन आदळली. ट्रॅक्टरच्या पुढच्या चाकाच्या अगदी समोर. पत्र्याची शेड गाडीच्या वजनानं कोसळली, तसा कडाड्ऽऽकड्ऽ असा आवाज झाला.

इतक्यात शेडच्या अंतर्भागातून गाडीच्या मागच्या बाजूवर गोळ्यांचा नुसता पाऊस पडला. गाडीच्या डिकीची अक्षरश: चाळण झाली. क्विनचं नशीब बलवत्तर, म्हणून त्यातली एकही गोळी पेट्रोल-टँकला लागली नाही. क्विननं प्रसंगावधान राखून तशाही स्थितीत गाडी वळवून कशीबशी रस्त्याला आणली आणि सरळ गावाबाहेरचा रस्ता धरला.

एव्हाना पहाटेचे चार वाजले होते. अजून अजासिओच्या विमानतळावर पोहोचायला कमीतकमी तीन तास लागणार होते.

❖

पश्चिमेला, वॉशिंग्टनमध्ये आत्ता आदल्या रात्रीचे दहा वाजले होते. व्हाइस प्रेसिडेंट ओडेल यांनी आत्ता मंत्रिमंडळाची तातडीची बैठक भरवली होती. आलेले बरेचसे मंत्री वैतागलेलेच होते.

"तुमच्या या म्हणण्याचा अर्थ तरी काय? म्हणे, अजूनपर्यंत फारशी काही प्रगती नाही!" ओडेल चिडून म्हणाले, "एक महिना उलटून गेला. तुमच्या हातात अमर्याद साधनं आणि सत्ता सोपवली गेली. तुम्हाला युरोपियनांचं संपूर्ण सहकार्य मिळालं, आणि तरीही? काय, चाललंय तरी काय?"

हा प्रश्नांचा मारा एफ.बी.आय. प्रमुख डॉन एडमोंड्स, सी.आय.ए.चे फिलीफ केली आणि ली अलेक्झांडर, तसेच डेव्हिड वाइनट्राऊब या सर्वांना उद्देशून होता, एडमोंड्सनं केलीकडे आधी एक कटाक्ष टाकला आणि मग तो म्हणाला,

"लोकहो! तीस दिवसांपूर्वी आपण ज्या टप्प्यापाशी होतो, त्याहून आता आपण खूपच लांब येऊन पोहोचलो आहोत. सायमन कॉरमॅकला ज्या घरात कैदेत ठेवलं होतं, त्याचाही आता तपास लागला असून, आत्ता – या घटकेला स्कॉटलंड

यार्डचे लोक पुराव्यासाठी ते घर पिंजून काढत आहेत; त्यातून आत्तापर्यंत बराच पुरावा हस्तगत करण्यात आला आहे. बोटांच्या ठशांचे दोन संच तज्ज्ञांकडे तपासणीसाठी पाठवले आहेत.''

''पण त्यांना या घराचा पत्ता मिळाला तरी कसा?'' जेम्स डोनाल्डसननं कुतूहलानं विचारलं.

फिलीप केली क्षणभर गप्प बसला, मग त्यानं हातातली टिपणं एकवार उगीचच चाळली.

''क्विननं त्यांना पॅरिसहून फोन करून हा पत्ता दिला...'' वाइनट्राऊब म्हणाला.

''वा, वा! फारच छान!'' ओडेल उपरोधानं म्हणाले, ''आणि क्विनबद्दल आणखी काही बातमी?''

''तो युरोपमध्ये बऱ्याच ठिकाणी कारवाया करत फिरतोय...'' केली म्हणाला, ''थोड्याच दिवसांत आम्हाला त्याच्या हालचालींचा पूर्ण अहवाल मिळेल.''

''कारवाया? तुमच्या म्हणण्याचा अर्थ तरी काय?'' ॲटर्नी जनरल बिल वॉल्टर्स म्हणाला.

''या क्विनसंबंधीच एक भानगड उपटण्याची शक्यता आहे...'' केली म्हणाला.

''त्यात नवीन ते काय?'' संरक्षणखात्याचा मॉटर्न स्टॅनार्ड म्हणाला, ''क्विनच्या संदर्भात सारख्या भानगडीच तर चालल्या आहेत.''

''तुम्हाला कदाचित ठाऊक असेल, माझे सहकारी मि. केव्हिन ब्राऊन यांना प्रथमपासूनच असा संशय होता की, हा क्विन काही हातचं राखून ठेवत असावा. कदाचित या अपहरणाच्या प्रकरणात शेवट-शेवट तर तो स्वतःच गुंतला गेला असण्याची शक्यता आहे. आता नंतरच्या पुराव्यावरून तर हे सिद्धच होतंय.''

''नंतरचा पुरावा?'' ओडेल म्हणाले.

''वेल, क्विनला याच कमिटीच्या सूचनेनुसार मुक्त करण्यात आलं. त्यानंतर तो आणि एफ.बी.आय. स्पेशल एजंट सॅम सोमरव्हिले ही जोडी आपल्या स्वतःच्या पद्धतीनं गुन्हेगारांचा शोध घेण्यासाठी रवाना झाली. ते दोघं नंतर युरोपमध्ये बऱ्याच ठिकाणी अवतरले व अचानक अदृश्यही झाले. हॉलंडमध्ये त्यांना एका खून-प्रकरणी अटकही झाली होती, पण मग नंतर पुराव्याअभावी त्यांना डच पोलिसांनी सोडून दिलं.''

''त्याला सोडून देण्यात आलं...'' डेव्हिड वाइनट्राऊब शांतपणे म्हणाला, ''कारण हा खून घडला, त्या वेळी आपण त्या जागेपासून कित्येक मैल दूर होतो, हे त्यानं पुराव्यानिशी सिद्ध केलं.''

''ते खरं, पण ज्याचा खून झाला, तो पूवाश्रमीचा काँगो मर्सिनरी होता. आणि योगायोगानं सायमनला ज्या घरात गुन्हेगारांनी कैदेत ठेवलं होतं, त्या घरात

त्या मर्सिनऱ्याचेही ठसे मिळाले आहेत.'' केली म्हणाला, ''आणि मला वाटतं, क्विनचा संशय घ्यायला एवढी गोष्ट पुरेशी आहे.''

''क्विनसंबंधी आणखी काही बातमी?''

ट्रेझरी सेक्रेटरी ह्यूबर्ट रीड म्हणाले.

''होय, सर. बेल्जियन पोलिसांना नुकताच एक मृतदेह सापडला आहे. याच्या कपाळावर बुलेटची जखम आहे. हा मृतदेह एका जत्रेमध्ये जायंट व्हीलवर आढळला. मृत्यू सुमारे तीन आठवड्यांपूर्वी झाला असावा; आणि नेमकं याच सुमाराला क्विन आणि सॅम सोमरव्हिले यांच्याशी मिळतं-जुळतं वर्णन असणारं एक जोडपं या मयताचा ठावठिकाणा विचारत हिंडत होतं. इतकंच काय, तर मयत ज्याच्याकडे नोकरीला होता, त्या जत्रेच्या मालकाच्या घरीसुद्धा हे जोडपं मयताचा पत्ता विचारायला जाऊन आलं.''

''नंतर पॅरिसमध्ये आणखी एका मर्सिनऱ्याचा खून झाला. एका टॅक्सी ड्रायव्हरच्या जबानीनुसार नेमकं त्याच वेळी क्विन व सॅमच्याच वर्णनाच्या एका जोडप्यानं त्याच्या टॅक्सीतून घटनास्थळाहून पळ काढला.''

''वा! छान!'' स्टॅनार्ड म्हणाला, ''फारच छान. आपण त्याला मोकाट सोडलं आणि तो आता युरोपात जाऊन खून करत सुटलाय. आपले काही लोक तिथं आहेत की, नाहीत?''

''तीन निरनिराळ्या देशांमध्ये तीन खून?'' डोनाल्डसन म्हणाले, ''आणखी काही नवीन?''

''एक प्रसिद्ध उद्योगपती ब्रेमेन जनरल हॉस्पिटलमध्ये एका अत्यंत अवघड शस्त्रक्रियेनंतर बरा होतोय. त्याचंही म्हणणं क्विननं त्याच्यावर प्राणघातक हल्ला केला, असंच आहे.''

''क्विननं त्याला केलं तरी काय?'' वॉल्टर्सनं कुतूहलानं विचारलं. केलीनं सांगितलं.

''बाप, रे. हा भलताच पिसाट खुनी दिसतोय!'' स्टॅनार्ड म्हणाला.

''ठीक आहे, तर आता क्विनचे काय उद्योग चाललेत, ते आपल्याला कळले,'' ओडेल म्हणाले, ''तो गुन्हेगारांच्या संपूर्ण टोळीचा, त्यांच्यापैकी कुणी तोंड उघडण्यापूर्वी काटा काढू पाहतोय किंवा कदाचित त्यांना मारण्यापूर्वी तो त्यांच्याकडून कबुलीजबाब घेत असेल, पण मग एफ.बी.आय. काय झोपा काढतंय?''

''लोकहो!'' केली म्हणाला, ''मि. ब्राऊन हिऱ्यांचा कसून शोध घेत आहेत. अमेरिका आणि युरोपातीलच काय, पण पार इस्रायलपर्यंतच्या बाजारपेठांमध्ये या हिऱ्यांच्या संदर्भात गुप्त चौकशी चालू आहे. हिरे ज्या क्षणी बाजारात विकायला येतील, त्याच क्षणी आम्ही विक्रेत्यांवर धाड घालू, हे नक्की.''

"बस! बस!! बस!!! केली, पुरे करा हे नाटक. हिरे आले आहेत!" ओडेल ओरडले. त्यांनी अत्यंत नाटकीपणे स्वत:च्या पायाशी ठेवलेली कॅनव्हासची थैली उचलून खोलली व समोरच्या टेबलावर रिकामी केली. काळ्याशार शिसवीच्या टेबलावर चमकते हिरे विखुरले. सगळे अवाक् झाले. "हे हिरे राजदूत फेअरवेदर यांच्या पत्त्यावर दोन दिवसांपूर्वी पार्सलनं आले. पार्सलवरील अक्षर क्विनच्या अक्षराशी अगदी हुबेहूब मिळतंजुळतं आहे. आता मला सांगा, हा क्विन तिथं करतोय तरी काय? तुम्ही आत्ताच्याआत्ता या क्विनला आमच्यापुढे आणून हजर करा. सायमन कॉरमॅकच्या बाबतीत जे काही घडलं, ते का आणि कसं घडलं, याबद्दल या क्विनकडूनच आपल्याला कळू शकेल."

इतर राज्यमंत्र्यांनी त्यावर माना डोलावल्या.

"तुमचं म्हणणं तर खरंच आहे, मि. व्हाइस प्रेसिडेंट. पण..." केली म्हणाला, "आता आमच्यापुढे एक नवीनच समस्या निर्माण झाली आहे."

"ती कोणती आता?" रीड उपरोधानं म्हणाला.

"क्विन परत गुप्त झालाय..." केली म्हणाला, "तो पॅरिसमध्ये होता, हे आम्हाला नक्की ठाऊक आहे. त्यानं हॉलंडमध्ये एक ओपेल गाडी भाड्यानं घेतली होती, हेही समजलंय. आम्ही फ्रेंच पोलिसांना त्याच्या त्या ओपेलचा माग काढायला सांगितलाय. शिवाय युरोपमधल्या सगळ्या बंदरांवर आणि विमानतळांवर कडी नजर ठेवण्यात आली आहे. कुठं ना कुठंतरी येत्या चोवीस तासांत त्याची गाडी, नाहीतर त्याचा पासपोर्ट मिळेलच, मग त्याला आम्ही इथं खेचून आणू."

"पण मला एक गोष्ट कळत नाहीये. तुम्ही आपल्या एजंट सोमरव्हिलेशी संपर्क का साधत नाही?" ओडेल जरा संशयानंच म्हणाले, "माझ्या आठवणींप्रमाणे आपण तिला या क्विनवर नजर ठेवायला पाठवली होती." केलीनं घसा खाकरून साफ केला.

"सर... इथंही जराशी अडचण निर्माण झाली आहे."

"का? ती पण तुमची नजर चुकवून निसटली तर नाही ना?" स्टॅनार्डनं अविश्वासानं विचारलं.

"युरोप केवढा मोठा आहे, सर. सध्या काही काळ तिचा आणि आमचा संपर्क तुटलाय, हे जरी खरं असलं, तरी लवकरच आम्ही तिला शोधून काढू. फ्रेंचांनी आज सकाळीच कळवलंय की, ती सध्या पॅरिसमध्ये नसून, ती स्पेनच्या दक्षिणेला कुठंतरी गेली आहे. त्या क्विनचा तिथं एक अड्डा आहे. स्पॅनिश पोलिसांकडूनच ही माहिती मिळाली आहे. ते शोधतायत, पण अजून तरी ती सापडलेली नाहीये. कदाचित एखाद्या हॉटेलात उतरली असेल. ते सगळ्या हॉटेलांत शोधतायत."

"आता असं पाहा," ओडेल म्हणाले, "तुम्ही आधी त्या क्विनला शोधून काढा आणि इथं आणून हजर करा. तसंच, त्या एजंट सोमरव्हिलेला सुद्धा. आम्हाला एजंट सोमरव्हिलेशी बोलायचंय."

यानंतर मीटिंग संपली.

"तुम्हालाच काय, पण आम्हालासुद्धा बोलायचंय..." केली एफ.बी.आय.च्या वैतागलेल्या डायरेक्टरबरोबर बाहेर पडता-पडता कुरकुरत म्हणाला.

❖

एव्हाना क्विननं शेवटचे पंधरा मैल पार केले होते. त्याची मन:स्थिती देखील फारशी ठीक नव्हतीच. आता तर ऑर्सिनीच्या मृत्यूनंतर या प्रकरणातला अखेरचा दुवासुद्धा तुटला होता. अपहरणकर्त्यांच्या टोळीत एकूण चारच जण होते आणि ते चौघंही मरण पावले होते. तो जाड्या अमेरिकन आणि त्याच्या पाठीमागचा खरा सूत्रधार असे दोघंही आता कायमचे पडद्याआड गेले होते. त्यांचं बिंग आता कधीच उघडकीला येणं शक्य नव्हतं. प्रेसिडेंटच्या एकुलत्या एका मुलाचं काय झालं, त्याला कुणी व का मारलं, हे सत्य आता कधीच उजेडात येणार नव्हतं. केनेडींच्या खुनासारखं हे रहस्यही अज्ञातच राहणार होतं. फार-फार तर नंतर तज्ज्ञांनी काही सिद्धान्त मांडून हे कोडं सोडवण्याचा प्रयत्न केलाही असता; पण त्यानं वस्तुस्थिती कधीच उजेडात येणार नव्हती.

❖

क्विन आता अजासिओ विमानतळाच्या बराच जवळ पोहोचला होता. समोरच प्रुनेली नदी वाहात होती. ती ओलांडताना त्यानं आपलं स्मिथ अँड वेसन रिव्हॉल्व्हर काढून खळाळत्या पाण्यात फेकून दिलं. इतके दिवस बिचारं त्याच्या कामी आलं होतं, पण आता मात्र क्विनला विमान-प्रवासावाचून पर्याय नव्हता. तेव्हा ते त्याला जवळ बाळगता आलंच नसतं.

❖

विमानतळाची इमारत अत्याधुनिक होती. आत भरपूर हवा, उजेड खेळत होता. क्विननं आपली ओपेल अॅस्कोना विमानतळाच्या कारपार्कमध्ये उभी केली आणि 'उड्डाणे' असे लिहिलेल्या दारातून, तो आत शिरला. विमानतळावर आत्ताशी कुठं दिवसाची वर्दळ सुरू होत होती. समोरच त्याला 'माहिती' असं लिहिलेली खिडकी दिसली. त्यानं 'देशाबाहेर पडणारी पहिली फ्लाइट कुठली,'

असं विचारलं. फ्रान्सला जायला येते दोन तास तरी एकही फ्लाइट नव्हती, पण नशिबानं एक फ्लाइट त्याच्या सोयीची निघाली. ही फ्लाइट दर सोमवारी, मंगळवारी व बुधवारी नऊ वाजता सुटून थेट लंडनला जाणारी एअर फ्रान्सची फ्लाइट होती.

नाहीतरी क्विनला लंडनलाच जायचं होतं. तिथं जाऊन निगेल क्रॅमर आणि केव्हिन ब्राऊनपाशी घडलेल्या सर्व घटनांचा तपशील द्यायचा होता. ऑक्टोबर व नोव्हेंबर या दोन महिन्यांत ब्रिटन व युरोपमध्ये जे काही नाट्य घडलं होतं, ते कळण्याचा स्कॉटलंड यार्डला सुद्धा एफ.बी.आय. इतकाच अधिकार होता, मग त्यानं हीथ्रो लंडनचं एकेरी तिकीट काढलं व काउंटरपाशी जाऊन पब्लिक फोन बूथची चौकशी केली. त्याच्याजवळ फोन करायला सुटे पैसे नव्हते, म्हणून नोट मोडायला तो मासिकांच्या स्टॉलपाशी गेला.

क्विन नंतर सुटे पैसे मोजत बूथकडे चालला होता, त्याच वेळी सूट-बूट वगैरे झकपक असलेला एक ब्रिटिश माणूस विमानतळाच्या मुख्य प्रवेशद्वारातून आत शिरत होता. अर्थात क्विन आपल्याच नादात होता, त्यामुळे त्याचं काही तिकडे लक्ष गेलं नाही. त्या माणसाचंही क्विनकडे लक्ष नसावं. त्याच्या अंगात राखी रंगाचा अतिशय उंची सूट होता. काखेखाली अर्धवट मिटलेली छत्री होती. तो आपल्या अंगावरचे पावसाचे थेंब झटकत थोडा वेळ उभा राहिला; मग बऱ्याच वेळानं पुस्तक-मासिकांच्या स्टॉलपाशी जाऊन मासिकं चाळू लागला. मधूनमधून तो इकडे-तिकडे कटाक्ष टाकत होता. अखेर त्यानं एक मासिक निवडलं व ते विकत घेऊन तो प्रवाशांना बसायला ठेवलेल्या कोचांपाशी आला. त्यानं कोपऱ्यातला असा एक कोच निवडला की, तिथून त्याला चहूकडे लक्ष ठेवता यावं, मग तो मासिकात डोकं खुपसून बसला.

क्विननं एव्हाना टेलिफोन डिरेक्टरीतून कार एजन्सीचा नंबर काढून फोन लावला होता.

''नक्कीच, सर! काही प्रश्न नाही. विमानतळाच्या पार्किंग-प्लेसमध्ये? ड्रायव्हरच्या सीटखाली चाव्या ठेवल्या आहेत? ठीक आहे. आमचा माणूस ती गाडी घेऊन जाईल. बरं आता पैशांसंबंधी... पण जरा एक सांगा, गाडी कुठल्या बनावटीची आहे?''

''ओपेल, ॲस्कोना.'' क्विन म्हणाला.

कंपनीचा एजंट जरा विचारात पडलेला दिसला.

''पण, सर! आमच्याकडे तर एकही ओपेल ॲस्कोना नाहीये. तुम्ही नक्की आमच्याच कंपनीकडून गाडी घेतली होती का?''

''अर्थातच. पण इथं अजासिओमध्ये मात्र नाही.''

''हं! हं! आलं लक्षात. तुम्ही आमच्या बॅस्टिया किंवा कॅल्व्हीच्या शाखेतून

घेतली असेल.''

''नाही, आर्नहेम.''

आता तो एजंट चांगलाच गोंधळून गेला.

''हे आर्नहेम नक्की कुठं आलं. सर?''

''हॉलंडमध्ये.'' क्विन म्हणाला.

आता मात्र अगदी कळस झाला.

''पण, सर! मी तुमची डच रजिस्टर्ड ओपेल अजासिओ विमानतळावरून या आर्नहेमला कशी नेऊन पोहोचवणार?''

''का बरं? चालवत न्यायची...'' क्विन समजावणीच्या स्वरात म्हणाला, ''आता तिची थोडी-फार दुरुस्ती केलीत की, ती नीट चालू होईल.''

फोनवर क्षणभर शांतता पसरली.

''दुरुस्ती? का, काय झालंय तिला?'' फोनवरचा हताश आवाज म्हणाला.

''आता असं पाहा, तिचा पुढचा टप एका पत्र्याच्या शेडवर येऊन आदळल्यानं जरा पोचे आले आहेत आणि मागे जी डिकी आहे, तिच्या पत्र्यावर थोडी बंदुकीची भोकं पडली आहेत. जास्त नाही. असतील डझनभर.''

''आणि मग, महाशय, याचं बिल कोण भरणार?'' तो एजंट म्हणाला.

''तुम्ही असं करा, एक बिल बनवा आणि पॅरिसमधल्या अमेरिकन राजदूतांच्या नावे द्या पाठवून.'' असं म्हणून क्विननं फोन खाली ठेवला. याहून आणखी तो तरी काय करणार?

नंतर त्यानं इस्टेपोनामधल्या बारमध्ये फोन लावला व तो रॉनीशी बोलला. बेर्नी आणि ऑर्थर सॅमची देखभाल करण्यासाठी ज्या ठिकाणी राहिले होते, पण परत सॅमशी जुगार खेळण्याच्या फंदात न पडण्याची दक्षता घेत होते, त्या ठिकाणाचा नंबर रॉनीनं क्विनला दिला. क्विननं या नव्या नंबरवर फोन केला. क्विनचा फोन आल्याचं ऑर्थरकडून कळताच सॅम धावतच फोनपाशी आली आणि तिनं रिसीव्हर हिसकावून घेतला.

''क्विन डार्लिंग, तू ठीक आहेस ना?'' फोनवर तिचा आवाज हळू पण स्पष्ट येत होता.

''मी ठीक आहे. हे बघ, हनी, आता सगळा खेळ खलास झालाय. तू आता आरामात मालागाहून माद्रिदला आणि तिथून वॉशिंग्टनला जाऊ शकतेस. त्यांना नक्की तुझ्याशी बोलायचं असेल. कमिटीला तुझी कथा ऐकायची असेल. तुझ्या सुरक्षिततेचा आता प्रश्न नाही. तुला काहीही धोका नाही. त्यांना हेही सांग की, ऑर्सिनी एक अक्षरही न बोलता मेला. त्यानं एक शब्दही उच्चारला नाही. झॅकनं ज्या जाड्या अमेरिकनाचा उल्लेख केला, तो किंवा त्याचा पाठीराखा कोण, हे

आता आपल्याला कधीच कळू शकणार नाही. बरं, मी आता पळतो. बाय!''

सॅमचे अनेक प्रश्न अनुत्तरित ठेवून क्विननं फोन ठेवला. अवकाशात नॅशनल सिक्युरिटी एजन्सीच्या सॅटेलाइटनं यांत्रिकपणे इतर अनेक संभाषणांप्रमाणे याही संभाषणाचं ग्रहण केलं आणि फोर्ट मीड येथे बसवलेल्या कॉम्प्युटरकडे पाठवलं. नंतर टेप झालेल्या अगणित संभाषणांपैकी महत्त्वाची तेवढी निवडून ती तशीच ठेवणं आणि बिनमहत्त्वाची संभाषणं पुसून टाकणं, या प्रक्रियेला खूप वेळ लागणार होता, पण संभाषणात सॅमनं जो क्विन हा शब्द वापरला होता, त्यामुळे कॉम्प्युटरनं तो संवाद वेचून संग्रही ठेवला. वॉशिंग्टनच्या प्रमाणवेळेनुसार हा संवाद दुपारी सी.आय.ए.कडे पाठवला गेला.

एक ट्रक विमानतळाच्या उड्डाण विभागाच्या आवारात येऊन थांबतच होता, इतक्यात 'लंडनकडे जाणाऱ्या प्रवाशांनी विमानात जाऊन बसावे,' अशी घोषणा झाली. ट्रकमधून उड्या मारून उतरलेले चार जण मात्र प्रतिष्ठित विमान-प्रवाशांसारखे दिसत नव्हते. अर्थात तिकडे कुणालाच लक्ष द्यायला वेळ नव्हता. जो तो आपापल्या घाईत होता, मात्र कोपऱ्यामध्ये बसलेल्या झकपक पोशाखातल्या त्या ब्रिटिशाचं त्यांच्याकडे पूर्ण लक्ष होतं. त्यांना पाहताच त्यानं मासिक घडी करून काखेत घातलं, कोटाची घडी हातावर टाकली आणि दुसऱ्या हातात छत्री पकडून तो उठून उभा राहिला.

ट्रकमधून आलेल्या त्या चार गुंडांचा प्रमुख म्हणजे आदल्या दिवशी कॅसलब्लँकमधल्या बारमध्ये पत्ते खेळत बसलेल्यांपैकी एक होता. त्यानं तेवढा काळा सूट घातला होता. बाकीच्यांच्या अंगावर द्राक्षमळ्यात काम करणाऱ्या मजुरांचा वेश होता. फक्त त्यांनी शर्ट-पँटच्या बाहेर ठेवले होते, एवढाच फरक. हा बारीकसा तपशीलही त्या ब्रिटिशाच्या नजरेनं अचूक टिपला. त्या चौघांची नजर इकडे-तिकडे काहीतरी धुंडाळत होती, पण त्यांचं त्या ब्रिटिशाकडे मुळीच लक्ष गेलं नाही. ते गुंड 'एंबार्केशन' अशा पाटीपुढे रांगा लावून उभ्या असलेल्या प्रत्येक प्रवाशाचं बारकाईनं निरीक्षण करत होते. नेमका क्विन त्या वेळी नशिबानं पुरुषांच्या प्रसाधनगृहात होता. लाउडस्पीकरवरची घोषणा ऐकून तो घाईनं बाहेर पडला व झपाझप चालत एकीकडे खिशातलं तिकीट काढत उजवीकडे वळला, त्यामुळे त्याला ते चौघं गुंड दिसले नाहीत, पण त्यांना क्विन दिसला होता व ते आता हळूहळू त्याच्या दिशेनं चालले होते, तेवढ्यात बऱ्याच सामानांच्या ट्रॉल्या एकापुढे एक लावून, त्यांची साखळी हळूहळू पुढे ढकलत एक हमाल चालला होता.

सुटाबुटातल्या माणसानं ही संधी साधली. तो त्या हमालाला अगदी खेटून उभा राहिला. अर्थातच हमाल जरा लांब सरकला. योग्य क्षण येताच सुटाबुटातल्या माणसानं ट्रॉल्यांच्या त्या लांबचलांब साखळीला एक जोरात धक्का दिला. गुळगुळीत

फरशीमुळे त्या ट्रॉल्यांनी एकदम वेग घेतला आणि त्या सगळ्या एकामागून एक त्या चौघांच्या दिशेनं घरंगळत गेल्या. चौघंही त्या धक्क्यानं कोलमडले. या काही क्षणांच्या अवधीत त्यांच्या डोळ्यांसमोर बघता-बघता क्विन नाहीसा झाला.

चौघे गुंड घाईनं आतल्या काचेच्या दाराकडे धावले. क्विनला गाठायचा शेवटचा प्रयत्न म्हणून. पण तिथं उभ्या असलेल्या हवाईसुंदरीनं त्यांना अडवलं, आता कुणाचाही निरोप घेता येणार नाही, म्हणून त्यांना गोड हसून सांगितलं. काचेच्या दारापलीकडे शिडीवरून विमानात चढणारा उंचापुरा अमेरिकन त्यांनी पाहिला. एवढ्यात कुणीतरी 'एक्सक्यूज मी' असं म्हणून त्यांना बाजूला ढकलून पुढे गेलं. तो सुटाबुटातला झकपक माणूस होता. आपलं तिकीट हवाईसुंदरीला दाखवून तो पळतच विमानात चढला.

विमानात तो धूम्रपान विभागात बसला होता. क्विनपासून बरोबर दहाव्या रांगेत. क्विनप्रमाणे त्याच्याही जवळ काहीच सामान नव्हतं.

विमान हीथ्रो विमानतळावर उतरलं. एकेक करत प्रवासी बाहेर पडत होते. आता क्विनच्यात व त्याच्यात फक्त तीनच प्रवाशांचं अंतर होतं. मग ते कस्टम्स हॉल पार करून बाहेरच्या मोठ्या हॉलमध्ये पोहोचले, तेव्हा तर त्यांच्यात केवळ दहाच पावलांचं अंतर होतं. नंतर क्विन टॅक्सीसाठी रांगेत उभा राहिल्यावर त्याच्या मागचा सूटबूटवाला समोरच येऊन थांबलेल्या काळ्या आलिशान गाडीत शिरला. क्विनची टॅक्सी रस्त्यानं धावू लागली, तेव्हा त्याच्या मागे योग्य अंतर ठेवून ती काळी गाडी धावत होती.

फिलिप केलीनं मीटिंगमध्ये असं सांगितलं होतं की, आमचे लोक सकाळपासून पासपोर्टवर नजर ठेवतील. पण त्या वेळी त्याला अभिप्रेत होती, वॉशिंग्टनमधली सकाळ. दोन्ही देशांतील प्रमाणवेळेच्या फरकामुळे ही विनंती ब्रिटिशांपर्यंत पोहोचली, तेव्हा लंडनमध्ये सकाळचे अकरा वाजले होते. नंतर बरोबर अर्ध्या तासात पोर्टवॉचची सूचना विमानतळावरच्या पासपोर्ट तपासणाऱ्या अधिकाऱ्याला मिळाली, तेव्हा त्यानं अर्ध्या तासापूर्वीच क्विन पासपोर्ट दाखवून निघून गेल्याचं सांगितलं.

लगेच स्पेशल ब्रँचचे दोन ऑफिसर्स अधिक चौकशी करण्यासाठी आले. चौकशीअंती एका अधिकाऱ्याला अशी आठवण झाली की, आपण मघाशी ग्रीन चॅनेलमधून जाणाऱ्या एका उंचापुऱ्या अमेरिकनाला हटकलं होतं. कारण त्याच्यापाशी अजिबात काही सामान नव्हतं व ते आपल्याला खटकलं होतं.

बाहेर टॅक्सींच्या रांगेचं नियंत्रण करणाऱ्या दोघां वाहतूक पोलिसांनीही हेच सांगितलं, पण क्विनच्या टॅक्सीचा नंबर काही त्यांनी घेतला नव्हता.

अनेक प्रयत्नांनी तो टॅक्सी-ड्रायव्हर एकदाचा सापडला. त्यानं फोटोवरून क्विनला लगेच ओळखलं.

"येस, सर...!" तो म्हणाला, "मी त्याला मेरिलबोनमधल्या ब्लॅकवूड्स हॉटेलपाशी नेऊन सोडलं."

वस्तुस्थिती अशी होती की, त्यानं क्विनला त्या हॉटेलच्या दाराशी असलेल्या पायऱ्यांवर सोडलं, तेव्हा एकला वीस मिनिटं कमी होती, पण त्या टॅक्सी ड्रायव्हरचं किंवा क्विनचं – कुणाचंच मागे थांबलेल्या लांबलचक काळ्याशार गाडीकडे लक्ष गेलं नाही. क्विननं टॅक्सीचं भाडं चुकतं केलं आणि तो हॉटेलच्या पायऱ्या चढू लागला. आता मात्र मागून झपाझपा चालत आलेल्या सुटबूटधारी इसमानं क्विनला गाठलं. दोघंही हॉटेलच्या काचेच्या रिव्हॉल्विंग दरवाज्यापाशी एकाच वेळी पोहोचले. त्यातून एका वेळी एकालाच जाता येत असल्यामुळे आधी कुणी जायचं, असा प्रश्न निर्माण झाला. क्विननं शेजारी उभ्या असलेल्या माणसाचा चेहरा पाहिला आणि तो विचारात पडला. इतक्यात तोच माणूस म्हणाला,

"अरेच्चा! तुम्ही मघाशी कॉर्सिकाच्या फ्लाइटमध्ये होता, नाही का? पृथ्वी गोल आहे, हेच खरं!"

त्यानं हातानं अदबीनं क्विनला पुढे होण्याची खूण केली व त्याच वेळी हातातल्या छत्रीची गुप्त कळ दाबली, त्याबरोबर छत्रीच्या टोकातून एक अतिसूक्ष्म सुई बाहेर येऊन क्विनच्या पोटरीत कधी घुसली, हे त्याला कळलंसुद्धा नाही. क्विन दरवाजा ओलांडून पुढे गेला आणि त्याच्या संपूर्ण शरीरातून मुंग्या येऊ लागल्या. काय भयंकर उन्हाळा आहे. उष्णतेनंच असं आपल्याला होत असणार, असं त्याला वाटत असतानाच त्याचा तोल जाऊ लागला.

तो सुटबूटवाला पुढे झाला आणि त्यानं क्विनचा दंड धरला,

"बरं वाटत नाहीये का?"

इतक्यात क्विनच्या डोळ्यांसमोरचं दृश्य अस्पष्ट होत गेलं. तो कोसळू लागला, पण त्या माणसानं त्याला आधार देऊन सावरलं.

एक रिपोर्टर घाईनं पळत आला. "सर, सर... आपल्याला काय होतंय?"

पण तेवढ्यात त्या माणसानं त्याच्या हातात दहा डॉलर्सची नोट सरकवली आणि तो म्हणाला, "काही विशेष नाही. रात्री त्यांना जरा जास्तच झाली होती. शिवाय विमान-प्रवासाचीही दगदग झाली. हे पाहा, माझी गाडी बाहेरच उभी आहे. यांना जरा आत नेऊन ठेवायला मदत करता का?" आणि क्विनला उद्देशून तो म्हणाला, "यार क्लाईव्ह, चल, मी तुला घरी नेऊन पोहोचवतो, म्हणजे बरं वाटेल."

क्विननं प्रतिकाराचा क्षीण प्रयत्न केला, पण त्याचे हातपाय जणू मेणाचे

बनवले होते. पोर्टरनं तत्परतेनं क्विनला आधार दिला व दोघांनी त्याला गाडीत नेऊन बसवलं. गाडीतून आणखी दोघं उतरले व त्यांनी क्विनला आत व्यवस्थित नेऊन झोपवलं. मग त्या माणसानं ड्रायव्हरला इशारा केला व त्यानं गाडी भरधाव सोडली.

त्यांची गाडी कोपऱ्यावरून वळून रस्त्याला लागली व दोन पोलीस गाड्या हॉटेलच्या दाराशी येऊन थांबल्या.

क्विनचं मन बऱ्यापैकी ताळ्यावर होतं, पण सर्व शरीर जणूकाही असाहाय्य, लुळंपांगळं झालं होतं, पण काही क्षणांतच त्याच्या डोळ्यांपुढे अंधारी पसरली व त्याची शुद्धही हरपली.

❖

सोळा

क्विनला जाग आली, तेव्हा तो एका मोकळ्या, पांढऱ्या खोलीत होता. त्याला एका पलंगावर झोपवण्यात आलं होतं. अजिबात न हलता आधी त्यानं एकवार सर्वत्र नजर फिरवली. खोलीचं दार बंद होतं. ते फारच मजबूत दिसत होतं. तेही पांढरंच होतं. खोलीतील एकुलता एक दिवासुद्धा भक्कम जाळीच्या आड बंदिस्त दिसत होता. ज्या कुणी ह्या जागेची मांडणी केली होती, त्यानं अशी मुद्दामच दक्षता घेतलेली दिसत होती की, खोलीत बंदिवान असलेल्या व्यक्तीला कुठल्याही प्रकारे, गळफास लावून वा मनगटाच्या शिरा तोडून जीव देणं शक्य होऊ नये. क्विनला मग त्या झकपक ब्रिटिशाचं व आपलं काहीतरी बोलणं झालं होतं, ते अंधूकसं आठवलं. आपल्या पोटरीला त्या वेळी काहीतरी बारीकसं चावल्यासारखं वाटलं होतं, ते नक्की इंजेक्शन असणार, हे त्याला कळून चुकलं. आपली शुद्ध कशी हरपली होती, तेही आठवलं. हरामखोर ब्रिटिश!

दरवाज्याला एक भोक होतं. त्यातून एक डोळा आपल्यावर रोखला गेलाय, याची त्याला जाणीव झाली. आता झोपल्याचं किंवा बेशुद्धावस्थेचं सोंग करण्यात काहीच अर्थ नव्हता. त्यानं अंगावरचं पांघरूण दूर केलं आणि दोन्ही पाय हलकेच जमिनीवर टेकले. अचानक त्याच्या लक्षात आलं की, आपल्या अंगावर एका लहानशा अंडरवेअरशिवाय काहीही वस्त्र नाही.

इतक्यात दाराचा बोल्ट बाहेरून सरकवल्याचा आवाज झाला. दार उघडून एक माणूस आत आला. तो बुटका व गुटगुटीत होता. त्याचे केस बारीक कापलेले होते. त्याच्या अंगात वेटरसारखा पांढरा पोशाख होता. तो एकही अक्षर बोलला नाही. फक्त बाहेरून एक छोटं टेबल घेऊन आत आला व त्यानं ते समोरच्या भिंतीला लावून ठेवलं. परत बाहेर जाऊन त्यानं एक मोठं एनॅमलचं भांडं व एक पाण्याचा जार आणला. त्यातून वाफ येत होती. नंतर तो परत बाहेर गेला. या माणसाला ठोसा मारून लोळवावं व पळून जावं, असा विचार क्षणभर क्विनच्या मनात चमकून

गेला, पण मग त्यानं तसं न करण्याचं ठरवलं. खोलीला एकसुद्धा खिडकी नव्हती. याचा अर्थ आपण नक्की तळघरात आहोत. शिवाय आपल्या अंगात धड कपडा नाही, आणि तो माणूस चांगलाच दणकट दिसतोय. त्याच्या जोडीला आणखी एखादा जरी पहिलवान वरच्या मजल्यावर असला, तरी पंचाईत!

थोड्याच वेळात तो माणूस आणखी काही सामग्री घेऊन परतला. एक जाडजूड टर्किश टॉवेल, एक पातळ फडकं, अंगाचा साबण, टूथपेस्ट, एक कोरा करकरीत टूथब्रश, एक नवा रेझर, शेव्हिंग क्रीम आणि एक घडीचा आरसा. आत त्यानं या सर्व वस्तू टेबलावर नीट मांडून ठेवल्या व तो बाहेर जाऊ लागला. जाण्यापूर्वी त्यानं क्विनला नुसती स्वच्छ होण्याची खूण केली व बाहेरून दार बंद केलं.

ठीक आहे. आपल्या राणीपुढे आपला कैदी स्वच्छ व नीटनेटका दिसावा, अशी ब्रिटिशांची जर इच्छा असेल, तर त्याला क्विनची हरकत नव्हती. शिवाय त्याला स्वत:लाही स्वच्छ व्हावंसं वाटत होतंच.

क्विननं भरपूर वेळ लावला. गरम पाण्यानं खूप छान वाटत होतं. त्यानं स्पंजानं सर्वांग चांगलं चोळून पुसलं. अठ्ठेचाळीस तासांपूर्वी नेपोलियन बोटीवर त्यानं स्वच्छ अंघोळ केली होती. त्यानंतर प्रथमच अंगाला पाणी लागत होतं. अठ्ठेचाळीस की, आणखी काही? क्विन विचारात पडला. त्याचं घड्याळ गायब करण्यात आलं होतं, आपल्याला साधारण लंच-टाइमला पळवण्यात आलं, एवढं त्याला नीट आठवत होतं. पण ही गोष्ट चार तासांपूर्वीची की, बारा की, चोवीस? काहीही असो, दात घासल्यावर टूथपेस्टचा जो सुगंध तोंडात दरवळत होता, त्यानं बरं नक्की वाटत होतं. आणि मग क्विननं रेझर उचलून दाढी करण्यासाठी समोरच्या आरशात पाहिलं आणि त्याला प्रचंड धक्का बसला. त्या गाढवांनी त्याचे केस कापून ठेवले होते.

अर्थात हा नवा हेअरकटही अगदीच काही वाईट नव्हता. फक्त क्विनची नेहमीची हेअरस्टाईल पूर्ण बदलून गेली होती. शिवाय, त्याला देण्यात आलेल्या साहित्यात कंगव्याचा तर कुठं पत्ताच नव्हता, म्हणून मग त्यानं आपले केस हातानंच जरा सारखे करण्याचा प्रयत्न केला, पण व्यर्थ. ते बेटे मागे वळायला तयारच नव्हते. ब्रशसारखे परत-परत ताठ उभे राहात होते. शेवटी क्विननं नादच सोडला. त्याची स्वच्छता करून झाली व तो ताजातवाना झाला, तेवढ्यातच मघाचचाच माणूस उगवला.

"वेल. थँक्स..." क्विन किंचित हसून म्हणाला.

पण त्या माणसाच्या चेहऱ्यावरची रेषाही हलली नाही. त्यानं निर्विकारपणे टेबलावरच्या वस्तू उचलून टेबल साफ केलं व परत बाहेर जाऊन भरलेला नाश्त्याचा ट्रे आत आणला. त्यातले जिन्नस बघून क्विनची तब्येत खूश होऊन

गेली. कॉफीचा सुगंध दरवळत होता. त्या माणसानं एक लाकडी खुर्ची टेबलापाशी आणून ठेवली व तो परत चकार शब्दही न बोलता निघून गेला.

क्विनला जुन्या ब्रिटिश परंपरेची आठवण झाली. जुन्या काळी हेच ब्रिटिश लोक एखाद्याचा वध करण्यापूर्वी त्याला भरपेट खाना देत असत. अर्थात त्यानं तो विचार लगेचच मनातून काढून टाकला व आनंदानं व्यवस्थित नाश्ता केला.

त्याचं खाणं संपतं, न संपतं, तोच दार उघडलं व तो माणूस काही नवे कपडे घेऊन आत आला. सगळे कपडे सुंदर इस्त्री केलेले, उंची कापडाचे व अत्याधुनिक होते, पण ते त्याचे मात्र नव्हते, पण त्यानं ते अंगात घातले आणि ते खास आपल्याच मापाचे शिवले असावे, हे त्याच्या लक्षात आलं. असं का? तो विचारात पडला असतानाच त्या नोकरानं मनगटी घड्याळाकडे बोट दाखवून त्याला लवकर आटपण्याची खूण केली व तो गेला.

क्विन पूर्ण तयार झाला, तसं लगेच दार उघडलं. आत, दारात तो झकपक सूटवाला माणूस उभा होता. अखेर त्यानं मात्र तोंड उघडलं.

"मित्रा, तू आता अगदीच ताजातवाना झालेला दिसतोयस की. तुला इथं असं जबरदस्तीनं आणावं लागलं, याबद्दल माफ कर, पण आमच्याजवळ दुसरा काही उपायच नव्हता. सरळ-साध्या मार्गानं बोलावून काही तू आला नसतास."

समोरचा माणूस एखाद्या दुकानातल्या शोकेसमध्ये उभ्या केलेल्या पॉश मॉडेलसारखा जरी असला, तरी त्याचा आवाज व बोलणं करारी, एखाद्या लष्करी अधिकाऱ्यासारखं होतं.

"तुमच्या वागण्याची मी दाद देतो!" क्विन उपरोधानं म्हणाला, "पण काहीही असो, तुझ्या वागण्या-बोलण्याची स्टाईल मात्र वाखाणण्यासारखी आहे."

"थँक्स!" तो माणूस पुटपुटला. "आता कृपा करून तू आणखी थोडे कष्ट घेऊन माझ्याबरोबर आलास, तर माझे साहेब तुझ्याशी बोलायला उत्सुक आहेत."

असं म्हणून त्यानं क्विनला बाहेर पॅसेजच्या टोकाशी असलेल्या लिफ्टपाशी नेलं. लिफ्टमधून वर जाता-जाता क्विननं त्याला 'किती वाजले?' असं विचारलं.

"हो खरंच," तो माणूस म्हणाला, "तुम्हा अमेरिकन लोकांना वेळेचं फारच वेड, नाही का? खरं सांगायचं, तर आत्ता मध्यरात्र होत आहे. तो तुझा नाश्ता आमच्या रात्रपाळीच्या आचाऱ्यानं बनवला होता."

मग ते दोघं लिफ्टमधून तशाच दिसणाऱ्या एका पॅसेजमध्ये बाहेर पडले. फक्त हा पॅसेज कार्पेटनं मढवला होता. शिवाय दोन्ही बाजूंना बरीच लाकडी दारं दिसत होती. क्विनला त्या माणसानं पलीकडच्या टोकाशी असलेल्या बंद दारापाशी नेलं. दार उघडून दोघं आत शिरले. नंतर तो माणूस हळूच मागच्या मागे निघून गेला.

आता क्विन एका अत्याधुनिक सजावटीच्या खोलीत उभा होता. सभोवार सोफे, खुर्च्या, कोच असं सामान होतं. समोर एका टेबलामागे एक पन्नाशीचा माणूस बसला होता. तो उठून क्विनचं स्वागत करायला पुढे आला. त्याच्या अंगातले कपडे उंची होते. त्याच्या एकंदर व्यक्तिमत्त्वावरून तो कुणीतरी बराच उच्चपदस्थ अधिकारी वाटत होता. त्याचा चेहरा अत्यंत करारी होता, पण तो क्विनशी मात्र मृदु आवाजात बोलला.

"डिअर मि. क्विन, तुम्ही मला भेटायला इथं येण्याचे कष्ट घेतले, म्हणून मला फार आनंद झाला."

आता मात्र क्विन फार चिडला. नाटक नाटक तरी किती वेळ सहन करेल माणूस?

"ठीक आहे. मला वाटतं, ही नाटकं पुरे. आधी तुम्ही मला त्या हॉटेलच्या लॉबीत इंजेक्शन देऊन बेशुद्ध केलं. नंतर मला पळवून आणून कैदेत टाकलं, पण मला एक कळत नाहीये, या सगळ्याची काय गरज होती? जर तुमच्या ब्रिटिश गुप्तहेरांना माझ्याशी बोलायचंच होतं, तर चार पोलीस पाठवून मला सरळ सरळ अटक करायची होती. हा सगळा तमाशा कशासाठी?"

आता मात्र समोरचा माणूस खरोखरच आश्चर्यचकित झालेला दिसला.

"ओहो, आय सी! तुमची अशी समजूत झालेली दिसते की, तुम्ही ब्रिटिश गुप्तहेर खात्याच्या ताब्यात आहात. पण वस्तुस्थिती फारच वेगळी आहे, मि. क्विन, खरं सांगू? मी जनरल वादिम किर्पिचेन्को. के.जी.बी.चा प्रमुख म्हणून माझी नव्यानंच नेमणूक झाली आहे. भौगोलिक दृष्ट्या जरी तुम्ही आत्ता इंग्लंडमध्ये असलात, तरी राजकीय दृष्ट्या, तांत्रिक दृष्ट्या तुम्ही स्वतंत्र सोव्हिएत भूमीवर आहात. केन्सिंग्टन पॅलेस गार्डनमधील आमच्या दूतावासात तुम्ही बसणार नाही का?"

❖

आज आयुष्यात दुसऱ्यांदा सॅम सोमरव्हिलेला व्हाइट हाउसच्या वेस्ट विंगच्या तळघरातल्या सिच्युएशन्स रूममध्ये बोलावणं आलं होतं. ती माद्रिदहून विमानानं केवळ पाचच तासांपूर्वी वॉशिंग्टनला येऊन दाखल झाली होती, पण राज्यकर्त्यांना तिला जे काही प्रश्न विचारायचे होते, त्यासाठी पुरेसं थांबायची त्यांची तयारी नव्हती.

व्हाइस प्रेसिडेंट ओडेल यांच्या अवतीभवती चार वरच्या दर्जाचे कॅबिनेट मंत्री बसले होते. तसेच, नॅशनल सेक्युरिटी ॲडव्हायझर ब्रॅड जॉनसन हाही उपस्थित होता. याशिवाय एफ.बी.ए.चा डायरेक्टर व त्याच्याबरोबर फिलीप केली आला होता. सी.आय.ए.चा ली अलेक्झांडर मात्र एकटाच दिसत होता. लंडनहून केव्हिन ब्राऊन परत आलेला होता. या सर्वच लोकांनी सॅमविरुद्ध उघड-उघड शत्रुत्व पुकारलेलं दिसत होतं.

''बसा,'' व्हाइस प्रेसिडेंट ओडेल म्हणाले.

सॅम एका लांबच्या खुर्चीत बसली. तिथून ती सगळ्यांनाच दिसत होती. केव्हिन ब्राऊन तर तिच्याकडे खाऊ की गिळू, अशा नजरेनं बघत होता. त्याच्या मते खरं तर या लोकांनी त्याला तिच्याशी एकवार खाजगीत बोलायची संधी द्यायलाच हवी होती, मग नंतर त्यानं सविस्तर अहवाल कमिटीपुढे सादर केलाच असता. आपल्या हाताखालच्या या ज्युनियर एजंटला या लोकांनी परस्पर असं बोलावून घेणं त्याला रुचलेलं नव्हतं.

''एजंट सोमरव्हिले,'' ओडेल करडेपणानं म्हणाले, ''या कमिटीनं तुम्हाला लंडनला परत पाठवलं होतं आणि क्विनला तुमच्या ताब्यात दिलं होतं, ते केवळ एकाच कारणासाठी. तुम्ही आम्हाला अशी हमी दिली होती की, क्विन सायमन कॉरमॅकच्या खुन्यांना शोधून काढेल, कारण त्याची एकट्याचीच त्यांच्याशी एकदा तरी प्रत्यक्ष गाठ झाली होती, पण तुम्हाला आम्ही अशीही अट घातली होती की, तुम्ही आमच्याशी सतत संपर्क साधत राहिलं पाहिजे आणि आम्हांला घडलेल्या घटनांचा रिपोर्ट दिला पाहिजे; आणि आम्हाला जे काही रिपोर्ट्स मिळतायत, ते इतरांकडून. ते सुद्धा भलत्याच गोष्टींचे. गेल्या काही दिवसांत युरोपभर जागोजागी मृतदेह सापडले आहेत. प्रत्येकच खुनाच्या वेळी तुम्ही आणि तो क्विन घटनास्थळाच्या जवळपास मौजूद होतात. आता आमच्यावर आणखी एक कृपा करा व एवढं फक्त सांगा की, हे सर्व दिवस तुमचं आणि त्या क्विनचं काय चाललं होतं?''

सॅमनं मग त्यांना सर्व सांगितलं. तिनं अगदी सुरुवातीपासून प्रत्येक घटना क्रमवार सांगितली. बॅबीज गोदामामध्ये क्विनला भेटलेल्या माणसाच्या हातावरचं ते गोंदण– ते कोळ्याचं चित्र– क्विनला अचानक कसं आठवलं, नंतर त्या क्यूपर नामक दारुड्याच्या तोंडून समजलेल्या माहितीच्या धाग्यावर क्विन मार्चाईसपर्यंत कसा पोहोचला, पण मार्चाईस एक वेगळंच नाव धारण करून जत्रेच्या जायंट व्हीलमध्ये मृतावस्थेत कसा आढळला, हे सांगितलं. नंतर तिनं त्यांना मार्चाईसनं आपला एखादा तरी जुना मित्र या अपहरणाच्या कामी मदतीला घेतला असेल, असा क्विनचा तर्क व त्या अनुषंगानं शोध घेतल्यावर डेन बोशमधील एका बारमध्ये सापडलेला प्रेटोरियसचा मृतदेह याविषयीही सांगितलं. नंतर तिनं त्यांना मर्सिनरी कमांडर सिडने फील्डलिंग ऊर्फ झॅकच्या भेटीबद्दल सांगितलं. झॅकनं मरणापूर्वी काही क्षण जी हकिकत सांगितली होती, ती त्याच्याच शब्दांत जशीच्यातशी कथन केली. ते शब्द ऐकून क्षणभर शांतता पसरली. तिनं शेवट आपल्या बॅगमधला छुपा बग अपघातानं कसा सापडला व त्यानंतर आपल्याला सुरक्षिततेच्या दृष्टीनं स्पेनमध्ये आश्रयाला पाठवून, क्विन एकटाच कॉर्सिका बेटावर शेवटचा गुंड ऑर्सिनी याला शोधायला कसा गेला, हेही सांगितलं. झॅकच्या म्हणण्याप्रमाणे या ऑर्सिनीनंच तो

प्राणघातक कमरपट्टा सायमन कॉरमॅकला अंगात घालण्यासाठी दिला होता, हेही तिनं सांगितलं.

''नंतर सुमारे वीस तासांपूर्वी क्विननं मला फोन केला आणि कळवलं की, सर्व खेळ खलास झालाय. शेवटचा दुवा तुटला आहे. ऑर्सिनी मरण पावला आहे, पण त्यानं मरण्यापूर्वी त्या जाड्या अमेरिकनाबद्दल एक अक्षरही तोंडाच्या बाहेर काढलं नाही.''

सॅमचं निवेदन संपलं, तेव्हा एकदम शांतता पसरली.

''जीझस! हे तर सगळं कल्पनेच्या पलीकडचं आहे!'' रीड म्हणाला, ''पण हे सगळं सिद्ध होऊ शकेल, असा पुरावा आपल्या हाती आलाय का?''

ली अलेक्झांडरनं मान वर केली.

''बेल्जियन पोलिसांच्या म्हणण्याप्रमाणे ज्या बंदुकीनं पॉल लेफोर्ट ऊर्फ मार्चाईस याला मारण्यात आलं, ती पॉइंट थर्टीएट नसून पॉइंट फॉर्टी फाइव्ह होती. अर्थात क्विनकडे जर दुसरी एखादी बंदूक असेल, तर मात्र...''

''अजिबात नव्हती!'' सॅम म्हणाली, ''आमच्याकडे एकमेव बंदूक होती, ती म्हणजे मि. ब्राऊन यांनी मला दिलेली पॉइंट थर्टी एट आणि क्विनला तर मी, खरंच, एक क्षणही नजरेआड केलं नाही. अँटवर्पपासून वेव्हरेला जाऊन खून करून परत येण्याइतका किंवा आर्नहेमपासून डेन बॉशला जाऊन परत येण्याइतका अवधीच त्याला कधी नव्हता आणि पॅरिसच्या बारचं म्हणाल, तर झॅक रस्त्यावरच्या गाडीतून कुणीतरी झाडलेल्या बंदुकीच्या गोळ्यांनी मारला गेला.''

''हे मात्र खरोखर सिद्ध झालेलं आहे,'' ली अलेक्झांडर म्हणाला, ''फ्रेंच पोलिसांना त्या बारमध्ये नंतर एकंदर आठ गोळ्या झाडलेल्या मिळाल्या. त्या सर्व आर्मालाइट बनावटीच्या आहेत.''

''क्विनचा एखादा जोडीदारही असू शकेल...'' वॉल्टर्सनं सुचवलं.

''पण मग माझ्या हँडबॅगेत छुपा बग दडवायची काय गरज होती? मी अंघोळीला वगैरे गेले असताना गुपचूप फोन करणं त्याला काय अवघड होतं? लोकहो! माझी तुम्हाला कळकळीची विनंती आहे. माझ्यावर विश्वास ठेवा. क्विन खरंच निर्दोष आहे. त्यानं खरं तर सगळं रहस्य उलगडत आणलं होतं, पण प्रत्येकच वेळी कुणीतरी आमच्यावर मात केली.''

''आणि तो जाड्या अमेरिकन? झॅकनं ज्याच्याबद्दल सांगितलं, तो?'' स्टॅनार्डनं विचारलं, ''झॅकच्या म्हणण्याप्रमाणे ज्यानं हे सगळं कारस्थान रचलं, या सर्वांसाठी लागणारा पैसा पुरवला, तो?...पण तो अमेरिकन असावा, हे जरा...''

''मी एक सुचवू का?'' केव्हिन ब्राऊन म्हणाला, ''क्विनला दोषी मानण्यात माझी कदाचित चूक झालीही असेल. मी ते मान्य करतो; पण आता मी आणखी

एक सिद्धान्त मांडतो. तो अगदी सर्वांना पटण्यासारखा आहे.''

आता सगळेच त्याचं बोलणं कान देऊन ऐकू लागले.

''झॅक म्हणतो की, तो जाड्या माणूस अमेरिकनच होता, पण हे त्याला कसं काय कळलं? अमेरिकन बोलणं आणि उच्चारपद्धतीचं इतकं अचूक ज्ञान झॅकसारख्या एखाद्या ब्रिटिशाला कुठून असणार? ब्रिटिश लोक तर कॅनेडियन माणूस आणि अमेरिकन माणूस यांच्यातही गोंधळ करतात. आपण त्याऐवजी असं गृहीत धरलं की, तो जाड्या माणूस रशियन होता, तर सारं कसं अगदी चपखल बसतं. के.जी.बी.पाशी उत्कृष्ट दर्जाचं व अमेरिकन उच्चाराचं इंग्रजी बोलणारे डझनावारी एजंट्स आहेत.''

हे ऐकताच टेबलाभोवती बऱ्याच माना हलल्या.

''माझ्या मित्राचं म्हणणं अगदी बरोबर आहे,'' केली म्हणाला, ''शिवाय रशियनांपुढे असं करायला हेतूही आहे. अमेरिकन जनतेचं नीतिधैर्य खच्ची करून, तिला अस्थिर करणं हे तर मॉस्कोपुढचं नेहमीच उद्दिष्ट असतं. त्याबद्दल तर वादच नाही. स्पर्धा? त्याचा तर काही प्रश्नच नाही. सायमन कॉरमॅक ऑक्सफर्डमध्ये राहून शिकत आहे, या गोष्टीला मुळातच इतकी प्रसिद्धी मिळाली होती. तेव्हा त्याचा बळी घेऊन त्याद्वारे आपणा सर्वांच्या वर्मी घाव घालण्याचं हे महाभयंकर कारस्थान के.जी.बी.नं रचलं. आर्थिक पाठबळ? त्याचीही रशियनांकडे काहीच कमतरता नाही आणि या असल्या घाणेरड्या कामांसाठी बळीचे बकरे म्हणून भाडोत्री गुंड- मर्सिनरीज- वापरणं ही तर नित्याचीच गोष्ट आहे. आपली सी.आय.ए.सुद्धा हेच करते आणि आपली ईप्सित कामगिरी पूर्ण झाल्यावर त्या चौघा मर्सिनऱ्यांचा काटा काढणं हा तर के.जी.बी.च्या खरोखर हातचा मळ आहे.''

''जर तो जाड माणूस रशियनच होता, हे सत्य आपण स्वीकारलं, तर मग सगळाच गुंता सुटतो,'' केव्हिन ब्राऊननं पुस्ती जोडली, ''सॅम सोमरव्हिले हिच्या रिपोर्टच्या आधारावर मी ही गोष्ट मान्य करायला तयार आहे की, या सगळ्या कारस्थानाच्या पाठीमागे एक माणूस निश्चित होता– मार्गदर्शन करणारा, अर्थसाहाय्य करणारा– नंतर त्यानं झॅकचा सुद्धा काटा काढला, पण माझा तर्क असा की, तो माणूस आता आपला कार्यभाग उरकल्यावर जिथून आला होता, तिथंच– म्हणजे मॉस्कोला– जाऊन पोहोचला देखील.''

''पण असं का? मुळात गोर्बाचेव्हनं आधी नानट्केट कराराला सक्रिय पाठिंबा देऊन नंतर त्या सगळ्याची इतक्या घृणास्पद रीतीनं धूळधाण उडवून द्यायचं कारण तरी काय?''

ली अलेक्झांडरनं हलकेच घसा साफ केला.

''मि. सेक्रेटरी, खुद्द रशियातसुद्धा गोर्बाचेव्ह यांच्या विरोधात असणाऱ्या अशा

काही शक्ती अस्तित्वात आहेत; विशेषत: नानटुकेट कराराच्या विरोधात असणाऱ्या. एक गोष्ट आठवून बघा की, पूर्वीचा के.जी.बी.चा अध्यक्ष जनरल क्रुश्चेव्ह याची नुकतीच हकालपट्टी करण्यात आली. कदाचित ती का झाली, याचीच कारणमीमांसा आपण इथं नकळत स्पष्ट केली असेल.''

''मला वाटतं, तुमचंच म्हणणं बरोबर आहे,'' ओडेल म्हणाले, ''त्या के.जी.बी.च्या हरामखोरांनी नानट्केट कराराची धूळधाण उडवणं आणि अमेरिकेचं नीतिधैर्य खच्ची करणं असे दोन पक्षी एकाच दगडात मारले आहेत. कदाचित गोर्बाचेव्ह व्यक्तिश: याला जबाबदार नसतीलही.''

''त्यानं काय मोठा फरक पडणार आहे?'' वॉल्टर्स म्हणाला, ''अमेरिकन जनतेचा या गोष्टीवर तर कधीच विश्वास बसणार नाही आणि त्यात काँग्रेसही आलीच. जर का ह्या कृत्यात मॉस्कोचा हात असेल, तर व्यक्तिश: गोर्बाचेव्ह त्याला जबाबदार असोत वा नसोत, त्यांना परिणाम भोगावे लागतीलच.''

सॅमनं आता तोंड उघडलं.

''पण मग माझ्या हँडबॅगचं काय?'' तिनं विचारलं, ''जर के.जी.बी.नं जाणून-बुजूनच हा सगळा सापळा रचलेला होता, तर मग मर्सिनऱ्यांपर्यंत जाऊन पोहोचायला त्यांना माझी व क्विनची गरज का भासली?''

''त्याचा काहीच प्रश्न नाही,'' ब्राऊन म्हणाला, ''खुद्द मर्सिनऱ्यांना तरी सायमन कॉरमॅक मारला जाणार आहे, याची कुठं कल्पना होती? पण त्याचा अचानक खून झाला व त्याचा आपल्यावर आळ येणार, म्हणून घाबरून मर्सिनरी भूमिगत झाले. कदाचित ते नंबर के.जी.बी.च्या लोकांना आधी ठरलेल्या ठिकाणी जाऊन भेटलेच नसतील. शिवाय मर्सिनऱ्यांच्या खुनात तुला आणि क्विनलाही गोवण्याचे प्रयत्न करण्यात आले. क्विन- अमेरिकेतर्फे काम करणारा एक अमेरिकन मध्यस्थ आणि तू तर एफ.बी.आय.ची एजंट. ही देखील के.जी.बी.ची नेहमीचीच युक्ती नाही का? जगाच्या डोळ्यांत धूळफेक करायची. सायमनच्या खुन्यांनी आपली तोंडं उघडू नयेत, म्हणून ती अमेरिकन सरकारनंच कायमची बंद केली, अशी जगाची समजूत करून द्यायची.''

''पण माझी हँडबॅग बदलून, तिच्या जागी पोटात बग दडवलेली तशीच दुसरी हँडबॅग ठेवण्यात आली. तीही लंडनमध्येच कुठंतरी...'' सॅम विरोध करत म्हणाली.

''ते तुला कसं कळणार?'' ब्राऊननं विचारलं, ''एजंट सोमव्हरिले, ते काम कदाचित विमानतळावर उरकण्यात आलं असेल, नाहीतर ओस्टेंडकडे जाताना फेरी बोटीत. आणि कुणी सांगावं? एखादा ब्रिटिश माणूसच या के.जी.बी.चा हस्तक असायचा. क्विन गेल्यानंतर ते लोक अपार्टमेंटमध्ये नव्हते आले? आणि ते क्विनला नजरकैदेत ठेवलं होतं, ते घर? सरे इथलं? मॉस्कोसाठी आत्तापर्यंत

कितीतरी ब्रिटिश लोकांनी काम केलेलंच आहे. आणखी एखादा घरभेद्या त्यांनी असाच हाताशी धरला असेल.''

ली अलेक्झांडर नुसताच आपल्या हातांचे तळवे उघडून निरखत बसला. खुद्द त्याला अशा अमेरिकन घरभेद्यांची कमीतकमी वीस तरी नावं तोंडपाठ होती, पण आत्ता या गोष्टीचा उच्चार करणं योग्य नव्हतं.

''ठीक आहे तर, मित्रहो,'' एक तासानंतर ओडेल म्हणाले, ''आपण आता रिपोर्ट बनवून टाकू. पहिल्यापासून शेवटपर्यंत. आपला रिपोर्ट मात्र स्पष्ट हवा. कमरपट्टा रशियन बनावटीचा होता, एवढी एक गोष्ट वगळता के.जी.बी.वर संशय घेण्याजोगे इतर काही पुरावे आपल्याकडे नाहीत; पण असं नुसतं सूचित करायला हरकत नाही की, हे के.जी.बी.चं कारस्थान असावं आणि त्याचा शेवट के.जी.बी. एजंट– आपल्या दृष्टीनं फक्त 'जाड माणूस'– नाहीसा होण्यानं झाला. आपल्याला काय-काय व कसं कसं घडलं, ते ठाऊक आहे. ते कोणी घडवून आणलं असावं, याचा आपल्याला अंदाज आहे आणि ते का घडवून आणलं गेलं, हे तर सूर्यप्रकाशाइतकं स्वच्छ आहे. नानट्केट करार मात्र कायमचाच धुळीला मिळाला आहे आणि आपले प्रसिडेंट दुःखाच्या खाईत लोटले गेले आहेत. देवा! आपण त्या कम्युनिस्ट हरामखोरांचा सत्यानाश करावा, असं मला वाटतंय.''

दहा मिनिटांनी मीटिंग संपल्याचं अधिकृतपणे जाहीर करण्यात आलं.

नंतर गाडी चालवत एकटी घरी जात असताना या सगळ्या चर्चेतला, या समर्थनातला एक दोष सॅमच्या लक्षात आला. आपण हॅरॉड्समध्ये जी हँडबॅग विकत घेतली, तिची इतकी हुबेहूब नक्कल के.जी.बी. कशी काय करू शकली?

❖

फिलिप केली आणि केव्हिन ब्राऊन-दोघं एकाच गाडीतून परत चालले होते.

''एजंट सोमरव्हिलेनं क्विनशी जवळचे संबंध प्रस्थापित करावे, ही आपली कल्पना होती, पण 'इतके' जवळचे नको होते...'' केली म्हणाला.

''मला तर लंडनमध्येच त्याचा सुगावा लागला होता,'' ब्राऊन म्हणाला, ''झॅकशी क्विनच्या वाटाघाटी चालू होत्या, तेव्हाच. नंतर प्रत्येकच वेळी ती त्या भडव्या क्विनची बाजू घेऊन आपल्याशी भांडली आणि माझ्या मते अजूनही या क्विनला पकडून आपण बोलतं करायलाच हवं. बोलतं, म्हणजे अगदी खऱ्या अर्थानं, आपला हिसका दाखवून! पण फ्रेंचांना किंवा ब्रिटिशांना तो अजून सापडला का नाही?''

''नाही ना,'' केली म्हणाला, ''तेच तर मी सांगणार होतो. फ्रेंचांनी त्याला

अजासिओ विमानतळावर लंडनकडे रवाना होणाऱ्या विमानात चढताना पहिला. त्यानं आपली गाडी बंदुकीच्या गोळ्यांनी चाळण झालेल्या अवस्थेत विमानतळावरच सोडली होती. पुढे हा क्विन लंडन विमानतळावर उतरून टॅक्सीनं एका हॉटेलपर्यंत गेल्याचाही ब्रिटिशांनी तपास लावला, पण ते त्या हॉटेलपाशी पोहोचायच्या आतच तो तिथून अदृश्य झालेला होता.''

''देवा, रे! हा काय माणूस आहे, का मृगजळ?'' ब्राऊन म्हणाला.

''तेच तर. पण एकच व्यक्ती अशी आहे की, तिच्याशी तो कुठंही असला, तरी संपर्क साधेल. सॅम सोमरव्हिले. फक्त तीच. आपल्याच एका एजंटाला धोका द्यायचा, ही गोष्ट खरं तर मला पसंत नाही, पण दुसरा काही इलाजच नाही. एजंट सोमरव्हिलेच्या अपार्टमेंटमध्ये आपल्याला जागोजागी बग्ज बसवायला हवेत. तिच्या फोनवरही टॅप बसवायला हवा. अर्थातच तिच्या नकळत आणि हो, तिला येणारं प्रत्येक पत्रही सेन्सॉर करायला हवं. आजच्या आज हे काम सुरू व्हायला हवं.''

''आत्तापासून करू की!'' ब्राऊन म्हणाला.

❖

खोलीत जेव्हा फक्त व्हाइस प्रेसिडेंट आणि अगदी आतल्या गोटातले पाचच कॅबिनेट मंत्री उरले, तेव्हा पंचविसाव्या घटना-दुरुस्तीचा मुद्दा चर्चेला घेतला गेला.

या खेपेला ॲटर्नी जनरलनं हा मुद्दा परत उपस्थित केला. शांतपणे आणि दु:खानं ओडेल यांनी आता पूर्वीचा आक्रमक पवित्रा सोडून संरक्षक पवित्रा घेतला होता. प्रेसिडेंटची वरचेवर गाठ एकटे तेच तर घेत होते. प्रेसिडेंट जॉन कॉरमॅक यांची सगळी रयाच गेली होती, हे त्यांना उघडपणे नाही, तरी मनोमन कबूल करावंच लागलं होतं.

''एवढ्यात नको,'' ओडेल म्हणाले, ''त्यांना अजून थोडा वेळ द्या.''

''किती वेळ?'' मॉटर्न स्टॅनार्डनं विचारलं, ''अंत्यसंस्कार होऊनही आता तीन आठवडे लोटले ना?''

''पुढच्या वर्षी तर सार्वत्रिक निवडणुका आहेत,'' बिल वॉल्टर्सनं त्यांच्या निदर्शनास आणलं, ''जर तूच उभा राहणार असशील, मायकेल, तर तुला जानेवारीपासूनच मैदान मोकळं नको?''

''जीझस!'' ओडेल जोरात ओरडले, ''इथं त्या व्हाइट हाउसमधल्या माणसावर कुठली आपत्ती कोसळली आहे आणि तुम्ही निवडणुकांच्या गोष्टी करताय?''

''आम्ही फक्त व्यवहार बघतोय, मायकेल!'' डोनाल्डसन म्हणाला.

''त्या इराणगेट प्रकरणानंतर रोनाल्ड रेगन सुद्धा काही दिवस इतके गोंधळलेल्या मन:स्थितीत होते की, पंचविसाव्या घटना-दुरुस्तीचा मुद्दा उपस्थित व्हायची जवळ

जवळ वेळ आलीच होती, हे आपणा सर्वांना ठाऊक आहे.'' वॉल्टर्सनं आठवण करून दिली, ''आणि आत्ता तर त्यापेक्षाही बिकट परिस्थिती ओढवलेली आहे.''

''पण प्रेसिडेंट रेगन लगेचच सावरले आणि काही थोड्याच कालावधीत आपल्या कामावर रुजूसुद्धा झाले!'' ह्यूबर्ट रीड म्हणाला.

''हो. अगदी वेळेतच रुजू झाले.''

''प्रश्न खरा हाच तर आहे,'' डोनाल्डसन म्हणाला, ''आपल्याजवळ आणखी किती वेळ आहे?''

''फारसा नाही,'' ओडेलना मान्य करावंच लागलं, ''आत्तापर्यंत तरी जनतेनं बराच समजूतदारपणा दाखवलाय. जॉन कॉरमॅक जनतेचे लाडके नेते आहेत, पण जनतेची सहनशक्ती हळूहळू संपुष्टात येते आहे.''

''मग जास्तीतजास्त वाट किती दिवस बघायची?'' वॉल्टर्सनं विचारलं.

या मुद्द्यावर मतदान झालं. ओडेल यांनी मात्र मत देण्याचं नाकारलं. वॉल्टर्सनं आपली पेन्सिल वर केली. स्टॅनार्डनं होकार दिला. ब्रॅड जॉन्सननं नकारार्थी मान हलवली. वॉल्टर्स सहमत झाला. जेम्स डोनाल्डसननं जरा विचार केला व जॉन्सनसारखाच विरोध दर्शवला. दोन विरुद्ध दोन. ह्यूबर्ट रीडनं उरलेल्या लोकांकडे जरा गोंधळून पाहिलं. मग त्यानं खांदे उडवले.

''ठीक आहे – मग तसंच करणं आवश्यक असलं, तर तसंच!''

अखेर रीडनंही आपला होकार दिला.

ओडेल यांनी जोरात नि:श्वास टाकला.

''ठीक आहे. बहुमतानं असं ठरलं की, ख्रिसमसच्या आदल्या दिवशी आपण हे पाऊल उचलायचं. अर्थात जास्त गाजावाजा न करता. मलाच प्रत्यक्ष जाऊन जॉनला सांगावं लागेल की, आम्ही पंचविसाव्या घटना-दुरुस्तीचा मुद्दा उपस्थित करणार आहोत.''

असं म्हणून ते उठत होते, तेवढ्यातच घाईनं त्यांना आदर दाखवायला बाकीचे उठून उभे राहिले. हे आपल्याला आवडतंय, असं त्यांना मनाच्या कोपऱ्यात कुठंतरी जाणवलं.

❖

''माझा नाही विश्वास तुमच्या बोलण्यावर!'' क्विन म्हणाला.

''प्लीज...'' तो करारी चेहऱ्याचा माणूस म्हणाला. त्यानं पडदा सोडलेल्या खिडकीकडे बोट दाखवत क्विनला खूण केली. क्विननं आधी खोलीत सभोवार पाहिलं. समोरच लेनिनचा भाषण करतानाचा फोटो लावलेला होता. क्विन खिडकीपाशी गेला आणि त्यानं पडदा सारून बाहेर पाहिलं.

समोर मोठी बाग होती. बागेपलीकडच्या मोठ्या रस्त्यावरून लंडनची डबल डेकर बस धावत होती. तो बेजवॉटर रोड आहे, हेही क्विनच्या लक्षात आलं.

"ठीक आहे, पण जर अजूनही तुम्ही खोटंच बोलत असाल, तर मग हा एक अतिशय अप्रतिम चित्रपटाचा सेट आहे, असंच म्हणावं लागेल."

"सेट वगैरे काही नाहीये," के.जी.बी. जनरल म्हणाले, "ते सगळं तुमच्या हॉलिवूडमध्ये चालत असेल."

"मग मला इथं का आणण्यात आलं?"

"कारण तुमच्यांत आम्हाला रस आहे, मि. क्विन, पण तुम्ही प्लीज असं बिथरून जाऊ नका. माझं हे बोलणं तुम्हाला कदाचित विचित्रही वाटत असेल, पण माझ्या मते आत्ता या क्षणी तरी आपण एकाच बाजूकडचे आहोत."

"हे खरंचच विचित्र वाटतंय," क्विन म्हणाला, "विचित्र. अगदी अतर्क्य!"

"ठीक आहे, मग आता सांगतोच सगळं स्पष्ट. काही दिवसांपूर्वीच आम्हाला कळलं की, सायमन कॉरमॅकच्या अपहरणकर्त्यांशी सुटकेची बोलणी करायला मध्यस्थ म्हणून तुमची नेमणूक झाली आहे. सायमनच्या मृत्यूनंतर त्याच्या खुन्यांचा तपास करण्यासाठी जवळ जवळ एक महिना तुम्ही युरोपमध्ये घालवलात व त्या कामात तुम्हाला थोडं-फार यशही आलंय, याचीही आम्हांला कल्पना आहे."

"पण त्यामुळे तुम्ही आणि मी एका बाजूचे कसे होतो?" क्विननं विचारलं.

"माझं बोलणं तर पुरं होऊ दे, मि. क्विन! हं, आता एखादा अमेरिकन तरुण पुरेसं संरक्षण न घेता क्रॉस कंट्री धावत सुटला, तर त्याचं संरक्षण करणं हे जरी आमचं काम नसलं, तरी माझ्या देशाचं नाव जर विनाकारण कुणी एखाद्या महाभयंकर पातकामध्ये गोवायला लागलं, तर अशा बदनामीपासून माझ्या मातृभूमीचं रक्षण करणं हे नक्कीच आमचं काम आहे. या सायमन कॉरमॅक खून-प्रकरणातला खराखुरा गुन्हेगार कुठंतरी सप्तपाताळात दडी मारून शिताफीनं बसलाय आणि सगळं जग मात्र माझ्या मातृभूमीकडे अकारण संशयानं बघतंय. हे आम्हाला सहन होत नाही, मि. क्विन. तेव्हा मला तुमच्यापाशी सरळ सरळ काय ते बोलायचंय!"

"सायमन कॉरमॅकचं अपहरण व नंतर त्याची हत्या या दोन्हीतही रशियाचा खरोखरच काही हात नव्हता, पण विनाकारणच आमच्यावर शिंतोडे उडवले जात आहेत. जेव्हापासून त्या कमरपट्ट्याविषयीचं सत्य उजेडात आलं आहे, तेव्हापासून जग आमच्याकडे वाईट दृष्टीनं बघत आहे. आमचे थोर नेते गोर्बाचेव्ह तुमच्या देशाशी नसलेले संबंध सुधारण्याचे आटोकाट प्रयत्न करताहेत, पण शस्त्रास्त्र-बंदीच्या ज्या नानटकेट करारावर त्यांची एवढी भिस्त होती, तो करारच आता धुळीला मिळू पाहतोय."

"असं दिसतंय," क्विन म्हणाला, "की जेव्हा खुद्द तुमच्या रशियाबद्दलच

कुणी खोट्या वावड्या उठवतं, तेव्हा ते तुम्हाला सहन होत नाही, पण तुम्ही तर सततच दुसऱ्याच्या बाबतीत असा खोटारडेपणा करत असता, त्याचं काय?''

जनरलनं खांदे उडवून या गोष्टीचा स्वीकार करण्याचा मोठेपणा दाखवला.

''ठीक आहे. कधी कधी आम्हीही अफवा पसरवतो. मान्य आहे, पण तसं सी.आय.ए.सुद्धा करतेच की. हे तर सगळीकडेच चालतं. मी एक गोष्ट मान्य करतो की, एखादं कृत्य खरोखरच आम्ही केलं असलं व त्याचा दोष आमच्याकडे आला, तर ते पत्करणं आम्हाला कठीण जातं, पण इथं तर आमचा या प्रकरणाशी अर्थाअर्थी काहीच संबंध नाही. आणि उगीचच त्याचं खापर आमच्या माथ्यावर फोडलं जावं, हे तर आम्ही कदापि सहन करणार नाही.''

''मी जर आहे याहून जरा जास्त दिलदार माणूस असतो, तर मला तुमच्याबद्दल सहानुभूती वाटली असतीही,'' क्विन म्हणाला, ''पण वस्तुस्थिती अशी आहे की, या बाबतीत मी आपल्यासाठी खरोखरच काही करू शकत नाही. आता यापुढे तर नाहीच नाही.''

''तसंही शक्य आहे,'' जनरल म्हणाले, ''बघू, काय होतं ते, पण मला वाटतं, आम्ही या प्रकरणात निर्दोष आहोत, हे ओळखण्याइतके चाणाक्ष तुम्ही निश्चितच आहात. हे कारस्थान जर खरोखर के.जी.बी.नं रचलं असतं, तर सायमन कॉरमॅकला इतक्या उघड-उघड रशियन बनावटीच्या अस्त्रानं मारण्याचा मूर्खपणा आम्ही केला असता का? तुम्हाला तरी हे पटतं का?''

क्विननं होकार दिला.

''ओ.के. तुमच्यावर माझा संशय कधीच नव्हता, हे मीही कबूल करतो.''

''थँक्यू. आता असं सांगा, हे सगळं कुणाचं कारस्थान असावं, याबद्दल तुमचा काही अंदाज, काही तर्क?''

''माझ्या मते अमेरिकेतल्याच कुणाचं तरी हे काम असावं. कदाचित आत्यंतिक उजव्या विचारसरणीचे लोक असतील. त्यांचं यामागचं उद्दिष्ट जर असं असेल की, नानट्केट करार होण्यापूर्वीच तो धुळीला मिळावा, तर ते मला वाटतं, साध्य झालेलं आहे.''

''तेच तर मला म्हणायचंय!''

मग जनरल किर्पिचेन्को टेबलापाठीमागे गेले आणि हातात पाच फोटो घेऊन परत आले.

''आधी कधी या माणसांना पाहिलंय मि. क्विन?''

क्विननं समोर पसरलेले सायरस मिलर, मेल्विन स्कॅनलॉन, लायोनेल मॉयर, पीटर कॉब आणि बेन सॅलकिंड यांचे फोटो निरखून पाहिले आणि मान हलवली.

''नाही. कधीच पाहिलेलं नाही...''

“अरेरे! त्यांची नावं पाठीमागच्या बाजूला लिहिली आहेत, ती वाचा. त्यांनी बऱ्याच महिन्यांपूर्वी गुप्तपणे माझ्या देशाला भेट दिली होती आणि माझ्या असं लक्षात येऊन चुकलंय की, त्या वेळी त्यांनी तिथं ज्या व्यक्तीची गाठ घेतली होती, तिनं त्यांना तो प्राणघातक कमरपट्टा पुरवला असणं सहज शक्य आहे. ती व्यक्ती एक मार्शल आहे.”

“मग तुम्ही त्याला याआधीच अटक का नाही केली? बोलतं का नाही केलं?” क्विन म्हणाला.

“मि. क्विन, आमच्या के.जी.बी.जवळ अगदी अमर्याद सत्ता असते, असं चित्र तुमच्या पाश्चिमात्य कथा-कादंबऱ्यांमध्ये रंगवलेलं असतं, पण वस्तुस्थिती तशी नाही. एका सोव्हिएट मार्शलला कुठलाही पुरावा नसताना अटक करणं आम्हाला शक्य नाही. हे पाहा, मि. क्विन, मी काहीही आडपडदा न ठेवता तुम्हाला सगळं काही सांगितलं. आता तुम्हीही तसंच करा. मला असं सांगा, गेल्या तीस दिवसांत तुम्ही काय-काय शोधून काढलं?”

क्विन थोडा विचारात पडला. त्याच्या दृष्टीनं नाहीतरी तपासातला शेवटचा धागाही तुटलाच होता, मग आता या जनरलला सत्य सांगायला काय हरकत आहे? मग आपण केन्सिंग्टन अपार्टमेंटमधून पळ काढल्यापासून ते झॅकच्या मृत्यूपर्यंतच्या सर्व घटना जनरलला सांगायच्या, असं त्यानं ठरवलं. त्याप्रमाणे तो सांगू लागला. किर्पिचेन्कोसुद्धा अगदी लक्षपूर्वक ऐकत होता. मध्येच बरेचदा मानही हलवत होता. जणूकाही क्विननं सांगितलेल्या हकिकतीचा त्याला अगोदरच माहिती असलेल्या घटनांशी ताळेबंद जुळत होता. क्विननं अखेर ऑर्सिनीच्या मृत्यूबद्दलचं सांगून आपली हकिकत संपवली.

“बरं, पण एक सांगा,” क्विन आपलं निवेदन संपल्यावर म्हणाला, “तुम्ही माझा अजासिओ विमानतळापासून कसा काय पाठलाग केला?”

“खरं सांगायचं, तर माझ्या डिपार्टमेंटला सुरुवातीपासूनच या सगळ्या प्रकरणात रस होताच. त्या मुलाच्या मृत्यूनंतर, तसंच त्या कमरपट्ट्याविषयीचं सत्य उजेडात आल्यानंतर मात्र आम्ही अधिकच खोलात शिरलो. शिवाय तुम्ही युरोपभर तपास करत हिंडत असताना फारशी गुप्तता वगैरे बाळगण्याची फिकीर केली नव्हतीच. पॅरिसमध्ये झालेल्या गोळीबाराबद्दल तर जगातल्या प्रत्येक वर्तमानपत्रात छापून आलंच होतं; त्यात त्या बारमननं पळून गेलेल्या माणसाचं जे वर्णन केलं होतं, ते तुमच्या वर्णनाशी मिळतंजुळतं होतंच.”

“नंतर मग विमानउड्डाणांवर नजर ठेवणं, प्रवाशांच्या याद्या गुप्तपणे तपासून बघणं– अर्थात पॅरिसमध्ये आमची काही खास माणसं आहेतच. या सगळ्या चौकशा करता-करता तुमची एफ.बी.आय.ची मैत्रीण मध्येच अचानक स्पेनला निघून

गेल्याचं कळलं, पण तुमच्याविषयी मात्र काहीच समजलं नव्हतं. मी असा अंदाज केला की, तुमच्याजवळ नक्कीच शस्त्र असणार, तेव्हा तुम्ही विमानाऐवजी फेरीबोटीनंच प्रवास करणार, त्यामुळे आम्ही फेरीबोटींच्या आरक्षण-याद्या तपासायला सुरुवात केली. माझ्या मार्सेलिसमधल्या माणसाला सुदैवानं तुमचा पत्ता लागला व त्यानं तुमचा कॉर्सिकाला जाणाऱ्या फेरीबोटीपर्यंत पाठलाग केला. तुम्ही विमानतळावर ज्याला नंतर पाहिलंत ना, तोच तो. खरं तर तुम्ही कॉर्सिकाला जेव्हा पोहोचलात, तेव्हाच तोही विमानानं येऊन दाखल झाला, पण त्याची व तुमची थोडक्यात चुकामूक झाली. तुम्ही त्याच्या नकळत डोंगराळ भागी निघून गेला होता, हे मला आता समजतंय. त्यानं मात्र विमानतळ व बंदर यांच्या मधोमध मुक्काम ठोकला होता. दुसऱ्या दिवशी त्याच्या तपश्चर्येला फळ आलं आणि तुम्ही मोटारीनं विमानतळाकडे जाताना त्याला दिसलात. आणि हो, तुमच्या पाठोपाठच तुमच्या मागावर ट्रकमधून चार गुंडही विमानतळावर आले होते, हे तुम्हाला कळलं का?''

''नाही. ते मात्र मला मुळीच कळलं नाही!'' क्विन म्हणाला.

''हं. ते चार गुंड उघड-उघड तुमच्या जिवावरच उठले होते, ते माझ्या माणसाच्या लगेच लक्षात आलं. आता तुम्ही ऑर्सिनीच्या मृत्यूबद्दल सांगितल्यावर त्याचं कारण कळलं मला. अर्थात माझ्या सहकाऱ्यांनी त्या गुंडांची योग्य ती विल्हेवाट लावली, म्हणा...''

''आणि तुमचा तो पाळीव कुत्रा? तो झकपक कपड्यांतला इंग्रज?'' क्विन म्हणाला.

''कोण आंद्रे? छे, छे! तो काही इंग्रज नाहीये. खरं तर तो जन्मानं रशियन देखील नाहीये. तो कोसॅक वंशाचा आहे. मी तुमच्या कर्तृत्वाबद्दल शंका घेतोय, असं समजू नका. मि. क्विन, पण परत कधी आंद्रेबद्दल वाकडा विचार मनात आणायचं धाडस करू नका. तो माझ्या अतिशय उत्कृष्ट माणसांपैकी एक आहे.''

''नाही, नाही, तसं नाही. उलट, माझ्या वतीनं त्याचे आभारच माना तुम्ही.'' क्विन म्हणाला, ''हे पाहा, जनरल, आपल्या गप्पागोष्टी तर छान झाल्या, पण तेवढंच बस्स. आता मला स्पेनमधल्या माझ्या द्राक्षाच्या मळ्यांकडे जाऊ द्या. तेवढंच उरलंय आता.''

''हे मात्र मला पटत नाही, मि. क्विन. माझ्या मते तुम्ही अमेरिकेलाच परत जावं, हे बरं. या सगळ्या कोड्याचं उत्तर तिथंच कुठंतरी दडलंय. तुम्हाला परत जायलाच हवं.''

''मी तिथं पोहोचल्यापासून अर्ध्याच तासात पकडला जाईन.'' क्विन म्हणाला, ''आधीच एफ.बी.आय.वाले माझ्यावर उखडलेले आहेत. त्यांना या प्रकरणात माझा हात असावा, असं सारखं वाटतंय.''

जनरल किर्पिचेन्को आपल्या टेबलाकडे परत गेले आणि त्यांनी क्विनला जवळ बोलावलं. त्यांनी त्याच्या हातात एक पासपोर्ट दिला. तो अगदी नवाकोरा वगैरे नव्हता. बऱ्यापैकी हाताळलेला होता. त्याच्यावर सुमारे डझनभर तरी ये-जा केल्याचे शिक्के मारलेले होते. त्या पासपोर्टच्या फोटोतून क्विनचा स्वत:चाच चेहरा त्याच्याकडे रोखून बघत होता. केसांचं वळण बदललेलं आणि चश्मा लावलेला तो चेहरा किती वेगळा दिसत होता.

"तुम्ही अमली द्रव्यांच्या नशेखाली असताना हा तुमचा फोटो काढलेला आहे," जनरल म्हणाला, "हा पासपोर्ट मात्र अगदी खराखुराच आहे. आमच्या लोकांनी तो फार यातायात करून मिळवलाय. आता तुमच्यापाशी कॅनडात खरेदी केलेलं, तशी लेबलं असलेलं सामानसुमान व कपडे लागतील. अर्थात आंद्रेनं ते सगळं तयारच ठेवलंय. आणि शिवाय हे..."

असं म्हणून जनरलनं तीन क्रेडिट कार्ड्स, एक अस्सल कॅनडाचं ड्रायव्हिंग लायसेन्स आणि वीस हजार कॅनेडियन डॉलर्सचं बंडल टेबलावर टाकलं. पासपोर्ट, ड्रायव्हिंग लायसेन्स व क्रेडिट कार्ड्स हे सर्वच रॉजर लेफ्रेव्हे नामक माणसाच्या नावे होतं. रॉजर लेफ्रेव्हे हे एका फ्रेंच कॅनेडियन माणसाचं नाव असल्यानं क्विनच्या उच्चारांबद्दल कुणी शंका घेतली नसती.

"माझं म्हणणं तर असं की, आंद्रे तुम्हाला बर्मिंगहॅमपर्यंत गाडीनं सोडेल, त्यामुळे तुम्हाला तिथून डब्लिनकडे जाणारी सकाळची पहिलीच फ्लाइट घेता येईल. तिथून पुढची फ्लाइट पकडून तुम्ही टोरोंटोला जा. तिथून एखादी गाडी भाड्यानं घेऊन, अमेरिकन सरहद्द ओलांडून, पुढे कॅनडात जायला काही अडचण यायची नाही, पण तुम्ही जायला तयार आहात ना, मि. क्विन?"

"जनरल, एक गोष्ट माझ्या अजूनही ध्यानात आली नाही. हे बघा, ऑर्सिनीनं मरण्यापूर्वी एका अक्षरानंही मला काही सांगितलेलं नाही. तो जाड्या माणूस कोण, कुठला, सारं काही आर्सिनीला ठाऊक असूनसुद्धा तो तोंडातून चकार शब्दही न काढताच मेला. आता सगळेच दुवे तुटले आहेत. आता परत कुठून सुरुवात करायची, हेच मुळी मला कळत नाहीय. तो जाड्या आणि त्याचे ते पाठीराखे, सगळेच सुरक्षित आहेत, आणि खरा कर्ताकरविता सूत्रधार तर खुद्द सरकारातच अगदी बड्या हुद्द्यावरच आहे, अशी माझी पूर्ण खात्री आहे आणि त्या बेट्या ऑर्सिनीनं तोंडच न उघडल्यानं आता ते सगळे पूर्णपणे शंभर टक्के सुरक्षित आहेत. माझ्याकडे हुकमाचा एक्का, राजा तर सोडाच, पण साधी दुर्री देखील नाही. सगळा डाव तर त्यांच्याच हातात आहे."

"हं, हं. पत्त्यांचीच बात काढलीत, नाही का? तुम्ही अमेरिकन नेहमी इस्पिकच्या एक्क्याची गोष्ट करता ना? का हो, पण तुम्ही बुद्धिबळ खेळता, मि. क्विन?"

''हो खेळतो थोडं-फार, पण फार चांगलं वगैरे नाही.''

मग त्या रशियन जनरलनं शेल्फमधून एक पुस्तक हुडकून काढलं.

''बुद्धिबळ खेळत नसाल, तर शिकून घ्या, मि. क्विन,'' जनरल म्हणाला, ''माझ्या या हेरगिरीच्या धंद्याप्रमाणेच हा बुद्धिबळाचा खेळ देखील लबाडी आणि चतुराईवर आधारलेला आहे. इथं शारीरिक शक्तीची काही गरज नाही. सगळ्याच सोंगट्या, प्यादी तुमच्या समोर असतात; आणि तरीही जुगारापेक्षाही अधिक फसवाफसवी या खेळात असतं. हं, हे पाहा, सापडलं...''

त्यानं हे पुस्तक क्विनला दिलं. लेखक रशियन असला, तरी पुस्तक इंग्रजीत होतं. ते खाजगी वाचनासाठी केलेलं भाषांतर होतं खरं तर. नाव होतं : द ग्रेट ग्रँडमास्टर्स, अ स्टडी.

''तुम्हाला शह दिला गेलाय, मि. क्विन. पण अजून पुरता नाही. परत अमेरिकला जा, मि. क्विन. विमानात हे पुस्तक वाचा. पुस्तकातलं तैग्रान पेट्रोशियन या बुद्धिबळपटूवरचं प्रकरण जरा नीट काळजीपूर्वक वाचा. हा एक अमेरिकन बुद्धिबळपटू होता. आता तो या जगात नाही, पण जगातल्या हाताच्या बोटांवर मोजण्याइतक्या काही निष्णात बुद्धिबळपटूंपैकी एक मानला जातो. गुड लक, मि. क्विन!''

नंतर जनरल किर्पिचेन्को यानं आपला सहकारी आंद्रे याला बोलावून रशियनमध्ये एका मागून एक सूचना दिल्या. मग आंद्रेनं क्विनला एका खोलीत नेलं व त्याला नवीन कपडे व सामानानं भरलेली एक बॅग आणि विमानाची तिकिटं दिली. नंतर दोघं गाडीनं बर्मिंगहॅमपर्यंत गेले. तिथून क्विननं डब्लिनला जाणारी पहिली फ्लाइट पकडली व आंद्रे परत माघारी लंडनला आला.

क्विनला डब्लिन विमानतळावर पुष्कळ तास बसून राहावं लागलं. नंतर तो एअर कॅनडा फ्लाइट घेऊन टोरोंटोला जाऊन पोहोचला.

जनरलच्या सूचनेप्रमाणे त्यानं मधल्या रिकाम्या वेळात ते पुस्तक वाचून संपवलं. पेट्रोशियनवरचं प्रकरण तर त्यानं चांगलं सहा वेळा वाचून काढलं. टोरोंटोला त्याचं विमान पोहोचण्याआधीच त्याच्या डोक्यात चांगलाच प्रकाश पडला होता. मनोमन त्यानं त्या गुरूला, त्या निष्णात दिवंगत बुद्धिबळपटू तैग्रान पेट्रोशियनला साष्टांग नमस्कार केला.

टोरोंटोला उतरल्यावर क्विनच्या पासपोर्टची अगदी नाममात्रच दखल घेतली गेली. कस्टमच्या बाहेर पडून क्विन आपलं सामान येण्याची वाट पाहात थांबला होता, तेव्हा आपल्या पाळतीवर कोणी असेल, अशी शंकाही त्याला येण्याचं काहीच कारण नव्हतं. क्विन सामान घेऊन पुढे मॉंट्रियलकडे जाणाऱ्या ट्रेनमध्ये शिरला, तेव्हा शेजारच्याच डब्यात त्याच्या मागोमाग तो माणूसही चढला.

उतरल्यावर गाडी भाड्यानं घेण्याची भानगड करण्याऐवजी क्विननं सरळ एक जुनी पण भक्कम जीप विकत घेतली. जवळच्याच दुकानातून त्यानं बूट, पँट आणि थंडीसाठी काही गरम कपडे विकत घेतले. नंतर जीपमध्ये पुरेसं पेट्रोल भरून तो पुढे आग्नेय दिशेनं निघाला. थोड्याच तासांत तो अमेरिकन सरहद्दीपाशी आला.

सरहद्द पार करून तो एसेक्स परगण्याकडे वळला. हा भाग उंच उंच डोंगर व मध्येच वसलेल्या चिमुकल्या तळ्यांचा, मोठा निसर्गरम्य होता. मधूनच एखादी छोटी वस्ती, नाहीतर खेडं लागे. बाकी सगळा उंचसखल भाग. या भागात हिवाळ्यात तर इतकी कडाक्याची थंडी पडते की, आख्खा माणूससुद्धा गोठून जायचा! तळी गोठतात. झाडं हिमवृष्टीनं ताठर होतात, जमिनीला भेगा पडतात. हिवाळ्यात इथं कुणीच राहात नाही.

याच भागातून आत्ता क्विन जीपनं चालला होता.

आता एकमेकांना चिकटून उभ्या असलेल्या टेकड्या लागल्या. थंडीत बर्फाच्या शाली वेढून सगळ्या गुरफटून बसल्या होत्या. मधूनच एखादी गाडी दिसायची. परत रस्ता अरुंद, निमुळता झाला. आता दोन्ही बाजूंनी हिमाच्छादित उंचवटे होते. हा क्विनच्या प्रवासातला अखेरचा टप्पा होता.

अंग गोठवणाऱ्या थंडीत अखेर ते पासुम्पसिक नदीच्या काठी वसलेलं छोटंसं खेडं लागलं आणि वाळवंटात हिरवळीचा पट्टा भेटल्यासारखा क्विनला आनंद झाला. गावातल्या मुख्य रस्त्यावरच क्विनला एका इस्टेट एजंटाचं ऑफिस दिसलं; त्याबरोबर त्यानं गाडी थांबवली. आपल्याला काय हवंय, ते त्यानं त्या एजंटला नीट समजावून सांगितलं. त्याचाही धंदा हिवाळ्यामुळे तसा मंदीतच होता, पण तरीही क्विनची ही जगावेगळी मागणी ऐकून तो जरा बुचकळ्यातच पडला.

"केबिन? हो. मिळेल की. तशी उन्हाळ्यात आम्ही केबिन्स भाड्यानं देतो. केबिन्सचे मालक साधारणपणे महिनाभर स्वतःच तिथं राहतात व उरलेला वेळ केबिन भाड्यानं देतात. पण आत्ता? या कडाक्याच्या थंडीत?"

"होय. आत्ताच."

"कुठं?"

क्विननं जागेचं नाव सांगितलं.

"मिस्टर, तुम्हाला काय बेपत्ता वगैरे व्हायची इच्छा आहे का?" असं म्हणून त्या माणसानं आपली यादी काढून तपासली.

"कदाचित तुम्हाला हवं तसं केबिन मिळेलही," तो म्हणाला, "पाहूया... हं... हे पाहा, हे केबिन एका डेंटिस्टच्या मालकीचं आहे," असं म्हणून त्यानं त्या डेंटिस्टला लगेचच फोन केला. तोही लगेच आपलं केबिन एक महिन्यापुरतं भाड्यानं

द्यायला कबूल झाला, मग त्या एजंटानं क्विनच्या रस्त्यावर उभ्या केलेल्या जुन्या जीपकडे पाहिलं.

''काय, हो, पण तुमच्या त्या वाहनावर स्नो-चेन्स तरी बसवलेल्या आहेत का?''

''अजून तरी नाहीत.''

''मग त्यांची तुम्हाला गरज पडेल.''

लगेच समोरच्या दुकानातून स्नो-चेन्स विकत घेऊन क्विननं त्या आपल्या गाडीला बसवल्या. मग तो त्या इस्टेट एजंटाला बरोबर घेऊनच निघाला. अंतर तसं पंधरा मैलांचं होतं, पण तरी त्यांना पोहोचायला तब्बल एक तास लागला.

''ते केबिन लॉस्ट रिजपाशी आहे,'' तो एजंट म्हणाला, ''त्याचा मालक तिथं मासे पकडायला, नाहीतर उन्हाळ्यात विश्रांतीला येऊन राहतो. पण काय हो, तुमचं आपल्या बायकोशी भांडण वगैरे झालंय का?''

''छे, छे! मला लेखन करण्यासाठी जरा निवांतपणा हवाय...'' क्विन म्हणाला.

''असं होय? मग ठीक आहे.'' तो एजंट म्हणाला. त्याच्या लेखी लेखक आणि वेडे यांना सारं काही क्षम्य होतं.

नंतर ते डूनव्हिलपर्यंत परत गेले आणि मग उत्तरेकडे जाणाऱ्या रस्त्याला वळले. तिथून आणखी घनदाट झाडी सुरू झाली. समोर अथांग आकाश पसरलेलं होतं. डोंगरउतारावर एक लहानसं लाकडी केबिन होतं. त्याच्याकडे एजंटानं बोट दाखवलं.

केबिन लाकडी ओंडक्यापासून बनवलेलं होतं, पण ते चांगलंच मजबूत होतं. आतून ते चांगलं व्यवस्थित रंगवलेलं होतं. त्याच्या अंतर्भागातच गाडीसाठी गॅरेज बांधलेलं होतं, कारण त्या तसल्या हवेत गाडी घराच्या बाहेर ठेवायची, म्हणजे गोठूनच जायची! आत शेकोटीचीही व्यवस्था होती.

''मला हे केबिन पसंत आहे!'' क्विन म्हणाला.

''तुम्हाला दिव्यात घालायला तेल, स्वयंपाकासाठी इंधन आणि शेकोटीची लाकडं फोडायला कुऱ्हाड लागेल. जेवणाचे हवाबंद डबेच आणून ठेवावे लागतील. शिवाय गरज पडली, तर असावं, म्हणून थोडं केरोसिनही जास्तीच आणून ठेवलेलं बरं. इथं कुठलीही गोष्ट अचानक संपली, तर काहीच मिळत नाही. चांगले भरपूर गरम कपडे जवळ आहेत ना? नाहीतर या कडाक्याच्या थंडीत आजारी पडाल. आणि हे बघा, टेलिफोनची सोयसुद्धा नाहीये. तुम्हाला हे सगळं मान्य आहे ना?''

''हो, हो. प्रश्नच नाही. मी घेतलं हे!'' क्विन म्हणाला. मग ते दोघं जीपनं परत त्याच्या ऑफिसात गेले. क्विननं आपलं नवीन नाव व पत्ता त्याला दिला व एक महिन्याचं भाडंही आगाऊ भरलं.

नंतर क्विननं जवळपासच्या बऱ्याच फोन बूथ्सचे नंबर व पत्ते टिपून घेतले. यांची न जाणो, कधी गरज पडलीच असती, तर! नंतर ती रात्र त्यानं तिथल्याच एका हॉटेलात मुक्काम केला. सकाळी उठून जीपमध्ये लागणारं सगळं सामान भरून घेतलं व डोंगराच्या दिशेनं कूच केलं.

जाता-जाता वाटेत मागून दुसरी एखादी गाडी येत असावी, असा उगीचच त्याला भास झाला. पण पाहिलं, तर कुणीच दिसलं नाही. त्यानंही जास्त विचार केला नाही.

क्विन केबिनमध्ये शिरला. चांगलीच थंडी होती. त्यानं शेकोटी पेटवली आणि हळूहळू ऊब येऊ लागली. पाण्याच्या टाकीतलं गोठलेलं पाणी वितळू लागलं. दुपारपर्यंत अंग मोडून काम केल्यावर क्विनचं सामान व्यवस्थित लागलं. चारही खोल्या साफ, चकचकीत व चांगल्या उबदार झाल्या होत्या. अंगात गरम कपडे घालायचीही आता आवश्यकता राहिली नव्हती. दुपारच्या जेवणानंतर त्यानं स्टोअररूम उघडून लाकडाचे ओंडके काढले आणि कुऱ्हाडीनं त्यांचे जळणासाठी छोटे-छोटे तुकडे करून ठेवले.

त्यानं बरोबर छोटा ट्रान्झिस्टर रेडिओ आणला होता. टीव्ही आणि फोनची सोय मात्र नव्हती. क्विनची राहण्याची प्राथमिक तयारी झाल्यावर त्यानं आपला छोटा पोर्टेबल टाईपरायटर काढला आणि तो टाईप करायला बसला. दुसऱ्या दिवशी सकाळी उठून तो जीपनं मॉन्ट्रियलला गेला आणि तिथून विमानानं वॉशिंग्टनला पोहोचला.

वॉशिंग्टनला एका विशिष्ट ठिकाणी ओळीनं टेलिफोन बूथ्सची एक रांग होती. ही त्याच्या माहितीची होती. तिथं जाऊन त्यानं त्या सर्वांचे टेलिफोन – नंबर्स टिपून घेतले. हे सगळेच नंबर ७८९ अशा आकड्यांनी सुरू होणारे होते. समोरच एक पोस्टाची पेटी होती. क्विननं बरोबर टाईप करून आणलेलं एक पत्र त्या पोस्टाच्या पेटीत टाकलं आणि तिथून तो टॅक्सीनं विमानतळाकडे परत निघाला. वाटेत व्हाइट हाउसची भव्य वास्तू लागली. त्याच्या आत राहात असलेल्या त्या पित्याची मनोऽवस्था आता कशी असेल? तो आपल्याला म्हणाला होता– माझा मुलगा मला परत मिळवून द्या; आणि आपण? आपण त्याच्यासाठी काहीच करू शकलो नाही. असे नाना विचार क्विनच्या मनात घोळत राहिले.

❖

सायमन कॉरमॅकवर अंत्यसंस्कार होऊन आता एक महिना उलटून गेला होता. या एक महिन्यात कॉरमॅक पतिपत्नीच्या परस्परसंबंधांत नकळत खूपच बदल घडून आला होता. अर्थात या मागची कारणपरंपरा एखादा मानसोपचार तज्ज्ञच योग्य प्रकारे देऊ शकला असता.

आपल्या एकुलत्या एका मुलाचं अपहरण झाल्यानंतरच्या पंधरा-वीस दिवसांत

प्रेसिडेंटची अवस्था जरी कितीही कठीण झाली असली, काळजी व निराशेनं त्यांना कितीही घेरलं असलं वा त्यांची झोप जरी उडाली असली, तरी त्याचबरोबर त्यांचं स्वतःवर पूर्ण नियंत्रण होतं, ही वस्तुस्थिती होती. इतकंच काय, पण शेवट-शेवट आपला मुलगा जिवंत व सुखरूप आहे आणि खंडणीच्या रकमेची देवाणघेवाण झाल्यावर लवकरच तो आपल्याला परतही मिळणार आहे, हे कळल्यावर तर ते चांगलेच सावरले होते, पण या सगळ्या काळात त्यांच्या पत्नीनं मात्र हारच मानली होती. ती काही तर्कशुद्ध विचार करायलाच तयार नव्हती. तिनं सगळा सारासार-विवेक सोडून दुःखात स्वतःला पारच बुडवून घेतलं होतं.

पण सायमनचा मृत्यू झाला. त्याचे अंत्यसंस्कार पार पडले आणि दोघां पतिपत्नीच्या मानसिक अवस्थेची जणू पार उलटापालट झाली. अंत्यसंस्कारांच्या वेळी मायरा कॉरमॅक जवळच्या गुप्तचर संस्थेच्या माणसाच्या खांद्यावर डोकं ठेवून रडल्या, ते शेवटचंच. नंतर मात्र त्यांनी आपले डोळे कोरडे केले आणि स्वतःला सावरलं. वॉशिंग्टनला आल्यावर त्यांच्या आयुष्यातील मुलाची-सायमनची जागा त्यांच्या पतीनं-जॉन कॉरमॅक यांनी घेतली. जो पती आजवरच्या आयुष्यात कुठल्याच अर्थानं कधीच पत्नीवर अवलंबून नव्हता, त्याची अवस्था आता मात्र एखाद्या असाहाय्य बालकासारखी झाली होती. पत्नीच्या अंगची वात्सल्याची आणि मातृत्वाची भावना त्याला सावरायला पुढे झाली होती. आपल्या पतीची मायरा कॉरमॅक यांना एखाद्या लहान बाळासारखी काळजी घ्यावी लागत होती.

क्विनच्या टॅक्सीनं व्हाइट हाउसच्या समोरून जाणारा रस्ता गाठला, तेव्हा जॉन कॉरमॅक आपल्या अभ्यासिकेत सुन्न होऊन बसले होते. शेजारी मायरा कॉरमॅक त्यांना थोपटत उभ्या होत्या.

आता या धक्क्यातून आपले पती सावरणार तरी कधी? हे असं किती दिवस चालायचं? असे विचार त्यांच्या मनात येत होते. त्यांना हळूहळू त्या व्हाइट हाउसचा, त्या खुर्चीचा, त्या प्रेसिडेंटच्या पदाचाच तिटकारा येऊ लागला होता. आता ह्यांनी या पदाचा राजीनामा द्यावा आणि आपण आपलं उर्वरित आयुष्य न्यू हेवनमध्ये घालवावं, असं मायरा कॉरमॅक यांचं मत होऊ लागलं होतं.

❖

क्विननं सॅम सोमरव्हिलेच्या अलेक्झांड्रा अपार्टमेंटच्या पत्त्यावर टाकलेलं पत्र अर्थातच तिच्या हाती पडायच्या आतच हस्तगत करण्यात आलं व मोठ्या दिमाखानं मिरवत व्हाइट हाउस कमिटीपुढे ते आणण्यात आलं. फिलिप केली व केव्हिन ब्राऊन यांना तर एखादं पदक मिळाल्यासारखा आनंद झाला होता.

''लोकहो!'' केली म्हणाला, ''आमच्या स्वत:च्याच एका एजंटवर अशी पाळत ठेवताना मला खूपच दु:ख झालं; पण त्याचा फायदाही तितकाच झाला, हे आता मान्य करावंच लागेल.''

त्यानं ते पत्र सावकाश टेबलावर ठेवलं.

''मित्रहो, हे पत्र कालच पोस्टात पडलं. इथं, खुद्द वॉशिंग्टनमध्येच. अर्थात यावरून क्विन अजूनही इथं असेल, असं काही सिद्ध होत नाही. त्यानं हे पत्र आपल्या एखाद्या हितचिंतकाकरवी, साथीदाराकरवी सुद्धा पोस्टात टाकलं असेल, पण माझं स्वत:चं मत विचाराल, तर क्विन तसा एकलकोंडाच माणूस आहे. तेव्हा त्याला साथीदार वगैरे नसणार. आता हा क्विन लंडनमधून एकाएकी गुप्त कसा झाला आणि इथं वॉशिंग्टनमध्ये कसा काय उगवला, हे अजूनही कोडंच आहे, पण मला व माझ्या सहकाऱ्यांना वाटतं की, काल त्यानं ते पत्र स्वत:च इथं वॉशिंग्टनमध्ये पोस्टात टाकलं असावं.''

''हे बघा, आधी पत्र का वाचून दाखवत नाही?''

''ओ.के. पत्र चांगल्यापैकी... नाट्यपूर्ण आहे,'' केली आपला चश्मा सावरत म्हणाला. त्यानं वाचायला सुरुवात केली.

''प्रिय... प्रिय... सॅम... आता या मायन्यावरूनच सिद्ध होतंय की, माझे सहकारी केव्हिन ब्राऊन यांचा तर्क बरोबरच होता. त्या दोघांच्यांत, क्विन आणि एजंट सॅम सोमरव्हिले यांच्यात जरुरीपेक्षा जरा जास्तच जवळीक निर्माण झाली होती.''

''अरे, वा! म्हणजे तुम्ही लांडग्याच्या पाळतीवर ठेवलेला शिकारी कुत्रा स्वत:च जाऊन त्या लांडग्याच्या प्रेमात पडला, तर!'' ओडेल उपरोधानं म्हणाले, ''छान, फारच छान! आणखी काय म्हणतोय क्विन?''

केलीनं पुढे वाचायला सुरुवात केली.

''अखेर मी इथं अमेरिकेत येऊन पोहोचलो. तुला भेटायची माझी फार इच्छा आहे गं, पण या क्षणी ते जरा धोक्याचं आहे. त्यामुळे भेटू शकत नाही.''

''मी हे पत्र तुला लिहिण्याचं कारण वेगळंच आहे. खरं तर कॉर्सिकात काय घडलं, हे मी अजूनपर्यंत कुणाला सांगितलेलंच नाही. मी तुला जेव्हा अजासिओ विमानतळावरून फोन केला होता, तेव्हा तुला मी सत्य मुद्दामच सांगितलं नव्हतं. त्या परिस्थितीत मी जर ते तुला सांगितलं असतं, तर तू काळजीत पडली असतीस, पण पुढे मी झालेल्या गोष्टीचा विचार केला, तेव्हा मला वाटायला लागलं की, तुला अंधारात ठेवणं योग्य नाही. काय घडलं, ते जसंच्यातसं कळण्याचा तुला पूर्ण अधिकार आहे, त्याचमुळे तुला ते सारं सांगण्यासाठी आज मी हे पत्र लिहीत आहे. फक्त पुढचा मजकूर वाचण्यापूर्वी मला एक वचन दे. या पत्रात तू जे जे काही

वाचशील, ते तू तुझ्याच जवळ ठेवायचं. एका अक्षरानंही कुणाला काही सांगायचं नाही. सध्या तरी नाही. मी जे काम हाती घेतलेलं आहे, ते संपेपर्यंत तरी निदान नको.''

''वस्तुस्थिती अशी आहे की, ऑर्सिनीची व माझी चांगलीच लढाई झाली. माझ्याजवळ दुसरा पर्यायच नव्हता. कुणीतरी अगोदरच त्याला खोटा फोन करून, क्विन तुला ठार मारायला येतोय, असं कळवलं होतं. वास्तविक त्याला मारायचं मला काहीच कारण नव्हतं. मला त्याच्याशी फक्त बोलायचं होतं, पण तो मात्र माझ्या जिवावरच उठला. अखेर नाइलाजानं, जीव वाचवण्यासाठी मी त्याच्यावर गोळी झाडली. तूच दिलेल्या बंदुकीनं. पण तो लगेच मेला नाही. आपल्याला कुणीतरी फसवलंय, हे माझ्याकडून त्याला कळलं, तेव्हा आता गप्प राहण्याचं काहीच कारण नाही, म्हणून त्यानं मरण्यापूर्वी मला सगळी इत्थंभूत हकिकत सांगितली. आणि काय भयंकर ते सत्य...!''

''एक म्हणजे, या सगळ्या कारस्थानामागे रशियाचा, निदान रशियन सरकारचा काहीच हात नाही, हे निश्चित. या कुटिल कारस्थानाची सुरुवात इथं खुद्द अमेरिकेतच झाली. या पाठीमागचे खरे गुन्हेगार तर अजून पडद्यामागेच दडलेले आहेत; पण ज्या माणसाची त्यांनी सायमन कॉरमॅकचं अपहरण व नंतर त्याचा खून करवण्यासाठी नेमणूक केली होती व ज्या माणसाचा उल्लेख झॅकनं 'जाड्या अमेरिकन' म्हणून केला, तो माणूस कोण, कुठला, हे मला ऑर्सिनीच्या तोंडून समजलंय. तो जेव्हा पकडला जाईल... आणि या गोष्टीला आता फार काळ लागणार नाही... तेव्हा त्याच्या तोंडून यातल्या खऱ्या गुन्हेगारांची नावं व पत्ते सहजच कळतील.''

''या क्षणी मी कुठं आहे, काय करतोय, हे तुला कोडं पडलं असेल ना, सॅम? मी सध्या घडलेल्या सर्व घटनांचं तारखा व वारांसह तपशीलवार वृत्त लिहून काढत आहे, अगदी यात गुंतलेल्या व्यक्तीच्या नावपत्त्यांसकट. एकदा माझं हे काम संपलं की, मी या वृत्तान्ताच्या कित्येक प्रती काढून वेगवेगळे वरिष्ठ अधिकारी, प्रेसिडेंट, व्हाइस प्रेसिडेंट, सी.आय.ए. व एफ.बी.आय. – या सगळ्यांकडे पाठवणार आहे. त्यानंतर माझं जरी काही बरं-वाईट झालं, तरी हरकत नाही, पण न्याय तर मिळेल. गुन्हेगाराला शासन तर होईल!''

''मात्र माझं हे लेखन संपेपर्यंत मी अगदी अज्ञातवासात राहणार आहे. अगदी तुझ्याशी सुद्धा काहीच संपर्क साधणार नाही व ते तुझ्या भल्यासाठीच. मला समजून घे, सॅम. आणि प्लीज रागावू नको. माझा ठावठिकाणा तुला माहीत नसणं तुझ्या हिताचचं आहे.''

''तुझा, सर्वस्वी तुझा,''

''क्विन.''

पत्र वाचून संपलं आणि हॉलमध्ये एक मिनिटभर शांतता पसरली. उपस्थितांपैकी प्रत्येक जण हे ऐकून अवाक् झाला होता, पण त्यातल्या एका व्यक्तीला मात्र दरदरून घाम सुटला होता.

"जीझस!" मायकेल ओडेल ओरडले, "हा माणूस खरं बोलत असेल?"

"तो जे सांगतोय, ते जर खरं असेल," मॉटर्न स्टॅनार्ड, पूर्वाश्रमीचा वकील म्हणाला, "तर तो एक फार महत्त्वाचा साक्षीदार आहे. त्यानं हे सगळं कोर्टात शपथेवर सांगायला हवं."

"मी तुमच्याशी सहमत आहे," ॲटर्नी जनरल हणाले, "सायमन कॉरमॅक खून प्रकरणातला हा एक अत्यंत महत्त्वाचा साक्षीदार असल्यानं कायद्यानंच अशा साक्षीदाराला पोलीस-संरक्षण देण्याची तरतूद केलेली आहे. त्याला त्याच्या स्वत:च्याच सुरक्षिततेच्या दृष्टीनं पोलिसांनी तात्काळ ताब्यात घ्यायला हवं."

यावर सर्वांचंच एकमत झालं. रातोरात क्विनला एक महत्त्वाचा साक्षीदार असल्यामुळे संरक्षणाच्या दृष्टिकोनातून अटक करण्यासाठी पकड-वॉरंट निघालं. एफ.बी.आय.नं देशभर पसरलेल्या आपल्या शाखांना क्विनच्या मागावर राहण्याच्या सूचना दिल्या. क्विनचं छायाचित्रसुद्धा सर्वत्र पाठवण्यात आलं. एका मोठ्या जडजवाहिराच्या चोरीच्या खटल्यातील महत्त्वपूर्ण साक्षीदार म्हणून क्विन हवा असल्याचं बरोबरच्या सूचनेत म्हटलं होतं.

❖

अमेरिका हा मुळातच अतिभव्य देश आहे, त्यामुळे अगदी कितीही बड्या शक्ती पणाला लावून एखाद्या व्यक्तीला शोधायचं म्हटलं, तरीही काही सोपी गोष्ट नाही. त्यात हे पकड-वॉरंट निघालं होतं क्विन नामक एका अमेरिकन माणसावर. त्याचा पासपोर्ट नंबर व ड्रायव्हिंग लायसेन्स नंबर सर्वत्र पाठवण्यात आला होता. पण लेफ्रेव्हे नामक फ्रेंच-केनेडियन माणूस, ज्याच्याकडे आपली ओळख पटवणारी सगळी व्यवस्थित कागदपत्रं होती, ज्याची केशरचना क्विनपेक्षा वेगळी, डोळ्याला चश्मा व किंचित दाढी वाढलेली होती, अशा माणसाबद्दल कुणाला काही शंका येण्याचं कारणच नव्हतं.

वॉशिंग्टनमधून निघून क्विन आपल्या डोंगराच्या कुशीतल्या केबिनमध्ये परत आला आणि त्यानं नंतरचे तीन दिवस नुसता आराम केला. आपण सॅमच्या नावे मुद्दामच जे दिशाभूल करणारं पत्र पाठवलं होतं, ते पुढ्यात घेऊन व्हाइट हाउस कमिटी नुसती खल करत बसली असेल, हा त्याचा अंदाज अगदी अचूक होता. तीन दिवसांनंतर सॅमशी अप्रत्यक्षपणे, कुणाच्याही नकळत संपर्क कसा काय साधायचा, याचा क्विनचा विचार अगदी पक्का झाला होता.

सेंट जॉन्सबरीमधील एका पुस्तकाच्या दुकानात क्विनला जे गॅझेट वाचायला मिळालं, त्यावरून अमेरिकेत तीन रॉककॅसल्स आहेत, हे त्याला समजलं. अँटवर्पमध्ये काही दिवसांपूर्वी बोलता बोलता सॅमनं आपण रॉककॅसलच्या धर्मगुरूची मुलगी असल्याचं क्विनला सांगितलं होतंच. आता या तीन रॉककॅसल्सपैकी एक अगदी दक्षिणेला, तर एक अगदीच उत्तरेला होतं, पण सॅमच्या शब्दोच्चारांवरून, तसंच, तिची बोलण्याची ढब लक्षात घेता, ती पूर्व किनाऱ्याजवळच कुठंतरी जन्मली असणार, असा क्विननं तर्क केला. हे तिसरं रॉककॅसल व्हर्जिनियामध्ये होतं.

टेलिफोनवरून क्विननं इथं चौकशी केली, तेव्हा व्हर्जिनियातील रॉककॅसल गावात रेव्हरंड ब्रायन सोमरव्हिले राहत असल्याची क्विनला माहिती मिळाली.

क्विन परत आपलं केबिन सोडून निघाला, तो मजल, दरमजल करत या रॉककॅसल गावी पोहोचला. स्थानिक टेलिफोन डिरेक्टरीवरून सॅमचे वडील स्मिर्ना चर्च ऑफ सेंट मेरीजच्या आवारातच राहात असल्याचं समजलं.

सॅमच्या वडिलांनी क्विनचं हसून स्वागत केलं आणि आपली मुलगी एफ.बी.आय.साठी काम करत असल्याचंही मान्य केलं, मग दोघंही चहा पीत असताना क्विनचं सगळं म्हणणं त्यांनी शांतपणे ऐकलं. क्विनचं बोलणं संपलं, तसा त्यांचा चेहरा गंभीर झाला.

''माझ्या मुलीच्या जिवाला धोका आहे, असं तुम्हांला का वाटतं, मि. क्विन?''

क्विननं त्यांना सारं नीट समजावून सांगितलं.

''पण तिच्यावर पाळत? खुद्द ब्यूरोनंच? का? तिच्या हातून काही अपराध घडलाय का?''

''नाही, सर. तिनं काहीही केलेलं नाहीये, पण काही लोकांना उगीचच तिच्यावर संशय आहे आणि मला फक्त कुठल्या तरी मार्गानं तिला सावधगिरीची सूचना द्यायची आहे.''

क्विननं आपल्या हातात ठेवलेला कागद त्या प्रेमळ पित्यानं परत एकदा वाचला आणि एक नि:श्वास टाकला. जगात चालणाऱ्या अतर्क्य आणि चमत्कारिक गोष्टींची एक लहानशी झलक या मि. क्विनमुळे त्याला बघायला मिळाली होती. आपल्या मृत पत्नीनं या परिस्थितीत काय बरं केलं असतं? ती फारच हिमतीची आणि चतुर स्त्री होती. संकटात सापडलेल्या आपल्या लाडक्या मुलीला तिनं हा संदेश नक्कीच पोहोचवला असता.

''ठीक आहे,'' ते म्हणाले, ''मी जातो आणि तिला भेटतो.''

ते आपल्या शब्दाला जागले. त्यांनी लगेच आपली जुनीपुराणी गाडी गॅरेजमधून बाहेर काढली आणि ते वॉशिंग्टनला निघाले. आपल्या येण्याविषयी एका शब्दानंही

आधी न कळवता अगदी अचानकपणे ते आपल्या मुलीच्या अपार्टमेंटमध्ये दाखल झाले. क्विननं पढवल्याप्रमाणे त्यांनी आधी नुसत्याच हवापाण्याच्या गप्पा मारल्या व नंतर हळूच एक कागद उघडाच तिच्या हाती ठेवला. त्यावर लिहिलं होतं : 'स्वाभाविक वाटेल, असंच बोलत राहा. बरोबरचं पाकीट उघड आणि सावकाश, तुझ्या सवडीनं नंतर वाच. मात्र नंतर आठवणीनं जाळून टाक व त्यात दिलेल्या सूचनांचं तंतोतंत पालन कर – क्विन.'

कागदावरचे ते शब्द वाचून सॅमच्या घशात आवंढा दाटून आला. आपल्या अपार्टमेंटमध्ये सर्वत्र बग्ज बसवले असल्याचं क्विनला सुचवायचं आहे, हे तिच्या ताबडतोब लक्षात आलं. ही गोष्ट तिनं स्वत: ड्युटीवर असताना आपल्या इतर सहकाऱ्यांच्या बाबतीत अनेकदा केली होती, पण आपल्याही बाबतीत हे घडू शकेल, असं तिला स्वप्नात देखील वाटलं नव्हतं. तिनं आपल्या वडिलांच्या काळजीनं भरलेल्या डोळ्यांत रोखून पाहिलं व हात पुढे करून त्यांच्याजवळचं पाकीट घेतलं, पण ऐकणाऱ्यांसाठी ती हवापाण्याच्या गप्पा तशीच बोलत राहिली. नंतर ते परत जायला निघाल्यावर ती खाली गाडीपर्यंत त्यांना सोडायला गेली आणि तिनं त्यांच्या खांद्यावर डोकं ठेवलं.

घरात परत आल्यावर लगेचच तिनं ते पाकीट उघडून आतलं पत्र वाचलं. त्यात अगदी त्रोटक मजकूर होता. ॲमट्रॅक बोर्डिंग प्लॅटफॉर्मच्या जवळ जी एक टेलिफोन बूथ्सची रांग होती, त्याचा तपशीलवार पत्ता त्यात दिलेला होता. त्या सर्व बूथ्सच्या अगदी जवळ मध्यरात्री बारा वाजता जाऊन उभं राहावं, अशी सूचना होती. एक फोन वाजेल, तो माझा असेल, असं क्विननं म्हटलं होतं.

सॅम रात्री ठरलेल्या ठिकाणी जाऊन पोहोचली. बरोबर बारा वाजता फोन वाजला. क्विननं मग तिला फोनवर कॉर्सिकाविषयी, लंडनविषयी व शेवट तिला मुद्दाम पाठवलेल्या खोट्या पत्राविषयी सांगितलं.

"पण, क्विन," सॅम विरोध करत म्हणाली, "जर ऑर्सिनीनं तुला खरोखरच काही सांगितलं नसेल, तर मग सगळाच खेळ खलास झालाय. मग उगाच त्यानं तुला काहीतरी गुपित सांगितल्याची खोटी बतावणी तरी कशासाठी करायची?"

मग क्विननं तिला थोर बुद्धिबळपटू तैग्रान पेट्रोशियनबद्दल सांगितलं. हरत आलो असताना सुद्धा आपण आता एखादी फार महत्त्वाची खेळी खेळणार असल्याचा आव आणून प्रतिस्पर्ध्याला चकवायचं आणि मग त्यानं घाबरून काही चुकीचं पाऊल उचललं की, त्याला नामोहरम करायचं, ही त्याची नेहमीची युक्ती होती.

"माझं मत असं की, खरा चोर माझं ते पत्र वाचून निश्चितच घाबरला असेल व घाईनं काही हालचाल करू लागेल." क्विन म्हणाला, "आणि, सॅम, मी जरी काही संपर्क साधणार नाही, असं पत्रात निक्षून लिहिलं असलं, तरी त्यावर विश्वास

ठेवायला ते काही दूधखुळे नाहीत, त्यामुळे जसजसे दिवस जातील, तसतसे ते अधिकच अस्वस्थ होतील. तेव्हा तू तुझे डोळे व कान नीट उघडे ठेव. मी तुला दर एक दिवसाआड याच जागी याच वेळी फोन करत जाईन.''

असे सहा दिवस लोटले.

नंतर....

''क्विन, डेव्हिड वाइनट्राऊब नावाचा माणूस तुझ्या माहितीचा आहे?''

''हो, आहे.''

''तो कंपनीचा माणूस आहे, हो ना, क्विन?''

''हो, आहे. तो डी.डी.ओ. आहे. पण का, गं?''

''त्यानं आपणहोऊन माझी भेट घेतली. तो म्हणाला, काहीतरी विचित्रच घडतंय. पण मला त्या घटनांचा अर्थ लावता येत नाहीये. त्याला वाटलं, तूच यातून काहीतरी मार्ग काढू शकशील, क्विन.''

''पण, सॅम, तुमची भेट झाली तरी कुठं? लँगलेमध्ये?''

''नाही. तो म्हणाला, तिथं भेटणं धोक्याचं आहे. आम्ही वेळ ठरवून एका ठिकाणी भेटलो व नंतर त्याच्या गाडीतून चकरा मारल्या. गाडीतून फिरता फिरताच बोललो.''

''त्यानं तुला काही सांगितलं?''

''नाही. तो म्हणाला, त्याचा आता कुणावरच विश्वास उरलेला नाही. फक्त त्याचा तुझ्यावर तेवढा अजूनही विश्वास आहे. त्याला तुला भेटायचंय – तू म्हणशील तेव्हा, तू म्हणशील तिथं. पण तुझा त्याच्यावर विश्वास आहे ना, क्विन?''

क्विन जरा विचारात पडला. जर डेव्हिड वाइनट्राऊबवर विश्वास ठेवायचा नसेल, तर माणसानं जगात कुणावरच विश्वास न ठेवलेला बरा.

''ठीक आहे,'' क्विन म्हणाला, ''माझा त्याच्यावर विश्वास आहे.''

मग त्यानं तिला भेटीची वेळ व ठिकाण नीट समजावून सांगितलं.

❖

सतरा

सॅम सोमरव्हिले दुसऱ्याच दिवशी सायंकाळी माँटपेलियर विमानतळावर दाखल झाली. तिच्याबरोबर सी.आय.ए.चा डंकन मॅकक्रिआ हा सुद्धा होता. त्यानंच तर मुळात डेव्हिड वाइनट्राऊबचा निरोप तिच्यापर्यंत पोहोचवला होता.

आधी विमानप्रवास करून नंतर गाडीनं ते दोघं ठरलेल्या ठिकाणी येऊन पोहोचले. दोघांनी येताना क्विनच्या सूचनेनुसार भरपूर उबदार कपडे बरोबर आणले होते. ते ठरलेल्या हॉटेलात उरतले.

डी.डी.ओ. – डेव्हिड वाइनट्राऊब याला मात्र एक अत्यंत महत्त्वाची मीटिंग असल्यामुळे तो उद्या सकाळी परस्पर जिथं रस्त्याच्या कडेला भेटायची जागा ठरली होती, त्या जागी पोहोचणार होता.

दुसऱ्या दिवशी सकाळी सॅम व डंकन मॅकक्रिआ ठरलेल्या जागी जाऊन पोहोचले. थोड्याच वेळात दहा प्रवासी मावतील, इतकं छोटं जेट विमान तिथं येऊन उतरलं. ते सॅमला ओळखू आलं नाही, पण मॅकक्रिआनं तिला सांगितलं की, विमानावरचं नाव वेगळंच असलं, तरी ते सी.आय.ए.च्या स्वत:च्या मालकीचं विमान आहे. इतक्यात डेव्हिड वाइनट्राऊब विमानातून उतरून त्यांच्याचकडे आला व त्यानं दोघांना 'हॅलो' म्हणून हस्तांदोलन केलं. नंतर सगळेच गाडीत बसले. मॅकक्रिआ गाडी चालवत होता व सॅम हातातल्या नकाशाच्या साहाय्यानं त्याला मार्गदर्शन करत होती.

क्विननं त्यांना आठ वाजताची वेळ दिली होती. ते बरोबर आठच्या ठोक्याला तिथं जाऊन पोहोचले. सॅमनं सगळ्यात आधी लांबूनच क्विनला पाहिलं. त्यांची गाडी थांबतच होती, तेवढ्यात तो एका झाडाच्या बुंध्याआडून बाहेर आला. इतर दोघांनी खाली उतरण्याची वाटही न बघता सॅम गाडीबाहेर पडली आणि धावतच जाऊन तिनं क्विनला मिठी मारली.

''तू ठीक आहेस ना, राणी?''

"मी अगदी छान आहे! क्विन, थँक गॉड! नशीब, तू सुखरूप आहेस, क्विन!"

पण क्विन तिच्या डोक्यावरून पलीकडे पाहात होता. त्याचं अंग ताठर झालेलं तिच्या लक्षात आलं.

"तू कोणाला बरोबर घेऊन आली आहेस?" त्यानं हलकेच विचारलं.

"खरंच. किती मूर्ख मी...!" ती वळली. "तुला आपला डंकन मॅकक्रिआ आठवतो ना? त्यानंच तर माझी आणि डेव्हिड वाइनट्राऊबची गाठ घालून दिली..."

मागे दहाच यार्डांवर मॅकक्रिआ उभा होता. त्याच्या चेहऱ्यावर नेहमीचंच ते बुजरं हास्य होतं.

"हॅलो, मि. क्विन!" तो नेहमीसारखाच झुकून अत्यंत अदबीनं म्हणाला. पण त्याच्या उजव्या हातातलं पॉइंट फॉर्टी फाइव्ह ऑटोमॅटिक मात्र उन्हात अतिशय उद्दामपणे चमकत होतं. ते सॅम व क्विन यांच्यावर अचूक रोखलेलं होतं.

इतक्यात गाडीतून आणखी एक माणूस उतरला. त्याच्याही हातात त्यांच्यावरच रोखलेली रायफल होती.

"कोण आहे हा, सॅम?" क्विननं विचारलं.

आता मात्र सॅम खूप घाबरली.

"डेव्हिड वाइनट्राऊब," असं म्हणता म्हणताच काहीतरी घोटाळा आहे, हे तिच्या लक्षात आलं होतं. ती म्हणाली, "देवा रे, मी हे काय भलतंच करून बसले!"

"डार्लिंग, तुला त्यांनी फसवलं."

सगळी चूक आपलीच आहे, हे क्विनच्या ताबडतोब लक्षात आलं. त्याला स्वत:च्याच एक चांगली तोंडात मारून घ्यावीशी वाटत होती. सॅमशी फोनवर ही भेट ठरवण्यापूर्वी आपण स्वत: का नाही तिला विचारलं की, सी.आय.ए.च्या उपसंचालकाला तू या आधी कधी पाहिलंय की नाही? सॅम आत्तापर्यंत दोनदाच तर व्हाइट हाउस कमिटीपुढे गेली होती आणि नेमके त्या दोन्हीवेळा खरे उपसंचालक डेव्हिड वाइनट्राऊब काही महत्त्वाच्या कामानिमित्त बाहेर गेल्यानं मीटिंगला उपस्थित नव्हते आणि आता ती बिचारी फसून या तोतया वाइनट्राऊबला घेऊन आली होती. युद्धात सगळ्या गोष्टी गृहीत धरून चालत नाहीत, हे आपण कसं विसरलो?

समोर उभा असलेला बुटका, गिड्डा माणूस रायफल हातात घेऊन चालत मॅकक्रिआच्या जवळ येऊन उभा राहिला.

"तर मग, सार्जंट क्विन, आपण परत भेटलो. मी कोण ते ओळखलंस?"

क्विननं नकारार्थी मान हलवली. त्या माणसानं आपल्या बसक्या नाकाकडे बोट दाखवलं.

"तुझ्यामुळेच माझं नाक असं झालंय, भडव्या! आता दाखवतो तुला. माझ्या या नाकाची किंमत आज तुला चुकती करावी लागणार आहे, कुत्तरड्या!"

क्विननं स्मरणशक्तीला खूप ताण दिला... खूप जुनी गोष्ट.... व्हिएटनाममधलं जंगल. मार खाऊन लुळापांगळा झालेला, रक्तामांसाच्या थारोळ्यात पडलेला एक गरीब शेतकरी. जमिनीत खुंटी मारून ठेवलेले हातपाय.

"आता आठवलं!" क्विन म्हणाल.

"छान!" आयर्विंग मॉस म्हणाला, "चला, आता निघूया. तू कुठं राहात होतास?"

"वर डोंगरात, केबिनमध्ये."

"तू सगळा वृतान्त लिहीत होतास, नाही का? छान, बघूया तरी, तू काय-काय लिहिलयस, ते! आणि याद राख. जास्त चलाखी चालायची नाही. डंकनच्या गोळीतून तू जरी सुटलास, तरी ती पोरगी मात्र हातची जाईल. आणि शिवाय तुझा काटा काढायला माझी ही रायफल आहेच की."

मॉस रायफल कुरवाळत उभा राहिला.

"अरे, जा खड्ड्यात!" क्विन म्हणाला.

उत्तरादाखल मॉसनं एक शीळ घातली.

"गारठ्यानं तुझा मेंदू गोठलेला दिसतोय, क्विन. मी तुमचं काय करणार आहे, ते ऐकच. मी तुला आणि तुझ्या या सुंदर मैत्रिणीला नदीकाठी नेणार आहे आणि दोघांना झाडाला बांधणार आहे आणि तू नुसता बघत राहा, क्विन! तू नुसता बघत राहा! आईशपथ, त्या पोरीला असा जीवघेणा छळ करून मारणार आहे मी. दोन तास नुसती तडफड तडफड करून मगच मारणार आहे. प्रत्येक सेकंदाला ती माझ्याकडे मरणाची भीक मागेल. बोल. आहे तयारी?"

क्विनला व्हिएटनामच्या जंगलातल्या शेतकऱ्याच्या त्या करुण किंकाळ्या आठवल्या. हा माणूस नाही, हैवान आहे! आपण एकटे असतो, तर गोष्ट वेगळी होती. प्रतिकार केलाही असता. मरण पत्करलंही असतं. पण सॅम.... आपली लाडकी सॅम. तिचं काय? त्यानं होकार दिला.

मॅकक्रिआनं सॅमला खेचूनच क्विनपासून अलग केलं आणि मग दोघांचे हात पाठीमागे बांधून हातकड्या घातल्या. मग सगळे गाडीतून निघाले.

रस्त्यानं अगदी तुरळक ये-जा होती. एखाद-दुसरंच माणूस नजरेला पडत होतं. कुणी मध्येच हात उंचावून जात होतं. कडाक्याची थंडी होती. क्विन रस्ता दाखवत होता. अखेर मुख्य रस्ता संपून पायवाट लागली, तशी गाडी थांबली. पुढचं अंतर पायीच चालावं लागणार होतं. मॉसनं सॅमला गाडीतून जोरात खाली ढकललं. तिचा चेहरा भीतीनं पांढरा पडला होता व ती अक्षरश: थरथर कापत होती.

"तू लपायला छान जागा निवडली आहेस हं!" क्विनला केबिनच्या दारातून आत ढकलत मॉस म्हणाला. बाहेर भयंकर थंडी असली, तरी आत चांगलं उबदार

होतं. क्विन व सॅम या दोघांनाही पलंगाच्या दोन टोकांवर लांब बसवण्यात आलं. मॅकक्रिआ पिस्तूल रोखून त्यांच्या राखणीसाठी थांबला व तेवढ्या वेळात मॉस चारही खोल्यांत हिंडून, आणखी कुणी लपलेलं तर नाही ना, याचा तपास करून आला.

''छान!'' शेवटी बाहेर आल्यावर मॉस समाधानानं म्हणाला, ''उबदार आणि टुमदार. मला याहून चांगलं ठिकाण मागूनही मिळालं नसतं, क्विन.''

क्विनचं लिहिण्याचं जे छोटंसं टेबल होतं, त्याच्या खणात उचकल्यावर मॉसला त्या वृत्तान्ताची पानं सापडली. मॉसनं अंगातला कोट काढून ठेवला व खुर्चीत बसून आरामात एकेक पान वाचायला सुरुवात केली. क्विन आणि सॅम यांचे हातपाय जखडलेले होते, तरीही मॅकक्रिआ त्यांना एक क्षणही नजरेआड करायला तयार नव्हता. त्याचं पिस्तूल सतत रोखलेलं होतं, पण त्याच्या चेहऱ्यावर ते नेहमीचाच निरागस हास्य होतं. या माणसानं किती शिताफीनं हे भाबडेपणाचं सोंग वठवलं होतं. फक्त सोंग. हे क्विनला आता कळून चुकलं. पण एव्हाना फार उशीर झाला होता.

''तू जिंकलास!'' क्विन जरा वेळानं मॉसला म्हणाला, ''पण तू हे सगळं कसं काय जमवून आणलंस, हे अजूनही माझ्या लक्षात येत नाहीये.''

''सोपं आहे.'' मॉस वाचता वाचता म्हणाला, ''शिवाय आता तुला कळल्यानं काय फरक पडणार आहे मोठा? तू तर माझा केसही वाकडा करू शकत नाहीस.''

''पण मुळात मॅकक्रिआची लंडनमधल्या या कामासाठी नेमणूक झालीच कशी?'' एक साधासाच प्रश्न विचारून क्विननं संभाषणाला चालना दिली.

''तो एक निव्वळ योगायोग!'' मॉस म्हणाला, ''केवळ नशिबाचा भाग. माझाच पोरगा माझ्या उपयोगी पडेल, याची मला तरी कुठं कल्पना होती? मूर्ख कंपनीच्या सौजन्यानं मिळालेला बोनसच म्हणा ना!''

''पण मुळात तुझी आणि या मॅकक्रिआची भेट झाली तरी कुठं?''

''मध्य अमेरिकेत,'' मॉस वर बघून सहजपणे म्हणाला, ''मी कितीतरी वर्षं तिथं काढली. आणि डंकन तर त्याच भागात लहानाचा मोठा झाला. तो अगदीच लहानसा पोऱ्या होता, तेव्हा आमची गाठ झाली. मग आमच्या दोघांच्या आवडीनिवडी जुळतायत, हे आमच्या लक्षात आलं. मीच नंतर त्याला कंपनीत भरती केलं.''

''आवडीनिवडी जुळतायत?'' क्विननं मुद्दामच विचारलं. वास्तविक मॉसच्या आवडीनिवडी काय होत्या, ते त्याला चांगलंच ठाऊक होतं. पण त्याला बोलतं ठेवणं आवश्यक होतं. पिसाट खुन्यांना एक भयंकर अहंगंड असतो व त्यांना सतत स्वत:बद्दल बोलत राहायला आवडतं, हे क्विनला माहिती होतं. विशेषत: सगळ्या परिस्थितीचा ताबा त्यांच्या हाती आला की, तर त्यांची जीभ फारच सैल सुटते.

“हो, जवळजवळ,” मॉस म्हणाला, “आमच्यात एकच फरक आहे की, डंकनला स्त्रिया आवडतात आणि मला नाही. अर्थात त्यालासुद्धा बायकांचा उपभोग घेण्यासाठी त्यांचा जरा छळ करायला आवडतो. हो ना, रे पठ्ठ्या?”

मॅकक्रिआनं सुहास्य मुद्रेनं होकार दिला. मॉसनं परत वाचायला सुरुवात केली, एवढ्यात मॅकक्रिआ म्हणाला,

“मि. मॉस, हे दोघं जण त्या लंडनच्या अपार्टमेंटमध्ये काय-काय धंदे करत होते, हे न कळण्या इतका मी मूर्ख नाही. त्यांना वाटत होतं, मला काही समजतच नाही, म्हणून मलाही सगळ्याचा बदला घ्यायचाच आहे.”

“ते काहीही असो, पोरा,” मॉस म्हणाला, “हा उमदा आणि देखणा क्विन आहे ना, हा माझा आहे. क्विन, तुला मरायला खूप वेळ लागणार आहे, त्या आधी मला जरा मजा मारायची आहे.”

मॉस पुढे वाचू लागला. त्याचं ते बीभत्स बोलणं ऐकून सॅमला आपल्या पोटातली आतडी गोळा होतायत की काय, असं वाटलं. ती ओणवी वाकली पण तिला नुसतेच उमासे आणि कोरड्या ओकाऱ्या येऊ लागल्या. व्हिएटनामच्या युद्धात भीतीनं लोकांची अनेकदा अशी प्रतिक्रिया झालेली क्विननं पाहिली होती.

“पण, मॉस, तू आणि हा मॅकक्रिआ लंडनमध्ये एकमेकांशी संपर्क कसे काय साधून होतात? हा तर आमच्या बरोबर सतत अपार्टमेंटमध्येच राहत होता...” क्विन म्हणाला.

“काहीच अवघड नाही,” मॉस म्हणाला, “डंकन सामानसुमान, भाजीपाला, फळं आणायला जायचा, आठवतं? आम्ही दोघं भाजीपाल्याच्या दुकानात भेटायचो. तू जरा जरी डोकं वापरलं असतंस ना, क्विन, तरी तुझ्या लक्षात आलं असतं की, तो रोज ठरावीक वेळेलाच बाजारहाट करायला जायचा.”

“आणि सायमनचे कपडे? तो प्राणघातक कमरपट्टा?”

“तू जेव्हा बाकीच्या तिघांबरोबर त्या बॅबीज गोदामात होतास, तेव्हा मी स्वत:च त्या घरी जाऊन ते सगळं ऑर्सिनीच्या हवाली केलं. फार चांगला होता हा ऑर्सिनी. मी स्वत: पूर्वीही अनेकदा युरोपमधल्या कामगिरीसाठी त्याला वापरला. त्या वेळी अर्थात मी कंपनीत कामाला होतो, पण नंतरही कितीकदा वापरला.”

मॉसनं हातातले कागद खाली ठेवले. त्याची जीभ आता चांगलीच सैल सुटली होती.

“पण, भडव्या! तू मात्र मला चांगलाच चकवा दिलास. एकदम पळच काढलास. खरं तर त्या वेळी तुला जिवंत ठेवायलाच नको होतं, पण ऑर्सिनी तुला मारायला तयार होईना. बाकीचे तिघं असं करू देणार नाहीत, म्हणाला, त्यामुळे मी तुला सोडला. म्हटलं, अनायासे तो पोरगा मेला की, त्यांना संशय ठेवायला

कुणीतरी हवाच, तर तुझ्यावरच येऊ दे खुनाचा आळ! पण पुढे ब्यूरोमधल्या वेडपटांनी तुला जेव्हा मोकळं सोडलं, तेव्हा मला आश्चर्याचा धक्काच बसला. मला वाटलं होतं, खुनाच्या आरोपाखाली ते तुला गजांआड करतील.''

''पण मला त्यांनी मोकळं सोडल्यामुळेच तुला पुढे सॅमच्या हँडबॅगेत बग बसवावा लागला ना?'' क्विन म्हणाला.

''अगदी बरोबर. डंकननं मला त्या बॅगबद्दल सांगितल्यावर लगेच मी तशीच दुसरी आणली. त्यात बग बसवला. तुम्ही केन्सिंग्टन अपार्टमेंट अखेरचं सोडून गेलात, त्याच दिवशी सकाळी मी ती डंकनच्या हवाली केली. तो सकाळी नाश्त्यासाठी अंडी घेऊन आला, आठवतंय? तो ती बॅग येताना बरोबर घेऊन आला आणि तुम्ही दोघंच स्वयंपाकघरात नाश्ता घेत असताना त्यानं ती गुपचूप बदलली.''

''पण एक कळलं नाही,'' क्विन म्हणाला, ''मुळात त्या सगळ्या मर्सिनरीजना एकत्रच, एका ठिकाणी बोलावून मारून का नाही टाकलं? आमचा युरोपभर पाठलाग करत बसायची यातायात नसती का वाचली?''

''त्याला कारण ते स्वत:च! त्या सगळ्या मर्सिनऱ्यांमध्ये सायमनचा अचानक खून झाल्यानं घबराट निर्माण झाली. त्या सगळ्यांनी नंतर आपापला बोनस घ्यायला युरोपमध्ये यायचं, असं ठरलं होतं, मग ऑर्सिनी या तिघांना मारणार होता. मी ऑर्सिनीचं तोंड कायमचं बंद केलं असतं, पण पोरगा मेल्याचं ऐकून ते तिघं आपापले वाटे घेऊन पसारच झाले. सुदैवानं त्यांना शोधून देण्याचं काम करायला तू होतासच.''

''पण, मॉस, हे काम काही एकट्याचं नव्हे. दरवेळी मॅकक्रिआ तुझ्याबरोबर असणारच!'' क्विन म्हणाला.

''अगदी बरोबर. मी तुमच्या पुढे होतो; पण डंकन सतत तुमच्या मागावर होता. तो झोपायचा सुद्धा गाडीतच. त्याला त्या एका गोष्टीचा तेवढा विलक्षण कंटाळा यायचा. हो की, नाही, डंकन? त्या पर्समधल्या बगद्वारे त्याला मार्चाईस आणि प्रेटोरियसचा पत्ता समजला. तेव्हा त्यानं गाडीतलाच फोन वापरून मला लगेच कळवलं, त्यामुळे तुम्ही तिथं पोहोचायच्या थोडं आधीच जाऊन मी त्यांची तोंडं बंद केली.''

क्विनला खरं तर आणखीही काही प्रश्न विचारायचे होते; पण मॉस वाचनात गुंगला होता. आता वाचता वाचता त्याच्या चेहऱ्यावर संताप दिसत होता.

''आणि त्या पोराला, सायमन कॉरमॅकला खतम करण्याचं कृत्य कोणाचं? मला वाटतं, मॅकक्रिआ, तुझंच असेल, नाही?'' क्विन म्हणाला.

''बरोबर ओळखलंस. त्याला मारण्यासाठी तो रीमोट कंट्रोल जाकिटाच्या खिशात बाळगून मी दोन दिवस हिंडत होतो.''

क्विनला आता त्या घटनास्थळाजवळचं दृश्य परत आठवलं – स्कॉटलंड यार्डाचे लोक, एफ.बी.आय.ची तुकडी, ब्राऊन, कॉलिन्स, सेमॉर हे सगळे गाडीच्या जवळ उभे... स्फोटानंतर सॅमनं आपला चेहरा क्विनच्या पाठीत लपवला.... आणि मॅकक्रिआ, गुडघ्यांवर बसून खड्ड्यापाशी वाकलेला.... ओकारी होत असल्याचं नाटक करणारा. वास्तविक तो त्या वेळी स्वत:जवळचा रीमोट कंट्रोल दहा इंच खोल खड्ड्यात पुरून ठेवत होता.

"आता साधारण लक्षात आलं..." क्विन म्हणाला, "त्या घरात काय-काय घडतंय, याची माहिती तुला ऑर्सिनी कळवत होता; आणि इकडे हे डंकन बाळ तुला केन्सिंग्टन अपार्टमेंटमध्ये घडणाऱ्या घटनांची माहिती पुरवत होतं, पण मग वॉशिंग्टनमध्ये, सरकारात बसलेल्या त्या मुख्य सूत्रधाराचं काय?"

सॅमनं मान उचलली आणि अविश्वासानं क्विनकडे बघतच राहिली. मॅकक्रिआदेखील अवाक् झालेला दिसला. मॉसनंसुद्धा मान वर उचलून क्विनकडे आश्चर्यानं पाहिलं.

मॉस, मॅकक्रिआ व सॅम यांच्यासह गाडीनं त्या केबिनकडे येत असताना क्विनच्या मनात एक विचार चमकून गेला होता की, डेव्हिड वाइनट्राऊब यांचं सोंग घेऊन सॅमला फसवताना मॉसनं प्रचंड धोका पत्करला होता, पण खरंच धोका पत्करला होता, का नाही? कारण योगायोगानं सॅम ज्या दोन कमिटी मीटिंग्जना उपस्थित होती, त्या दोन्ही मीटिंग्जना सी.आय.ए.चे उपसंचालक या ना त्या कारणानं अनुपस्थित होते व त्यामुळे ती त्यांना ओळखत नाही. ही गोष्ट मॉसला कुणी सांगितली? त्या मीटिंगला उपस्थित असलेल्याच कुणीतरी. कोण असावी ही व्यक्ती?

मॉसनं तेवढ्यात हातातले कागद जमिनीवर फेकले.

"क्विन, तू हरामखोर भडवा आहेस!" मॉस आवाजातला विखार न लपवता म्हणाला, "तू हे जे काही लिहिलंयस, यात नवीन तर काहीच नाहीये. वॉशिंग्टनमध्ये सगळीकडे असं बोललं जात होतं, हे सगळं त्या रशियनांचं, त्यांच्या के.जी.बी.चं कारस्थान होतं. तो झॅक काहीही बरळला असला, तरी आता पत्र लिहिलंस. म्हणे, के.जी.बी. निर्दोष आहे, असं सिद्ध करणारे पुरावे, नावं, तारखा-सगळं आपल्याकडे आहे! कुठाय पुरावा? खड्ड्यात जा तू, क्विन! तुला काय नवीन कळलंय, रे? काहीच नाही. तो ऑर्सिनी तर मरण्यापूर्वी एक अक्षरही बोलला नाही. खरंय ना?"

मॉस आता रागानं उठून खोलीत येरझाऱ्या घालत राहिला. उगीच या क्विनच्या भूलथापांना बळी पडलो आपण. डोक्याला नसता भुंगा, साला! उगीच खोटं सोंग घेऊन, धोका पत्करून इथं येण्याचे कष्ट घेतले. फुकट गेलं सगळं.

"त्या ऑर्सिनीनं त्याच वेळी का नाही ठार केलं तुला, क्विन? कशाला जिवंत सोडला? नाहीतरी तुझ्याकडे काही पुरावा नव्हताच. त्या तुझ्या भडवीला तू जे पत्र पाठवलंस, त्यातलं अक्षरन्‌अक्षर खोटं होतं ना? कुणी शिकवले तुला हे डावपेच?"

“पेट्रोशियन!” क्विन म्हणाला.

“कोण?”

“तैग्रान पेट्रोशियन. अमेरिकन बुद्धिबळपटू. तो आता हयात नाही.”

“छान! मग तूही आता त्यालाच भेटायला जाणार आहेस, क्विन.”

“हे आणखी नवीन नाटक बसवलंयस, वाटतं?” क्विन निर्भयपणे म्हणाला.

“हो. ऐकच. नाहीतरी तुला आता कळल्यानं काय फरक पडणार आहे? ती बाहेर उभी आहे ना, ती गाडी तुझ्याच मैत्रिणीनं एका कार एजन्सीतून भाड्यानं घेतली आहे. त्या एजन्सीच्या लोकांनी डंकनचं तोंडही पाहिलेलं नाही. केबिनला आग लावल्यानंतर आम्ही गेल्यावर सावकाश पोलीस इथं येतील. गाडीतली कागदपत्रं आणि केबिनमध्ये जळलेल्या प्रेताचे दात वगैरे तपासून त्यांना प्रेताचं नाव कळेलच. लगेच एक आठवड्याच्या आतच या पोरटीच्या खुनाच्या आरोपावरून तुझ्या नावाचं पकड-वॉरंट निघेल, क्विन. अर्थात तू या दऱ्याखोऱ्यांतल्या जंगलात चिरनिद्रा घेत असशील, त्यामुळे बिचाऱ्या पोलिसांच्या हाती कधीच लागणार नाहीस.”

असं म्हणून मॉसनं आपल्या रायफलची नळी क्विनच्या छातीत खुपसली.

“चल, भडव्या. चल बाहेर. डंकन, तू, लेका, मजा मार त्या पोरटीबरोबर. मी तासाभरात परत येतोच. त्याच्या आत तुझं आटप.”

बाहेर पडल्यावर कडाक्याच्या थंडीनं तोंड चांगलंच झोंबू लागलं. क्विनचे हात पाठीमागे बेड्यांनी जखडलेले होते– तशाच अवस्थेत मॉस त्याला फरफटत घनदाट जंगलाकडे नेत होता. मॉसच्या नाकपुड्यांमधून फुरफुर असा आवाज येत होता. हा मॉस आता कामातून गेलाय, त्याच्यातला राक्षस जागा झालाय, हे क्विनला पुरेपूर ठाऊक होतं, पण तो प्रतिकार कसा करणार होता? दोन्ही हात जखडलेले होते. मॉस फारच धूर्त होता. क्विनच्या बाबतीत कुठलाच धोका पत्करण्यात अर्थ नव्हता. तो क्विनवर रायफल रोखून, अंतर ठेवून चालला होता.

साधारण दहा मिनिटं चालल्यावर मॉसला हवी तशी जागा सापडली. एका डोंगराच्या कड्यावर थोडी सपाट अशी जागा होती. खाली पन्नास फूट खोल उभा उतार होता. हिमनदी वरून दिसत होती. कड्यावरून पडलेला मृतदेह केव्हाच यात गाडला जाईल, कुणाला पत्ताही लागायचा नाही.

हा मॉस आपल्याला पहिलीच गोळी थेट हृदयात झाडून सरळ, साध्या रीतीनं मारेल, वगैरे कल्पना क्विननं अजिबातच केल्या नव्हत्या. त्याला मॉसचा पूर्वेतिहास चांगलाच ठाऊक होता. दुसऱ्याचा छळ करून, त्याला किती विकृत आनंद मिळतो, त्याची क्विनला पूर्ण कल्पना होती. आपल्यावर त्यानं गोळी झाडली की, ती वेदना मुक्यानं सहन करू शकू आपण? यातनांमुळे कळवळून रडताना, ओरडताना आपल्याला बघण्याचा विकृत आनंद कुठल्याही परिस्थितीत या मॉसला मिळू

द्यायचा नाही! मग त्याच्या डोळ्यांपुढे सॅमचा सुंदर चेहरा आला. बिचारीला मरणापूर्वी काय-काय यातना भोगाव्या लागतील, याच्या कल्पनेनं तो व्याकूळ झाला.

"खाली वाक!" मॉस म्हणाला. आता त्याच्या नाकातोंडांतून येणारी फुरफूर वाढली होती. क्विन खाली वाकला. पहिली गोळी कुठं बसेल बरं? इतक्यात त्याच्या पाठीमागे फक्त दहा यार्डांवर रायफलचा घोडा मागे खेचून घेतल्याचा आवाज झाला. त्यानं दोन्ही डोळे घट्ट मिटून एकवार दीर्घ निःश्वास घेतला. गोळी झाडण्याची तो धडधडत्या हृदयानं वाट पाहू लागला.

गोळी जेव्हा उडाली, तेव्हा तिच्या आवाजानं सारं आसमंत भरून गेलं.

क्विनला पहिली जाणीव झाली, ती भीतीची. इतक्या थोड्या अंतरावरून मॉससारख्याचा नेम चुकू शकेल? मग त्याच्या डोक्यात प्रकाश पडला. उंदराला जसं मांजर खेळवतं, तसा खेळवणार हा आपल्याला! त्यानं डोकं मागे वळवलं आणि पाहिलं. मॉस त्याच्यावर बंदूक रोखून उभा होता.

"गोळी झाड ना, भडव्या!" क्विन ओरडला.

पण त्याच क्षणी मॉसच्या चेहऱ्यावर एक फार विचित्र हास्य पसरलं व त्याचा रायफल रोखलेला हात हळूहळू खाली आला. तो गुडघ्यांवर बसला आणि त्यानं आपले दोन्ही हात समोरच्या बर्फावर ठेवले.

नंतर त्या घटनेचा विचार केल्यावर ती खूपच सावकाश घडल्यासारखी वाटत असली, तरी प्रत्यक्षात मात्र या सर्व गोष्टी केवळ दोनच सेकंदांच्या कालावधीत घडल्या होत्या. मॉसनं केवळ दोन सेकंदच क्विनकडे पाहिलं, मग गुडघ्यांवर बसून आपले हात समोरच्या बर्फावर ठेवले. नंतर त्यानं आपलं डोकं पुढे झुकवलं, तोंड उघडलं आणि रक्ताची एक मोठी गुळणी बाहेर टाकली. शेवटी एक अखेरचा निःश्वास सोडून तो बर्फात कलंडला.

अखेरच्या क्षणी देवदूतासारखा आपल्या सुटकेसाठी कोण धावून आला, हे क्विनला कळायला आणखी काही सेकंद लागले. तो माणूस लांबच्या दोन झाडांच्या मधोमध अगदी निश्चल उभा होता. त्याच्या अंगातल्या फरच्या कपड्यांवर, दाढीवर, इतकंच नव्हे, तर भुवयांवरही हिमाचे कण जमले होते. चेहऱ्याच्या उघड्या भागावर त्यानं तेल व कोळशाच्या भुकटीच्या मिश्रणाचा थर दिला होता. अन्यथा उणे तीस अंश सेंटीग्रेड तापमानात बाहेर उभं राहणं अशक्यच होतं. आता त्यानं आपली रायफल काखेत पकडली होती. आपलं काम एकाच गोळीत फत्ते होणार, दुसरी झाडायची गरजच पडणार नाही, इतका आत्मविश्वास त्याला होता!

क्विनला एकाच गोष्टीचं राहून राहून आश्चर्य वाटत होतं, ते म्हणजे हा जो कोण मदतीला आला होता, तो या कडाक्याच्या थंडीत उघड्यावर त्या जागी काय करत होता? त्याला काही झालं कसं नाही? क्विनला एक गोष्ट ठाऊक नव्हती,

जो सैबेरियातल्या कडाक्याच्या थंडीला तोंड देऊ शकतो, त्याला जगात कुठल्याच थंडीत मरण नाही.

क्विननं नंतर खूप धडपड लटपट करून मागे बांधलेल्या हातांमधून एक एक पाय सोडवून घेतला व दोन्ही हात पुढे घेतले. मग त्यानं मॉसच्या प्रेताच्या खिशातील किल्ली घेऊन बेड्या खोलल्या. मॉसची रायफल हातात घेऊन तो उभा राहिला. दूरवर उभा असलेला तो माणूस निर्विकारपणे क्विनच्या हालचाली न्याहाळत होता.

क्विन पळतच त्याच्या जवळ गेला.

तो आंद्रे होता.

"थँक्यू, थँक्यू व्हेरी मच!" क्विन ओरडला.

त्या माणसाच्या चेहऱ्यावर आता हास्याची लकेर चमकून गेली. आंद्रेनं अखेर तोंड उघडलं. तो अस्खलित इंग्रजीत म्हणाला,

"तुझ्या देशात म्हणतात, त्याप्रमाणे, तुझा दिवस चांगला जावो."

असं म्हणून तो पाठीमागे वळला आणि झपाझप पावलं टाकत निघून गेला. बर्फात त्याच्या बुटांचा आवाज बराच वेळ येत राहिला. आता क्विनच्या लक्षात आलं की, आपल्याला गाडीनं बर्मिंगहॅमपाशी सोडल्यानंतर तो रशियन सरळ हीथ्रो विमानतळाकडे गेला असणार. तिथून विमानानं टोरोंटोला गेला असणार व या डोंगराळ भागापर्यंत आपला पाठलाग करत आला असणार. तो आज नसता, तर? क्विन त्या कल्पनेनं शहारला, वळला आणि पळतच केबिनमध्ये शिरला.

आत शिरण्याआधी त्यानं क्षणभर थांबून खिडकीतून आत डोकावून पाहिलं; पण पुढच्या खोलीत कुणीच नव्हतं. मग तो रायफल रोखूनच आत शिरला. बेडरूममधून कण्हण्याचा आवाज येत होता. तो पळतच बेडरूमच्या दारापाशी आला. दार अर्धवट उघडं होतं.

आत सॅम विवस्त्रावस्थेत पलंगावर पालथी पडली होती. तिचे दोन्ही हात व दोन्ही पाय पलंगाच्या चारी कोपऱ्यांत जखडून बांधले होते. मॅकक्रिआ पाठमोरा उभा होता. त्याच्या अंगात फक्त छोटी अंडरवेअर होती. त्याच्या हातात एका इलेक्ट्रिकच्या वायरची दोन टोकं होती. ती वायर एका प्लगला जोडलेली होती. सॅमला शॉक देण्याच्या कल्पनेनं खूश होऊन तो स्वत: हसत असलेला क्विनला समोरच्या आरशात दिसला. क्विनच्या पावलांचा आवाज ऐकून तो दचकला आणि मागे वळला. क्विनची गोळी त्याच्या पोटात बरोबर मध्यभागी बसली. तिनं आत खोलवर शिरून त्याच्या पाठीच्या कण्याच्या चिंधड्या उडवल्या. खाली कोसळता कोसळता त्याच्या चेहऱ्यावरचं विकृत हास्य मावळलं.

❖

नंतरचे दोन दिवस केबिनमध्ये क्विननं सॅमची एखाद्या तान्ह्या बाळासारखी अहोरात्र शुश्रूषा केली. भीतीनं अजूनही ती झटके द्यायची आणि रात्री रडत उठायची. क्विन तिचं डोकं मांडीवर घेऊन तिच्या उशाशी सतत बसून होता. ती बराच वेळ झोपेतच होती. अखेर दोन दिवसांनी ती पूर्णपणे भानावर आली.

त्याच्या दुसऱ्या दिवशी सकाळी क्विननं तिची खूप समजूत घातल्यावर ती तासभर एकटी राहण्यास कबूल झाली. मग क्विन जीप घेऊन जॉन्सबरीला गेला. तिथून त्यानं सॅमच्या ऑफिसात एफ.बी.आय.च्या पर्सोनेल ऑफिसरला फोन केला. आणि 'सॅम सोमरव्हिलेचे वडील बोलतोय,' असं त्यानं सांगितलं. सॅम आपल्याकडे रॉककॅसल इथं भेटीला आलेली असताना तिची प्रकृती बिघडल्यामुळे ती आता तीन-चार दिवस ऑफिसला येऊ शकणार नाही, असं त्यानं कळवलं व तो परत आला.

रात्री सॅम झोपल्यावर तो परत लिहायला बसला. गेल्या सत्तर दिवसांत खरोखरच काय-काय घडलं, याचा एकदा त्यानं नव्यानं सविस्तर वृत्तान्त लिहायला सुरुवात केली. हा वृत्तान्त त्यानं संपूर्णपणे आपल्या स्वत:च्या दृष्टिकोनातून लिहायचा, व अगदी स्वत:च्या चुकांसकट एकही गोष्ट न लपवता सगळं खरंखुरं लिहायचं, असं ठरवलं. त्यात त्यानं रशियनांची बाजू सुद्धा मांडली व लंडनमध्ये के.जी.बी.नं आपल्याला काय साहाय्य केलं, तेही लिहिलं. मॉसनं जे कागद वाचले होते, त्यांत क्विननं याचा उल्लेख केलेला नव्हता, शिवाय सॅमनं त्याला उपसंचालकांना भेटायची इच्छा व्यक्त केल्याचं सांगितलं... वगैरे भागापर्यंत तो येऊन पोहोचलेला नव्हता.

आपल्या या नव्या वृत्तान्तात मात्र झॅकनं आपल्याला मरण्यापूर्वी सांगितलेली हकिकतही त्यानं जोडली व अखेर बाकीच्या ज्या प्रश्नांची आयर्विंग मॉसनं जी उत्तरं दिली होती, तीही लिहिली. थोडक्यात, जवळजवळ सगळंच रहस्य आता उलगडत आलं होतं.

या गुंतागुंतीच्या जाळ्याच्या मध्यभागी मॉस होता. त्याच्या मागे त्याचे पाच पाठीराखे, मॉसला दोन ठिकाणांहून माहिती कळत होती. – गुन्हेगारांच्या अड्ड्यातून ऑर्सिनीद्वारा आणि केन्सिंग्टन अपार्टमेंटमधून मॅकक्रिआद्वारा, पण याखेरीज आणखीही एक व्यक्ती त्याला मदत करत होती, माहिती पुरवत होती. ब्रिटन व अमेरिकेतल्या ज्या काही हाताच्या बोटांवर मोजण्याइतक्या, अत्यंत वरच्या पातळीवरच्या सदस्यांना जी गुपितं ज्ञात होती, ती सर्वच्या सर्व मॉसपर्यंत पोहोचवली गेली होती. स्कॉटलंड यार्डच्या निगेल क्रॅमरनं उचललेली पावलं, एफ.बी.आय.च्या ब्राऊननं केलेली प्रगती, ब्रिटिश कोब्रा कमिटीची उद्दिष्टं आणि व्हाइट हाउस कमिटीच्या गुप्त बैठकांचा अहवाल – हे सगळं कुणीतरी सतत मॉसपर्यंत पोहोचवत होतं. ही व्यक्ती कोण, हे कोडं अजूनही उलगडलेलं नव्हतं व मॉस तर मरून गेला होता.

क्विननं मॉसचा देह बाहेरून ओढून आणला व मॅकक्रिआप्रमाणेच स्टोअर रूममध्ये टाकला. मग त्यानं दोघांही मृतांच्या कपड्यांची आणि खिशांची कसून तपासणी केली, पण काहीही निष्पन्न झालं नाही. फक्त मॉसच्या आतल्या खिशातून एक खाजगी टेलिफोन नंबर्सची डायरी तेवढी सापडली.

मॉस अत्यंत धूर्त माणूस होता. शिवाय त्याला पूर्वीचं गुप्तचर संस्थेचं प्रशिक्षण होतंच. त्या छोट्या डायरीत सुमारे सव्वाशे टेलिफोन नंबर्स लिहिलेले होते, पण त्यापुढे नाव न लिहिता नुसतीच आद्याक्षरं किंवा एखादा सांकेतिक शब्द लिहिलेला होता.

तिसऱ्या दिवशी सकाळी सॅम जेव्हा झोपेतून उठून बाहेर आली, तेव्हा ती खूपच ताजीतवानी दिसत होती. तिनं क्विनच्या मांडीवर डोकं ठेवून त्याच्याकडे पाहिलं.

''तू कशी आहेस?''

''मी आता ठीक आहे, क्विन. खरंच ठीक आहे. आता आपण कुठं जायचं?''

''आपल्याला आता वॉशिंग्टनला परत जायला हवं,'' क्विन म्हणाला, ''या भयानक नाट्याचा शेवटचा अंक तिथंच लिहिला जाणार आहे, यासाठी मला तुझी मदत हवी आहे.''

''तू काय म्हणशील, ती मदत मी करीन!'' ती म्हणाली.

दुपारी दोघांनी मिळून केबिनची साफसफाई करून ते व्यवस्थित आवरलं व बंद केलं. त्यानं मॉसची रायफल व मॅकक्रिआची बंदूक तिथंच सोडली; पण मॉसची छोटी डायरी मात्र बरोबर घेतली.

परत जाताना क्विननं आपल्या जीपच्या मागे सॅमची भाड्याची गाडी बांधली व ओढत सेंट जॉन्सबरीपर्यंत आणली. तिथं एका गॅरेजमधून ती दुरुस्त करून घेतली. नंतर आपण घेतलेली जीप त्याच गॅरेजमध्ये विकत देऊन टाकली व त्या भाड्याच्या गाडीतून दोघं मॉंटपेलिवर विमानतळापाशी आले. तिथं गाडी परत करून ते दोघं बोस्टनमार्गे वॉशिंग्टनला पोहोचले. तिथं सॅमनं आधीच आपली गाडी पार्क करून ठेवलीच होती.

''मी तुझ्या फ्लॅटमध्ये राहू शकत नाही. तुझ्या फ्लॅटवर त्यांची पाळत आहे...'' क्विन म्हणाला.

मग त्यांनी सॅमच्या अपार्टमेंटपासून सुमारे एक मैलावर एक लहानसं घर भाड्यानं घेतलं. अजूनही क्विन कॅनडाचाच रहिवासी म्हणून वावरत होता. त्या रात्री सॅम मात्र आपल्या घरी परतली. तिनं लगेच ऑफिसला फोन केला व आपली प्रकृती आता ठीक असून, आपण परत येत असल्याचं कळवलं.

दुसऱ्या दिवशी संध्याकाळी ठरल्याप्रमाणे ते एका लांबच्या हॉटेलात जेवणासाठी भेटले. सॅमनं येताना मॉसची छोटी डायरी बरोबर आणलीच होती. मग दोघांनी ती डायरी वाचली. सॅमनं घरी बसून त्या फोननंबर्सची देशानुसार विभागणी केली होती व राज्य आणि शहरानुसार वेगवेगळ्या रंगांच्या शाईनं तिनं नंबरखाली रेषा मारल्या होत्या.

''काय भटक्या माणूस होता!'' सॅम म्हणाली, ''पिवळ्या शाईची खूण असलेले नंबर परदेशांचे आहेत.''

''ते सोडून देऊ,'' क्विन म्हणाला, ''मला हवा असलेला माणूस इथंच राहतो. इथं किंवा इथून जवळच कुठंतरी. कोलंबिया, व्हर्जिनिया नाहीतर मेरीलँड; पण तो वॉशिंग्टनच्या नक्कीच जवळ राहतो.''

''बरोबर. लाल रेषेचा अर्थ अमेरिकेतच, पण या भागापासून दूर, मॉसनं हे जे काही नंबर्स जरा वेगळ्या शाईत लिहिले आहेत, त्या शाईची मी मुद्दाम तपासणी करवून घेतली. बरेचसे नंबर खूप पूर्वी लिहिलेले आहेत. तो नोकरीत असतानाचे. त्यात बँका, सीनियर सी.आय.ए. स्टाफच्या घरचे फोन्स, शेअर ब्रोकरेज फर्म, इत्यादी नंबर्स आहेत.''

''तुझ्या या लॅब टेक्निशियननं हे नंबर्स किती वर्षांपूर्वी लिहिले गेलेत, ते सांगितलं?''

''हो, जवळजवळ सात वर्षांपूर्वीचे असावेत.''

''म्हणजे त्याला नोकरीतून काढायच्या आधीचे, मग नाही. उपयोगाचे नाहीत. आपल्याला हवा असलेला नंबर त्यानं अगदी अलीकडेच लिहिलेला असणार!''

''हे बघ ना, हे चार नंबर्स अगदी नुकतेच – म्हणजे गेल्या बारा महिन्यांपूर्वी लिहिले आहेत,'' सॅम म्हणाली. एक नंबर ट्रॅव्हल एजन्सीचा, दोन एअर लाईन्सच्या ऑफिसांचे व एक टॅक्सी पाठवणाऱ्या कंपनीचा...''

''जाऊ दे खड्ड्यात!''

''हं, पण हा आणखी एक नंबर मिळालाय, तो सुमारे तीन ते सहा महिन्यांपूर्वी लिहिला गेला असावा, असं लॅब टेक्निशियनचं म्हणणं पडलं, पण त्यातील मुख्य अडचण अशी की, तो फोन नंबर अस्तित्वातच नाहीये.''

''नंबर बदलला असेल, नाहीतर फोन बंद असेल.''

''नाही. माझ्या म्हणण्याचा अर्थ, या नंबरचा फोन कधी अस्तित्वातच नव्हता, कारण वॉशिंग्टनचा डायल कोड नंबर २०२ आहे, तो तेवढा त्यातला खरा आहे, पण उरलेले जे सात अंक आहेत, त्यापासून एकही खरा टेलिफोन नंबर बनत नाही.''

क्विननं तो नंबर उतरवून घेतला व घरी जाऊन दोन दिवस अहोरात्र त्यावर विचार केला. तो जर सांकेतिक नंबर असेल, तर तो सोडवायचा, म्हणजे कॉम्प्युटरचं

सुद्धा डोकं दुखू लागेल. माणसाला तर ते शक्यच नाही. शिवाय मॉसच्या लेखी तो फोन गुप्त राहणं किती महत्त्वाचं होतं व त्यानं तो किती अवघड बनवला होता, हे एकटा तोच जाणे, त्यामुळे क्विननं आधी सांकेतिक नंबर सोडवायच्या सोप्या पद्धती वापरून पाहिल्या. उत्तर आलेले नवीन नंबर्स त्यानं एका कागदावर उतरवून काढले. ते दुसऱ्या दिवशी सॅमला तपासणीसाठी द्यायचे होते.

सुरुवातीला त्यानं आहे तो नंबरच फक्त उलट्या क्रमानं लिहिला. मग त्यानं नंबरतल्या फक्त पहिल्या व शेवटच्या अंकांची उलटापालट केली. मग शेवटून दुसऱ्या व दुसऱ्या. अशा प्रकारे नुसती उलटापालट करून तयार केलेले दहा नंबर्स त्यानं लिहून काढले.

नंतर नवीन पान घेतलं. दिलेल्या नंबरतील प्रत्येक अंकातून एक, मग दोन, मग तीन असे वजा करून नवीन नंबर्स लिहिले. नंतर तो हताश होऊन त्या नंबरकडे बघत राहिला. न जाणो, मॉसनं खऱ्या नंबरमधून कदाचित आपली जन्मतारीख किंवा आपल्या आजीची जन्मतारीख किंवा आपल्या मोटारचा रजिस्ट्रेशन नंबर देखील वजा करून हा नंबर लिहून ठेवला असायचा. आपल्याला ते कळायला काय मार्ग आहे? अखेर दुसऱ्या दिवशी त्यानं सॅमला स्वत: बनवलेली १०६ संभाव्य नंबर्सची यादी दिली. सॅमनं त्याच्या दुसऱ्या दिवशी थकलेल्या आवाजात क्विनला फोन केला. अशा पद्धतीनं ब्यूरोचं फोन बिल किती येणार होतं, याची तर कल्पनाच करायला नको.

"ओ.के. क्विन, यांतले एक्केचाळीस नंबर्स अजूनही अस्तित्वात नाहीत. उरलेल्या सहासष्ट नंबर्समध्ये लाँड्र्या, एक मसाज पार्लर, चार हॉटेल्स, एक फास्ट फूड जॉइंट, दोन वेश्या, एक लष्करी तळ, पंचावन्न साधे सरळमार्गी नागरिक, ज्यांचा या प्रकरणात कदापि हात असणं शक्य नाही, असे आहेत. आता राहता राहिला एकच नंबर. हाच जरा संशयास्पद वाटतोय. तुझ्या यादीतला चव्वेचाळीस क्रमांकाचा नंबर."

क्विननं स्वत:ची प्रत पाहिली. मॉसने लिहिलेल्या त्या बनावट नंबरच्या सातही आकड्यांतून ओळीनं एक-दोन-तीन-चार-पाच-सहा-सात असे अंक वजा करून क्विननं हा नवा नंबर काढला होता.

"हा कुणाचा नंबर आहे?" तो अधीरतेनं म्हणाला.

"हा एक खाजगी, अनलिस्टेड नंबर आहे. शिवाय त्यावर क्लासिफाइड असं लिहिलंय." ती म्हणाली, "हा नंबर कुणाचा आहे, हे शोधून काढायला मला फार वशिले लावावे लागले. तो जॉर्जटाउनमधल्या एका मोठ्या बंगल्याचा फोन नंबर आहे. तो कुणाचा आहे, येतेय ओळखता?"

मग तिनं त्याला ते नाव सांगितलं. क्विननं एक भलामोठा नि:श्वास सोडला.

कदाचित... हा योगायोगही असू शकेल. सदर व्यक्ती निर्दोषही असू शकेल.

"थँक्यू, सॅम. आता माझ्याकडे तपासाचा हा अखेरचा दुवा आहे. मी प्रयत्न करीन. काय होतंय, ते लगेचच तुला कळवीन."

❖

त्याच रात्री साडेआठ वाजता सिनेटर बेनेट हॅपगुड न्यूयॉर्क टीव्ही स्टेशनच्या मेकपरूममध्ये बसला होता.

"इथं जरा अजून थोडा हेअर-स्प्रे उडवा," त्यानं कपाळावर आलेल्या झुलपांकडे बोट दाखवत मेकपमनला सांगितलं, तेवढ्यात स्टेज व्यवस्थापकाची एक साहाय्यक आत डोकावली.

"सेट तयार आहे, सर," ती म्हणाली, "आम्ही आपलीच वाट बघत आहोत."

बेनेट हॅपगुड सेटवर आला. मुलाखत घेणारा माणूस आधीच येऊन बसला होता. सध्या टीव्हीवर महत्त्वाच्या कार्यक्रमाआधी दाखवल्या जाणाऱ्या जाहिराती चालू होत्या. मुलाखत घेणाऱ्यानं मान वर करून हास्य केलं.

"बऱ्याच दिवसांनी भेटतोय, सिनेटर साहेब..."

"तू कसा आहेस, टॉम?"

"मजेत. आता बरोबर दोनच मिनिटांत आपला कार्यक्रम सुरू होईल."

एवढ्यात शेवटची जाहिरात संपली आणि सेटवरचा लाल दिवा लागला. मुलाखत घेणाऱ्या माणसानं कॅमेऱ्याकडे बघत बोलायला सुरुवात केली.

"...लोकहो! व्हाइट हाउसचे प्रेस सेक्रेटरी क्रेग लिप्टन यांनी या गोष्टीचा कितीही इन्कार केला, तरीही आमच्याकडे वारंवार असे अहवाल येत आहेत की, प्रेसिडेंट जॉन कॉरमॅक यांची मानसिक स्थिती अजूनही बरीच चिंताजनक आहे. आणि नानट्केट करार काँग्रेसपुढे मंजुरीसाठी जायला आता फक्त दोनच आठवड्यांचा अवधी उरला आहे."

"जे काही लोक प्रथमपासूनच या नानट्केट कराराच्या विरोधात होते, त्यांपैकी एक बलशाली अमेरिका या चळवळीचे अध्यक्ष सिनेटर बेनेट हॅपगुड आज आपल्या इथं आलेले आहेत..."

त्याचं हे वाक्य म्हणून व्हायच्या आतच सिनेटरचा चेहरा पडद्याआड झळकू लागला.

"सिनेटर, काँग्रेसकडून या कराराला मंजुरी मिळेल, असं तुम्हाला वाटतं?"

"मी ते कसं सांगणार, टॉम? पण फारशी आशा दिसत नाही. गेल्या तीन आठवड्यांत जे घडलं, त्यानंतर तर नाहीच नाही, पण तो मुद्दा बाजूला ठेवला, तरीही या कराराला मान्यता मिळताच कामा नये, असं माझं स्पष्ट मत आहे. माझ्या

लक्षावधी अमेरिकन बांधवांप्रमाणे माझाही रशियनांवर इतका विश्वास टाकायला पूर्ण विरोध आहे.''

''पण काय हो, सिनेटर, यात विश्वास टाकण्याचा मुद्दा येतोच कुठं? करारात लिहिलेल्या अटी जर रशियनांनी पाळल्या नाहीत, तर त्याविरुद्ध हस्तक्षेप करायचे अमर्याद अधिकार करारान्वयेच आपल्या मिलिटरीला दिले आहेतच की.''

''तसं असेलही, टॉम, तसं असेलही; पण वस्तुस्थिती अशी आहे की, रशिया इतका अवाढव्य देश आहे की, ते लोक आपल्या नकळत, चोरून, गुप्तपणे अंतर्भागात कुठं काही घातकी अण्वस्त्रं बनवणार नाहीतच, अशी खात्री आपण कशी काय देऊ शकणार? म्हणजे विश्वास टाकणं आलंच ना? माझा दृष्टिकोन हा एवढाच आहे. आपल्याला अमेरिका बळकट करायची आहे ना? मग आपण निर्माण केलेलं प्रत्येक अस्त्र आपण ठेवायचंच!''

''आणि नवी नवी महाभयंकर सर्वनाशी अण्वस्त्रं शोधून काढतच राहायचं, हो ना,?''

''का नाही? जरूर पडली, तर तेही करायचं.''

''पण ही अण्वस्त्रं बनवताना आपल्या देशाच्या अर्थव्यवस्थेचं कंबरडंच मोडून जाईल, त्याची काय वाट? अंदाजपत्रकातील तूट आता हातांबाहेर जाऊ लागली आहे.''

''तू असं म्हणतोयस खरं, टॉम, पण बऱ्याच नामांकित अर्थशास्त्रज्ञांचं हेही मत आहे की, आपली अर्थव्यवस्था कोलमडण्याची प्रमुख कारणं गरीब राष्ट्रांना कर्जं, परकीय मालाची गरजेपेक्षा जास्त आयात हीच आहेत. परकीय टीकाकारांच्या तोंडाकडे बघत आपण उगीच पाण्यासारखा पैसा खर्च करतो, पण आपल्या लष्कराच्या खर्चात तेवढी कपात करतो.''

टॉम ग्रँगरनं विषय बदलला.

''सिनेटर, अमेरिकेनं गरीब राष्ट्रांची मदत बंद करावी, हा एक मुद्दा झाला. पण तुम्ही प्रेसिडेंट जॉन कॉरमॅक यांच्या राजीनाम्याची अनेकदा मागणी केली आहे. त्याचं समर्थन करू शकाल काय?''

टॉमचा, शक्य झालं, तर गळाच दाबावा, असं सिनेटर हॅपगुडला वाटलं. त्याची वैयक्तिक मतं काय होती, हे तर एव्हाना स्पष्ट झालंच होतं, त्याच्या प्रश्नांच्या रोखावरून आणि बोलण्याच्या पद्धतीवरून! पण अर्थात सिनेटरनं चेहऱ्याची सुरकुतीसुद्धा हलू न देता अत्यंत गंभीरपणे सांगितलं,

''टॉम, मला फक्त एवढंच सांगायचंय की प्रेसिडेंट जॉन कॉरमॅक यांनी अवलंबलेल्या बऱ्याचशा धोरणांना मी आजवर विरोध केला आहे आणि एका

लोकशाही राष्ट्रात तसं करण्याचा मला पूर्ण अधिकार आहे... पण...''

असं म्हणून कॅमेऱ्याकडे रोखून बघत तो पुढे धीरगंभीरपणे म्हणाला,

''जॉन कॉरमॅक यांच्या कर्तृत्वाविषयी, कामगिरीविषयी, सच्चेपणाविषयी मला तिळमात्रही शंका नाही आणि त्याचमुळे मी फक्त एवढंच म्हणू इच्छितो, की...''

आता त्याच्या चेहऱ्यावरून कळकळ अगदी ओसंडून वाहात होती.

''...जॉन, आजवर तू कुठल्याही सामान्य माणसाला न पेलणारं ओझं आपल्या खांद्यावर एकटा वाहात आलास, तू खूप सोसलंस, पण आता हे पुरे कर. या देशासाठी, पक्षासाठी आणि त्या पलीकडेही स्वत:साठी आणि आपल्या पत्नीसाठी तू हे राजकारभाराचं ओझं खाली ठेव, अशी मी तुला विनंती करतो.''

व्हाइट हाउसमध्ये प्रेसिडेंट जॉन कॉरमॅक यांनी रीमोट कंट्रोलचं बटण दाबून टीव्ही बंद केला. या हॅपगुडचा दांभिकपणा त्यांच्या चांगलाच परिचयाचा होता. त्याच गोष्टीची त्यांना मनस्वी तिडीक होती. ते दोघंही एकाच रिपब्लिकन पक्षाचे सदस्य असले, तरीही या माणसाची आपल्याला तोंडावर जॉन म्हणून हाक मारायची कधीच हिंमत झाली नसती, हे त्यांना ठाऊक होतं.

– आणि तरीही... त्यांना मनोमन हे कळून चुकलं होतं की, या माणसानं जो मुद्दा मांडला, त्यात काहीतरी तथ्य नक्कीच आहे. आपण काही आता ही राज्यकारभाराची धुरा फार काळ सांभाळू शकणार नाही, देशाचं नेतृत्व करू शकणार नाही. त्यांचं दु:खच इतकं आभाळाएवढं मोठं होतं की, त्यापुढे राजकारणातल्या उलाढाली करायची त्यांना शक्तीच राहिली नव्हती. त्यांची जगण्याची इच्छाच मरून गेली होती.

स्वत: प्रेसिडेंटना जरी काही कल्पना नसली, तरी डॉ. आर्मिटेज यांना मात्र या निराशावादी दृष्टिकोनाची चिन्हं दोन आठवड्यांपूर्वीच त्यांच्या वागण्यातून दिसू लागली होती व त्यामुळे ते चिंताग्रस्तच झाले होते.

जॉन कॉरमॅक यांनी हातातलं पुस्तक उघडलं. येल युनिव्हर्सिटीत त्यांनी पूर्वी अनेकदा शिकवलेला तो एक काव्यसंग्रह होता. त्यातल्या जॉन कीट्सच्या एका कवितेची त्यांना आठवण झाली – ओड टु द नाइटिंगेल. त्यांनी ते पान काढून परत वाचलं... मध्यरात्री अचानक दु:खाची जाणीव होण्यापूर्वीच हे अस्तित्व संपून जावं... किती सुंदर! किती हवंहवंसं वाटणारं!

❖

क्विननं आपल्या कामगिरीसाठी त्या रात्री साडेदहाची वेळ निवडली होती. कामावरून थकून भागून परत येऊन माणसं आराम करतात, ती ही वेळ. क्विन

एका चांगल्या हॉटेलातल्या टेलिफोन बूथमध्ये उभा होता. बूथचे काचेचे दरवाजे चांगले घट्ट होते. आवाज बाहेर ऐकू जाण्याची काही शक्यताच नव्हती. क्विननं तो नंबर फिरवला. पलीकडे घंटी तीनदा वाजली व मगच तो उचलला गेला.

"कोण?"

क्विननं हा आवाज पूर्वी नक्की ऐकला होता. पण तोच माणूस, हे एका शब्दावरून खात्रीलायकरीत्या सांगणं कठीण होतं, मग क्विन अगदी खालच्या पट्टीत आणि नाकातून अगदी हुबेहूब मॉससारखा फुरफूर आवाज करत म्हणाला.

"मी मॉस."

फोनवर क्षणभर शांतता पसरली.

"च. तू इथं फोन का केलास? अगदी आणीबाणी ओढवल्याखेरीज इथं फोन करायचा नाही, असं मी बजावलं होतं ना?"

आपला संशय खरा ठरला तर...! क्विननं एक निःश्वास सोडला.

"तशीच परिस्थिती आहे," तो मॉसच्या आवाजात हलकेच म्हणाला, "मी त्या क्विनचा काटा काढलाय. आणि त्या पोरीचाही, मॅकक्रिआलाही खलास केलाय."

"मला वाटतं, हे तपशील मला सांगायची गरज नाही..." पलीकडची व्यक्ती म्हणाली.

"पण तुम्हाला ते कळलेच पाहिजेत!" क्विन घाईनं म्हणाला. त्या व्यक्तीनं चिडून फोन खाली ठेवून चालणार नव्हतं. "त्यानं सगळी हकिकत लिहून ठेवली आहे, त्या क्विननं. आत्ता या क्षणी ते कागद माझ्याकडेच आहेत. इथंच."

"हकिकत?"

"तेच तर. त्यानं हा सगळा तपशील कुठून मिळवला; देव जाणे. पण ते सगळं यात आहे. पडद्यामागच्या पाचही माणसांची नावं, शिवाय मी, मॅकक्रिआ, ऑर्सिनी, झॅक, मार्चाइस, प्रेटोरियस... सगळं काही. नावं, तारखा, ठिकाणं, वेळा... काय घडलं? कसं घडलं? कोणी घडवून आणलं..."

परत शांतता पसरली.

"त्यात माझंही नाव आहे?" ती व्यक्ती म्हणाली.

"मी म्हटलं –सगळं काही."

त्या व्यक्तीचा श्वासोच्छ्वास आता फोनवरही ऐकू येत होता.

"त्यानं किती प्रती काढल्या आहेत?"

"ही एकच. उत्तर व्हरमाँटमधल्या एका केबिनमध्ये बसून त्यानं हे सगळं लिहिलं होतं. तिथं प्रती काढायची सोयच नव्हती. ती एकुलती एक प्रत आत्ता माझ्याजवळ आहे."

"ठीक आहे. तू कुठून बोलतोयस?"

''वॉशिंग्टनमधूनच...''

''मला वाटतं, तू ती प्रत माझ्या स्वाधीन करावीस.''

''नक्कीच!'' क्विन म्हणाला, ''काहीच अडचण नाही. त्यात माझंही नाव आहेच. खरं तर ती जाळूनच टाकणार होतो. पण...''

''पण काय, मॉस?''

''मला त्याची किंमत हवी आहे.''

परत एकवार शांतता पसरली. फोनच्या त्या टोकाकडून बोलणारी व्यक्ती आवंढा गिळत असावी.

''पण तुला तर भरघोस बक्षिसी दिली गेली आहे,'' ती व्यक्ती म्हणाली, ''तुझं काही देणं अजून बाकी असेल, तर ते तुला यथावकाश दिलं जाईलच.''

''नाही चालणार!'' क्विन म्हणाला, ''आधी गृहीत न धरलेली कितीतरी मोठी भानगड मला निस्तरावी लागली. युरोपमधले ते तिघं, क्विन, ती पोरगी. त्या सगळ्यानं माझं काम कितीतरी वाढलं.''

''तुला नक्की काय हवंय, मॉस?''

''मला वाटतं, आधी कबूल केल्याच्या दुप्पट रक्कम मिळाली, तरी ते पुरेसं होईल.''

त्या व्यक्तीच्या दीर्घ श्वासाचा आवाज झाला. विस्तवाशी खेळायला गेलं की, ते आपल्याच अंगाशी येतं, हा धडा एव्हाना ती व्यक्ती पुरेपूर शिकली होती.

''मला यासाठी सल्ला घ्यावा लागेल,'' जॉर्जटाउनमधल्या घरातून बोलणारा माणूस म्हणाला, ''बरीच कागदपत्रं तयार करावी लागतील. त्याला थोडा तरी वेळा लागणारच. तू घिसाडघाई करू नकोस. त्यातून काहीतरी मार्ग नक्की काढू आपण.''

''चोवीस तास!'' क्विन म्हणाला, ''मी उद्या याच वेळी परत फोन करीन. त्या पाचांनाही याची कल्पना देऊन ठेवा. माझी फी मला पोहोचती झाली की, हे कागद तुम्हाला मिळतील. मग मी निघून जाईन आणि तुमची काळजी कायमची मिटेल.''

क्विननं फोन खाली ठेवला आणि पलीकडच्या माणसाला चिंतेच्या महासागरात आकंठ बुडवून तो निघाला.

क्विननं एक मोटरसायकल भाड्यानं घेतली व थंडीसाठी काही गरम कपडे विकत घेतले.

दुसऱ्या दिवशी पहिल्याच घंटीला फोन उचलला गेला.

''मग काय ठरलं?''

''मॉस, तुझी मागणी खरं तर अवाजवीच आहे; पण ती मान्य झाली आहे.'' जॉर्जटाउनमधल्या घराचा मालक म्हणाला.

''कागदपत्रं तयार आहेत?'' क्विन म्हणाला.

"हो आत्ता माझ्या हातात आहेत आणि तो वृत्तान्त?"

"माझ्या हातात. चला, मग लवकर काम पुरं करून टाकू."

"ठीक आहे, पण माझ्या घरी येऊ नको. नेहमीच्या ठिकाणी. मध्यरात्रीच्या नंतर, पहाटे दोन वाजता."

"पण माझ्याशी गाठ आहे, हे लक्षात असू दे. एकटेच या. भाडोत्री गुंड आणून काही गडबड केलीत, तर कफनात बंद करून पाठवून देईन, समजलं?"

"काही गडबड करणार नाही. शब्द दिला. आम्ही पैसे द्यायला तयार आहोत, तर गडबड हवीच कशाला? पण गडबड तुझ्याकडूनही चालणार नाही. हा व्यवहार आहे."

"मला पटलं. मला फक्त पैसा हवाय!" क्विन म्हणाला.

तिकडून फोन खाली ठेवला गेला.

❖

अकराला पाच कमी होते. जॉन कॉरमॅक एकटेच अभ्यासिकेत बसले होते. त्यांच्या हातात अमेरिकन जनतेला उद्देशून स्वतःच लिहिलेलं हस्तलिखित पत्र होतं. ते पत्र दुःखानं भरलेलं व धीरगंभीर होतं. आपल्यानंतर ते पत्र दुसरं कुणीतरी जनतेला वाचून दाखवेल. वर्तमानपत्रं व मासिकांमधून ते जसंच्यातसं छापून येईल, रेडिओवर ऐकवलं जाईल, टीव्हीवर दाखवलं जाईल. ख्रिसमसला आता अवघे आठच दिवस बाकी होते, पण या वेळचा ख्रिसमस व्हाइट हाउसमध्ये दुसराच कोणीतरी साजरा करेल. आपला परममित्र मायकेल ओडेलच कदाचित. चांगला विश्वासू माणूस. मायकेल ओडेल. अमेरिकेचा एकेचाळिसावा प्रेसिडेंट... ते अशा विचारात असतानाच फोन वाजला. ते फोनकडे जरा चिडूनच बघत राहिले. तो त्यांचा व्यक्तिगत फोन होता. त्याचा नंबर त्यांनी आपल्या अगदी जवळच्या, खास विश्वासातल्या व्यक्तींनाच दिला होता. या वेळी कोण बरं असेल?

"येस?"

"मि. प्रेसिडेंट?"

"होय मीच."

"माझं नाव क्विन. मध्यस्थ."

"ओ येस, मि. क्विन?"

"तुमचं माझ्याविषयी नक्की काय मत आहे, याची मला कल्पना नाही, मि. प्रेसिडेंट, पण आता त्याला काही विशेष महत्त्व नाही. मी तुमच्या मुलाला परत मिळवून आणू शकलो नाही; पण मी त्याच्या मृत्यूचं कारण शोधून काढलंय. त्याला कुणी मारलं आणि का... ते सगळं. प्लीज, सर... माझं बोलणं फक्त ऐका.

माझ्यापाशी वेळ फारच थोडा आहे. उद्या पहाटे पाच वाजता एक मोटरसायकलस्वार येईल आणि व्हाइट हाउसच्या मेनगेटपाशी गुप्तचर संस्थेची जी चौकी आहे, तिथं येऊन तिथल्या गार्डच्या हातात एक लहानसं पुठ्ठ्याचं पार्सल देईल. ते त्यानं देताच ताबडतोब आपल्याला आणून द्यावं. अशा सूचना तुम्ही गार्डला देऊन ठेवा. त्यातील कागद वाचल्यानंतर मगच, तुम्हाला योग्य वाटेल, ती कृती करा, मि. प्रेसिडेंट. माझ्यावर फक्त एकदाच विश्वास ठेवा. गुडनाइट, सर!''

क्विननं फोन ठेवला.

जॉन कॉरमॅक हातातल्या रिसीव्हरकडे बघतच राहिले. ते अजूनही गोंधळातच पडले होते, पण मग त्यांनी इंटरकॉम उचलून गुप्तचर संस्थेला सूचना दिल्या.

❖

आता क्विनपुढे एकच समस्या होती. ती म्हणजे त्याला 'नेहमीचं ठिकाण' माहीत नव्हतं आणि हे जर त्यानं त्या माणसाला सांगितलं असतं, तर सगळंच पितळ उघडं पडलं असतं. मध्यरात्री खूप शोधाशोध केल्यावर अखेर त्याला सॅमनं दिलेला जॉर्जटाउनमधल्या त्या घराचा पत्ता सापडला. मग त्यानं आपली मोटरसायकल जरा लांब उभी केली आणि अंधारातच दडी मारून वाट बघू लागला. समोरचा प्रशस्त इमला बघून सामान्य माणसाची तर छातीच दडपली असती. वरच्या तीन मजल्यांवरचे दिवे अजून जळत होते. मध्यरात्र उलटली, तसे ते दिवे मालवले गेले. आता फक्त एकाच मजल्यावरील दिवे जळत होते. कुणीतरी अजून जागंच होतं.

एक वाजून वीस मिनिटं झाली आणि तेही दिवे मालवले गेले. काही मिनिटांतच तळमजल्यावरचे दिवे लागले. बरोबर दहाव्या मिनिटाला ते मालवले गेले व एक गाडी सुरू झाल्याचा आवाज आला. एक लांबलचक काळी कॅडिलॅक गाडी मुख्य दरवाज्यातून बाहेर पडून वळून रस्त्याला लागली. क्विननं मोटरसायकल सुरू केली व योग्य अंतर ठेवून तो गाडीचा पाठलाग करू लागला.

लिंकन मेमोरियलपाशी गाडी थांबवून एक व्यक्ती उतरली व येरझाऱ्या घालू लागली. क्विननं मोटरसायकल बरीच लांब पार्क केली व दबत्या पावलांनी चालत तो त्या व्यक्तीच्या जवळ गेला. क्विनच्या चेहऱ्याकडे लक्ष जाताच ती व्यक्ती दचकली. तिच्या चेहऱ्यावर भीतीची एक लकेर चमकून गेली.

''क्विन... तू... तू तर मरण पावला होतास ना?''

''नाही!'' क्विन समजावणीच्या सुरात म्हणाला, ''मी नाही काही. मॉस मेला, मॅकक्रिआ, ऑर्सिनी, झॅक, मार्चाईस आणि प्रेटोरियस आणि सायमन कॉरमॅक... खरंच की – तोही मरण पावला. का, ते माहितीय तुम्हाला? खरंच का मेला बिचारा सायमन?''

''जरा सबुरीनं घे, क्विन. आपण जरा शहाण्या, समजूतदार लोकांसारखं वागू या. त्याला जायलाच हवं होतं. क्विन. नाहीतर त्यानं आपलं सगळ्यांचं वाटोळं केलं असतं. तुला तरी हे पटायलाच हवं.'' आपला जीव वाचवायला तो काही तरी बोलत होता.

''सायमन? ऑक्सफर्डमध्ये शिकणारा कोवळा पोरगा?''

त्या माणसानं घाबरून क्विनकडे पाहिलं. क्विनच्या आवाजातला विखार त्याला जाणवला आणि तो चरकला. तो स्वत: व्हाइट हाउस कमिटीत होता. क्विन काय-काय करू शकतो, हे त्यानं स्वत:च्या कानांनी ऐकलं होतं. आपला जीव वाचवायचा असेल, तर काहीही करून या क्विनला आपलं बोलणं पटवावं लागेल, हे तो समजून चुकला होता.

''मुलगा नाही, पण त्याचे वडील. त्यांनी जायलाच हवं होतं.''

''नानट्केट करारामुळेच ना?''

''अर्थातच! त्या करारामुळे हजारो लोकांचं वाटोळं होणार आहे. हजारो कंपन्यांचं दिवाळं वाजणार आहे.''

''पण तुमचा त्याच्याशी काय संबंध? तुम्ही तर खूप श्रीमंत आहात. तुमची वैयक्तिक संपत्ती माझ्या माहितीप्रमाणे प्रचंड आहे.''

क्विनसमोर उभा असलेला माणूस खिन्नपणे हसला.

''लवकरच ती गोष्ट भूतकाळात जमा व्हायची वेळ आली होती,'' तो म्हणाला, ''मला जेव्हा वारसाहक्कानं बरीच वडिलोपार्जित संपत्ती मिळाली, तेव्हा मी ती सगळी मोठ्या कौशल्यानं व फायदेशीररीत्या वेगवेगळ्या कंपन्यांच्या शेअर्समध्ये गुंतवली होती. अजूनही ती तिथंच आहे.''

''शस्त्रास्त्रांचं उत्पादन करणाऱ्या कंपन्यांतच ना?''

''क्विन, हे बघ, मी मॉससाठी जे काय आणलं होतं, ते आता तुला देतो. तू इतका पैसा एकरकमी आजवर कधीच पाहिला नसशील.''

त्या माणसानं खिशातून एक कागद काढून क्विनच्या हातात दिला. रस्त्यावरच्या दिव्याच्या अंधूक प्रकाशात क्विननं तो वाचला. तो एका मोठ्या स्विस बँकेवर काढलेला ड्राफ्ट होता. तोही बेअरर. त्यावर रक्कम लिहिली होती. पन्नास लाख अमेरिकन डॉलर्स.

''हा. तुला ठेव, क्विन. तू कधी इतका पैसा पाहिला होतास? पुन्हा अशी संधी कधी येणार नाही. या पैशानं तू काय-काय करू शकशील, आयुष्यात कुठली कुठली सुखं विकत घेऊ शकशील, याचा विचार कर. फक्त तुझे ते लिहिलेले कागद मला दे आणि ही संपत्ती तुझी होईल.''

''शेवटी सगळं पैशासाठीच होतं, नाही?'' क्विन हातातला ड्राफ्टचा कागद खेळवत म्हणाला.

"पैसा काय किंवा सत्ता काय, शेवटी सगळं एकच, क्विन."

"पण ते तुमचे जिवलग मित्र होते. त्यांनी तुमच्यावर विश्वास टाकला होता."

"प्लीज, क्विन. वेड पांघरू नको. हे सगळं राष्ट्रच पैशावर चाललंय आणि ही गोष्ट कुणीच कधी बदलू शकत नाही. अनादी काळापासून हे असंच चालत आलंय. यापुढे सुद्धा असंच चालत राहणार. पैसा हाच आपला देव आहे. या जगात पैशानं कुणीही काहीही विकत घेऊ शकतं."

क्विननं होकार दिला. लिंकन स्मारकापुढे व्हिएटनामच्या युद्धात कामी आलेल्या वीरांचं स्मारक म्हणून स्तंभ उभारला होता, त्याच्या आठवणीनं त्यानं एक सुस्कारा टाकला. त्यानं खिशात हात घातला. समोरचा माणूस दचकला. जवळजवळ उडालाच.

"असं प्लीज करू नको, क्विन. बंदूक नाही, असं ठरलं होतं ना?"

पण क्विनचा हात खिशातून अलगद बाहेर आला. तेव्हा त्यात टाईप केलेलं दोनशे पानांचं बाड पकडलेलं होतं. त्यानं ते पुडकं पुढे केलं. त्या माणसानं सुटकेचा निःश्वास सोडला.

"तुला याचा पश्चात्ताप निश्चितच होणार नाही, क्विन. हा सगळा पैसा तुझाच आहे, याचा उपभोग घे."

क्विननं मान डोलावली. तो म्हणाला,

"फक्त एकच गोष्ट....."

"काहीही बोल."

"मी टॅक्सी सोडून दिली आहे. मला जरा पुढच्या चौकापर्यंत सोडलंत, तर बरं होईल, साहेब."

पहिल्यांदाच त्या माणसाच्या चेहऱ्यावर हास्य उमटलं. सुटकेचं हास्य.

"काहीच हरकत नाही." तो म्हणाला.

❖

अटक करणाऱ्या चौघांची तुकडी मॉस्क्वा नदीच्या कडेनं जाणाऱ्या रस्त्यापाशी थांबली होती.

ते ज्या गाडीची वाट पाहात होते, ती अखेर दृष्टिपथात आली, त्याबरोबर अटक करणाऱ्या पथकाच्या गाडीनं पुढे होऊन रस्ता अडवला. समोरून आलेल्या चायका गाडीनं कचकन ब्रेक दाबले. रस्त्याच्या दोन्ही बाजूंनी दोन मशीनगनधारी पुढे आले आणि त्यांनी गाडीचा ड्रायव्हर व अंगरक्षक दोघांना पकडलं.

आणखी एक साध्या वेशातील वरिष्ठ अधिकारी पुढे झाला व त्यानं चायका गाडीचं मागचं दार उघडलं. आत एक माणूस आरामात काही कागदपत्रं चाळत

बसला होता. त्याला या गोंधळाची अजून कल्पना आली नव्हती.

"मार्शल कोस्लोव्ह?" साध्या वेशातील केजीबी ऑफिसर म्हणाला.

"होय."

"आपण कृपया खाली उतरा व काहीही प्रतिकार न करता स्वाधीन व्हा. तुमच्या सैनिकांनाही तशी सूचना द्या. तुम्हाला अटक करण्यात येत आहे."

तो माणूस बोटानंच अंगरक्षक व ड्रायहर-दोघांना गप्प राहण्याची खूण करीत खाली उतरला. त्याचा चेहरा मात्र अत्यंत निर्विकार होता.

"जर तुझ्याकडे अटकेचा रीतसर परवाना नसेल ना, तर तुला पॉलिटब्यूरो पुढेच उभं करीन, कुत्तरड्या!"

"आम्ही पॉलिटब्यूरोच्याच आज्ञेनं हे काम करतोय," के.जी.बी. ऑफिसर शांतपणे म्हणाला. आपला खेळ खलास झालाय, हे मार्शल कोस्लोव्हला कळून चुकलं.

❖

या घटनेनंतर दोनच दिवसांनी सौदीच्या सेक्युरिटी पोलिसांनी रियाधमधील एका घरावर छापा घातला. आत शिरता शिरता त्यांच्यातल्या एकानं समोरच पडलेल्या पत्र्याच्या डबड्याला लाथ घातली. एक कुत्रं भुंकलं.

स्वयंपाकघराच्या खिडकीतून नोकरानं पोलीस आल्याचं पाहिलं आणि तो ताबडतोब आपल्या धन्याला खबर करायला आत पळाला.

कर्नल ईस्टरहाउसनंही चार पावसाळे पाहिले होते. घरभेद्यांचा शेवट सौदीमध्ये कसा होतो, याची त्याला पूर्ण कल्पना होती. त्या नरकयातनांना तोंड देण्याआधीच आपलं जीवन संपवावं, असं त्यानं विचार केला.

जिना चढता चढता पोलिसांना गोळी झाडल्याचा आवाज आला.

❖

त्याच्या दुसऱ्या दिवशी फिलिप केली स्वतःच आपली एफ.बी.आय.ची तुकडी घेऊन ऑस्टिनमध्ये गेला. खुद्द सायरस मिलरनंच त्याला आत घेतलं. अटकेपूर्वी त्याला त्याचे हक्क वाचून दाखवण्यात आले. नंतर त्यानं शांतपणे गुडघ्यांवर बसून देवाची प्रार्थना केली.

मेलव्हिन स्कॅनलॉन याला अटक करायला ब्राऊनची एफ.बी.आय.ची तुकडी गेली होती. त्याच सुमाराला लायोनेल मॉयरला अटक करण्यात आली. पीटर कॉबला मात्र अटकेची बातमी आधीच लागली होती. त्यानं स्वतःला गॅरेजमध्ये जाळून घेतलं.

❖

यानंतर चारच दिवसांनी प्रेसिडेंट जॉन कॉरमॅक कॅबिनेट रूममध्ये येऊन आपल्या टेबलामागे बसले. त्यांचे आतल्या गोटातले मंत्री व सल्लागार - सगळे आधीच येऊन बसले होते. त्या सर्वांच्या एक गोष्ट लक्षात आली होती, ती म्हणजे आज प्रेसिडेंट ताठ मानेनं बसले होते. नजर करारी व पाणीदार. चेहरा नेहमीसारखाच धीरगंभीर.

टेबलाभोवती सी.आय.ए.चे ली अलेक्झांडर व डेव्हिड वाइनट्राऊब, शेजारीच एफ.बी.आय.चे डॉन एडमोंड्स, फिलिप केली आणि केव्हिन ब्राऊन. खुर्चीत बसल्यानंतर प्रेसिडेंटनी त्या दोघांकडे पाहिलं.

"तुमचे रिपोर्ट्स सादर करा."

केव्हिन ब्राऊन पहिल्यांदा उठला.

"मि. प्रेसिडेंट, व्हरमाँट येथील केबिनवर आम्ही छापा घातला, त्यातून एक आर्मालाइट रायफल व एक पॉइंट फॉर्टी फाइव्ह ऑटोमॅटिक मिळालं. तसंच डंकन मॅकक्रिआ व आयर्विंग मॉस या दोघा पूर्वाश्रीमच्या सी.आय.ए. अधिकाऱ्यांचे मृतदेहही मिळाले. त्यांची ओळख पटली आहे."

डेव्हिड वाइनट्राऊबनं होकार दिला.

"आम्ही त्या ऑटोमॅटिकची लॅबमध्ये तपासणी केली. बेल्जिअन पोलिसांना जायंट व्हीलमध्ये मिळालेल्या मृतदेहातील गोळी व डच पोलिसांना एका बारमध्ये मिळालेल्या मृतदेहातील गोळी या दोन्ही गोळ्या याच ऑटोमॅटिकमधून झाडल्या गेल्या होत्या, हे तपासाअंती सिद्ध झालं आहे. तसंच, पॅरिसमधल्या एका बारमध्ये मिळालेल्या झॅकच्या मृतदेहातील गोळ्याही यातून उडाल्या होत्या, हेही सिद्ध झालं आहे. हे ऑटोमॅटिक आयर्विंग मॉस याच्या मालकीचं होतं, हेही सिद्ध झालं आहे."

"म्हणजे क्विनच्या वृत्तान्तातील या गोष्टी जुळत आहेत."

"होय, सर. तंतोतंत जुळत आहेत."

"मि. वाइनट्राऊब?"

"सर, मला एक गोष्ट मोठ्या खेदानं सांगावी लागत आहे की, मध्य अमेरिकेत डंकन मॅकक्रिआ याला खरोखरच आयर्विंग मॉस याच्या शिफारशीवरून नोकरीत ठेवण्यात आलं होतं. त्याला कंपनीत प्रशिक्षणही देण्यात आलं होतं, पण पुढे नंतर जेव्हा आयर्विंग मॉसला बडतर्फ करण्यात आलं, तेव्हा त्याच्या चेल्यांवर नीट नजर ठेवणं आमचं काम होतं. ते न करण्याची चूक आमच्या हातून झाली, त्याबद्दल मी आपली क्षमा मागतो."

"मि. वाइनट्राऊब, त्या वेळी तुम्ही स्वत: काही उपसंचालक नव्हतात. तेव्हा ते फार मनाला लावून घेऊ नका, पुढे सांगा."

"थँक्यू, मि. प्रेसिडेंट, आम्हाला आमच्या खास माहीतगाराकडून अशी बातमी

मिळाली आहे की, आपल्या मुलाच्या मृत्यूस कारणीभूत झालेला तो प्राणघातक कमरपट्टा पुरवल्याच्या आरोपावरून के.जी.बी.नं त्यांच्या मार्शल कोस्लोव्ह नामक अधिकाऱ्यास अटक केली आहे. अधिकृतरीत्या त्यानं प्रकृतीच्या कारणासाठी राजीनामा दिला आहे, असं समजतं.''

''तुम्हाला काय वाटतं, तो गुन्हा कबूल करील?''

''गुन्हेगारांना बोलतं करायच्या के.जी.बी.च्या खास पद्धती आहेत, सर.''

''मि. केली?''

''मि. प्रेसिडेंट, यांतील काही गोष्टी अशा आहेत की, ज्या कधीच सिद्ध होऊ शकणार नाहीत. उदाहरणार्थ, ऑर्सिनीच्या मृतदेहाचा कधीच पत्ता लागणार नाही. परंतु कॅसलब्लँक खेड्यातल्या त्या विशिष्ट बारच्या वरच्या मजल्यावरील खोलीवर बंदुकीच्या दोन गोळ्या त्या रात्री झाडल्या गेल्या, हे सिद्ध झालं आहे. एजंट मिस सोमरव्हिले यांच्या स्मिथ अँड वेसनला मात्र प्रुनेली नदीत कायमची जलसमाधी मिळाली, असं मानावं लागेल, पण सिद्ध होण्याजोग्या सर्व गोष्टी सिद्ध झाल्या आहेत. आणि तेवढ्या पुरेशा आहेत. ह्या वृत्तान्तातील अक्षरन्‌अक्षर खरं आहे, सर!''

''आणि ते पाच जण? अलामो फाइव्ह?''

''त्यांतील तिघं आमच्या कोठडीत आहेत. सायरस मिलर मात्र पुरता वेडाच झालाय. तो कोर्टात उभा राहण्याच्याही अवस्थेत नाहीये. मेलव्हिल स्कॅनलॉन यानं सर्व गुन्हे कबूल केले आहेत. त्यांचा संपूर्ण सौदी राजवट उलथून टाकण्याचा कट होता, हेही त्यानं कबूल केलं आहे. यावर स्टेट डिपार्टमेंटनं कारवाई सुरू केलीच आहे. कॉबनं आत्महत्या केली. सॅलकिंड मात्र लॅटिन अमेरिकेत पळाला. मॉयरनं स्कॅनलॉनचं सर्व बोलणं खरं असल्याचं कबूल केलंय.''

''आणखी काही, मि. केली?''

''खास महत्त्वाचं काही नाही, सर. आम्ही मि. क्विन यांच्या वृत्तान्तातला प्रत्येक तपशील तपासून पाहिला. नावं, तारखा, ठिकाणं, हॉटेल्स-सगळंच, आयर्लंड, ब्रिटन, बेल्जियम, हॉलंड आणि फ्रान्स या सर्व देशांतून पोलिसांचे रिपोर्ट्स आले आहेत. त्यांवरूनही हेच सिद्ध होतंय...''

प्रेसिडेंट कॉरमॅक यांनी आपल्या समोरच्या रिकाम्या खुर्चीकडे पाहिलं.

''आणि... माझे पूर्वीचे सहकारी?''

एफ.बी.आय.च्या डायरेक्टरनं फिलिप केली याला खूण केली.

''मि. क्विन यांच्या वृत्तान्ताच्या शेवटच्या तीन पानांवर दोन व्यक्तींमध्ये रात्री दोन वाजता झालेलं जे संभाषण दिलेलं आहे, ते सिद्ध करायला मात्र काहीच पुरावा नाही. शिवाय मि. क्विन यांचा अजूनही काही थांगपत्ता नाही, मात्र आम्ही यात नमूद केलेल्या जॉर्जटाउनमधील त्या घरावर छापा घालून, घरातल्या नोकरमाणसांच्या

जबान्या घेतल्या. गाडीच्या ड्रायव्हरला त्या दिवशी मुद्दाम रजेवर पाठवण्यात आलं होतं. नोकरांपैकी दोघांना त्या रात्री दीडच्या सुमाराला गाडी सुरू झाल्याच्या आवाजानं जाग आली. त्यांतील एकानं तर खिडकीतून पाहिल्यावर गाडी बंगल्याबाहेर पडतानाही दिसली. गाडी कुणीतरी चोरून नेतंय, अशी भीती वाटून तो मालकांना उठवायला गेला, तर ते खोलीत नव्हते.''

''सर, आम्ही सदर व्यक्तीची सगळी संपत्ती कशाकशात गुंतवली आहे, याची चौकशी केली. ती मि. क्विन यांच्या म्हणण्याप्रमाणे खरोखरच शस्त्रास्त्रं उत्पादन करणाऱ्या कंपन्यांमध्ये गुंतवलेली आहे, त्यामुळे नानटुकेट करारानं त्यांचं खूपच नुकसान झालं असतं. मात्र त्या व्यक्तीच्या तोंडचे जे शब्द क्विननं लिहिले आहेत, ते खरे की, खोटे, हे आपण सांगू शकत नाही.''

प्रेसिडेंट कॉरमॅक उठून उभे राहिले.

''माझा क्विनवर विश्वास आहे. मित्रहो, त्याला आता मोकळं सोडा. तुम्ही सर्वांनी जे सहकार्य दिलं, त्याबद्दल मी आभारी आहे.''

असं म्हणून ते ओव्हल ऑफिसमध्ये परत गेले. आपल्या खोलीत कुणालाही सोडू नये, अशी त्यांना अंगरक्षकाला आज्ञा दिली.

त्यांनी बुलेटप्रुफ काचांमधून बाहेर बागेत फुललेल्या गुलाबांच्या ताटव्यांकडे पाहिलं. आज बरोबर त्र्याहत्तर दिवसांनी ते या खुर्चीत बसले होते. समोरच टेबलावर तरुण सायमनचा हसरा फोटो होता. तो इंग्लंडला जाण्यापूर्वी घेतलेला.

प्रेसिडेंटनी फोटो हातात घेऊन नीट निरखून पाहिला व नंतर टेबलाचा खण उघडून त्यात नीट ठेवला.

''अलविदा, माझ्या पुत्रा!'' ते म्हणाले आणि त्यांनी इंटरकॉमचं बटण दाबलं.

''क्रेग लिप्टनला ताबडतोब पाठवा.''

प्रेस सेक्रेटरी आत आल्यावर प्रेसिडेंटनं त्याला आपल्या अमेरिकन जनतेला उद्देशून टेलिव्हिजनवर एक तासाचं भाषण करायचंय, असं सांगितलं.

❖

अलेक्झांड्रामधल्या घरात नुकताच राहायला आलेला कॅनडाचा मि. रॉजर लेफ्रेव्हे जेव्हा घर सोडून जायला निघाला, तेव्हा त्याला मालकिणीला फार वाईट वाटलं. असा शांत आणि सज्जन भाडेकरू परत मागून मिळायचा नाही.

संध्याकाळी क्विन बिल चुकतं करायला खाली आला, तेव्हा त्यानं घोटून घोटून दाढी केल्याचं मालकिणीच्या लक्षात आलं. तिला ते आवडलं. आता कितीतरी तरुण आणि देखणा दिसतोय हा!

तिच्या जेवणघरात नेहमीसारखा टीव्ही चालूच होता. तो उंच, देखणा पुरुष

तिचे आभार मानून जायला निघाला, एवढ्यात टीव्ही वर घोषणा झाली,

"आता प्रेसिडेंट जॉन कॉरमॅक राष्ट्राला उद्देशून भाषण करतील."

"हे काय, तुम्ही चाललात?" मालकीण म्हणाली, "प्रेसिडेंटचं भाषण नाही ऐकणार? लोक म्हणतात, बिचारे आज राजीनामा देणार आहेत!"

"नाही!" क्विन म्हणाला, "माझी टॅक्सी आली आहे, मला उशीर होईल."

इतक्यात प्रेसिडेंट कॉरमॅक यांचा चेहरा पडद्यावर झळकला. ते ओव्हल ऑफिसमध्ये आपल्या टेबलामागे बसले होते. गेल्या तीन महिन्यांत त्यांचा चेहरा ओढलेला, थकलेला आणि वयस्क दिसू लागलाय, हे बघणाऱ्या प्रत्येकालाच जाणवत होतं. आज त्यांचे डोळे मात्र पुन्हा पहिल्यासारखे सतेज दिसत होते. सायमनच्या अंत्यसंस्कारांच्या नंतर जगभर प्रसिद्ध झालेलं ते छायाचित्र आणि आत्ताचा हा चेहरा यांत अगदी जमीन-अस्मानाचा फरक होता. ते नेहमीसारखे ताठ बसले होते. त्यांनी कॅमेऱ्याकडे रोखून बघत बोलायला सुरुवात केली.

"माझ्या अमेरिकन बांधवांनो...."

क्विननं बाहेर पडून हॉलचं काचेचं दार लोटलं आणि तो टॅक्सीकडे गेला.

"डलेस विमानतळाकडे घ्या...." तो म्हणाला.

रस्ते ख्रिसमसच्या रंगीबेरंगी सजावटीनं नुसते फुलून गेले होते. रस्त्यारस्त्यांत लोक ट्रॅंझिस्टर कानाला लावून प्रेसिडेंटचं भाषण ऐकत होते. क्विनच्या टॅक्सीचा ड्रायव्हरसुद्धा कानाला हेडफोन्स लावून बसला होता. मध्येच क्विनकडे बघत तो म्हणाला,

"माझा तर कानांवर विश्वासच बसत नाहीये. ऐकायचंय भाषण, साहेब? स्पीकर्स चालू करू?"

"काही गरज नाही," क्विन म्हणाला, "नंतर परत टेप दाखवतीलच की."

डॅलेस इंटरनॅशनल विमानतळापाशी क्विननं टॅक्सीचे पैसे चुकते केले. 'ब्रिटिश एअरवेज' असं लिहिलेल्या काउंटरपाशी तो चेक-इन करण्यासाठी गेला. भिंतीवर टीव्ही सेट होता. सर्व कर्मचाऱ्यांचे डोळे टीव्ही पडद्यावर खिळले होते. तिकीट पंच करणाऱ्या मुलीनं महाप्रयासानं आपलं लक्ष बाजूला घेऊन त्याचं तिकीट पंच करून दिलं.

"तुम्ही लंडनहून दुसरी फ्लाइट घेऊन मालागाला जाणार?" तिनं विचारलं.

"होय."

ध्वनिक्षेपकांवरून प्रेसिडेंट जॉन कॉरमॅकचा आवाज घुमत होता.

"नानट्केट कराराचा सत्यानाश करायचा असेल, तर प्रथम माझा सत्यानाश करायला हवा, असा या लोकांचा समज होता..."

त्या मुलीनं पडद्याकडे बघतच बोर्डिंग पास क्विनला दिला.

"मी डिपार्चर लाऊंजमध्ये जाऊ?" क्विननं विचारलं.

"हो अगदी अवश्य, तुमचा प्रवास सुखाचा होवो!" ती यांत्रिकपणे त्याच्याकडे न बघताच म्हणाली.

इमिग्रेशन कंट्रोल पार करून क्विन आत गेला. तिथं थोडी मोकळी जागा होती. एक ड्युटी-फ्री बारही होता. शिवाय एक टीव्हीसेट. सगळे यात्रेकरू घोळका करून पडद्यापुढे उभे राहिले होते.

"...आणि त्या लोकांना माझं काही वाकडं करता आलं नाही, म्हणून त्यांनी माझ्या एकुलत्या एक प्रिय पुत्राचा बळी घेतला."

क्विन सरळ विमानाकडे निघाला. त्याचं तिकीट फर्स्टक्लासचं होतं. रशियनांनी दिलेल्या पैशातून क्विननं ही छोटीशी चैन केली होती. अजूनही ध्वनिक्षेपकावरून प्रेसिडेंटचा आवाज ऐकू येत होता.

"...तर हे असं घडलं. पण आता सगळंच भूतकाळात जमा झालंय, पण एका बाबतीत मात्र तुम्हाला मी माझा शब्द देतो, माझ्या बांधवांनो. आज अमेरिकेचा प्रेसिडेंट म्हणून परत एकदा...."

क्विन आपल्या खिडकीजवळच्या सीटवर बसला. त्यानं पट्टा पोटाभोवती आवळला. हवाई सुंदरीनं आणलेली शँपेन परत पाठवून त्यानं आपली आवडती रेड वाइन मागवली. तिच्याकडून 'वॉशिंग्टन पोस्ट' या दैनिकाची एक प्रत घेऊन तो वाचत बसला. त्याच्या शेजारची खुर्ची अजूनही रिकामीच होती.

विमानानं आकाशात उड्डाण केलं आणि आपलं नाक युरोप व अटलांटिकच्या दिशेला वळवलं. क्विनच्या अवतीभवती अजूनही गडबड चालू होती. प्रवासी आपापसांत प्रोसिडेंटच्या भाषणाचीच चर्चा करत होते. क्विन मात्र शांतपणे वर्तमानपत्र पुढे घेऊन बसला होता.

पहिल्या पानावर प्रेसिडेंट राष्ट्राला उद्देशून भाषण करण्याची शक्यता असून, ते बहुधा आपल्या राजीनाम्याची घोषणा करतील, असं म्हटलं होतं.

"सर, आपल्याला काही हवं आहे का?" क्विनच्या कानात कुणीतरी गुणगुणलं.

तो दचकून वळला आणि मग प्रसन्न हसला. शेजारच्या खुर्चीत सॅम बसली होती.

"तूच हवी आहेस!" तो म्हणाला.

त्यानं हातातला पेपर घडी घालून ठेवला. त्याच्या मागच्या पानावर एक बातमी छापून आली होती. पण क्विन आणि सॅमला बातमीकडे लक्ष द्यायला वेळ कुठं होता? बातमीत म्हटलं होतं:

अपंगांच्या रुग्णालयाला अनामिकाकडून पन्नास लाख डॉलर्सची देणगी!

सॅम म्हणाली,

"मि. क्विन, मला तुमचा निरोप मिळाला. मी तुमच्याबरोबर स्पेनला येत आहे आणि होय, मी तुमच्याशी लग्न करायला तयार आहे."

"फारच छान!" क्विन म्हणाला, "मला नाहीतरी निर्णय कसे झटपट घेतलेले आवडतात."

"पण काय, हो, मि. क्विन. तुम्ही राहता, ते ठिकाण आहे तरी कसं?"

"छोटंच गाव आहे. छोटीशी पांढरी घरं, छोटंसं जुनंपुराणं चर्च, त्यातला छोटासा म्हातारासा धर्मगुरू..."

"पण त्याला लग्नाचे मंत्र नीट आठवतात ना? मग झालं तर...!"

असं म्हणत सॅम त्याच्या गळ्यात पडली. त्या धक्क्यानं क्विनच्या मांडीवरचं वर्तमानपत्र घरंगळत जाऊन खाली पडलं. त्याचं शेवटचं पान वर तोंड करून पडलं होतं. जवळच्याच हवाई सुंदरीनं तत्परतेनं ते उचलून त्याची घडी घातली, पण घडी घालताना सुद्धा तिचं लक्ष काही मागच्या पानावर छापलेल्या ठळक बातमीकडे गेलं नाही. अर्थात गेलं असतं, तरी तिला त्याचं काही सोयरसुतक वाटलं नसतं, म्हणा! बातमी अशी होती :

"ट्रेझरी सेक्रेटरी ह्यूबर्ट रीड यांचे अंत्यसंस्कार साधेपणानं पार पडले : ते त्या मध्यरात्री गाडीतून पोटोमॅक नदीकडे कशासाठी गेले होते, हे कोडे मात्र अजूनही अज्ञातातच..."

❖

हिटलरच्या भूमिगत साम्राज्यात नेणारी जबरदस्त रहस्यमय कादंबरी!

द सेव्हन्थ सिक्रेट

लेखक
आयर्विंग वॅलेस

अनुवाद
विजय देवधर

पावलांचा अजिबात आवाज होऊ न देता रेक्स फोस्टर त्या दारापाशी पोहोचला. दाराचं हँडल पकडून त्यानं ते हळूच फिरवलं त्याला कुलूप नव्हतं!

दाराला हलकेच फट पाडून त्यानं पलिकडे नजर टाकली.

त्या दारापलिकडे खाली उतरत जाणारा

एक जिना त्याला दिसला.

आपण एका गुंतागुंतीच्या भुयारी तळघरापाशी येऊन पोहोचलो आहोत असंच त्याला प्रथम वाटलं

पण –

दुसऱ्याच क्षणी त्याचं तोंड आश्चर्यानं वासलं गेलं!

त्या जिन्याच्या तळाशी त्याला दुसरा एक फ्युरर बंकर दिसला !

आणि –

आपल्याला काय आढळलंय याची त्याला अकस्मात् जाणीव झाली!

ज्याच्या शोधासाठी त्यानं आत्तापर्यंत जिवाचं रान केलं होतं

तोच हा – जगाला अज्ञात असलेला हिटलरचा सातवा

गुप्त बंकर होता!